Tấc lòng Non Nước

Tấc lòng Non Nước - Tập 2
Tuyển Tập Văn Hóa Chính Trị của **Chu Tấn**
Bìa: Họa sĩ **Khánh Trường**
Trình bày: **Lê Hân**
Kỹ thuật: **Tạ Quốc Quang**
Nhân Ảnh Xuất Bản **2018**
ISBN: **9781989924129**

CHU TẤN

TẤC LÒNG NON NƯỚC

Tập 2

Nhân Ảnh
2018

KÍNH DÂNG

QUỐC TỔ HÙNG VƯƠNG

HỒN THIÊNG SÔNG NÚI

DÒNG GIỐNG RỒNG TIÊN

ANH THƯ ANH HÙNG

ĐỜI ĐỜI BẢO QUỐC AN DÂN

Nam quốc sơn hà Nam đế cư
Tiệt nhiên định phận tại thiên thư
Như hà nghịch lỗ lai xâm phạm
Nhữ đẳng hành khan thủ bại hư

Lý Thường Kiệt

Nước Nam quyền chủ vua Nam
Sách Trời đã định rành rành chẳng sai
Gian tà nghịch tặc quân bay
Cả gan mạo phạm một ngày bại vong

Chu Tấn Định

Thư họa

Võ Hải

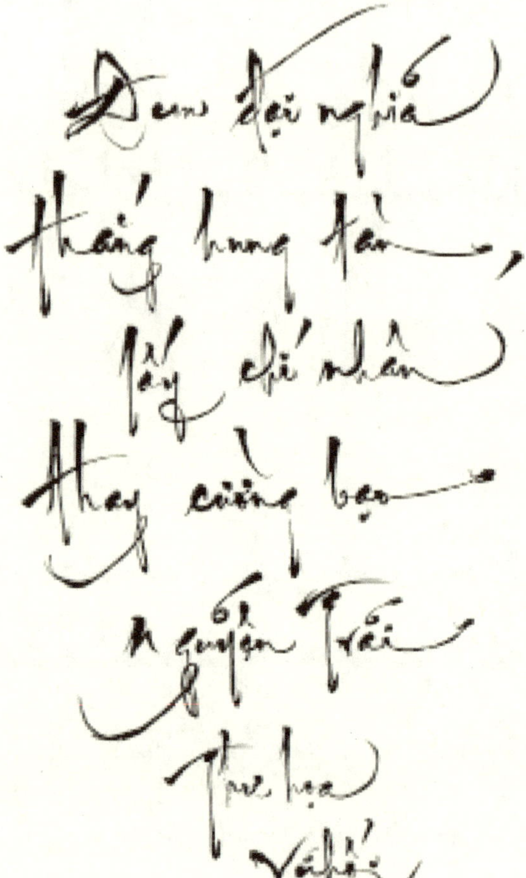
Đem đại nghĩa
thắng hung tàn,
lấy chí nhân
thay cường bạo
Nguyễn Trãi
Thư họa
Vũ Hối

Chân dung & tiểu sử Chu Tấn

* Sinh năm 1939 tại Nam Định Bắc Việt
* 1958 Theo học Khóa 7 Sĩ Quan Trừ Bị Thủ Đức
* 1963 Từ binh chủng Pháo Binh đổi sang Quân Chủng Không Quân
* 1967 - 1968 Chủ bút Nguyệt San Lý Tưởng Bộ Tư Lệnh Không Quân
* 1969: Giám Đốc Tại Bộ Thông Tin
* 1972 Tốt nghiệp đại học Cần Thơ.
* 1973 Cấp bậc Trung Tá không quân- Tham Mưu Phó Chiến Tranh Chính Trị Sư Đoàn 4 KQ Cần Thơ.
* 1975-1984 Tù nhân cộng sản Việt Nam, qua nhiều trại cải tạo từ Nam ra Bắc.
* 1987 Vượt biên đến định cư tại San Jose Hoa Kỳ
* 1989 Sáng lập viên Tổng Hội Cựu Tù Nhân Chính trị Việt Nam
* 1990- 1996 Chủ Tịch Hội Văn Nghệ Sĩ Việt Nam Tự Do (2 nhiệm kỳ)
* 1995 Sáng lập viên Cộng Đồng Người Việt Quốc Gia Hải Ngoại
* 1997-2000 Chủ Tịch Hội Đồng Đại Biểu Cộng Đồng Việt Nam Bắc California.

Tác Phẩm đã xuất bản:

- Tiếng hát trên cánh đồng xanh -Tuyển tập truyện ngắn (1972)
- Thắp Sáng Quê Qương 1991 (Tuyển Tập Thơ Văn Hội Văn Nghệ Sĩ Việt Nam Tự Do- Viết chung)
- Vận Động Lịch Sử 1991 (Biên Luận Chính Trị -Viết chung)
- Hào Khí Diên Hồng Tây Sơn Thời Đại 2014 (Biên Luận Chính Trị- Viết chung)
- Tuyển Tập Truyện Ngắn: BÃO TUYẾT (2018)
- Tuyển tập Văn Hóa Chính Trị: TẤC LÒNG NON NƯỚC (2018)

Tác Phẩm sẽ xuất bản:

- VĂN HÓA VIỆT NAM CON PHƯỢNG HOÀNG CẤT CÁNH
- VẬN HỘI MỚI, TƯ TƯỞNG MỚI, TỔ CHỨC MỚI
- SỐNG ĐẠO NHÂN CHỦ QUỐC DÂN
- ĐẠO SỐNG VIỆT
- SỐNG VIỆT TINH HOA
- SỐNG VIỆT THÔNG LUẬN
- SỐNG VIỆT ĐẠI TOÀN
- Truyện dài: GIÓ GỌI CÁT

THAY LỜI TỰA

Thích Giác Lượng

Tấc *Hơi Phụng Sự Còn Khiêm Tốn*
"Lòng *Vẫn Cưu Mang Trải Kiếp nầy*
"Non *Thẳm Ngàn Trùng Dâng Bất Tận*
"Nước *Nguồn Đại Việt Ngọt Ngào Thay...*

Tôi hân hạnh được tiếp xúc với nhà văn Chu Tấn trong rất nhiều trường hợp, qua sự sinh hoạt với nhiều Hội đoàn, Đoàn thể trong cộng đồng người Việt tại miền Bắc California, kể cả các tổ chức Văn hoá, Chính trị, Xã hội v.v… nhất là trong Quân lực Việt Nam Cộng Hoà thuộc Quân chủng Không Quân.

Là một cựu Sĩ quan, cấp bậc Trung tá, với "*Tổ Quốc, Danh dự, Trách Nhiệm*", mà Quê hương và Dân tộc Việt Nam, đang bị đọa đày dưới chế độ bạo tàn Cộng Sản Việt Nam.

Là một tù nhân chính trị, một nhà làm Văn hoá, một công dân Việt Nam tỵ nạn Cộng sản. Dĩ nhiên, Người xót xa vận nước, ưu tư với tiền đồ dân tộc khi Tổ quốc lâm nguy suy thoái! Dân tình khốn khổ! Nạn xâm lăng Hán hoá của đế quốc Trung cộng ngày càng tràn ngập trên quê hương!

Là một nhà hoạt động hăng say và hết lòng dấn thân phục vụ cộng đồng, tranh đấu cho một Việt Nam có Tự do, Dân chủ và Nhân quyền, mong thoát ách nạn cộng sản độc tài, bạo trị.

Thỉnh thoảng tôi được đọc những bài viết trên sách báo, được nghe thuyết trình trong những cuộc hội thoại, hội thảo; Văn chương thật xúc tích, dồi dào; Ngữ ngôn trầm ấm, hùng hồn và mạch lạc. Người có tư tưởng sáng tạo, có kế sách và phương trình thực tế, chủ trương hài hoà qua nếp sống và hành hoạt cá nhân, nên dễ dàng kết hợp nhân sự, tạo thành sức mạnh tinh thần dân tộc, mang sự đoàn kết trong cộng đồng, hầu đáp ứng nhu cầu với hoàn cảnh thực tại trên quê hương.

Tôi rất cảm kích, ngưỡng mộ qua tư tưởng, hành động và sự quyết tâm đóng góp cho đại cuộc Quốc gia Dân tộc của nhà văn Chu Tấn.

Đọc tác phẩm "*Tấc Lòng Non Nước*", một kho tài liệu vĩ đại, Người đã cất công nghiên cứu, soạn dịch, ghi chép những tinh hoa Văn hoá, những kinh nghiệm sống, từ tấm lòng phụng sự, mong đem lại lợi ích quần sanh, từ cá nhân mình cho chí đến những tư tưởng siêu việt của nhiều danh nhân thế giới, những bậc kiệt xuất Triết gia, Học giả, Khoa học, Chính trị, Tôn giáo khắp nơi, được tác giả kết gom thành một kho tàng quí báu cho cộng đồng dân tộc trong cũng như ngoài nước.

Tác phẩm "*Tấc Lòng Non Nước*" một kho tài liệu hàm tàng nhiều dữ kiện mà tác giả đã khéo phân định từng chương, chia thành từng mục, độc giả có thể lần theo bản MỤC LỤC, tuỳ nghi chọn đọc từng phần, nghiên cứu từng tiêu đề trong tác phẩm để tiếp nhận được nhiều cao kiến qua nhiều khía cạnh, tuỳ theo sở thích và sự thuận hợp của từng độc giả chúng ta.

Đọc tác phẩm "*Tấc Lòng Non Nước*" riêng tôi thiển nghĩ: "Chu Tấn, chẳng những là một nhà văn, mà ông là một "Nhà Văn Hóa", một "Lý Thuyết Gia" một "Chiến Lược Gia", một" Nhà kiến trúc tư tưởng", ông đã tuỳ thuộc hoàn cảnh đất nước, nhận xét tình hình theo từng bước tiến của thời đại, tiến hành nhập cuộc, mở ra nhiều "**Mặt Trận**", phù hợp với địa hình, địa vật, với ý thức của nhân sự trước nhiều trận tuyến, với khả năng chuyên biệt từng người, từng bộ phận chuyên ngành, thi hành từng trách nhiệm trong nhiều mũi tiến công vào mục đích, *tiêu diệt địch thủ* (chế độ Cộng sản) đạt thành quả, nguyện vọng ước mong của toàn dân tộc.

Đọc toàn bộ "*Tấc Lòng Non Nước*" độc giả chúng ta sẽ bắt gặp những phương pháp trình bày, kế sách của nhiều hướng tiến công, mà nhà văn Chu Tấn đã vạch sẵn cho chúng ta qua từng Mặt Trận như: **- Mặt Trận Văn Hoá; *- Mặt Trận Văn Nghệ; *- Mặt Trận Chính Trị, Xã Hội; *- Mặt Trận Tôn Giáo (Tâm Linh); *- Mặt Trận Chống Khủng Bố; *- Mặt Trận Triết Lý Sống; *- Mặt Trận Đại Đoàn Kết Quốc Dân v.v...*

Hầu hết, nội dung tác phẩm tác giả đã đề cập qua nhiều phạm trù triết lý như: "*Vũ Trụ Quan, Nhân Sinh Quan, Văn Hoá Xã Hội Quan*" v.v… Đó là quan niệm của tác giả trong phương pháp hình thành "**Chủ đạo Văn Hoá Việt Nam**". Trong đó, những lý thuyết, những khái niệm căn bản mà nhà văn Chu Tấn đã đề cập đến ở đây có ba cột trụ để hình thành Chủ Đạo Văn Hoá Việt Nam. Đó là: *- **Chân Lý Tinh Hoa Sự Sống, *-Triết lý Nhân Chủ, *-Thực thể Quần Chúng Chính Trị**. Nơi đây, chúng tôi kính mời quí vị hãy tự mình tìm kiếm những đề mục như: *-Bàn về 25 định nghĩa Văn Hoá; *- Sứ mệnh Văn Hoá Việt Nam trong thời đại toàn cầu hoá; *- Chủ đạo Văn Hoá Việt Nam, tất cả đã tràn ngập trong nhiều tiêu đề của tác phẩm, mặc sức để cho các Học giả, các nhà làm Văn Hoá, các nhà làm Chính trị, bình phẩm, bình luận một cách vô tư….

Đầu tiên, tác giả đã khơi mào cho "**Mặt Trận Văn Hoá**" để độc giả chúng ta mỗi người hãy tự mình thắp lên ngọn đuốc, soi lại truyền thống Tổ Tiên Đại Việt, đã trải qua gần Năm Ngàn Năm Văn Hiến (5,000). Một Tổ Quốc trải dài biết bao triều đại. Từ Kinh Dương Vương lập quốc, các Vua Hùng nối tiếp, có hơn Hai Ngàn

Sáu Trăm Hai Mươi Hai Năm (2622) giữ nước, càng giữ nước xa dài càng mở mang bờ cõi cho đến ngày nay. (Năm nay 2018 là 4897 năm Việt lịch). Từ nguồn suối mát đỉnh cao "**Hồng Bàng Cổ Sử**" đã tạo thành cây "**Văn Hiến Việt Nam**" ngày càng tươi cành xanh lá.

Vào đề tác phẩm, chúng ta đã nhìn thấy "*Nền Văn Hoá*" quan thiết đến cỡ nào cho sự sống còn của một dân tộc. Có lẽ do vậy, mà tác giả của chúng ta đã xếp vào *Chương số I,* đứng đầu của đại tác phẩm qui mô và đồ sộ, hiện đang nằm trên lòng bàn tay trìu mến của chúng ta một cách thâm thiết, đầy tình tộc Văn Hoá Việt Nam.

Nói về Văn hoá, một tiêu đề tổng quan, trong đó có nhiều mục tác giả đã mổ xẻ rất chi ly qua từng vấn đề như: *Sứ mạng của Kẻ Sĩ*, tác giả đã nêu lên giá trị, tư cách, khả năng, tấm lòng của bậc Trí thức, Học giả, và tinh thần chính trực của bậc Sĩ Phu. Sau khi phân tích sứ mạng của kẻ sĩ. Tới đây tác giả đã đưa ra một công thức đúc kết như sau: *"Sĩ Phu: Người có kiến thức; - Có tinh thần yêu nước và bất khuất cao độ"- Sĩ Phu còn là giá trị biểu tượng được các hội đoàn và quốc dân yêu mến, kính trọng"*. Tác giả đã khéo dẫn chứng kẻ sĩ thời xa xưa, thời mà các Sĩ phu chống giặc Tàu như: Hai Bà Trưng, Bà Triệu, như Ngô Quyền, Đinh Bộ Lĩnh, Lý Thường Kiệt, Trần Hưng Đạo. Như Lê Lợi khởi nghĩa Lam Sơn, như anh hùng áo vải Quang Trung Nguyễn Huệ.v.v… Thời chống Pháp như: Văn Thân, Cần Vương. Tinh thần Sĩ phu trổi dậy như: Trương Công Định, Nguyễn Trung Trực, Thủ Khoa Huân, Phan Đình Phùng, Đinh Công Tráng, Nguyễn Thiện Thuật, Hoàng Hoa Thám v.v…

Từ đó, mỗi người chúng ta hãy lần mở từng trang, nghiên tầm từng mục, sẽ thấy, sẽ biết, sẽ nhớ lại rất nhiều, nhiều kẻ sĩ đã trải qua nhiều thời đại, mà chúng ta hôm nay rất lấy làm hãnh diện, vui mừng cho hồn thiêng sông núi, cho giòng tộc Việt Nam, thời nào cũng có anh hùng sĩ khí, thời nào cũng có những bậc Trượng phu, Sĩ phu giữ nước thương nòi. Nói đến Sĩ Phu, chúng tôi trực nhớ trong bài *"35 năm nhìn lại, 35 năm tự vấn"*, cũng trong tác phẩm nầy, tác giả đã dẫn cho chúng ta mỗi người hãy *"Tự vấn, Tự phản"* để tiến đến tinh thần thức tỉnh và rút ra được những ưu, khuyết điểm trong công cuộc tranh đấu của cộng đồng tỵ nạn cộng sản chúng ta ở hải ngoại. Đồng thời, tác giả cũng dẫn chứng tiêu biểu một số nhân vật gọi là Sĩ Phu từ trong lòng địch như: Ls. Nguyễn Văn Đài, Ls. Lê Thị Công Nhân, Phạm Thanh Nghiên, Trần Khải Thanh Thuỷ, Trần Huỳnh Duy Thức, Hoà thượng Thích Quảng Độ, Linh mục Nguyễn Văn Lý, Nguyễn Ngọc Quang, Hà Sĩ Phu, Nguyễn Tiến Trung v.v…

Qua tư tưởng bộc phát mà tác giả phổ biến rộng sâu, trong đó có rất nhiều vấn đề mà tôi đã "Nhận định" như là những **"Mặt Trận"** hay những Trận Tuyến mà tác giả đã phân tích như:) *1*)- Trận tuyến "Tổ Chức Song Đấu:"* = Đấu tranh công khai và không công khai) theo chiến lược "3 nổi 7 chìm". *2) *– Trận tuyến "Yêu Nước Bảo Toàn Lãnh Thổ"* chống lại nạn Nạn diệt chủng và nạn mất nước bởi Trung Cộng mà Hà Sĩ Phu đã nói: "Mất Dân Tộc còn Đau khổ Hơn Mất Nước!". *3) *- Trận tuyến "Văn Hoá Tư Tưởng Việt"*- chống tư tưởng Văn hoá nô lệ chủ nghĩa Mác Xít, nô lệ Tàu cộng hiện nay.! *4) *- Trận tuyến "Toàn Dân Chống Tham Nhũng".* *5) *– Trận tuyến "Truyền Thông"* = cần khai triển về "Phẩm" cũng như "Lượng" trên các phương diện như Website, Bloger, Internet, Báo Online, Báo giấy v.v…

Riêng tôi và rất nhiều bạn Văn Thơ, chia xẻ nỗi buồn **"Hận Nước Mênh Mông"** mà tác giả đã ưu tư thao thức nỗi "Nước Mất Nhà Tan, Rước Voi Về Dày Mã Tổ" như đảng và nhà nước Cộng sản Việt Nam hiện đang có thái độ đớn hèn ô nhục ấy!

Về Tôn giáo thì tác giả đã nhấn mạnh về tín lý cũng như tinh thần hướng thượng đến niềm tin Tôn giáo, từ bản sắc của mỗi dân tộc, từ tập quán của mỗi quốc gia, đi đến định hướng cho mỗi dân tộc, với mục đích mà tác giả đề cập đến, nhất là tinh thần **"Hoà Đồng Tôn Giáo"**, mang niềm tin chân chất của mỗi Tôn giáo để phục vụ nhân sinh bằng nếp sống hoà bình cho nhân loại. Do vậy mà tác giả rất quan tâm về vấn đề "Đoàn Kết Tôn Giáo" qua nhiều dẫn chứng cụ thể lạc quan theo chính pháp của từng Tôn giáo, để làm **điểm chuẩn** cho đời. Bởi vậy, tác giả kết luận về sự tương quan Tôn giáo và Chính trị, hay tương quan Văn hoá và Chính trị trong xã hội đương thời đều là những đề tài lớn, liên quan mật thiết đến đời sống con người... (Như) một câu Châm ngôn, mà tác giả đã hân hạnh nêu lên từ trong tâm ý: *"Hạnh phúc thay giữa những người kỳ thị, chia rẽ Tôn giáo; chúng ta không kỳ thị, không chia rẽ mà biết "Hoà Đồng Tôn Giáo" để cùng cứu nguy đất nước, phụng sự nhân loại"* – Thật quí hóa thay.

Hiện tình Tôn giáo toàn cầu, nói chung là các Tôn giáo đang ở vào thời kỳ khủng hoảng, từ trong nội bộ mỗi Tôn giáo, nhất là các Tôn giáo hiện đang nằm dưới sự thống trị độc tài, kiềm kẹp, khống chế của chế độ Cộng sản như tại Trung cộng, tại Việt Nam v.v... Bởi tình trạng bị khống chế, tôn giáo bị đàn áp mà quí vị lãnh đạo các Tôn giáo trong nước đã cùng ngồi lại với nhau, thành lập một **"Hội Đồng Liên Tôn Việt Nam"** để cùng tranh đấu cho sự "Tự do Tôn giáo", tự do hành đạo như bản "Tuyên Ngôn Quốc Tế Nhân Quyền". Đồng thời, với tinh thần hài hoà và đoàn kết Tôn Giáo, các Ngài lãnh đạo, chức sắc các Tôn giáo ở hải ngoại cũng đã đồng thuận thành lập ***"Liên Hiệp Hội Đồng Tôn Giáo Việt Nam Hải Ngoại"*** ngày 25 tháng 12 năm 2017, mục đích để yểm trợ cho **"Hội Đồng Liên Tôn Việt Nam"** quốc Nội.

Trong "Mặt Trận Tôn Giáo", nhà văn Chu Tấn đã quan trọng đề cập đến một Tôn giáo ít nhiều quá khích (Đạo Hồi), mà độc giả chúng ta, đa số chưa nắm bắt được lý do và nguồn gốc đã gây ra tình trạng **"Khủng Bố"** đáng khiếp sợ cả loài người khắp thế giới hiện nay! Do vậy, tác giả đã cất công nghiên cứu, quan tâm tìm tài liệu về **"Đạo Hồi"**, đã thu thập để cống hiến cho độc giả chúng ta nắm bắt được nguồn cội qua sự hung bạo của *những phần tử quá khích của Đạo Hồi*! Và rồi Tác giả lại có một *"Sách Lược Mới*

Chống Khủng Bố Trong Thời Đại Toàn Cầu Hoá" mà tôi cho đây là: *"Trận Chiến Chống Khủng Bố"* đầy hy vọng. - Đọc, đọc và đọc để gẫm xét tác giả của chúng ta qua tác phẩm *"Tấc Lòng Non Nước"* đã không xa rời thực tại, mà gần, rất gần với thực trạng thế giới đương thời. Sách lược mới *"Chống Khủng Bố"* của nhà văn Chu Tấn, mổ xẻ tường tận, đưa ra nhiều kế sách để đạt mục đích là nguyện vọng tối cần, và đây cũng là giải pháp tối quan trọng, đóng góp cho sự hoà bình của nhân loại, một đóng góp tích cực của nhà văn Chu Tấn mà tôi đã xét nghĩ và thổ lộ: Ông là một *"Chiến Lược Gia"* của thời đại. Bản tính ông rất nhân từ trung hậu.

Lần bước qua từng mục tiếp theo, tác giả đã dẫn chúng ta xuyên qua các nền văn hoá Đông, Tây, Kim, Cổ. Tác giả đã dẫn chứng, nêu bật lên từng nền văn hoá của mỗi quốc gia, của từng nhân vật tài danh trải qua nhiều thời đại. Đây là một kỳ công nghiên cứu qua nhiều tác phẩm, nhiều danh nhân lỗi lạc, nên tác giả đã diễn đạt phân bày, mổ xẻ; Càng mổ xẻ chúng ta càng mở tỏ được chiều sâu thẳm của nhiều bản sắc văn hoá của nhân loại. Riêng Việt Nam một bản sắc văn hoá dân tộc mà nhà văn Chu Tấn đã dùng tư tưởng **"Dân Tộc Tính"** để khai triển một nền văn hoá mới, cô đọng mọi định nghĩa khác nhau mà tác giả đã cố gắng giải thích một cách khúc chiết, tường tận. Mong rằng: Sự mổ xẻ của tác giả đã trình bày là một đáp án sáng sủa để độc giả có thể nắm bắt một cách dễ dàng, thấu đạt giá trị của các nền văn hoá của nhân loại. Người đọc như chúng ta xuyên qua mọi cấu trúc định nghĩa văn hoá mà nhà văn Chu Tấn đã gom kết làm đà thăng tiến , hành hoạt đúng tư cách của nhà mẫu mực cho sự văn minh. Thật tình chúng tôi cảm nhận một cách sâu xa, và khâm phục sự kiên trì của tác giả đã thâu đạt và truyền rộng đến với độc giả muôn phương để chúng ta cùng khai triển.

Đặc biệt, nơi *"Bản sắc Văn hoá Dân tộc Việt"*, tác giả đã gợi nhắc những điển mẫu của các bậc Thánh Hiền như Phật, Lão, Khổng, Mạnh, Thuấn, Nghiêu, dẫn dắt chúng ta trên đường đi đến

Chánh pháp, để mỗi một nhà lãnh đạo Quốc gia nắm bắt được đâu là Chánh Đạo, đâu là Tà Đạo, đâu là Vương Đạo, và đâu là Bá Đạo. Những dẫn chứng trong tác phẩm là những khuôn vàng thước ngọc đưa chúng ta *"đi đúng con đường đến đích, khiết bạch, thuần chân của cội nguồn Văn hoá Dân tộc, khuôn phù với thời đại mới hôm nay, thời đại toàn cầu hoá"* mà tác giả đã khai mào, nâng cao tinh thần Văn hoá Việt Nam, sáng danh Bản sắc Dân tộc mà tác giả của chúng ta đã cả quyết, cho đây là *"Sứ Mệnh Văn Hoá Việt Nam Trong Thời Đại Toàn Cầu Hoá"* - Thật đáng khích lệ thay….

Trong Chương II tác phẩm *"Tấc Lòng Non Nước"* tác giả đã cất công và thể hiện sự dấn thân qua nhiều thời gian nghiên cứu, thu thập nhiều lý thuyết siêu việt, đúc kết nhiều chiều hướng khả dĩ, qua mười bốn (14) tiêu đề, tác giả đã chi tiết hoá, trình bày một cách chân phương. Những tài liệu chứa đựng trong 14 tiêu đề ấy như đã kết gom rất nhiều vấn đề trọng đại về sách lược, phương trình, đường lối chính trị hoá, chân xác lý luận hoá, bàng bạc trong từng đề tài rất sâu sắc, tác giả xác định: *"Đây là quy trình áp dụng cho đại cuộc Quốc gia Việt Nam và cho cả thế giới trong thời đại mới hiện nay"*.

Tiếp theo Chương Văn Hóa, -Chương Hai-, một chương chuyên biệt về chính trị thuần nhất, qua những chủ đề nóng bỏng, thiết thực cho những bậc thức giả yêu nước, trọng dân, trên tinh thần phụng sự, thì chúng ta không khỏi bồi hồi, cảm động, nóng lòng, khi nhà văn Chu Tấn đã gợi nhắc chúng ta *"Một Lòng Dâng Hiến Tinh Thần Phụng Sự Quốc Gia Dân Tộc"*. Nhất là tinh thần Diên Hồng mà nhà văn đã cưu mang, ưu tư và theo đuổi xây dựng cho tổ chức Diên Hồng ngày càng lớn mạnh và sớm thực hiện trong thời buổi hôm nay.

Để đáp ứng nhu cầu thời cuộc và đất nước Việt Nam trong hoàn cảnh thật là bi đát! Qua chủ đề Diên Hồng, nhà văn của chúng ta tha thiết với nguyện lòng, khuôn phù với tinh thần hoài cổ, noi gương xưa (1284) Thượng Hoàng Trần Thánh Tông đã triệu tập hỏi ý dân **"hoà hay chiến"** khi bọn giặc Nguyên Mông sang xâm lược Việt Nam lần thứ hai. Tinh thần Diên Hồng ngàn xưa mãi thôi thúc trong lòng người dân tộc Việt Nam chúng ta... Do vậy, nhà văn Chu Tấn là một trong những bậc *"Sáng Lập Tổ chức Diên Hồng Thời Đại"* và là tác giả những tài liệu về Diên Hồng như: 1) Thời Cơ Chín Muồi Hình Thành Đại Hội Diên Hồng Thời Đại. 2) Nền Tảng Và Tiến Trình Tổ Chức Đại Hội Diên Hồng Thời Đại Việt Nam. 3) Thành Quả Đại Hội Diên Hồng Thời Đại, tại Litte Sài Gòn 02-11-2014.- 4) Hiến Chương Diên Hồng Thời Đại Việt Nam 2014. Qua bốn tiêu đề nêu trên, độc giả chúng ta sẽ ít nhiều gì cũng có một niềm hoan hỷ, nhận thấy được tinh thần hài hoà, đoàn kết của khối người Việt ly hương tỵ nạn cộng sản, đã thực hiện nguyện vọng chánh đáng của người Việt Nam yêu nước. Một ý thức cao độ chẳng những riêng tác giả, riêng tổ chức Diên Hồng mà là của toàn Dân Việt chúng ta kể cả trong và ngoài nước. Mọi người Việt Nam chúng ta không thể không ngậm ngùi xúc động trước những lời kêu gọi từ *"Quyết Nghị Của Hội Nghị Diên Hồng Thời Đại"* hôm nay:

Tổ Quốc Lâm Nguy, Sơn Hà Nguy Biến!
Hỡi Toàn Thể Đồng Bào!
Chín Mươi Triệu Đồng Bào Việt Nam Khốn Khổ!
Đang Chờ Đợi Chúng Ta!
Giờ Lịch Sử Đã Điểm!!!
Toàn Thể Đồng Bào Việt Nam Chúng Ta,
Cùng Đứng Vùng Lên, Đáp Lời Sông Núi...
Tự Do, No Cơm, Ấm Áo, Hay Là Chết?
Thay Đổi, Chúng Ta Phải Thay Đổi Số Phận
Và Vận Mệnh Đất Nước Của Chúng Ta .
Hồn Thiêng Sông Núi,
Anh Linh Anh Hùng Liệt Nữ,
Sẽ Phù Trì Cho Chúng Ta.

Tổ Quốc Việt Nam Trường Tồn,

Dân Tộc Việt Nam Bất Diệt.
Việt Nam Muôn Năm.
Việt Nam Muôn Năm.

Việt Nam Hải Ngoại Ngày 02-11-2014
Đại Hội Diên Hồng

--------oOo--------

Phù hợp với tinh thần Diên Hồng đã và đang hoạt động nhiều nơi tại Hoa Kỳ, thì tình trạng bạo quyền Cộng sản Việt Nam vẫn mãi còn ngoan cố, tôn giáo vẫn mãi còn bị kiềm kẹp, Nhân quyền vẫn mãi còn đàn áp, nhưng tinh thần quần chúng như quá đà, mệt mỏi, nhân dân như khủng hoảng nặng nề, mưu đồ cai trị và đàn áp, khủng bố của bạo quyền Cộng sản ngày càng mạnh tay bất chấp! Nạn Hán hoá xâm lăng của đế quốc Trung Cộng ngày càng tung hoành trên lãnh thổ Việt Nam, nhân dân thì khủng hoảng, trái lại bạo quyền thì *"hèn với giặc, ác với dân"*. Do vậy, cộng đồng Người Việt tỵ nạn Cộng sản hải ngoại, các Hội đoàn, Đoàn thể Tôn giáo, Chính trị, Văn hoá, Xã hội, đã đồng thuận đứng lên thành lập: **"Liên Hiệp Hội Đồng Quốc Dân Việt Nam"**, một tổ chức tổng hợp có tính cách *"Đoàn Kết Quốc Dân"* không ngoài mục đích: Kết hợp chặt chẽ tạo thành sức mạnh tinh thần dân tộc trong cũng như ngoài nước trong công cuộc tranh đấu cho Nhân quyền, Dân Chủ và Tự do Tôn giáo tại Việt Nam; Giải thể Chế dộ Cộng Sản nhằm thành lập một "Chế độ Dân Chủ Pháp Trị, Tam Quyền Phân lập, Đa Nguyên Đa Đảng" đáp ứng theo nguyện vọng của Toàn Dân".

Đây là một đáp án lịch sử mà nhà văn Chu Tấn đã mổ xẻ trong "Đại Hội Diên Hồng". Ngoài ra *"Liên Hiệp Hội Đồng Quốc Dân Việt Nam"* cũng để đáp ứng nguyện vọng của toàn dân. Đây là tinh thần Đại Đoàn Kết Quốc Dân mà Hội Đồng chủ trương trong giải pháp tổng hợp đấu tranh của người Việt trong cũng như ngoài nước.

Trong *"Tấc Lòng Non Nước"* nhà Văn Chu Tấn đã quan tâm và tiếp nhận sự hình thành tổ chức *"Liên Hiệp Hội Đồng Quốc Dân"* một cách chân tình qua ý thức trách nhiệm và bổn phận, nên tác giả đã nghiên tầm, suy tư tận tim não, mở ra một Sách lược, Chiến lược khả thi cho tổ chức. Trong bài viết *"Sự ra đời của Liên Hiệp Hội Đồng Quốc Dân Việt Nam"*, trình bày thật là chi ly, khúc chiết, thật sâu sắc có lý luận thâm trầm mà sống động.

Qua lời kết, tác giả đã dùng lời người xưa dẫn chứng: *"Quốc gia hưng vong thất phu hữu trách"*, là người con của giòng giống Tiên Rồng, chúng ta có thể nào làm ngơ trước đại hoạ mất nước đã gần kề, Dân tộc Việt Nam đang đứng trước hố thẳm diệt vong!

... Cội nguồn ở đâu? Khi thế giới nầy đã không còn Việt Nam!..? (Nỗi đau của Nhạc sĩ Việt Khang cũng là nỗi đau của Toàn thể mọi người Con Dân nước Việt !...)

Để thay đổi không khí trong nhiều chiều hướng "Văn Hoá" sôi động đầy chất đượm nồng tâm tình Việt; "Chính trị" đa chiều trong thế giới hôm nay đã va chạm vào tư lương của nhiều thành phần khắp vũ hoàn nhân loại; Qua tinh thần "Tôn Giáo", mà mọi sắc dân trong hoàn vũ như đang nếm những giọt đắng say cuồng, tư tưởng lơ mơ đã khiến cho con người lạc hướng. Thế mà, có lẽ: Chắc có nhiều độc giả đang say sưa trong giòng mạch *"Tấc Lòng Non Nước"* nên tác giả như cảm thông tình người bạn đọc, rót vào đây những trang **"Thơ"** để độc giả chúng ta uốn mình thay giọng, ngâm lên những lời thơ, ấm áp tình người, xẻ chia niềm khích lệ cho nhau trong lúc chúng ta san sẻ tâm tư hồn Tộc Việt trong niềm giao cảm.

Nên từ trong **"Nhịp Cầu Giao Cảm"** qua những người bạn Văn bút chân tình như nhà thơ Trần Thúc Vũ đã gói ghém, đã bày tỏ niềm cảm thông, gợi nhớ nguồn dân tộc với chuỗi thời gian trải dài từ khi Tổ Tiên ta dựng nước, dưới làn khói mây thăm thẳm quyện xông tận chân trời biêng biếc Việt Ngàn Năm, khởi nguyên từ Kinh Dương Vương lập quốc. Lời thơ Trần Thúc Vũ chân chất, lồng lộng khí hùng, thấm sâu hồn thiêng dân tộc, Trần Thúc Vũ đã dẫn qua dòng Sử Việt, tô đậm niềm tin, trao tình thâm thiết để nhà văn Chu Tấn, như thôi thúc tấm lòng của Kẻ Sĩ giữa thời đại nhiễu nhương nơi quê cha đất tổ (VN.). Những lời thơ trong bài *"Khởi Hành"* như gieo vào lòng nhà văn Chu Tấn, vươn tới ý thức trách nhiệm của bậc Sĩ quan trong Quân Lực Việt Nam Cộng Hoà, với những tấm chân tình thân mến đã cảm nhận được Chu Tấn, người bạn Thơ Văn đáng quí mà quí vị như Chu Toàn Chung, Luân Hoán,Vĩnh Liêm, L.T. Đông Phương, Trần Thúc Vũ vv… đã trao tặng những dòng thơ tràn ngập tinh thần khích lệ, chứa đựng tinh tộc Việt Nam ngàn đời sáng chói, nên nhà văn Chu Tấn đã ghi nhận và lấy đó làm tiêu biểu cho sự trân trọng niềm tình Văn Bút giao hảo với nhau trong cuộc đời lang bạt nơi đất tạm dung...

Đại tác phẩm *"Tấc Lòng Non Nước"* mà tôi đã đọc, chẳng phải mới đọc gần đây, hôm nay, mà đã được đọc qua từng tiêu đề, từng bài viết và đã đọc qua từng giai đoạn thời gian sáng tác. Cuối cùng tác giả đã trình bày một cách khiêm tốn là sẽ kết gom tạo thành tác phẩm, lưu giữ để làm kỷ niệm cuộc đời cho tự thân, cho tha nhân, cho cộng đồng, cho tổ chức, và cho bạn bè thân hữu giao tình, đã trao nhau đầy nghĩa cử sống chung trong tinh thần phụng sự và phục vụ. Đọc qua tác phẩm từng Chương, từng Mục, từng Tiêu đề v.v… chúng ta sẽ nhận thấy sự ưu tư thao thức của tác giả với Quê hương Dân tộc, sự quan tâm trước thời cuộc "Quốc phá gia vong"! Đọc từ đầu chí cuối, mỗi bài viết đều ngập tràn tư tưởng xót xa tình dân tộc, ray rứt quê hương vẫn mãi bị đoạ đày! Đọc tác phẩm *"Tấc Lòng Non Nước"* chẳng những tác giả quan trọng về Chính trị, mà còn đặt nặng về "Mặt trận Văn Hoá", cội rễ gốc nguồn của sức sống tinh thần của một Dân tộc. "Trận chiến Văn Hoá" không tốn một tiếng súng, một lằn tên, nhưng là một kế sách quan trọng vô cùng. Nói chung, tất cả những đề tài trong tác phẩm đều chứa đựng tinh thần "Đại Đoàn Kết Dân Tộc", tinh thần kêu gọi và yểm trợ hữu hiệu công cuộc tranh đấu cho Nhân quyền và Dân chủ tại Việt Nam.

Đặc biệt, tôi rất hài lòng, đáng khâm phục với tác giả qua chủ đề: *"Nhân Sinh Quan"*, *"Những Đoá Hoa Hương Sắc Ngàn Đời"* mà tác giả đã gói trọn hai chữ **"Sống Hoa"** trong đó chứa tràn những nguồn tư lương "Đạo Học" mang nặng nguồn "Đạo Đức Thâm Sâu" của các bậc Tiền Nhân Tiên Tổ, các bậc Thầy cả **"Đạo"** lẫn **"Đời"** để làm gương mẫu, có thể đào tạo nên những bậc "Đế Vương Minh Đạo" cho nhiều thế hệ tương lai. Tác giả đã hết lòng "Tôn Vinh Sự Sống" và đã khơi lên mạch nguồn: *"Sống Vui; - Sống Hùng; - Sống Mạnh; - Sống Đẹp; - Sống Tỉnh Thức; - Sống Hướng Thượng, Hướng Tha; - Sống Yêu Dân, Yêu Nước; - Sống Từ Bi Bác Ái; - Sống Nhân Chủ Thái Hoà; - Sống Tự Vượt Tự Thắng v.v...* Tác giả đã dẫn chứng hai bài thơ **"Sống và Chết"** của Chí sĩ Phan Bội Châu làm tiêu biểu (xin đọc 2 bài thơ trong chương nầy). Một sự hiểu biết sâu sắc như đã thâm nhập lời Phật dạy: *"Tự thắng mình hơn thắng vạn kẻ thù; Tự thắng mình là chiến công oanh liệt nhất"*. Bài viết rất là công phu, mở khai tư tưởng Đạo học hợp thời để độc giả chúng ta *"Thành Toàn Sự Sống Quốc Dân"* mà làm bổn phận, nhất là tác giả đã nêu lên những chủ đề như: *- Thăng Hoa Sự Sống Quốc dân; - Nâng Cao Sự Sống Quốc Dân; - Phát Huy Sự Sống Quốc Dân; để đền ơn đáp nghĩa Quốc Tổ Hùng Vương và các Bậc Công Thần Hộ Quốc*. Một tư tưởng sáng tạo thật đúng lúc hợp thời cho độc giả chúng ta. Hơn nữa, một ý tưởng đầy *"Tham Vọng Tình Người"* mà tác giả đặc biệt muốn trao tặng cho *thế hệ trẻ Việt Nam hôm nay và hằng hằng các thế hệ trẻ tương lai.*

Như tôi đã nói, tôi rất hài lòng với tác giả qua chủ đề: *"Nhân Sinh Quan"*- *"Những Đoá Hoa Hương Sắc Ngàn Đời"*. Có lẽ, đây là một *"Triết Lý Sống"* hay là **"Chân Lý Tinh Hoa Sự Sống"** hoặc **"Sống Đạo hay Đạo Sống"** đây là một triết lý chứa sẵn trong bầu trời *"Đạo Học"* man mác và bàng bạc xưa nay mà chưa có ai từng mổ xẻ. Nhà Văn Chu Tấn đã khám phá một cách độc sáng bất ngờ qua tư tưởng thông tuệ cuả tác giả mà khởi duyên quan niệm: *"Sự*

Sống Là Suối Nguồn Chân Lý, Là nền tảng của mọi nền tàng Tôn Giáo, Là Cơ Sở Của Mọi Cơ Sở Triết Học Và Là Chìa Khoá Của Đạo Hành Động". Mong rằng tư tưởng khơi dòng cho Lẽ Sống, Đạo Sống, Nguồn Sống sẽ làm sáng tỏ tâm tư người đọc; khai thông được tuệ giác siêu việt của mỗi con người mà độc giả chúng ta cũng sẽ hài lòng trong nguyện ước.

Tác phẩm *"Tấc Lòng Non Nước"* đúng là một *"Tuyển Tập quí hiếm"* hàm chứa nhiều nội dung Văn Hoá, Chính Trị, Văn Nghệ, Xã Hội v.v… Nhất là bài**: Cuộc Cách Mạng Dân Tộc, Dân Chủ Quốc Dân nhất định Thành Công- Mở trang sử mới cho Dân Tộc** khiến độc giả chúng ta may mắn được rút ngắn thời gian, lại tiếp nhận được những tài liệu quí báu như một món quà tinh thần dân tộc. Mong rằng độc giả chúng ta không quên cảm ơn tác giả, đã bỏ nhiều công sức, thời giờ mang lại cho chúng ta một kho tàng tài liệu đồ sộ, nhất là trong chương chủ đề Chính trị thật quá xúc tích, chúng tôi không thể mổ xẻ chi tiết, mà chỉ gợi ý thầm phục và tán thán nhà văn Chu Tấn. Đồng thời chúng tôi xin chia xẻ niềm vui đến với quí độc giả cùng tiếp nhận được nhiều lợi ích khả quan trong cuộc sống.

Cuối cùng, chúng tôi xin phép được khép tác phẩm *"Tấc Lòng Non Nước"* để thưa cùng quí độc giả, vì qua lời Giới Thiệu thay Lời Tựa cho tác phẩm, cá nhân chúng tôi không thể chu toàn để làm hài lòng tác giả và quí độc giả muôn phương. Nhưng, một khi quí vị đã có sẵn trên tay bộ sách *"Tấc Lòng Non Nước"* nầy như một tài sản quý báu, trân trọng giữ gìn trong tủ sách gia đình. Chắc chắn sẽ có nhiều cơ hội chúng ta tự do mở từng chương, lần từng mục, chọn từng tiêu đề ứng dụng, thích hợp cho mỗi lúc thì chúng ta sẽ hài lòng. Vì *"Tấc Lòng Non Nước"* là một chủ đề đã làm **"Thổn Thức Lương Tâm" những ai còn có "tấm lòng nghĩ đến Quốc Gia Dân Tộc".** Trong đây dường như tác giả đã cố tình chọn đề tài *"Tấc Lòng Non Nước"* thấm đượm vào lòng độc giả để lưu lại mãi ngàn sau… Xứng đáng một tác phẩm để đời của *"Kẻ*

Sĩ Thời Đại" nặng lòng vì nước vì dân, vì Tổ quốc lâm nguy cận kề bởi nạn Hán Hoá của Đế Quốc Trung Cộng, âm mưu diệt chủng Dân tộc Việt Nam!

MẾN Người Hạo Khí Chí Nồng Say
TẶNG Kẻ Sĩ Phu Ước Nguyện Bày
NHÀ Dựng Sườn Tâm Lưu Vĩnh Kiếp
VĂN Xây Bút Pháp Hợp Thời Nay
CHU Toàn Sứ Mạng Vun Tình Tộc
TẤN Phát Nghiệp Văn Trọn Nghĩa Dầy
TÁC Ý Thâm Truyền Cho Đại Cuộc
GIẢ Nhìn Thế Sự Việt Nam Nay
TẤC Hơi Phụng Sự Còn Khiêm Tốn
LÒNG Vẫn Cưu Mang Trải Kiếp Nầy
NON Thẳm Ngàn Trùng Dâng Bất Tận
NƯỚC Nguồn Đại Việt Ngọt Ngào Thay.

Trân trọng Giới Thiệu đến các Hội Đoàn, Đoàn Thể, các Tổ Chức Chính Trị, Văn Hoá, Tôn Giáo, Xã Hội cùng Đồng Bào Việt Nam trong và ngoài nước, và quí độc giả muôn phương.

Fresno, California, Trọng Hạ Năm Mậu Tuất

(Việt Lịch: 4897 * Phật Lịch: 2561 * Tây Lịch: 2018

PHÁP CHỦ

GIÁO HỘI PHẬT GIÁO TĂNG GIÀ KHẤT SI THẾ GIỚI

Đại Lão Hoà Thượng Thích Giác Lượng

Bút Hiệu Tuệ Đàm Tử

LỜI NÓI ĐẦU

Chu Tấn

1.

Chân Lý tinh hoa Sự Sống và thân phận "Người Việt Tỵ Nạn"

Từ năm 1972, (trước ngày đổi đời 3 năm) Chu Tấn khám phá ra Chân Lý "Sự Sống". Sự khám phá này đã tạo ra một dấu ấn âm vang, chấn động trong tâm hồn Chu Tấn. Từ "**Chân lý Sự Sống**", Chu Tấn khám phá ra "**Chân Lý Việt**" và trực giác tâm linh cho Chu Tấn biết rằng: "Chân Lý Sự Sống" năm trong "Chân lý Việt" và ngược lại, «Chân lý Việt" nằm trong «Chân lý Sống": như viên Ngọc Quí liên thành: Chân Lý SỐNG VIỆT đã hình thành trong tâm tưởng...

"*Mình với ta tuy hai mà một*
Ta với mình tuy một mà hai"
(Thơ Tản Đà)

Cũng từ năm đó 1972, Chu Tấn cùng với nhà thơ Vĩnh Liêm, dịch giả Nguyễn Minh Tâm nhà thơ Hoàng Thụy Kha, họa sĩ Ngy Cao Uyên, nhà thơ Trần Quân Vương và họa sĩ Lê Triều Điển... thành lập Hội Văn Hóa Xã Hội SỐNG VIỆT nhằm phát huy Văn hóa Văn Nghệ VN. Theo đề nghị của anh em, Chu Tấn mở quán cà phê GÓP GIÓ tại Cần Thơ để làm nơi hội họp Anh em Văn Nghệ Sĩ...

Ngày vui qua mau, biến cố 30-4-1975 sập tới như môt cơn sóng thần "Tsunami"- 'Trận Hồng Thủy chính trị" do bên thắng cuộc hoang tưởng lợi dụng thời cơ Đồng Minh Mỹ bỏ miền Nam trong kế hoạch thỏa hiệp với Trung Cộng để tách Trung Cộng ra khỏi Liên xô làm cho đế quốc Liên xô sụp đổ vào năm 1991! Quân Đội VNCH thua CS miền Bắc 1975 không phải thua về quân sự, mà thua vì "Bàn Cờ Chính Trị Quốc Tế"! Thật là đau nhục và cay đắng!!! Cũng như hàng trăm ngàn Sĩ Quan QLVNCH, Chu Tấn phải đi tù khổ sai dưới mỹ từ học tập cải tạo 9 năm trời trên nhiều trại tù từ Nam ra Bắc.! Mặc dầu đã biết chủ nghĩa và chế độ CS là độc tài phi nhân bản, phi dân tộc, chuyên dùng bạo lực và lừa dối để trị dân (về mặt lý thuyết). Nhưng khi chính mình là nạn nhân của thời cuộc, trải qua các nhà tù khổ sai cộng sản trên thực tế, mới thấy hết **bộ mặt thâm hiểm độc ác gian manh và "Vua lừa dối"** của Đảng CSVN! 9 năm tù khổ sai dưới chế độ CS thật là thấm thía! Song đã trui rèn *tinh thần chống cộng cao độ và thật sự trưởng thành trong lòng Chu Tấn như kim cương bất hoại.*

Chu Tấn tôi không đi H.O mà vượt biên (vào cuối mùa vượt biên) năm 1986, sau 1 năm tại trại tỵ nạn Ga lăng Idonesia rồi Bataan Phi luật Tân và đặt chân đến Hoa Kỳ năm 1987.

Có điều đặc biệt là trong suốt 9 năm tù dưới chế độ CS cũng như thời gian hơn 30 năm lưu vong tại hải ngoại, Chu Tấn luôn trầm tư, uyên tư về chân lý tinh hoa sự sống, và càng trầm tư, uyên tư về Chân lý Tinh Hoa Sự sống càng thấy chân lý này là kỳ diệu và tuyệt vời... rất nhiều lần Chu Tấn đưa "Chân lý tinh hoa Sự Sống" thành một "**Công án Thiền**" và miên mật quán chiếu về Chân lý này.... Phúc chí tâm linh, Chu Tấn đã ngộ ra 2 cách lý giải chân lý sau đây:

Một: "Triết lý Đông phương đề cao "chữ Tâm". Chữ tâm có 2 nghĩa: là "**Vọng tâm" và "Chân tâm"**. *Vọng t*âm là tâm đối đãi nhị nguyên: đúng/sai, phải/trái, thị/phi..., vọng tâm cũng gọi là "phàm tâm", hay "tâm ô nhiễm". Còn "*Chân tâm*" là "Tâm thanh tịnh,

Tâm không ô nhiễm hay Tâm Thánh". Chỉ có Chân tâm mới là điều quí giá hơn cả. Trong kinh Hoa Nghiêm Đức Phật dạy: *Nhất thiết Duy Tâm Tạo* = Tâm tạo ra tất cả hay trong Duy Thức Học: *Tam giới duy tâm vạn pháp duy thức...* = Ba cõi duy chỉ là tâm, muôn pháp chỉ là Thức.

Hai: Trong con người quí nhất là Sự Sống. Sự sống cũng có 2 nghĩa: hiện tượng Sống: Có sống là có chết. Có sinh là có tử. Còn Tinh Hoa Sự Sống hay bản chất *Sự Sống thì không chết bao giờ....* Thân xác con người có thể chết đi, nhưng sự sống tinh anh không chết theo thân xác mà biến hóa sang dạng thức sống khác....

"Thác là thể phách còn là Tinh anh"
(Kiều-Nguyễn Du)

Vậy đã rõ**: CHÂN TÂM hay TINH HOA CHÂN LÝ SỰ SỐNG cũng chỉ là Một**. Chân Lý Tối thượng chỉ có Một, nhưng danh từ (tên gọi) thì có nhiều... Do sự quán chiếu này Chu Tấn đã hiểu thế nào là **Kinh Vô Tự,** hay **Kinh Vô Lượng nghĩa**...

Cũng nhờ công phu Thiền Định Chu Tấn ngộ ra tằng:

"***Sự Sống là suối nguồn chân lý, là nền tảng của mọi nền tảng tôn giáo, là cơ sở của mọi cơ sở triết học và là chìa khóa của Đạo Hành Động"....***

Qua Tuệ giác "Chân lý Tinh Hoa Sự Sống", Chu Tấn chiếu diệu vào nội dung Văn Hóa, Việt Nam.

2.

Nội dung Văn Hóa quá bao la, nên có nhiều định nghĩa Văn Hóa khác nhau. Vậy chúng ta có thể đi tìm một định nghĩa Văn Hóa đúng nhất và hay nhất không? Hiện nay Văn Hóa Tây Phương đang bị khủng hoảng như thế nào? Văn Hóa Đông Phương và Việt nam đang bị trì trệ là vì sao? Tại sao Mặt Trận Văn Hóa lại vô cùng quan trọng trong thời Đại Mới Toàn Cầu Hóa? Tương quan Văn Hóa và chính trị? Tương quan Văn Hóa và Tôn Giáo? Tại sao cần Đoàn Kết Tôn Giáo - Hòa Đồng Tôn Giáo?. Bản chất Văn Hóa là gì? Văn Hóa có một sứ mạng nào không? Muốn phát huy Văn Hóa Việt Nam phải làm thế nào? Vai trò của Kẻ Sĩ, của Sĩ Phu Việt Nam trong thời đại mới.

Nhằm trả lời các câu hỏi trên, trong tuyển tập này, người viết nêu lên những chủ đề căn bản sau đây mong được thảo luận và giới ý quí vị độc giả bốn phương:

- Vai Trò và Sứ Mệnh Kẻ Sĩ, Sĩ Phu Thời Đại.
- Nền Tảng Hòa Đồng Tôn Giáo.
- Bàn Về 25 Định Nghĩa Văn Hóa Tiêu Biểu.
- Sứ Mệnh Văn Hóa Việt Nam Trong Thời Đại Toàn Cầu Hóa Văn Hóa.
- Chân lý tinh hoa sự Sống và Đạo Sống Con người
- Triết Lý "Tri Hành Sống Hợp Nhất".
- Chủ Đạo Văn Hóa Việt Nam.
- Sống Hoa... Những Đóa Hoa Hương Sắc Ngàn Đời.

3.

- Văn Nghệ - Nhân Định và Phê Bình.

- Văn Hóa và văn Nghệ là hồn sống của một Dân Tộc không thể tách rời.
- Văn Hóa Văn Nghệ làm cho cuộc đời lên hương , làm cho xã hội Thăng Hoa.
- Văn Hóa Văn Nghệ là tiếng lòng TRI ÂM TRI KỶ....
- Văn Hóa Văn Nghệ là ánh sáng của trí tuệ là tiếng nói của Tình Thương.
- Văn Hóa Văn Nghệ làm cho cuộc sống tươi đẹp, nâng đưa tâm hồn con người đến Chân Thiện Mỹ....
- Nhận Định Phê Bình Văn Học là phát hiện nhân tài, làm sáng lên những lời văn lời thơ châu ngọc.
- Nhận định và phê bình văn học là rọi ánh sáng vào những

chỗ khuất của Tâm hồn.

- Nhận định và phê bình văn học không giản dị là "Chê" hay "Khen" mà là cùng SÁNG TÁC, SÁNG TẠO với tác giả.

- Nhận định và phê bình Văn học còn là Vũ khí đấu tranh cho chính nghĩa quốc Gia Dân Tộc và Chân Lý.

4.

- Cộng Sản đã đến chỗ cùng và con đường Sáng, con đường Sống của Dân Tộc Việt Nam.

- Đảng CSVN đã đến chỗ Cùng, nhưng đâu là Con đường Sáng, Con đường Sống của Dân Tộc Việt Nam?

Từ hơn 42 năm qua tinh thần chống Cộng của người Việt hải ngoại rất kiên cường rất dũng mãnh. Nhưng tiếc thay chúng ta vẫn chưa ngồi lại với nhau để thành một lực lượng lớn, một tổ chức lớn khả dĩ có thể giải thể hay chuyển hóa chế độ Cộng sản! Chính vì sự phân hóa chia rẽ của người Việt hải ngoại mà những người còn tâm huyết hằng thao thức trước vận nước, phải tự hỏi mình và hỏi lẫn nhau? **Chúng ta phải làm gì để cứu nguy Tổ Quốc?**

Câu trả lời được tìm thấy là: Chúng ta phải kêu gọi và thực hiện ***ĐẠI ĐOÀN KẾT QUỐC DÂN*** *mới có "Sức mạnh Tổng hợp" để cứu nước, cứu dân, ngăn chặn kịp thời sư xâm lăng của Trung Cộng, bảo vệ sư vẹn toàn lãnh thổ lãnh hải của Tổ Quốc...*

Hầu hết mọi người chúng ta đều nhận thức rằng việc thực hiện Đại Đoàn kết Quốc Dân là quan trọng và cấp thiết, nhưng cũng khó khăn vô cùng! Nếu là dễ thì từ hơn 42 năm qua đã có người, có tổ chức thực hiện thành công rồi! Nhưng cũng không vì khó mà chúng ta làm ngơ, hay buông xuôi đầu hàng nghịch cảnh! Không, vì sự sống còn của Tổ Quốc và Dân Tộc, chúng ta phải làm và Quyết tâm làm. Quyết tâm đi tới.

Trong nhận thức và quyết tâm son sắt này, Chu Tấn tôi đã ưu

tư rất nhiều và viết ra nhiều bài tham luận về Diên Hồng Thời Đại và cùng các Chiến Hữu và Đồng Hương Đồng Bào đứng ra thành lập **Diên Hồng Thời Đại** Ngày 4 tháng 11 năm 2014 và gần đây thành lập Ban Vận Động **Liên Hiệp Hội Đồng Quốc Dân Việt Nam.** Anh em chúng tôi không chỉ kêu gọi suông, mà chủ trương **Tri Hành Sống Hợp Nhất**, chúng ta cùng toàn tâm toàn chí: **Nói Đoàn kết, Làm Đoàn kết , Sống Đoàn Kết.**

Có người đặt câu hỏi với chúng tôi: Tại sao tác giả vừa là người sáng lập Diên Hồng Thời Đại lại vừa tham gia Liên Hiệp Hội Đồng Quốc Dân? Chúng tôi xin thưa: Đây là "hai tín hiệu tập hợp", "hai phương thức tổ chức" khác nhau, nhưng cùng đi tới một mục đích "Đại Đoàn Kết Quốc Dân" và nhằm giải thể hay chuyển hóa chế độ CS độc tài toàn trị đi tới thành lập một chế Độ Dân Chủ Pháp Trị Tam Quyền Phân Lập, Đa Nguyên Đa Đảng tại Việt Nam nên không có gì là mâu thuẫn với nhau mà còn có tác dụng tác động lẫn nhau, kích thích lẫn nhau, thi đua với nhau (Thi đua chứ không phải ganh đua) để cùng đi đến cứu cánh tối hậu: Chuyển Hóa chế độ CS, mở trang sử mới cho Dân Tộc.

Cũng có vị đặt ra 3 câu hỏi hóc búa khác, không phải với cá nhân Chu Tấn mà với toàn Ban Tổ Chức Vận Động sáng lập:

* *Câu hỏi thứ nhất*:

Chúng ta đã từng làm việc trong thời gian trước năm 1975, nghĩa là tuổi đời đã trên dưới 65 rồi, việc đất nước cần có một tầng lớp thanh niên lãnh đạo, do đó quý vị có phương pháp nào để mời gọi lớp thanh niên thực sự tham gia?

* *Câu hỏi thứ hai*:

Sự sống còn của một tổ chức đòi hỏi 2 vấn đề quan trọng là tài chánh và nhân sự, làm thế nào để quý vị có được ngân quỹ lớn cho việc trọng đại này? Có tổ chức chính trị nào hay quốc gia nào tài trợ không?

* *Câu hỏi thứ Ba*:

Có nhiều tổ chức khi ra mắt rất linh đình xôm tụ, nhưng sau đó dần dần rơi vào quên lãng hay hiện tượng như ngươi ta hay nói: "*Tưng bừng khai trương rồi âm thầm dẹp tiệm*". Qúy Ban Tổ Chức có biện pháp nào có sách lược nào để không rơi vào tình trạng như thế không?

Phải công nhận rằng đây là 3 câu hỏi khó, rất khó, nếu không nói là "Hóc Búa".

Là một thành viên trong Ban Nghiên Cứu Chiến Lược của Tổ Chức, chúng tôi xin thưa:

Trả lời câu hỏi Một:

Ngày ra mắt Ban Vận Động Liên Hiệp Hội Đồng Quốc Dân/ Bắc Califoria ngày 10 tháng 3 năm 2018 vừa qua, Ban Vận động Bắc Califonia không chỉ có thế hệ Cao Niên hay Trung Niên mà đã có gần một nửa là "Thế Hệ Trẻ", một bằng chứng hùng hồn là Ban Tổ Chức đã có sách lược vận động thu hút thế hệ trẻ. *Chúng tôi còn chủ trương 5 thế hệ một tấm lòng:*

- *Thế hệ Thiếu niên.*
- *Thế hệ Thanh niên.*
- *Thế hệ Tráng Niên.*
- *Thế hệ Trung Niên và*
- *Thế hệ Cao Niên.*

Năm thế hệ một tấm lòng, năm (5) thế hệ cùng vận động Lịch sử, làm bừng lên Sức Sống Quốc Dân. Giải thế chuyển hoá Chế Độ Độc Tài Cộng sản.

Trả lời câu Hỏi hai:

"Tìm đâu ra Nhân sự và Tài chánh? Trước hết xin trả lời về vấn đề Nhân sự:

Chúng tôi học được bài học vô cùng quí báu của Đại Chiến

Lược Gia Nguyễn Trãi: Sau 10 năm, giúp Vua Lê Lợi đánh thắng giặc Minh, Đức Nguyễn Trãi đã tổng kết về chiến lược thắng trận vào 3 yếu tố như sau: Nghĩa quân Lam Sơn chỉ có **Chính Nghĩa** không chưa đủ, phải qui tụ được **Hào Kiệt** bốn phương (Hào Kiệt xưa chỉ những cán bộ ưu tú, có đức có tài có tinh thần dấn thân), có Hào kiệt tham gia nghĩa quân Lam Sơn chưa đủ, phải có yếu tố thứ ba là **Manh Lệ** (Manh lệ theo nghĩa xưa là chỉ quần chúng thứ dân). Nếu hội đủ 3 yếu tố đó thì Nghĩa quân Lam Sơn sẽ hùng mạnh vô cùng.

Thấu suốt bài học quí giá nói trên Ban Vận Động Liên Hiệp Hội Đồng Quốc Dân:

Vừa có **Chính Nghĩa**, có Lý thuyết, Chiến lược và Sách Lược...

Vừa có kết hoạch vận động **Cán Bộ Ưu Tú** (có Tâm, có Tầm và có tinh thần Dấn thân cao).

Vừa có kế hoạch vận động **Quần Chúng Chính Trị** (sự tham gia của Quần Chúng Quốc Dân).

Do đó Ban Vận Động không lo không có **Nhân Sự** tham gia Tổ chức.

Khi có nhân sự thì tự nhiên có **"Tài Chánh Căn Bản"** *(vì lông cừu ở trên lưng con cừu)*. Khi có tài chánh căn bản tự túc được thì Tổ chức đương nhiên có "Kế hoạch Kinh tài" để phát triển Lực lượng Quốc Dân. Tuyệt đối không nhờ tài chánh của ngoại bang hay của một thế lực đen tối nào....

Trả lời câu hỏi thứ Ba:

Làm thế nào để tránh tình trạng *"Tưng bừng khai trương rồi âm thầm dẹp tiệm"*.

Ban Vận Động Liên Hiệp Hội Đồng Quốc Dân Việt Nam chủ trương "Vận Động *Từ Dưới Lên*" *chứ không phải từ trên xuống nên tuy tổ chức lúc đầu có chậm nhưng có* **Nền Tảng- "sâu rễ bền gốc"** *trong Cộng Đồng từng địa phương, nên không có tình trạng "đánh trống bỏ dùi"*, hay sau khi tổ chức Lễ Ra Mắt linh đình xôm tụ rồi không biết làm gì cả, để rồi "dậm chân tại chỗ" và dần dần đi vào quên lãng... là những điều mà Ban Tham Mưu Chiến Lược của Tổ chức đã tiên liệu và đã có kế sách để vượt qua.

Dĩ nhiên "Sự Nghiệp Đại Đoàn Kết Quốc Dân" còn gặp rất nhiều khó khăn trở ngại và thử thách... Nhưng đây không phải là lúc bàn chuyện **Thành Công Hay Thất Bại** mà quan trọng ở điểm chúng ta có *Lòng Yêu Nước Yêu Dân Thực Sự không? Có Toàn Tâm Toàn Chí với Việc Cứu Nguy Tổ Quốc hay không? và sau hết, chúng ta có Mở Lòng Mình ra với các bạn, và với các Tổ Chức Hội Đoàn bạn, nhất là có mở lòng mình ra Với Quí Đồng Hương, Đồng Bào trong và ngoài nước hay không?*. (Hay chúng ta vẫn còn "giữ thế thủ" với nhau. Đây mới là vấn đề khó khăn quan trọng nhất!).

5.

Theo tiến trình của Mật nghị Thành Đô (1990) Cộng sản Việt Nam đã để cho Tầu khai thác Beauxite Tây Nguyên, cho thuê dài hạn 50 năm rừng đầu nguồn, cho Tầu cộng thuê 70 năm thành lập khu gang thép Formosa tại Hà Tĩnh, rồi cho phép Tầu di dân ào ạt vào Việt Nam chiếm 43 cứ điểm trên toàn quốc - từng bước tiến hành thành lập các khu tự trị... dần dần đồng hóa Việt Nam... Nay CSVN công khai bán nước cho Tầu qua việc chuyển cho "Quốc Hội bù nhìn" của chúng thông qua dự luật "Đơn vị hành chánh- kinh tế đặc biệt (gọi tắt là dự luật Đặc Khu) cho phép Trung Cộng thuê 99 năm các địa điểm chiến lược trọng yếu như Vân Đồn (Quảng Ninh), Bắc Vân Phong (Khánh Hòa) và Phú Quốc (Kiên Giang). Chính sự kiện này đã dấy lên cơn phẫn nộ của đồng bào Việt Nam trong và ngoài nước trước sự lo lắng rằng ba đặc khu này sớm rơi vào tay Tầu cộng- nước có dã tâm thâm độc đã gây ra cuộc chiến đẫm máu phía bắc 1979 và hiện đang chiếm hai quần đảo Hoàng Sa và Trường Sa của Việt Nam. Theo ghi nhận của đài BBC: Ngày 10 tháng 6/2018 đây là lần đầu tiên sau 43 năm có một sự kiện chính trị quần chúng chấn động toàn quốc: Sài Gòn, Bình Dương, Mỹ Tho, Phan Rang, Phan Rí, Đà Nẵng Nha Trang, Cam Ranh, Hà Nội, Nghệ An, Hải Dương... đều đồng loạt cất vang: **"Không Trung Cộng, Không đặc Khu!", "An ninh mạng bịt miệng dân"**!

Đây mới thật là ngày "thống nhất đất nước" và ngày người dân thật sự "giải phóng" chính mình, khỏi nỗi sợ hãi chế ngự bám chặt trong trí não hàng chục năm. Đây cũng là ngày mà chế độ phải sửng sốt trước những hô vang "Đả đảo bọn bán nước", "Đả đảo cộng sản bán nước", "Đả đảo Việt Gian"....

Trước khí thế đấu tranh ngút trời của toàn dân, CSVN đã phải ra lệnh cho "Quốc Hội bù nhìn" của chúng hoãn lại cuộc thông qua luật đặc khu đến tháng 10 năm 2018 để chỉnh sửa lại luật đặc khu và có thể rút xuống cho thuê 70 năm...". Đây chỉ là thủ thuật gian manh lươn lẹo của Đảng CS tạm thời hạ nhiệt lòng sôi sục phẫn nộ của toàn dân, VC chỉ lùi thời gian chứ không hủy bỏ vĩnh viễn dự án luật bán nước, và cho dù có rút ngắn thời gian cho Tầu cộng thuê 70 năm hay 50 năm thì khi "Luật Đặc khu" được thông qua vẫn là hợp pháp hóa cho Tầu cộng xâm lăng và Hán hóa dân tộc Việt Nam!!!

Đây là cuộc đấu tranh gian khổ nhất, quyết liệt nhất, một mất một còn giữa một bên là những tên Việt gian bán nước xác Việt hồn Tầu và bên kia là 95 triệu đồng bào quốc nội và hải ngoại!!! Bọn Việt Gian bán nước mà cầm đầu là tên thái thú Nguyễn Phú Trọng nhất quyết thông qua luật Đặc khu trong khi toàn thể Quốc dân Việt quyết **không cho Trung Cộng thuê đất dù chỉ một ngày!!!**

Toàn dân Việt quyết tâm phản đối Luật Đặc Khu và Luật An Ninh Mạng dù phải đổ xương máu tranh đấu cho đến hơi thở cuối cùng.

Ngày 10 Tháng 6 Năm 2018 là ngày báo hiệu chế độ độc tài cộng sản sẽ phải sụp đổ cáo chung.

Có nhiều người đã gọi ngày 10 tháng 6 năm 2018 là khởi đầu của cuộc Cách Mạng Dân Chủ Mùa Hè tại Việt Nam, chúng tôi gọi là **Cuộc Cách Mạng Dân Tộc, Dân Chủ, Quốc Dân** và cuộc Cách Mạng này đặt Quốc Dân Việt Nam trước hai tình huống: Lật đổ đảng Cộng sản Việt Nam để cứu nguy Tổ Quốc hay Mất nước về tay Trung Cộng.

Tác Giả tràn đầy tin tưởng Tâm linh Việt, Thần trí Việt, Tinh thần yêu nước bất khuất Việt, Cái Nhìn Việt, Sách Lược Việt và Hành Động Việt sẽ đưa cuộc Cách mạng Dân Tộc, Dân Chủ Quốc Dân đến thành công mở trang sử mới cho Dân Tộc.

*

Để hoàn thành tác phẩm Tấc Lòng Non Nước, trước hết chúng tôi xin cám ơn Nhà Văn Việt Dương đã luôn khích lệ, thúc giục và nhất là bỏ thì giờ đọc bản thảo và góp ý sửa chữa hoặc bổ sung cho nội dung tác phẩm được hoàn thiện hơn...

Tác giả cũng xin cám ơn Thư Họa Sĩ Vũ Hối và Họa Sĩ Vũ Quốc đã thực hiện giúp những trang Thư Pháp và những Phụ bản Hội Họa Mỹ thuật quí giá tô điểm cho tác phẩm.

Sau hết xin hết lòng cảm tạ Anh Lê Hân Giám Đốc nhà xuất bản Nhân Ảnh và các tác giả những danh phẩm và tài liệu được tham khảo.

Tác giả viết sách là mở lòng mình ra với các Chiến Hữu, với các bạn Đồng Sứ (cùng chung một Sứ Mệnh) và mở lòng ra với Quí Bạn Đọc Bốn Phương....

Trân Trọng!

Chu Tấn

SanJose - Ngày 26 Tháng 7 năm 2018

Sự sống con người là suối nguồn chân lý,

là nền tảng của mọi nền tảng tôn giáo,

là cơ sở của mọi cơ sở triết học

và là "chìa khóa" của Đạo Hành Động.

Chân Tấn

Thư họa

Võ [illegible]

* Kính Dâng Hương Linh Thân Phụ và Thân Mẫu

* Kính Dâng Hương Linh Anh Cả TRẦN TẾ HỒNG, Pháp Danh QUẢNG ANH

* Thân Tặng Nhà Văn Việt Dương - Người Bạn Tâm Giao

"Mắt người đẹp nhất trong Người
Đời người đẹp nhất trong đời Người ta"

* Thân Tặng Thế Hệ Trẻ Việt Nam
Tấc Lòng Gửi Gắm Ngàn Sau

Chu Tấn

CHƯƠNG II

CHÍNH TRỊ

SĨ PHU VÀ SỨ MỆNH THỜI ĐẠI

Một nước, muốn vượt qua thời kỳ đen tối, vươn tới tiến bộ văn minh và hưng thịnh phần lớn đều tùy thuộc ở thành phần trí thức, những kẻ sĩ, hay đúng hơn ở thành phần sĩ phu ở nước đó! Trong bài này, chúng ta cùng tìm hiểu:

A- Định nghĩa thế nào là Sĩ Phu.

B- Tinh thần Sĩ Phu thời xưa.

C- Tinh thần Sĩ Phu thời nay.

I- ĐỊNH NGHĨA THẾ NÀO LÀ SĨ PHU:

Trong 3 danh từ: Trí Thức, Kẻ Sĩ và Sĩ Phu tuy có một điểm tương đồng là đều chỉ những người có học, nhưng lại khác nhau ở nhiều điểm, vì không phải bất cứ người trí thức nào cũng đều là kẻ sĩ cả mà thực sự khác nhau rất nhiều:

a/ **Trí thức:** theo định nghĩa là người có học vấn, hiểu biết nhiều và thường có học vị cao mà người ta thường gọi là giới "khoa bảng".

b/ **Kẻ Sĩ:** Sĩ là học trò, và kẻ sĩ không những là người trí thức, mà còn là người học Đạo Thánh Hiền. Vậy "Kẻ Sĩ" xứng danh với danh từ này, không phải chỉ là người có kiến thức, có trí tuệ, mà còn là người có "Đạo Đức", biết thương nước thương dân. Mỗi khi đất nước bị lâm nguy, vì nạn độc tài đảng trị hay họa ngoại xâm, kẻ sĩ luôn luôn đứng về phía dân chúng, sẵn sàng đứng lên làm cách mạng, chống lại kẻ ác, trừ gian diệt bạo, lật đổ chế độ độc tài, đánh đuổi giặc ngoại xâm, ra khỏi đất nước, bảo toàn sự toàn vẹn lãnh thổ lãnh hải của Tổ Quốc. Còn người trí thức lại chia ra nhiều loại! Có những nhà trí thức yêu nước, giữ được tinh thần "Kẻ Sĩ" theo truyền thống. Nhưng cũng không thiếu gì loại "trí thức trùm chăn hay trùm mền" (Vì ngại khó, ngại khổ, thờ ơ với đại cuộc). Trí thức cộng tác với giặc (Trí thức theo Tây, theo Nhật, theo Việt Cộng, (Vì danh vì lợi, vinh thân phì gia hay vì say mê chủ nghĩa Cộng sản tưởng đó là "liều thuốc Tiên" giải phóng Dân Tộc, mãi sau này mới tỉnh ngộ thì đã muộn) "Trí thức ấm ớ hội tề", "trí thức cơ hội chủ nghĩa", trí thức đón gió trở cờ" v… v…

c/ **Sĩ Phu**: Theo nghĩa ban đầu, sĩ phu chỉ là người đàn ông, hoặc chỉ những việc làm có tính chất "nam tính". Nhưng sau này, danh từ sĩ phu được dùng để chỉ những người không những có trí thức, học rộng, biết nhiều mà còn là người tâm huyết, (Có bầu máu nóng) biết thao thức trước vận nước. Hơn thế nữa, sĩ phu còn phải là người có dũng khí và khí phách, như lời Mạnh Tử đã phát biểu: *"Phú quí bất năng dâm, bần tiên bất năng di, uy vũ bất năng khuất" (Giầu sang không dâm dật, nghèo hèn không đổi chí, uy vũ không làm khuất phục được mình).* Theo nghĩa này, trong con người sĩ phu đã có con người Kẻ sĩ, vì "Tinh thần sĩ phu" và "tinh thần kẻ sĩ" được coi là giống nhau, hay thực sự chỉ là một. Giữa Sĩ Phu và Kẻ Sĩ tuy giống nhau vì có chung một nền tảng "Sĩ" song danh từ "Sĩ Phu" còn được trọng vọng và thăng hoa ở điểm cùng thao thức trước vận nước, cùng dấn thân vì đại cuộc, song sĩ phu còn là người có tinh thần bất khuất cao độ, là người có "Đại Tâm" "Trường Chí" gắn liền đời mình với vận nước nổi trôi, sĩ phu còn là người dám đương đầu với nghịch cảnh, bất chấp mọi thiệt thòi, hay hiểm nguy đến tính mạng, của bản thân và tìm ra phương thức cứu nước, hay ít ra đã và đang theo đuổi sứ mệnh cứu quốc. Sau hết, sĩ phu còn là NHÂN VẬT BIỂU TƯỢNG CỦA MỘT THỜI ĐẠI (Là "bậc thầy" của một hay nhiều thế hệ). Cũng có trường hợp người sĩ phu chiến đấu trong đơn độc (Một mình mình biết, một mình mình hay, việc mình làm, không có ai chia sẻ, nhưng vẫn dũng mãnh, và đơn độc lên đường, sẵn sàng đối phó với mọi cạm bẫy, và hiểm nguy từ mọi phía!). Trong những trường hợp khó khăn hãn hữu này, tinh thần sĩ phu càng sáng chói, hơn bao giờ hết! Tới đây chúng ta có thể tìm ra một định nghĩa hay công thức sau: Sĩ Phu = Người có kiến thức + Tinh thần yêu nước và bất khuất cao độ + giá trị biểu tượng được các hội đoàn và quốc dân yêu mến, kính trọng.

Có được những khả năng và đức tính trên mới xứng đáng là những Sĩ Phu của thời đại.

II-TINH THẦN SĨ PHU THỜI XƯA:

Trong suốt một ngàn năm bị đô hộ bởi giặc Tầu và 80 năm bị đô hộ bởi giặc Tây dân tộc Việt Nam đã sản sinh ra rất nhiều Kẻ Sĩ, rất nhiều những bậc Sĩ Phu. Người này thất bại, người khác lại tiến lên làm sứ mệnh lịch sử! Có thể nói ngọn lửa thiêng cách mạng hay tinh thần kẻ sĩ, tinh thần sĩ phu là bất diệt, vĩnh cửu, đối với dân tộc Việt Nam! Ông cha ta đã chịu 80 năm dưới ách thực dân Pháp, và chúng ta trên 52 năm chịu đựng họa cộng sản, chúng ta đã thấy là lâu! Vậy mà chúng ta thử tưởng tượng, trước đây tổ tiên ta phải chịu cả ngàn năm dưới sự đô hộ của người Tầu, thời gian u tối đó quá dài và tủi nhục đến thế nào? Trong bối cảnh đó, nước ta không bị đồng hóa, bị tiêu diệt hay bị xóa tên trên bản đồ thế giới đó là nhờ tinh thần bất khuất quật cường, không bao giờ ngưng nghỉ của toàn dân mà tiêu biểu là tinh thần, khí phách của giới sĩ phu Việt Nam.

1- Sĩ Phu Thời chống xâm lăng Tầu:

Từ Hai Bà Trưng, Bà Triệu, Ngô Quyền, Đinh Bộ Lĩnh, Lý Thường Kiệt đến Trần Hưng Đạo, Lê Lợi, Nguyễn Trãi, Quang Trung… Mỗi người đều đem lòng yêu nước, và tài thao lược ra để giành Độc Lập Tự Chủ bảo vệ non sông gấm vóc, gìn giữ cõi bờ Đại Việt! Tinh thần Sĩ Phu, niềm tự hào dân tộc, và cũng là khí phách Việt Nam đã thể hiện rõ trong 4 câu thơ Thần có tác dụng đuổi giặc sau đây:

Nam Quốc sơn hà Nam đế cư
Tiệt nhiên định phận tại thiên thư
Như hà nghịch lỗ lai xâm phạm
Nhữ đẳng hành khan thủ bại hư
(Lý Thường Kiệt)

"*Nước Nam quyền chủ vua Nam*
Sách trời đã định rành rành chẳng sai
Gian tà nghịch tặc quân bay
Xâm lăng bờ cõi một ngày bại vong
(Chu Tấn dịch)

Hai triều đại Lý Trần đã mở ra một kỷ nguyên mới oai hùng thịnh trị và vàng son nhất trong lịch sử Việt! Chúng ta hãy nghe tâm sự và lòng yêu nước thiết tha của Đức Trần Hưng Đạo: "*Ta đây ngày thì quên ăn,* đêm thì quên ngủ, *ruột đau như thắt, nước mắt đầm đìa chỉ căm tức rằng chưa được xả thịt, lột da quân giặc, dẫu thân này, phơi ngoài bãi cỏ, xác này gói trong da ngựa thì cũng bằng lòng".* Với tài trí tuyệt luân, lại thêm lòng yêu nước thiết tha khiến Đức Trần Hưng Đạo lập nên được chiến công hiển hách! Ngài không những là người: "Văn Võ kiêm toàn" mà còn là người "Đạo cao đức cả" treo gương sáng đến ngàn thu!

Vào đầu thế kỷ thứ 14, khi quân Minh sang đô hộ nước ta, tinh thần Sĩ Phu Việt Nam lại được rực sáng hơn bao giờ hết với Nguyễn Trãi. Sĩ Phu Nguyễn Trãi đã từng thao thức trước vận nước! Đã bao đêm không ngủ vì lo toan cho tiền đồ dân tộc:

"Còn có một lòng âu(*) việc nước
Đêm đêm thức nhẵn nẻo sơ chung (**)

Tấm lòng yêu nước của Nguyễn Trãi thật nồng nàn, cuồn cuộn như sóng Biển Đông:

**Bụi một tấm lòng ưu ái cũ*
*Đêm ngày cuồn cuộn nước triều dâng**

2. Sĩ Phu thời chống thực dân Pháp.

Sau khi thực dân Pháp đã chiếm miền Nam và sau đó chiếm trọn nước ta, đặt nền bảo hộ trên toàn quốc thì các phong trào Văn Thân, Cần Vương đã nổi lên khắp nơi. Tinh thần sĩ phu đã trỗi dậy rất mãnh liệt! Các sĩ phu tiêu biểu như Trương Công Định, Nguyễn Trung Trực, Thủ Khoa Huân, Thiên Hộ Dương, Lê Trung Đỉnh, Mai Xuân Thưởng, Nguyễn Huệ, Lê Trực, Phan Đình Phùng, Tống Duy Tân, Đinh Công Tráng, Nguyễn Thiện Thuật, Hoàng Hoa Thám. Tinh thần anh dũng, khí tiết, của các sĩ phu Việt Nam có thừa nhưng vũ khí, đấu tranh không tương xứng, (Về phẩm cũng như về lượng) nên các phong trào Văn Thân, Cần Vương tại các nơi, lần lượt bị tan rã. Mặc dầu vậy, thực dân Pháp cũng đã bị nhiều phen kinh hồn táng đởm, như tại Vàm Cỏ bên làng Nhật Tảo, đồng bào miền Nam còn lưu võ công táo bạo này trong hai câu:

"*Hỏa hồng Nhật Tảo oanh thiên địa*
Kiếm bạc Kiên Giang khấp quỉ thần"

Cũng như cuộc kháng chiến kéo dài của Hoàng Hoa Thám đã làm cho thực dân Pháp phải điên đầu khốn đốn, trên gần 2 thập niên mới dẹp tan được!

Khi các phong trào Cần Vương, Văn Thân bị đập tan, tinh thần Sĩ Phu cũng bị ảnh hưởng và xuống dốc theo. Một số trí thức chạy theo Pháp làm Việt gian, hoặc nịnh hót Tây để được vinh thân phì gia, nhiều nho sĩ khác sợ hãi, trước cường quyền, khiến nhà thơ Tú Xương đã phải thốt lên:

"*Sĩ khí rụt rè gà phải cáo*
Văn chương liều lĩnh đấm ăn xôi"

Hay cụ Phan Chu Trinh cũng đã lên tiếng cảnh tỉnh các hủ nho, thời đó, thôi đừng say ngủ giấc mộng từ chương nữa!

"*Vạn gia thiên hạ cường quyền hạ*
Bát cổ văn chương túy mộng trung"
… .
"*Tám vế văn chương mê mệt ngủ*
Muôn nhà tôi tớ xót xa trông!"
(Nguyễn Văn Dương dịch)

Tiếp nối lớp sĩ phu thời Tự Đức, Hàm Nghi đã bị gục ngã, là lớp sĩ phu mới: Phan Bội Châu, Phan Chu Trinh, Nguyễn Thượng Hiền, Tăng Bạt Hổ, Châu Thơ Đồng, Tiểu La Nguyễn Thành, Trần Quí Cáp, Thái Phiên, Trần Cao Vân, tu sĩ công giáo Mai Lão Bạng v. v… Đặc biệt sĩ phu Trần Cao Vân không những là nhà cách mạng, mà còn là nhà văn hóa, nhà lập thuyết. Cụ có sáng tác bài thơ Luận Tam Tài (Trời Đất Người) rất nổi tiếng và cụ đã sáng tạo ra "Trung Thiên Dịch" và "Trung Thiên Đạo". Cụ Huỳnh Thúc Kháng đã dịch một bài thơ của một thi sĩ khuyết danh xưng tụng, Trần Cao Vân như sau:

"Văn sau, Hy trước vẫn kinh này
Riêng giữa "Trung Thiên" dựng một tay
Học thuyết đem bầu tâm huyết nhuộm
Trời Nam dịch mới tiếc không thày"

Tiếp theo Trần Cao Vân, ngọn lửa cách mạng đã được nuôi dưỡng và phát huy không ngừng nghỉ bởi 2 nhà chí sĩ nổi tiếng Phan Chu Trinh và Phan Bội Châu… Tây Hồ Phan Chu Trinh nói: "Đã vì nước đem thân *trôi nổi, thì không bao giờ sự phú quí làm mờ tối lòng ta được. Nếu một ngày kia dân Việt Nam sẽ hóa ra ù lì cả ta đã cùng thế,* đã hết lực rồi, *thì ta còn cách cắt đầu quăng xuống đất, không chịu để cho ai vày đạp ta, cũng không cho ai cướp tự do của ta".* Cũng như chí sĩ Phan Chu Trinh, Cụ Phan Bội Châu hy sinh cả cuộc đời mình cho cách mạng! Cụ đã đề ra khẩu hiệu *"Cứu quốc tồn chủng*" và đã viết rất nhiều tác phẩm thức tỉnh quốc dân, lay động lòng yêu nước, vang dội trong quần chúng. Chúng ta chỉ cần học một bài học (Trong rất nhiều bài học cách mạng vô giá của cụ trong các tác phẩm như: Hải Ngoại Huyết Thư, Lưu Cầu Huyết Lệ Tân Thư, Cao Đẳng Quốc Dân, Giác Quần Thư, Khổng Học Đăng, Kinh Dịch v.. v..). Đó là bài học Quốc Dân. "*Dân là dân nước, nước là nước dân".* Chỉ cần thấu đáo bài học này, là chúng ta thấy được hết tấm lòng yêu nước, thương dân vô bờ bến của cụ!

Nhân thấy các cuộc cách mạng ôn hòa không thể đánh đuổi được giặc Pháp nên các nhà trí thức trẻ tân học, chủ trương làm cách mạng bạo động. Năm 1923 tiếng bom Sa Diện của liệt sĩ Phạm Hồng Thái tuy không giết được toàn quyền Đông Dương là Martin nhưng đã gây được ảnh hưởng rất lớn đến tinh thần dân tộc Việt và thực dân Pháp bắt đầu kinh hoàng. Tiếp theo là cuộc khởi nghĩa của Việt Nam Quốc Dân Đảng do đảng trưởng Nguyễn Thái Học lãnh đạo vào ngày 10-2-1930 đã làm rung động chế độ thực dân Pháp tại Việt Nam. Câu tuyên bố bất hủ của Nguyễn Thái Học "*Không thành công cũng thành nhân" "cờ độc lập phải nuộm bằng máu và hoa Tự Do phải nở trong máu"* đã nói lên quyết tâm và khí phách của dân tộc Việt Nam thà chết chứ nhất định không làm nô lệ. Thời điểm này cũng đánh dấu một bước ngoặt mới của lịch sử: Các đảng phái Cách mạng, các chủ nghĩa Quốc Gia Cách Mạng thi nhau xuất hiện từ Việt Nam Quốc Dân Đảng với chủ trương thái dụng chủ nghĩa Tam Dân của Tôn Dật Tiên, chủ nghĩa Dân Tộc Sinh Tồn của Lý thuyết gia Trương Tử Anh, chủ nghĩa Duy Dân của nhà lập thuyết Lý Đông A. Đảng Đại Việt Dân Chính của Nhất Linh Nguyễn Tường Tam, Chí Sĩ Ngô Đình Diệm với chủ trương Bài Phong, Đả Thực, Diệt Cộng…

III- TINH THẦN SĨ PHU THỜI NAY:

Từ ngày Hồ Chí Minh đem chủ nghĩa MácXít vào Việt Nam và áp dụng chế độ độc tài toàn trị lên đầu lên cổ dân tộc Việt là mở đầu một thời kỳ đen tối nhất, đau khổ nhất, đẫm máu nhất và kinh hoàng nhất trong lịch sử nước nhà. Ngay từ đầu những người Việt quốc gia đã nhìn thấy ở chủ nghĩa cộng sản và chế độ cộng sản, là một tai họa ghê gớm nhất nên đã chống lại cộng sản một cách quyết liệt! Điều trớ trêu đau khổ nhất là đảng cộng sản lại được cả một đế quốc cộng sản cầm đầu là Liên xô và Trung Cộng hậu thuẫn nên cuộc đấu tranh Quốc-Cộng trở nên vô cùng cam go phức tạp và nhức nhối! Tới nay đế quốc Liên xô đã sụp đổ, chủ nghĩa cộng sản đã bị cả thế giới nguyền rủa và ném vào sọt rác, nhưng nọc độc của chủ nghĩa cộng sản vẫn còn reo rắc bao tai họa cho dân tộc Viet Nam! Giới sĩ phu trong thời đại mới, chỉ kể từ 1975 tới nay có thể chia làm 3 loại:

1- Những Sĩ Phu Quốc Gia chống cộng tại quốc nội:

Số người này cũng khá nhiều. Ở đây chúng tôi xin đề cập đến những vị tiêu biểu như Trí Siêu Lê Mạnh Thát, Tuệ Sĩ, Hòa Thượng Thích Huyền Quang, Linh Mục Trần Đình Thủ, Hòa Thượng Thích Quảng Độ, Bác Sĩ Nguyễn Dan Quế, Tiến Sĩ Đoàn Viết Hoạt…

2- Những sĩ phu hơn một lần tin theo cộng sản, nay phản tỉnh:

Nguyễn Chí Thiện, Nguyễn Văn Trấn, Hà Sĩ Phu, Hoàng Minh Chính, Nguyễn Minh Cần, Vũ Thư Hiên, Tiêu Dao Bảo Cự…

Đặc biệt là ngục sĩ Nguyễn Chí Thiện, ông vốn không ở trong hàng ngũ cộng sản mà chỉ là người dân sống trong lòng chế độ cộng sản! Điều đặc biệt hơn nữa, là ngay từ năm16, 17 tuổi, ông đã nhìn ra bộ mặt thật của chế độ cộng sản và cương quyết chống lại chúng! Nếu kể trong số những người phản tỉnh, thì NCT là người phản tỉnh sớm hơn ai hết! Không những thế, ông còn là nhà thơ và đã dùng thơ để vạch trần bộ mặt thật tàn độc và bỉ ổi của CS! Có thể nói NCT đã "*chống cộng bằng thơ, bằng cả mạng sống, bằng cả cuộc đời mình"! Trước sau 3 lần vào tù, tổng cộng trên 27 năm trong các trại lao tù cộng sản! NCT đã thể hiện tinh thần sĩ phu và khí phách của một sĩ phu kiên cường nhất, dũng cảm nhất thời đại!* Hai khuôn mặt phản tỉnh độc đáo khác là Nguyễn Thanh Giang và Hà Sĩ Phu, Tiến Sĩ Nguyễn Thanh Giang chủ nhiệm kiêm chủ bút tờ báo Tổ Quốc đăng nhiều bài tranh đấu cho Dân Chủ Nhân Quyền làm chế độ CS nhức nhối, ông còn xuất bản cuốn: "Nhân Quyền Khát Vọng Ngàn Đời". Hà Sĩ Phu tên thật là Nguyễn Văn Tụ, ông tốt nghiệp phó tiến sĩ sinh học tại Tiệp Khắc, và từng làm việc tại Viện Khoa Học Việt Nam phân viện Đà Lạt. Trước đây đảng CSVN từng mời ông gia nhập, nhưng ông từ chối nên ông bị cho nghỉ hưu non. Hà Sĩ Phu là một cây viết lý luận phản tỉnh sống động và sâu sắc nhất! Cộng sản rất gờm rất sợ các bài viết chống chế độ của ông! Hà Sĩ Phu quan niệm: "*Không phải như cộng sản thường nói rằng chủ nghĩa luôn luôn đúng, chỉ có con người thi hành sai.* Ý thức hệ cộng sản sai lầm ngay từ căn bản. *Phải từ bỏ ý thức hệ đó mới xây dựng được đất nước"*.

Ngay cái tên Hà Sĩ Phu của ông, làm cộng sản rất khó chịu và chúng thường hạch hỏi ông: Lấy bút hiệu như vậy là có ý đồ gì? Có phải ông tự cho mình là sĩ phu hay không? Có phải ông định kêu gọi sĩ phu Bắc Hà nổi dậy lật đổ chế độ xã hội chủ nghĩa? Trước lời cáo buộc ấy ông nói: "Ông không bao giờ nhận mình là sĩ phu và chữ "Hà" trong Hà Sĩ Phu viết theo chữ nho không có bộ "Thủy" vậy không dính dáng gì đến sĩ phu Bắc Hà cả! Đây chỉ là cái tên gọi, cái bút hiệu của ông thôi! Thực ra, đây là lối chơi chữ, của ông vì chữ "Hà" trong Hà Sĩ Phu có nghĩa là "Ai" (một nghi vấn?) Hà Sĩ Phu = Ai là người sĩ phu? Ai xứng đáng là sĩ phu thời nay? Bút hiệu của ông như thế ai muốn hiểu ra sao thì hiểu! Cho dù ông ngạo đời, cho dù ông không nhận mình là Sĩ Phu chăng nữa, nhưng trong hoàn cảnh trên đe dưới búa của ông và trong các tác phẩm phản tỉnh phản kháng của ông, chúng ta vẫn thấy ông rất xứng đáng là một Sĩ Phu của thời đại chúng ta.

3- Những sĩ phu chống cộng hải ngoại:

Tại quốc nội, dù bên quốc gia hay phía cộng sản phản tỉnh dù nhiều hay ít, hay dù trình độ phản tỉnh có cao thấp khác biệt nhau, nhưng theo nghĩa rộng rãi của danh từ sĩ phu đã được định nghĩa ở trên, thì hiển nhiên tại quốc nội trên mặt tầng công khai hay ngấm ngầm những sĩ phu thời đại vẫn thường trực có mặt và đấu tranh… Đó là điều thực rất thực, không ai có thể phủ nhận được! Nhưng còn tại hải ngoại thì sao? Hay đặt câu hỏi một cách rõ ràng xác thiết hơn là: Tại hải ngoại có sĩ phu không? Theo thi sĩ Lê Khắc Anh Hào thì hiện nay sĩ phu hải ngoại tìm không thấy! Trí thức, sĩ phu "ngủ" hết rồi, chỉ còn lạnh lẽo và trống vắng mênh mông!

"Cổ kim lịch sử nay còn đó
Nước vẫn ngàn năm nước vẫn còn
Hào kiệt rủ nhau toan gác kiếm
Mặc sơn hà thành một bãi hoang

Hậu thế nay còn bao tráng sĩ
Đuốc sử soi từng góc núi sông
Mà sao hoang lạnh lời chính khí
Chỉ thấy mê say một lũ cuồng

Đắng cay xếp lại chồng kinh sử
Tổ quốc niềm đau xoáy cõi hồn
Âm vọng lời xưa cơn gió bụi
Ta hận đời muốn vỡ càn khôn.
(Thơ Lê Khắc Anh Hào)

Trước hết chúng ta thấy điều mà thi sĩ Lê Khắc Anh Hào xúc cảm than thở hay trách móc đó, không phải là không đúng! Quả tình, trên mặt tầng Cộng đồng Hải Ngoại số sĩ phu không nhiều, có thể đếm trên đầu ngón tay! Còn số người thờ ơ với đại cuộc hay cầu an, hoặc chỉ lo làm giầu cho cá nhân, gia đình hay phe nhóm mình thì lại chiếm đa số (nếu không nói là chiếm đa số tuyệt đối). Mặc dầu vậy nếu chúng ta biết lắng đọng dòng cảm xúc, quán chiếu sâu vào vấn đề, chúng ta sẽ thấy số sĩ phu tại hải ngoại không phải là không có! Thực vậy. Từ cố giáo sư Nguyễn Ngọc Huy, cố triết gia Lương Kim Định, đến người hùng Lý Tống, đã hy sinh tất cả tương lai và lạc thú tại hải ngoại để đáp máy bay về thả truyền đơn và nhảy dù xuống giữa thành phố Sài Gòn. Tinh thần đó là gì? Nếu không phải là tinh thần yêu nước, tinh thần và khí phách của Kẻ Sĩ trong thời đại mới?

Một giáo sư Nguyễn Cao Hách viết hịch kêu gọi đồng bào nổi dậy trước khi có biến cố Thái Bình Xuân Lộc xảy ra? Một chí sĩ Trần Văn Ân (nay định cư tại Pháp) suốt đời làm cách mạng hết chống Pháp, chống cộng sản, đến chống độc tài và là người chủ trương "*Muốn phục Quốc, phải phục Việt*". Hai vị tiền bối nêu gương sáng kể trên, đồng thời là những nhân vật biểu tượng có thể coi như điển mẫu của thời đại chúng ta.

Theo người xưa, một Kẻ Sĩ, hay Sĩ Phu (viết hoa) hay những bậc Minh Quân, Hiền Triết còn phải là người hội đủ những tiêu chuẩn như: **LẬP ĐỨC, LẬP NGÔN, VÀ LẬP CÔNG.** Hội đủ cả 3 hay ít ra cũng phải 2 mới xứng đáng là Sĩ Phu hay Hiền Triết. Riêng các bậc Anh Hùng hay Anh Thư chỉ cần 1 điều kiện LẬP CÔNG cứu quốc là đủ lưu danh thiên cổ!

Ba điều kiện trên nếu đòi hỏi phải có ở một Sĩ Phu thời nay e rằng quá khó khăn chăng? Hay lý tưởng quá chăng?

Với 3 triệu người Việt lưu vong nơi hải ngoại hiện nay, chúng ta không thiếu gì những người trí thức hay kẻ sĩ có lòng với đất nước. Một Phạm Kim Vinh đơn độc và kiên trì viết mấy chục tác phẩm giá trị về những vấn đề sinh tử của đất nước, và dân tộc. Tinh thần đó thật hiếm quí. Một học giả Mạc Ngọc Pha với tác phẩm "*Siêu cách mệnh*" *một công trình "tập đại thành" tư tưởng triết lý Đông và Tây phương đồng thời mở ra nhiều viễn tượng mới và sâu thẳm cho giống nòi Hồng Lạc.*

Một nhà bác học Nguyễn Xuân Vinh ngoài tài năng trên lãnh vực khoa học, *vẫn không quên tài bồi cho giới trẻ, văn hóa* đạo đức, *không quên nguồn gốc, và ý thức trách nhiệm làm trai! Ngoài ra Nguyễn Xuân Vinh còn là vị góp nhiều công sức, thúc đẩy việc thành hình Hội Khoa Học Kỹ Thuật Việt Mỹ VASPES, qui tụ những nhà khoa học nổi tiếng như Cai Văn Khiêm, Nguyễn Mạnh Tiến...*

Về đấu tranh Nhân Quyền: Lịch sử phải ghi công hai vị tranh đấu cho Nhân Quyền nổi tiếng nhất là Giáo Sư Võ Văn Ái, và Luật Sư Nguyễn Hữu Thống... Các vị trí thức dấn thân tranh đấu như Học giả Lâm Lễ Trinh, Bác Sĩ Nguyễn Quốc Quân, Luật Sư Nguyễn Văn Chức, Luật sư Phạm Nam Sách, Tiến Sĩ Vũ Quốc Thúc,... Một Nam Thiên với bộ "Kinh Việt", *phát hiện nhiều tinh hoa Văn Hóa, của tiền nhân và cũng là những bài học vô giá của Việt tộc*, một Vĩnh Đức với 2 tác phẩm: "*Thành Công Xây Dựng Quốc Gia Dân Chủ Thời Đại Mới*" và "*Chính Trị Thời Đại*" *đóng góp những cái nhìn mới về thời đại, vận hội mới...* Học giả đáng kính Nguyễn Khắc Kham, Tiến sĩ Nguyễn Đình Hòa, Bác Sĩ Nguyễn Văn Thọ, Bác Sĩ Nguyễn Tôn Hoàn, Tiến Sĩ Phan Viết Phùng, Lão Thi Sĩ Hà Thượng Nhân, Giáo Sư Nguyễn Cao Thanh, Giáo Sư Lê Bá Kông, Tiến Sĩ Hoàng Xuân Hào, Học Giả Thái Văn Kiểm, Học Giả Cao Thế Dung, Học giả Đỗ Thông Minh, Học giả Vũ Hũu San, Giáo Sư Nguyễn Huy Hân, Tiến Sĩ Lê Phục Thủy, Giáo Sư Lê Linh Thảo, hay Triết gia Phạm Công Thiện với tác phẩm: "Ý Thức Mới trong Văn Nghệ và Triết Học". Lý thuyết Gia Lý Đại Nguyên với tác phẩm "Tổng Thức Vận" và "Đề Cương Xây Dựng Việt Nam". Học Giả Vũ Ký với tác phẩm: "Luân cương Văn Hóa Việt Nam" dầy 600 trang. Tiến Sĩ Nguyễn Văn Canh chuyên nghiên cứu về Hồ Sơ Hoàng Sa và Trường Sa gửi tới Liên Hiệp Quốc, và thành lập Ủy Ban Bảo Toàn Sự Toàn Vẹn Lãnh Thổ, Lãnh Hải của Tổ Quốc"… Nhà Văn Hóa trẻ Nguyễn Anh Tuấn với tác phẩm "Việt Đạo trong sáng tạo Lịch Sử" hoặc một Thái Chính Lưu Kim Loan với tác phẩm tiểu thuyết tư tưởng "Như Ảo Như Thực" đầy tinh thần sáng tạo…

Về mặt sử học, tiếp theo các sử gia thuộc thế hệ trước như sử gia Trần Trọng Kim, sử gia Phạm Văn Sơn… chúng ta có sử gia Trần Gia Phụng, sử gia Phạm Cao Dương, sử gia Phạm Trần Anh… sử gia Nguyễn Mạnh Hùng… .

Về mặt tổ chức kháng chiến nhằm lật đổ chế độ cộng sản, chúng ta có những vị anh hùng như Trần Văn Bá, Hồ Thái Bạch, Lê Quốc Quân, Hoàng Cơ Minh và người hùng Võ Đại Tôn… Tuy sứ mạng lật đổ chế độ Cộng Sản chưa thành, nhưng các vị trên đây đều xứng đáng là những vị anh hùng lưu danh trong lịch sử.

Về mặt sinh hoạt cộng đồng, chúng ta đã chứng kiến *có rất nhiều người hoạt động cộng đồng không biết mỏi mệt. Họ làm việc thiện nguyện, "ăn cơm nhà vác tù và hàng tổng", làm dâu trăm họ, chịu đủ mọi thứ búa rìu dư luận của thù cũng như của bạn...* Tất cả những người này tuy họ chưa làm nên những sự nghiệp gì vĩ đại, cứu dân cứu nước, nhưng công việc của họ cũng rất quan trọng, đó là nuôi lửa và giữ lửa. Nếu quần chúng biểu tình ví như lò than hồng, thì những người làm công tác cộng đồng là những người nhen lửa, giữ lửa, và nuôi lửa. Ngày hôm nay biết bao người sinh hoạt cộng đồng, còn làm công việc tụ lửa, và nhen lửa ngay tại quốc nội, ngay trong lòng chế độ cộng sản. Qua cách xem xét và đánh giá như trên, chúng ta thấy Sĩ Phu hay Kẻ Sĩ tại Hải Ngoại không phải hoang vắng, hay không có mà trái lại còn tiềm ẩn rất nhiều…

IV- SĨ PHU VÀ SỨ MỆNH THỜI ĐẠI:

Từ xưa tới nay, hai nhiệm vụ lịch sử vẫn đè nặng trên vai người Sĩ phu đó là Cứu Quốc và Kiến Quốc. Do đó dù ở trong nước, hay tại hải ngoại, dù là sĩ phu bên phía quốc gia, hay bên kia những người cộng sản phản tỉnh. Tất cả đều cần liên kết và nhịp nhàng hợp tác với nhau, sát cánh cùng quần chúng quốc dân, giải thể hay chuyển hóa cho bằng được chế độ cộng sản, bằng những cuộc vận động lịch sử: Vận động Văn Hóa, Vận động Chính Trị, Vận động Ngoại Giao Quốc Tế, Vận động Tôn giáo và Quần chúng nổi dậy ở trong nước, giải thể chế độ cộng sản, bằng con đường chuyển hóa và sau cùng Vận Động toàn thể Quốc Dân, triệu người như một, nhất tâm cùng nêu cao truyền thống Văn Hóa Việt, vững tiến vào thế kỷ 21 vào thiên niên kỷ thứ ba, ngõ hầu kiến tạo một nước Việt Nam Dân Chủ Tự Do, Thái Hòa, Cường Thịnh và Vinh Quang. Đây là sứ mệnh thiêng liêng của thời đại đang chờ đợi giới Sĩ Phu, và Quốc Dân vậy.

San Jose Mùa Xuân Mậu Dần 1998

Chu Tấn

__Chú Thích__:

Thơ Nôm Nguyễn Trãi:

* Ẩu: lo lắng.

** Sơ chung: Hồi chuông tụng kinh đầu tiên trong chùa, khi chưa sáng. Đây ý nói thức trắng đêm.

DANH NGHĨA VÀ NỀN TẢNG CỦA CUỘC CÁCH MẠNG DÂN CHỦ ĐÁY TẦNG

I- DẪN NHẬP

Từ hơn một thế kỷ nay, dân tộc Việt Nam vẫn khát khao một cuộc cách mạng để mang lại Độc Lập Dân Chủ Tự Do, Thịnh Vượng và Vinh Quang cho nước nhà. Hồ Chí Minh và đảng csVN đã lợi dụng khát vọng cháy bỏng đó đã du nhập chủ nghĩa cộng sản vào Việt Nam, với chủ trương cướp chính quyền, thiết lập chế độ độc tài toàn trị trên nửa phần đất nước miền Bắc (năm 1954) và chiếm trọn đất nước Việt Nam (năm 1975). Điều mà Hồ Chí Minh gọi là "Đi tìm con đường cứu nước" và hứa hẹn mang lại Độc Lập, Tự Do, Hạnh Phúc cho nhân dân Việt Nam. Nhưng trớ trêu và mỉa mai thay, lại dìm dân tộc Việt Nam trong thảm họa nghèo đói, chiến tranh thù hận ngút trời, xã hội tham nhũng, bất công, tụt hậu không có lối thoát, không có tương lai và đang đứng trước nguy cơ mất nước về tay Trung Cộng! Đúng như người bình dân Việt Nam đã than thở: "*Con đường Bác đi là con đường bi đát* ". Dân tộc Việt Nam, quần chúng Việt Nam đã hơn một lần từng say mê ảo ảnh cách mạng, đến khi tỉnh dậy mới biết cuộc cách mạng giành Độc Lập Tự Do cho Dân Tộc đã bị "bội phản" và đau đớn thay, cả nước ít nhiều đều bị Hồ Chí Minh và tập đoàn CS "lừa bịp" và đưa cả nước "vào vòng nô lệ"! Bây giờ toàn dân Việt Nam phải làm gì?

Đâu là con đường cứu nước chân chính? Nhân dân Việt Nam phải làm gì để "Cứu quốc" "Kiến quốc" và "Hưng quốc"? Toàn dânViệt Nam phải có ý thức như thế nào đối với cuộc cách mạng Dân Tộc Dân Chủ Nhân chủ còn đang dang dở? Cuộc cách mạng sắp tới là cuộc cách mạng gì? Có nội dung và nền tảng như thế nào? Chúng ta đã tìm ra con đường cứu nước chân chính chưa? Có gì bảo đảm là cuộc cách mạng sắp tới không bị bội phản? không bị lừa dối? Muốn tránh vết xe đổ đó, chúng ta phải khởi đầu từ đâu? Và đi đến đâu? Đích điểm của cuộc cách mạng là gì?

Chúng ta đã tìm thấy "con đường" hay đã có "bản đồ" chưa? Hay chúng ta còn đang "mò mẫm" "dọ đường" "tìm đường", rồi kết quả là đem "núi xương sông máu" cuả nhân dân ra làm *trò thí nghiệm,* dẫn tới một "thiên đường mù" một "thiên đường ảo vọng" "hoang tưởng", kìm hãm bước tiến của lịch sử dân tộc? Đày đọa dân tộc trong hỏa ngục đỏ trần gian như đảng csVN và đảng cs Trung Quốc đã và đang làm?

Là những người dân Việt Nam yêu Tự Do Dân Chủ, Bình Đẳng, chuộng Công lý Tình Thương và Hòa Bình, chúng ta có cần đồng ý với nhau về danh xưng của cuộc cách mạng? thống nhất với nhau về quan niệm và nền tảng của cuộc cách mạng sắp tới, đang tới chưa? Chúng ta đã tìm ra những điểm đồng thuận về chiến lược, chiến thuật tiến hành cuộc cách mạng sắp tới, đang tới chưa?

Nhằm trả lời các vấn nạn trên, trong phạm vi 1 bài tiểu luận về cuộc Cách Mạng Dân Chủ Đáy Tầng, - chúng tôi xin lần lượt đề cập tới các vấn đề sau:

1. Tinh nghĩa của cuộc Cách Mạng

2. Cách đặt tên cho Cuộc Cách Mạng sắp tới và đang tới. (CM hoa "Tuy Líp", CM Nhung, CM của những làn Sóng; CM Hoa Lài, CM Hoa Sen, CM Trống Đồng, C. M Tre Trúc, CM Bông Lau, CM Nhân Bản Dân Tộc Dân Chủ Pháp trị, CM Dân Chủ Đáy Tầng…)

3. Sơ lược Lịch Sử của cuộc Cách Mạng Dân Chủ Đáy Tầng.

4. Nền tảng của Cuộc Cách Mạng Dân Chủ Đáy Tầng.

5. Mục tiêu của cuộc Cách Mạng Dân Chủ Đáy Tầng

6. Ưu điểm của cuộc Cách Mạng Dân Chủ Đáy Tầng.

II- TINH NGHĨA CỦA CUỘC CÁCH MẠNG

A-<u>Định nghĩa hai chữ Cách Mạng</u>:

1. Theo Hán Việt từ điển của Đào Duy Anh: Chữ cách mạng theo nghĩa cũ là đổi mệnh vua (vua chịu mệnh trời) đổi triều vua, ví dụ: Thang Vũ Cách mệnh. Hiện nay cách mạng nghĩa là đổi chế độ cũ mà xấu, dựng nên chế độ mới mà tốt, ví dụ: chính trị cách mệnh, kinh tế cách mệnh, học thuật cách mệnh, gia đình cách mệnh v. v. (revolution) (trang 79).

2. Theo Việt Nam tự điển của hai Ông Lê Văn Đức và Lê Ngọc Trụ: Cách mạng (cách mệnh): Sửa đổi chế độ cũ cho tốt đẹp hơn, hoặc thay thế chế độ cũ bằng chế độ mới, người mới với võ lực; *cách mạng tận gốc, làm cách mạng, cuộc cách mạng, nhà cách mạng (*trang 154).

3. Theo Nguyễn Hiến Lê: Trong cuốn Lịch sử thế giới, học giả Nguyễn Hiến Lê đã quan niệm cách mạng như sau: "Hai chữ *Cách mạng* dùng để dịch chữ revolution có nghĩa là lật đổ một cách mau chóng, trong vài năm, những chế độ đã vững bền hàng thế kỷ". Vậy cách mạng là một giải pháp triệt để, thường khi tàn bạo, khác hẳn với cải cách là một giải pháp canh tân ôn hòa. Lấy một thí dụ cho dễ hiểu thì cách mạng cũng tựa như phá hẳn một ngôi nhà cũ, để cất ngôi nhà mới, còn cải cách cũng tựa như mỗi năm sửa đổi một chút, hoặc mái hiên nhà bếp, nhà tắm, phòng ngủ… Đọc sử các cuộc cách mạng, ta nhận thấy rằng, cách mạng tuy là lật đổ chế độ cũ,

một cách rất mau, nhưng nguyên nhân của nó đã có từ hàng chục, hàng trăm năm trước, rồi gặp lúc hoàn cảnh thúc đẩy, nó mới bùng nổ. Một khi nó đã bùng nổ, thì không có sức gì ngăn cản cho máu khỏi tuôn. Người ta có thể dùng vũ lực tạm thời đàn áp cách mạng được, nhưng sớm muộn gì nó cũng phải thành công. (Lịch sử thế giới, Nguyễn Hiến Lê và Thiên Giang trang 534).

4. Theo nhà Lập Thuyết Lý Đông A: Tinh nghĩa của cuộc cách mạng theo Nhà Lập thuyết Lý Đông A có thể tóm gọn là "*cuộc cách mạng hai tầng và 3 mặt*". Hai tầng là "**Phá hủy**" và "**Kiến thiết**" vì theo LĐA cuộc cách mạng nào cũng phải qua 2 giai đoạn "phá hủy" (chế độc cũ) sau đó mới tới giai đoạn kiến thiết (dựng lên một chế độ mới tốt đẹp hơn) còn 3 mặt là: **Toàn Diện, Triệt Để và Hướng Thượng.**

B- Phân Biệt giữa Cách Mạng và Cải Cách hay Đảo Chánh:

Nhà bình luận Chu Chi Nam đã phân biệt rõ giữa "cách mạng" "đảo chánh" hay "cải cách", khác nhau vì phải hội đủ 3 yếu tố chính sau đây, mới gọi là cuộc cách mạng đúng nghĩa, còn không thì chỉ là cuộc "đảo chánh" hay cuộc "cải cách" xã hội mà thôi:

1) Thay đổi thể chế chính trị, chẳng hạn từ quân chủ sang dân chủ, ngày hôm nay thường là bắt đầu bằng thay đổi hiến pháp, vì hiến pháp thường được coi là nền tảng của một chế độ.

2) Thay đổi giai tầng lãnh đạo, vì những người này là những người thi hành của chế độ cũ.

3) Thay đổi trật tự xã hội ; vì thường khi cách mạng xảy ra là vì xã hội trở nên quá bất công, nên cần phải thay đổi trật tự cũ bất công, bằng một trật tự mới công bằng hơn. (Xem Chu Chi Nam "Cách Mạng hay cải cách cho Việt Nam")

III- CÁCH ĐẶT TÊN CHO CUỘC CÁCH MẠNG SẮP TỚI VÀ ĐANG TỚI:

Trên thế giới và Việt Nam có nhiều cuộc cách mạng đã và sẽ xảy ra và người ta đặt tên cho các cuộc cách mạng này bằng nhiều cách gọi khác nhau:

1) Đặt tên theo thời gian: Thí dụ cách mạng tháng 8 hay cách mạng Mùa Thu (1945 củaVN) cách mạng tháng10 (CM Liên xô 1917) cách mạng năm Tân Hợi (1911của Trung Hoa).

2) Đặt tên theo tính chất của cuộc cách mạng: Thí dụ cách mạng 1789 của Pháp vang dội toàn cầu vì là cuộc cách mạng Nhân Quyền (vì quốc Hội Pháp đã đưa ra Bản Tuyên Ngôn về Nhân Quyền làm nền tảng cho Cách mạng) – Cuộc cách mạng 1789 của Pháp sau này phe cộng sản quốc tế gọi đó là cuộc cách mạng "Dân chủ tư sản Pháp" có ý nói đây chỉ là cuộc cách mạng của giai cấp tư sản chứ không phải của toàn dân…

3) Đặt tên theo kết quả của cuộc cách mạng: nhẹ nhàng, không đổ máu được gọi là "cách mạng nhung" của Tiệp Khắc.

4) Đặt tên theo "màu hoa" hay "trái cây" của quốc gia sở tại**:** Thí dụ "Cách mạng Hoa Tuy líp" hay "cách mạng Cam" (của một hai nước tại Đông Âu).

5) Đặt tên theo "quốc hoa"**:** Như cuộc cách mạng "Hoa Lài" tại Tunisia gần đây.

6) Cách đặt tên cho cuộc cách mạng tại Việt Nam sắp tới: Noi gương theo cuộc cách mạng Hoa Lài tại Tunisia, nhiều bạn trẻ thanh niên, sinh viên trong nước đã đặt tên cho cuộc cách mạng của Việt Nam sắp tới là cuộc cách mạng "Hoa sen"- Tiến sĩ Nguyễn Bá Long tại Canada thì gọi là "cuộc cách mạng của những làn sóng" (mỗi cuộc tấn công đòi hỏi dân chủ tự do nhân quyền tại Việt Nam như những làn sóng nối tiếp nhau đi đến giật sập chế độ cộng sản). Tiến sĩ Lưu Nguyễn Đạt gọi là "cuộc cách mạng Tre Trúc". Cựu

Thẩm Phán Trần An Bài gọi đó là cuộc cách mạng "Bông Lau" (theo sự tích cờ lau tập trận của Vạn Thắng Vương Đinh Bộ Lĩnh). Sử gia Phạm Trần Anh theo cái nhìn của Văn Hóa Việt gọi đó là cuộc cách mạng "Trống Đồng". Nhà Bình luận Chu Chi Nam căn cứ theo nội dung của cuộc cách mạng gọi là "cuộc Cách Mạng Nhân Bản, Dân Chủ, Dân Tộc và Pháp trị". Nhà khoa học chính trị (Political Scientist) Nguyễn Anh Tuấn có lẽ là người đầu tiên gọi đó là cuộc "Cách Mạng Dân Chủ Đáy Tầng".

Như trên chúng ta đã thấy tuy cùng "ước vọng" và "trăn trở" về cuộc cách mạng sắp tới của Việt Nam, song mỗi người "đặt tên" cho cuộc cách mạng đó một cách khác nhau tùy theo "dự phóng" và "chủ quan" của riêng mình. Điều này còn nói lên rằng:

"SỰ THỰC" chỉ có "MỘT", nhưng cái "DANH" thì có "NHIỀU". Tới đây có người đặt câu hỏi: Có nhiều tên gọi cho cuộc cách mạng sắp tới của VN, như vậy thì chúng tôi biết theo ai? Và tên gọi nào đúng, tên gọi nào sai? Xin thưa tên gọi nào cũng có thể đúng và tên gọi nào cũng có thể sai vì khi cuộc cách mạng nổ ra vào "Ngày N Giờ G" nào đó, được đại đa số quần chúng chấp nhận tên gọi nào thì tên gọi đó trở thành lịch sử. Giản dị như vậy thôi, chứ không thể nói trước được. Tuy nhiên, trong các tên gọi nói trên chúng tôi đặc biệt lưu tâm đến cuộc Cách Mạng Dân Chủ Đáy Tầng vì tên gọi này không quan tâm đến "hình thức" hay "cái danh bề ngoài" của cuộc cách mạng, mà nhằm nói lên ***bản chất, nội dung, thế giá, sứ mệnh và tinh hoa của cuộc cách mệnh Dân Chủ Đáy Tầng Việt Nam, hướng đến cuộc cách mạng nhân chủ toàn cầu.***

IV- SƠ LƯỢC TIỂU SỬ CỦA CUỘC CÁCH MẠNG DÂN CHỦ ĐÁY TẦNG

Cuộc cách mạng Dân Chủ Đáy Tầng (Grass Roots Democracy) của Hoa Kỳ có 2 đặc điểm nổi bật:

Một là: Nó "*hình thành từ dưới lên trên, chứ không phải từ trên áp đặt xuống*"

Hai là: *Tổng kết tinh hoa của ít nhất 3500 năm văn minh Cận Đông, Hy Lạp La Mã văn minh Thiên Chúa Giáo và văn minh Tây Phương...*

A/ Hiến Pháp do người dân viết ra, hay phản ảnh đúng ý nguyện của toàn dân:

Được sự đồng tình, đồng thuận của mọi người dân từ dưới lên trên, chứ không phải từ trên xuống như các bản Hiến Pháp của các quốc gia dân chủ nửa vời tại các nước chậm tiến Á Phi. Theo lịch sử chúng ta được biết rằng khi những người dân nước Anh ty nạn chính trị (bị ngược đãi chèn ép vì tôn giáo) đặt chân đến Hoa Kỳ. Họ sống quây quần với nhau trong các làng, hay quận hạt địa phương trên vùng đất mới. Để duy trì cuộc sống chung, tại mỗi làng, hay mỗi khu vực, họ đặt ra những bản điều lệ như những bản "hương ước" hay "hiến chương" của mỗi vùng; quy định rõ quyền lợi và trách nhiệm chung để mọi người dân trong làng, hay trong từng quận hạt địa phương có được đời sống ổn định; mỗi người đều có cuộc sống tự do, nhưng không ai xâm phạm vào quyền tự do của người khác; mỗi người hay mỗi gia đình đều có trách nhiệm đóng góp vào việc thuê người gìn giữ trật tự an ninh công cộng, tránh trộm cướp hay thú rừng đến giết hại người dân. Trong cuộc sống chung đó, nếu có xảy ra sự tranh cãi, xung đột hay xảy ra những cuộc ẩu đả thì cách phân xử hay biện pháp chế tài như thế nào… Và cứ thế cuộc sống chung của họ trên đất tạm dung ngày một sinh sôi phát triển và tiếp đón thêm những đợt di dân mới của các sắc dân khác từ nhiều quốc gia khác đến chung sống với họ. Do đó dân số ngày một tăng và nhu cầu hợp quần ngày càng lớn từ các làng xã trở thành quận tỉnh và thành Tiểu Bang... rồi liên bang… Như vậy, làng có hương ước của làng, quận hạt có hiến chương của quận hạt đến tỉnh hay Tiểu Bang có hiến chương của tiểu bang. Càng mở rộng và lên cao từ bản "điều lệ, hương ước của mỗi làng" đến bản "hiến chương của Tỉnh hay Tiểu Bang" tuy có phong phú và phức tạp hơn nhưng vẫn có điểm chung xuyên suốt từ dưới lên trên là các nguyên tắc: Tự Do, Dân Chủ, Bình Đẳng, Công Lý và tình thương. Các nguyên tắc bất biến này sau trở thành các nguyên tắc nền tảng của Hiến Pháp Liên Bang Hoa Kỳ.

B/ Cuộc cách mạng Dân Chủ Đáy Tầng không phải là sản phẩm riêng độc sáng của Hoa Kỳ mà là tổng hợp tinh hoa văn hóa của hơn 3500 năm văn minh Cận Đông và văn minh Tây Phương:

Theo sự nhận định của nhà khoa học chính trị (Political Scientist) Nguyễn Anh Tuấn:

"Ngày nay nhìn lại nguồn gốc và sự hình thành của nền Văn Minh Dân Chủ chúng ta bỗng nhận ra, hạt mầm Dân Chủ và Cộng Hòa đã xuất hiện vào thời Moses tại Do Thái cách đây 3500 năm. Sau đó đến Hy Lạp cũng có nền Cộng Hòa của Plato trên 2000 năm, và nền Cộng Hòa của La Mã cũng đã có trên 2000 năm. Vào thời trước Trung Cổ và sau đó nền Văn Minh Dân Chủ có thêm sự đóng góp của Giáo Hội La Mã với Thánh Augustine, sau ông là Thánh Thomas Aquinas. Đến đầu thế kỷ XVI thì có thêm Luther và Calvin đã đưa ra thêm một cải cách tôn giáo vĩ đại để khai sinh ra các dòng tư tưởng xã hội và trở thành nền móng cho cách mạng Anh 1642 và cách mạng *Hoa Kỳ 1776, cả hai đều là cuộc Cách Mạng Dân Chủ Đáy Tầng"*...

"Lịch sử của mỗi Quốc Gia, hay lịch sử của tất cả nhân loại, chỉ có một lựa chọn duy nhất: hoặc là để cho tham vọng và dục vọng mù quáng của chính trị và kinh tế tiếp tục hướng dẫn và thống trị- hoặc để cho những con người có ĐỜI SỐNG TINH THẦN thanh cao, vững chãi trong thế giới chính trị và kinh tế- để hướng dẫn người dân tự cai trị lấy chính mình trong những xã hội Tự Do Dân Chủ. Đó là thực tế mà chúng ta có thể tìm thấy nơi các nhà LẬP QUỐC HOA KỲ (The founding Fathers), *họ muốn giúp dân và muốn đóng góp một mô thức chính trị và kinh tế chân chính nhất*

cho toàn thể nhân loại. Các nhà lập quốc Hoa Kỳ đã bỏ ra 180 năm để cùng nhau học hỏi, *nghiên cứu và khảo sát tất cả các lý thuyết chính trị trên toàn thế giới- từ Thời Cổ Đại, qua Thời Trung Cổ, rồi đến Thời Hiện Đại- để rút tỉa tất cả kinh nghiệm thực tiễn nhất trong lịch sử văn minh chính trị (Political Civilization) và văn minh tinh thần, cũng như các chế độ chính trị khác nhau trên toàn thế giới.* Để rồi sau đó, *xây nên một quốc gia Cộng Hòa Dân Chủ vững mạnh nhất và phát triển mạnh nhất, mà con người chưa từng thấy trong lịch sử chính trị thế giới. Vì thế,* ***nền Dân Chủ của Hoa Kỳ*** là một Tập Đại Thành của tất cả văn minh chính trị của thế giới từ thượng cổ đến hôm nay**.** Đây là một sự thành tựu của nền văn minh chính trị toàn cầu. *Do đó,* ý thức dân chủ đầu tiên là ý thức về giá trị vĩ đại của văn minh dân chủ và giá trị lịch sử, *cũng như một hệ thống giá trị gồm ba đặc tính:*

Thực dụng (Pragmatic)

Thực tế (Realistic)

Lý tưởng (Idealistic)

Muốn được sống trong chế độ Tự Do Dân Chủ chân chính, con người phải có ý thức vững chắc về quyền tự do và quyền bình đẳng - chỉ được bảo đảm khi giá trị đạo đức và giá trị công lý được bảo đảm. Giá trị cao quý nhất của Tự Do là ***Tự Do Lương Tâm (Freedom of Conscience).*** *Bởi vì khi con người không có ý thức được giá trị cao quý của Tự Do, không có trách nhiệm và bổn phận với tự do, nghĩa là không có ý thức về* ***trách vụ đạo đức (Moral obligation) và trách vụ pháp lý (Legal obligation) của tự do.*** *Tự do mà không biết tôn trọng tự do của người khác, không có khả năng tự* ***kiểm soát chính mình (self control)****, nhất là vi phạm và gây tổn hại tự do của người khác cũng như trật tự và ổn định của xã hội.*

Dân chủ là quyền làm chủ đời mình và làm chủ Quốc Gia của mình. Vì thế, không chỉ có quyền tối thượng của Quốc Gia thuộc về toàn dân, mà tất cả quyền hành của Quốc Gia cũng

thuộc về toàn dân. Dân có toàn quyền quyết định trao quyền cho ai đại diện cho họ, hay có quyền lấy lại quyền hành đó khi người đại diện cho dân tỏ ra bất xứng" *(Xem "Ý Thức Cách Mạng Dân Chủ Đáy Tầng tại VN- Hoa Lục và Á châu của nhà Chính Trị Học Nguyễn Anh Tuấn).*

V- NỀN TẢNG CỦA CUỘC CÁCH MẠNG DÂN CHỦ ĐÁY TẦNG:

Nghiên cứu kỹ hiến Pháp Hoa Kỳ, chúng ta thấy Hiến Pháp này rất hợp với lòng trời và rất hợp với ý dân, không những vì nó được hình thành từ dưới lên trên mà còn tổng đại thành văn minh Văn Hóa Cận Đông và Tây Phương từ cổ đại cho đến hiện đại. Cụ thể hơn Hiến pháp Hoa Kỳ đã được thiết lập trên các nguyên lý nền tảng sau:

1. Nguyên lý tôn vinh Sự Sống: "Con người ai cũng có quyền Sống, quyền tự do và quyền mưu cầu hạnh phúc".

2. Nguyên lý Nhân Bản: Lấy con người là gốc là cứu cánh của mọi hành động Tôn giáo, Văn Hóa, Chính Trị.

3. Nguyên lý Đạo Đức: Không có đạo đức thì xã hội sẽ "đại loạn" và con người sẽ trở thành "ác thú" với chính đồng loại của mình. Hơn nữa nguyên lý đạo đức còn được thể hiện trên hai chiều kích: "Hướng Thượng" và "Hướng Tha". Hướng Thượng là hướng về tâm linh, Trời Phật, Thượng Đế. Hướng Tha là thể hiện tình yêu thương với tha nhân, đồng thời thể hiện trên hai lãnh vực: Đạo đức cá nhân và đạo đức xã hội.

4. Nguyên lý Tự Do: Con người ai cũng khao khát tự do và được hưởng quyền tự do chính đáng và đương nhiên của mình, miễn là không làm tổn hại đến quyền tự do của người khác.

5. Nguyên Lý Dân Chủ: Người dân có quyền làm chủ trái đất này, làm chủ vận mệnh đất nước, có quyền tham gia chính trị văn hóa kinh tế vv…

6. Nguyên Lý Bình Đẳng: Người công dân trong một nước ai cũng như ai, không được kỳ thị hay áp chế ai vì mầu da, sắc tính hay giầu nghèo…

7. Nguyên Lý Công Bằng: Người dân trong một nước ai cũng có quyền lợi và trách nhiệm chung một cách công bằng. Sự giầu nghèo trong xã hội đương nhiên phải có nhưng nhà nước phải quân phân quyền lợi quốc gia một cách nào đó để không có sự khác biệt quá lớn lao trong xã hội, hầu đạt được sự công bằng tương đối.

8. Nguyên Lý Bác Ái: Xã hội phải xây dựng trên căn bản công bằng và vượt lên lẽ "công bằng" là "đức bác ái" để con người đối xử với nhau có tình thương, thương yêu đùm bọc những người nghèo khổ, già cả ốm đau, tai nạn v. v…

9. Nguyên lý Công Lý: Cán cân công Lý luôn luôn phải được đề cao để tránh những tệ nạn áp bức bất công, cường hào ác bá, tham nhũng bao che cho tội ác tạo ra những oan khuất cho những ngươi dân thấp cổ bé miệng.

10. Nguyên lý Pháp Trị: Hoa Kỳ với nền Dân Chủ Đáy Tầng nên đã có nền tảng pháp trị hết sức nghiêm minh: Nền Pháp trị này giúp cho con người được hưởng quyền tự do và an ninh tối đa cho mỗi công dân, đồng thời có biện pháp thích đáng với những kẻ phạm pháp và tội lỗi hay bọn khủng bố quốc gia hay quốc tế.

VI- MỤC TIÊU CỦA CUỘC CÁCH MẠNG DÂN CHỦ ĐÁY TẦNG:

Vẫn theo nhà khoa học chính trị (Political Scientist) Nguyễn Anh Tuấn muốn xây dựng cuộc cách mạng Tự Do Dân Chủ đích thực cần nhấn mạnh đến những điểm sau đây:

1. Ý thức về thực trạng xã hội với những căn bệnh trầm kha của xã hội cũ mà các chế độ độc tài đã để lại.

2. Ý thức mới trong chế độ Tự Do Dân Chủ và một hệ thống giá trị vững chắc để xây dựng xã hội cho những con người **Tự Do Bình Đẳng.**

3. Phải tạo ra một môi trường văn hóa trong sáng và lành mạnh để hướng dẫn quần chúng, để nâng dân trí lên với những giá trị của tôn giáo, **luật pháp, chính trị, xã hội của nền văn hóa Dân Chủ.**

4. Phải nắm vững các lý thuyết chính trị, triết lý hay đạo lý chính trị để có ánh sáng dẫn đường cho cách mạng Tự Do Dân Chủ.

5. Đề cao và làm thật sáng tỏ giá trị của Dân Chủ Đáy Tầng với những nguyên tắc căn bản của Hiến Pháp Dân Chủ, để toàn dân chuẩn bị viết Hiến Pháp cho Quốc Gia, để hướng dẫn xây dựng trật tự chính trị và trật tự xã hội.

6. Xây dựng xã hội dân sự và đặt nền móng cho mối tương quan xã hội và hợp tác xã hội giữa dân và dân, giữa dân và chính quyền.

7. Xây dựng hệ thống luật pháp để bảo vệ trật tự cho xã hội.

8. Xây dựng xã hội chính trị và xây dựng các hệ thống chính quyền của địa phương bao gồm Làng, Xã, Quận, Tỉnh để CƠ CẤU HÓA, CHÍNH THỐNG HÓA và LUẬT PHÁP HÓA quyền làm chủ đất nước và quyền tối thượng của toàn dân bằng bản Hiến Pháp Quốc Gia và những bản Hiến Pháp hay Hiến Chương của mỗi địa phương.

9. Xây dựng chính quyền Quốc Gia trên bốn nguyên tắc:

a. Một chính quyền đại diện cho dân (Representative Government).

b. Tam quyền phân lập (separation of power and checks and balance) độc lập với nhau, nhưng có quyền kiểm soát và chế tài lẫn nhau, để giữ thăng bằng quyền lực Quốc Gia và bảo đảm không có sự vi phạm Hiến Pháp Quốc Gia.

c. Giới hạn quyền hành của chính quyền Quốc Gia tại Trung Ương càng nhiều càng tốt.

d. Tất cả cứu cánh tối hậu của chính quyền là đem hạnh phúc đến cho toàn dân. Vì tất cả quyền hành tối hậu của Quốc Gia đều thuộc về toàn dân nên chính quyền chỉ là những người phục vụ dân mà thôi.

VII- ƯU ĐIỂM CỦA CUỘC CÁCH MẠNG DÂN CHỦ ĐÁY TẦNG

Cuộc cách mạng Dân chủ đáy tầng có các ưu điểm sau:

Ưu điểm 1: Đây là mô thức dân chủ hoàn bị và tiến bộ nhất thế giới, xứng đáng là mô thức kiểu mẫu để cả nhân loại cần tham khảo, học hỏi và noi gương.

Ưu điểm 2: Mô thức Dân Chủ Đáy Tầng là mô thức đem lại quyền lợi tối đa cho tất cả các tầng lớp nhân dân từ vật chất đến tinh thần.

Ưu điểm 3: Mô thức Dân chủ Đáy Tầng hình thành một hệ thống chính trị vững chắc sát hợp với bản chất con người, giúp con người xây dựng một xã hội tự do, dân chủ, bình đẳng, công lý, trên nền tảng đạo đức và pháp trị phát triển không ngừng.

Ưu điểm 4: Mô thức Dân Chủ Đáy Tầng tạo ra môi trường trong sáng và minh bạch để phát triển Tôn Giáo, Văn Hóa, Xã Hội Chính trị và Kinh Tế cũng như Khoa học kỹ thuật…

Ưu điểm 5: Trên qui mô quốc gia, với chủ trương tam quyền phân lập- ba cơ quan này độc lập với nhau nhưng áp dụng các nguyên tắc "kiểm soát và thăng bằng" (Checks and balance) nên tránh được những sự lạm dụng của các cá nhân hay các phe phái cầm quyền, nên không cho phép các thế lực như "phe tôn giáo", "phe quân đội" hay "phe tư bản" cầm quyền hoặc lũng đoạn chế độ, dẫn đến tình trạng "Tôn giáo phiệt", "Quân phiệt", "Tài phiệt", "Đảng phiệt" v. v… như thường thấy tại các quốc gia chậm tiến hay đang phát triển tại Á Phi, cũng như trong các nước dưới ách độc tài toàn trị cộng sản!

Ưu điểm 6: Trong xã hội Đông Phương cũng như Việt Nam từ xưa đã có tinh thần dân chủ như quan niệm của Thày Mạnh Tử "*Dân vi quí, xã tắc thứ chi, quân vi khinh*" hay "*Phép vua thua lệ làng*" hay tổ chức *Hội Nghị Diên Hồng* để nhà Vua hỏi ý kiến các vị bô lão về kế sách giữ nước "*Nên hòa hay nên chiến*" (Thế Kỷ thứ XIII thời Nhà Trần của Việt Nam). Qua những sự kiện trên, chúng ta thấy xã hội Đông Phương nói chung hay Việt Nam nói riêng đã *đề cao tinh thần dân chủ*, và đã áp dụng tinh thần dân chủ trong các lãnh vực chính trị, xã hội và quân sự… nhưng chúng ta phải nhận rằng xã hội Đông phương và Việt Nam *vẫn chưa có thể chế Dân chủ đúng nghĩa* như ngày nay vì thiếu một bản Hiến Pháp phản ảnh ý nguyện của toàn dân, và thiếu hẳn một cơ chế (Tam quyền phân lập) để thực thi chế độ dân chủ. Tóm lại "Mô Thức Dân Chủ Đáy Tầng" có **ưu điểm nổi bật** là *hình thành một cơ chế hợp lý, hợp tình, vững chắc và sống động.* Tất cả đã được "*hợp lý hóa*", "*hệ thống hóa*", "*cơ cấu hóa*" và "*luật pháp hóa*" một cách sáng tạo và hoàn bị.

Ưu điểm 7: Mô thức chính trị Dân Chủ Đáy Tầng chủ trương "tập quyền tối thiểu" tại Trung Ương và "tản quyền" tối đa tại Địa Phương. Chính chủ trương này đã mở đường cho các tổ chức "xã hội dân sự" hay "xã hội công dân" tạo ra mối *tương quan 2 chiều thông thoáng và lợi ích giữa* "**dân và dân**" và "**giữa dân và chính quyền**". Ngày nay trong một quốc gia Tự Do Dân Chủ Tiến Bộ không thể thiếu hai khu vực là "Khu vực Xã Hội Công Dân" bên cạnh khu vực "Hành Chánh Công Quyền".

Ưu điểm 8: Xét sâu hơn nữa, mô thức Dân Chủ Đáy Tầng với cấu trúc quyền hành của quốc gia đều nằm ở Dưới đáy tầng, - nghĩa là quyền hành thuộc về đại đa số người dân tại đáy tầng của các địa phương, trong khi đó càng lên trên, thì quyền hành càng bị giới hạn, nên người dân dễ kiểm soát chính quyền và giảm thiểu tối đa sự lạm dụng quyền hành của chính quyền trung ương. Chính mô thức tổ chức đặc biệt này đã nói lên quan niệm rất chí lý của Đông Phương và Việt Nam là "*Quan nhất thời dân vạn đại*" (Điều này còn nói lên rằng từ xa xưa, người Đông Phương nói chung và Việt Nam nói riêng đã có những quan niệm triết lý hết sức sâu sắc, chỉ tiếc rằng chúng ta chưa tìm ra các "phương thức", hay "cơ chế" để "hiện thực hóa" hay "biến triết lý" thành "hành động thực tiễn" đem lại lợi ích cho con người và xã hội (Chúng ta "có tri" mà "thiếu hành" lại "thiếu cơ chế" nên Tri Hành chưa thể hợp nhất được theo quan niệm của Thày Vương Dương Minh! Ngày nay chúng ta nhận rõ sự thiếu sót này của nền văn minh Đông Phương và Việt Nam để kịp thời bổ cứu- cũng là một đề tài hết sức lý thú. Song chúng ta sẽ xét tới trong một dịp khác)

Ưu điểm 9: Mô thức Dân Chủ Đáy Tầng còn có ưu điểm giữ cho xã hội được **ổn định trong thế động**, của thể chế Dân Chủ Tự Do khác với xã hội độc tài cộng sản, họ cũng mang chiêu bài "ổn định xã hội" nhưng là **thứ ổn định trong thế tĩnh dưới áp lực của mũi súng và nhà tù** (cũng gọi là sự ổn định của nghĩa trang). Thực ra, trong xã hội nào cũng có những sai lầm và bất công, nhưng dưới chế độ Dân Chủ Đáy Tầng sự sai lầm của *chính tuyến cầm quyền* luôn luôn bị phê bình hay chỉ trích mạnh mẽ của *chính tuyến "đối lập"* cũng như của nền *tự do báo chí (Đệ Tứ quyền)* nhờ vậy mà sự sai lầm được kịp thời "*sửa sai*" và *vị thế cầm quyền* luôn luôn bị *thử thách và cạnh tranh* bởi chính tuyến đối lập, trong các cuộc bầu cử nhiệm kỳ tới. Còn đối với những bất công xã hội giữa chủ và thợ, thì người công nhân có quyền "*đình công bãi thị*" và được hệ thống nghiệp đoàn luôn luôn bênh vực quyền lợi của công nhân. Chính nhờ sự "**ổn định trên thế động**" mà xã hội luôn luôn thăng tiến và phát triển không ngừng. Ngược lại **sự ổn định "tĩnh chỉ"** trong xã hội cộng sản (vì không có phản biện, không có tiếng nói đối lập, không có nghiệp đoàn tự do, chỉ có nghiệp đoàn nhà nước thường thông đồng với giới tư bản nước ngoài để áp chế công nhân!). Do đó sự ổn định xã hội dưới chế độ CS chỉ là sự ổn định im lìm của "*mặt nước ao tù*" càng ngày càng tích lũy những sai lầm và bất công xã hội ngày càng thêm chồng chất mà *không có lối thoát*! Và cuối cùng là đẩy xã hội đến tình trạng *nghèo khổ cùng cực "tức nước vỡ bờ"* khiến người dân không còn chịu đựng nổi nữa phải vùng dậy xuống đường để lật đổ chế độ độc tài thối nát đó đi! Xét như trên chúng ta thấy mô thức Dân Chủ Đáy Tầng tuy không phải là mô thức hoàn hảo 100%, nhưng là **mô thức "tối ưu"** đem lại quyền lợi và hạnh phúc cho toàn thể nhân dân.

Ưu điểm 10: Mô thức Dân chủ Đáy Tầng tạo cho người dân có nhiều cơ hội và môi trường phát huy sáng kiến và tài năng sáng tạo đạt đến đỉnh cao của sự nghiệp kinh tế, khoa học hay Chính trị. Chỉ có mô thức Dân Chủ Đáy Tầng như Hoa Kỳ mới tạo cơ hội cho những con người như Bill Gates, trở thành nhà Tỉ phú tên tuổi lẫy lừng, hay Steve Jobs một người chưa học hết đại học trở thành "nhà Phát minh vĩ đại nhất của nước Mỹ trong thế kỷ 21 hay một công dân da đen Barack Obama trở thành Tổng Thống Hoa Kỳ.

Ưu điểm 11: Một nhà chính khách đã nói: "Dân chủ là mảnh đất mầu mỡ cho phát triển kinh tế nẩy mầm" (F. Mitterand), nhất là thời đại chúng ta là thời đại kinh tế trí thức và điện toán phát triển trên qui mô toàn cầu. Điện toán, trí thức, sáng kiến và phát minh giữ một vai trò trọng đại nhất trong việc phát triển kinh tế. Nhưng chỉ có trí thức, sáng kiến và phát minh khi có tự do dân chủ. Do đó mô thức Dân Chủ Đáy Tầng chính là "*thửa đất cực kỳ mầu mỡ không những cho phát triển kinh tế nẩy mầm mà cho toàn bộ sinh hoạt Tôn giáo, Văn hóa, Chính Trị, Kinh tế, Giáo dục, Xã Hội, quốc gia và quốc tế đồng phát triển đạt đến những đỉnh cao của Văn Hiến Văn Minh nhân loại, mở ra một vận hội mới vô cùng huy hoàng cho nhân loại ngày mai, và bắt đầu ngay từ thế kỷ 21 này".*

Ưu điểm 12: Trong phần tinh nghĩa của cuộc cách mạng ở phần đầu của bài tiểu luận này, chúng ta đã có dịp nói đến Nhà lập thuyết Lý Đông A đã quan niệm "Cuộc Cách Mạng 2 Tầng 3 Mặt" (Hai tầng là cuộc cách mạng nào cũng phải trải qua 2 giai đoạn "Phá Hủy" (chế độ xấu xa thối nát cũ) và "Xây dựng" lên (một Xã Hội Mới tốt đẹp). Làm thế nào để có một xã hội mới tốt đẹp như nguyện vọng tha thiết cháy bỏng của toàn dân? Theo Lý thuyết gia Lý Đông A thì muốn có một xã hội tốt đẹp thì cuộc cách mạng phải gồm đủ Ba Mặt hay ít ra 3 điều kiện chính yếulà: **Hướng Thượng, Toàn Diện và Triệt Để.** *Ưu điểm của cuộc cách mạng Dân Chủ Đáy Tầng chính là đã thực hiện đúng rất đúng 3 điều kiện chính yếu này mà Lý Thuyết Gia Lý Đông A hằng chủ trương*. Tới đây chúng ta lại khám phá 2 hệ luận tuy không mới, nhưng rất cần thiết và cũng để giúp chúng ta quán triệt cuộc cách mạng Dân Chủ Đáy Tầng một cách sâu sắc hơn gấp bội đó là: Đứng về mặt Vương Đạo hay Chính Diện mà xét, chúng ta đã thừa nhận rằng: Cuộc cách mạng muốn đi dến thành công tốt đẹp phải có **ít nhất 3 yếu tố chính** là: **HướngThượng**, **Toàn Diện** và **Triệt Để**. Vậy về mặt Phản Diện cho chúng ta 2 hệ luận sau:

Hệ luận 1: Tất cả các cuộc cách mạng từ trước tới nay hay từ Đông sang Tây đều thất bại hay chỉ thành công một nửa hay một phần (Gọi tắt là "cách mạng bị bội phản" hay "cách mạng nửa vời") chỉ vì "**Không Hướng Thượng**" (mà Hướng Hạ hay Hướng Vật kiểu CS- hay hướng về cái Ta Tham Sân Si tham những hối lộ của kẻ cầm quyền). **Không Toàn Diện** (cách mạng chỉ lợi cho một "giai cấp", một "đẳng cấp" hay "một phe phái" nào đó chứ không phải vì quyền lợi tối hậu của toàn dân) hay **Không triệt để** (cách mạng theo kiểu cải lương, cải cách, hay chỉ là cuộc đảo chánh, hay cuộc chính biến của một phe phái hay một đảng phái tự cho là mình duy nhất đúng "tự phong" là mình đại diện cho Toàn Dân, "được nhân dân tín nhiệm" theo kiểu Đảng cử dân bầu CS). Cách mạng không triệt để còn vì thiếu một nền Pháp trị do dân và vì dân nên chỉ có "Pháp lệnh", "Pháp quyền" mà không có "Pháp trị" (Hiểu theo nghĩa Pháp Luật do dân đặt ra, pháp luật vì dân mà trừ gian khử bạo) chứ không phải là "luật rừng" kiểu CS hay chánh án xử theo quyết định có sẵn của Bộ Chính trị CS).

Hệ Luận 2: Cách Mạng Dân Chủ Đáy Tầng chỉ cần "**làm một lần rồi trở thành Hiến Định cho tất cả**". (Chứng minh: Hiến Pháp của Hoa Kỳ từ ngày được viết ra, từ ngày được công bố cho tới nay đã trải qua nhiều lần "**tu chính**" (amendment) cho hợp với các vấn đề mới, các sự kiện lớn của quốc gia và thời đại. Song các nguyên lý nền tảng của Hiếp Pháp Hoa Kỳ vẫn không hề thay đổi). Ngược lại, các cuộc "*cách mạng nửa vời" tại các quốc gia Á Phi, Trung Đông hay tại các quốc gia Hồi giáo cũng như các cuộc "cách mạng bị bội phản" trong các nước dưới ách thống trị của CS* thì cách mạng là **con đường đi không bao giờ tới đích** vì "**Cách**" hôm nay hay "**Cách**" năm này rồi các năm sau hay vài chục năm sau lại phải "**Cách" nữa** vì nhân dân luôn luôn là con vật thí nghiệm, "tránh được vỏ dưa lại gặp phải vỏ dừa", chỉ vì không khởi đi từ cuộc cách mạng Dân Chủ Đáy Tầng mà ra cả…

Ưu điểm 13: Hiện nay ngay trong giới trí thức Việt Nam còn một số vị e ngại rằng "Nếu chúng ta đề cao cuộc cách mạng Dân Chủ Đáy Tầng của Hoa Kỳ thì phải chăng chúng ta coi thường "Dân Tộc Tính" Việt Nam hay nói khác đi "chúng ta có tinh thần vọng ngoại, quá suy tôn cuộc cách mạng của Hoa Kỳ hay không?". Có phải Hoa Kỳ cái gì cũng nhất đâu? Cuộc cách mạng Hoa Kỳ đâu có phải toàn hảo để có thể làm khuôn vàng thước ngọc cho toàn thể nhân loại? Cách đặt vấn đề như trên, mới nghe "**tưởng là đúng**", nhưng xét kỹ lại "**không đúng**" và không phải là những **nhận xét tinh tế hay sâu sắc gì cả**! Vì như trên chúng tôi đã nhận định, cuộc cách mạng Dân Chủ Đáy Tầng của Hoa Kỳ không phải là "*đặc* *thù*" hoặc "*độc sáng*"của Hoa Kỳ hay của Anh Quốc", mà là tổng hợp tinh hoa hay thành quả tiến hóa của trên 3500 năm tranh đấu vì tự do dân chủ nhân quyền của toàn thể nhân loại! **Thành công của cuộc Cách Mạng Dân Chủ Đáy Tầng này là thành công và là niềm hãnh diện chung của cả loài người và là bước khởi đầu vô cùng quan trọng của tổng hợp về lịch sử Nhân loại**. Điều này các nhà Lập Quốc Hoa Kỳ (The Founding Fathers) đã dày công nghiên cứu lẽ thành bại của các cuộc cách mạng Dân Chủ xưa và nay trên thế giới mới tổng hợp được. Đến phiên chúng ta, *chúng ta đã thấy và thấy rất rõ*! Tiếc thay ngay cả các sử gia có tầm cỡ trên thế giới cũng chưa chính thức loan báo thành quả này cho toàn thể nhân loại! Khi chúng ta đã có tư tưởng và nhận thức "quán triệt" như trên, thì chúng ta không còn e ngại là có sự mâu thuẫn giữa "Dân Tộc tính" Việt Nam và "Quốc Tế Tính" hay "Nhân loại Tính" gì cả! Hơn nữa, chúng ta cần hiểu rất rõ rằng "điều gì hợp với *Luật Thiên Nhiên của Trời Đất*, hợp với *nhân bản, nhân chủ, nhân tính* của con người thì các điều đó trở thành *chân lý tổng quát có tính cách quốc tế liên hành tinh, chứ không còn hạn hẹp trong phạm vi một quốc gia dù cho điều đó, chân lý đó có xuất phát từ một quốc gia nào chăng nữa*. Cuộc Cách Mạng Dân Chủ Đáy Tầng đã đạt đến các **yếu tính chân lý phổ quát toàn nhân loại**. Đây cũng là điều sâu sắc nhất mà chúng ta đã khám phá ra từ cuộc Cách Mạng Dân Chủ Đáy Tầng sẽ tới và đang tới tại Việt Nam, cho dù cuộc cách mạng sắp tới đang tới của Việt Nam có tên gọi là cuộc cách mạng gì chăng miễn đạt đến *nội dung và nền tảng hay yếu tính, cứu cánh của cuộc Cách MạngDân Chủ Đáy Tầng* là chúng ta đều hoan nghênh cả!

Ưu điểm 14: Nghiên cứu kỹ Hiến Pháp Hoa Kỳ, nghiên cứu kỹ cuộc Cách Mạng Dân chủ Đáy Tầng của Hoa Kỳ và của Anh Quốc, chúng ta đã tổng kết thành 10 nguyên lý nền tảng của cuộc Cách Mạng Dân Chủ Đáy Tầng nói trong phần VI nói trên của bài tiểu luận này. Tuy nhiên 10 nguyên lý nền tảng này **không phải là**

một chủ nghĩa hay một **Ý Thức Hệ khép kín** có tính cách *bất di dịch* hay *áp đặt* cho các cá nhân hay các quốc gia khác, cho dù các cá nhân hay các quốc gia nào đó hoàn toàn tán đồng và noi gương thực hiện cuộc Cách Mạng Dân Chủ Đáy Tầng tại quốc gia mình. Không, hoàn toàn không phải như vậy. Ưu điểm khác của cuộc Cách Mạng Dân Chủ Đáy Tầng về mặt lý thuyết cũng như cơ chế nó là một **Hệ Thống Sinh Động Mở** (Open Living System). Đối với các cá nhân hay quốc gia nào tán đồng và noi gương thực hiện cuộc Cách Mạng Dân Chủ Đáy Tầng, chúng ta đều chân thành đề nghị với các vị hay các quốc gia này tùy nghi thêm bớt hay bổ sung thêm và sáng tạo thêm các tư tưởng hay các nguyên lý hay lạ khác nữa, cho thích hợp với "dân tộc tình", "dân tộc tính", "dân tộc chí" của quí vị, quí quốc. Có như thế chúng ta mới có khả năng và "*bản lĩnh phát triển", "Bản lĩnh khoáng trương"* cuộc Cách Mạng Dân Chủ Đáy Tầng trên qui mô toàn cầu. Vì *cái học hay nhất*, cao sâu nhất, tuyệt vời *thậm thâm vi diệu nhất* là cái học đi đến "**Bậc Vô Học**", cuốn kinh tuyệt vời thậm thâm vi diệu nhất chính là **kinh vô tự** hay **sách ước trắng tinh không một chữ** (Xin xem Gậy Thần Sách Ước Việt Nam-Sống Việt xuất bản).

Ưu điểm 15: Nhằm mở sinh lộ cho nhân loại hôm nay và ngày mai, chúng ta cần tra vấn lại lịch sử cần đối chiếu so sánh 3 cuộc cách mạng lớn trên thế giới: Cách Mạng Hoa Kỳ (1776), Cách Mạng Pháp (1789) và Cách Mạng Liên Xô (1917) để thấy rõ cốt cách chân tướng của mỗi cuộc cách mạng này.

Nếu nói về **sự nổi tiếng vang dội toàn cầu** thì cuộc **cách mạng Pháp là nổi tiếng nhất**! Học giả Nguyễn Hiến Lê trong cuốn Lịch Sử Thế Giới đã giải thích về sự nổi tiếng đó như sau: "Cách mạng 1789 của Pháp ảnh hưởng đến nhân loại vì tính cách của nó (chiến đấu cho *nhân quyền*, chứ không riêng gì cho *dân quyền* như cách mạng Hoa Kỳ) một phần vì vị trí của Pháp ở Âu Châu, nơi mà văn minh đương chuyển hướng và phát triển rất mạnh" (Xem LSTG sđd cuả Nguyễn Hiến Lê trang 548). Giải thích về sự nổi tiếng nhất thời trong một giai đoạn lịch sử nhất định của cách mạng Pháp như trên là đúng. Nhưng nếu bình luận về **sự thành bại có kết quả lâu dài** của 3 cuộc cách mạng nói trên thì lại khác hẳn. Ngày nay sau khi khảo sát kỹ chúng ta thấy rằng:

Cuộc cách mạng của Hoa Kỳ là **cuộc cách mạng thành công hoàn bị nhất** vì những nhà Lập Quốc Hoa Kỳ (The founding fathers) là những nhà đạo đức, + dầy công phu nghiên cứu lẽ thành bại của các cuộc cách mạng trên thế giới từ cổ chí kim, + Bản Lĩnh Lãnh Đạo Cách Mạng cao vời vừa **có Tâm– có Tầm– Rất sáng suốt– và Điềm Tĩnh lại đi sát, sống gần dân nên hiểu rất rõ tâm lý và nguyện vọng của người dân.** Do đó sự thành công của cánh mạng Hoa Kỳ có tác dụng lâu dài trên trường kỳ lịch sử khiến cho các quốc gia khác có thể lấy đó làm kiểu mẫu cho cuộc cách mạng Dân Chủ Tự Do của quốc gia mình cũng là điều tự nhiên. Chúng ta không lấy làm lạ về Cách mạng Pháp chỉ thành công 1/3 hay nhiều lắm là thành công nửa vời (vì có đề ra cuộc cách mạng nhân quyền, nhưng thất bại vì không làm được cuộc cách mạng Dân Quyền). Vì thiếu nghiên cứu, thiếu chuẩn bị chu đáo, nhất là đã không chịu nghiên cứu 2 cuộc cách mạng Dân Chủ Đáy Tầng rất thành công của Anh Quốc (1642) và Hoa Kỳ (1776) là sự thiếu sót quá đáng! Thậm chí nước Pháp đã sản sinh ra các nhà tư tưởng lớn như Voltaire, Rousseau, Montesquieu… mà các nhà Lãnh Đạo Cách Mạng Pháp cũng không chịu nghiên cứu các luồng tư tưởng này đến nơi đến chốn, để đem áp dụng vào cuộc cách mạng Pháp là một sự thiếu sót đáng trách vô cùng (*Có lẽ vì bụt chùa nhà không thiêng chăng*?)! Thực vậy, các nhà lãnh đạo cuộc cách mạng Pháp tiêu biểu như: Marat, Danton, Robespierre… (Marat là nhà khoa học, 2 vị kia đều là luật sư). Cả 3 đều trong sạch, yêu tự do, đầy nhiệt tình cách mạng, - nhất là Danton và Robespiere nổi tiếng về tài hùng biện, có tài tranh đấu tại nghị trường và rất giỏi xách động quần chúng– nhưng không phải là những nhà tư tưởng- hay những nhà khoa học chính trị đúng nghĩa, lại thiên về "bạo động quá khích" nên "*thừa tinh thần cách mạng bạo động*" mà "*thiếu Bản Lĩnh của những nhà Lãnh Đạo Cuộc Cách Mạng*". Những nhà Lãnh đạo cuộc Cách mạng đòi hỏi sự sáng suốt tối đa và đức điềm tĩnh cùng chiến lược hóa giải khi độ nóng của quần chúng cách mạng đã đến mức báo động mà người lãnh đạo cách mạng phải tiên liệu là có thể xảy ra! Chính sự thiếu sót về Lý Thuyết Cách Mạng, Chiến Lược Thực Hành Cách Mạng và thiếu Bản Lĩnh Lãnh Đạo Cách Mạng nên cuộc Cách Mạng Pháp 1789 không những đi đến thất bại mà còn khiến hơn 4000 người bị lên máy chém một cách oan uổng, mà đúng ra là có thể tránh được và còn dẫn đến 3 thảm cảnh là "**Cách Mạng Ăn Thịt Con**"- "**Cách Mạng trở thành hỗn loạn, vượt tầm kiểm soát của người Lãnh Đạo"** và sau cùng là tình trạng chính "**Những người Lãnh Đạo Cách Mạng trở thành nạn nhân của cuộc cách mạng" hay còn gọi là tình trạng "Âm Binh vật chết phù thủy"** (Marat bị một thiếu nữ trong đảng Girondin ám sát, Danton cũng bị lên đoạn đầu đài, và Robespierre bị xử tử sau khi ông tự tử mà không chết!).

Sau cùng, cuộc Cách Mạng Liên xô 1917 thì vì khởi đi từ lý thuyết Marx- Lê Nin bản chất là "hoang tưởng" và "ảo tưởng" thì việc tiến hành cách mạng cộng sản là việc xây lâu đài trên bãi cát, thì sự sụp đổ là lẽ tất nhiên, không có gì đáng nói. Điều đáng nói là chính cuộc cách mạng 1917 của Liên Xô khi khởi động rất nhiều người "hy vọng bao nhiêu" thì khi thực hành làm cho con người "tuyệt vọng bấy nhiêu"! Không những thế cuộc cách mạng 1917 còn là bước đầu đưa dẫn loài người đến địa ngục trần gian kinh hoàng vô tiền khoáng hậu trong lịch sử!

Trở lại vấn đề so sánh, đối chiếu giữa cuộc cách mạng Hoa Kỳ (1776) và cuộc cách mạng Pháp (1789) thì theo học giả Nguyễn Hiến Lê, cách mạng Pháp chú trọng đến "***Nhân Quyền***" còn cách mạng Hoa Kỳ chú trọng đến "**Dân Quyền"** ngoài việc giải thích lý do vì sao cuộc cách mạng Pháp nổi tiếng nhất thời hơn cuộc cách mạng Hoa Kỳ mà chúng ta **công nhận là đúng** như đã nói trên.

Nhưng nếu chúng ta *đặt vấn đề một cách khác* là giữa hai cuộc cách mạng này (*Nhân quyền/ Dân Quyền*) cuộc cách mạng nào khó thực hiện hơn cuộc cách mạng nào? Và cuộc cách mạng nào thực sự ơn ích cho quốc gia sở tại và cho nhân loại nói chung?

Nếu đặt vấn đề theo cách này thì câu trả lời sẽ là: Viết ra một bản Tuyên Ngôn Nhân Quyền tuy khó với người thường dân, nhưng với một triết gia, một tư tưởng gia, hay với một nhà văn có thiên tài thì đâu có khó! Lại càng không khó đối với một Ủy Ban soạn thảo hay càng không khó đối với Quốc Hội của một nước! Bằng chứng là Quốc Hội Pháp đã soạn ra và đã công bố Bản Tuyên Ngôn Nhân Quyền, cũng như Liên Hiêp Quốc sau này đã long trọng Tuyên Bố Bản Tuyên Ngôn Quốc Tế Nhân Quyền vào năm 1948. Những sự kiện này đều là những sự kiện lớn rất đáng ghi nhớ trong lịch sử! Nhưng việc soạn thảo và công bố Bản Tuyên Ngôn Nhân Quyền của Quốc Gia hay Quốc Tế tự nó không phải là điều gì "quá khó", càng không phải là một "nan đề" hay một vấn nạn gì cả! Song vấn đề **làm sao thực hiện bản tuyên ngôn nhân quyền trong một nước hay được tất cả các quốc gia đều công nhận và tuân thủ theo bản Tuyên Ngôn Quốc Tế Nhân Quyền mới là điều thiên nan vạn nan!** Nói khác đi muốn "thực hiện" bản tuyên ngôn nhân quyền trong một Quốc Gia thì **bắt buộc** phải làm cuộc **CÁCH MẠNG DÂN QUYỀN-** trong đó việc thực thi nhân quyền phải được hiến Pháp công nhận và bảo đảm thực hiện ngay trong đời sống quốc dân- Khi đó, và chỉ khi đó bản tuyên ngôn nhân quyền mới có tính cánh Hiến Định và mới có giá trị bền vững hàng trăm năm với quốc gia sở tại. Còn không, thì bản tuyên ngôn nhân quyền dù có viết đúng viết hay cách nào chăng nữa vẫn chỉ là KHÁT VỌNG NGÀN ĐỜI CỦA NHÂN LOẠI như một "món ăn ngon" trước mắt "người dân đang đói" mà không sao với tới được hay giới cầm quyền không cho phép người dân được hưởng, thì nhân quyền tuy có đấy mà cũng như không! Chính vì nhu cầu đòi hỏi lý thuyết phải đi đến thực hành mới là trọn vẹn, mới có giá trị thực tế, thực tiễn, nên các nhà Lập Quốc Hoa Kỳ mới khổ công nghiên cứu và thực hiện thành công cuộc CÁCH MẠNG DÂN QUYỀN vừa đem lại lợi ích trước mắt và lâu dài cho quốc gia Hoa Kỳ và mô thức cách mạng Dân Chủ Tự Do Pháp Trị của Hoa Kỳ mới trở thành ĐIỂN MẪU cho nhiều quốc gia khác trên thế giới là một bằng chứng hiển nhiên!

Sự phân tích trên đem đến cho chúng ta **một khám phá lý thú** là:

Không hề có 2 cuộc cách mạng Nhân Quyền và Dân Quyền tách rời nhau, chỉ có tiến trình 2 bước liên tiếp nhau.

Bước1: **Nghiên cứu thật kỹ Bản Tuyên Ngôn Nhân Quyền** hay tìm hiểu đúng khát vọng Nhân Quyền của Toàn Dân rồi tiếp theo là tiến hành.

Bước 2: **THỰC HIỆN CÁCH MẠNG DÂN QUYỀN** tức là tìm ra cơ chế nào, loại Hiến Pháp nào, và quan trọng không kém thực hiện nền Pháp Trị nào để bảo vệ Hiếp Pháp và "bảo đảm" là các quyền trong Bản Tuyên Ngôn Nhân Quyền được thực thi trọn vẹn? Làm cách nào để tránh lạm quyền? Làm cách nào để phân phối quyền hành quốc gia trong 3 cơ chế một cách hợp tình hợp lý? Làm cách nào để phân phối lợi tức quốc gia để trong nước có sự công bằng tương đối, tránh sự cách biệt giàu nghèo quá đáng? Tất cả các vấn đề này và nhiều vấn đề khác nữa đều là nội dung của cuộc cách mạng Dân Quyền. Thực hiện trọn vẹn cuộc cách mạng Dân Quyền mới là **MỤC ĐÍCH TỐI HẬU** của cuộc cách mạng. Bao lâu cuộc cách mạng Dân Quyền chưa thực hiện được trọn vẹn thì Tuyên Ngôn Nhân Quyền còn nằm ở phạm vi lý thuyết, còn là "**Mơ**"chứ chưa là "**Thực**", hay còn là thứ "nhân quyền suông"! Nói cách khác, Nhân Quyền là "**Nhân**", còn Dân Quyền là "**Quả".** Nhân nằm ở trong "quả" và "quả" bao hàm "nhân". Vậy khi quan niệm có 2 cuộc Cách Mạng Nhân Quyền và Dân Quyền tách rời nhau là SAI HAY THIẾU CÁI NHÌN NHẤT QUÁN VẬY. Những nhà lãnh đạo cách mạng Pháp 1789 và cả cái Quốc Hội Pháp lúc đó chỉ chú trọng và sản sinh ra Bản Tuyên Ngôn Nhân Quyền mà không chú ý đến cuộc cách mạng Dân Quyền là công trình suy tư của họ còn chưa chín muồi, chưa trọn vẹn nên khi thực hiện họ chỉ thành công 1/3 hay cùng lắm là thành công nửa vời cũng là điều dễ hiểu. Với tầm nhận thức *chưa nhất quán, chưa chín muồi* này với Bản Lĩnh Lãnh Đạo tuy có nhiều sở trường, nhưng *chưa "quán đạt"* nên vô hình trung đưa cuộc cách mạng dìm trong "Biển máu" lẫn lộn "ta bạn thù" và trong biển máu kia có máu của chính bản thân các nhà lãnh Đạo Cách Mạng Pháp! Thật đáng thương xót thay!

Tới đây chúng ta phải *"ngả nón chào bái phục"* các nhà Lập Quốc Hoa Kỳ, ngay từ năm 1776 quí vị này đã có con mắt tinh đời. Họ hiểu hơn ai hết CUỘC CÁCH MẠNG DÂN QUYỀN MỚI LÀ ĐIỂM NHẮM TỚI CỦA HỌ, MỚI LÀ SỨ MẠNG KHÓ KHĂN MÀ HỌ PHẢI HOÀN THÀNH, PHẢI VƯỢT QUA! Họ đã toàn tâm toàn chí cho cuộc cách mạng này. Họ có thái độ nghiên cứu rất nghiêm túc, có tác phong điềm tĩnh gần dân, thân dân, lại rất "kh-iêm tốn". "*Họ vừa làm việc vừa lãnh đạo cách mạng và không quên cầu nguyện Thượng Đế soi sáng cho họ và cho nhân dân Hoa Kỳ!"*.

Rất tiếc sau cách mạng Hoa Kỳ 1776, nhất là gần một trăm năm trở lại đây, giới trí thức lãnh đạo Hoa Kỳ ít nhiều đều đã "ngủ quên" trên chiến thắng! Từ "Tâm" "tầm" đến, "bản lãnh và tác phong tu dưỡng" của họ dần dần kém sút các nhà Lập Quốc Hoa Kỳ tiên khởi! Nước Mỹ đã và đang gặp nhiều khó khăn mới, và trên nhiều ngành sinh hoạt của quốc gia từ tiểu bang tới liên bang đã có nhiều xập xệ rồi. Không những giới trí thức Hoa Kỳ mà cả nhân dân Hoa Kỳ phải *kịp tỉnh lại đừng để phụ lòng các nhà lập Quốc Hoa Kỳ (The founding fathers) và điều quan trọng hơn*: Tất cả đều phải nghiên cứu học hỏi lại nghiền ngẫm trở lại về cuộc Cách Mạng Dân Chủ Đáy Tầng của Hoa Kỳ không chỉ giới hạn trong 17 ưu điểm nói tới trong bản Tiểu Luận này mà còn tiềm ẩn nhiều bí quyết ở trong "*kiến sương băng chí*" _ "*Hiện long tại điền, phi long tại thiên*" *Ai có nghe chăng ai? Ai nói ?Ai nghe? Ai không nói, Ai không nghe*

"Để lòng mình nói cho lòng mình nghe".

… .

Ưu Điểm 16: Mô thức Cách Mạng Dân Chủ Đáy Tầng với 5 chủ trương, sách lược lớn:

1. Bảo Trọng Quyền Lợi và Trách Nhiệm của người Dân.

2. Tổ chức chính quyền Trung Ương.

3. Tổ chức chính quyền địa phương.

4. Tạo Cơ Hội và Thách Thức cho cả hai "Chính Tuyến Cầm Quyền" và "Chính Tuyến Đối Lập" thay phiên nhau Lãnh Đạo đất nước.

5. Khuyến khích giới trẻ tham gia vào dòng chính (Main Tream) theo nhu cầu "Tre già măng mọc" hay "Tre đỡ măng".

Trước hết liên quan đến chủ trương Bảo Trọng "Quyền Lợi" và "Trách Nhiệm" của người Dân, người viết muốn đề cập đến bài viết "**Dân chủ là một thứ bảo hiểm**" của bình luận gia Ngô Nhân Dụng mà người viết rất tâm đắc. Xin trích những đoạn chính như sau:

"Dân chủ tự do không hứa hẹn thiên đường. Nhưng sẽ giúp xã hội loài người tránh rơi xuống địa ngục. "

Ý tưởng đó chắc không mới. Nhiều người chắc đã nghĩ, đã nói từ hàng trăm năm nay rồi, vì đó cũng là một bản chất của chế độ dân chủ tự do. Tự do dân chủ không phải là một bảng lộ trình hứa hẹn ở cuối đường sẽ tới những bồng lai tiên cảnh. Ngược lại, những phong trào chống lại thể chế dân chủ tự do thì lại hay vẽ ra viễn tượng một xã hội hoàn hảo; khi biết là chúng chỉ là những lý thuyết viển vông thì đã muộn.

Trên thế giới đã nhiều lần có những người nổi lên chống thể chế dân chủ, như các đảng cộng sản, các đảng phát xít, hay các đảng tự gọi là theo chủ nghĩa "xã hội quốc gia" từng nắm quyền ở Đức "quốc xã", ở Ai Cập thời 1950-60, cho tới Miến Điện của Tướng

Newin từ đầu thập niên 1960. Những phong trào đó đều đưa ra các chủ nghĩa, các khẩu hiệu nức lòng người; có lúc đã lôi cuốn hàng triệu người tin theo, nhiều người sẵn sàng chết để xây dựng một thiên đường hạ giới. Khi đề cao Tự do, người ta không vẽ ra những hình ảnh viển vông mà chỉ hứa hẹn mọi người sẽ không bị thúc ép.

… Chủ nghĩa Cộng sản là một thứ tín ngưỡng trần tục, hứa hẹn một xã hội lý tưởng không khác gì thiên đàng; cho nên đã mị hoặc nhiều người hàng thế kỷ. Ngoài ra, còn những đảng chủ trương dân tộc cực đoan kiểu quân phiệt Nhật Bản cũng hấp dẫn nhiều người vì họ đề cao một nước, một sắc dân. Họ hứa hẹn đưa cả dân tộc lên đỉnh vinh quang, cho mọi người thấy họ cũng tham dự trong đó, chia sẻ một cõi huy hoàng. Lời hứa hẹn của các nhóm tín ngưỡng cực đoan như al Qeada còn lôi cuốn mạnh mẽ hơn nữa vì người ta được hứa hẹn sẽ sống vĩnh viễn trên một cõi thiên đường.

… Thể chế Dân chủ Tự do chỉ tạo ra một khung cảnh để mọi người sống chung với nhau. Nó cống hiến một hình thức xã hội để sống chung chứ không hứa hẹn một nội dung cụ thể. Nội dung, tức là con người sẽ sống với nhau như thế nào trong xã hội dân chủ, nội dung này tùy theo đặc tính mỗi dân tộc mà thể hiện. Có xã hội thích tranh luận, dùng lý lẽ chiếm phần thắng như ở Pháp; có nơi muốn giữ trật tự, hòa hợp, nhường nhịn như ở Nhật. Có những xã hội muốn nhấn mạnh đến đức công bằng như ở Đức, ở Na Uy; do đó giảm bớt nhiều quyền tự do lựa chọn của cá nhân, trao cho guồng máy nhà nước nhiều quyền hành. Có xã hội lại đề cao tự do cá nhân nhiều hơn, như ở Mỹ. Ở nước Mỹ sau cuộc khủng hoảng kinh tế 1930 đa số ngả về đức công bằng, chịu hy sinh một số quyền tự do lựa chọn. Đến thời kinh tế trì trệ trong thập niên 1970, người Mỹ lại thấy cần khuyến khích sáng kiến tư nhân, bèn giảm bớt quyền hạn của nhà nước. Nếu trong cùng một thời gian mà nhiều nhóm người ý kiến khác nhau thì sao? Chỉ có một cách quyết định chung, là bỏ phiếu, một "luật chơi dân chủ, luật chơi ở đây là đa số thắng thiểu số. Nhưng nếu một khối đa số cứ thắng hoài, rồi lạm dụng quyền hành bắt nạt những người thiểu số thì sao? Phải thêm vào "luật chơi" một điều nữa để đặt thêm giới hạn trên quyền hành. Đó là bảng liệt kê những "quyền làm người", nhân quyền. Dù các anh có liên tiếp thắng cử nhờ chiếm đa số, các anh không được xâm phạm đến những quyền căn bản của người thiểu số; như quyền tự do phát biểu, tự do hội họp, tự do tín ngưỡng, vân vân… Chính vì vậy, các phong trào dân chủ bao giờ cũng nhấn mạnh đến nhân quyền.

… Nhiều người nói rằng chế độ dân chủ tự do ở nước Mỹ cho phép một người rất tầm thường cũng có thể làm tổng thống. Vì người đó không nắm mọi quyền quyết định; mà nếu ông hay bà ta tệ quá thì cùng lắm cũng chỉ làm khổ dân trong bốn năm thôi!

Kết luận là cùng một cái khung dân chủ tự do, người dân mỗi nước có thể chọn những nội dung khác nhau. Tất nhiên, trình độ dân trí, nhất là trình độ của những người làm chính trị cao hay thấp, sáng hay ngu, sẽ quyết định nội dung của cuộc sống xã hội. Nhưng dù nội dung như thế nào, thể chế dân chủ có thể giúp chúng ta tránh nhiều cái xấu, cái ác thường do chính quyền gây ra; nhờ có những giới hạn trên quyền bính. Nếu quyền hành không được giới hạn, thì không phải là một chế độ dân chủ.

Nhiều người không để ý đến tính chất "**phòng ngừa**" này, vì họ mơ mộng và không đủ tự tin hoặc không tin vào người dân. Họ không tin trong chế độ dân chủ người dân có khả năng đóng vai ngăn ngừa cái ác, cái xấu; cho nên họ đi tìm những thể chế chính trị ba xạo hão huyền. Chúng ta phải thận trọng khi nghe các nhà chính trị hứa hẹn những giấc mơ lớn, đưa ra những viễn ảnh lý tưởng. Cuối cùng, khi biết không thể thực hiện được những điều mơ mộng, lý tưởng đó, người ta sẽ phải nói dối. Họ nói dối làm cho mọi người bắt chước, ai cũng học nói dối cho giỏi. Đạo đức cả xã hội sẽ suy đồi. " (hết trích)

Theo tác giả Ngô Nhân Dụng, chế độ Dân Chủ Tự Do không hứa hẹn một xã hội hoàn hảo hay một thiên đường hạ giới nào, nhưng chắc chắn là không bao giờ đẩy con người xuống "địa ngục". Chế độ tự do dân chủ chỉ tạo ra một "cái khung" để mọi người chung sống và luôn luôn có biện pháp ngăn ngừa những kẻ "lạm quyền". Chính nhờ các biện pháp ngăn ngừa kẻ lạm quyền nên mọi người dân đều được sống Dưới một chế độ Dân chủ tự do đích thực. Do đó chế độ Dân chủ theo tác giả Ngô Nhân Dụng đã là một "**thứ Bảo Hiểm**" cho mọi người sống dưới chế độ đó yên tâm làm ăn lương thiện thì không phải phập phồng lo sợ điều gì cả! Chúng ta cám ơn tác giả Ngô Nhân Dụng đã dùng từ "Bảo hiểm" mà ai nghe qua cũng "hiểu ngay" và đây là "Lợi Ích" là "Ưu điểm của chế Độ Tự Do Dân Chủ Chân Chính. Nếu chúng ta thay danh từ "bảo hiểm" bằng cách nói "Chế độ Tự Do dân chủ chân chính, luôn có chủ trương ngăn chặn "lạm quyền" để Bảo Trọng "Quyền Lợi" và "trách nhiệm" của người Dân. Hoặc nói khác đi, mô thức Tự Do Dân chủ chân chính luôn có **chính sách "An Dân" hay "Bảo Dân**" như cách nói của "người Việt" hay của người Đông Phương nói chung cũng đều đúng cả! Có điều Mô Thức Dân Chủ Đáy Tầng, không chỉ có mục đích đơn thuần là một thứ **Bảo Hiểm An Toàn** cho người dân mà còn thực hiện ít nhất 5 chủ trương sách lược lớn khác như:

1- Tuyên bố và xác định chủ quyền đất nước thuộc toàn dân

2- Tổ chức chính quyền Trung Ương

3- Tổ chức chính quyền địa phương

4- Hiến pháp công nhận Đa Đảng nên đã tạo ra Cơ Hội và Thách Thức cho cả 2 "*chính tuyến Cầm Quyền*" và "*chính Tuyến Đối lập*" thay phiên nhau lãnh đạo đất nước (vì có Lưỡng đảng hay Đa đảng nên *xã hội luôn luôn có cạnh tranh và thử thách* nên xã hội luôn luôn tiến bộ và đi lên).

5- Chủ trương lớn thứ 5 là chế độ luôn luôn khuyến khích giới trẻ tham gia vào dòng chính (Main tream) như chúng ta đã thấy để thế hệ trẻ học hỏi tiếp nối thế hệ cha anh lãnh đạo đất nước trong các cơ quan công quyền theo tiêu ngữ "Tre già măng mọc" hay "Tre đỡ măng".

Ưu điểm 17: Cuộc Cách Mạng Dân Chủ Đáy Tầng xây dựng trên nền tảng "Quần chúng- Quốc dân". Đây chính là đại cơ duyên cho Tư tưởng Đông Tây gặp nhau, hòa nhập với Ý thức Thời Đại mở ra một bình minh mới, một kỷ nguyên mới cho nhân loại ngày mai.

***A/ Cuộc cách mạng Dân Chủ Đáy Tầng của Hoa Kỳ** xây dựng trên nền tảng Quần Chúng- Quốc Dân hay Toàn Dân:*

Như đã trình bày ở trên, Hiến Pháp Hoa Kỳ có đặc điểm do người dân viết, và được hoàn thành từ dưới lên, chứ không áp đặt từ trên xuống. Lịch sử thành lập nước Hoa Kỳ bắt đầu bằng những người tỵ nạn Tôn giáo của nước Anh (Họ bị kỳ thị, bị chèn ép về tôn giáo) phải bỏ nước Anh ra đi tìm nơi lánh nạn, tìm đến vùng đất mới. Đế quốc Anh cũng lợi dụng họ thành lập nên 10 vùng thuộc địa trên đất Hoa Kỳ. Nước Pháp, nước Bồ Đào Nha, Hòa lan cũng có những vùng đất thuộc địa trên đất Mỹ để cạnh tranh với đế quốc Anh. Đứng về phía những người dân cho dù tỵ nạn tôn giáo Anh hay người di dân Pháp, Bồ Đào Nha hay Hòa lan… hay sắc dân nào khác nữa… sớm muộn họ đều nhận ra rằng các "Mẫu quốc" xa xăm kia (dù là mẫu Quốc Anh, Pháp, Bồ Đào Nha hay Hòa lan v. v.) cũng không tốt lành gì với họ mà chỉ lợi dụng họ thôi. Và trước mắt họ có "nhu cầu sống", "nhu cầu sinh sôi nẩy nở, phát triển", "nhu cầu tiếp cận và hội nhập", "nhu cầu giao tiếp, kết giao, hợp quần" trên miền đất mới trong tình trạng "bán anh em xa mua láng giềng gần" nương dựa nhau để mà sống.. . tạo hạnh phúc cho mình và gia đình… Nói khác đi nhu cầu "hợp quần" ngày một mở rộng đơn vị sinh sống lúc đầu là làng… quận hạt, thành phố… đến vùng… tỉnh… rồi Tiểu Bang và sau cùng là Liên bang. Ở mỗi "**đơn vị hợp quần**" họ đều đặt ra các bản "hương ước của làng" của quận hạt, sau thành "hiến chương của của Tỉnh" hay "Hiến chương của Tiểu Bang". Đây là thứ luật lệ do họ đồng thuận tự đặt ra để mưu cầu cuộc sống mới và sau này biến thành Hiến Pháp của 13 tiểu bang

Hoa Kỳ tiên khởi... Do tiến trình "Hợp Quần" của người dân Hoa Kỳ đồng thời cũng là tiến trình lập quốc Hoa Kỳ đều nẩy nở một cách tự nhiên đi "từ nhỏ đến lớn", "từ gần đến xa", từ "thấp lên cao" nên ý thức về nhu cầu làm cách mạng, nhu cầu độc lập Quốc Gia tách ra khỏi Đế Quốc Anh để không bị chèn ép, bị bóc lột mà lại có cơ hội thành lập một quốc gia mới "HIỆP CHỦNG QUỐC HOA KỲ" với một Hiếp Pháp mới trung thành với các bản hương ước của làng, trung thành với hiến chương của Tiểu bang, theo truyền thống tự nguyện và đồng thuận, không chấp nhận một áp chế nào, chỉ khác là sự mở rộng hợp quần đến qui mô Liên Bang mà thôi... Do tính cách Luật Lệ và Hiến Pháp hình thành tự nhiên từ dưới lên, rất hợp với lòng người, hợp với ý dân nên các nhà Lập Quốc Hoa Kỳ (The founding fathers) đã gọi cuộc cách mạng của Hoa Kỳ là cuộc Cách Mạng Dân Chủ Đáy Tầng (Grass Roots Democracy) theo 3 ý nghĩa chính:

Một Là: Hiến Pháp phải do người dân viết, hay phản ảnh ý nguyện xuất phát từ lòng dân xuyên suốt từ dưới lên trên chứ không chịu một luật lệ áp đặt nào từ trên xuống.

Hai Là: Cuộc cách mạng này không phải do một "đẳng cấp", một "giai cấp" hay một "phe đảng nào" khởi xướng mà do ý thức đòi Tự Do Dân Chủ Nhân Quyền và ý thức đòi Độc Lập, Tự Chủ cuả Toàn Dân.

Ba là: Cuộc cách mạng này được xây dựng trên nền tảng Quần chúng- Quốc Dân- hay Toàn Dân. Chính trên nền tảng này mà THẾ GIÁ của cuộc cách mạng được đề cao.

B/ Cuộc Cách Mạng Dân Chủ Đáy Tầng tạo cơ duyên cho TƯ TƯỞNG ĐÔNG TÂY GẶP GỠ NHAU MỘT CÁCH KỲ DIỆU, TUYỆT VỜI:

Một triết gia nào đó đã nói: "Đông là Đông, Tây là Tây không bao giờ gặp nhau". Câu nói này chỉ đúng trong một giai đoạn lịch sử nhất định nào đó đã qua mà thôi, còn trong trường kỳ lịch sử, nhất là trong thời đại chúng ta câu nói trên không còn đúng nữa... Bằng chứng là từ năm 1776, các nhà Lập Quốc Hoa Kỳ đã gọi cuộc cách mạng này là Cuộc Cách Mạng Dân Chủ Đáy Tầng (Grass Roots Democracy) vì xây dựng trên nền tảng Quần Chúng Quốc Dân hay Toàn Dân. Thì tại Việt Nam Lý Thuyết Gia Lý Đông A từ năm 1940 đã nói đến GIÓ ĐÁY, LÀN GIÓ ĐÁY, LÀN GIÓ ĐÁY THỔI... MẶT TRẬN GỐC, XÂY DỰNG CÔNG DÂN TẦNG CHẾ. Cụ Lý Đông A là một lý thuyết gia sáng tạo ra chủ nghĩa DUY DÂN, đề xướng thuyết Tam Nhân: **Nhân Bản, Nhân Chủ, Nhân Tính**... Cũng chính cụ Lý (danh xưng mà các đồng chí hay các thế hệ hậu bối thân thương hay dùng "khi nói" hay "khi viết" về Lý Đông A) là người đã đề cao dòng giống Tiên Rồng đã nói đến nền Văn Hóa cao đẹp của Bách Việt Tộc mà Trung Hoa chịu ảnh hưởng hay "nhận vơ" là của họ! Kinh Dịch là do tổ tiên ta sáng tạo ra chứ không phải của Tầu. (Những tư tưởng này Cụ Lý nói trước Triết Gia Linh Mục Kim Định và triết gia Kim Định chỉ là người nối tiếp cụ Lý quảng bá rộng ra mà thôi). Cụ Lý cũng là người đề cao Tinh Thần Dân Tộc Việt trở thành "ĐẠO DÂN TỘC". Cho tới nay, rất nhiều Triết gia, Học giả Việt Nam đều công nhận Lý Đông A là nhà Lập Thuyết là nhà Văn Hóa Lớn không những của Việt Nam mà còn của cả nhân loại. Nhà Khoa Học Chính Trị Nguyễn Anh Tuấn cũng đã học hỏi, nghiên cứu rất thâm sâu về triết Lý Nhân Chủ của Lý Đông A nên anh rất khâm phục Lý Đông A là nhà Lập thuyết thiên tài có viễn kiến lịch sử xuyên suốt nhiều thế kỷ... Anh cũng rất say mê tinh thần và tư tưởng GIÓ ĐÁY... Phải chăng, vì vậy mà anh đã dịch cuộc cách mạng "Grass Roots Democracy" một cách khéo léo và tài tình là "**Cuộc Cách Mạng Dân chủ Đáy Tầng**"... (Khó có cách dịch nào khác đúng hơn và hay hơn!)_ Vậy giữa các nhà Lập Quốc Hoa Kỳ với cuộc Cách Mạng Dân Chủ Đáy Tầng và tư tưởng GIÓ ĐÁY, MẶT TRẬN GỐC, XÂY DỰNG CÔNG DÂN TẦNG CHẾ có sự liên hệ hay sự trùng hợp nào? Trước hết chúng ta cần tìm hiểu tư tưởng GIÓ ĐÁY của Lý Đông A hàm chứa nội dung ra sao?

GIÓ ĐÁY:

"*Những cuộc cách mạng dân tộc trên sử Việt, những cuộc cách mạng nào đã chân chính làm được nguyện vọng của dân chúng và làm được đúng đường đi của nòi giống,* đều chỉ do bằng mỗi thế hệ thực tiên tiến và một tầng cấp thật đa số mới đủ sức và trí viễn kiến và dũng cảm, đủ huyết tính ra gánh vác công việc lớn lao của thời đại trao cho.

Chỉ có thế hệ thực tiên tiến mới đủ đại biểu được tương lai.

Chỉ có tầng cấp thật đa số mới đại biểu được dân tộc.

Tương lai tỏ lộ trong óc mới của thời đại và viễn kiến

Dân tộc tỏ lộ trong sinh mệnh thực thể của toàn dân và chính nghĩa của kiến thiết. Tiến hóa là làm bằng hai nền tảng điều kiện đó. Cách mạng chỉ tìm được trong hai điều kiện đó một nền tảng và đường đi của lịch sử chính trị đúng chắc và tất thắng.

Thế hệ của thanh niên và tầng cấp 98% của Quốc dân Việt chính là đáy tầng của dân tộc Việt. Thanh niên bị giày xéo dưới sức nặng của các thế hệ và quốc dân bị đàn áp dưới xây đắp của các đặc quyền, chỉ có thế hệ ấy với tầng cấp ấy chân chính là đáy tầng việt, tức là sức gốc của Việt.

Làn gió phục hưng dân tộc và thời đại không thổi trên mặt tầng, trái lại, chỉ thổi dưới đáy tầng để cuốn dậy làn sóng đáy. Những gió ấy và sóng ấy duy nhất có lực lượng để lật đổ hết thảy những gì trên mặt.

Làn gió ấy là làn gió Hồn và làn gió Sử.

Ở đáy lòng người, nó là gió Lòng.

Sự thống trị của các dị tộc thành lập y cứ trên mặt tầng với sự thỏa hiệp của đặc quyền. Mạch máu và tâm hồn của nòi giống vì đó tránh mặt tầng mà trở về đáy gốc.

Sự thống trị của dị tộc thành lập trên sự cằn cỗi của nòi giống.

Mạch máu và tâm hồn của nòi giống vì đó tránh hết cằn cỗi mà chìm xuống đáy rễ để nung đúc lên những chồi mới.

Làn gió đáy thẩm thấu suốt đáy tầng của dân tộc... .

Không có gì réo rắt, nghiến rít bằng làn gió đáy thổi. Nó như thổi hết thảy 5. 000 năm, tất cả những hơi lạnh người chết và hơi rợn linh hồn của toàn thể thiêng liêng chồng chất trên thứ bực của tiến hóa, đem dồn lại mà đánh úp một thế hệ chúng ta. *Gió ấy như một chiếc roi thép quất chúng ta dậy,* đau buốt tới xương tủy thấm tận đáy hồn dân tộc và đáy lòng mọi người. *Sự phục hưng từ đó mà ra, làn gió ấy tự ở đáy hồn Sử mà thổi, sẽ lôi cuốn hết đáy tầng,* đoàn kết lại một mặt trận gốc.

Những con người ấy, vì Tổ Quốc Việt. Tổ quốc Việt chỉ là một tổ quốc đáng yêu, đáng kính, *khi tổ quốc Việt chân chính biểu hiện được lẽ sống và lẽ thật, tất cả lý tưởng và chính nghĩa. Những con người ấy sẽ thực hiện tự mình, xã hội và dân tộc, bằng tất cả những hương hồn và chính khí mà làn gió đáy mang đến cho, tức là nhân cách và danh dự.*

Làn Gió Đáy thổi

X. Y Thái Dịch Lý Đông A

4822 tuổi Việt (1943)

Sau khi nghiên cứu kỹ cuộc cách mạng Dân chủ Đáy Tầng của các nhà Lập Quốc Hoa Kỳ và quan niệm về cuộc cách mạng Hai Tầng 3 Mặt cùng đoạn văn hàm súc GIÓ ĐÁY nói trên của Lý Đông A chúng ta thấy có sự trùng hợp kỳ diệu tuyệt vời:

1/ Có sự trùng hợp về Tinh nghĩa của cuộc Cách Mạng:

- Các nhà lập Quốc Hoa Kỳ thành lập Hiến Pháp trên 10 nguyên lý nền tảng và 9 mục tiêu (Xem mục Nền tảng và Mục tiêu của cuộc Cách Mạng Dân Chủ Đáy Tầng đã nói ở trên).

- Lý Đông A nói vắn tắt chính xác và hết sức cô đọng khi chủ trương cuộc cách mạng *Hai Tầng* (Phá Hoại và Kiến Thiết) và *ba Mặt* là:

HƯỚNG THƯỢNG, TOÀN DIỆN VÀ TRIỆT ĐỂ.

2/ Có sự trùng hợp về Nguyên Động Lực và Chủ Lực của Cuộc Cách Mạng:

- Các nhà Lập Quốc Hoa Kỳ quan niệm cuộc cách Mạng phải hình thành trên nền tảng Quần chúng, Quốc Dân hay Toàn Dân, gọi là (Grass Roots Democracy)

- Nhà sáng thuyết Lý Đông A minh định: Thế hệ của thanh niên và tầng cấp 98% của Quốc dân Việt chính là đáy tầng của dân tộc Việt. Thanh niên bị giày xéo dưới sức nặng của các thế hệ và quốc dân bị đàn áp dưới xây đắp của các đặc quyền, *chỉ có thế hệ ấy với tầng cấp ấy chân chính là đáy tầng Việt, tức là sức gốc của Việt..*

- Nhà Sáng thuyết Lý Đông A còn nói rõ hơn về Gió Đáy bắt nguồn từ gió Hồn, Gió Sử và Gió Lòng: "*Làn gió phục hưng dân tộc và thời đại không thổi trên mặt tầng, trái lại, chỉ thổi dưới đáy tầng để cuốn dậy làn sóng đáy. Những gió ấy và sóng ấy duy nhất có lực lượng để lật đổ hết thảy những gì trên mặt.*

Làn gió ấy là làn gió Hồn và làn gió Sử.

Ở đáy lòng người nó là gió Lòng.

C- Cuộc Cách Mạng Dân chủ Đáy Tầng Kết hợp với Ý Thức Thời đại sẽ tạo ra một bình minh mới, một kỷ nguyên mới cho nhân loại ngày mai.

Sau biến cố Đông Âu và Đế Quốc Liên Xô sụp đổ, nhân loại càng có dịp chứng kiến sức mạnh của quần chúng là vô địch và sức mạnh của quần chúng cũng chính là sức mạnh của Ý Thức Thời Đại. Gần đây nhất, như chúng ta đã và đang chứng kiến các cuộc cách mạng lật đổ các nhà độc tài tại Tunisia, Ai Cập, Lybia và Syria tại Trung Đông đều khởi xướng từ các làn sóng đáy vùng lên nên báo chí Hoa Kỳ mới gọi là GRASS ROOTS PEOPLE MOVEMENT. Như thế, làn sóng cách mạng toàn cầu đang đưa đến một bình minh cho khát vọng Tự do và Dân Chủ, mở ra một kỷ nguyên mới cho nhân loại ngày mai. Chúng ta vững tin và không còn nghi ngờ gì nữa, cuộc Cách Mạng Dân Chủ Đáy Tầng đang tới sẽ thành công tại Việt Nam hắt tỏa Ánh sáng tới toàn thể nhân loại.

VIII- KẾT LUẬN:

Sau khi nghiên cứu đối chiếu, khảo sát, chiêm nghiệm và kiểm nghiệm cuộc cách mạng Dân Chủ Đáy Tầng tại Anh Quốc và Hoa Kỳ, chúng ta công nhận rằng cuộc cách mạng này xứng đáng là điển mẫu cho các cuộc cách mạng Dân Chủ Tự Do chân chính trên thế giới. Nhưng cuộc cách mạng này không phải là tất cả và nó cũng không phải là một chủ nghĩa hay một ý thức hệ khép kín có tính cách áp đặt con người. Trên yếu tính và bản chất cuộc cách mạng Dân Chủ Đáy Tầng là **một Hệ Thống Sinh Động Mở (Open living system)– mở rộng và thăng hoa đến vô cùng.**

Hiện nay các "cuộc cách mạng bị bỏ lỡ", "các cuộc cách mạng nửa vời tại Á Phi, và Trung Đông", nhất là các cuộc "cách mạng bị phản bội" trong các quốc gia dưới ách thống trị của cộng sản… **Tất cả các cuộc cách mạng này đều phải làm lại và cần phải thay thế bằng cuộc cách mạng Dân Chủ Đáy Tầng. Đây là nhu cầu tiến hóa tất yếu tự thân của các quốc gia trên thế giới, trong đó có Việt Nam chúng ta.**

Nếu Cuộc cách mạng Dân chủ Đáy Tầng của Hoa Kỳ là sự tổng hợp của văn minh Hy Lạp, Văn Minh La Mã, Văn Minh Thiên Chúa Giáo và Văn Minh Tây Phương từ cổ đại đến hiện đại thì nay cũng chính cuộc cách mạng Dân Chủ Đáy Tầng đã tạo cơ duyên nối kết tư tưởng Tây Phương và Đông Phương và do chính người Việt Nam lên tiếng trước hết và có hân hạnh tiếp xúc, thẩm thấu, cảm chiêu từ đáy hồn Dân Tộc và thể nghiệm Thời Đại. Dân Tộc

Việt Nam có trách nhiệm, và sứ mạng hòa điệu nên Văn Minh Văn Hoá nhân loại và sứ mệnh tiên khởi là góp phần thực hiện và thăng hóa, thăng hoa cuộc Cách Mạng Dân Chủ Đáy Tầng trên Qui Mô Toàn Cầu.

Sinh mệnh Dân TộcViệt Nam gắn liền với Sinh Mệnh Dân Tộc Hoa Kỳ và Sinh Mệnh Nhân Loại.

ĐỀ NGHỊ SÁCH LƯỢC MỚI CHỐNG KHỦNG BỐ TRONG THỜI ĐẠI TOÀN CẦU HÓA

I. DẪN NHẬP:

Bước sang thế kỷ 21, nhân loại còn đang chịu hai đại họa: Một là: "Chủ nghĩa Khủng bố" và Hai là: "Đại họa Bành trướng Bắc Kinh". Cả hai đại họa này không chỉ là vấn đề an ninh sống còn của siêu cường Hoa Kỳ hay tai họa riêng cho đất nước Việt Nam sống sát nách Trung Cộng mà là thảm họa chung cho toàn thể nhân loại hôm nay ngày mai. Nhất là "chủ nghĩa khủng bố" có thể dẫn tới "chiến tranh nguyên tử", hay "chiến tranh hóa học" tàn sát cả loài người! Trong bài chuyên luận này chúng tôi xin mạo muội "Đề nghị sách lược mới chống khủng bố trong thời đại toàn cầu hóa" theo các chủ điểm sau:

- Khu vực Trung Đông cái nôi của đạo Hồi (Islam) và cũng là nơi bùng phát chiến tranh khủng bố hung bạo mãnh liệt nhất.

- Những bế tắc trong lòng xã hội Hồi giáo Trung Đông.

- Ý thức Cách mạng khi âm ỉ khi bùng phát trong lòng xã hội Hồi giáo Trung Đông.

- Những nan đề của "Chiến Tranh Chống Khủng Bố".

- Đề nghị "sách lược tam toàn": Toàn Dân, Toàn Diện, Toàn Cầu chống khủng bố trong thời đại toàn cầu hóa.

II. KHU VỰC TRUNG ĐÔNG CÁI NÔI CỦA ĐẠO HỒI VÀ CŨNG LÀ NƠI BÙNG PHÁT CHIẾN TRANH KHỦNG BỐ HUNG BẠO MÃNH LIỆT NHẤT.

A- Địa bàn Trung Đông cái nôi của đạo Hồi (Islam):

Đúng ra hiện tượng khủng bố xảy ra tại nhiều nơi, nhưng lại bùng phát hung bạo nhất mãnh liệt nhất, tiêu biểu nhất tại Trung Đông ngay "cái nôi của đạo Hồi" tất nhiên phải có những nguyên nhân sâu xa nào liên quan đến địa dư, phong tục tập quán, dân tộc, thời dại văn hóa, tôn giáo chính trị kinh tế v.. v... mà chúng ta cần phải xem xét. Trước hết là phương diện địa dư Trung Đông được chia ra làm 3 khu vực rõ rệt:

1. Khu vực Bắc Phi: các nước ở phía bắc của Châu Phi Da Đen (Black Africa) gồm có Maroc Tunisia, Lybia và Ai Cập. Đại đa số dân tộc sống ở vùng này là những người da trắng gốc Địa Trung Hải.

2. Khu Vực Cao Nguyên: Các nước ở vùng này được gọi chung là "các nước ở vùng cao" (Levantine counyties) gồm có Syria, Palestine, Israel, Jordan và Iraq.

3. Các nước vùng Vịnh: (Gulf countries) là các nước ở sát Vịnh Ba Tư, gồm có Ba Tư (Iran) Kuwait, Quatar, Saudi Arabia, Yemen, Oman, United Arab Emerald và Baharain.

B- Phong Tục Tập Quán:

"Người Ả Rập vẫn luôn luôn gắn bó với những con lạc đà. Chúng là những cỗ xe lý tưởng đưa họ qua sa mạc và đồng thời cũng là nguồn cung cấp sữa và thịt. Người Ả Rập ít trồng trọt nên họ thường bị thiếu ngũ cốc và bị suy dinh dưỡng. Cuộc sống sa mạc đã tạo ra hoàn cảnh khiến cho các bộ lạc du mục phải luôn luôn luôn gây chiến với nhau để tranh chiếm các giếng nước hiếm hoi hoặc tranh chiếm các thảo nguyên để thả nuôi gia súc. Qua nhiều thế kỷ, cuộc sống du mục đã hình thành nơi các sắc dân Ả Rập những phong tục tập quán đặc biệt:

1. Tục trả thù: Để có thể sống còn trong những điều kiện khắc nghiệt của sa mạc, người Ả Rập phải tụ họp lại thành từng nhóm (groups) gắn bó với nhau thành đoàn (clans) hoặc lớn hơn nữa thành bộ lạc (trips). Mọi cá nhân đều phải gắn bó với quyền lợi chung của bộ lạc. Người Ả Rập gọi tinh thần gắn bó ấy là "muruwah" bao hàm rất nhiều ý nghĩa: phải can đảm trong chiến đấu, phải kiên nhẫn chịu đựng mọi sự đau khổ khi bộ lạc gặp khó khăn, phải cương quyết bảo vệ mọi kẻ yếu trong bộ lạc và phải quyết tâm trả thù những kẻ đã dám xâm phạm đến sinh mạng và tài sản của bộ lạc… Trong những thời kỳ đói kém, hay hạn hán, các bộ lạc gặp khó khăn thường chọn một trong những bộ lạc thù địch để tấn công nhằm cướp gia súc, thực phẩm và hàng hóa cần thiết để sống còn. Các đàn ông của bộ lạc địch đều bị giết. Các đàn bà trẻ đẹp bị bắt đưa về làm vợ bé hay đầy tớ, số còn lại bị đưa đi bán ở chợ nô lệ. Những người Ả Rập du mục không hề coi những vụ cướp của, giết người như vậy là điều tội lỗi. Họ quan niệm đó chỉ là những việc làm tự nhiên để trừng phạt kẻ thù một cách hợp lý mà thôi.

2. Tục giết chết các bé gái sơ sinh (Female Infanticide): Luật sa mạc cũng tàn nhẫn như luật rừng: Chỉ có kẻ mạnh sống sót, mọi kẻ yếu phải bị loại trừ! Việc giết các bé gái sơ sinh là một phương cách điều chỉnh dân số của các bộ lạc du mục. Lý do là một khi bộ lạc có quá nhiều con gái và quá ít con trai thì bộ lạc bị lâm vào tình trạng suy yếu. Chỉ có đàn ông con trai mới có thể đáp ứng nhu cầu sống còn của bộ lạc, đó là nhu cầu chiến đấu và nhu cầu lao động sản xuất. Phụ nữ bị coi rẻ nên xã hội du mục không dành cho họ một quyền lợi luật định nào (no legal right). Những gia đình nào đã sinh một vài đứa con gái rồi thì những bé gái sinh sau thường bị giết chết không thương tiếc.

3. Tục cắt da qui đầu: Theo tương truyền thì Abraham là người đầu tiên tự cắt da qui đầu của mình và cắt da qui đầu các con trai của ông để tỏ lòng tuân phục Thiên Chúa. Do đó, tục lệ cắt da qui đầu trở thành nghi lễ bắt buộc đối với mọi người theo Đạo

DoThái. Tục lệ này thường được gọi là Phép cắt bì (Cirumcision). Trước khi có đạo Hồi, đa số người Ả Rập thường tự xưng là tín đồ đạo Abraham tức đạo Do Thái Nguyên Thủy. Họ thường cắt da qui đầu cho các bé trai giống như người Do Thái.

4. Tục chứng minh trinh tiết của cô dâu: Một tục lệ của người Ả Rập gây căng thẳng tinh thần cho các cô gái đến tuổi lấy chồng, đó là tục lệ chứng minh trinh tiết cô dâu (Proof of the bride's virginity). Sau đám cưới mọi người trong gia đình cô dâu và những người khách tham dự tụ họp bên ngoài phòng ngủ cô dâu chú rể. Sau khi động phòng, chú rể bước ra khỏi phòng ngủ báo cáo kết quả cho mọi người biết. Nếu chú rể tuyên bố cô dâu đã mất trinh trước đám cưới thì đây là một điều nhục nhã cho gia đình nhà gái và cuộc hôn nhân có thể bị hủy bỏ!

5. Tục giết gái chửa hoang: Các cô gái Ả Rập không chồng mà chửa bị coi là đã phạm trọng tội đối với danh dự gia đình. Các cô gái này thường bị cha hoặc anh em ruột giết chết để bảo vệ danh dự gia đình. Vì thế người Ả Rập gọi tục lệ này là "giết người vì danh dự" (Honor killing). Các cô gái chửa hoang thường khó thể thoát chết vì dù có chạy đến cầu cứu các cơ quan pháp luật cũng không được bảo vệ. Các thủ phạm giết người trong trường hợp này được xã hội coi là hành động chính đáng và nếu có bị tù thì cũng chỉ trong một thời gian rất ngắn có tính cách tượng trưng mà thôi.

Tất cả các tục lệ trên hiện vẫn còn tồn tại trong các xứ Ả Rập Hồi giáo. Tuy nhiên những tục lệ đó không xuất phát từ đạo Hồi vì trong Kinh Qur'an cũng như những văn bản luật pháp của đạo Hồi đều không có điều khoản nào qui định các tục lệ đó. Ngày nay nhiều người Hồi giáo đã ban hành các biện pháp hủy bỏ hoặc hạn chế các tục lệ xét ra có hại và lỗi thời. (Theo Charlie Nguyễn trong Thế Giới Hồi giáo Xưa Và Nay- Cái nôi của đạo Hồi: Bán đảo Ả Rập trong thế kỷ 6 và 7. (*1)

C- Sơ lược tiểu sử Al- Nabi Muhammad:

Thánh **Muhammad** (phiên âm: **Môhamet** hay **Môhammet**; tiếng Ả Rập: محمد sống vào khoảng 570 – 632) được những tín đồ Islam (*I xơ lam*, *Hồi giáo*) tin là vị sứ giả cuối cùng mà Thiên Chúa (tiếng Ả Rập gọi là Allah (*Ao la*, Vinh Danh Tối Cao)) gửi xuống để dẫn dắt nhân loại với thông điệp của I xơ lam. Ông được gọi là "sứ giả của Thượng Đế" (al-nabi, النبي) bởi những người theo đạo, còn những người không theo đạo xem ông là người sáng lập Islam. Tên của ông cũng được chuyển tự là **Mohammad**, **Mohammed**, **Muhammed** và đôi khi là **Mahomet** (theo tiếng Thổ Nhĩ Kỳ). Trong văn học và ngôn ngữ Việt Nam thông thường, ông được gọi là Đấng tiên tri hoặc Đại Tiên tri Mô-ha-mét.

Theo các tín đồ Islam viết tiểu sử truyền thống, ông được sinh vào khoảng năm 570 tại Mecca (*Makkah*) và qua đời ngày 8 tháng 6 năm 632 tại Medina (*Madinah*). Hai thành phố Mecca và Medina thuộc về miền tây của Ả Rập Saudi ngày nay. Tên *Muhammad* có nghĩa là "người được ca ngợi" trong tiếng Ả Rập.

Thánh Muhammad chào đời ngày 12 tháng 3 âm lịch Ả Rập. Cha ông mất sớm vài tuần trước khi ông ra đời, mẹ ông cũng mất lúc ông lên sáu tuổi. Ông được ông nội rước về nuôi. Ông nội ông tuổi cũng đã cao, nên ông cũng chỉ ở được với ông hai năm. Kế đó, ông được nuôi nấng và dạy dỗ bởi người bác là Abu Talib. Ông Abu Talib cũng là người thừa kế chức quản lý đền Al Haram. Lớn lên, thánh Muhammad có tiếng là người đẹp trai và hào hiệp. Ông gia nhập một nhóm hiệp sĩ ở Mecca là nhóm Hilf al Fudul, nhiều lần bênh vực những người cô quả bị cường hào ác bá ức hiếp. Là người rất tôn trọng lời nói, ông được mọi người tặng cho ngoại hiệu là Al-Amin ("người đáng tin cậy"). Như nhiều người dân Mecca, thánh Muhammad theo nghề buôn bán. Và cũng như phần đông người Mecca thời bấy giờ, ông không biết đọc biết viết. Gặp năm đói kém, kinh tế thành Mecca bị suy thoái. Bác ông, ông Abu Talib mới đề nghị ông làm việc cho một goá phụ giàu có là bà Khadija, để quản lý cho bà các chuyến buôn hàng đường xa. Sau một thời gian làm việc cho bà Khadija, ông thành hôn với bà năm ông được 25 tuổi, lúc ấy bà Khadija tuổi đã 40, hai người sống với nhau hạnh phúc đến lúc bà Khadija qua đời, khoảng 24 năm sau. Trong khoảng 10 năm tiếp theo, bà Khadija sinh cho ông 7 người con, 3 trai 4 gái. Đầu tiên là một bé trai, tên là Qasim, nhưng chỉ nuôi được đến lúc vừa mới biết đi. Chỉ những người con gái mới nuôi được đến lúc trưởng thành, nổi tiếng nhất là người con gái út, tên là Fatima.

Thời kỳ truyền đạo ở Mecca

Thiên thần Gabriel

Tuổi gần 40, với cuộc sống tạm an ổn, ông thường có vẻ trầm tư mặc tưởng, và hay đi đến núi Nur (núi "Ánh Sáng") ở ngoại ô Mecca, vào động Hira tham thiền nhập định theo lối tu khổ hạnh. Có khi ông ở đấy hằng mấy ngày liền, bà Khadija phải cho người mang thức ăn nước uống cho ông. Ông kể lại rằng, năm ông được 40 tuổi, vào một đêm cuối tháng 9 âm lịch Ả Rập (tháng Ramadan), tại động Hira, một tạo vật bằng ánh sáng hiện ra và nói đại ý rằng: *Ta là thiên thần Gabriel, được Thiên Chúa phái đến đây để báo cho anh được biết, anh được chọn làm sứ giả của Ngài.* Thiên thần dạy ông tẩy rửa theo nghi thức, và sau đó đưa một tấm lụa dài có thêu chữ bảo ông đọc. Ông trả lời rằng: *Tôi không biết đọc.* Thiên thần mới ôm siết lấy ông và nói: *Hãy đọc, nhân danh Chúa của ngươi, Đấng đã tạo ngươi từ một hòn máu đặc..* . Ông đọc theo sau đó. Động Hira nơi mà theo các học giả Islam, thánh Muhammad nhận được mặc khải lần đầu tiên. Đó là "đêm định mệnh" được nói đến trong Kinh Qur'an (chương Qur'an 9774, 81, 53). Sau Ông thấy thiên thần Gabriel tiếp tục đến với ông với những điềm lành, và tiếp tục mang đến thêm những lời kinh bảo ông học thuộc. Những lời kinh ấy được gọi là kinh Qur'an (Koran). Câu đầu tiên của Qur'an, "Hãy đọc, nhân danh Chúa của ngươi.. . " sau trở thành câu 1 của chương 96. Và cũng từ đó ông bắt đầu truyền đạo, thu nhận tín đồ…

Sự phản kháng và bách hại của phe bảo thủ:

Thấy giáo điều Islam đi ngược lại với tín ngưỡng của người dân địa phương và lợi tức kinh tế của thành Mecca do các bộ lạc đến dâng hương cúng các tượng thần, nên một số người của dòng Qureysh bắt đầu có phản ứng mạnh để ngăn chống sự phát triển của Islam. Càng thấy số tín đồ theo Ông ngày một đông nên phe bảo thủ và phe theo tôn giáo "đa thần" đã âm mưu ám sát Ông! Biết được âm mưu này Ông cùng ông Abu Bakar trốn ra khỏi Mecca, và sau mấy tháng vừa đi vừa ẩn trú, họ đến được Yathrib.

Thời kỳ ở Medina (Yathrib)

Tổ chức cộng đồng tôn giáo và quốc gia:

Đến Yathrib, ông được các tín đồ cũ mới đón tiếp nồng nhiệt. Ông được dành cho mọi danh dự và phút chốc trở thành lãnh tụ của đa số dân thành phố này, thành phố mà một thời gian sau được đổi tên thành "Madina-t-ul-Nabi" (Thành Phố của vị Sứ Giả) gọi tắt là Medina. Việc đầu tiên ông làm ở đây là khởi công xây một thánh đường đơn sơ, và giảng đạo trước công chúng mỗi tuần vào buổi trưa thứ sáu. Ông cũng quy định khi cầu nguyện, nếu phân biệt được phương hướng thì hãy hướng mặt về Ngôi Đền Thiêng ở Jerusalem. Nhưng không đầy hai năm sau, có câu kinh Qur'an đưa lệnh khi cầu nguyện hãy hướng về đền Ka'aba ở Mecca. Những người rời bỏ Mecca được gọi là những người 'Muhajirin' ("di cư"). Mỗi gia đình người "di cư" được một gia đình gốc Medina, gọi là người 'Ansar' (tiếp trợ) cho tá túc và giúp tìm kế sinh nhai. Cuộc thống kê đầu tiên cho biết có 186 gia đình "di cư" và khoảng 1500 tín đồ tổng cộng. Thánh Muhammad di cư đến Medina năm 622. Thời điểm này về sau được lấy làm năm khởi đầu kỷ nguyên của cộng đồng Islam, gọi là kỷ nguyên Hijri (Hijri nghĩa là Cuộc Di Cư). Ngày nay kỷ nguyên này được dùng làm kỷ nguyên chính thức tại nhiều nước Islam, thường gọi là Hồi lịch (âm lịch Ả Rập mỗi năm chỉ có khoảng 355 ngày).

Đương đầu với phe bảo thủ Mecca

Qua 3 trận đánh lớn (**Trận Badr, Trận núi Uhud, và trận Chiến Hào**) phe bảo thủ Mecca bị suy kiệt dần phải đi đến điều đình ký **thỏa ước Hudaybiya**. Qua các sự kiện này chứng tỏ Thánh Muhammad vừa là một nhà truyền giáo lỗi lạc có thiên tài thuyết phục quần chúng đồng thời là một thiên tài về quân sự nên thanh thế của Đạo Hồi ngày một lớn mạnh trên đà chiến thắng đợi ngày tiếp thu Mecca.

Tiếp thu Mecca

Năm 630 có bộ lạc Banu Bakr đồng minh của Mecca đánh nhau với bộ lạc Khuza'ah đồng minh của Medina. Phe bảo thủ Mecca giúp bộ lạc Banu Bakr. Thánh Muhammad coi là họ đã xé bỏ hòa ước Hudaibiya qua hành động đó, nên chuẩn bị hưng binh, nhưng giữ bí mật không nói là sắp đi đâu. Thủ lĩnh phe bảo thủ Mecca là ông Abu Sufyan lo ngại, đích thân đến Medina điều đình, nhưng bị giữ lại không cho về.

Thánh Muhammad đem 10. 000 quân đến Mecca. Phe bảo thủ Mecca hoang mang vì năm trước hai tướng giỏi nhất của họ là Khalid bin Walid và Amr bin Al Ass đã bỏ đi Medina theo Islam. Nay lại không có thủ lĩnh Abu Sufyan quyết định, nên đa số ngồi im không kháng cự.

Thánh Muhammad đã dặn quân sĩ không được hại mạng ai, ngoại trừ 20 người có thành tích bách hại tàn bạo nhất trước nay. Nhưng khi vào thành, ông được mặc khải lệnh tha thứ và hấp tấp truyền lệnh này. Lúc ấy có 3 người trong danh sách đã bị giết. Tướng Khalid về đến khu phố nhà thì gặp tướng Ikrimah- chỉ huy phó kỵ binh Mecca - với một toán quân nhỏ nghênh chiến. Một số người chết. Tướng Ikrimah trốn thoát được nhưng vài ngày sau đã trở về khi hay tin được ân xá. Thánh Muhammad vào đền Al-Haram, cho dẹp đi các tượng thần, và bảo sơn lấp đi các hình ảnh của tín ngưỡng đa thần giáo. Kế đến ông ra tiếp công chúng tụ tập trước đền, phủ dụ chiêu an. Attab bin Asid, một nhân vật quan trọng của phe bảo thủ, nay theo Islam, được ông đặt làm thống đốc Mecca, và quy định lương bổng theo cơ chế chính quyền Medina. Khi vào xem kho tàng của đền Ka'aba từ nhiều năm được khách thập phương dâng cúng, người ta kiểm kê được hơn 55. 000 lạng vàng, Thánh Muhammad không chạm đến tiền này. Sau khi ở lại Mecca vài tuần sắp xếp các công việc, ông trở về Medina.

Quốc gia Islam

Năm thứ 9 của kỷ nguyên Hijri (tương đương với năm 631) được các sử gia Islam gọi là Năm của Các Phái Đoàn. Năm ấy có rất nhiều phái đoàn đến từ khắp nơi trên bán đảo Ả Rập tuyên bố bộ lạc họ theo Islam và xin nội thuộc vào lãnh thổ Medina. Thánh Muhammad dành nhiều thời gian để tổ chức hệ thống hành chính, thuế khóa cho các vùng mới gia nhập. Ông nghiêm cấm gia đình và người trong họ lấy tiền công quỹ chi tiêu riêng.

Năm thứ 10 Hijri rất nhiều trường học được lập ra trong khắp lãnh thổ, và đặc biệt là ở Yemen phía nam bán đảo.

Những ngày cuối cùng

Mặc dù là lãnh tụ của một quốc gia rộng lớn, nhưng thánh Muhammad vẫn sống giản dị, ở nhà cửa sơ sài. Ông không đòi hỏi sự phục dịch, tự tay xách nước giếng khi cần tắm rửa. Ông thường nhịn chay, và tránh trong một bữa ăn hai thứ thịt. Trong thời gian bà Khadija còn sinh tiền, ông chỉ một vợ một chồng. Sau khi bà Khadija qua đời khoảng một năm thì ông tục huyền với một góa phụ, và sau đó thành hôn với mấy người nữa, đều là góa phụ hay đã ly dị chồng, ngoại trừ cô Aisha con ông Abu Bakar, trong những tình huống đặc biệt.

Đầu năm 11 Hijri, sức khỏe ông kém hẳn. Vài lần thấy mình không đủ sức dẫn lễ cầu nguyện ngày 5 lần ở thánh đường, nên ông nhờ ông Abu Bakar dẫn lễ thay. Ông kiểm lại tài sản, có chút ít đất đai thì ông để lấy huê lợi cho gia đình, còn 7 đồng dinar thì bố thí cho người nghèo. Ông cũng còn thanh gươm trị giá mấy đồng tiền vàng gởi cho người rể út là Ali, và một chiếc áo giáp nằm ở một hiệu cầm đồ người Do Thái ở Medina. Ông qua đời ngày 12 tháng 3 âm lịch Ả Rập, cũng là sinh nhật của ông. Thi hài ông được an táng trong khuôn viên thánh đường gần nhà, nay gọi là thánh đường Al-Nabawy (Thánh Đường Thiên Sứ). Sau thánh đường mở rộng, phần mộ ông nay nằm trong toà đại điện.

Kể từ "**đêm định mệnh**" đến cuối đời, Muhammad miệt mài trao truyền nhiều sứ điệp. Sứ điệp cuối cùng được ghi lại như sau: **"Hôm nay ta đã làm cho tôn giáo của nhà ngươi nên hoàn hảo. Ta đã hoàn thiện ơn của Ta trên nhà ngươi. Ta công nhận đạo Hồi như tôn giáo của nhà ngươi"** (*Trích sơ lược tiểu sử Nabi Muhmmad theo Bách khoa toàn thư mở Wikipedia). (*2)*

D- Căn Bản Giáo Lý của Đạo Hồi (Islam)

Hồi giáo theo tiếng Ả Rập là Al-Islam là một tôn giáo độc thần chỉ tôn thờ Allah, là tôn giáo lớn thứ nhì trên thế giới và phát triển nhanh nhất với 1. 2 tỷ tín đồ. Đạo Hồi chịu ảnh hưởng rất sâu đậm của Kitô giáo và Do Thái giáo, vì khi đức Muhmmad còn là một người dẫn đường cho các đoàn thương gia qua Siry, Muhammad đã gặp được một vị giáo sĩ Kitô giáo và theo đạo này. Hơn nữa, khi tới Medina, ông sống gần gũi với nhiều người Do Thái giáo nên ông cũng chịu ảnh hưởng nhiều của họ. Vì thế giáo lý Hồi giáo được hình thành trên cơ sở kế thừa quan niệm về vũ trụ, con người, thế giới con người sau khi chết đi của Kitô giáo và Do Thái giáo

• **Những Tín Lý căn Bản**: *Giáo lý Hồi giáo buộc các tín đồ tin vào 3 điều cơ bản là: chỉ có một thượng đế duy nhất là Thánh Alla; tin vào thượng đế và giáo chủ; tin vào phán quyết cuối cùng và có phục sinh. Giáo lý Hồi giáo cho rằng Thượng đế Alla là Thượng đế duy nhất, Đấng sáng tạo và điều khiển mọi sự sinh tồn. Thượng đế Alla vừa giống Đức Chúa Trời của Kitô giáo vừa giống Đức Gia-*

vê của Do Thái giáo. Đức Alla là duy nhất chứ không phải là một Thiên Chúa Ba ngôi như trong Kitô giáo.

• **Ý Nghĩa Của Islam**: Islam là một từ ngữ của Ả Rập, nội dung quan hệ đến sự ***tuân phục và vâng mệnh.*** Với tính cách là một tôn giáo, Islam thể hiện sự tuân phục và vâng mệnh hoàn toàn đối với Allah, Thượng Đế của toàn vũ trụ.

• **Năm nghĩa vụ thiêng liêng trong Islam**:

1. Lời chứng thực của lòngTin qua biểu thức: La-ilaha-illal-lah: Không có Thượng Đế nào khác mà chỉ có All-ah. Tuyên xưng biểu thức trên là nghĩa vụ quan trọng nhất của Islam.

2. Dâng lễ nguyện/ Salah: Dâng lễ nguyện hay Hành lễ/Salah là một nghĩa vụ bắt buộc của người Muslim. Nghĩa vụ quan trọng thứ hai này được tín đồ cung kính thực hiện 5 lần trong ngày/đêm với những giờ giấc ấn định và mỗi lần cử hành chỉ chiếm khoảng vài phút. Salah là mối liên lạc, là sự câu thông trực tiếp giữa tín đồ với Allah để tỏ lòng biết ơn Ngài mà không qua một hình thức trung gian nào cả.

3. *Thuế thiện nguyện / Zakat:* Thuế thiện nguyện/Zakat là một nghĩa vụ xác định mối quan hệ và phụ thuộc lẫn nhau giữa các thành phần trong xã hội của người Muslim dùng để bố thí cho kẻ nghèo (Almsgiving). Hồi giáo coi việc bố thí này là một thứ thuế tôn giáo (a religious tax) đối với mọi tín đồ có lợi tức. Số tiền này được ấn định là 1/40 hoặc 2. 5% lợi tức hàng năm trên tài sản và phần lợi tức còn lại sau khi chi tiêu của một người Muslim trưởng thành - nam cũng như nữ - biết suy nghĩ chính chắn và có nguồn lợi tức đủ để cung ứng về mặt tài chánh. Phần đóng góp này phải được hoàn tất trước tháng Muharram (tức tháng 01 niên lịch Islam). Chú tâm kính cẩn thực hiện Zakat còn là hành động chứng tỏ sự tuân phục và tỏ lòng tạ ơn Allah về sự sung túc mà Ngài đã ban cho.

4. *Siyam/ Nhịn chay tháng Ramadan:* Nhịn chay/ Siyam tháng

Ramadan là do Allah qui định, được Thiên Sứ Muhammad (saw) tuyên khởi vào năm thứ nhì của niên lịch Islam tại thành phố Médina (Arabie Saudi). Việc nhịn chay trong tháng Ramadan của người Muslim mang một ý nghĩa tuyệt đối, mãnh liệt và kiên quyết. Nó không đơn thuần chỉ là kiêng nhịn trong vấn đề ăn uống từ lúc mặt trời mọc cho đến khi mặt trời lặn mà nó còn đòi hỏi ở người tín đồ phải biết chủ tâm chế ngự bản thân, đề cao đức nhẫn nhịn, với một tấm lòng vị tha nhân ái.

5. Đi hành hương / Hajj: Là một nghi lễ cao quý trong Islam, Hajj thể hiện sự qui phục và lòng tôn kính của những người có niềm tin tuyệt đối vào Allah. Nghĩa vụ thứ năm này được xem là bắt buộc đối với những tín đồ có đủ điều kiện phải thực hiện một lần trong đời. Thời điểm của Hajj là tháng Dhul Hijjah, tức tháng 12 niên lịch Islam và được kết thúc bằng đại lễ Eid Al-Adha.

• **Sáu cột trụ đức tin trong Islam:** *Các sách viết về giáo lý Hồi giáo Islam đều đồng nhất tóm lược tất cả các tín-điều căn-bản (fundamental beliefs) thành 6 điều chính yếu được gọi là "SÁU TRỤ CỘT CỦA ĐỨC TIN" (The Six Pillars of Faith):*

1. Tin có một Thiên Chúa Duy Nhất (The Only God).

2. Tin có các Thiên Thần và Ma Quỉ.

3. Tin các sách Mặc Khải (Books of Revelation).

4. Tin các vị Thiên Sứ (Messengers/Prophets).

5. Tin có ngày tận thế, xác kẻ chết sống lại, mọi người sẽ được Thiên Chúa xét xử trong Ngày Phán Xét Cuối Cùng.

6. Mọi việc do Thiên Chúa tiền định, nhưng mọi người đều có ý chí tự do.

• **Mười điều răn của Đạo Hồi:** Đạo Hồi không có Mười điều răn như đạo Ki tô nhưng kinh Qur'an cũng liệt kê mười điều tương tự:

1. Chỉ tôn thờ một Thiên Chúa (Tiếng Ả Rập là Allah).

2. Vinh danh và kính trọng cha mẹ.

3. Tôn trọng quyền của người khác.

4. Hãy bố thí cho người nghèo.

5. Tránh giết người ngoại trừ trường hợp cần thiết.

6. Cấm ngoại tình.

7. Hãy bảo vệ và chu cấp trẻ mồ côi.

8. Hãy cư xử công bằng với mọi người.

9. Hãy trong sạch trong tình cảm và tinh thần.

10. Hãy khiêm tốn.

D- Nội Dung và đặc điểm Kinh Qur'an: :

Nội dung kinh Qur'an:

Thiên kinh Qur'an được chia làm 30 phần (Just), 114 chương (Surat), 6235 câu (Ayat).

Thứ tự mỗi câu trong các chương do chính Thiên Sứ Muhammad (saw - xin bình an đến với Người) ấn định theo hướng dẫn của Thiên Thần Jibril khi đến đọc ôn lại với Thiên Sứ, hai lần trước khi Người mệnh chung.

Lời Qur'an đầu tiên được Khải Thị ở hang núi Hirah gần thành phố Makkah là câu:

"Hãy đọc!Nnhân danh Rabb (Allah) của Ngươi (Muhammad), ***Đấng đã tạo…*** " (Chương 96, câu 1).

Một số học giả Muslim cho rằng câu cuối cùng được Khải Thị ở Arafat đó là:

"*Ngày nay TA đã hoàn chỉnh tôn giáo của các ngươi cho các ngươi và hoàn tất Ân Huệ của TA cho các ngươi và đã chọn Islam làm tôn giáo cho các ngươi* ". (Chương 05, câu 03).

Qur'an được Mặc Khải qua 2 thời kỳ:

1- Thời kỳ tại Mecca (610-622).

2- Thời kỳ tại Medina (622-632).

Khi còn tại thế Thiên Sứ Muhammad (saw) đọc các câu kinh cho các Shahabah (những người Bạn Đạo) ghi lưu lại trên lá cây chà là, trên da thú.. . và trong số họ có rất nhiều người thuộc nằm lòng kinh Qur'an. Qur'an không được soạn trong một lần để mang ra truyền khắp cho nhân lọai mà là một tập hợp những Thông Điệp đã được ban xuống theo từng thời kỳ, kéo dài suốt 23 năm: 13 năm tại kinh thành Mecca cho đến lúc Thiên Sứ Muhammad (saw) dời cư sang thành phố Medina và 10 năm truyền đạo tại thành phố này cho đến khi Người mất. Chủ đề của các bức Thông Điệp được Mặc Khải trong thời gian ở Mecca và các vùng lân cận đều tập trung vào việc giải thích về tính Duy Nhất của THƯỢNG ĐẾ (Tawhid) cùng với lập luận đánh đổ đa thần giáo (Shirk), nhằm củng cố niềm tin, rèn luyện đạo đức để trở thành một người Muslim chân chính; nói về sự Phục Sinh, Ngày Phán Xử Cuối Cùng và sự thưởng, phạt ở Đời Sau.

Thiên Sứ Muhammad (saw.) mất vào năm 632, một năm sau tức năm 633 (năm thứ 11 niên lịch Islam) sau trận chiến Yama'ma đa số những người thuộc lòng Thiên Kinh Qur'an đã hy sinh ngoài trận mạc. Các biến cố dồn dập lúc bấy giờ mang đến quá nhiều mất mát cho Islam và trở thành mối ưu tư vô cùng to lớn cho những người nối tiếp con đường của Thiên Sứ. Các vị Califah (Lãnh đạo): Abu Bakr (632-634), Omar ibn Khatab (634-644) đã thu nhập, sắp xếp, và sau đó Qur'an được hoàn chỉnh vào thời Califah Othman (644-656).

Qur'an đề cập đến các vấn đề thuộc nhiều lãnh vực, vì thế đối với người Muslim, ngoài những nguyên tắc tôn giáo, Qur'an còn là một tổng hợp mọi tri thức khoa học, luật pháp và đạo đức. Qur'an không bỏ qua yếu tố tâm lý. Muốn thay đổi con người và xã hội mà họ đang sống, Qur'an phải xét qua môi trường sinh hoạt, tâm tính, nhu cầu cùng thói quen của đối tượng mà nó tiếp xúc. Cho nên trong Qur'an có chương dài, chương ngắn, trường độ và nhịp điệu khi trầm, lúc bổng và thể văn của Qur'an được Mặc Khải tại Mecca thì khác với thể văn được Mặc Khải ở Medin. Kinh Qur'an nói về Allh và sự cao cả của người; về bổn phận của bầy tôi phải vâng phục Allah' về vai trò của Muhammad là người truyền đạt thông điệp của Allah. Kinh Qur'an còn ghi những lời dạy về gia đình và cộng đồng.

Muốn thấu hiểu Qur'an, người đọc phải nắm vững thực chất của Kinh Sách này, hiểu rõ ý chính, mục tiêu và mục đích của Nó. Người đọc cũng nên làm quen với thể văn, từ ngữ và phương cách mà Nó dùng để giải thích sự việc. Ta cũng nên lưu ý đến hoàn cảnh lịch sử và nguyên cớ vì sao các lời kinh đã được Khải Truyền.

Nguyên thủy Kinh Qur'an được Khải Thị cho Thiên Sứ Muhammad (saw) bằng tiếng Arab. Thế nên chỉ có Kinh Qur'an bằng tiếng Arab mới có thể diễn tả không sai sót những Lời của THƯỢNG ĐẾ. Ông Abu Hurayrah (ra) một vị Sahib (Người bạn đạo) của Thiên Sứ Muhammad (saw) có kể lại lời của Thiên Sứ dạy như sau:

- *Mỗi Sứ Giả của Allah đều được Ngài ban cho phép mầu (I'jâz) nhờ đó dân chúng tin theo, còn tôi thì được Allah ban cho Thiên Khải (Wahy); Tôi hy vọng tín đồ của tôi sẽ đông hơn các tín đồ của những Sứ Giả (Anbiyâ') khác vào Ngày Phục Sinh.* (Bukhari: tập 6 số 504).

Tín đồ Hồi giáo luôn đề cao tính thiêng liêng, vĩnh cửu của kinh Qur'an, coi đó là chân lý của Thượng đế, lời răn dạy của Thánh Alla cả việc đạo lẫn việc đời. Họ dùng kinh Qur'an để thề nguyện và phán quyết mọi công việc từ gia đình đến quốc gia đại sự.

Đặc điểm của Kinh Qur'an:

1. *Liên quan 2 chiều giữa Kinh Qur'an và Hadith*: Hadith là tổng tập lời dạy của Muhmmad hoặc của một trong các đồng sự của Muhmmad. Hadith bao hàm những chỉ giáo liên quan đến các lãnh vực của đời sống. Uy lực của Hadith rất lớn chỉ đứng sau kinh Qur'an.

2. *Shari'a(Luật Islam) Là con đường mà mọi người Muslin phải noi theo suốt đời*. Kinh Qur'an và Hadith hình thành nền tảng của Shari'a. Nếu một vấn đề cá biệt nào đó chưa đề cập ở đây thì lúc đó áp dụng nguyên tắc loại suy hoặc dựa theo tập tục của cộng đồng cư dân.

3. *Kinh Qur'an ra đời rất hợp với tâm tình, niềm tin yêu hy vọng* và danh dự cũng như niềm tự hào của người dân Ả Rập nói riêng và miền Trung Đông nói chung, trước khi bành trướng sang các lục địa Á Âu và Mỹ châu… Lý do cũng dễ hiểu là trước khi đạo Hồi ra đời người dân Ả Rập đã chịu ảnh hưởng của đạo Do Thái và đạo Ky Tô nên có sẵn một niềm tin về Thượng Đế, Thiên Đàng, Địa ngục, Ngày phán xét cuối cùng v. v… Nhưng chỉ là niềm tin thôi, còn thực tế người dân Ả Rập chưa có cuốn kinh nào, chưa có một vị Giáo Chủ nào, nay kinh Qur'an ra đời là Sản Phẩm "nội hóa" của chính quốc gia, xứ sở của họ. Cuốn kinh này không đi ngược lại với niềm tin xưa cũ đã trở thành truyền thống của người dân Ả Rập mà lại được đức Muhammad khải thị là cuốn kinh "hay nhất toàn vẹn nhất" và Mauhammad lại chính là vị "Sứ giả cuối cùng" của Thượng đế chọn lựa để dẫn dắt loài người đi đến mục đích vinh quang tối hậu thì còn gì thích hợp hơn và vui sướng hơn? Kinh Qur'an bao gồm gồm 6235 câu thơ tuyệt tác của Muhammad khiến cho người dân Ả Rập ngâm nga lên bổng xuống trầm vừa hân thưởng về "Nghệ thuật" lại vừa được hướng dẫn về "Tâm linh" sâu thẳm…

4. *Cũng giống như các cuốn kinh của các tôn giáo chính đại khác, Thánh Kinh Qur'an cũng dạy các tín đồ và con người nói*

chung phải sống ngay lành tốt đẹp với nhau theo 4 tiêu chí: **Tự Do, Bình Đẳng, Công Lý và lòng Nhân Từ**, *thương xót những người nghèo khổ, bệnh tật và các trẻ mồ côi.* Đặc biệt thánh kinh Qur'an đề cao tình huynh đệ và khuyến khích mọi người công dân nên làm việc, cấm ở nhà lười biếng, đợi chờ miếng ăn của người khác đem đến cho họ và dấn thân xây dựng cộng đồng (Ummab)…

5. *Kinh Qur'an còn là cuốn kinh sùng tín đức tin tuyệt đối, nơi Đấng Allah*, Đấng Hằng Sống, Đấng Toàn Năng, Đấng Tối Cao… (Đức Muhammad đã tuyên xưng Allah bằng 99 danh hiệu khác nhau…). Chính vì lý do này nên đạo Hồi cũng được gọi là đạo của Đức Tin (Religious Faith).

6. *Kinh Qur'an còn đưa ra một thần học chiến tranh chính đáng*: Muhammad hoàn toàn khác với Jesus vì Ông không bao giờ chấp nhận "đưa má cho người ta tát". Ông đưa ra học thuyết được mệnh danh là "*Thần học chiến tranh chính đáng*" (Theology of the just war) "Khi anh gặp những kẻ không tin đạo gây chiến thì đừng bao giờ quay lưng về phía chúng" (When you meat those who disbelieve marching for war, then turn not back to them-Qur'an 8: 15). Khi viết những câu thơ này, Muhammad đang phải đối phó với nguy cơ chiến tranh với Mecca. Muốn chiến thắng Mecca thì trước hết phải tiến hành những cuộc đột kích những chuyến hàng nhỏ của Mecca để làm suy yếu dần nguồn nhân lực tài lực của họ. Sau đó tiến đến những cuộc tấn công lớn để triệt tiêu độc quyền buôn bán của Mecca với Syria. Khi độc quyền không còn nữa thì nền kinh tế của Mecca sẽ bị suy sụp. Cuối cùng sẽ có ngày toàn thành phố Mecca bị Muhammad chinh phuc.

7. *Kinh Qur'an mô tả thiên đàng lạc thú*: Không có một tôn giáo nào mô tả Thiên Đàng là một khu vườn với những lạc thú vật chất là những lạc thú nhục dục tuyệt đỉnh với những cô gái trinh đẹp tuyệt vời và trẻ mãi không già… như trong kinh Qur'an. Người ta gọi Thiên Đàng của Hồi giáo là Thiên Đàng của lạc thú (The paradise of Delights) hoặc Thiên Đàng của kinh Qur'an (The Qur'an

Pradise). Kinh Qur'an (47: 15) cho biết thiên đàng có những con sông với những dòng nước nguyên chất (Rivers of purest water), những con sông sữa tươi không bao giờ hư (rivers of milk for ever fresh) và những con sông mật ong trong sạch nhất (rivers of clearest honey). Chương 56: 16-39 mô tả thiên đàng là những khu vườn lạc thú (garden of delights) và mọi người lên thiên đàng đều trở thành những thanh niên thanh nữ trẻ mãi không già (Immortal Youth). Điều đặc biệt nhất là trên thiên đàng Hồi giáo có các cô gái trinh đẹp tuyệt vời với những cặp mắt đen huyền vô cùng quyến rũ (The dark-eye houris). Thiên Chúa Allah đã phán rằng: "Ta đã tạo ra các cô trinh nữ tuyệt vời đó, giữ cho họ mãi mãi trinh trắng với tình yêu nồng nàn để làm phần thưởng cho những ai làm việc phải (We created the hourist and made them virgins, loving compassion, a reward for those on the right hand-Qur'an surah 56).

8. Kinh Qur'an còn mô tả đạo Hồi như một đạo Đền Công: Linh Mục Phạm Văn Tụ trong bài Tìm hiểu Đạo Hồi cũng đồng ý với ông Bùi Đức Sinh- tác giả Lịch Sử Giáo Hội Công Giáo ở điểm trong kimh Qur'an còn mô tả đạo Hồi như một đạo Đền Công: Thực vậy chính Thiên Chúa Allah hứa rằng: "*Những ai bị giết vì Chúa thì đều được vào Thiên Đàng lạc thú" (As for those are slain in the cause of God He will admit them to the Paradise of Delight) "Đừng bao giờ nghĩ rằng những người bị giết vì Chúa sẽ chết. Họ sẽ sống mãi, không có gì phải sợ hãi, hoặc hối hận, hãy vui hưởng các hồng ân của Chúa. Chúa không bao giờ từ chối phần thưởng dành cho các tín đồ của Ngài".* ***(Never think that who were slain in the cause of God are dead. They are alive and well provided for by the Lord. Have nothing to fear ot to regret, rejoicing in God's grace. God will not deny the faithful their reward-Qur'an 3: 16)(-*3)***

9. *Kinh Qur'an trang bị cho người chiến sĩ Hồi giáo tinh thần chiến đấu quả cảm và trao vào tay họ một thanh gươm vô cùng sắc bén "Đức tin":* Xuyên qua 4 đặc điểm đã nói ở trên như: Cổ võ lòng sùng tín mãnh liệt (điểm 5), đưa ra một thần học chiến tranh

chính đáng (điểm 6), mô tả một Thiên Đường đầy lạc thú trần gian (điểm 7) và hứa hẹn phần thưởng đền công (điều 8), kinh Qur'an đã hướng dẫn và nung đúc tinh thần chiến đấu quả cảm của người chiến sĩ Hồi giáo và trao vào tay họ một lưỡi gươm tinh thần vô cùng sắc bén… . Tuy nhiên qua lịch sử thành lập Đạo Hồi cũng như trải qua quá trình phát triển bành trướng của đạo Hồi không mang bản sắc thuần túy tôn giáo mà liên quan đến Chính trị và Quân Sự, liên quan đến quyền lợi và ý thức hệ dân tộc quốc gia và quốc tế nên định nghĩa thế nào là Chiến tranh Chính đáng? Thế nào là Chiến Tranh không chính đáng ? Còn là cả một vấn đề còn phải bàn cãi thảo luận rất nhiều và đây cũng là một vấn nạn trong lòng xã hội Hồi giáo.

E. Quan Niệm Thánh Chiến của Thánh Kinh Qur'an và của nhóm cuồng tín khác nhau như thế nào?

Nhà nghiên cứu chính trị Nguyễn Anh Tuấn trong bài "*Tiếng réo gọi hợp tác xây dựng hòa bình của Thánh Kinh Hồi giáo trước làn sóng tôn giáo cuồng tín đang cổ súy hận thù bạo lực khắp nơi*" đã phân tích rất kỹ và rất sâu về quan niệm Thánh Chiến của Kinh Qur'an và của nhóm quá khích cuồng tín khác nhau như thế nào?

"Theo Thánh Kinh Qur'an cho biết: "những người đi theo Tôn Giáo hướng ngoại, tâm hồn của họ bị mây mờ che khuất, vì thế cho đến nay họ vẫn chưa hiểu được" (63: 3). Cũng theo Thánh Kinh Qur'an thì một người Hồi giáo chân chính nhất là một người có cuộc sống trong sạch, trong sáng và thánh thiện (A pure life) để từ đó tâm hồn và trí tuệ bừng lên một ánh sáng, **Phật giáo gọi đó là huệ nhãn hay linh nhãn.** Tất cả những người Hồi giáo đều biết chữ Tayammun, có nghĩa là tắm gội, gột rửa cả thân xác và tâm hồn, nhưng **tắm gội tâm hồn mới là phần chính yếu**. Những tín hữu của tất cả sáu CHÍNH GIÁO, kể cả các tín hữu Hồi giáo phần đông đi theo khuynh hướng Tôn Giáo hướng ngoại (Outwardly Religion) nên họ đã đánh mất hẳn việc tắm gội gột rửa thanh sạch tâm hồn của họ, đặc biệt cũng có nhiều tu sĩ giáo sĩ đã quên việc tắm gội tâm hồn của họ nên cũng bị mây mù che khuất vì họ cũng đi theo Tôn Giáo hướng ngoại, mũ áo xênh xang ở bên ngoài nhưng họ không chịu tìm kiếm vẻ rực rỡ linh thiêng trong đáy hồn sâu thẳm của họ. **Sự LẠC ĐẠO (Heresy) của con người thật đơn giản là con người đi theo Tôn Giáo hướng ngoại – bởi vì ánh sáng Đạo Lý của THIÊN CHÚA, của ALLAH, của THƯỢNG ĐẾ của ĐẤNG TẠO HÓA có tỏa ánh sáng được là tỏa ra ánh sáng trong tâm hồn của con người mà thôi.** Xưa các nhà hiền triết Đông Phương thường nói: Đạo bất hoằng nhân, nhân năng hoằng đạo (đạo không làm sáng con người, chính con người làm sáng đạo). Vì hướng ngoại con người không tìm thấy những mầu nhiệm linh thiêng trong cuộc sống cũng như trong đời sống Tôn Giáo và đức tin. Tôn Giáo hướng ngoại rất tai hại và nguy hiểm vì **bản tính của con người thường rất yếu đuối, nhưng những ham muốn của bản năng đầy thú tính nơi con người lại rất mạnh mẽ**. Vì lẽ đó tất cả các CHÍNH GIÁO đã đem Thánh Kinh và giáo lý để khai tâm mở trí cho con người để có sức mạnh và ánh sáng trong đời sống tinh thần và tâm linh của họ. Con người phải tự phấn đấu với chính những ham muốn của bản năng đầy thú tính của họ để tự giải thoát mình hầu tìm lại được CHÂN TÂM, chân ngã của mỗi người.

Đây mới thực sự là cuộc THÁNH CHIẾN.

Mỗi người tự chiến đấu với chính mình và tự thắng lấy chính mình là hành trình của cuộc Thánh Chiến mà các Tôn Giáo muốn cho con người đi vào cuộc chiến đấu thiêng liêng đó. Con người thường nhìn ra bên ngoài để tìm kiếm kẻ thù, và thường quên đi một thứ kẻ thù cực kỳ mạnh mẽ đầy quyền năng và vô cùng nguy hiểm là bóng tối âm u đang bao phủ tâm hồn và trí tuệ của họ và bóng tối u ám đó xuất phát từ lòng tham dục của con người.

Trong phần giới thiệu Thánh Kinh Qur'an có viết rằng:

"Một quan niệm sai lầm khủng khiếp nhưng lại rất phổ quát, đặc biệt là những người Kitô giáo đã rao giảng bởi một số nhà truyền giáo mang tính chất đố kỵ, về cái nhìn với bổn phận của các cuộc Thánh Chiến trong Hồi giáo. Ngay cả những nhà nghiên cứu lừng lẫy của Tây Phương cũng đã thiếu sự cẩn trọng để tra cứu tự điển của người Ả Rập hoặc tìm kiếm Thánh Kinh Qur'an để tìm hiểu ý nghĩa của hai chữ Thánh Chiến. **Chữ Jihad** theo từ điển của Ả Rập có nghĩa là sử dụng hay đi vào hành động với sức mạnh sâu thẳm, những nỗ lực, cố gắng để phấn đấu với mục tiêu đã chọn. Một điều cần nhớ là – một là phấn đấu với kẻ thù hữu hình xấu xa, hai là phấn đấu với chính mình. Tất cả ý nghĩa này đã dùng trong Thánh Kinh Qur'an khi đề cập đến hai chữ Thánh Chiến.

Bổn phận của Thánh Chiến khác biệt sâu xa với chiến tranh và ý nghĩa Thánh Chiến (Holly war) do các học giả Tây Phương đã viết đã không biết đến ý nghĩa của Ả Rập và những lời dạy căn bản của Thánh Kinh Qur'an. Đối với truyền thống tiên tri của Hồi giáo thì cuộc hành hương vĩ đại khi đi đến Mecca cũng được coi như là Jihad. Sự cho phép chiến đấu trong một hoàn cảnh nào đó, không dính dáng gì đến sự dùng vũ lực và chưa có lần nào Hồi giáo cho phép dùng bạo lực cho việc tuyên xưng đức tin. Xin nhắc lại một lần nữa, **Thánh Kinh Qur'an viết rằng hãy chiến đấu kiên cường mạnh mẽ với sự gian tham của cải vật chất của các người và hãy tự chiến đấu với chính mình vì chính nghĩa của ALLAH" (9: 41)**

Trong một đoạn khác Thánh Kinh Qur'an còn khuyên nhủ:

"Hãy chiến đấu mạnh mẽ để chống lại những kẻ thù của Hồi giáo, những kẻ vô thần không tín ngưỡng với sự trợ giúp của Qur'an đó là tất cả lý lẽ và luận điểm của một cuộc chiến đấu đầy quyền năng".

Đây là hành trình truyền bá Thánh Kinh hay truyền bá Phúc Âm đến Thế Giới vô minh và vô đạo của con người để giúp họ tìm thấy Đạo Lý, sự thật và sự sống mà ĐẤNG TẠO HÓA muốn đem đến cho tất cả loài người. Việc làm này cũng mang ý nghĩa Thánh Chiến. Thêm vào đó Thánh Kinh Qur'an còn nói lên ý muốn của THIÊN CHÚA như sau với ý nghĩa của Thánh Chiến:

"THIÊN CHÚA trông chờ vào chúng ta với một cuộc Thánh Chiến để chống lại linh hồn của chính mỗi chúng ta, chống lại sự thôi thúc của bản ngã, ở đó đã luôn luôn thúc giục chúng ta làm những việc xấu xa lầm lạc. THIÊN CHÚA không cho chúng ta bất cứ một phép tắc nào để sử dụng bất cứ một thứ vũ lực nào để cấm cản người khác trong việc thờ lạy hay họ đến với Giáo Hội, Hội Đường hoặc Đền thờ, mà ở nơi đó Thánh danh của THIÊN CHÚA được vinh danh" (2: 114). Cuối cùng Thánh Kinh Qur'an còn nói rõ hơn:

"Cuộc chiến đấu trên danh nghĩa của ALLAH với những kẻ đã đánh các ngươi và bách hại các ngươi nhưng không được vi phạm tội hiếu chiến hận thù, chắc chắn ALLAH không thể yêu thương kẻ hiếu chiến".

"Bởi vì họ phá bỏ GIAO ƯỚC của họ và chối bỏ những THÔNG ĐIỆP của ALLAH và có sự thù nghịch với các tiên tri mà không có lý do chánh đáng và họ nói "tâm của chúng tôi chưa được cắt bì và vì thế không thể nghe được". ALLAH đã đặt dấu ấn trong tâm của họ nhưng họ đã đánh mất niềm tin của họ, dù họ có tin nhưng niềm tin quá mong manh". (4: 155)

Từ những giáo lý trích ra từ Thánh Kinh Qur'an cho thấy Hồi giáo cũng như Ấn Độ giáo, **Do Thái giáo, Kito giáo, Phật giáo, Khổng giáo đều kêu gọi con người và các tín hữu phải QUY TÂM HƯỚNG NỘI để tìm kiếm ALLAH, THIÊN CHÚA, THƯỢNG ĐẾ, TẠO HÓA hay Phật để thờ lạy và cầu nguyện**. Xưa Chúa Jesus có lần nói với Herod rằng: "Vương quốc của ta không ở chốn trần gian này" nhưng vương quốc của con người là vương quốc hữu hình (Visible Kingdom), vương quốc của

THIÊN CHÚA là vương quốc vô hình (Invisible Kingdom). Như vậy vương quốc của THIÊN CHÚA là vương quốc của tinh thần (Spiritual World) hay còn gọi là vương quốc tâm linh. Con người đến trần gian để sống trong vương quốc hữu hình nhưng đời sống tinh thần và tâm linh của con người cũng là vương quốc vô hình và vương quốc ấy cũng đồng thanh tương ứng với vương quốc của THIÊN CHÚA, nếu con người còn giữ được CHÂN TÂM của họ. **Vì thế tất cả sáu CHÍNH GIÁO đều đưa ra giáo lý và kinh điển để hướng dẫn và giáo hóa con người làm sao để duy trì, bảo vệ và thăng hoa đời sống tinh thần và tâm linh của con người**. Do đó đời sống Tôn Giáo phải là đời sống Tôn Giáo hướng nội (Inwardly Religion) để tìm kiếm trong tâm hồn sâu thẳm của chính mình và tìm kiếm ALLAH, THIÊN CHÚA, Phật hay TẠO HÓA. Vì đây là vương quốc tinh thần (Spiritual World) và tâm linh cũng vô hình vô ảnh nên tìm kiếm THIÊN CHÚA ở Thế Giới hữu hình thì không bao giờ tìm được. Tôn Giáo hướng ngoại đã làm cho con người sống xa lạ với chính vương quốc tinh thần và tâm linh của họ, xa lạ với ALLAH, THƯỢNG ĐẾ, Phật hay TẠO HÓA mặc dù con người vẫn có đức tin, nhưng vì không đi vào con đường Tâm Đạo để tìm kiếm CHÂN TÂM sâu thẳm và vì thế đức tin quá mong manh. Tất cả các CHÍNH GIÁO đều cho đó là bức màn vô minh nên con người không thấy được sự thật và Đạo Lý.

Tất cả các bậc tiên tri hay các sứ giả được Trời sai xuống để giúp con người trong các CHÍNH GIÁO để phá đổ bức màn vô minh đó, bức màn mà Thánh Kinh Qur'an gọi là mây mù che khuất. Nhưng con người phải tự phấn đấu với chính cái tâm hồn u ám của mình, và mỗi người phải tự đốt đuốc lên mà đi để giải phóng mình ra khỏi Thế Giới vô minh đó, để tự cứu lấy chính mình và tìm lại ánh sáng trong tâm hồn.

Hồi giáo gọi đó là cuộc Thánh Chiến đúng nghĩa nhất. Tự thắng mình là một cuộc chiến thắng gian nan và khó khăn nhất. Vì thế mới gọi là Thánh Chiến. Cuộc Thánh Chiến thứ

hai chính là ĐEM ĐẠO VÀO ĐỜI.

Từ căn bản cốt yếu đó con người có thể nhìn vào các cuộc Thánh Chiến của phong trào Thánh Chiến quá khích và cuồng tín tại Trung Đông chẳng có ý nghĩa gì cả, mặc dù họ nhân danh Hồi giáo. Họ đã gieo rắc khủng bố và sử dụng bạo lực khủng khiếp nhất, tàn bạo nhất – khi mà trong GIAO ƯỚC giữa THIÊN CHÚA và những người Hồi giáo đã ghi rõ **"ngươi không được giết người".**

Và tất cả những hành động lái máy bay để lao vào tòa nhà Trung Tâm Thương Mại Quốc Tế tại New York 2001 đã tạo ra một bi kịch kinh hoàng nhất, và những cuộc ôm bom tự sát hàng loạt tại các Tòa Đại Sứ Hoa Kỳ tại Iraq, Afghanistan hay Pakistan thật quá kinh hoàng và sợ hãi, trong Thế Giới con người đã có quá nhiều tai ương và thống khổ. Những nạn nhân bị sát hại bởi bàn tay của những người Hồi giáo cuồng tín có thật sự là kẻ thù của họ hay không hay đều là nạn nhân vô tội?

Dân số Hoa Kỳ có gần 300 triệu trong đó có 7 triệu người Hồi giáo đang sống lương thiện cần mẫn, sùng đạo, sống Thanh Bình, An Lạc và Hạnh Phúc tại Hoa Kỳ, chẳng lẽ cũng là kẻ thù của nhóm Hồi giáo cuồng tín hay sao? **Tại sao lại nói Hoa Kỳ** là "kẻ thù của **Hồi giáo", khi Hoa Kỳ** là một Quốc Gia do Chúa giúp để dựng nên**: ONE NATION UNDER GOD**, bởi vì Hoa Kỳ là một Quốc Gia mà chính tiên tri Muhammad và ALLAH đã muốn những người Hồi giáo xây dựng nên từ 1400 năm qua. Hoa Kỳ là một Quốc Gia đã xây dựng được một Thế Giới Tự Do, Bình Đẳng Công Lý và lòng Nhân Từ không chỉ cho riêng mình và cho cả Thế Giới. Thực tế cho thấy Hoa Kỳ là một Quốc Gia mẫu mực lý tưởng nhất cho Thế Giới Hồi giáo, bao gồm cả Do Thái cũng như tất cả các Quốc Gia trên toàn Thế Giới đều phải quay về Hoa Kỳ mà học hỏi, nếu họ muốn xây dựng nên một Quốc Gia tốt đẹp như thế. Những nhóm Hồi giáo quá khích cuồng tín không thể viện dẫn lý do Tôn Giáo và tín ngưỡng để coi Hoa Kỳ là kẻ thù của họ, ngoại trừ tham vọng chính trị của họ muốn làm bá chủ cả vùng Trung Đông.

1. Cứu cánh tối hậu của Hồi giáo là gì? Có phải cứu cánh tối hậu của mọi tín ngưỡng và mọi Tôn Giáo cũng như của Hồi giáo là xây dựng nên những xã hội Tự Do, Bình Đẳng Công Lý và lòng Nhân Từ cho con người khi họ còn sống dưới trần gian này?

2. Cứu cánh của Thánh Chiến theo lời dạy của ALLAH và Thánh Kinh Qur'an là gì? **Phải chăng là một cuộc chiến đấu để con người chiến thắng cái tâm gian tham, tâm ích kỷ và tâm hận thù, tâm đang bị mây mù che khuất để tìm lại ánh sáng CHÂN TÂM và trở thành những con người của Tự Do, Bình Đẳng Công Lý và lòng Nhân Từ cho cộng đồng Hồi giáo để làm thỏa lòng trông chờ của THIÊN CHÚA,** để Ả Rập và Do Thái sống bên nhau, **sống vì nhau và sống cho nhau cũng như anh em của dòng tộc Abraham và đóng góp vào việc xây dựng Hòa Bình không chỉ cho vùng Trung Đông mà cho cả Thế Giới có phải đây mới thực sự là Thánh Chiến của Hồi giáo** và là Thánh Chiến của tất cả các CHÍNH GIÁO dù đó là Kito giáo**, Do Thái giáo, Ấn Độ giáo và Khổng giáo?**

Từ những sự thật đó con người thử nhìn lại những hoạt động khủng bố của các tổ chức Hồi giáo cực đoan và cuồng tín khắp nơi trong Thế Giới Ả Rập để thấy cứu cánh của các tổ chức này là gì, có phải họ muốn làm bá chủ của vùng Trung Đông không? Làm bá chủ rồi thì họ làm gì nữa? Bởi vì những tổ chức này đã và đang cổ súy hận thù và bạo lực ngùn ngụt khắp nơi để giết người và gây đau thương tuyệt vọng cho bao triệu người khác thì họ sẽ xây nên một Thế Giới đầy hận thù và bạo lực như thế. **Hận thù có thể nào khai sinh ra tình yêu thương được không? Và bạo lực có thể nào đưa đến Thanh Bình, Hạnh Phúc cho người dân Ả Rập không?** Nếu câu trả lời là không – thì hành động cuồng tín để réo gọi hận thù và bạo lực của các tổ chức khủng bố Hồi giáo chắc chắn không thuận lòng ALLAH và cũng chẳng được lòng người.

Những tổ chức Hồi giáo quá khích và cuồng tín tại Trung Đông có thể không chịu nghe ai, nhưng họ phải lắng nghe tiếng réo gọi vô ngôn âm thầm của THIÊN CHÚA, của ALLAH, của Muhammad, của bao trăm triệu người dân Ả Rập và **lắng nghe lại tiếng réo gọi của lương tâm chính họ và nghe lại cuốn Thánh Kinh Qur'an mà họ đang cầm trên tay.**

Hãy buông bom xuống như một hành động đồ tể buông dao để thành Phật, bởi vì **trong GIAO ƯỚC giữa THIÊN CHÚA và người Hồi giáo có ghi "ngươi không được giết người".**

Trong Thánh Kinh Qur'an còn ghi thêm rằng: "THIÊN CHÚA trông chờ vào chúng ta với cuộc Thánh Chiến để chống lại linh hồn của chính chúng ta, chống lại sự thôi thúc của bản ngã ở đó luôn luôn thúc giục chúng ta làm những chuyện xấu xa lầm lạc" (trích 25: 52). Và một người Hồi giáo chân chính là một người có một đời sống trong trắng và thánh thiện (A pure life). Từ những lời dạy của ALLAH và của Thánh Kinh Qur'an đã đủ để cho mọi người thấy rằng những tổ chức Hồi giáo quá khích và cuồng tín xúi giục những thanh niên trẻ ôm bom tự tử để tự tìm đến cái chết quá bi thương và quá khủng khiếp cho chính họ và bao người hoàn toàn vô tội khác ở khắp mọi nơi để được cứu rỗi và để được vào nước Trời hay sao? **Thực tế là tất cả những nạn nhân bị giết bởi nhóm khủng bố chưa bao giờ thực sự là kẻ thù của người Hồi giáo**. Mục tiêu thù hận không thể mơ hồ như thế này được và những người tự sát sẽ chẳng bao giờ được vào nước của ALLAH bởi nước của ALLAH là nước của Công Lý không có chỗ cho những con người có những hành động bất công (hay nhưng kẻ sát nhân) vào sống trong đó.

Và vì Thánh Kinh Qur'an đã nói rất rõ "nhưng (chỉ có một con người được cứu rỗi) khi người đó tìm đến với ALLAH bằng tâm hồn trong sạch thanh khiết và thánh thiện". (26: 89)

Ngoài ra tinh thần Hồi giáo còn đưa ra thêm một nhận định như sau:

"Những xung đột xâu xé trong khung cảnh quốc tế cũng khởi đi từ những gian tham vô độ của một số lãnh tụ Quốc Gia

hoặc nhóm người với những ghen ghét, thù hận để bảo vệ ích kỷ cho riêng họ đã chia rẽ con người".

Từ đó cho thấy những ghen ghét hận thù là những nhóm người nào đây?

Tại sao họ lại nhân danh Tôn Giáo và phát động Thánh Chiến để xúi giục con người tàn sát con người, xúi giục con người chống lại con người, đó có phải thật sự là tinh thần của Hồi giáo không? Hồi giáo, Kito giáo, Do Thái giáo, Ấn Độ giáo và Khổng giáo đều cổ súy tình thương giữa người và người hoặc con người lấy tình thương mà xóa bỏ hận thù. **Tại sao các phong trào Hồi giáo cuồng tín tại Trung Đông lại cổ súy hận thù và lại đem hận thù để xóa bỏ tình thương giữa người và người? Phải chăng đây là sự khác biệt quá sâu xa về quan niệm Thánh Chiến giữa AL-LAH, Thánh Kinh Qur'an và quan niệm Thánh Chiến của các nhóm khủng bố tại Trung Đông.** Một bên là tình yêu thương giữa người và người và một bên là hận thù giữa người và người. Một bên là Tự Do, một bên là độc tài nô lệ. Một bên là Công Lý và một bên là bất công. Một bên là Đạo Lý và một bên là LẠC ĐẠO. Một bên là CHÂN TÂM và một bên là ác tâm. Một bên là tôn trọng con người và sự sống của con người và một bên là chà đạp lên sự sống và tước đoạt sự sống của con người.

Cuối cùng mọi người phải chấp nhận một sự thật là Thánh Chiến là tự chiến đấu với chính linh hồn luôn luôn thúc giục con người làm những điều xấu xa lầm lạc, và Thánh Chiến là xây dựng được những cộng đồng có Tự Do Bình Đẳng Công Lý và tình thương để con người sống Tự Do**, An Lạc và Hạnh Phúc bên nhau.** Đó là sự trông chờ của ALLAH nơi tất cả con người. Điều này tất cả người **Hồi giáo đều đã biết**. "

F. Tiếng nói từ đáy lòng của một người Hồi giáo Chân thực:

Đa số người dân trên thế giới không có dịp tìm hiểu về đạo Hồi nên cứ nghe nói đến đạo Hồi là nghĩ ngay đến "bạo động" và "khủng bố". Đây là một thành kiến sai lầm. Điều sai lầm thứ hai là hiểu lầm 2 chữ "Thánh chiến"như nhà chính trị học Nguyễn Anh Tuấn đã phân tích ở trên. Điều sai lầm thứ ba là nhiều người vẫn tưởng rằng đa số các tín đồ của đạo Hồi nếu không chủ trương bạo động giết người thì cũng tán thành, biểu đồng tình hay hậu thuẫn cho bọn khủng bố… Thực sự không phải như vậy mà còn trái lại nữa, đa số những tín đồ Hồi giáo chân chính bị "hàm oan" hoặc là nạn nhân của tệ nạn khủng bố nhân danh tôn giáo! Chúng tôi xin đăng lại nguyên văn bản lên tiếng của Bác sĩ Tamid Hamid đã nói lên tiếng nói từ trái tim của một người Hồi giáo chân thực. (*5)

From the heart of a Muslim

Du fond du coeur d'un honnête Musulman.

Từ đáy lòng của một người Hồi giáo chân thực.

Tôi được sinh ra là người Hồi giáo và đã sống suốt cuộc đời như một tín đồ Hồi giáo. Sau những cuộc tấn công khủng bố man rợ khắp nơi trên thế giới của hành tinh này qua bàn tay của những anh em Hồi giáo của tôi, và sau quá nhiều hành vi bạo lực của những tín đồ Hồi giáo ở nhiều nơi trên thế giới, tôi - một người Hồi giáo và là một con người, cảm thấy có trách nhiệm nói lên và kể ra sự thật để bảo vệ cho thế giới, kể cả người Hồi giáo, ***tránh khỏi một tai họa có thể thấy trước và một trận chiến giữa các nền văn minh.***

Tôi phải thừa nhận rằng giáo huấn hiện hành của Hồi giáo kích động bạo lực và sự thù ghét đối với những người không phải là tín đồ Hồi giáo.

Chúng ta, những người Hồi giáo là những kẻ cần phải thay đổi.

Cho đến nay, chúng ta vẫn chấp nhận chế độ đa thê, sự bạo hành thể xác của bọn đàn ông đánh đập người phụ nữ và sự tử hình đối với những người bỏ đạo Hồi để qua các tôn giáo khác.

Chúng ta chưa từng bao giờ có được một lập trường rõ ràng và vững chắc chống lại quan niệm về nạn nô lệ hoặc chiến tranh, chống lại phương thức truyền bá đạo chúng ta bằng cách chế ngự những kẻ khác vào đạo Hồi và buộc họ phải trả một loại thuế nhục nhã gọi là Jizia. Chúng ta đòi người khác phải tôn trọng tôn giáo của chúng ta, trong khi chúng ta lúc nào cũng chửi lớn (bằng tiếng Ả Rập) những kẻ ngoại đạo trong những buổi cầu nguyện vào ngày thứ sáu trong các thánh thất Hồi giáo.

Chúng ta phát ra thông điệp nào cho con cháu của chúng ta khi chúng ta gọi những người Do Thái là "đồ hậu sinh của loài heo khỉ"? [dù rằng người Ả Rập và người Do Thái đều là hậu duệ của ông Abraham]! Phải chăng, đó là một thông điệp của tình thương và hòa bình, hay là một thông điệp của sự thù hận?

Tôi đã từng đi vào nhà thờ và các hội đường ở đó họ đang cầu nguyện cho những người Hồi giáo. Trong khi đó thì mọi lúc chúng ta đều nguyền rủa họ, và dạy cho những thế hệ con cháu chúng ta phải gọi họ là "bọn bất trung" và thù ghét họ.

Chúng ta lập tức nhảy cửng lên theo "phản xạ của đầu gối" một cách tự động để bào chữa cho Tiên Tri Mohammed khi có ai đó tố giác ông ta là kẻ thích ấu dâm trong khi chúng ta lại hãnh diện về câu chuyện trong sách đạo Hồi của chúng ta kể rằng ông ấy đã cưới một bé gái bảy tuổi (tên là Aisha) làm vợ khi ông ta đã ngoài 50 tuổi.

Tôi cảm thấy buồn khi nói rằng nhiều người, nếu không phải là hầu hết chúng ta, đầu hân hoan trong vui sướng sau vụ 9/11 và sau nhiều vụ tấn công khủng bố khác. Trước mặt truyền thông thì người Hồi giáo tố giác những vụ tấn công đó, nhưng chúng ta lại khoan dung cho những kẻ khủng bố Hồi giáo đó và có thiện cảm với lý tưởng của họ. Đến nay thì những vị đỉnh cao "lừng danh" trong giáo quyền đã không hề ban bố một Fatwa hay là một thông báo tôn giáo nào để tuyên bố rằng Bin Laden là một tên lạc đạo, trong khi đó thì nhà văn Rushdie lại bị tuyên bố là tên lạc đạo cần phải giết chết chiếu theo luật Sharia của Hồi giáo chỉ vì ông ta viết ra một cuốn sách chỉ trích đạo Hồi.

Những người Hồi giáo đã biểu tình để đòi quyền được đạo đức hơn là những gì họ đã có tại Pháp, biểu tình đó là để chống lại lịnh cấm choàng khăn trùm đầu Hejab, nhưng chúng ta đã không biểu tình với một niềm đam mê như thế đối với một số quá lớn những vụ ám sát khủng bố. Chính sự im lặng tuyệt đối của chúng ta đối với những kẻ khủng bố đã khiến chúng có thêm năng lực để tiếp tục thực hiện những hành vi xấu xa của chúng.

Chúng ta, những người Hồi giáo phải chấm dứt mang cái nguyên nhân gây ra các khó khăn của chúng ta gán lên đầu người khác hoặc lên sự xung đột giữa Do Thái và Palestine. Đây là một vấn đề lương thiện khi xác nhận rằng nước Do Thái là ánh sáng duy nhất của sự dân chủ, của văn minh, của nhân quyền trong khối các quốc gia Trung Đông.

Chúng ta đã xua đuổi những người Do Thái ra khỏi hầu hết các xứ Ả rập mà không chút bồi thường hoặc thương xót để biến họ thành những "người Do Thái vô quê hương" trong khi đó thì nước Do Thái đã chấp nhận cho hơn một triệu người Ả rập được sống trong lòng của họ, xem họ như những công dân Do Thái để họ được hưởng đầy đủ quyền lợi của con người.

Ở nước Do Thái, những phụ nữ Ả rập không thể bị đánh đập một cách hợp pháp bởi bọn đàn ông, và mọi người đều có thể thay đổi niềm tin của họ mà không sợ bị kết án tử hình bởi luật "lạc đạo" của Hồi giáo, trong khi đó trong thế giới của Hồi giáo, không một ai được hưởng một cái gì trong những quyền lợi đó.

***Tôi đồng ý là những người dân Palestine đang đau khổ, nhưng họ đau khổ là vì những kẽ lãnh đạo của họ hư hỏng chứ không phải vì Do Thái*.**

Thật hiếm thấy những người Ả Rập đang sống tại Do Thái bỏ ra đi để về sống trong những nước Ả rập. Ngược lại chúng tôi thấy hàng ngàn người dân Palestine vui sướng đi lao động tại nước Do Thái là "kẻ thù của họ". Nếu nước Do Thái đối xử tàn tệ với người Ả Rập như có kẻ đã rêu rao, thì hẳn chúng ta sẽ thấy được một hiện tượng trái ngược lại.

Chúng ta, những người Hồi giáo, cần phải gánh vác những nan đề của chúng ta và đối mặt với chúng. Chỉ có lúc đó chúng ta mới có thể giải quyết được vấn nạn để bắt đầu một kỷ nguyên mới sống trong hòa hợp với tình nhân loại của con người.

Những vị lãnh đạo tôn giáo phải chứng minh một lập trường rõ ràng và vững chắc chống lại việc đa thê, ấu dâm, nô lệ, kết án tử hình đối với những kẻ bỏ đạo Hồi qua các tôn giáo khác, họ phải kết án những sự bạo hành thể xác của bọn đàn ông lên phụ nữ, và khuynh hướng tuyên chiến với những kẻ ngoại đạo để bành trướng Hồi giáo.

Khi đó, và chỉ có khi đó thì chúng ta mới có quyền đòi hỏi những kẻ khác tôn trọng tôn giáo của chúng ta. ***Thời điểm đã đến để chúng ta chấm dứt sự giả đạo đức của chúng ta và công khai nói: "Chúng tôi, những người Hồi giáo phải thay đổi."***

Tawfik Hamid

http: //www. islamreview. com/articles/From_the_heart_of_a_Muslim. shtml

III. SỰ BẾ TẮC TRONG LÒNG XÃ HỘI HỒI GIÁO TRUNG ĐÔNG:

Tại cái nôi Trung Đông, đạo Hồi thành hình trong thế kỷ thứ 7 (631) và chỉ 10 năm sau khi đức Muhammad qua đời, đạo Hồi (632-642) đã bắt đầu giai đoạn bành trướng trở thành Đế quốc Hồi giáo. Tiếp theo thế kỷ 16 đến thế kỷ 18 là thời kỳ cực thịnh của đế quốc Hồi giáo! Nhưng cũng từ thế kỷ 18 về sau, khi các cường quốc Tây phương trở thành lớn mạnh, đẩy lùi đế quốc Hồi giáo vào con đường suy tàn. Nhất là đến thế kỷ 20, ngoại trừ nước Thổ Nhĩ Kỳ, quốc gia duy nhất giữ được quyền tự chủ, còn toàn bộ các quốc gia Hồi giáo đều đã trở thành thuộc địa của chủ nghĩa thực dân Âu châu. Ngày nay các xã hội Trung Đông bị co cụm- không phát triển được vì những khuyết điểm trầm trọng và những bế tắc lớn sau đây:

1. *Tệ nạn Phân hóa trong Đạo Hồi*: Đạo Hồi chia ra làm 3 ngành:

- Ngành Sunnites (Sunni) với tỷ số 87% tín đồ đạo Hồi (Ngành đa số) chủ trương các người kế vị Muhammad về sau là bất cứ ai tài giỏi đạo đức có uy tín chứ không nhất thiết phải là huyết thống của Muhammad.

- Ngành Chiites (Shi'a) với tỷ số 12, 2% tín đồ đạo Hồi (Ngành thiểu số) chủ trương các người kế vị Muhammad phải nằm trong huyết thống của Muhammad như Ali – và Fatima (Con rể và con gái của Muhammad).

- Ngành kharejite: với 0, 3% tín đồ đạo Hồi. Ly khai khỏi ngành Chiite. Họ chủ trương sống luân lý khắc khổ và tỉnh thức bảo toàn một xã hội truyền thống đạo Hồi.

Chỉ vì quan niệm các vị kế thừa Muhammad có khác nhau mà 2 ngành Sunnites (Sunni) và ngành Chiites (Shi'a) đã phân hóa chia rẽ nhau trầm trọng đi đến chiến tranh thù hận đẫm máu giết hại lẫn nhau triền miên trong suốt 14 thế kỷ phát triển của Đạo Hồi và số người chết lên tới hàng chục triệu người! Tệ trạng phân hóa này khi âm thầm khi bộc phát vẫn còn tiếp diễn cho đến ngày nay!

1. *Các khuynh hướng trong đạo Hồi*: Ngoài việc phân hóa ra thành 3 ngành nói trên, Đạo Hồi còn còn chia thành nhiều khuynh hướng: Trước tiên phải kể đến khuynh hướng Soufisme có ngay từ đầu lịch sử đạo Hồi và tản mát trong cả ba ngành, với chủ trương

đậm mầu sắc huyền bí: đi tìm kinh nghiệm thiêng liêng về tình yêu của Thiên Chúa, coi những khía cạnh trần thế của đạo Hồi là thứ yếu. Từ gần hai thế kỷ nay, giữa ba ngành đạo Hồi lại xuất hiện nhiều khuynh hướng khác nhau, sau đây là năm khuynh hướng nổi bật:

- Khuynh hướng "Duy Tân": chủ trương đổi mới đạo Hồi, thích ứng đạo Hồi theo những biến chuyển của xã hội mới hiện nay về các quan điểm xã hội, tôn giáo, chính trị, văn hóa, tự do…

- Khuynh hướng "Truyền Thống": chủ trương đổi mới đạo Hồi về phạm vi nhân bản, nhưng trung thành với truyền thống của người xưa.

- Khuynh hướng "Bảo căn" phát triển trong nhiều nước. Những người theo khuynh hướng này chủ trương: Sau thời đại thuộc địa, đạo Hồi phải nổi bật lên bằng việc áp dụng nghiêm chỉnh mọi giới truyền của Đạo Hồi. Họ tố cáo những chính phủ "đời" thất trung với đạo Hồi khi chạy theo các quan niệm sống, chính trị, kinh tế của Tây Phương. Họ chủ trương phải bảo vệ gốc rễ của đạo Hồi theo lối trở "về nguồn". Các tổ chức "huynh đệ Hồi giáo' nằm trong khuynh hướng này.

- Khuynh hướng "Thiêng Liêng": tương tự như khuynh hướng "Truyền Thống", thường ăn sâu trong khuynh hướng 'Soufisme'. Các thành viên phải dành thời gian đi tuyên truyền đạo Hồi và thúc đẩy người ta trở về với Thiên Chúa.

1. *Đạo Hồi không có một giáo hội chung thống nhất trên qui mô toàn cầu* nên tuy cùng là Hồi giáo (Islam) mà tại mỗi quốc gia Hồi giáo có hệ thống tổ chức riêng.. . nên sự phân hóa trong đạo Hồi ngày càng trở nên phức tạp và làm phân hóa suy yếu đạo Hồi thêm nữa nếu không kịp thời có cuộc cách mạng tâm thức trên quy mô toàn cầu.

2. *Có sự lẫn lộn giữa Thần Quyền và Thế Quyền*: Ngày nay ngoại trừ Thổ Nhĩ kỳ và Indonesia còn hầu hết các quốc gia Hồi

giáo đều có sự nhập nhằng chi phối hay đúng hơn là sự lẫn lộn giữa Thần Quyền và Thế Quyền nên đa số các quốc gia Hồi giáo này hoặc là sống dưới chế độ độc tài hay chế dộ dân chủ nửa vời, nên không thực hiện được chế độ tự do dân chủ thực sự và đúng nghĩa của danh hiệu này. Do đó đất nước vẫn bị kìm chế không phát triển được, vẫn bế tắc và chưa tìm ra lối thoát!

3. *Nhân phẩm người phụ nữ Hồi giáo bị khinh rẻ, nhân quyền phụ nữ bị cấm đoán, tước đoạt*: Tín đồ đạo Hồi coi kinh Qur'an là Thánh Kinh, là lời của Thượng Đế (Words of Allah) và luật lệ của Hồi giáo là Thánh luật nên rất thiêng liêng, không ai dám sửa đổi.. . Ngay trong thánh kinh Qur'an đã qui định chế độ y phục của phụ nữ Hồi giáo rất khắt khe như sau: *"Phụ nữ phải mặc che kín hoàn toàn, không được để lộ một phần nào của thân thể trước mặt bất cứ một người đàn ông nào, bao gồm cả mặt và tay" (They dress up completely without showing any part of their bodies, including face and hands to any man – Qur'an 33: 53),* đồng thời xác nhận uy quyền của đàn ông đối với đàn bà: "*Đàn ông có quyền đối với đàn bà vì Chúa đã sinh ra đàn ông cao quí hơn đàn bà và vì đàn ông phải bỏ tài sản của mình ra để nuôi họ. Đàn bà tốt phải biết vâng lời đàn ông vì đàn ông săn sóc cả phần tinh thần của đàn bà. Đối với những phụ nữ không biết vâng lời, đàn ông có quyền ruồng bỏ, không cho nằm chung giường và có quyền đánh đập". (Man has the authority over women because God has made the one superior to the other and because they spend wealth to breed them. Good women are obedient because they guard their unseen parts. As for those whom you fear disobedience, admolish them, send them to beds apart and beat them – Qur'an 4: 34).*

Hiện nay trong nhiều quốc gia Hồi giáo Trung Đông, phụ nữ không được đi học, không được quyền lái xe và người đàn bà chửa hoang hay ngoại tình sẽ bị ném đá cho đến chết!

4. *Mâu thuẫn giữa chế độ "dân chủ tự do"và chế độ "độc tài tôn giáo*" (Religious fundamentalism): Nạn quân phiệt và giáo

phiệt luôn chủ trương độc tài vì quyền lợi và địa vị của một thiểu số người cầm đầu cưỡi cổ dân chúng, nhưng lại nhân danh tôn giáo. Họ chủ trương về nguồn bảo vệ truyền thống của đạo Hồi (Về nguồn ở đây là trở về phần tốt đẹp- chân lý của đạo Hồi- rất đáng bảo vệ, đồng thời họ bảo vệ luôn cả những hủ tục lỗi thời trong luật lệ Hồi giáo-mâu thuẫn nan giải là ở điểm này!).

5. *Từ thế kỷ 11 nhóm quá khích cực đoan đã lấy "hận thù bạo lực ám sát" làm vũ khí khủng bố*: Thực vậy chi phái Assassins (một trong 3 chi phái thuộc ngành thiểu số chiites) được thành lập năm 1090 tại Iran và Syria gồm toàn những tay quá khích giết người không gớm tay. Chi phái này lập ra để sẵn sàng đối phó, tiêu diệt kẻ thù của Hồi giáo và bất cứ ai, hay bất cứ nhóm người nào chủ trương "cải cách xã hội Hồi giáo". Chi phái này đã gây chấn động Âu châu về những huyền thoại giết người, ám sát khủng bố trên 2 thế kỷ- từ thế kỷ 11 đến thế kỷ 13- đến nỗi danh từ "ASSASSIN" trở thành một danh từ mới của Âu châu có nghĩa là "KẺ MƯU SÁT". Có thể nói tổ chức khủng bố hiện này chỉ là hậu thân của tổ chức Assassins đã gây hỗn loạn kinh hoàng từ thế kỷ 11, nhưng với quy mô rộng lớn và nguy hiểm hơn trước rất nhiều.

6. *Xã Hội Hồi giáo Trung Đông là xã hội bảo thủ khép kín mâu thuẫn với xã hội Cởi Mở Tân Tiến của thời đại:* "Thế giới Hồi giáo Ả Rập ngày nay vì tự ti mặc cảm đã co cụm lại thành những xã hội khép kín. Giới lãnh đạo không muốn dân chúng biết sự thật của thế giới bên ngoài cho nên họ rất căm ghét tất cả mọi phương tiện truyền thông Quốc Tế. Nhiều nước Hồi giáo ban hành luật cấm TV, Video, phim ảnh và các sách báo ngoại văn. Trong cuộc họp của tổ chức các Quốc Gia Hồi giáo OIC (Organization of Islamic countries) gồm các đại biểu của 56 quốc gia thành viên họp tại thủ đô Mã Lai ngày 27-2-2000, nhiều đại biểu đã hô hào các nước Hồi giáo đoàn kết để chống lại kỹ thuật tin học Internet vì nó có thể "tiêu diệt các giá trị Hồi giáo".

7. *Đa số các Quốc Gia Hồi giáo Trung Đông: Kinh tế không*

phát triển, Chính trị độc tài hay Dân chủ hình thức - Dân chủ nửa vời, Xã Hội khép kín, lạc hậu! Nền kinh tế của khối Ả Rập Trung Đông hiện nay không có gì đáng hãnh diện, ngoại trừ kho dầu mỏ thiên nhiên ở mấy nước vùng vịnh với trữ lượng bằng ¼ khối lượng dầu trên thế giới. Nhưng họ không có kỹ thuật thăm dò mỏ dầu, kỹ thuật khoan mỏ dầu, chuyên chở và lọc dầu v. v.. Họ cũng không có độc quyền tăng giá dầu vì các việc tiêu thụ, phân phối, và sản xuất không nằm trong tay họ… Những khoản lợi tức khổng lồ của những mỏ dầu không đem lại lợi ích nào cho quần chúng vì nó đã chui hết vào túi của giới lãnh đạo bất tài và tham nhũng! Chẳng những thế, giới lãnh đạo còn nhân danh Allah và tiên tri Muhammad để tước đoạt những quyền tự do chính đáng của người dân. Tại các nước Bahrain, Jordan, Maroc… và thậm chí ở hai nước nổi tiếng giàu có vì dầu hỏa là Koweit và Saudi Arabia… phụ nữ không có quyền đi bầu. Đại đa số dân Ả Rập đều đang kéo lê cuộc sống du mục lạc hậu như thời Muhammad lập đạo tại sa mạc Syro- Arabia vào thế kỷ 7 hoặc như tổ phụ Abraham ở vùng đất hứa Canaan cách đây 4000 năm vậy!

(Xem Thế Giới Hồi giáo Xưa và Nay- Hồi giáo tại Trung Đông của Charlie Nguyễn)

IV. Ý THỨC CÁCH MẠNG KHI ÂM Ỉ, KHI BÙNG PHÁT TRONG LÒNG XÃ HỘI HỒI GIÁO TRUNG ĐÔNG

A- Cuộc chuyển mình "Thế Tục Hóa Xã Hội" tại Trung Đông trong thế kỷ 19:

Trước tình trạng bế tắc của Xã Hội Trung Đông như đã nói trên, giới trí thức và những chính trị gia chân chính không khỏi đau lòng và họ muốn tìm một lối thoát. Tiêu biểu cho xu hướng mới này là triết gia Ai Cập Fouad Zakriya. Triết gia chủ trương: Muốn cứu các nước Hồi giáo Trung Đông ra khỏi tình trạng bế tắc toàn diện từ văn hóa, chính trị, kinh tế đến xã hội thì phải học hỏi và noi gương phong trào Khai sáng (Enlightenment) ở Âu châu thế kỷ 18 là tách "Thần quyền" ra khỏi "Thế quyền", tách "nhà thờ" ra khỏi "nhà nước" (Seperation of Mosque from State). Người ta còn gọi chủ trương này của Fouad Zakriya là Chủ Nghĩa Thế Tục Hóa Xã Hội (Secularism) nhằm đi tới sự phân lập rõ rệt giữa chính quyền và giáo hội. Từ nay giáo Hội chuyên lo việc tôn giáo, còn chính quyền do người dân bầu cử lên và có trách nhiệm phục vụ quyền lợi của toàn dân chứ không phải chính quyền của một thiểu số người (quân phiệt hay giáo phiệt) thao túng và mưu lợi riêng cho "đẳng cấp thống trị" nhân danh tôn giáo! Các quốc gia Âu châu thế kỷ thứ 18 sở dĩ hùng mạnh vì đã sớm ý thức và đã dứt khoát tranh đấu tách rời "Thần Quyền" ra khỏi "Thế Quyền" đưa đất nước đến tự do dân chủ thực sự. Zakariya còn mạnh bạo tuyên bố: "*Thế giới Ả Rập không thể nào xây dựng được một xã hội văn minh tiến bộ nếu cứ khư khư giữ lấy những tư tưởng lạc hậu cuả thời kỳ bộ lạc ở sa mạc vào thế kỷ 7 (thời mà giáo chủ Muhmmad lập đạo!).*

Nhận định về tôn giáo Zakariya nêu rõ: "*Dù bất cứ là tôn giáo nào thì luôn luôn tôn giáo chỉ là sự sùng bái có tính cách riêng tư của các cá nhân mà thôi. Không ai có quyền đem sự sùng bái riêng tư đó áp đặt lên cả quốc gia để buộc mọi người cũng phải sùng bái như họ*". Vậy mà điều vô lý này đã trở thành hiện tượng phổ biến tại các nước Ả Rập! Zakariya kêu gọi mọi người hãy đứng lên xóa bỏ những giáo điều hủ lậu, đập tan chế độ Hồi giáo bảo thủ để giải phóng con người và giải phóng xã hội Hồi giáo chậm tiến lạc hậu!

Tư tưởng và chủ nghĩa "Thế Tục Hóa Xã Hội" của Fouad Zakariya đã có tiếng vang lớn và được nhiều chính trị gia hưởng ứng tại Thổ Nhĩ Kỳ, Ai Cập và Iran:

• ***MUSTAPHA KEMAL được tôn vinh Người cha già dân tộc Thổ Nhĩ Kỳ:*** "Cộng hòa Thổ Nhĩ Kỳ có vị trí địa lý rất đặc biệt... nằm giữa châu Âu và châu Á do vậy có thể cho đây là đất nước Á Âu. Dân số Thổ Nhĩ Kỳ hiện nay có khoảng 75 triệu người: có 2 dân tộc chính tại đây là người Turkish (khoảng 80%) và người

Kurdish (khoảng 20%). Tôn giáo chủ đạo là đạo Hồi (Islam), trong đó có đến 80% dân số tín đồ của dòng Sunni, còn ngôn ngữ chính thức là tiếng Thổ. Thổ Nhĩ Kỳ có một lịch sử hào hùng với những thời đại và tên tuổi đã đi vào lịch sử nhân loại như đế chế Byzantine, đế chế Ottomon. Hoàng đế Ottoman, bắt đầu từ thế kỷ XIII đã chinh phục và thống nhất các khu vục xung quanh như Đông Nam Âu, khu vục Tây Á và khu vực Bắc Phi, tạo nên một đế chế Ottoman hùng mạnh. " – Nhà chính trị kiệt xuất Mustapha Kemal là một nhà lãnh đạo rất sáng suốt và đầy dũng cảm đã lãnh đạo cuộc cách mạng Thổ Nhĩ Kỳ thành công nhờ 4 yếu tố chính: 1- Về Chính trị Ông theo chủ nghĩa "Thế Tục Hóa xã hội" của triết gia Ai Cập Fouad Zakriya, cương quyết và dứt khoát tách "Thần quyền" ra khỏi "Thế Quyền" tách "nhà thờ ra khỏi nhà nước", không chấp nhận Hồi giáo là Quốc Giáo (cho dù 80% dân số trong nước theo đạo Hồi), xây dựng chế độ Tự Do Dân Chủ theo kiểu mẫu Tây Phương… 2- Về Xã Hội và giáo dục ông mạnh dạn bãi bỏ những luật lệ lỗi thời của đạo Hồi, giải phóng phụ nữ không còn chế độ đa thê. Phụ nữ được đi học, được quyền lái xe, được quyền bầu cử ứng cử như nam giới, không phải đeo mạng che mặt hoặc áo choàng phủ kín toàn thân. Về kinh sách viết theo mẫu tự La Tinh thay vì theo tiếng Ả Rập… . 3- Về Tôn giáo: ông vẫn tôn trọng tín ngưỡng và tâm linh theo đạo Hồi, không một giáo sĩ nào bị ngăn cấm hành đạo hay bị giết cả! (Miễn là họ không xen vào Thế Quyền là tốt rồi). 4- Về Văn Hóa ông chủ trương dung hòa văn Hóa Đông Phương và Tây Phương, dung hòa văn hóa Hồi giáo với văn hóa hiện đại của Âu Mỹ… Do 4 đặc diểm này cuộc cách mạng của Thổ Nhĩ Kỳ do Mustapha Kemal lãnh đạo tuy cứng rắn, cương quyết nhưng lại không cực đoan… Ông là người có viễn kiến "Hiện Đại Hóa đạo Hồi" theo kịp "hướng đi của thời đại", nhưng không hề phản bội lại Đạo Hồi hay ly khai với đạo Hồi" (những ai tưởng là Mustapha Kemal đã "ly khai", "đoạn tuyệt" hay đã "phản bội" đạo Hồi hay "phản lại chân lý của đạo Hồi" đều là những người hoặc là "bảo thủ cực đoan" hoặc là không hiểu nổi "tầm cao" và "tầm sâu" của

Mustapha Kemail vậy.) - Người viết Chu Tấn tôi rất tâm đắc về bài khảo Luận: "*Văn hóa, xã hội Thổ Nhĩ Kỳ dưới ảnh hưởng của Đạo Islam" của Tiến Sĩ Nguyễn Thanh Hiền* mà chúng tôi xin trích đoạn sau đây để chứng minh 4 yếu tố thành công của cuộc cách mạng Thổ Nhĩ Kỳ do nhà chính trị tài ba Mustapha Kemal lãnh đạo mà chúng tôi đã nhận định ở trên là có căn cứ xác đáng". Từ năm 1923 sau khi các sỹ quan trẻ tuổi do Mustapha Kemal Ataturk lãnh đạo đã kháng chiến thành công chống lại quân đồng minh (Thổ bị quân đồng minh chiếm đóng sau chiến tranh thế giới thứ nhất), nước cộng hòa Thổ Nhĩ Kỳ đã được thành lập thay thế cho nhà nước quân chủ Islam giáo trước đó và Ataturk là tổng thống đầu tiên của nước cộng hòa này. Mustapha Kemal Ataturk là người có tư tưởng cải cách và chấn hưng đất nước. Ông đã biến Thổ Nhĩ Kỳ thành một quốc gia thế tục theo kiểu phương Tây. Đạo Hồi không phải là tôn giáo duy nhất và không còn là quốc đạo, chữ viết Ả Rập đã được La Tinh hóa, ngôn ngữ Thổ được khôi phục và phụ nữ không bị buộc phải che mặt. Luật pháp được cải cách theo Phương Tây, dựa trên hệ thống luật dân sự châu Âu chứ không phải xây dựng trên nền tảng các quy định của Islam giáo (tức Hồi giáo) như nhiều quốc gia Islam giáo khác. Công lao to lớn của Mustapha kemal Ataturk đã khiến ông được coi như một vị "cha già dân tộc", được tôn vinh và sùng bái, mộ của ông hiện nay đang được bảo quản trong lăng đặt tại thủ Đô Ankara. Mặc dù thể chế chính trị của Thổ Nhĩ Kỳ giống các nước tư bản phát triển, song do là quốc gia Islam giáo nên về mặt văn hóa - xã hội ảnh hưởng đặc thù rất riêng biệt. Dấu ấn đậm nét nhất về ảnh hưởng của đạo Islam đến văn hóa xã hội tại đây chính là các thánh đường và văn hóa niệm, lễ, chay, khóa, triều của những người Muslim (tín đồ theo đạo Islam) tại Thổ Nhĩ Kỳ dựa trên những qui định bắt buộc của đạo Islam. Điều này không có gì khác so với các nước Islam giáo khác. Các thánh đường ở đây vẫn mang những nét đặc trưng của một tòa thánh đường Islam giáo. Có những thánh đường nhỏ và những đại thánh đường. Ở Istambul còn có thể nhìn thấy những thánh đường với 6 cột tháp rất cổ kính đánh dấu một thời kỳ lịch sử huy hoàng của đế chế Islam giáo Ottoman, kiến trúc, bài trí bằng nghệ thuật Arabesque trong các thánh đường ở Thổ Nhĩ Kỳ cũng vẫn mang những nét phổ biến chung. Nơi đây cũng là nơi sinh hoạt cộng đồng không chỉ phục vụ riêng cho vấn đề tâm linh mà còn là nơi tụ họp, gặp gỡ, trao đổi của cư dân và còn là điểm đến của khách du lịch thập phương. Là một nước Islam giáo nhưng Thổ Nhĩ Kỳ lại là một đất nước cởi mở. Sự đa dạng về văn hóa của bản thân đất nước vừa Âu vừa Á này lại cộng thêm sự mở cửa đã làm cho đất nước Thổ Nhĩ Kỳ như một tấm gương thu nhỏ của thế giới. Đến Thổ Nhĩ Kỳ người ta không bị có cảm giác lo lắng như đến các nước Islam giáo khác là mình có bị phạm vào các chuẩn mực cấm kỵ nào hay không? Đây là một đất nước tự do, là nơi hội tụ của nhiều dân tộc khác nhau, là nơi thể hiện của nhiều phong cách văn hóa khác nhau, là nơi có thể nghe thấy nhiều loại ngôn ngữ khác nhau cuả thế giới. Có thể đưa nhận xét sau đây của nhà phân tích người Italia Digi Riva trong tạp chí "L'Espresso" để cùng chia sẻ cảm nhận về một Thổ Nhĩ Kỳ tự do, đa sắc thái và thú vị: "Người phục vụ bàn… trải dài thực đơn trên bàn, trong đó có đủ các món ăn từ truyền thống đến quốc tế, cộng thêm hàng loạt rượu địa phương và nhập khẩu hảo hạng… . Những hình ảnh của châu Âu và thế giới vẫn xuất hiện ở đây trên con đường Istical những tòa nhà hoành tráng được xây dựng từ thế kỷ XVIII là những nhân chứng câm lặng của một quá trình chuyển hóa không ngừng nghỉ ngày cũng như đêm. Những người phụ nữ Thổ đi trên phố, với đủ dạng trang phục và đầu tóc, từ có khăn trùm đầu, từ mặc áo choàng che cả người, đến để đầu trần, mặc váy ngắn… ". (*6)

• **Người Hùng JASMALNASSER AI CẬP**: Ông sinh năm 1918 lãnh đạo phong trào sinh viên làm cuộc cách mạng tại Ai Cập. Ông làm thủ tướng từ năm 1954 đến năm 1956. Sau đó biến Ai Cập thành một nước Cộng Hòa với danh xưng "Cộng Hòa Ai Cập Thống Nhất". Ông chủ trương thực hiện chủ nghĩa "Thế Tục Hóa Xã Hội" (Secularism) theo tư tưởng của Triết gia Fouad Zakriya nhằm tách

"Thần quyền" ra khỏi "Thế quyền" mà ông cho hợp lý nhất hay nhất như một lối thoát cho nhân dân Ai Cập thoát khỏi họa độc tài tôn giáo! Ông được mệnh danh là "Người Hùng Ai Cập" và được bầu làm Tổng Thống từ năm 1958 đến năm 1970. Đối tượng hay kẻ thù của Ông là phong trào Hồi giáo cực đoan mang tên "Huynh Đệ Hồi giáo" do Sayid Quitb sáng lập với chủ trương dùng các thủ đoạn khủng bố để ngăn cản và vô hiệu hóa mọi nỗ lực cải cách xã hội Hồi giáo. Phong trào này xác định các lãnh tụ theo đuổi "Thế Tục Hóa Xã Hội" là những kẻ tuyên chiến với đức tin Hồi giáo đều phải giết hết! Ngay từ năm 1956 Jasmal Nasser đã ra lệnh bố ráp bắt hết các đảng viên Muslim Brotherhood. Nhiều đảng viên bị xử tử hình, số còn lại đều bị lãnh án tù. Trong12 năm làm Tổng Thống nỗ lực của ông là bình ổn xã hội Ai Cập và đề phòng sự trổi dậy của phong trào "Huynh Đệ Hồi giáo" cực đoan. Tuy nhiên Ông bị một dư đảng của phong trào này ám sát chết năm 1990. Sau khi Jasmal Nasser chết, Phong trào "Huynh Đệ Hồi giáo" cực đoan đã trỗi dậy rất mạnh và biến Ai Cập trở lại một nước độc tài Hồi giáo như cũ!

• **Hai vua Ba Tư dòng PAHLAVI ghét Đạo Hồi:** Vua Reza Pahlaviu tuy sinh ra và lớn lên trong một gia đình sùng đạo Hồi, song nhà vua nhận thấy "giáo chủ Hồi giáo" thường xen vào "thế quyền" của nhà Vua nên ông sinh ra ghét đạo Hồi, nay nhà Vua lại đọc được tư tưởng "Thế Tục Hóa xã Hội" của Fouad Zakriya và lời kêu gọi của triết gia này là "mọi người phải đứng lên "đập tan" xã hội Hồi giáo bảo thủ lạc hậu để đưa đất nước tiến lên". Do vậy nhà Vua chủ trương hủy diệt Đạo Hồi! Ông sinh ra năm 1878, lên ngôi vua năm 1921 cai trị Ba Tư trong 20 năm. Ngay khi lên ngôi, Vua Pahlavi đã ra lệnh giải tán Uhma tức "Hội đồng các Học Sĩ Hồi giáo", là cơ quan cao nhất về tôn giáo tại Ba Tư đồng thời bãi bỏ luật Hồi giáo (Sharia) bằng luật pháp quốc gia do quốc hội biểu quyết. Nhà vua cấm chỉ dân chúng không được đi hành hương tại Mecca. Từ nay các phụ nữ không được đeo mạng trên đường phố… Một biến cố khác, năm 1935 phe cuồng tín chống đối nhà vua xúi giục các phụ nữ biểu tình chống "Thế Tục Hóa Xã Hội". Nhà Vua đã ra lệnh đàn áp cuộc biểu tình và hậu quả là cảnh sát đã nổ súng bắn chết hằng trăm phụ nữ và vị giáo chủ Hồi giáo Ba Tư Aytollah Muddaris cũng bị ám sát chết trong dịp này. Năm 1941 Vua Panlavi truyền ngôi cho con Muhammad Reza Pahlavi. Ngay khi tân vương lên ngôi phe bảo thủ Hồi giáo đã biểu tình chống nhà vua. Tân Vương đã ra lệnh cảnh sát xả súng bắn chết hàng trăm học viên Hồi giáo trên đường phố, đóng cửa tất cả các trường đào tạo học sĩ Hồi giáo trên toàn quốc. Không những thế nhà vua còn cho thành lập tổ chức mật vụ chuyên việc truy lùng những kẻ muốn phục hồi đạo Hồi tại Ba Tư. Tổ chức mật vụ còn được trao quyền thẳng tay đàn áp giết chết những kẻ chống đối không cần một án lệnh nào của tòa án cả! Việc làm quá đáng này, đã gây nhiều bất mãn trong quần chúng! Năm 1979 học sĩ Khomeini lưu vong tại Pháp- trở về nước, lãnh đạo cuộc khởi nghĩa thành công lật đổ vua Pahlavi khiến nhà vua phải chạy trốn ra nước ngoài. Khomeini chấm dứt chế độ quân chủ và trở thành Tổng Thống đầu tiên của nước Cộng Hòa Hồi giáo (Islamic Republic) tại Ba Tư Khomeini là một Học sĩ thuộc giáo phái Shite rất cực đoan và độc tài. Dưới chế độ "Cộng Hòa Hồi giáo" Khomeini cho phục hồi lại tất cả những luật lệ hủ lậu dã man của đạo Hồi thời trung cổ như ăn trộm phải bị chặt tay, phụ nữ ngoại tình bị ném đá cho đến chết! Phụ nữ buộc phải mặc áo choàng đen phủ kín từ đầu đến mắt cá chân! Mọi sinh hoạt ca nhạc hay chiếu phim đều bị cấm! Khi học sĩ Khomeini lưu vong từ Pháp về lãnh đạo cuộc khởi nghĩa thành công, uy tín của ông lên rất cao, người dân trong nước đặt nhiều tin tưởng ở nơi ông sẽ mở ra một trang sử mới cho đất nước Ba Tư, thay đổi được thân phận và đời sống của người dân được tốt đẹp hơn… Nào ngờ khi ông trở thành TổngThống của nước "Cộng Hòa Ba Tư", tuy mang danh là chấm dứt chế độ quân chủ, thành hình nước "Cộng hòa Ba Tư"nhưng thực chất là phục hồi chế độ "độc tài Hồi giáo"dành quyền hành tối đa cho bản thân ông và giới tăng lữ áp chế quần chúng nhân dân! Khi này, người dân Ba Tư mới tỉnh ngộ là sống dưới chế độ quân chủ của dòng họ Pahlavi, đời sống người dân được thoả mái và hạnh phúc hơn nhiều khi phải sống dưới chế độc độc tài Hồi giáo của Khomeini! Điều sai lầm trầm trọng của Khomeini hơn nữa là đã gây hận thù với giáo phái Sunni tạo ra cảnh nội chiến nồi da xáo thịt. Khomeini chết năm 1989.

• Bài học rút ra từ việc thực hiện Chủ nghĩa "Thế Tục Hóa Xã Hội": Một số người (hay đa số người chăng nữa) nghĩ rằng: "Chủ nghĩa Thế Tục Hóa xã Hội" là chiếc "chìa khóa vàng đưa các nước Tây Phương đến Dân Chủ Tự Do, người dân được no ấm hạnh phúc, xã hội tiên tiến văn minh... nên muốn đem chủ nghĩa này áp dụng vào xã Hội Hồi giáo Trung Đông. Nhưng qua kinh nghiệm thực thi chủ nghĩa này tại 3 nước: Thổ Nhĩ Kỳ, Ai Cập và Ba Tư chúng ta rút ra 3 bài học sau dây: Bài Học 1: Chính trị gia tài ba Mustapha Kemal ngoài sự sáng suốt và kiên quyết dũng cảm ra, Ông còn biết áp dụng đường lối trung dung phối hợp tài tình giữa 2 "Sức Mạnh Chính trị + quân sự" và "Sức Mạnh Văn Hóa+Tôn giáo", hay nói theo ngôn ngữ của thời đại chúng ta là ông đã biết phối hợp tuyệt hảo giữa "Sức mạnh Cứng" (Hard Power) và "Sức Mạnh Mềm" (Soft Power) trong việc thực thi chủ nghĩa "Thế Tục Hóa Xã Hội: Một mặt Ông dứt khoát và kiên quyết cứng rắn về mặt chính trị: tách "Thần quyền" ra khỏi "Thế Quyền"- tách "Nhà thờ ra khỏi Nhà nước" (Seperation of Mosque from State) nhưng mặt khác ông tỏ ra thông thoáng, hài hòa về mặt văn hóa và tôn giáo (không có hành động gì quá đáng "gây sốc" đối với tín đồ Hồi giáo) nên cuộc cách mạng tại Thổ Nhĩ Kỳ đã thành công còn cuộc cách mạng tại Ai Cập và Ba Tư đã bị thất bại. Bài Học 2: Hai cha con vua Pahlavi tuy sinh ra trong gia đình sùng tín đạo Hồi nhưng vì nhiều lý do chủ quan cũng như khách quan đã khiến 2 vị vua này ghét đạo Hồi và muốn tiêu diệt dạo Hồi mà quên rằng: "*quan nhất thời dân vạn đại*" chế độ nào rồi cũng qua đi chỉ có nhân dân là trường tồn. Đạo Hồi, dù cho có những "khuyết điểm" hay "lỗi thời bao nhiêu chăng nữa" thì đạo này cũng đã hình thành từ thế kỷ thứ

7 và đa số người dân Ba Tư theo đạo Hồi thì làm sao nhà vua có thể diệt đạo Hồi cho được? Ngay chủ trương này của nhà Vua đã sai lầm từ căn bản rồi! Tiếp đến khi tiến hành cải cách, nhà vua nhất là vua con Reza Pahlavi đã có những hành động "quá mạnh tay" đối với các học sĩ và tín đồ Hồi giáo nên hành động của nhà Vua thay vì áp dụng đường lối trung dung như Mustapha Kémal lại áp dụng đường lối "Thái Quá" nên phải chịu thất bại là lẽ đương nhiên! Bài Học 3: Nếu 2 Vua dòng Pahlavi theo đường lối "thái quá" dẫn đến thất bại tại Nam Tư thì đường lối cuả người Hùng Nasser vì "Bất cập" nên cuộc cách mạng của Nasser tại Ai Cập cũng thất bại luôn. Người Hùng Nasser tuy có 2 năm làm thủ tướng (1954-1956) và 12 năm làm Tổng Thống (1958-1970) nhưng vẫn phạm vào 2 điều bất cập: Một là: về mặt lý thuyết Cách Mạng Nasser chỉ dựa vào chủ nghĩa "Thế Tục hóa xã hội" của Fouad Zakaiya với chủ trương "tách Thần quyền" ra khỏi "Thế quyền" là một chủ trương đúng nhưng lại là một lý thuyết cách mạng "bất toàn" vì chủ nghĩa "Thế Tục hóa xã hội" chỉ là khởi điểm của lý thuyết cách mạng mà không phải là cứu cánh của cuộc cách mạng. Cứu cánh của cuộc cách mạng về mặt lý thuyết là phải áp dụng "Cuộc cách mạng Dân Chủ Đáy Tầng", thành hình một bản "Hiến pháp thỏa đáng nguyện vọng cuả toàn dân" (nếu không muốn nói là do chính người dân viết ra hiến pháp) và sau đó là thiết lập một "thể chế Tam Quyền phân lập rõ ràng" mới tạo ra "thể chế bền vững" của nền Cộng Hòa Dân Chủ đích thực– bởi dân, do dân và vì dân… . Nói khác đi chủ nghĩa "Thế Tục Hóa Xã Hội" chỉ mới "*là điều kiện cần*" mà chưa phải "là *điều kiện đủ*" của một lý thuyết cách mạng hoàn hảo. Điều thiếu sót hay "bất cập" này không những người hùng Nasser mắc phải mà ngay triết gia Fouad Zakaiya cũng "chưa thấy" hay "chưa vượt qua" được! Đáng lẽ trước khi tiến hành cuộc cách mạng tại Ai Cập Nasser phải nghiên cứu kỹ vừa chủ nghĩa "Thông tục hóa xã hội" vừa phải nghiên cứu kỹ "Cuộc Cách Mạng Dân Chủ Đáy Tầng của Hoa Kỳ" (Grass Roots Democracy) áp dụng cả hai lý thuyết nền tảng đó mới tạo ra một thể chế bền vững cho đất nước, và bền

vững cho nhiều thế hệ con cháu mai sau! Sự thiếu sót hay "Bất cập" (chưa tới) của người Hùng Nasser là ở chỗ này. Hai là: Người Hùng Nasser đã có tài hay có công lập ra một nước Cộng Hòa Ai Cập thống nhất (Thống nhất đây là thống nhất về "lực lượng chính trị", "quân sự" tạo uy thế nắm chính quyền và lãnh đạo chính quyền - dù sao vẫn là sức mạnh nhất thời) nhưng ông đã "không thống nhất" được "lòng dân"! Cũng như cộng sản Việt Nam năm 1975 vi phạm hiệp nghị Paris xua quân cưỡng chiếm miền Nam Việt Nam "thống nhất được xứ sở", nhưng không "thống nhất được lòng dân" lại nhu nhược cam tâm bán nước cho Tầu thì làm sao có thể trường tồn được! Sự thất bại của người Hùng Nasser chúng ta không thấy làm lạ, cũng như sự sụp đổ của bạo quyền Cộng Sản Việt Nam là tất yếu lịch sử vậy. Bằng con mắt triết gia, chúng ta lại có cái nhìn thống quan về lịch sử Đông Tây kim cổ, chúng ta thấy điều này rất rõ và rõ lắm, không còn hồ nghi gì nữa!

B- Cuộc cách mạng Hoa Lài – MùaXuân Ả Rập

Đa số các nước Hồi giáo tại Trung Đông đều chịu nạn độc tài do bọn "quân phiệt" và "giáo phiệt" nhân danh Hồi giáo áp chế người dân, đưa đất nước đến tình trạng nghèo đói tham nhũng, thối nát, chậm tiến và tụt hậu. Nhằm phản ứng lại, ngọn lửa cách mạng của người dân vẫn âm ỉ cháy và chỉ chờ đợi một cơ hội nào đó là nhân dân lại nổi lên lật đổ bạo quyền. Cuộc "Cách mạng Hoa Lài" dẫn đến mùa xuân Ả Rập trong năm 2011 cũng không ra ngoài qui luật đó.

Cuộc cách mạng Jasmine (hoa lài) xuất phát từ các cuộc biểu tình bắt đầu từ tháng 10 năm 2010 khi Mohamed Bouazizi một kỹ sư trẻ bị mất việc phải đi bán hàng rong lại bị cảnh sát tịch thu hàng, anh uất ức quá đã tự thiêu. Ngọn lửa tự thiêu của anh đã châm ngòi cho cuộc cách mạng bộc phát tại Tunisia. Cuộc biểu tình diễn ra trong bối cảnh kinh tế Tunisia suy thoái nặng, nhân công thất nghiệp, giá cả thực phẩm tăng, chính quyền tham nhũng, tự do ngôn luận và mức sống của dân thấp. Các cuộc biểu tình lên tới đỉnh điểm khiến tổng thống Zine El Abidine Ben Ali phải chạy trốn ngày 14 tháng 1 năm 2011 sau 23 năm cầm quyền. Tổng thống bị lật đổ Ben Ali cùng gia đình bay sang Saudi Arabia. Ông Ben Ali ký đơn từ chức sau khi bị tòa án Hiến Pháp Tunisia truất phế hôm 14-1. Theo quy định Chủ tịch Quốc Hội Foued Mebazaa tạm thời đảm trách quyền điều hành đất nước cho đến khi Tunisia tiến hành bầu cử tổng thống mới. Ông Mebazaa cam kết sẽ tiến hành ngay các cải cách chính trị- kinh tế- xã hội để đảm bảo ổn định quốc gia, và hình thành một "chính phủ đoàn kết theo đuổi lợi ích tốt nhất cho đất nước". Hội đồng Hiến Pháp- cơ quan pháp lý cao nhất về các vấn đề Hiến Pháp- cũng tuyên bố cuộc bầu cử tổng thống mới sẽ được tổ chức chậm nhứt trong vòng 60 ngày kểtừ ngày 14/1/2011. Sau khi kết thúc các cuộc biểu tình, cơ quan thống kê cho biết có khoảng 219 người bị tử vong.

Mùa Xuân Ả Rập: (TiếngAnh: Arap Spring) là làn sóng cách mạng với các cuộc nổi dậy, diễn hành và biểu tình phản đối chưa có tiền lệ tại các quốc gia ở thế giới Ả Rập: Tunisia, Algeria, Ai Cập, Yemen và Jordan, Mauritania, Saudi Arabia, Oman, Sudan, Syria, Iraq, Libya và Moroco. Các cuộc biểu tình phản đối có chung một cách sử dụng rộng rãi kỹ thuật chống đối dân sự trong các chiến dịch bao gồm đình công, biểu tình, và các cách thức khác… Lý do bùng nổ các cuộc biểu tình gồm các cáo buộc tham nhũng của các chính phủ, các vi phạm nhân quyền và tình trạng đói nghèo cùng cực. Việc gia tăng giá lương thực và nạn đói toàn cầu cũng là lý do chính, liên quan đến sự khủng khoảng giá lương thực và đời sống khốn cùng của nhân dân các nước Hồi giáo trong khối Ả Rập. Các cuộc biểu tình bắt đầu vào ngày 18 tháng 12 năm 2010 với cuộc nổi dậy cách mạng Hoa Lài tại Tunisia, một chuỗi các cuộc biểu tình khác tại Algeria, Jordan, Ai Cập và Yemen, và đến một mức độ ít hơn ở các quốc gia Ả Rập khác. Trong nhiều trường hợp những ngày này đã được gọi là "ngày thịnh nộ" của quần chúng hoặc vài biến thể của nó. Kết quả được ghi nhận:

- Tại Tunisia, tổng thống Rine El Abidine Bel Ali và chính phủ của ông bị lật đổ ngày 14 tháng 1 năm 2011 sau 23 năm cầm quyền.

- Tại Ai Cập tổng thống Mubarack phải từ chức ngày 14 tháng 2 năm 2011 sau 30 năm cầm quyền!

- Dưới áp lực của các cuộc biểu tình đòi cải cách Vua Jordan Abdullah phải bổ nhiệm một thủ tướng mới.

- Tổng thống Yemen, Ali Abdullah Saleh cuối cùng cũng phải từ chức sau 33 năm cầm quyền!

- Tại Lybia Đại Tá Gaddafi thiệt mạng trong cuộc nội chiến sau 42 năm cầm quyền!

Cuộc cách mạng Hoa Lài và mùa xuân Ả Rập đã đem đến nguồn sinh khí mới cho các quốc gia Hồi giáo trại Trung Đông. Nó báo hiệu một thời kỳ mới các ách nạn độc tài tại các quốc gia Hồi giáo Trung Đông sớm muộn sẽ phải đi đến cáo chung và thay thế vào đó là tiến trình Dân chủ hóa tại Trung Đông cũng như tiến trình dân chủ hóa không thể đảo ngược trên qui mô toàn cầu. Âm vang của cuộc cách mạng Hoa Lài và Mùa Xuân Ả Rập còn làm cho các chế độ độc tài toàn trị cộng sản phải run sợ vì sự sụp đổ đang tới và sắp tới của chúng…

Trở về các quốc gia Hồi giáo tại trung Đông, sau cuộc cách mạng Hoa Lài và mùa xuân Ả Rập câu hỏi đặt ra là: Liệu nhân dân tại các quốc gia này có thoát được tình trạng "*tránh vỏ dưa lại gặp vỏ dừa" hay không?* Hay nói khác đi nhân dân các quốc gia Hồi giáo Trung Đông *liệu có chia tay vĩnh viễn với các chế độ "độc tài quân phiệt" hay "giáo phiệt" Hồi giáo hay không? để thiết lập một chế độ tự do dân chủ thực sự và bền vững theo mô hình cuộc Cách Mạng Dân Chủ Đáy Tầng (grass Roots Democracy) của các quốc gia Âu Mỹ hay không?*

V. NHỮNG NAN ĐỀ CỦA CHIẾN TRANH CHỐNG KHỦNG BỐ

Thuật ngữ **Chiến tranh chống khủng bố** hay **Chiến tranh toàn cầu chống khủng bố:** (*War on Terror* hay *Global War on Terrorism*) được sử dụng lần đầu tiên bởi Tổng thống Hoa Kỳ George W. Bush và những nhân viên cao cấp Hoa Kỳ để chỉ đến xung đột toàn cầu quân sự, chính trị, luật pháp, và tư tưởng chống các tổ chức được coi là khủng bố, cũng như những chính quyền và cá nhân hỗ trợ hay có liên quan đến họ. Thuật ngữ này chủ yếu nhắm vào khủng bố Hồi giáo chống Hoa Kỳ, nhất là tổ chức khủng bố al-Qaeda, với mục đích "kết thúc chủ nghĩa khủng bố quốc tế" đáp trả lại vụ tấn công vào Mỹ ngày 11 tháng 9 năm 2001 do Al-Qaeda tiến hành.

Vụ tấn công bất ngờ vào tòa tháp đôi (The Twin Towers) trung tâm thương mại thế giới và Ngũ Giác Đài ngày 11. 9. 2001 của toán cảm tử Al Queda đã làm cho Hoa Kỳ choáng váng với gần 3000 người bị thương vong tạo nên sự đau thương căm phẫn trên toàn quốc cũng như sự xúc động trên toàn thế giới, uy thế và danh dự của siêu cường Hoa Kỳ bị thử thách và thương tổn nặng nề. Trước biến cố này, Tổng thống George W Bush đã tuyên bố tình trạng khẩn trương vô thời hạn. Khi ghép Iraq, Iran và Bắc Triều Tiên vào trục "ác qủy" (the Evil Axe) Tổng thống G. Bush lớn tiếng cảnh báo thế giới; "*Không đứng về phía chúng tôi là chống chúng tôi*" Bộ trưởng Quốc phòng Donald Rumsfeld cũng cho biết *cuộc chiến chống khủng bố sẽ kéo dài như Chiến Tranh lạnh.* Lời nói đi đôi với hành động, năm 2001 Hoa Kỳ và đồng minh đã yểm trợ Liên Minh phía Bắc (Quân kháng chiến Afghanistan) tiến hành chiến tranh Afghanistan lật đổ chính quyền Taliban, và tiếp theo năm 2003 tấn công vào Iraq được coi như căn cứ địa của quân khủng bố… Tuy nhiên sau gần một thập niên chống khủng bố của Hoa Kỳ cà các Quốc gia đồng minh tại Afghanistan và Iraq chúng ta thấy cuộc chiến tranh chống khủng bố gặp phải những nan đề sau đây:

1. Mạng lưới khủng bố bí mật (vô hình) siêu quốc gia. Thành viên của Al Queda có mặt tại nhiều nơi trên thế giới. Kẻ gian ác nấp trong bóng tối nghiên cứu kỹ những sơ hở của đối phương để tấn công bất ngờ. "Xây dựng khó, phá hoại dễ". Thực ra "xây dựng khó" và "phá hoại cũng khó". Nhưng dù phòng ngự canh phòng cẩn mật đến thế nào, cũng có những sơ hở, nhất là tổ chức khủng bố sẵn sàng giết cả những "thường dân vô tội" để reo rắc tâm lý sợ hãi, tạo mất an ninh để gây tiếng vang.

2. Mạng lưới Al Queda chủ trương gây hận thù bạo lực, ám sát khủng bố để bảo vệ đức tin và luật lệ Hồi giáo (Cho dù nhiều luật lệ Hồi giáo phi nhân bản, man rợ và lỗi thời). Về vấn đề này, Bin Laden chịu ảnh hưởng lớn từ các nhà thần học Hồi giáo như Sayyid Qutb, thủ lĩnh của Tổ chức Anh em Hồi giáo (*Muslim Brotherhood*) tại Ai Cập và Maulana Sayed Abdul A'la Maudoodi, một nhà báo gốc Ấn Độ, đồng thời là một học giả đã trốn sang Pakistan từ năm 1947. Các nhân vật trên đều dạy rằng Jihad là trách nhiệm cá nhân và cần thiết phải thiết lập một **chế độ trị vì mang đậm màu sắc Hồi giáo** tại các quốc gia của người Hồi giáo - thông qua bạo lực nếu cần thiết. Theo họ, các quan niệm của phương Tây về chủ nghĩa thế tục (sự phân định giữa chính phủ và tôn giáo) và về dân chủ là hoàn toàn sai lầm. Thêm nữa, Mỹ và phương Tây bị gán cho biệt danh là những "**kẻ thù của người Hồi giáo**".

3. Những đường dây mật cung cấp tài chính cho Al-Queda: Tình báo Mỹ và các nước đã lần ra được dấu vết hoạt động kinh doanh của Osama Bin Laden. Hắn đã cấp vốn cho các dự án kinh doanh như mở trại nuôi đà điểu ở Kenya; trồng rừng ở Thổ Nhĩ Kỳ; hoạt động buôn bán kim cương ở Châu Phi; nhận thầu các công trình xây dựng ở Sudan; sản xuất nông nghiệp và mở trang trại ở Tajikistan; tham gia các hoạt động buôn bán thuốc phiện ở Afghanistan; buôn lậu vũ khí ở Nam Mỹ; nuôi ong lấy mật ở Yemen... Lợi nhuận từ cơ sở sản xuất kinh doanh này, tên trùm khủng bố tiếp tục thành lập nhiều công ty trong đó có Ngân hàng Al Shamal

Islamic Bank, Qũy đầu tư Taba; mua cổ phiếu của Công ty Wahid Al Aqiq.. . Để qua mặt cảnh sát các nước, Bin Laden đã để các tay chân thân tín nhất của mình sử dụng tài khoản tại các ngân hàng ở nước ngoài, trực tiếp chỉ đạo hoạt động kinh doanh. Mạng lưới Al-Qaeda ngoài nhiệm vụ thực hiện các vụ tấn công khủng bố, tuyên truyền thứ tôn giáo "thánh chiến" còn được coi như một tổng công ty bao gồm các công ty nhỏ. Mỗi một công ty nhỏ thực hiện một hoạt động kinh doanh riêng lẻ. Tiền lãi của những công ty này được chuyển về tổng công ty rồi sau đó lại được phân bổ tới các chi nhánh, nhánh, nhóm khủng bố thuộc Al-Qaeda. Al-Qaeda cũng rất thành công trong phương pháp dùng vỏ bọc là các quỹ từ thiện, quỹ tôn giáo, quỹ hợp tác.. . để chuyển tiền đến tay những kẻ khủng bố ở khắp các quốc gia trên thế giới.

4. Bin Laden còn chủ trương làm chảy máu, phá sản nền kinh tế Hoa Kỳ: Theo số liệu của Bộ Tài chính Hoa Kỳ, tính đến thời điểm năm 2004, tổng nợ quốc gia của Hoa Kỳ đã lên đến trên 7. 000 tỷ USD, thâm hụt ngân sách vào khoảng 413 tỷ USD. Nhưng đến năm 2008, tổng nợ quốc gia đã leo lên 9. 600 tỷ USD, tức hơn 31. 64USD trên mỗi công dân Hoa Kỳ và *Hoa Kỳ tiêu tốn khoảng 12 tỷ USD mỗi tháng tại Iraq.* Trong khi đó, theo ước tính mới nhất (năm 2011) của nhà kinh tế đoạt giải Nobel, Joseph Stiglitz, chỉ tính riêng tại Iraq, *Hoa Kỳ sẽ tiêu tốn trên 3. 000 tỷ USD.* Chiến trường Afghanistan cũng khiến Nhà Trắng tốn thêm 1. 000-2. 000 tỷ USD khác. Chi phí cho việc nâng cấp hệ thống an ninh nội địa kể từ sau vụ khủng bố 11-9 tiêu tốn thêm khoảng 1. 000 tỷ USD. Ngoài ra, cần ghi nhận những tác động gián tiếp của Al Quada đến kinh tế Hoa Kỳ. Chẳng hạn, sau vụ khủng bố ngày 11-9, Cục Dự trữ liên bang Hoa Kỳ (FED) đã cắt mạnh lãi suất vì lo ngại suy thoái. Mức lãi suất này sau đó được duy trì để chống lại sự leo thang của giá dầu mỏ (hậu quả của cuộc chiến tranh Iraq). Hệ quả: Một thập niên duy trì chính sách tiền tệ nới lỏng sau vụ tấn công ngày 11-9 đã góp phần tạo nên cuộc khủng hoảng tín dụng và suy thoái kinh

tế toàn cầu năm 2008-2009. Đó là chưa kể sự tăng trưởng ì ạch của nền kinh tế lớn nhất hành tinh trong giai đoạn hậu 11-9, thời gian lãng phí của các sân bay, sự tháo chạy của các nhà đầu tư, sự leo thang của giá dầu do cuộc chiến ở Iraq, chi phí xây dựng lại khu vực Zero (nơi trước kia là tòa tháp đôi của Trung tâm Thương mại thế giới - WTC), phí bảo hiểm và y tế cho các nạn nhân.. . Dĩ nhiên, sẽ không hoàn toàn đúng khi nói Bin Laden đã khiến Hoa Kỳ tiêu tốn ngần ấy tiền. Bin Laden chưa thể làm Hoa Kỳ phá sản nhưng rõ ràng đã khiến đất nước này lún sâu vào nợ nần. Việc Hoa Kỳ trong tương lai có vỡ nợ hay không vẫn là vấn đề còn bỏ ngỏ, nhưng nền kinh tế số 1 hành tinh rõ ràng đang suy yếu. Về phương diện này, có thể nói kế hoạch của Bin Laden đã thành công, hay chính xác hơn là đã thành công một phần. (Al Queda- Theo Bách Khoa Toàn Thư mở Wikipedia)

5. Vì sao Dân chủ bất lực giải trừ nạn khủng bố?:... "Trong tác phẩm nổi tiếng Terror in the Name oof God viết, sau vụ quốc nạn 9. 11 tác giả Jessica Sttern viết: "*Biện pháp dân chủ hóa không hẳn là cách thức hay nhất để chống lại Hồi giáo quá khích vì kinh nghiệm cho thấy sự chuyển tiếp qua dân chủ là một quá trình gian nguy đối với các nước bị thử thách*". Khủng bố phát xuất từ những nguồn gốc khác hơn là từ một thể chế quốc gia. Không có lý do để tin rằng một thế giới Ả Rập dân chủ hơn sẽ sinh sản ít người khủng bố hơn chỉ vì nhờ hiệu năng của dân chủ. Các tổ chức khủng bố không dựa vào số đông, không hình thành theo quy tắc dân chủ, và gồm nhiều nhóm môn đồ cuồng tín nhỏ, hoạt động bí mật dưới sự chỉ huy của những lãnh tụ kiên cường. Dù có bị tập thể dân chúng đa số phủ nhận đi nữa, họ vẫn giữ nguyên chí hướng. Al–Qaeda kẻ thù số một của Hoa Kỳ quyết không giải tán trong trường hợp tất cả các xứ Ả Rập chấp nhận thể chế dân chủ. Osama Bin Laden đã dứt khoát tuyên bố chống lại dân chủ. Theo y kiểu mẫu chính trị lý tưởng là một vương quốc Hồi giáo *Muslin caliphane*; chế độ Taliban tại Afghanistan là mô hình cận đại khá nhất, dân chủ là "*một tập tục*

chật hướng" là "*tín ngưỡng của các kẻ ngu muội*"… Năm 2003, tổ chức Pew Clobal Projet đặt câu hỏi tại một số nước Ả Rập "dân chủ theo lối Tây phương có gây trở ngại trong cuộc sống hằng ngày của các bạn hay không? 83% tại Kowet, 68% tại Jordanie và 53% tại Palestine trả lời không. Thiểu số 16% tại Koweit, 25% tại Jordanie tại Palestine trả lời: Có. Một cuộc thăm dò khác của Zogby International năm 2003 cho thấy phần đông dân chúng ở Egypt, Koweit, Liban, Saudia, Arabia, và United Arab Emirates (UAE) hưởng ứng tự do và dân chủ tuy chống đối chính sách George Bush ở Trung Đông. Đối với họ dân quyền và quyền cá nhân hệ trọng hơn bảo hiểm sức khỏe, cuộc khủng hoảng Palestine và đời sống kinh tế khó khăn. Cuộc chiến tranh chống khủng bố mà Hoa Kỳ hiện trực diện không phải một số đại cường, như trước đây, mà những địch thủ vô hình có mặt khắp nơi trên thế giới, vô quốc tịch, không có biên giới quốc gia, và không có Bộ Tổng tham mưu thống nhất. Họ liên kết với nhau bằng nhiều mặc cảm (tình trạng kém mở mang, kỳ thị chủng tộc v. v…) được hỗ trợ tài chánh qua nhiều ngõ ngách, và càng bị đàn áp, thì lại càng hung hăng. Khẩu hiệu chung *"Islam is the solution*, *Hồi giáo* là giải pháp" động viên tinh thần khối này. Họ sẵn sàng tử vì đạo để thể hiện giấc mơ thống nhất, bởi thế không thể dùng võ lực qui ước, để triệt hạ sự cuồng tín tôn giáo. Đây là "một cuộc chiến không cân xứng, - an asymmetric war", theo ngôn từ của chuyên viên quân sự. (Trích trong THỨC TỈNH- bài "Vì sao dân chủ bất lực trước khủng bố" của tác giả Lâm Lễ Trinh trang 568-572. (* 7)

6. Cuộc chiến chống khủng bố là cuộc chiến khó khăn nhất, dai dẳng nhất, hồi hộp nhất, nguy hiểm nhất, tốn kém nhất (về nhân sự, thời gian cũng như về kinh tế) và lại không ai biết đến bao giờ mới chấm dứt! Al-Qaeda được coi là một trong những phong trào dữ dội nhất, dai dẳng nhất trên thế giới hiện nay. Toàn bộ sức nặng của cuộc chiến chống khủng bố do Mỹ đứng đầu chủ yếu đè trực tiếp lên Al-Qaeda. Với sự kiện Mỹ tấn công Afghanistan, Al-Qaeda

đã mất hầu hết các trại huấn luyện, các căn cứ hoạt động và đặc biệt là Bộ tư lệnh của họ tại quốc gia vùng Trung Á này. Hàng nghìn tay súng và nhiều thủ lĩnh Al-Qaeda đã bị tiêu diệt hoặc bắt giam. Tuy nhiên, cho đến nay, mạng lưới này vẫn chứng tỏ khả năng tiếp tục các đợt tấn công khủng bố mới.

7. Đến ngày 2 tháng 5 năm 2011 Tổng Thống Obama chính thức loan báo là một đội nhỏ quân sĩ Hoa Kỳ (nhóm SEAL số 6) đã mở chiến dịch tấn công vào ngôi nhà tại thị trấn Blad Abbottabad Pakistan và đã giết chết Osama Bin Laden. **Đây là một thắng lợi ngoạn mục tạo nhiều phấn khởi cho chính quyền và quân đội Hoa Kỳ cũng như đồng minh.** Tuy nhiên cuộc chiến tranh chống khủng bố không phải đến đây là đã chấm dứt mà nó chỉ chuyển đổi sang một hình thái chiến tranh chống khủng bố kiểu mới quy mô hơn, ít tốn kém hơn và hữu hiệu hơn đáp ứng lòng mong mỏi của toàn thể nhân dân thế giới.

VI. ĐỀ NGHỊ SÁCH LƯỢC TAM TOÀN: TOÀN DÂN, TOÀN DIỆN, TOÀN CẦU CHỐNG KHỦNG BỐ TRONG THỜI ĐẠI TOÀN CẦU HÓA

Như trên chúng ta đã nhận định: Cuộc chiến tranh chống khủng bố là cuộc chiến tranh nguy hiểm nhất, hồi hộp nhất, dai dẳng nhất, tốn phí nhiều tiền của nhất, lại chưa biết đến bao giờ mới chấm dứt! Có người còn bi quan cho rằng chiến tranh chống khủng bố là cuộc chiến kéo dài nhiều thế hệ, kéo dài nhiều thế kỷ, không có hy vọng gì chấm dứt được! Nói theo họ, thì chiến tranh chống khủng bố nay đã trở thành "Định mệnh"của nhân loại không có cách gì tránh khỏi và một ngày nào đó, sớm hoặc muộn, chính bọn khủng bố sẽ áp dụng chiến tranh nguyên tử, hay chiến tranh hóa học để tiêu diệt toàn thể nhân loại! Viễn tượng đó không có gì bảo đảm là sẽ không xảy ra… . Kể từ biến cố 9-11 sau gần một thập niên theo đuổi cuộc chiến tranh chống khủng bố Hoa Kỳ và các nước đồng minh chỉ thành công là giải thể được 2 chế độ độc tài tại Afghanistan và Irak, bắt sống được Saddam Hussen và giết chết Osama Bin Laden, song Hoa Kỳ đã phải hao phí trên 5000 tỷ mỹ kim và thực tế Hoa Kỳ đã bị "sa lầy" tại 2 chiến trường phức tạp khắc nghiệt này. Sang thời Tổng Thống Obama, Ông đã cho lệnh rút quân, nhưng tình hình tại 2 xứ này rất bất ổn, tổ chức Hồi giáo cực đoan có thể cướp chính quyền ở 2 nước này vào bất cứ lúc nào. Mạng lưới khủng bố Al-Qaeda tuy có bị thiệt hại nặng nhưng vẫn còn tiềm lực mở những đợt tấn công mới. Ngày nay mạng lưới khủng bố đã phát triển tại rất nhiều nơi trên thế giới nên muốn tiến hành chiến tranh chống khủng bố tận gốc cũng đòi hỏi chúng ta phải có sách lược chống khủng bố mới, trên qui mô toàn cầu.

A- Đặt lại vấn đề "Trách Nhiệm: " và "Qui Mô" chống khủng bố:

Trước đây khi quân khủng bố tấn công một cá nhân hay một quốc gia nào thì cá nhân đó hay quốc gia đó lo chống trả mà thôi. Trường hợp như Hoa Kỳ sau biến cố 9-11 thì có vận động thêm được một số quốc gia đồng minh cùng tiếp sức với Hoa Kỳ còn các quốc gia khác vẫn đứng ngoài dửng dưng vô sự! Nhiều người coi khủng bố như một tai họa quốc gia nào bị thì ráng chịu, hay chỉ góp phần "lên án suông" có tính cách xã giao! Chỉ khi nào quân khủng bố chiếu cố đến chính quốc gia mình người ta mới thấy phẫn nộ và tìm cách chống trả! Lúc đó quốc gia "bị tấn công" mới thấy cần thiết phải có một liên minh chống khủng bố chung trên toàn cầu!

Nay chúng ta đã nhận thức rõ "họa khủng bố" và họa "độc tài toàn trị cộng sản" là 2 "**Quốc tế nạn**"nên chúng ta phải đặt lại vấn đề "trách nhiệm", không còn là trách nhiệm của từng quốc gia đơn lẻ mà là trách nhiệm chung của tất cả các quốc gia và là trách nhiệm chung của nhân dân trên toàn thế giới và tất nhiên qui mô của cuộc chiến tranh chống khủng bố cũng phải đặt lại trên qui mô toàn cầu.

B- Sách Lược Tam Toàn: Toàn Dân, Toàn Diện và Toàn Cầu:

B1- Toàn Dân:

Đối tượng chính vẫn là con người: "kẻ khủng bố" và "người bị khủng bố" hay kẻ "ôm bom giết người" và số nạn nhân (ít hoặc nhiều) bị chết thê thảm. Đây là thảm kịch giữa "người ngay lành"- "kẻ cố sát" và- "kẻ chủ mưu". Người ngay lành chẳng may bị chết là nạn nhân đã đành mà ngay kẻ ôm bom tự sát cũng là nạn nhân (kẻ bị thuê- có trả tiền cho đương sự hay được cung cấp tiền bạc hậu hĩnh cho vợ con cha mẹ kẻ ôm bom giết người và còn được hứa hẹn là được phần thưởng trên nước thiên đàng- được sống với 72 cô gái đẹp mê hồn còn trinh! Truy nguyên nguồn gốc của nạn khủng bố là kẻ chủ mưu đã giải thích sai lạc ý nghĩa của "cuộc Thánh chiến" đã lợi dụng lòng mê tín cực đoan cuả tín đồ Hồi giáo phục vụ cho tập đoàn "quân phiệt" và "giáo phiệt" nhân danh tôn giáo để cầm đầu cưỡi cổ nhân dân trong các quốc gia Hồi giáo! Chính bọn này đã dìm các quốc gia Trung Đông trong nghèo khổ nô lệ và chậm tiến, cô lập nhân dân Trung Đông với thế giới bên ngoài- cô lập nhân dân Trung Đông với những tiến bộ văn minh của thời đại bằng các luật cấm phụ nữ không được đi học, không được lái xe và cấm nhân dân không được nghe radio, xem truyền hình v.v.. và v.v.. Nếu cá nhân mỗi người trong chúng ta may mắn chưa bị hay chưa là nạn nhân của bọn khủng bố thì chúng ta là những người hoặc tận mắt chứng kiến những cảnh khủng bố hay ít ra chúng ta đã được nghe nói qua báo chí, đài phát thanh hoặc đã hơn một lần nhìn thấy trên truyền hình! *Chúng ta không thể nào dửng dưng vô cảm với những thảm kịch đã và đang xảy ra trên thế giới theo kiểu "Ai chết mặc ai" miễn mình hay người thân của mình bình yên vô sự là được rồi*! Nhờ vào cuộc "cách mạng truyền thông" nên đã "thu hẹp không gian" và "rút ngắn thời gian" khiến cả thế giới ngày nay như một ngôi làng toàn cầu. Bất cứ một biến cố nào xảy ra trong ngôi làng toàn cầu đều liên quan mật thiết đến sinh mệnh của tất cả mọi người dân trong đại gia đình nhân loại (*Một là tất cả. Tất cả là một* = *"Nhất tức nhất thiết; nhất thiết tức nhất*). Cuộc chiến tranh chống khủng bố muốn tiến hành đến nơi đến chốn, tận diệt nạn khủng bố từ gốc rễ phải mang tính toàn dân (toàn nhân loại) chính là vì lý do nêu trên…

B2- Toàn Diện:

Qua gần một thập niên, Hoa Kỳ và một số quốc gia đồng minh chống chiến tranh khủng bố chúng ta thấy gì? Điều chúng ta thấy rất rõ là Hoa Kỳ đã tốn kém quá nhiều tiền bạc, mà chỉ thành công giới hạn như đã nói ở trên và cuối cùng Hoa Kỳ phải tìm cách rút quân để tránh bị sa lầy như trong cuộc chiến Việt Nam. Tại sao Hoa Kỳ chỉ thành công giới hạn như vậy? Xin thưa vì 4 lý do sau đây: Một là: Hoa Kỳ đã quen dùng chiến tranh qui ước, binh hùng tướng mạnh, vũ khí tối tân đi diệt một kẻ thù bí mật vô hình nên kết quả đạt được chỉ giới hạn là lẽ tự nhiên. Hai Là: Hoa Kỳ muốn đem thể chế Dân Chủ Tự Do để thay thế chế độ độc tài Hồi giáo tại Trung Đông. Về mặt thuần lý thì đúng, nhưng về mặt tình cảm + tình tự dân tộc + nhất là tình tự tôn giáo, thì lại sai nên có hiện tượng nhân dân Trung Đông *yêu thể chế Dân Chủ Tự Do nhưng lại ghét chinh sách áp đặt của người Mỹ* nên vẫn tạo môi trường cho du kích và quân khủng bố tung ra chiêu bài: "**Mỹ và phươngTây là kẻ thù của Hồi giáo phải Chống Mỹ đến cùng**!" (Bằng chứng là cuộc cách mạng Hoa Lài, mùa xuân Ả Rập đã bừng nở chứng tỏ là người dân Hồi giáo vì cơm áo và vì tự do nổi lên chống độc tài áp chế tức là người dân Hồi giáo có khát vọng Tự Do Dân Chủ). Nhưng nếu cuộc cách mạng này hoặc là do "dân chúng tự phát" hay do phe "Hồi giáo Duy Tân", hay "Hồi giáo Cải Cách" xướng xuất lên thì đa số người dân trong quốc gia Hồi giáo mới dễ chấp nhận, còn đàng này thể chế tự do dân chủ (cho dù là rất tốt đẹp) nhưng lại do Hoa Kỳ áp đặt thì đại đa số người dân Hồi giáo nói chung vừa nghi ngờ vừa chống đối còn phe Hồi giáo cực đoan "Bảo căn" hay "về nguồn" thì chống đối đến cùng là lẽ tất nhiên! Ba là: Hoa Kỳ tuy là siêu cường số một hiện nay nhưng sức mạnh của Hoa Kỳ về quân sự hay về Tài chính không phải là vô hạn! Bốn là: Hoa Kỳ đã thất bại trong chiến tranh Việt Nam, không vì quân sự, mà vì văn hóa, vì chính trị vì tâm lý và nhất là thất bại về mặt tuyên truyền. Bài học đắt giá này cho tới nay Hoa Kỳ vẫn chưa học được để áp dụng vào cuộc chiến tranh chống khủng bố toàn cầu!

Xét về hình thái chiến tranh thì Hoa Kỳ chỉ mới áp dụng 5 hình thái chiến tranh sau đây: Quân Sự, Chính trị, Kinh tế, Tình báo và khoa học kỹ thuật vào cuộc chiến tranh chống khủng bố nên còn thiếu sót rất nhiều hình thái chiến tranh khác nên chưa thể gọi là "Toàn Diện" được! Để bổ túc cho sự thiếu sót của chiến tranh "qui ước" cổ điển, Tưởng Giới Thạch và Ban Tham mưu của ông sau khi thất bại tại Hoa Lục phải chạy ra Đài Loan đã nghiên cứu ra "Khoa học Chiến Tranh Chính Trị" với 6 hình thái chiến tranh sau đây gọi là "Lục đại chiến" mà thời Đệ Nhị Cộng Hòa của miền Nam Việt Nam chúng ta cũng đã đem áp dụng vào việc chống cộng sản. Lục đại chiến là: 1- Mưu lược chiến, 2- Tư Tưởng chiến, 3- Tổ Chức chiến, 4- Tâm Lý chiến, 5- Tình báo chiến, 6- Quần chúng chiến. Khách quan mà nói Khoa Học "Chiến Tranh Chính Trị" là một công trình suy tư sáng tạo lớn của TổngThống Tưởng Giới Thạch và Quân Lực Trung Hoa Dân Quốc Đài Loan mà Quân Sử nhân loại dù muốn dù không phải ghi nhận.

Ngày nay đối với cuộc chiến tranh chống khủng bố toàn cầu với sách lược Tam Toàn: Toàn Dân, Toàn Diện, Toàn cầu chúng ta phải nghiên cứu và sáng tạo hơn nữa để hoàn thành khoa học chiến tranh tổng Thể và Toàn Diện bằng cách kế thừa các hình thái Chiến Tranh Qui ước cổ điển + thêm Lục Đại Chiến + và thêm nhiều hình thái chiến tranh khác để hoàn thành 18 hình thái chiến tranh tiêu diệt khủng bố và kể cả độc tài toàn trị cộng sản, Độc tài tôn giáo Hồi giáo sau đây:

18 Hình Thái Chiến Tranh Toàn Diện Chống Khủng Bố và Độc Tài Toàn Trị Cộng Sản:

1. Mưu Lược Chiến

2. Tư Tưởng Chiến.

3. Tổ Chức chiến.

4. Tâm Lý Chiến.

5. Tình Báo Chiến.

6. Quần Chúng Chiến

7. Truyền Thông Chiến.

8. Văn Hoá Chiến.

9. Chính Trị Chiến.

10. Kinh Tế Chiến.

11. Quân Sự Chiến

12. Ngoại Giao Chiến

13. Khoa Kỹ Chiến

14. Nhân Quyền Chiến.

15. Dân Chủ Chiến.

16. An Toàn Khu Vực Chiến (Đối ngoại- chống chủ nghĩa "sô vanh" nước lớn).

17. Nội An Bình Trị Khu Vực Chiến (Đối Nội- Chống khủng bố trong phạm vi khu vực).

18. Nhân Chủ Chiến.

B3- Toàn Cầu:

1. Ý nghĩa căn bản cuả khái niệm Toàn Cầu: Khắp mọi nơi, mọi quốc gia trên trái đất. Tuy nhiên trong sách lược Tam Toàn: Toàn Dân, Toàn Diện và Toàn Cầu thì khái niệm hay phạm trù Toàn Cầu bao hàm không những không gian Địa Lý, Không gian Địa- Chính Trị và Không gian Địa- Văn Hóa. Những lý thuyết gia và chiến lược gia phải quán đạt cả 3 phạm trù này mới sáng tạo ra những chiến

lược và sách lược đấu tranh Quân Sự, Chính trị và Văn Hóa, hình thành chiến tranh tổng thể và toàn diện "chống khủng bố" cũng như chống "độc tài toàn trị Cộng Sản" và đặc biệt "chống hiểm họa Đại Hán Trung Cộng" trên qui mô toàn cầu.

2. Toàn cầu về phương diện Địa Lý: Các Quốc Gia, các Châu Lục, Âu Á Phi, Mỹ và châu Đại Dương.

3. Toàn Cầu Địa-Chính Trị: Các Dân Tộc, Các Quốc Gia, Các Khối (Hiệp Hội Đông Nam Á.(ASEAN), Liên Hiệp Âu Châu (EU), Tổ chức các quốc gia châu Mỹ (OAS), Trung Đông (ME), Đông Bắc Á (NEA), Liên Minh Châu Phi (AU), Tổ chức hội nghị Hồi giáo (OIC), Liên Hiệp Quốc (UN) hiện nay gồm 193 quốc gia thành viên và Phong Trào Dân Chủ Trên Thế Giới (WMD)...

4. Toàn Cầu Địa-Văn Hóa: Hiện nay trên thế giới có sáu Tôn Giáo Lớn trên qui mô thế giới là: Do Thái Giáo, Kitô Giáo, Hồi giáo, Phật Giáo, Ấn Dộ Giáo, và Khổng Giáo. Tất cả các Chính Giáo này đều có 4 nhu cầu cấp thiết là: Cách Mạng Giáo Lý, - Cách Mạng Giáo Chế, - Đối Thoại Tôn Giáo và - Đem Đạo vào Đời. Ngoài các tôn giáo lớn nói trên theo Giáo Sư Harvard Samuel Huntington trong bài tham luận danh tiếng "The Clash of Civilizations, Sự đụng độ giữa các nền văn minh" đăng trên tạp chí Foreign Affairs đã nêu lên nhận định rằng: Sau Chiến tranh lạnh (1948-1989) thế giới không còn chia thành ba khối, căn cứ vào trình độ mở mang chính trị hay kinh tế mà vào những dị biệt văn hóa và văn minh. Đặc biệt tôn giáo sẽ ảnh hưởng một cách quyết định trong trật tự hoàn vũ tương lai vì tôn giáo tác động mọi nơi mọi lúc. Theo Hungtinton trên địa cầu có có 8 nền văn minh lớn: Thiên Chúa Giáo, Khổng giáo, Nhật đạo Shintoism, Hồi giáo, Bà la môn giáo, Chính Thống Giáo Đông Âu, Mỹ LaTinh và Phi châu. Các nền văn minh này đã và có thể va chạm nảy lửa với nhau vì nhiều lý do: Sự khác biệt về nguồn gốc, ngôn ngữ, tập tục, nhất là tín ngưỡng: Thế giới không ngừng thu hẹp khoảng cách, tiếp tục gia tăng việc hiện đại hóa kinh tế, và những biến đổi xã hội, khuynh hướng bảo căn,

xuất hiện trong các nước đạo giáo, tình trạng văn minh Tây Phương vượt trội, trào lưu kêu gọi trở về nguồn, việc gia tăng kết nối kinh tế v. v..". Nếu chúng ta không nghiên cứu các tôn giáo chính đại và các nền văn minh trên thế giới va chạm với nhau như thế nào thì làm sao chúng ta có thể chống chiến tranh khủng bố và chống nạn độc tài toàn trị cộng sản "tận gốc" trên qui mô toàn cầu?

C. Nhu Cầu 4 cuộc cách mạng:

- Cuộc Cách mạng Tâm Thức (Tâm Linh) Tôn Giáo.
- Cuộc Cách mạng Dân Chủ Đáy Tầng (Grass Roots Democracy)
- Cuộc Cách mạng về Tổ Chức.
- Cuộc Cách mạng Nhân Chủ.

C1. Cuộc Cách Mạng Tâm Thức:

1. *Tại sao nhân loại cần cuộc Cách mạng Tâm Thức?:* Từ mấy ngàn năm nay phần đông giáo lý của các Tôn Giáo đã bị hiểu sai lạc rất nhiều. Từ chỗ hiểu sai lạc dẫn đến chỗ diễn dịch sai lạc, rồi giảng dạy và hướng dẫn sai lạc nên chức năng (Function) của Tôn Giáo và vai trò của Tôn Giáo phần đông vẫn chưa chu toàn được. Các Tôn Giáo cũng đã không chịu tìm hiểu tường tận giáo lý của nhau, thường chỉ trích và chê bai Tôn Giáo của người khác và cho Tôn Giáo của mình mới là "cao siêu" và mới là "chính đạo", còn Tôn Giáo khác là "tà đạo". Vì thế các Tôn Giáo đã kình chống và xung đột lẫn nhau, trong lúc ấy thì lại có rất ít ai để ý đến tình trạng LẠC ĐẠO rất phổ quát trong tất cả các Tôn Giáo. Sự sai lạc đầu tiên và trên hết là các Tôn Giáo – nói đúng hơn là các tu sĩ và các giáo sĩ trong các Tôn Giáo – đã có ít người nhận ra con đường TÂM ĐẠO là một giá trị tuyệt đối (Absolute Value) hay một giá trị vô giá (Valueless Value) chung cho tất cả các tín hữu của sáu CHÍNH GIÁO, dù đó là Do Thái giáo, Kito giáo, Hồi giáo, Ấn Độ giáo, Phật giáo và Khổng giáo. Chỉ có con đường TÂM ĐẠO thì con người mới tìm thấy đâu là VẠN GIÁO NHẤT LÝ và đâu là tính chất ĐỒNG

NGUYÊN của LỤC GIÁO, để từ đó dẫn đến Hòa Đồng Tôn Giáo bởi vì tất cả nhân loại chỉ có một người CHA chung là ĐẤNG TỐI CAO, Đấng đang cai quản cả vũ trụ. Do đó, tất cả các Đạo sư, Thiền Sư, Thánh Nhân, Hiền Triết Đông Tây hay những người may mắn có được đời sống tâm linh tinh thần sung mãn đều không phân chia TA và NGƯỜI, NGƯỜI và TA. Tất cả đều từ một gốc với nhiều tên gọi khác nhau vì ngôn ngữ của các Quốc Gia khác nhau mà thôi.

Thời kỳ này là thời kỳ mà Phật giáo gọi là MẠT PHÁP, có nghĩa là tất cả mọi giá trị tinh thần và tâm linh đã và đang sụp đổ tơi bời khắp nơi. Đây là một hậu quả mang tính cách lịch sử lớn lao của toàn cầu**. Từ hậu quả đó tự nói lên cho con người thấy rằng, phần đông các Tu Sĩ, Giáo Sĩ và các tín hữu của các CHÍNH GIÁO đều đã đi theo con đường Tôn Giáo hướng ngoại (Outwardly Religion) hay Tôn Giáo cơ cấu (institutional religion) mà phần đông đã đánh mất Tôn Giáo đức tin (Religious Faith).** Những người hướng ngoại trong các Tôn Giáo, dĩ nhiên là không cảm nhận được sự thiêng liêng và mầu nhiệm của đời sống tâm linh và tinh thần xuất phát từ nội tâm sâu thẳm của con người, mà ĐẤNG TẠO HÓA đã sai các tiên tri và các sứ giả của Trời xuống dưới trần để khai tâm mở trí cho con người, dẫn con người đi về với CHÂN TÂM của họ. Hậu quả là những người đi theo Tôn Giáo hướng ngoại thường rất nghèo nàn về đời sống tinh thần và tâm linh, cũng như đức tin Tôn Giáo của họ rất mong manh đặc biệt tại Việt Nam, Trung Hoa và các nước Á Châu lại rất ít ai chú ý đến con đường tu tâm dưỡng tính.

Tệ hại hơn nữa là những người nhân danh và lạm dụng Tôn Giáo để ích kỷ tìm kiếm tham vọng quyền lực chính trị cho riêng họ càng làm cho Tôn Giáo mất hết ý nghĩa thiêng liêng của Tôn Giáo. Tất cả những diễn dịch Thánh Kinh theo ý riêng của họ làm sao để họ có thể khai thác, trục lợi như những kẻ buôn Thần bán Thánh đã có không ít trong các Tôn Giáo. Từ đó, không chỉ làm cho Tôn Giáo mất hết ý nghĩa thiêng liêng

mầu nhiệm mà còn làm cho chủ nghĩa hoài nghi về Tôn Giáo ngày càng gia tăng.

Những hoạt động đầy bạo lực của những nhóm Hồi giáo cuồng tín càng ngày càng làm trở ngại cho các tín hữu Hồi giáo khác không thực hành được đức tin của họ. Thực hành đức tin và hành động ĐEM ĐẠO VÀO ĐỜI đã xây dựng cộng đồng Quốc Gia Dân Chủ Hồi giáo mà 90% trong số 850 triệu người trong Thế Giới Hồi giáo đang khao khát và trông chờ. Muốn đạt được điều đó thì Thánh Kinh Qur'an có nói: "**con người là vấn nạn của Thế Giới, nhưng cũng chính con người là hy vọng của Thế Giới con người".** Tất cả mọi ánh sáng dẫn đường và mọi hy vọng sẽ tỏa ra từ CHÂN TÂM của con người thì công cuộc hòa giải và hòa đồng giữa con người và ĐẤNG TỐI CAO sẽ thực hiện được cũng chỉ có CHÂN TÂM mới có thể tìm được sự hòa giải và hòa đồng giữa con người và anh em đồng loại của họ.

Trong khi ấy gian tham, ích kỷ và ghen ghét hận thù mới chính là kẻ thù của CHÂN TÂM con người, và là kẻ thù của đời sống xã hội. Hồi giáo gọi là Tayammun tức là thanh lọc, thanh tẩy và thánh hóa, điều đó có nghĩa là ghen ghét hận thù bám chặt vào tâm hồn và trí tuệ con người làm cho ánh sáng của tâm hồn bị mây mờ che khuất đi. Khi con người trút bỏ tính gian tham, ích kỷ và ghen ghét hận thù thì ánh sáng trong tâm hồn và trí tuệ từ từ xuất hiện để thay đổi chuyển hóa từ tâm gian tham, tâm ích kỷ và tâm ghen ghét hận thù thành CHÂN TÂM trong sạch, vô tì vết và thánh thiện. Phật giáo nói đồ tể buông dao thành Phật là như thế. **Một con người CHÂN TÂM là một con người vô cùng cao quý là lý tưởng bởi vì họ là con người của TỰ DO, BÌNH ĐẲNG, CÔNG LÝ và NHÂN TỪ. Có CHÂN TÂM là có ánh sáng vì thế chúa Jesus muốn tất cả các Kitô hữu phải là ánh sáng của thế gian và vì THIÊN CHÚA là ánh sáng.**

Đối với những người thực hành đức tin (Practical Faith) thực hành lý tưởng của Đạo Lý (Practical Divine way) là những người đem CHÂN TÂM của họ vào sống với tha nhân tức là những người ĐEM ĐẠO VÀO ĐỜI. Đem đạo vào đời không gì cần thiết và quan trọng hơn là đem Đạo Lý của Trời vào Thế Giới chính trị hoặc đem Đạo Lý của Trời vào phát triển văn hóa và phát triển lịch sử. Đạo Lý của Trời đơn giản chỉ là Luật Thiên Nhiên trong Trời đất (Natural Law) để biến chính trị thành chính trị có Đạo Lý nên mới gọi là Chính Trị Vương Đạo (Political Idealism).

Vấn đề tách Tôn Giáo ra khỏi chính trị từ lâu đã bị hiểu lầm cực kỳ nguy hiểm ở khắp mọi nơi và ở khắp CHÍNH GIÁO, bởi vì Tổ chức Giáo Hội (Church) và là Tôn Giáo cơ cấu (Institutional Religion) hay tổ chức Tôn Giáo (Religious Organization). Có nghĩa là phải tách giáo hội hay tổ chức Tôn Giáo hoặc cơ cấu Tôn Giáo ra khỏi chính quyền là đúng và phải như thế, nhưng nếu tách Tôn Giáo đức tin (Religious Faith) và Đạo Lý ra khỏi chính trị thì sẽ thành thảm họa lớn. Chính trị không có Đạo Lý tức không có luật lệ thiên nhiên hay chính trị đi ngược lại với Luật Thiên Nhiên trong Trời đất thì chính trị sẽ trở thành bá đạo (Devilish Politics) như con người đã thấy trong các chế độ chuyên chế và các chế độ độc tài cũng như con người và xã hội sống có Đạo Lý là sống theo luật lệ thiên nhiên trong vũ trụ. **Sống theo thiên nhiên và sống theo Đạo Lý là sống có CHÂN TÂM. Con người ra sao thì xã hội như thế. Một xã hội được xây dựng bởi những con người có CHÂN TÂM thì xã hội mà họ xây dựng nên chắc chắn là xã hội có Tự Do, Bình Đẳng, Công Lý và Nhân Từ. Bởi vì cây nào thì quả ấy – đó là Luật Thiên Nhiên.**

Từ những căn bản đó và những sự thật đó, để xét đoán lại thực trạng của các Quốc Gia Ả Rập trong Thế Giới **Hồi giáo, thì sẽ thấy tại sao vùng vịnh BA TƯ là một vùng bất ổn nhất trên Thế Giới, trong khi Trung Đông là mảnh đất mầu nhiệm và thiêng liêng nhất Thế Giới, ở đó THIÊN CHÚA đã hiện ra ba lần để đem luật lệ của Trời đất đến cho Thế Giới con người để giúp con người xây nên những Quốc Gia trong sạch, thánh**

thiện và Công Lý để con người sống Hạnh Phúc và Thanh Bình, An Lạc bên nhau. THIÊN CHÚA muốn các dân được chọn và được mặc khải thực hành đức tin của họ và truyền đạt những mệnh lệnh và luật lệ của Trời cao đến các Quốc Gia trên khắp Thế Giới. Từ đó giáo lý và luật lệ của Do Thái giáo, Kito giáo và Hồi giáo được truyền bá đi khắp mọi nơi trên mặt đất, nhưng mọi xây dựng vẫn thành tựu trên mức độ cá nhân, chưa đạt đến mức độ Quốc Gia. Và ngày nay Thế Giới Hồi giáo vẫn là mảnh đất đầy xung đột và hận thù đang lan tỏa ra khắp mọi nơi.

Trung Đông là một mảnh đất được chính THIÊN CHÚA coi là Đất Thánh và Jerusalem được mô tả là Đô thị của THIÊN CHÚA mà chính Muhammad đã căn dặn các tín đồ Hồi giáo của ông mỗi khi cầu nguyện phải hướng về Jerusalem. THIÊN CHÚA muốn nhìn thấy dân Chúa đã chọn (Chosen People) trở thành những con người thánh thiện và một Quốc Gia thánh thiện (Holly Nation), nhưng con người sẽ không trở thành thánh thiện được nếu con người đánh mất CHÂN TÂM của họ. Đã đến lúc tất cả những con người chủ trương sống với đời sống Tôn Giáo hướng ngoại phải thấy rằng sống như thế sẽ chẳng bao giờ thấy được khuôn mặt ngàn đời của chính mình (Phật giáo gọi là bản lai diện mục) và sẽ sống xa rời với sự thật và chẳng bao giờ tìm được chân lý hay THIÊN CHÚA ngoài CHÂN TÂM của con người.

Vì thế vấn nạn của mảnh đất đầy hận thù tại Trung Đông là vấn nạn của Tôn Giáo hướng ngoại (Outwardly Religion) như Thánh Kinh Qur'an đã cảnh cáo con người. Càng hướng ngoại thì càng sống xa lạ CHÂN TÂM của chính mình, xa lạ với ánh sáng, xa lạ với tình yêu thương, xa lạ với THIÊN CHÚA và xa lạ với đồng loại anh em. Đó là tất cả lý do mà Thế Giới **Hồi giáo** đã thất bại trong việc xây dựng một **cộng đồng Hồi giáo theo đúng tinh thần mà ALLAH cũng như tiên tri Muhammad đã hướng dẫn họ trong Thánh Kinh Qur'an.**

"**Bình Đẳng, Tình Huynh Đệ và Tự Do**" là lời giảng nền tảng củaThánh Kinh Qur'an. Đó là cuốn sách được truyền bá từ THIÊN CHÚA, ĐẤNG TẠO HÓA, người cha đã ban cho tất cả sự sống và nuôi dưỡng và là Đấng cai quản vũ trụ, đưa dắt con người đến chỗ hoàn hảo và đến với những lời dạy của THIÊN CHÚA. Từ đó, chúng ta sẽ tìm kiếm con đường đi đến sự hòa đồng hợp nhất với tất cả nhân loại, đưa đến tình yêu thương giữa anh em đồng loại trong Thế Giới con người, không còn phân cách chia lìa vì màu da, đẳng cấp, xứ sở, ngôn ngữ và chức tước, phẩm trật…

Tinh thần và ánh sáng của Thánh Kinh Qur'an tuyệt vời biết bao vì đây cũng là lời dạy của Ten Commandments trong Cựu ước.

Những người nắm quyền hành chính trị từ các chế độ quân chủ chuyên chế và sau đó là độc tài quân phiệt và bây giờ là phong trào về nguồn quá khích cuồng tín đã nhân danh Hồi giáo và ALLAH để phát động Thánh Chiến chống lại Hoa Kỳ và Tây Phương. Nhưng khi họ cổ súy bạo lực và hận thù thì họ đã vi phạm trầm trọng GIAO ƯỚC và giáo lý của Thánh Kinh Qur'an, **họ cho rằng Hoa Kỳ** là "kẻ thù của ALLAH" nhưng ai mới thực sự là kẻ thù của ALLAH và ai là con cái của THIÊN CHÚA? **Hoa Kỳ** là kẻ thù của ALLAH hay **Hoa Kỳ** là kẻ thù của những người **Hồi giáo đang nuôi tham vọng bành trướng và tham vọng bá chủ để thống trị các Quốc Gia Hồi giáo tại Trung Đông và đe dọa nền Hòa Bình của Thế Giới?** (Trích trong "Tiếng réo gọi hợp tác xây dựng hòa bình của thành kinh Hồi giáo trước làn sóng tôn giáo cuồng tín đang cổ súy hận thù bạo lực khắp nơi" của Nguyễn Anh Tuấn – political scientist, chuyên gia về quản trị công quyền và bang giao quốc tế cũng như tôn giáo thế giới". (* 8)

1. *Sự sống* ***và chân Tâm là nền tảng của cuộc cách mạng Tâm Thức:***

2. *Sự Sống là suối nguồn Chân Lý:* Đức Phật chủ trương tôn trọng Sự Sống của mọi sinh linh (Không nên giết hại từ con sâu con muỗi). Đạo Phật còn có tên khác là Đạo Sự Thật (Như Thật đạo)

hay Đạo Sự Sống. Chúa Giê –Su cũng nói "Ta là đường, là Chân Lý và là Sự sống" kinh Dịch cũng nói "Sinh Sinh chi vị Dịch" - Đạo Dịch không gì khác hơn là đạo Sự sống- (Xem Nền tảng hòa đồng tôn giáo trong-Tuyển Tập này *9)

3. ***Đạo Tâm****, Chân Tâm là gốc của các tôn giáo:* Trời đất vũ trụ thiên nhiên và thế giới con người hỗn loạn, vì sao? Vì tâm của con người bất đồng thanh và bất tương ứng với trời đất thiên nhiên. Trong xã hội hay thế giới con người với nhau cũng không còn trật tự nữa.- bởi vì trong đó người người sống với nhau bất hòa, nhà nhà sống với nhau bất hòa. Vì thế mà quốc gia dân tộc suy vong, thế giới điêu tàn đổ vỡ vì con người đã đánh mất chân tâm, thiện tâm của họ. Thiên lý tại nhân tâm nên con người giữ được chân tâm thì trời - đất - người chỉ là MỘT. Vì thế trong "Nhan Tập Trai, Vương Thuyền Sơn có ghi lại như sau: "Tam Hoàng, Ngũ Đế, Tam Vương, Chu Công và Khổng Tử đều là những bậc hiền triết nhận ra Thiên Đạo, mà đem đi để dậy thiên hạ, dùng cái lẽ biến hóa trong vũ trụ thiên nhiên mà dạy con người cái Nhân Đạo ở đời. Tới đời Ngũ Bá, Nhân Đạo thành giả dối vì cái Thiên Đạo giả dối. Đời Đường, đời Hán theo Thiên Đạo của cổ nhân được một phần để tạo ra danh đời. Đời Tống, đời Tấn thì cầu an, do đạo Phật chủ trương đều hư không, còn đạo Lão thì chủ trương vô vi. Chu Đôn Hi, hai anh em họ Trình, Chu Hi, Thiệu Khang Tiết thì tĩnh tọa làm cái việc suông là nói và viết, hết thẩy đều bất động, nên nhân tài không có. Thiên Đạo của cổ nhân tàn tạ từ đó. (Trích Nguyễn Hiến Lê, trang 294 * 10). Từ Đông phương nhìn về Tây phương, phần đông con người vẫn sống xa lạ với TÂM ĐẠO của con người và xa lạ với Thiên Đạo trong vũ trụ thiên nhiên. Vì vậy, tiến trình Toàn Cầu Hóa phải là tiến trình để Âu châu bước vào giai đoạn PHỤC HƯNG TÂM ĐẠO (Renaissance of Divine Human Conscience) mà trong Thánh Kinh của Cựu Ước, đặc biệt là Tân Ước đã nói rất nhiều và nói rất rõ trong Phúc Âm để cứu lấy mình, cứu vãn nền văn minh Kitô giáo và cứu toàn bộ nền văn minh tinh thần của thế giới (Trích "Nhìn lại

bi kịch của con người- Tôn Giáo và Chính trị -Bài IV-Web. Tiếng Nói Giáo Dân. net * 11)

C2. Cuộc Cách mạng Dân chủ Đáy Tầng (Grass Roots Democracy)

1) NỀN TẢNG CỦA CUỘC CÁCH MẠNG DÂN CHỦ ĐÁY TẦNG:

Nghiên cứu kỹ hiến Pháp Hoa Kỳ, chúng ta thấy Hiến Pháp này rất hợp với lòng trời và rất hợp với ý dân, không những vì nó được hình thành từ dưới lên trên mà còn tổng đại thành văn minh Văn Hóa Cận Đông và Tây Phương từ cổ đại cho đến hiện đại. Cụ thể hơn Hiến pháp Hoa Kỳ đã được thiết lập trên các nguyên lý nền tảng sau:

1. Nguyên lý tôn vinh Sự Sống: "Con người ai cũng có quyền Sống, quyền tự do và quyền mưu cầu hạnh phúc".

2. Nguyên lý Nhân Bản: Lấy con người là gốc là cứu cánh của mọi hành động Tôn giáo, Văn Hóa Chính Trị.

3. Nguyên lý Đạo Đức: Không có đạo đức thì xã hội sẽ "đại loạn" và con người sẽ trở thành "ác thú" với chính đồng loại của mình. Hơn nữa nguyên lý đạo đức còn được thể hiện trên hai chiều kích: "Hướng Thượng" và "Hướng Tha". Hướng thượng là hướng về tâm linh, Trời Phật, Thượng Đế. Hướng Tha là thể hiện tình yêu thương với tha nhân, đồng thời thể hiện trên hai lãnh vực: Đạo đức cá nhân và đạo đức xã hội.

4. Nguyên lý Tự Do: Con người ai cũng khao khát tự do và được hưởng quyền tự do chính đáng và đương nhiên của mình, miễn là không làm tổn hại đến quyền tự do của người khác.

5. Nguyên Lý Dân Chủ: Người dân có quyền làm chủ trái đất này, làm chủ vận mệnh đất nước, có quyền tham gia chính trị văn hóa kinh tế vv…

6. Nguyên Lý Bình Đẳng: Người công dân trong một nước ai cũng như ai, không được kỳ thị hay áp chế ai vì màu da, sắc tính hay giầu nghèo...

7. Nguyên Lý Công Bằng: Người dân trong một nước ai cũng có quyền lợi và trách nhiệm chung một cách công bằng. Sự giầu nghèo trong xã hội đương nhiên phải có nhưng nhà nước phải quân phân quyền lợi quốc gia một cách nào đó để không có sự khác biệt quá lớn lao trong xã hội hầu đạt được sự công bằng tương đối.

8. Nguyên Lý Bác Ái: Xã hội phải xây dựng trên căn bản công bằng và vượt lên lẽ "công bằng" là "đức bác ái" để con người đối xử với nhau có tình thương, thương yêu đùm bọc những người nghèo khổ, già cả ốm đau, tai nạn v. v…

9. Nguyên lý Công Lý: Cán cân công lý luôn luôn phải được đề cao để tránh những tệ nạn áp bức bất công, cường hào ác bá, tham nhũng bao che cho tội ác tạo ra những oan khuất cho những ngươi dân thấp cổ bé miệng.

10. Nguyên lý Pháp Trị: Hoa Kỳ với nên Dân Chủ Đáy Tầng nên đã có nền tảng pháp trị hết sức nghiêm minh: Nền Pháp trị này giúp cho con người được hưởng quyền tự do và an ninh tối đa cho mỗi công dân, đồng thời có biện pháp thích đáng với những kẻ phạm pháp và tội lỗi hay bọn khủng bố quốc gia hay quốc tế.

(xem Danh nghĩa và nền tảng cuộc cách mạng dân chủ đáy tầng của Chu Tấn –web Tiếng Nói Giáo Dân. net *12)

2) MỤC TIÊU CỦA CUỘC CÁCH MẠNG DÂN CHỦ ĐÁY TẦNG:

Vẫn theo nhà khoa học chính trị (Political Scientist) Nguyễn Anh Tuấn muốn xây dựng cuộc cách mạng Tự Do Dân Chủ đích thực cần nhấn mạnh đến những điểm sau đây:

1. Ý thức về thực trạng xã hội với những căn bệnh trầm kha của xã hội cũ mà các chế độ độc tài đã để lại.

2. Ý thức mới trong chế độ Tự Do Dân Chủ và một hệ thống giá trị vững chắc để xây dựng xã hội cho những con người Tự Do Bình Đẳng.

3. Phải tạo ra một môi trường văn hóa trong sáng và lành mạnh để hướng dẫn quần chúng để nâng dân trí lên với những giá trị của tôn giáo, luật pháp, chính trị, xã hội của nền văn hóa Dân Chủ.

4. Phải nắm vững các lý thuyết chính trị, triết lý hay đạo lý chính trị để có ánh sáng dẫn đường cho cách mạng Tự Do Dân Chủ.

5. Đề cao và làm thật sáng tỏ giá trị của Dân Chủ Đáy Tầng với những nguyên tắc căn bản của Hiến Pháp Dân Chủ, để toàn dân chuẩn bị viết Hiến Pháp cho Quốc Gia, để hướng dẫn xây dựng trật tự chính trị và trật tự xã hội.

6. Xây dựng xã hội dân sự và đặt nền móng cho mối tương quan xã hội và hợp tác xã hội giữa dân và dân, giữa dân và chính quyền.

7. Xây dựng hệ thống luật pháp để bảo vệ trật tự cho xã hội.

8. Xây dựng xã hội chính trị và xây dựng các hệ thống chính quyền của địa phương bao gồm Làng, Xã, Quận, Tỉnh để CƠ CẤU HÓA, CHÍNH THỐNG HÓA và LUẬT PHÁP HÓA quyền làm chủ đất nước và quyền tối thượng của toàn dân bằng bản Hiến Pháp Quốc Gia và những bản Hiến Pháp hay Hiến Chương của mỗi địa phương.

9. Xây dựng chính quyền Quốc Gia trên bốn nguyên tắc:

a. Một chính quyền đại diện cho dân (Representative Government).

b. Tam quyền phân lập (separation of power and checks

and balance) độc lập với nhau, nhưng có quyền kiểm soát và chế tài lẫn nhau, để giữ thăng bằng quyền lực Quốc Gia và bảo đảm không có sự vi phạm Hiến Pháp Quốc Gia.

c. Giới hạn quyền hành của chính quyền Quốc Gia tại Trung Ương càng nhiều càng tốt.

d. Tất cả cứu cánh tối hậu của chính quyền là đem hạnh phúc đến cho toàn dân. Vì tất cả quyền hành tối hậu của Quốc Gia đều thuộc về toàn dân nên chính quyền chỉ là những người phục vụ dân mà thôi.

C3. Cuộc cách mạng Tổ chức

1) **Ưu và khuyết điểm phương thức tổ chức** Dưới chế độ Cộng sản:

Ưu Điểm:

- Tổ Chức rất chặt chẽ,

- Đối phương khó tấn công, khó xâm nhập.

Khuyết Điểm:

- Nô lệ hoá con người, khiến con người vong thân trong tổ chức. Con người chỉ là một "bánh xe" vô hồn trong "guồng máy"của Đảng CS.

- Khi con người tỉnh ngộ, biết là mình bị "lừa dối" sẽ tạo ra sự sụp đổ từ bên trong.

2) ***Ưu và khuyết điểm của phương thưc tổ chức trong thế giới tự do***:

Ưu điểm:

- Con người có tự do, có ý thức, có quyền phê bình và có quyền chọn lựa.

Khyết điểm:

- Tổ chức không được chặt chẽ, dễ chia rẽ phân hóa.

3) ***Ưu thắng của phương thức tổ chức theo "triết lý Nhân chủ"***:

- Tổ chức theo phương thức Sinh động mở (Living Open System).

- Con người không bị "vong thân" trong tổ chức.

- Con người **có quyền phê bình tổ chức**, có quyền quyết định chọn lựa tiếp tục ở trong hay ra khỏi tổ chức, nhưng tổ chức không vì vậy mà phân hoá chia rẽ và vẫn tiến lên không ngừng.

D. Cuộc cách mạng Nhân Chủ:

Hiện nay trên thế giới có 210 quốc gia và có193 nước được gia nhập Liên Hiệp Quốc. Trong đó có cả thẩy 123 nước theo chế độ dân chủ. Như vậy chúng ta thấy trào lưu dân chủ hóa toàn cầu là xu hướng tất yếu của lịch sử thời đại! Tuy nhiên nền "văn minh dân chủ" không phải là cao nhất vì nhân loại đã trải qua thời kỳ "quân chủ" tiến qua "dân chủ" và sẽ tiến sang "nhân chủ". **Đây mới là đỉnh cao của nền văn minh nhân loại**.

Nếu cuộc cách mạng dân chủ đem lại những quyền lợi tự do căn bản của con người như trong bản Tuyên Ngôn Quốc Tế Nhân Quyền của Liên Hiệp Quốc đã nêu rõ thì cuộc "Cách mạng Nhân Chủ" mới tạo cơ hội và cũng là thử thách lớn nhất vì con người **và cho con** người **cơ hội để vừa "làm chủ" vừa "sáng tạo"**, "sáng lập" ra **địa vị và tư thế của mình nhằm mục đích lớn nhất cao cả nhất là "tự thắng" những thói hư tật xấu của chính bản thân mình trong tương quan phục vụ Tổ Quốc và Nhân Loại**.

E. Nhu cầu khai quật 4 kho tàng bất tận vô giá của con người và thời đại**:**

Trên kia chúng tôi nói đến "sách lược Tam Toàn": Toàn dân, Toàn diện và Toàn cầu là nói một cách chân thật và khiêm tốn. Nếu suy nghĩ sâu xa hơn thì đây không chỉ là "sách lược Tam Toàn" mà còn kỳ diệu hơn nhiều. Tuy nhiên nhằm phát huy chân lý đóng góp cho cuộc cách mạng mới của nhân loại hôm nay ngày mai. Chúng tôi gọi là "lối nhìn tam toàn". Bằng vào lối nhìn tam toàn mới này, chúng ta có thể khai quật 4 kho tàng bất tận và vô giá của con người **và thời đại đó là**:

1. "Kho tàng chân lý" của "chân nhân", "hiền nhân", "thánh triết"… "Thiên Nhiên", "Trời Đất", "Phật", "Chúa", "Thượng Đế", "**Đấng tối cao**"…

2. "Kho tàng trí tuệ" vô giá của nhân dân toàn cầu.

3. "Kho tàng nhân lực" vô tận vô địch của nhân dân toàn cầu

4. "Kho tàng tiền của" vô tận của nhân dân toàn cầu.

Vấn đề là chúng ta có biết đề cao tâm trí mình và có biết khai quật 4 đại kho tàng vô giá đó không? Bằng cách nào?...

• *Kho tàng chân Lý của "Chân Nhân", "Hiền nhân", "Thánh triết"*... Mỗi con người chúng ta đều có 2 con người: "Con người trần tục" và "con người thần thiêng". Cũng gọi là con "người thật" hay "con người giả tạm". Con người thật thì thiêng liêng bất tử, còn "con người giả tạm" là con ngươi còn bị luật vô thường chi phối, chỉ sống tạm trên cõi trần trong kiếp sống trăm năm… Nhưng nếu chúng ta gọi là "con người thật" và "con người giả" thì nghe nó phũ phàng quá và không hay. Người Á Đông hay Việt Nam mình gọi là "phàm nhân" và "Thánh nhân" hay "Chân nhân" thì sự phân biệt này dễ được chấp nhận và rất hay rất tuyệt! Khi sinh ra con người, trời đất hay Thượng Đế rất công bằng là đã ban cho mỗi con người một kho tàng chân lý, quang minh, sáng suốt vô lượng như nhau… Chỉ khác nhau là con người "phàm nhân" thì bị dục vọng "tham sân si" làm loạn động "chân tâm" của con người, khiến con người quay cuồng chạy theo danh lợi tiền tình phù du, khiến con người tự mình đánh mất nguồn chân lý sáng suốt vô lượng (dục vọng đã trở thành những **đám mây mờ**, hay đúng hơn đã kết thành "bức màn vô minh cực kỳ đen tối" che khuất nguồn ánh sáng vô lượng của "con người thật" hay "Chân nhân" nguyên thủy của mình! Khi đã hiểu rõ sự thật này, mỗi con người chúng ta đều có khả năng khai quật kho tàng chân lý bằng cách bỏ bớt những dục vọng, trong sạch hóa bản thân; Hồi giáo gọi là "Tayammun" tức là "thanh lọc", "thanh tẩy" và "thánh hóa bản thân" mỗi người, chúng tôi gọi là nỗ lực "vượt ngã", "vượt mình"… "tự thắng" chính mình. Đây mới thực là "chân tu" để trở về với "chân Tâm" (thắng "vọng tâm" là trở về với "chân tâm" và bùng khởi tuệ giác Chân Lý). Đây vừa là niềm tin chân chính, vừa là phương cách giúp mỗi người chúng ta có khả năng khai quật kho tàng chân Lý vô giá và diệu dụng chân lý thiêng liêng đầy sáng tạo và sống động đang ẩn tàng trong mỗi con người chúng ta.

• *Kho tàng trí tuệ vô giá của nhân dân toàn cầu*: Trước khi bùng phát cuộc cách mạng truyền thông từ cuối thế kỷ 20 thì chúng ta chỉ hay nói đến "quần chúng" hay "thần dân", "sinh dân" (danh từ các vua chúa hay quan lại thời quân chủ gọi nhân dân nước mình). Sang thời dân chủ các cụ cách mạng tiền bối hay gọi danh từ "quốc dân" = (người dân trong một nước) phân biệt với nhân dân toàn thế giới. Nay sau cuộc cách mạng truyền thông chúng ta gọi là nhân dân toàn cầu, trong một thế giới toàn cầu hóa. Tới đây có 2 câu hỏi chính được đặt ra. Một là: Căn cứ vào đâu mà nói kho tàng trí tuệ của nhân dân toàn cầu là vô giá? Hai là: Muốn khai quật kho tàng trí tuệ vô giá cuả nhân dân toàn cầu thì đòi hỏi chúng ta phải có những điều kiện gì? hay phải như thế nào? trả lời câu hỏi thứ nhất chúng tôi xin thưa: Kho tàng tục ngữ ca dao dân gian đã dạy chúng ta: "*Đi một ngày đàng học một sàng khôn*"– "Kiến thức trường học" và "kiến thức trường đời"... "*Tam nhân đồng hành, tất hữu ngã sư" (ba người cùng đi ắt có người làm được thày ta),* "tam ngu thánh hiền" hay "*một cái đầu suy nghĩ không bằng nhiều cái đầu suy nghĩ*" hay như hai câu thơ cuả Tạ Hữu Thiện "*kiến thức hai ta dù góp lại– so với đời chỉ độ tấc gang*"... (Trong Nhân văn Giai Phẩm)... Ngày xưa vua phải đi "thăm dân cho biết sự tình"… .

Ngày nay cần những cơ quan "thăm dò dân ý...", "*chở thuyền cũng là dân mà lật thuyền cũng là dân*" hay "*Bất thức nhân tâm hướng hà năng cử đại công*" (Không hiểu được lòng dân, ý dân thì làm sao làm được việc lớn?) *Ý dân là ý trời v. v..* Trả lời câu hỏi hai: Muốn khai quật kho tàng trí tuệ của nhân dân toàn cầu: chúng ta cần có các yếu tố: yêu nước phải yêu dân, Yêu tha nhân như yêu chính mình, mới có tình huynh đệ đại đồng, phải có tinh thần thân dân, gần dân hòa mình với nhân dân, thông cảm được những nỗi thống khổ đói rét cơ cực của người dân vì thiếu cơm thiếu áo, thông cảm những nỗi đau nhục oan khuất của người dân bị đè nén áp bức, bóc lột đày đọa bởi cường quyền và độc tài tham nhũng, tạo nên muôn vàn nỗi khổ về vật chất lẫn tinh thần mà người dân thấp cổ bé miệng không biết nương tựa vào đâu, không biết cầu cứu ở nơi nào nào… Sau hết phải biết học hỏi nơi nhân dân… Cần suy nghĩ cho chín chắn cho thật sâu "mới cảm được ý dân" và "mới thông được với ý trời"… Phải khiêm tốn, khiêm hạ (Khiêm tốn thực sự tự đáy lòng) mới "thân được dân" "mới gần được dân" và mới biết "hòa mình" "học hỏi" quần chúng nhân dân và mới khai quật được kho tàng trí tuệ vô giá của nhân dân trong một nước cũng như nhân dân trên toàn cầu.

Chúng ta, gần thì học hỏi nơi bạn bè, xa thì học hỏi nơi quần chúng nhân dân… Nhờ cảm thông mà chúng ta lấp đầy được "khoảng cách" giữa xa và gần. Nhờ cảm thông với siêu nhiên mà thánh nhân "*Bất xuất hộ tri thiên hạ*" (không ra khỏi nhà mà biết được việc thiên hạ theo nguyên tắc: "Cũng nhân tâm ấy há thiên lý nào? vì *thiên lý tại nhân tâm*). Từ ngàn xưa, chân lý bao giờ cũng tiềm ẩn trong kinh điển và sách vở… nhưng *chân lý ấy lại* ***biểu hiện sống động*** *"nơi tâm ý con người",* và tâm ý nhân dân. Đây không là điều khám phá mới lạ đối với những ai từng "trực nhân" "trực cảm" trong "thế giới thiền"… nhưng lại vô cùng mới lạ với những ai "trực nhận" ra chân lý nơi mình lần đầu tiên trong đời.. "*Ngô tâm tiện thị vũ trụ, vũ trụ tiện thị ngô tâm = tâm ta với vũ trụ* *là một"*... như lời phát biểu cuả triết gia Lục Tượng Sơn đời Tống. Muốn khai quật kho tàng trí tuệ của nhân dân toàn cầu, không đòi hỏi chúng ta phải "đăm chiêu suy nghĩ" mà cần có tấm lòng nhạy cảm biết cảm thông... với sự đau khổ vui buồn của nhân dân trong nước hay nhân dân toàn cầu. "Cái cảm" quan trọng hơn "cái thức" "cái trí" nhiều lắm. Nhà đạo học Krishnamurti gọi "cái cảm đó" là "*sự thông minh cuả tâm hồn*".

• *Kho tàng nhân lực vô tận của quốc dân hay nhân dân toàn cầu:* Kinh nghiệm lịch sử đã cho chúng ta biết rằng: mỗi khi đất nước bị họa ngoại xâm thì chúng ta phải tin vào sức dân, và phải nhờ vào sức của dân mới có thể đánh đuổi giặc ngoại xâm ra khỏi bờ cõi. Trong trường hợp đất nước đã bị ngoại bang xâm lăng và đặt ách thống trị như trường hợp của nước Việt Nam chúng ta "*một ngàn năm đô hộ giặc Tàu, một trăm năm đô hộ giặc Tây*" thì cuối cùng cũng phải nhờ vào sức mạnh tổng hợp cuả toàn dân vùng dậy làm cách mạng mới giành lại quyền tự chủ, giành lại quyền độc lập cho nước nhà. Đây không những là kinh nghiệm của quốc sử Việt mà là kinh nghiệm chung của tất cả các cuộc cách mạng thành công của nhiều quốc gia trên thế giới đều là nhờ đến SỨC MẠNH GỐC cuả toàn dân. Từ các cuộc cách mạng lớn trên thế giới như cách mạng Hoa Kỳ (1776) cách mạng Pháp (1789) cách mạng Liên Xô (1910) đến các cuộc cách mạng lật đổ đế quốc cộng sản tại Liên bang Nga và các quốc gia Đông Âu, (1989/1991) hay các cuộc cách mạng Hoa Lài và Mùa Xuân Ả Rập (2011) gần đây nhất cũng không ra ngoài quy luật lịch sử đó vì sức mạnh của quần chúng của nhân dân là vô tận và vô địch! Muốn huy động sức mạnh của toàn dân có 3 phương cách hay 3 trường hợp: Trường hợp thứ nhất: Dưới sự bóc lột đàn áp của chế độ độc tài tham nhũng, người dân bị đói khổ đến cùng cực, chỉ chờ một cơ hội nào đó là vùng dậy lật đổ cường quyền thối nát. Đây là trường hợp cuộc "cách mạng Hoa lài" tại Tunisia lan tỏa đến các nước trong bán đảo Ả Rập. Có thể gọi đây là cuộc "cách mạng tự phát" của quần chúng. Trường hợp thứ hai là do một tổ chức, một đảng phái đấu tranh quy tụ và đào tạo ra những "cán bộ ưu tú" làm "hạt nhân" vận động cách mạng bùng phát trên toàn quốc. Trường hợp thứ ba: Cuộc cách mạng thành hình vừa do các tổ chức đấu tranh vừa do tình hình đất nước đã đến giai đoạn "chín muồi", khiến toàn dân đứng lên làm cách mạng thay đổi số kiếp của mình đồng thời viết trang sử mới cho quốc gia dân tộc.

• *Kho tàng tiền của vô tận của nhân dân toàn cầu:* Khi một tổ chức đấu tranh đã vận động được toàn dân trong nước tham gia cuộc cách mạng thì việc khai quật "kho tàng sức mạnh" hay "kho tàng tiền của" của nhân dân trong một quốc gia không còn là vấn đề khó khăn nan giải nữa vì khi cuộc cách mạng đã chiếm được "con tim" "khối óc" của hàng ngàn người, hàng triệu người thì người dân sẵn sàng hy sinh từ nhân lực, vật lực, tài lực cho đại cuộc cách mạng, kể cả sẵn sàng hy sinh cả mạng sống mình cho đất nước!

Tóm lại với cái nhìn Tam Toàn: Toàn dân, Toàn diện và Toàn cầu cho phép chúng ta phát huy rất nhiều sáng kiến mới, chiến lược sách lược và kế hoạch mới cho cuộc cách mạng tổng thể của các dân tộc cũng như toàn cầu. Có nhiều vấn đề, hay nhiều vấn nạn nếu nhìn theo lối cũ sẽ gặp rất nhiều khó khăn nan giải, nhưng nếu nhìn theo lối nhìn mới "Tam toàn" chúng ta sẽ tìm ra những ánh sáng mới để "phát hiện vấn đề" và "giải quyết vấn đề" một cách thỏa đáng và trọn vẹn! Xin ghi nhớ lời giải đáp không bao giờ ở ngoài sự kiện hay vấn **đề mà tiềm ẩn ở ngay trong vấn đề do chúng ta chưa khám phá ra mà thôi**. Chúng ta phải có lối nhìn "nền tảng", "tổng thể", "toàn trình" và "toàn diện" mới khám phá ra những "sách lược hay", có tính chất "đột phá" "đầy sáng tạo", "hữu hiệu" và "khả thi" và tất nhiên, chúng ta phải chú tâm khai quật 4 kho tàng vô giá mà chúng tôi gọi là **"4 kho tàng dự trữ chiến lược"** của cuộc cách mạng tổng thể mang tính chất nhân bản, nhân chủ như đã trình bầy khái lược ở trên.

G- Vai trò và trách nhiệm của Liên Hiệp Quốc đối với chiến tranh chống khủng bố toàn cầu:

Từ ngày thành lập cho đến nay vai trò và trách nhiệm của Hội Đồng Liên Hiệp Quốc ngày càng trở nên vô cùng quan trọng. Tuy nhiên những thành công và thất bại của Liên Hiệp Quốc trong vai trò giữ gìn an ninh thế giới vì những nguyên nhân nào, chúng ta cần kiểm điểm lại để học hỏi và góp phần cải tiến! Nhất là đối với Chiến tranh Khủng bố, một loại chiến tranh đặc biệt, rất phức tạp vì liên quan đến nhiều vấn nạn của con người, của xã hội, của tôn giáo và cả sự va chạm của các nền văn minh nên đã trở nên vô cùng nguy hiểm… Với loại hình chiến tranh khủng bố nguy hiểm tột bực này chúng ta càng cần tìm hiểu và thảo luận về vai trò và trách nhiệm của LHQ, một tổ chức "cầm cân nẩy mực" cho cả thế giới, trong đó có thân phận của mỗi người, mỗi gia đình và các quốc gia chúng ta.

G1. Mục đích của Liên Hiệp Quốc

"Những mục đích được nêu ra của Liên Hiệp Quốc là ngăn chặn chiến tranh, bảo vệ nhân quyền, cung cấp một cơ cấu cho luật pháp quốc tế, và để tăng cường tiến bộ kinh tế, xã hội, cải thiện các điều kiện sống và chống lại bệnh tật. Liên Hiệp Quốc tạo cơ hội cho các quốc gia nhằm đạt tới sự cân bằng trong sự phụ thuộc lẫn nhau trên bình diện thế giới và giải quyết các vấn đề quốc tế. Nhằm mục đích đó, Liên Hiệp Quốc đã phê chuẩn một Tuyên ngôn Chung về Nhân Quyền năm 1948".

G2. Các quốc gia tự nguyện đóng góp tài chánh cho LHQ

"Liên Hiệp Quốc hoạt động nhờ tiền đóng góp và tiền quyên tự nguyện từ các quốc gia thành viên. Những ngân sách chính thức hai năm của Liên hiệp quốc và các tổ chức chuyên biệt của họ lấy từ những khoản đóng góp.

"Đại hội đồng đã đưa ra nguyên tắc rằng Liên hiệp quốc sẽ không quá phụ thuộc vào bất kỳ một quốc gia thành viên nào trong lĩnh vực tài chính cần thiết cho những hoạt động của mình. Vì thế, có một mức "trần", quy định khoản tiền tối đa một nước có thể đóng góp cho ngân sách. Tháng 12 năm 2000, Đại hội đồng đã sửa đổi tỷ lệ đóng góp để phản ánh chính xác hơn cục diện thế giới hiện tại. Như một phần của sự sửa đổi này, trần đóng góp được giảm từ 25% xuống 22%. Hoa Kỳ là quốc gia duy nhất đóng góp ở mức trần, nhưng những khoản tiền họ còn thiếu lên tới hàng trăm triệu dollar Theo mức đóng góp mới được thông qua năm 2000, các nước đóng góp lớn khác vào ngân sách Liên Hiệp Quốc năm 2001 là Nhật Bản (19. 63%), Đức (9. 82%), Pháp (6. 50%), Anh (5. 57%), Ý (5. 09%), Canada (2. 57%), Tây Ban Nha (2. 53%) và Brasil (2. 39%)".

G3. Những Thành công và thất bại của LHQ trong các vấn đề An Ninh.

Cuối giai đoạn Chiến tranh Lạnh, LHQ đã có những nỗ lực giảm thiểu chiến tranh như:

• Giảm 40% những cuộc xung đột bạo lực.

• Giảm 80% những cuộc xung đột gây đổ máu nhiều nhất.

• Giảm 80% những cuộc diệt chủng và thanh lọc chính trị.

Trong lĩnh vực gìn giữ hòa bình, các thắng lợi gồm:

• Văn phòng Giải trình Chính phủ Hoa Kỳ đã kết luận rằng việc gìn giữ hòa bình của Liên Hiệp Quốc có chi phí ít hơn tám lần so với khoản chi cho lực lượng Hoa Kỳ.

• Một nghiên cứu năm 2005 của RAND Corp cho thấy Liên Hiệp Quốc thành công ở hai trong số ba chiến dịch gìn giữ hòa bình của mình.

Những thất bại khác trong vấn đề an ninh gồm:

• Thất bại của MONUC (Nghị quyết 1292 của UNSC) trong việc can thiệp một cách có hiệu quả vào cuộc Chiến tranh Congo lần thứ hai, liên quan tới gần năm triệu người tại Cộng hòa Dân chủ Congo, 1998-2002 và trong việc tiến hành cung cấp viện trợ nhân đạo.

• Thất bại trong việc can thiệp vào Cuộc thảm sát Srebrenica năm 1995, dù sự thực là Liên hiệp quốc đã coi Srebrenica là một "thiên đường an toàn" cho những người tị nạn và phái 600 lính gìn giữ hòa bình Hà Lan tới bảo vệ nó.

• Thất bại trong việc cung cấp thực phẩm tới những người dân đói khát tại Somalia; thực phẩm thường bị các lãnh chúa địa phương chiếm đoạt.

• Thất bại trong việc thực hiện 1559 và Nghị quyết 1701 của Hội đồng Bảo an Liên Hiệp Quốc kêu gọi giải giáp các nhóm bán quân sự Liban như Fatah và Hezbollah.

G4. Những MụcTiêu Thiên Niên Kỷ:

Các mục tiêu phát triển thiên niên kỷ là tám mục tiêu mà toàn bộ 192 nước thành viên Liên Hiệp Quốc đã đồng ý sẽ hoàn thành vào năm 2015. Borgen Project ước tính rằng cần chi khoảng 40-60 tỷ dollar mỗi năm để đạt tám mục tiêu trên.

Tuyên bố thiên niên kỷ Liên Hiệp Quốc, được ký kết tháng 9 năm 2001, hứa hẹn:

1. Loại trừ nghèo đói;
2. Hoàn thành phổ cập giáo dục tiểu học;
3. Khuyến khích bình đẳng giới và tăng quyền cho phụ nữ;
4. Giảm tỷ lệ tử vong trẻ em;
5. Cải thiện sức khỏe bà mẹ;
6. Chiến đấu chống HIV/AIDS, sốt rét, và các bệnh tật khác;
7. Đảm bảo môi trường bền vững;
8. Khuyến khích một mối quan hệ đối tác phát triển quốc tế.

G5- Quyết định quan trọng của Hội Nghị Thương Đỉnh Thế Giới Năm 2005:

• Thành lập một Hội đồng xây dựng hòa bình để tạo lập một cơ cấu trung tâm nhằm giúp đỡ các quốc gia đang đứng trước nguy cơ xung đột;

• Thỏa thuận rằng cộng đồng quốc tế có quyền can thiệp khi các chính phủ quốc gia không thể hoàn thành trách nhiệm của họ trong việc bảo vệ các công dân của mình khỏi những hành động tội ác;

• Một Ủy ban Nhân quyền (thành lập ngày 9 tháng 5 và sẽ bắt đầu hoạt động 19 tháng 6)

• Một thỏa thuận cung cấp thêm những nguồn tài nguyên cho Văn phòng các Dịch vụ Giám sát Nội bộ Liên Hiệp Quốc;

• Nhiều thỏa thuận chi thêm hàng tỷ dollar nhằm đạt các Mục tiêu Thiên niên kỷ;

• Một sự lên án rõ ràng và không tham vọng với chủ nghĩa khủng bố "ở mọi hình thức và mọi kiểu";

• Một quỹ dân chủ;

G6. Chỉ trích và mâu thuẫn- Hội Đồng Bảo An:

Liên Hiệp Quốc đã bị chỉ trích vì không thể hoạt động một cách rõ ràng và kiên quyết khi đối đầu trước một vụ khủng hoảng. Những ví dụ gần đây gồm chương trình hạt nhân của Iran và sự diệt chủng trong cuộc xung đột Darfur, Sudan. Vì sự mâu thuẫn chia rẽ giữa các thành viên trong Hội Đồng Bảo An LHQ. Một ví dụ gần đây là Cuộc khủng hoảng Israel-Liban 2006, không hành động nào được thực hiện theo Nghị quyết 1559 và Nghị quyết 1701 để giải giáp các lực lượng du kích phi chính phủ như Hezbollah.

G7. Thiếu hiệu năng do tính quan liêu:

Liên Hiệp Quốc đã bị cáo buộc thiếu tính hiệu năng và lãng

phí vì cơ cấu cồng kềnh và quan liêu quá mức của nó. Trong thập niên 1990, Hoa Kỳ, nước hiện đóng góp nhiều nhất cho ngân sách tổ chức này, đã coi sự thiếu hiệu quả là một nguyên nhân khiến họ trì hoãn các khoản đóng góp. Việc chi trả những khoản thiếu này chỉ được thực hiện với điều kiện về sáng kiến cho một cuộc cải cách lớn. Năm 1994 Văn phòng Dịch vụ Giám sát Nội bộ (OIOS) được thành lập theo quyết định của đại hội đồng nhằm đóng vai trò giám sát tính hiệu năng của tổ chức. Một chương trình cải cách đã được đề xuất, nhưng vẫn chưa được Đại hội đồng thông qua.

G8. Bất lực trước vấn đề diệt chủng và nhân quyền:

Liên Hiệp Quốc cũng bị cáo buộc đã cố tình làm ngơ trước hoàn cảnh khó khăn của nhiều người trên khắp thế giới, đặc biệt tại nhiều vùng ở Châu Á, Trung Đông và Châu Phi. Những ví dụ hiện tại gồm việc Liên Hiệp Quốc không hành động gì trước chính phủ Sudan tại Darfur, việc thanh lọc sắc tộc của chính phủ Trung Quốc tại Tây Tạng và Israel tại các vùng lãnh thổ Palestine.

G9. Dự án cải tổ Hội Đồng Bảo An Liên Hiệp Quốc:

Tới nay nhiều chính trị gia, triết gia, nhiều nhà lãnh tụ trên thế giới đều thấy là tổ chức LHQ cần được cải tổ sâu rộng mới có thể đáp ứng với nhu cầu thời đại trong thiên niên kỷ thứ ba. Thời đại mà mọi sự thay đổi đến chóng mặt! Tuy nhiên điều khó khăn là nhiều quốc gia chưa đồng ý được với nhau là nên cải tổ sâu rộng như thế nào? (?) Trong chiều hướng trên, nguyên Cựu Tổng Thư ký Liên Hiệp Quốc Kofi Annan đã yêu cầu một nhóm cố vấn nghiên cứu để đưa ra những đề xuất cải tổ Liên Hiệp Quốc vào cuối năm 2004. Một giải pháp đang được xem xét là nâng số thành viên cố định lên con số mười. Năm ứng viên được đề cử là Nhật Bản, Đức, Ấn Độ, Brasil (được biết dưới tên Nhóm G4), vị trí còn lại dành cho châu Phi (có phần chắc là Nigeria hoặc Cộng hòa Nam Phi), hoặc là một đại diện từ Liên minh Ả Rập. Ngày 21 tháng 11 năm 2004, nhóm G4 đã ra một thông cáo chung ủng hộ lẫn nhau trong nỗ lực giành bốn vị trí cố định này, cùng với một vị trí dành cho châu Phi. Pháp và Hoa Kỳ tuyên bố ủng hộ ý định trên. Hiện nay đề xuất này đã được chấp thuận bởi hai phần ba thành viên Đại hội đồng với 128 phiếu.

Do đó, triển vọng giới thiệu một quốc gia Hồi giáo cho vị trí cố định tại Hội đồng làm nhiều người lo âu, nhất là khi thành viên này được ban cho đặc quyền phủ quyết. Bên ngoài thế giới Hồi giáo, đặc biệt là tại Hoa Kỳ, những nhà bình luận nêu lên các quan ngại cho rằng một thành viên Hồi giáo có thể sẽ dùng quyền phủ quyết để ngăn cản Liên Hiệp Quốc sử dụng vũ lực tại Trung Đông hoặc tại biên giới giữa các quốc gia Hồi giáo (như trường hợp Kashmir và Chechnya), như vậy sẽ dẫn đến việc vô hiệu hoá sức mạnh của Liên Hiệp Quốc trong khu vực này. Tình trạng thiếu dân chủ tại các quốc gia Trung Đông cũng là một lý cớ khác được các bình luận gia phương Tây đưa ra nhằm chống lại ý tưởng mời các quốc gia này gia nhập câu lạc bộ những thành viên cố định với đặc quyền phủ quyết.

Đồng thời, đề án cải tổ của nhóm G-4 đã chối bỏ quyền có đại diện cố định tại Hội đồng Bảo an Liên Hiệp Quốc cho hơn 1,6 tỉ người Hồi giáo trên khắp thế giới. Đây cũng là vấn đề gây nhiều tranh cãi trong thế giới Hồi giáo và tạo ra ảnh hưởng tiêu cực cho uy tín của Liên Hiệp Quốc khi tổ chức này tham gia giải quyết các điểm nóng xảy ra tại Trung Đông và trong thế giới Hồi giáo. Tháng 6 năm 2005, các ngoại trưởng thuộc Tổ chức Hồi giáo (OIC) ra tuyên bố yêu cầu một ghế cố định cho thế giới Hồi giáo tại Hội đồng Bảo an Liên Hiệp Quốc.

Những chống đối gần đây dành cho đề án cải tổ của nhóm G-4 có phần xuất phát từ vấn đề tế nhị vừa nêu. Hoa Kỳ và một vài quốc gia phương Tây chống lại bất cứ đề án nào dành quyền phủ quyết cho các thành viên mới. Trong Liên minh Phi châu, Ai Cập dẫn đầu sự phản kháng chống lại một đề án của Nigeria, theo đó chấp nhận một phiên bản của đề án G-4, phiên bản này đồng ý không dành quyền phủ quyết cho thành viên mới đến từ thế giới Hồi giáo. (*Xem bách khoa toàn thư mở Wikipedia)*

G10. Một giả định, một chữ "nếu" Quan Trọng:

Trên đây chúng tôi đã trích đoạn tài liệu của "Bách khoa toàn thư mở Wikipedia" để chúng ta thấy cái nhìn tổng quát về hiện tình Liên Hiệp Quốc. Có thể tóm tắt như sau: Qua "*68 năm thành lập (1945-2013) tới nay cơ chế tổ chức LHQ cũng đã quá cũ, cần phải cải tổ sâu rộng mới có thể hoàn thành sứ mạng ngăn chặn chiến tranh, bảo vệ hữu hiệu nền Hòa Bình thế giới! Nhưng rất tiếc là các dự án cải tổ LHQ vì nhiều lý do công khai hay tế nhị, kể cả tiềm ẩn tác động vào... nên vẫn chưa được Đại Hội Đồng LHQ thông qua... Do đó nhân loại vẫn còn phải chờ đợi trong một tương lai đầy âu lo bất trắc".*

Trong bối cảnh thời đại và hiện tình LHQ như trên, chúng tôi xin đưa ra một giả định… một chữ nếu... Xin thưa trước- "đây chỉ là "giả thuyết" "giả định", xuất phát từ một tấm lòng thành muốn cho tổ chức LHQ sớm được cải tổ, ngõ hầu nhân loại được hưởng một nền Hòa Bình tốt đẹp và trường cửu, chứ không phải xuất phát từ ý muốn "hù dọa" một ai hay từ một ý xấu "trù ẻo" một quốc gia nào. Vâng đây chỉ là sự giả định của một cá nhân để chúng ta đi sâu vào vấn đề nghiêm chỉnh, hữu ích và cấp thiết hơn mà thôi". Chúng tôi xin được phép nêu ra đây một giả định là: "Nếu mạng lưới khủng bố Al–Qaeda lại tung ra một chiến dịch khủng bố mới nhằm vào "**một quốc gia X**" (Có thể là Hoa Kỳ hay bất cứ một Quốc Gia Tây Phương nào khác, mà lần tấn công này cũng gây thiệt hại nghiêm trọng như lần Al-Qaeda tấn công tòa nhà tháp đôi của Hoa Kỳ năm 2001 hay còn gây thiệt hại lớn hơn kỳ trước thì khi đó Liên Hiệp Quốc với trách nhiệm giữ gìn hòa bình thế giới LHQ sẽ có giải pháp nào để đối phó với mạng lưới khủng bố Al-Qaeda? Khi đó, nếu chiếu theo quyết định của Hội Nghị thượng đỉnh các quốc gia năm 2005 thì LHQ sẽ ra một *bản "lên án" rõ ràng và không tham vọng với chủ nghĩa khủng bố ở mọi hình thức và mọi kiểu*" thì với "một bản lên án suông" như trên thì liệu có ích gì? nếu không là tiếng vang giữa sa mạc! không hơn không kém?! Hỏi tức là trả lời rồi vậy! Trước đây LHQ đã bất lực trước 2 vấn đề "Diệt Chủng" và "Nhân Quyền" giờ đây LHQ lại thêm bất lực trước "Nạn khủng bố toàn cầu" chẳng phải thế sao? Nhân loại có nên đặt nhiều kỳ vọng vào LHQ một cơ chế giữ gìn hòa bình của nhân loại nay đã "quá già cỗi" mà chưa được "cải tổ lại toàn diện và đúng mức" còn là một vấn nạn làm nhức nhối lương tâm lương tri của toàn thể loài người?

H- Vai trò và trách nhiệm của Siêu cường Hoa Kỳ đối với cuộc "Chiến Tranh Chống Khủng Bố Toàn Cầu".

Từ sau thế chiến thứ hai, Hoa Kỳ với vai trò là một siêu cường đã luôn luôn can thiệp vào hiện tình thế giới bằng cách tham gia các cuộc chiến tranh Việt Nam ngăn chặn chủ nghĩa Cộng sản bành trướng tại Đông Nam Á khiến phe cộng sản gọi Hoa Kỳ là "Sen đầm Quốc Tế", Hoa Kỳ cũng luôn giữ vai trò trung gian hòa giải các cuộc chiến tranh khác thuộc cấp vùng và gần đây nhất Hoa Kỳ đã đi tiên phong trong chiến tranh chống khủng bố tại Afghanistan và Iraq. Tuy nhiên qua 10 năm tham gia chiến tranh chống khủng bố, chúng ta thấy Hoa Kỳ đã tốn hao quá nhiều tiền bạc (trên 50 ngàn tỷ Mỹ kim) và thiệt hại nhân mạng khá lớn mà chỉ đạt được những kết quả giới hạn khiến Tổng Thống Obama phải tuyên bố rút quân khỏi Afghnistan cũng như Iraq để tránh bị "sa lầy" như đã sa lầy tại chiến tranh Việt Nam! Thiết nghĩ nếu Mạng lưới Al-Qaeda một ngày gần đây nếu chúng còn khả năng mở cuộc khủng bố Hoa Kỳ lần thứ hai thì lần này cách đối phó của Hoa Kỳ sẽ ra sao? Liệu Hoa Kỳ còn chủ trương đem binh hùng tướng mạnh đi tấn công một nước nào đó mà Hoa Kỳ "nghi là chứa chấp khủng bố" hay "nghi là chứa chấp vũ khí giết người hàng loạt" như Hoa Kỳ đã tấn công vào 2 nước Afghanistan(2001) và Iraq (2003) bất chấp lời khuyến cáo của LHQ hay không? Danh từ mà Tổng thống George W.Bush hồi đó gọi là các quốc gia "Hung đồ" có đúng như vậy không? Vì Hoa Kỳ chỉ lên án một chiều mà không chứng minh được thế nào là một quốc gia "hung đồ"? Điều chúng ta nên nhớ mạng lưới khủng bố Al-Qaeda gồm nhiều cá nhân khủng bố thuộc nhiều quốc gia chứ không phải một quốc gia Hồi giáo nào lại chủ trương hay nhận mình là một quốc gia khủng bố cả! Vậy việc Hoa Kỳ đem quân đi tấn công một quốc gia trong khi thủ phạm khủng bố chỉ là những cá nhân trong một mạng lưới phi quốc gia hay liên quốc gia thì cuộc chiến chống khủng bố kiểu này có được danh chính ngôn thuận không? Bình luận gia Robert S. Livak đã tóm tắt quan điểm độc tôn của chính quyền Mỹ bằng một câu châm biếm "*Một nước côn đồ là một nước Hoa Kỳ định nghĩa như thế - Un Etat voyou est celui que Les Étates –Unis définissent comme tel" Mỹ dùng lý lẽ của kẻ mạnh*. Thấy danh từ này không ổn nên bà ngoại trưởng Albright đề nghị danh từ "States of concern" - qiốc gia "gây lo ngại" ôn hòa hơn để thay thế. Đó là về danh nghĩa cuộc chiến chống khủng bố. Còn về thực tế cuộc chiến chống khủng bố đã quá tốn kém đến nỗi Hoa Kỳ không thể nào kéo dài cuộc chiến hơn nữa được!

Rút tỉa bài học đắt giá kể trên nên chúng tôi đề nghị nếu Hoa Kỳ thực tâm muốn diệt khủng bố tận gốc (Chứ không phải chống trên ngọn như 10 năm qua (2001-2010) thì Hoa Kỳ phải thay đổi chiến lược tận căn bản, tức áp dụng chiến lược Tam Toàn: Toàn Dân, Toàn Diện và Toàn Cầu. Theo chiến lược mới này Hoa Kỳ không phải quá tốn kém đem binh hùng tướng mạnh đi diệt bọn du kích khủng bố mà phải uyển chuyển phối hợp sức mạnh mềm gồm Văn hóa + Tâm lý + Giáo Dục và Kinh tế (Solf Power) đi đôi với việc sử dụng sức mạnh cứng (Hard Power) như quân sự + tình báo + Khoa học kỹ thuật trên qui mô toàn cầu và nhằm thành đạt mục tiêu thay đổi môi trường nghèo đói, chậm tiến về giáo dục, lạc hậu về Văn minh hiện đại chỉ vì tính cách cuồng tín tôn giáo của một số tín đồ Hồi giáo quá khích trong thế giới Hồi giáo mà thôi... Đây chính là môi trường nuôi đưỡng "vi trùng khủng bố" lan truyền và thao túng các xã hội Hồi giáo tại Trung Đông! Muốn chống khủng bố phải chống khủng bố tận gốc là như vậy. Nếu trong 10 năm chống khủng bố Hoa Kỳ đã tiêu 50 ngàn tỷ mỹ kim, thì nay Hoa Kỳ chỉ cần tốn 1/5 tức 10 tỷ mỹ kim vừa cải tiến kinh tế, giáo dục tại các quốc gia Hồi giáo vừa giúp cho cho các Phong trào Cánh Tân Hồi giáo hay các Tổ Chức bảo vệ truyền thống Hồi giáo nhưng chủ trương "**nhân bản hóa các luật lệ Hồi giáo**" (Tức xóa bỏ các tập tục luật lệ Hồi giáo lỗi thời như chế độ đa thê, cấm phụ nữ không được đi học, không được lái xe, phải mặc áo choàng phủ kín từ đầu tới chân (chỉ để hở đôi mắt) v.. v... Nếu Hoa Kỳ thay đổi chiến lược chống khủng bố kiểu mới, chỉ cần tốn một ngân khoản 10 tỷ mỹ kim vào các công tác nêu trên thì Hoa Kỳ đã góp phần rất lớn trong việc triệt tiêu các chế độ độc tài nhân danh Hồi giáo của bọn "quân phiệt" hay "giáo phiệt"! Thiết nghĩ đây cũng là cách hữu hiệu nhất để Hoa Kỳ tham gia cuộc chiến chống khủng bố toàn cầu vừa danh chính ngôn thuận vừa đỡ tốn kém về tài chánh cũng như tiết kiệm được nhân mạng các chiến sĩ Hoa Kỳ và đồng minh trong các cuộc giao tranh chống du kích khủng bố bạo động trong suốt 10 năm qua! Giờ đây nhân cuộc cách mạng Hoa Lài và mùa Xuân Ả Rập đã nổ ra Hoa Kỳ chỉ nên khéo léo giúp các thế lực cách mạng đấu tranh hữu hiệu để dân chủ hóa các quốc gia Hồi giáo Trung Đông, đừng để cho các thế lực phản cách mạng tái lập các chế độ độc tài Hồi giáo như trước là Hoa Kỳ đã gián tiếp truyền bá lý tưởng Dân Chủ Tự Do Nhân Quyền khắp thế giới mà không mang tiếng là chơi trò "chính trị đàn anh bá đạo" chỉ vì quyền lợi của quốc gia Hoa Kỳ như phe độc tài Hồi giáo đã sử dụng chiêu bài này để kích động các tín đồ Hồi giáo và kết án Hoa Kỳ cũng như Âu châu là kẻ thù của Hồi giáo vậy. Nếu áp dụng theo chiến lược tam toàn thì vai trò của Hoa Kỳ trên mặt thực tế sẽ có những thay đổi như sau:

1. Từ nay Hoa Kỳ sẽ không trực tiếp đem quân đi tham chiến trong nhiều cuộc chiến tranh như trước đây, (Giai đoạn mà Hoa Kỳ trực tiếp đem binh hùng tướng mạnh đi tham chiến trên nhiều vùng trên thế giới đã qua rồi) **ngoại trừ khi phải đương đầu với Bá quyền nước lớn Trung Cộng** khi Trung Cộng bộc lộ dã tâm độc

chiếm Biển Đông Nam Á và xâm lăng các nước làng giềng như Việt Nam, Phi luật Tân, Thái Lan, Indonesia v. v..

2. Trong trường hợp bất đắc dĩ phải đương đầu với Bá quyền Trung Cộng như trên, Hoa Kỳ cũng nên áp dụng chiến tranh "Không -Hải" trước, sau bất đắc dĩ mới phải dùng đến Thủy Quân Lục chiến và Bộ binh.

3. Hoa Kỳ phải từ bỏ quan niệm áp đặt một thể chế Chính trị Dân chủ theo kiểu Mỹ đối với các Quốc Gia Á Phi, mà nền dân chủ còn phôi thai, nhất là các Quốc gia Hồi giáo tại Trung Đông. Cho dù cuộc Cách Mạng Dân Chủ Đáy Tầng Hoa Kỳ có nhiều ưu điểm nhất, nhưng chỉ nên coi đó như là "Mô thức" để các Quốc Gia chậm tiến Á Phi nghiên cứu để tùy nghi áp dụng, theo hoàn cảnh Văn hóa chính trị của mỗi nước. Hoa Kỳ tuyệt nhiên tránh thái độ "áp đặt" thì mới tránh được thái độ nghi ngờ của các Quốc Gia kém phát triển, nhất là tại các Quốc Gia Hồi giáo Trung Đông.

4. Đối với các cuộc chiến nhỏ hơn tại các khu vực trên thế giới như Trung Đông, Phi châu, Đông Nam Á, Hay Châu Mỹ La Tinh Hoa Kỳ chỉ nên tích cực yểm trợ cho các quốc gia trong khu vực giải quyết chiến tranh trong khu vực của họ.

5. Hoa Kỳ nên công bố chủ trương của mình để các quốc gia đồng minh hiểu rõ là Hoa Kỳ chỉ trực tiếp tham chiến đối với các quốc gia bá quyền khu vực hay bá quyền thế giới mà thôi, còn các cuộc chiến tranh nhỏ hơn hay mâu thuẫn tranh chấp địa phương là do các quốc gia trong khu vực có trách nhiệm phải tự giải quyết với sự yểm trợ của Liên Hiệp Quốc. (Khi Hoa Kỳ công bố rõ chủ trương đường lối như trên thì các quốc gia khác có muốn dựa dẫm vào Hoa Kỳ cũng không thể dựa dẫm hay từ chối trách nhiệm của mình để cho Hoa Kỳ phải gánh vác thay họ, như từ nhiều thập niên trước đây, hiện tượng dựa dẫm này đã nhiều lần xảy ra!)

6. Về phần mình Hoa Kỳ phải đốc thúc LHQ phải cải tổ mạnh mẽ và toàn diện hơn nữa để có thể giải quyết hữu hiệu những vấn

đề mà trước đây LHQ còn bị bất lực, hay kém hiệu năng.

7. Song song với việc thúc đẩy cải tổ LHQ, Hoa Kỳ phải đặt trọng tâm vào việc yểm trợ tối đa từ vật chất đến tinh thần để thành hình các Liên Minh Phòng Thủ khu vực.

8. Hoa Kỳ cũng nên yểm trợ thiết thực bằng tài chánh để thành hình các "Diễn Đàn Dân Lập" tại mỗi "khu vục lớn trên thế giới" để tiếng nói của nhân dân toàn cầu được nói lên "Dân Ý" của mỗi khu vực, cũng như đóng góp nhiều ý kiến hay lạ và hữu ích của nhân dân toàn cầu.

8. Riêng về chiến tranh chống khủng bố toàn cầu Hoa Kỳ nên phối hợp song hành giữa sức mạnh mềm (Soaf Power) như tâm lý, phong tục tập quán, tôn giáo, kinh tế, xã hội nhằm nâng cao mức sống và dân trí tại các quốc gia Trung Đông... Châu Phi, Châu Mỹ La tinh... cùng với việc áp dụng sức mạnh cứng(Hard Power)như khoa học kỹ thuật, tình báo, quân sự để truy lùng và tiêu diệt các phần tử khủng bố, cực đoan.

9. Về mặt chính trị Hoa Kỳ nên yểm trợ các các phong trào quần chúng cách mạng hay các lực lượng "đối lập" trong các quốc gia độc tài nhân danh Hồi giáo hầu đẩy mạnh tiến trình Dân Chủ Hóa trong các quốc gia Trung Đông, và Phi châu v. v…

10. Về mặt tôn giáo Hoa Kỳ nên yểm trợ tích cực từ tinh thần đến vật chất 3 khuynh hướng Hồi giáo như khuynh hướng "Canh Tân Hồi giáo" (1) hay khuynh hướng Truyền Thống (2) (trung thành với chân Lý giảng dạy của Hồi giáo, nhưng lại chủ trương "nhân bản hóa" các luật lệ Hồi giáo đã lỗi thời) và khuynh hướng tâm linh (3) là 3 khuynh hướng đúng và tiến bộ nhất của Hồi giáo hay Islam giáo!

Viết tới đây người viết rất thích thú đọc được bài báo có tiêu đề "**Mỹ trở về nhà**" là nội dung cuộc trao đổi giữa nhà báo nổi tiếng người Ba Lan Ông Jacek Zakoursky thuộc tờ báo Politika với Ông

George Friedman, Chủ tịch Công ty dự báo chiến lược Straford… Với cách nhìn "Tam toàn" chúng tôi thành thật nghĩ rằng đã tới thời điểm người Hoa Kỳ không nên trực tiếp đem quân đi tham chiến trong những cuộc chiến không tương xứng như Hoa Kỳ đã từng đem quân đi tham chiến trên nhiều khu vực khác nhau trên thế giới như gần một thế kỷ qua vừa hao tốn sinh mạng các chiến sĩ Hoa Kỳ vừa quá tốn kém về tài chánh mà kết quả thu đạt được không tương xứng, không những thế Hoa Kỳ đem quân đến giúp cho các quốc gia có chiến tranh mà không hề chiếm một tấc đất của các quốc gia đó làm thuộc địa của Hoa Kỳ. Đáng lẽ các quốc gia kia phải cám ơn Hoa Kỳ mới phải, đằng này Hoa Kỳ vừa làm ơn đã không được lời cám ơn của các quốc gia sở tại, mà đa phần Hoa Kỳ còn bị mang tiếng oán nào là "Đế Quốc Hoa Kỳ", nào là Hoa Kỳ theo "chủ nghĩa thực dân mới" còn tinh vi và nguy hiểm gấp nhiều lần chủ nghĩa thực dân cũ! Trong khi chúng tôi thành thực "suy tư" "trầm tư" như trên thì nay Ông Geoge Friedman, một chính trị gia lỗi lạc của Hoa Kỳ cũng đưa ra nhận định "**Người Mỹ nên trở về nhà**", có nghĩa là người Mỹ đã đóng góp cho Thế Giới nhân loại nhiều lắm rồi… hay đã "quá đủ rồi", nay là lúc "người Mỹ nên trở về nhà", trở về nhà đây không có nghĩa là người Mỹ quay sang "thế thủ" hay người Mỹ không làm gì cả để mặc cho các thế lực cộng sản quốc tế hay bọn khủng bố muốn làm mưa làm gió gì trên thế giới thì làm! Không hoàn toàn không phải thế! Người Mỹ trở về nhà đây là xác định lại một tư thế mới một vai trò mới quan trọng gấp bội phần hơn các thế kỷ trước đây, nhằm ổn định lại "trật tự thế giới mới" mà Hoa Kỳ luôn "cầm trịch" nhưng không cần "dương oai diệu võ" trực tiếp đem "binh hùng tướng mạnh" tham dự vào nhiều chiến trường khác nhau trên khắp thế giới như hàng nhiều thập niên trước đây! (*13) Muốn làm cuộc cách mạng toàn cầu thì Hoa Kỳ phải sắp sẵn nhiều kế hoạch, nhiều chiến lược đầy sáng tạo và tinh vi nhằm thay đổi môi trường sống, thay đổi tận gốc rễ bối cảnh xã hội trên nhiều khu vực khác nhau trên thế giới và quan trọng hơn nữa Hoa Kỳ cần lãnh đạo cuộc chiến tranh tổng thể trên qui mô "toàn dân", "toàn diện" và "Toàn Cầu"

I. Vai trò của các Thành viên Khối NATO trong nhiệm vụ chống khủng bố toàn cầu

NATO là tên tắt của "Khối quân sự Bắc Đại Tây Dương" (tiếng Anh: *North Atlantic Treaty Organization*; tiếng Pháp: *Organisation du Traité de l'Atlantique Nord* và viết tắt là **OTAN**) là một liên minh quân sự thành lập năm 1949 bao gồm Hoa Kỳ và một số nước ở châu Âu. Trụ sở chính đặt tại Brussels, Bỉ và tổ chức thiết lập một liên minh phòng thủ trong đó các nước thành viên thực hiện phòng thủ chung khi bị tấn công bởi bên ngoài.

Mục đích thành lập của NATO là để ngăn chặn sự phát triển ảnh hưởng của chủ nghĩa cộng sản và Liên Xô lúc đó đang trên đà phát triển rất mạnh ở châu Âu có thể gây phương hại đến an ninh của các nước thành viên.

Sau khi bức tường Berlin sụp đổ năm 1989, tổ chức có những liên kết với những nước thuộc khối đối đầu trước đây trong đó nhiều nước từng thuộc khối Warszawa đã gia nhập NATO từ năm 1999 đến 2004. Ngày 1 tháng 4 năm 2009, số thành viên lên đến 28 với sự gia nhập của Albania và Croatia. Từ sau sự kiện 11 tháng 9 năm 2001, NATO tập trung vào những thử thách mới trong đó có đưa quân đến Afghanistan và Iraq.

Cho tới nay khối NATO vẫn là thành trì thứ hai sau Hoa Kỳ bảo vệ thế giới tự do, và là khắc tinh của của các chế độ độc tài toàn trị CS cũng như các chế độ độc tài Hồi giáo. Tuy nhiên trong tương lai các thành viên của Khối NATO còn phải đóng góp tích cực hơn nữa để chống chiến tranh khủng bố trong khu vực Âu châu cũng như trên toàn thế giới vì mạng lưới khủng Bố Al–Qaeda không chỉ lên án Hoa Kỳ mà còn lên án chung cả quốc gia Âu châu đều là "**kẻ thù của Hồi giáo**"**!** Hơn nữa các thành viên của Khối NATO còn phải đóng góp tích cực hơn phối hợp với Hoa Kỳ chặt chẽ hơn nữa trong việc đối phó với "hiểm họa da vàng" là mộng Bá Quyền Đại

Hán Trung Cộng trong âm mưu vẽ bản đồ Lưỡi bò chiếm 80% diện tích Biển Đông Nam Á, tiến lên làm bá chủ tại khu vực Đông Nam Á làm tiền đề thanh toán gọn quốc gia Hoa Kỳ làm Bá chủ Thế Giới như Trì Hào Điền Cựu Bộ Trưởng Quốc Phòng Trung Quốc đã công khai tuyên bố! (Xem chiến tranh không xa chúng ta và là bà mụ của thế kỷ người Tầu của Trì Hào Điền - Nguyễn Bách Việt chuyển ngữ *14)

K- Vai trò của Phong Trào Dân Chủ Thế Giới trong nhiệm vụ chống các chế độ độc tài toàn trị CS và các chế độ độc tài Hồi giáo.

Phong trào Dân chủ Thế giới ra đời năm 1999 tại thủ đô New Delhi, Ấn Độ. Mỗi hai năm hội nghị một lần đa phần tổ chức tại các nước dân chủ ở Châu Phi, Châu Á, Nam Mỹ. Mỗi lần họp tập trung vào một chủ đề giải quyết vấn nạn dân chủ trong thế giới.

Lần họp thứ 7 này tại Peru, từ ngày 13 tháng 10 đến 17 tháng 10 năm 2012 chủ đề Hội nghị là *"Dân chủ cho mọi người bằng cách Bảo đảm Quyền Chính trị, Xã hội, bao quát cả Quyền Kinh tế"*. Ngoài các nhà lãnh đạo dân chủ, còn có sự hiện diện của đại diện LHQ, đại diện đại biểu Quốc hội Hoa Kỳ, Quốc hội Châu Âu, các nhà nghiên cứu dân chủ, giáo sư đại học, các thiết chế dân chủ toàn cầu, v. v.. Trong bốn ngày họp đã có 48 tổ thảo luận trên mọi lĩnh vực của đời sống xã hội tại các nước dân chủ, đang tiến lên dân chủ hay còn độc tài. *Cơ sở Quê Mẹ: Hành động cho Dân chủ Việt Nam* và *Ủy ban Bảo vệ Quyền Làm Người Việt Nam* đã được mời thuyết trình về Tự do Tôn giáo, cũng như tham gia thảo luận về Tự do Internet.

Nhân dịp này Cô Ỷ Lan phóng viên của RFA đã phỏng vấn Ông Carl Gershman một trong những sáng lập viên của Phong Trào Dân Chủ Thế Giới về sự tiến triển dân chủ trong thế giới ngày nay chúng tôi xin trích một đoạn quan trọng đại cương như sau:

Ỷ Lan: *Ông nhận định ra sao về sự tiến triển dân chủ trong* *thế giới ngày nay?*

Carl Gershman: Khi tổ chức Quốc gia Hỗ trợ Dân chủ bắt đầu hoạt động, Châu Mỹ La tinh là trọng tâm của cuộc đấu tranh toàn cầu. Kể từ đó, số các quốc gia chuyển sang thể chế dân chủ đã nhân lên gấp ba, từ 44 quốc gia tăng lên 123 quốc gia trong vòng mười ba năm! Một sự bùng nổ đầy ấn tượng, nhưng cũng kéo theo một số thách thức khác trong các quốc gia đa dạng này.

Khi dân chủ bắt đầu bùng nổ tại Châu Á, liền có những luận điểm cho rằng dân chủ là ý niệm của Tây phương, không thích nghi theo quan điểm Châu Á. Nhưng ngày nay, với những trải nghiệm tại Nam Hàn, Philippines, Indonesia, Đài Loan, rồi nay ở Miến Điện, minh chứng rằng dân chủ có thể thực hiện tại Châu Á trong các xã hội Khổng giáo.

Còn những gì xảy ra tại Trung Đông thì khá bi đát. Mặc dù vậy, sự chuyển đổi sang dân chủ rất khó khăn, chứng tỏ rằng nhân dân Trung Đông muốn có dân chủ. Trước Mùa Xuân Ả Rập, không ai nghĩ rằng dân chủ có thể thực hiện tại khu vực này, vì văn hóa ở vùng này không kết hợp với dân chủ. Điều chúng ta có thể chắc chắn rằng dân chủ là ý niệm phổ quát và khắp nơi nhân dân đòi hỏi dân chủ. Làm sao thực hiện dân chủ mới là điều khó khăn. Ai cũng biết khó khăn ấy. Trước hết, nó đòi hỏi sự phát triển kinh tế. Đây là chủ đề Hội nghị đặt ra hôm nay, đó chính là sự BAO GỒM - làm sao bao gồm trong tiến trình dân chủ hai lĩnh vực xã hội, chính trị và kinh tế cho khối nhân dân bị sống bên lề? Ở Peru đa số thuộc thành phần thổ dân, tức khối người rất nghèo, hết sức nghèo. Tại các quốc gia khác cũng có những thành phần thiểu số khác nhau. Đây là thách thức lớn. Dân chủ không chỉ là vấn đề đầu phiếu, nhưng là làm sao xây dựng nền dân chủ cho người công dân, để cho toàn khối nhân dân có thể tham gia và thực sự định hướng cho tương lai họ, chứ không phải để cho chính quyền kiểm soát. (Xem Việt Nam và Phong Trào Dân Chủ Thế Giới -Ỷ Lan Phóng Viên RFA * 15)

Xem như trên chúng ta thấy rõ Phong Trào Dân Chủ trên thế giới đã tiến triển rất mạnh và là một xu thế tất yếu của lịch sử nhân loại. Tuy nhiên tới đây một câu hỏi quan trọng khác được đặt ra là Phong Trào Dân Chủ Thế Giới là một tổ chức nhằm trao đổi những kinh nghiệm về đấu tranh dân chủ đồng thời là một hậu thuẫn thiết yếu cho nhân dân các quốc gia trên tiến tình "đấu tranh nhân quyền" và "Dân chủ hóa đất nước" hay giúp ích cho các quốc gia dân chủ trong bước đầu sơ khai. Mục đích như vậy đã kể là khá tốt đẹp rồi. Song phong trào này lại 2 năm mới sinh hoạt với nhau một lần thì ngoài các lợi ích và hậu thuẫn tinh thần ra, liệu phong trào có kế hoạch hay chương trình gì tranh đấu thực tế và hữu hiệu hơn không?

Chúng tôi còn nhớ năm 2008, khi thượng nghị sĩ John Mc Cain ứng cử viên Tổng Thống của Đảng Cộng Hòa, trong một bài diễn văn tranh cử ông có tuyên bố nếu ông đắc cử Tổng thống ông sẽ thành lập Liên Minh Các Quốc Gia Dân Chủ Thế Giới để cùng sát cánh với chính quyền Hoa Kỳ giải quyết các vấn nạn về đấu tranh cho Nhân Quyền Tự Do Dân Chủ trên qui mô toàn cầu! Cuộc tranh cử Tổng thống năm 2008 Thương Nghị Sĩ John Mac Cain đã thất bại trước một đối thủ trẻ hơn ông, lại có tài ăn nói hùng biện hơn ông là TổngThống Barack Obama, song sáng kiến của ông về việc thành lập một Liên Minh Các Quốc Gia Dân Chủ Thế Giới vẫn là một sáng kiến có tầm chiến lược sâu sắc và thực tiễn nhất! Thiết nghĩ Phong Trào Dân Chủ Thế Giới nên ghi nhận và soi sáng sáng kiến trên của Thượng nghị Sĩ John Mcain để canh tân thành một Liên Minh Dân Chủ Thế Giới và nên thành lập một **quỹ Dân Chủ** đồng thời thiết dựng các kế *hoạch và chương trình tranh đấu cho Nhân Quyền Tự Do Dân Chủ từ ngắn hạn đến dài hạn giúp cho các quốc gia còn mang ách họa độc tài có thể tiến đến chế độ Dân Chủ trong một thời gian nhanh nhất thì sẽ đạt được các thành quả thực tế và hữu hiệu hơn là sinh hoạt thuần túy về tinh thần như Phong Trào Dân Chủ Thế Giới như hiện nay! Mong vậy thay...*

L- Vai trò của các Tôn Giáo chính đại trên thế giới trong nhiệm vụ tranh đấu cho Công lý và Hòa Bình Nhân Loại.

Ngày nay tìm hiểu về nguồn gốc các tôn giáo chính đại trên thế giới chúng ta thấy: Đạo Do Thái đã được thành hình cách đây hơn 4000 năm, Đạo Phật ra đời cách đây 2600 năm, Đạo Công Giáo 2013 năm và đạo Hồi, một tôn giáo lớn ra đời gần đây cũng từ thế kỷ thứ 7 tức 14 thế kỷ đã qua nên tất cả các tôn giáo lớn, (không ngoại trừ một tôn giáo nào) là không có những sai lạc về tín lý về giáo điều đối với thời đại khoa học tân tiến hiện đại. Điển hình là đạo Công Giáo đã có sự canh tân sửa đổi rất nhiều: Dưới thời Giáo Hoàng Gioan XXIII Công đồng Vatican II đã được triệu tập ngày 11 tháng10 năm 1962 và bế mạc ngày 8 tháng 12 năm 1965 dưới thời Giáo Hoàng Phao lô đệ VI để canh tân tôn giáo. Vậy mà ngay khi Công Đồng Vatican II vừa bế mạc, một vị Hồng y đã tuyên bố cần phải triệu tập Công Đồng Vatican III, đạo Công Giáo mới thích hợp được với thời đại! Riêng về đạo Phật một tôn giáo không có tính cách giáo điều song chính đức Phật đã nói sau hơn 2000 năm sau thì đạo Phật sẽ chuyển sang "thời mạt pháp", các kinh sách in ra rất nhiều, các chùa chiền thánh thất mọc lên như nấm, nhưng không còn mấy người "thực tu thực chứng" và Đức Phật đã ấn chứng cho Đại Bồ Tát Di Lặc sẽ thành Đương Lai Di Lặc Tôn Phật sẽ ra đời để khai sinh một Đạo mới thích hợp với căn cơ thời đại! Cũng vì nhận thấy đạo Phật ngày càng suy vi xa rời chánh Pháp nên Thái Hư Đại Sư (bên Tầu) trước 1945 đã đề ra 3 cuộc cách mạng trong Phật Giáo là: Cách mạng Giáo Lý, Cách mạng Giáo Chế và Cách mạng Giáo sản… Tiếc thay, sau đó Mao Trạch Đông chiếm trọn Hoa Lục năm 1949 nên 3 cuộc cách mạng mà ngài Thái Hư Đại Sư chủ trương đã không có cơ hội thực hiện! Đạo Phật và đạo Công giáo còn có nhu cầu canh tân tôn giáo như trên, huống chi Đạo Hồi với nhiều luật lệ Hồi giáo lạc hậu lỗi thời "phản nhân bản" lại càng cần phải canh tân hiện đại hóa rất nhiều không thể nào cứ "bảo thủ các luật lệ lỗi thời đó đến cùng" vì bảo thủ kiểu này chính là "phản tiến hóa" vậy.

Nói tóm lại các tôn giáo lớn trên thế giới ngày nay cần tiến hành các công việc cấp thiết nhất đó là:

1) Đối thoại giữa các tôn giáo để đi tới Hòa đồng Tôn Giáo.

2) Mạnh dạn "Canh Tân trong nội bộ mỗi Tôn Giáo" trong chiều hướng "Canh Tân Tôn Giáo Toàn Cầu".

3) Trở về với "Giáo Hội đức tin" (Relgious Faith) hay "giáo hội Hướng Nội" khám phá chân Lý" làm Sống Động tôn giáo mình chứ không phải "Giáo Hội hướng ngoại" (Outwaedly) lo bành trường giáo hội mình trở thành lớn nhất giầu có nhất trên hoàn vũ. Đây chính là 2 chiều hướng dẫn tới "lạc đạo" (heresy) làm suy vi chính tôn giáo của mình mà không hay không biết!

4) Đem Đạo vào Đời- "thăng hoa Đạo", thắng tiến đời sống quần chúng tín đồ.

5) Các tôn giáo lớn trên thế giới phải lên tiếng chống lại CÁI ÁC, chống lại các chính quyền Độc tài (dù là "độc tài toàn trị cộng sản" hay "độc tài nhân danh "quân phiệt" hay "giáo phiệt", nhân danh "Hồi giáo" chăng nữa) vi phạm Nhân quyền.

Có thực hiện được ít ra 5 công tác lớn chính yếu nói trên, các tôn giáo lớn trên thế giới mới chu toàn được sứ mệnh phục vụ CÔNG LÝ VÀ HÒA BÌNH NHÂN LOẠI.

M- Vai trò của các Tín Đồ Hồi giáo trong nhiệm vụ CanhTân Hiện Đại Hóa Hồi giáo:

Không thể cách mạng Xã Hội, Cộng đồng bao lâu mà con người trong xã hội, cộng đồng đó không chịu cách mạng và ngược lại không thể cách mạng con người khi không có những điều kiện tác động thay đổi môi trường xã hội hay Cộng đồng. Hiện nay Cộng đồng Hồi giáo Trung Đông vẫn bị co cụm lại, bế tắc về kinh tế, chính trị, vì bị cản đường bởi những luật lệ Hồi giáo lỗi thời phi nhân bản. Không những vậy khu vực Trung Đông còn bị những phần tử cực đoan làm tay sai cho bọn "quân phiệt" và "giáo phiệt" thao túng xã hội Hồi giáo, tự cô lập mình với thế giới văn minh bên ngoài! Đạo Hồi đã "bị oan" hay đã bị "ngộ nhận" là "Đạo của thanh gươm, đạo của bạo lực" và khi nghe tới đạo Hồi là rất nhiều người nghĩ ngay đến bạo lực và khủng bố! Thực ra trong số 300 triệu người theo Hồi giáo tại Trung Đông chỉ có 15% thuộc các phần tử cực đoan quá khích còn 75% kia là nghững người theo Đạo Hồi hiền hoà chân chính. Những người này đã mở ra các Website để phản biện hay để đánh tan những ngộ nhận về Hồi giáo nói trên! Nhưng nếu chỉ "thanh minh" như trên thì vẫn còn tiêu cực lắm, những tín đồ Hồi giáo chân chính, những nhà trí thức trong Đạo Hồi cần phải lên tiếng và phải đứng ra phát động một phong trào các tín đồ Hồi giáo đòi canh tân hiện đại hóa Đạo Hồi bằng cách vẫn trung thành với những Chân Lý như: TỰ DO, BÌNH ĐẲNG, CÔNG LÝ VÀ NHÂN TỪ mà đức Giáo chủ Mauhammad đã dạy, nhưng mặt khác các tín đồ Hồi giáo phải "Nhân Bản Hoá" các luật lệ Hồi giáo đã lỗi thời nhằm thích nghi với đà tiến của nhân loại.

Chúng ta cũng cần đọc lại lời tâm tình của bác sĩ Hồi giáo có tên là Tamid Hamid mà chúng tôi đã trích nguyên văn ở phần trên:

*"Tôi được sinh ra là người Hồi giáo và đã sống suốt cuộc đời như một tín đồ Hồi giáo. Sau những cuộc tấn công khủng bố man rợ khắp nơi trên thế giới của hành tinh này qua bàn tay của những anh em Hồi giáo của tôi, và sau quá nhiều hành vi bạo lực của những tín đồ Hồi giáo ở nhiều nơi trên thế giới, tôi- một người Hồi giáo và là một con người, cảm thấy có trách nhiệm nói lên và kể ra sự thật để bảo vệ cho thế giới, kể cả người Hồi giáo**, tránh khỏi một tai họa có thể thấy trước và một trận chiến giữa các nền văn minh.***

"Cho đến nay, chúng ta vẫn chấp nhận chế độ đa thê, sự bạo hành thể xác của bọn đàn ông đánh đập người phụ nữ và sự tử hình đối với những người bỏ đạo Hồi để qua các tôn giáo khác.

"Chúng ta chưa từng bao giờ có được một lập trường rõ ràng và vững chắc chống lại quan niệm về nạn nô lệ hoặc chiến tranh,

chống lại phương thức truyền bá đạo chúng ta bằng cách chế ngự những kẻ khác vào đạo Hồi và buộc họ phải trả một loại thuế nhục nhã gọi là Jizia. Chúng ta đòi người khác phải tôn trọng tôn giáo của chúng ta, trong khi chúng ta lúc nào cũng chửi lớn (bằng tiếng Ả Rập) những kẻ ngoại đạo trong những buổi cầu nguyện vào ngày thứ sáu trong các thánh thất Hồi giáo.

Chúng ta phát ra thông điệp nào cho con cháu của chúng ta khi chúng ta gọi những người Do Thái là "đồ hậu sinh của loài heo khỉ"? [dù rằng người Ả Rập và người Do Thái đều là hậu duệ của ông Abraham]! Phải chăng đó là một thông điệp của tình thương và hòa bình, hay là một thông điệp của sự thù hận?

"Tôi phải thừa nhận rằng giáo huấn hiện hành của Hồi giáo kích động bạo lực và sự thù ghét đối với những người không phải là tín đồ Hồi giáo.

Chúng ta, những người Hồi giáo là những kẻ cần phải thay đổi."

Đúng là những tín đồ Hồi giáo phải thay đổi. Các vị trí thức Hồi giáo như BS Tamid Hamid phải lên tiếng mạnh mẽ hơn nữa đồng thời thôi thúc kêu gọi các tín đồ Hội giáo cùng lên tiếng thành một phong trào đòi Canh Tân Hiện Đại Hóa Đạo Hồi thì mới thay đổi được vận mạng và số kiếp của các tìn đồ Hồi giáo đang bị các thế lực Hồi giáo quá khích thao túng và ngăn cản trong bạo lực và cuồng tín đang vây hãm chính họ. Cuộc cách mạng Hoa Lài tại Tunisia và mùa Xuân Ả Rập là một khích lệ một cơ may rất lớn để cho các nước Hồi giáo Trung Đông sớm tìm ra lối thoát, mong rằng các nhà trí thức Hồi giáo và quần chúng tín đồ Hồi giáo không bỏ lỡ cơ hội quí giá "ngàn năm một thuở" này.

N- Vai trò của Truyền Thông trong cuộc chiến chống khủng bố toàn cầu:

Điều mà ai ai cũng phải công nhận là Truyền thông có một

sức mạnh ghê gớm trong cuộc chiến chống độc tài toàn trị cộng sản và các chế độ độc tài nhân danh Hồi giáo! Truyền thông còn là sức mạnh xuyên thủng các "bức màn tre" hay các bức "màn sắt" mà các chế độ độc tài muốn dựng lên để giấu nhẹm tin tức xảy ra từ trong lòng các chế độ độc tài cũng như hòng ngăn chặn các các loại tin tức bất lợi cho chế độ từ thế giới bên ngoài tràn vào. Tuy nhiên các chế độ độc tài càng bưng bít cấm đoán internet bao nhiêu thì càng gặp phản ứng ngược bất lợi cho chúng bấy nhiêu và cho đến ngày nay thì các chế độ độc tài tại Trung Quốc, Bắc Triều Tiên hay Việt Nam CS đều thú nhận là chúng bất lực không thể nào có thể ngăn cấm được hay chỉ ngăn cấm được phần nào mà thôi! Đặc biệt là trong cuộc cách mạng "Hoa Lài" tại Tunisia hay Mùa xuân Ả Rập thì các lực lượng cách mạng đã biết tận dụng các phương tiện truyền thông đại chúng để hô hào quần chúng đứng lên lật nhào các chế độ độc tài tham nhũng đã cai trị đất nước hằng mấy thập niên qua!

Giờ dây nhân loại càng cần khai dụng sức mạnh truyền thông để giải thể các chế độ độc tài toàn trị CS và các chế độc độc tài nhân danh Hồi giáo cũng như khai dụng sức mạnh truyền thông trong cuộc chiến chống khủng bố toàn cầu.

O. Vai trò của nhân dân thế giới trong cuộc chiến chống khủng bố toàn cầu:

Kể từ khi cuộc cách mạng truyền thông bùng nổ vào cuối thế kỷ 20 đã giúp cho nhân loại thu ngắn thời gian và thu hẹp không gian: Nhân loại được ví như "ngôi làng toàn cầu" mà các biến cố xảy ra tại địa phương thuộc một quốc gia nào đó nay đã nhanh chóng trở thành tin thời sự chung trên mạng lưới toàn cầu! Hệ luận của cuộc cách mạng truyền thông đã giúp cho nhân loại có một vũ khí sắc bén để chống lại cái Ác, của các chế độ độc tài toàn trị CS cũng như các chế độ độc tài Hồi giáo. Vai trò của quần chúng nhân dân các nước trước đây hàng nhiều thế kỷ đã giữ một vai trò vô cùng quan trọng qua các câu nói: Dân vi Bang Bổn (Dân là gốc của một nước) hay "chở thuyền cũng là dân, lật thuyền cũng là dân" Nay quần chúng nhân dân lại thêm được vũ khí truyền thông chẳng khác gì "Rồng gặp Mây" hay "Hổ mọc cánh" vậy. Tại Âu Mỹ từ thế kỷ 19 đã xuất hiện khái niệm "Xã Hội Công Dân" hay còn gọi là "Xã Hội Dân Sự" (Civil Society) nhưng chỉ được đề cập đến trên phạm vi lý thuyết, tư tưởng và mãi đến thời gian 80 năm trở lại đây (Nếu chúng ta lấy cuộc khủng hoảng kinh tế tại Hoa Kỳ năm 1930 làm dấu mốc) khái niệm "Xã Hội Công dân" hay "Xã Hội Dân Sự" mới trở thành hiện thực tại nhiều quốc gia trên thế giới nhất là tại Hoa Kỳ. Nếu Xã Hội công dân là môi trường sinh hoạt của nhiều cá nhân tạo thành khu vực thứ 3 (bên cạnh hai khu vực kia là "Khu vực công" - của nhà nước (Public Sector) "Khu vực kinh tế tư nhân" (Private economy). Khu vực thứ ba này do dân chúng thành lập nhắm đến các mục tiêu xã hội và cộng đồng. Xã Hội công dân mang 5 đặc tính sau đây:

1) Phải là một tổ chức chính thức được chính quyền công nhận

2) Phải riêng tư, không lệ thuộc chính phủ.

3) Phải thực sự phi lợi nhuận.

4) Phải tự quản (tức độc lập với nhà nước và thị trường).

5) Tất cả các thành viên tham gia "Xã Hội Công Dân" đều có tính cách tự nguyện.

Sang thế kỷ 21, người công dân Việt Nam sau khi đã kinh qua 2 chế độ: Cộng sản và Tư bản (Cũng gọi là chế độ Tự Do) đã nhận thấy sức mạnh vô địch của quần chúng nên đã sáng tạo ra ý thức "Quần chúng Chính Tri"; "Quần Chúng Văn Hóa"; "Quần chúng Kinh Tế", và "Quần Chúng Xã Hội"… . Nếu Xã Hội Công Dân là môi trường là lối thoát cho các cá nhân tuy hoạt động trong khuôn khổ của Luật Pháp nhưng hoàn toàn độc lập với nhà nước và không bị chính quyền khống chế hay thao túng đã đánh dấu một điểm son của Xã Hội có Tự Do Dân Chủ thực sự, thì quan niệm hay Ý thức

"Quần chúng Chính Trị" hay "Quần Chúng Văn Hóa" nhằm xây dựng **"Chủ Thế Quần Chúng"** có mục đích vừa "xây dựng vừa tranh đấu" cho quyền lợi tối đa của Quần chúng trong mỗi Quốc Gia cũng như xây dựng và tranh đấu cho chủ thế Quần Chúng Nhân Dân trên qui mô toàn cầu. Đây là tư tưởng hết sức mới mẻ và đầy sáng tạo hướng dẫn quần chúng nhân dân đấu tranh Dưới ánh sáng của Nền Văn Minh Nhân Chủ Toàn Cầu.

P- Vai trò của trí thức, kẻ sĩ, và Nhân Dân Việt Nam trong sứ mệnh phục vụ Công Lý và góp phần xây dựng nền Thái Hòa Nhân Loại.

Chúng ta đang sống trong một thời đại mà vai trò của trí thức được đề cao (Knowledge is Power) nhưng đồng thời cũng là thời đại của quần chúng. Do đó hơn bao giờ hết người trí thức Việt Nam cần noi gương "Kẻ Sĩ "hay "Sĩ Phu" thời xưa là luôn hòa mình với quần chúng nhân dân và luôn tranh đấu cho quyền lợi cũng như sự an nguy của Dân Tộc. Trong tinh thần trên Người trí thức Việt Nam đồng nghĩa với "Kẻ sĩ thời đại" phải làm nhiệm vụ "cứu khốn phò nguy", "Cứu nguy Tổ Quốc" cũng như góp phần vào việc xây dựng nền Thái Hòa Nhân Loại. Nhà Chính Trị kiêm Lý thuyết Gia Đảng Đại Việt Duy Dân đã đưa ra 5 lời thề rất có ý nghĩa:

1. Thề giác biện chứng lớn.

2. Thề Tu tính mạng ta.

3. Thề cứu nòi giốngViệt.

4. Thề thương loài người khó.

5. Thề cùng Vũ Trụ hòa.

Năm lời thề nói trên bao gồm từ Cá nhân, đến Tổ Quốc, Nhân Loại và Vũ Trụ. Thiết nghĩ đây cũng là sứ mệnh chung của mỗi công dân Việt Nam. Nếu các nhà nho tiền bối của chúng ta từ thế kỷ 19 hay 18 trở về trước ít am tường tình hình thế giới chỉ biết có Lịch sử nước Việt mình (Gọi là Nam Sử) và lịch sử Nước Tầu (Gọi là Bắc Sử) nên đến các khoa thi, học sinh, sinh viên muốn thi đậu chỉ cần thuộc Nam Sử hay Bắc Sử là đã quá đủ rồi, còn tình hình thế giới ra sao giới "nho sĩ" xưa gần như không biết gì cả! Tình trạng kém hiểu biết này khiến danh nho thi sĩ Cao bá Quát đã phải thú nhận:

Tân Ba từ vượt con tầu
Mới hay vũ trụ một bầu bao la
Giật mình khi ở xó nhà
Văn chương chữ nghĩa khéo là trò chơi.
(Cao Bá Quát –Đi sứ sang Tân Gia Ba)

Ngày nay nhân loại đã bước sang thế kỷ 21 toàn nhân loại thu hẹp như một "ngôi làng toàn cầu" sự sống còn của Dân Tộc Việt Nam không chỉ liên hệ giữa Việt Nam và Trung Quốc, hay bao hàm 3 nước Đông Dương Việt- Miên- Lào hay trong tương quan với các nước Đông Nam Á mà liên quan đến toàn Thế Giới- Liên hành tinh….

Điều éo le và nghiệt ngã thay Dân Tộc Việt Nam lại ở phía Nam của nước láng giềng phương Bắc là Trung Quốc mà giới cầm quyền Trung Quốc hiện nay lại luôn luôn ôm mộng "Bành trướng bá Quyền nước lớn" đã ngang ngược vẽ Bản đồ Lưỡi Bò chiếm 80% diện tích Biển Đông Nam Á (Theo mộng bành trướng Đại Hán cố hữu của chúng). Nếu Dân Tộc Việt Nam hèn yếu để cho Trung Cộng chiếm trọn Biển Đông Nam Á thì Trung Cộng sẽ đương nhiên xâm Lăng Việt Nam biến Việt Nam thành quận huyện của Tầu. Số phận của Việt Nam sẽ là một Tây Tạng thứ hai!

Ý thức rõ nguy cơ này nên giới trí thức Việt Nam nói riêng và toàn thể nhân dân Việt nam nói chung phải tiền phong trong sứ mệnh chống hai "Đại họa của Thế Giới" là nạn "Khủng Bố Toàn Cầu" và đại nạn "Họa da vàng Bành Trướng Bắc Kinh". Hai đại họa này tuy có những nguyên nhân khác nhau, nhưng đều có bản chất giống nhau là "Bạo Lực", "Độc tài" và "Dối Trá". Muốn thoát hai đại họa này, giới trí thức Việt Nam nói riêng và nhân dân Việt Nam nói chung cần sát cánh với Quốc Gia Hoa Kỳ và Nhân dân thế giới vì hơn ai hết chúng ta hiểu rõ chân lý này: "**Sinh mệnh Việt Nam gắn liền với sinh mệnh Hoa Kỳ và sinh mệnh Thế giới". Tuy ba mà là một.**

Q- Trả lời vấn nạn của T. S Chính Trị Học Nguyễn Anh Tuấn đã nêu ra:

Trong bài tham luận "Tiếng réo gọi hợp tác xây dựng hòa bình…" của Tiến sĩ Nguyễn Anh Tuấn có đặt ra một tiêu đề rất thực tế và rất hay. Tiêu đề đó là "Trước một thế giới đầy hận thù và hiểm họa chiến tranh, quốc gia nào xứng đáng là ánh sáng dẫn đường và hy vọng cho toàn thế giới?

Để trả lời cho vấn nạn trên, nhà khoa học chính trị Nguyễn Anh Tuấn có nêu ra 21 câu hỏi mà ở đây chúng tôi chỉ xin trích 7 câu hỏi đầu tiên và 4 câu hỏi cuối cùng (trong 21 câu hỏi trong bài của NAT) để có cơ sở thảo luận sâu rộng hơn:

Bảy câu hỏi đầu tiên:

1. Quốc Gia nào có đủ thiện chí, ý chí, **năng lực, tài năng và phương tiện để bảo vệ an ninh cho rất nhiều Quốc Gia trên Thế Giới khi Quốc Gia của họ phải đối đầu với tham vọng bành trướng và mộng bá chủ tại các khu vực Âu Châu,** Á Châu Thái Bình Dương và Trung Đông?

2. Quốc Gia nào có đủ ý chí, thiện chí, năng lực, tài năng và sức mạnh đạo đức để trở thành người trung gian khéo léo giúp các Quốc Gia đi đến thỏa hiệp lúc họ có những xung đột hay chiến tranh tàn khốc giữa các Quốc Gia với nhau?

3. Quốc Gia nào có đủ ý chí, thiện chí, năng lực và tài năng để khuyến khích, cổ vũ trợ giúp cho bao tỷ người dân đang đứng lên tranh đấu cho khát vọng Tự Do và Dân Chủ của họ đang dâng tràn trên toàn Thế Giới, đồng thời sẵn sàng giúp họ xây nên những Quốc Gia Tự Do, **Cởi Mở, Bình Đẳng và Công Lý để được sống trong phồn vinh và Thanh Bình, An Lạc?**

4. Quốc Gia nào có đủ ý chí, thiện chí, năng lực, sức mạnh quân sự kinh tế và uy danh để giúp cho cả Thế Giới xây dựng Hòa Bình, duy trì Hòa Bình và bảo vệ Hòa Bình trên toàn Thế Giới?

5. Quốc Gia nào có một lực lượng quân đội hùng mạnh nhất trên Thế Giới cả về hải – lục – không quân để đóng quân trên gần 100 Quốc Gia khắp Thế Giới không phải để gây chiến tranh hay tham dự chiến tranh, mà lực lượng quân sự này sẵn sàng có những cuộc hành quân nhân đạo đại quy mô để cứu vớt và để trợ giúp thực phẩm, y tế, thuốc men và quần áo cho tất cả nạn nhân của chiến tranh, những thảm họa trong thiên nhiên như bão tố, động đất, **sóng thần, dịch bệnh,** đói kém hay bị đủ thứ tai nạn trên toàn Thế Giới?

6. Quốc Gia nào đã từng giúp đỡ các Quốc Gia kể cả các cường quốc từ Đông qua Tây xây dựng nên được 111 Quốc Gia Dân chủ trên toàn Thế Giới cũng như giúp phục hồi và phát triển kinh tế như cho vay tiền, cung cấp mọi loại cố vấn, mở cửa thị trường bao la, huấn luyện, giáo dục và chuyển giao khoa học kỹ thuật cho các Quốc Gia ấy?

7. Quốc Gia nào có đủ ý chí, thiện chí và phương tiện để viện trợ quân sự, kinh tế, tài chánh cho tất cả Quốc Gia nghèo khó hay cần phải có viện trợ?

Và Bốn câu hỏi sau... (trong 21 câu hỏi)…

18. Quốc gia nào đã tin tưởng rằng Quốc Gia của họ là một Quốc Gia được đặt dưới sự cai quản trực tiếp của ĐẤNG TẠO HÓA – ONE NATION UNDER GOD, và Quốc Gia ấy đã đặt đức tin trọn vẹn vào bàn tay của THIÊN CHÚA – IN GOD WE TRUST để xây dựng nên nền văn minh Dân Chủ thoát thai

từ Thánh Kinh Cựu ước và Tân ước để giúp cho các Quốc Gia trên toàn Thế Giới xây nên những Quốc Gia Tự Do Bình Đẳng, Tình Thương, Đạo Đức và Công Lý để mọi người được sống Hạnh Phúc bên nhau?

19. Quốc Gia nào có niềm tin Tôn Giáo mãnh liệt nhất và với đức tin Tôn Giáo ấy, Quốc Gia này trở thành một Quốc Gia lý tưởng nhất và là Quốc Gia duy nhất trong toàn bộ lịch sử của văn minh nhân loại?

20. Quốc Gia nào đã có đủ ý chí, thiện chí, đạo đức và Công Lý để cứu vãn Trung Hoa lục địa thoát khỏi nanh vuốt hãi hùng của chín đế quốc thực dân của cả Đông lẫn Tây xâu xé họ vào năm 1921?

21. Câu hỏi sau chót là Quốc Gia nào mà cả gia đình con người có thể tin cậy như tin vào ánh sáng dẫn đường trên đồi cao và là nguồn hy vọng **cho tất cả mọi chủng tộc, mọi màu da, mọi Quốc Gia trên mảnh đất này để cùng nhau tiến vào thế kỷ XXI,** để cùng nhau xây dựng và phát triển Quốc Gia ổn định, **phú cường và cùng nhau xây dựng một nền Hòa Bình, Công Chính cho NGÔI LÀNG TOÀN CẦU? Tuy nhiên, nơi đây và bây giờ, Thế Giới mà tất cả chúng ta đang sống,** đang còn có quá nhiều sự hiểu lầm ngộ nhận giữa **Hoa Kỳ** và các Quốc Gia tại Á Châu và tại Trung Đông, **giữa Tôn Giáo này với Tôn Giáo khác. Thế Giới mà chúng ta đang sống còn quá nhiều xung đột và hận thù và hiểm họa chiến tranh nguyên tử.**

Vì thế, Thế Giới này phải tìm kiếm cho được một ánh sáng dẫn đường và tìm kiếm một hy vọng... Nhưng Quốc Gia nào?... Quốc Gia nào mà cả gia đình nhân loại có thể tin cậy được?

Cuối cùng chỉ còn những câu hỏi đang cần có những câu trả lời dành cho tất cả mọi người trên mặt đất này.

Không cần phải suy nghĩ sâu xa, chúng ta cũng có thể trả lời 11 câu hỏi tóm tắt hay 21 câu hỏi đầy đủ của tác giả NAT quốc gia đó là Hoa Kỳ vì chỉ có Hoa Kỳ mới là quốc gia không những giầu mạnh nhất thế giới mà còn là Quốc Gia có tình thương bao dung trải rộng trên toàn cầu… Cũng chỉ có Hoa Kỳ là quốc gia đã trở thành điển mẫu về việc xây dựng một cơ chế dân chủ, tự do bình đẳng và Pháp trị có giá trị tối ưu trên Thế giới. Không những thế chính nhân dân Hoa Kỳ đã tin tưởng rằng quốc gia họ là một quốc gia đặt dưới sự cai quản của Thượng Đế - One nation under God và quốc gia đã đặt tin tưởng trọn vẹn vào bàn tay của Thiên Chúa - IN GOD WE TRUST -

Hiện nay, còn nhiều quốc gia hiểu nhầm về Hoa Kỳ, kết án Hoa Kỳ là một đế quốc hay là kẻ thù của Hồi giáo hay kẻ thù của nhân dân thế giới! Nhưng đó chỉ là những luận điệu tuyên truyền không có căn cứ vì từ 2 cuộc thế chiến tới nay, đã chứng tỏ Hoa Kỳ tuy có quân tham chiến tại nhiều cuộc chiến tranh trên thế giới chỉ với mục đích tiêu diệt chế độ phát xít hay ngăn chặn làn sóng đỏ Cộng sản. Tuyệt nhiên Hoa Kỳ không chiếm một tấc đất của bất cư quốc gia nào làm thuộc địa của mình! Chính Hoa Kỳ là quốc gia tiên phong xướng xuất và kêu gọi phong trào giải thực trên toàn thế giới, Hoa Kỳ là quốc gia biến THÙ THÀNH BẠN (Điển hình như Nhật và Đức) và là quốc gia viện trợ lớn nhất cho nhiều Quốc gia trên thế giới... và là quốc gia canh giữ nền Hòa bình của nhân loại… 21 câu hỏi của TS Nguyễn Anh Tuấn là 21 ưu điểm của Quốc gia Hoa Kỳ- một Quốc Gia vừa Lý Tưởng, Đạo Đức, có tinh thần TỰ DO, DÂN CHỦ, BÁC ÁI và là SIÊU CƯỜNG Hùng Mạnh nhất thế giới- mà tất cả các quốc gia trên thế hoàn vũ có thể TIN TƯỞNG VÀO HOA KỲ, noi gương Hoa Kỳ để xây dựng một quốc gia dưới sự cai quản của Thượng Đế xây dựng tình huynh đệ đại đồng, tất cả mọi người trên trái đất đều có cuộc sống ấm no an lạc hạnh phúc bên nhau thay vì hận thù chém giết lẫn nhau theo luật của rừng xanh! Theo luật của bọn cuồng tín bạo lực nhân danh Hồi giáo hay theo luật của Phát xít và Cộng sản toàn trị!

Tuy không nói ra, song TS. Nguyễn Anh Tuấn kêu gọi mọi người, mọi Quốc Gia, đừng hiểu nhầm Hoa Kỳ hãy đặt niềm tin nơi Hoa Kỳ và hãy noi gương Hoa Kỳ trong việc đấu tranh và xây dựng đất nước, phục vụ công lý và góp phần xây dựng hòa bình nhân loại.

Mặt khác giữa một thế giới đầy hận thù và bạo động... chúng ta phải tìm ra một chỗ dựa tinh thần, hay tìm ra một quốc gia đồng minh nào có khả năng hỗ trợ cho quốc gia nhược tiểu chúng ta, thì Hoa Kỳ chính là đểm tựa tinh thần lý tưởng nhất và tốt đẹp nhất. Hoa Kỳ cũng là một đồng minh có đầy đủ sức mạnh có thể giúp chúng ta chống lại hiểm họa khủng bố toàn cầu cũng như bênh vực cho quốc gia chúng ta thoát khỏi ách họa xâm lăng của các quốc gia nuôi mộng bành trướng nước lớn... Theo cái nhìn của TS NAT thế giới này dù sao cũng không đến nỗi bi quan tuyệt vọng... vì chúng ta đã tìm thấy ở Hoa Kỳ một quốc gia Đạo Đức, Lý Tưởng và Hùng Mạnh. Quốc Gia Hoa Kỳ còn là điểm mẫu cho các quốc gia Á Phi thực hành cuộc Cách Mạng Dân Chủ Đáy Tầng đưa quốc gia đến Giầu Mạnh An Lạc và Hạnh Phúc. Và đây cũng là niềm hy vọng tốt đẹp nhất của nhân loại.

Người viết rất xúc động về tấm lòng thao thức của TS Nguyễn Anh Tuấn đối với vận mệnh của Dân tộc và thế giới và rất tâm đắc về 21 ưu điểm mà tác giả đã dày công nghiên cứu cũng như đã khách quan nhận định về những thành quả to lớn mà Quốc Gia Hoa Kỳ đã đạt được, xứng đáng là một siêu cường lãnh đạo thế giới.

VII. KẾT LUẬN

Hiện nay thế giới đang phải đương đầu với 2 đại họa: "Đại họa khủng bố" và "đại họa bành trướng Bắc Kinh". Muốn chiến thắng hai đại họa này, chúng ta cần quan niệm rõ: Đây là cuộc chiến liên quan đến sự sống còn của toàn thể nhân loại nên chủ thể đấu tranh phải là TOÀN DÂN. (Toàn dân đây là toàn thể nhân loại) Về loại hình tranh đấu tất nhiên phải mang tính TOÀN DIỆN và về mặt không gian đấu tranh phải mang tính chất TOÀN CẦU. *Do trên mà sách lược Tam Toàn: Toàn Dân, Toàn Diện và Toàn Cầu đã được hình thành và trở thành sách lược tối ưu cho toàn nhân loại trong thế kỷ 21 và các thế kỷ về sau.*

Theo TS. Nguyễn Anh Tuấn thì nhân loại không nên hiểu nhầm về Hoa Kỳ mà nên tin tưởng vào Hoa Kỳ, kể cả việc noi gương Hoa Kỳ trong việc thực hiện cuộc Cách Mạng Dân Chủ Đáy Tầng để kiến thiết đất nước, đưa quốc gia mình đến thịnh vượng và vinh quang. Hiện nay Hoa Kỳ vẫn là một siêu cường số một trên thế giới lại có lý tưởng tranh đấu cho Dân Chủ Tự Do và Nhân Quyền cho toàn thể nhân loại. Vậy nhân dân Việt Nam hay nhân dân Thế Giới không dựa vào Quốc Gia Hoa Kỳ để chống hai đại hoạ nói trên thì biết dựa vào ai? Dựa vào quốc gia nào? Ngoài quốc gia Hoa Kỳ ra, chúng ta không tìm được một quốc gia thứ hai nào khác cả? Do đó nhân dân Việt Nam và nhân dân Thế Giới cần dựa vào siêu cường Hoa Kỳ để chống hai đại họa nói trên cũng là điều dễ hiểu và tự nhiên thôi. Song việc "**dựa vào**" Hoa Kỳ không có nghĩa là nhân dân Việt Nam hay Nhân dân Thế Giới "**ỷ lại**" vào Hoa Kỳ và chúng ta càng không mảy may có ý tưởng "**giao khoán cho Hoa Kỳ**" trong việc chống "đại họa Khủng Bố toàn cầu" hay "đại họa da vàng- bành trướng nước lớn Bắc Kinh" vì chúng ta hiểu rõ trách nhiệm chống hai hiểm họa nói trên là "trách nhiệm chung" của tất cả mọi quốc gia trên thế giới là "trách nhiệm chung" của toàn thể nhân loại chứ không chỉ là trách nhiệm riêng của siêu cường Hoa Kỳ và các quốc gia đồng minh. Thứ nữa, về mặt thực tế, Hoa Kỳ tuy là một siêu cường, nhưng về kinh tề tài chánh không phải là là vô hạn, và điều thứ ba: Hai đại họa nói trên cuả nhân loại đòi hỏi phải huy động đến cuộc chiến tranh tổng thể hay đòi hỏi phải có Sách Lược Tối Ưu Tam Toàn: Toàn Dân, Toàn Diện và Toàn Cầu mới có thể đối phó, hay triệt tiêu tận gốc rễ được. Nói khác đi muốn chống hai hiểm họa nói trên chúng ta cần thực hiện 4 cuộc cách mạng: 1- Cách mạng Tâm Thức- tâm linh- tôn giáo trên qui mô toàn cầu. 2- Cách Mạng Dân chủ Đáy Tầng. 3- Cuộc Cách Mạng Tổ Chức theo triết lý Nhân Chủ. 4- Cuộc Cách Mạng Nhân Chủ Toàn Cầu. (Chúng ta sẽ có dịp bàn về nội dung 4 cuộc cách mạng nền tảng này trong những loạt bài khác)

Muốn cách mạng thế giới, chúng ta (chúng ta đây là toàn thể nhân loại) phải có khả năng và bản lãnh thay đổi "Hoàn Cảnh Sống", "Môi Trường Sống" của bạn và thù. Muốn thay đổi "Hoàn Cảnh Sống" "Môi Trường Sống" của "bạn" và "thù", chúng ta phải có khả năng và bản lãnh thay đổi tâm thức não trạng con người "của bạn" và "thù" chúng ta phải biết **tự vượt mình, tự thắng chính mình**... Chỉ cần một số nhỏ, vài ba người biết vượt mình và thắng mình là chúng ta biết hoàn thành cuộc cách mạng thế giới theo tiêu chuẩn CHÂN THIỆN MỸ, CHÂN THIỆN NHẪN, CHÂN MINH HOAN là 3 BẢN CHẤT CỦA VŨ TRỤ.

Cuộc cách mạng Nhân Chủ vừa là "*chiến trường*", vừa là "*chính trường*" vừa là "*đạo trường*" tranh đấu, thao tác, tuyển lựa, gạn lọc "tẩy rửa thân và tâm", "lột xác", "vượt thắng chính mình" của toàn thể nhân loại trong kỷ nguyên mới.

Chu Tấn

San Jose Xuân Quý Tỵ 2013

Tài Liệu Tham khảo:

1. Thế giới Hồi giáo xưa và nay- Cái nôi của Đạo Hồi của Charlie Nguyễn trong Tủ sách hiếm. net.
2. Trích sơ lược Tiểu sử Nabi Muhammad theo bách khoa toàn thư mở Wikipedia.
3. Tìm hiểu Đạo Hồi của LM. Phạm văn Tụ - Lịch sử Giáo Hội Công Giáo VN của Bùi Đức Sinh.
4. "Tiếng réo gọi hợp tác xây dựng hòa bình của thánh kinh Hồi giáo trước làn sóng tôn giáo cuồng tín đang cổ súy hận thù bạo lực khắp nơi" của Nguyễn Anh Tuấn- political scientist chuyên gia về quản trị công quyền và bang giao quốc tế cũng như tôn giáo thế giới". đăng trên Web. Tiếng nói giáo dân. net.
5. Tiếng nói từ đáy lòng của một người Hồi giáo chân thực– Bác Sĩ *Tawfik Hamid*
http: //www islamreview. com/articles/ From the heart of a Muslim shtml
6. Bài tham luận: "Văn hóa xã hội Thổ Nhĩ kỳ dưới ánh sáng của Đạo Islam" của Tiến Sĩ Nguyễn Thanh Hiền.
7. Trích trong THỨC TỈNH - Bài "Vì sao dân chủ bất lực trước khủng bố của LS Lâm Lễ Trinh, trang 568- 572.
8. Xem "Nền tảng Hòa Đồng tôn giáo- Tham luận của Chu Tấn.
9. Lịch sử Triết Học Trung Quốc- Nguyễn Hiến Lê trang 294.
10. Nhìn lại bi kịch của con người- Tôn giáo và Chính trị bài IV của TS Nguyễn Anh Tuấn Web, tiếng nói giáo dân. net.
11. Xem "Danh nghĩa và nền tảng của cuộc cách mạng Dân Chủ Đáy Tầng" của Chu Tấn Web: tiếng nói giáo dân. net
12. "Bàn về nội dung bài viết Mỹ trở về nhà" - Lê văn Xương (Diễn Đàn Người Việt Quốc Gia - Phần tài liệu).
13. Xem "Chiến tranh không xa chúng ta và là bà mụ của ngươi Tầu- Trì Hào Điền, bản dịch Nguyễn Bách Việt". (Diễn Dàn Người Việt Quốc Gia - phần tài liệu).
14. Xem "Việt Nam và Phong Trào Dân Chủ Thế Giới" Ỷ Lan - phóng viên RFA

MÊNH MÔNG HẬN NƯỚC

Rước voi dầy mồ. Nước mất nhà tan.
(Tục ngữ)

Ngày 28 tháng chạp Âm lịch (24/1/2009), Ban Liên Lạc Đồng Hương Thanh Hóa ở Hà Nội đã đến biếu quà tết cựu Tổng Bí Thư Lê Khả Phiêu tại tư gia. Nhân dịp này, ông Phiêu đã dẫn các thành viên trong đoàn đi thăm nhiều nơi trong toà nhà mới và cuối cùng đã tặng cho mỗi người một tập sách do ông tự viết về đời mình với nhan đề: "Mênh mông tình dân". Nhan đề tập sách đẹp và cuộc đời của Lê Khả Phiêu cũng rất đặc biệt trong binh nghiệp và chính trị của đảng Cộng Sản.

Về binh nghiệp:

Ông Phiêu đã gia nhập bộ đội từ một lính trơn năm 1950 lên tới thượng tướng năm 1992. Và trong suốt đời binh nghiệp, ông chỉ chuyên trách về chính trị, từ chính trị viên đại đội lên tới chủ nhiệm Tổng Cục Chính Trị Quân Đội Nhân Dân Việt Nam (1991). Còn về chính trị, Lê Khả Phiêu cũng lên rất nhanh, từ ủy viên Ban Chấp Hành Trung Ương năm 1991 lên tới Tổng Bí Thư Ban Chấp Hành Trung Ương năm 1997, và đã giữ nhiệm vụ này trong 4 năm (1997-2001).

Không hiểu Lê Khả Phiêu đã viết những gì trong "Mênh mông tình dân", nhưng chúng ta có thể hình dung là ông đã viết về cuộc đời cách mạng của một đảng viên Cộng Sản, chiến đấu chống thực dân, đế quốc giải phóng đất nước và làm cách mạng xã hội để đem lại tự do hạnh phúc cho nhân dân như tất cả các đảng viên Cộng Sản đã tự nhận là những người đầy tớ trung thành của nhân dân. Với cái tên Tình Dân, không hiểu ông Phiêu muốn nói về cái tình của dân đối với ông, đối với lãnh đạo, với đảng Cộng Sản hay ông muốn ám chỉ cái tình rộng lớn của ông đối với nhân dân. Dù ý gì thì "Mênh mông tình dân" cũng hàm ý về thứ tình hỗ tương giữa lãnh đạo với dân và dân với lãnh đạo, với đảng. Làm cách nào để đo lường, để hình dung cái tình này. Nếu đo bằng lời thì trừu tượng vô cùng mà lời thì cũng đã có quá nhiều trong ngôn ngữ của đảng, của các cấp lãnh đạo trên nửa thế kỷ nay. May mắn là trong dịp Ban Liên Lạc Đồng Hương Thanh Hóa tới tư gia ông Phiêu đã ghi lại được một ít hình ảnh và đem công bố trên mạng, nên chúng tôi xin ghi lại đây ít điều về đời sống của ông Phiêu qua ảnh để so sánh với đời của đa số nhân dân đang sống quanh ông, để từ đó có thể nhận rõ sự biểu hiện của cái tình Mênh Mông giữa ông Phiêu với nhân dân.

I. Đời quan

Tầng lớp lãnh đạo đảng Cộng Sản sống kín cổng cao tường và trên 20 năm nay, sau việc quay về làm ăn với tư bản đã trở thành triệu phú, tỷ phú là điều không lạ gì với người dân. Nhưng người ta chỉ có thể nhìn ở ngoài và hiểu thầm với nhau như thế, còn không mấy người có thể nhìn vào bên trong của thế giới lãnh đạo này. Có lẽ ông Phiêu cởi mở hơn, nên đã cho đoàn đồng hương Thanh Hóa chụp nhiều ảnh ghi lại cuộc chúc tết và cho phép phổ biến. Vì thế chúng ta mới thấy được một phần đời sống của ông cựu tổng bí thư đảng Cộng Sản. Trước hết đó là tòa nhà mới của ông Phiêu ở số 7/36 C1 Lý Nam Đế, Hà Nội. Tòa nhà 4 tầng trị giá 5 triệu mỹ kim.

Từ tầng 4 có thể nhìn bao quát thành phố Hà Nội, chẳng hạn

nhìn rõ khu Bộ Quốc Phòng và cột cờ thành phố. Phòng khách rộng lớn, thiết trí như một đại sảnh với nhiều thứ quí giá. Ảnh cho thấy:

- Lọ lục bình cổ lớn nhiều màu bài trí khắp nơi với nhiều bức tranh lớn, ảnh Karl Marx, Lenin và Hồ Chí Minh.

- Những tủ sách cao, đầy ắp những bộ sách dày bìa cứng. Chắc hẳn đó là những tập sách kinh điển của Marx, Lenin, Stalin, Mao Trạch Đông, Hồ Chí Minh, và có thể là những bộ bách khoa toàn thư.

- Cùng với sách là những bức họa, ảnh và tượng của Lê Khả Phiêu ở khắp đại sảnh. Trong đó nổi bật là bức chân dung Lê Khả Phiêu trong khung lớn dát vàng trên nền đỏ, phía trước chân dung có bộ ngà voi lớn chầu đặt trên một tác phẩm điêu khắc bằng gỗ quí, theo lời chú trong ảnh thì giá không dưới 50.000 mỹ kim.
- Ảnh cho thấy 2 thứ đặc biệt: Thứ nhất, đại sảnh trưng bày trống đồng Đông Sơn, bảo vật của quốc gia. Như vậy là ông Phiêu đã lấy đồ quốc bảo ở bảo tàng viện về làm của riêng. Thứ nhì là bàn thờ với pho tượng Phật lớn và bên cạnh tượng Phật là tượng Hồ Chí Minh. Ngoài đại sảnh, khách được dẫn lên sân thượng và ở đây ảnh cho thấy vườn rau xanh, trồng nhiều loại rau theo từng ngăn và được chăm sóc bằng hệ thống tự động với phí tổn thiết kế, theo lời chú trong ảnh là khoảng 20.000 mỹ kim. Vậy là gia đình ông Phiêu đã không ăn rau của nhân dân trồng vì có nhiều chất độc hại. Từ vườn rau trồng trên trời, gia đình ông có thể tránh chất độc của rau chợ, nhưng còn cá thịt, bánh trái, sữa, nước và không khí thì ai cung cấp, và đáng nói hơn là nhân dân thành phố Hà Nội đang ăn rau độc hại, đang uống nước ô nhiễm Tình dân Mênh Mông mà sao lại cách biệt giữa chuyện ăn uống giữa quan và dân. Thời ông Phiêu nhập Việt Minh năm 15 tuổi ở Thanh Hóa thì ông ăn gì, uống gì và mấy chục năm qua ông sống với ai?

II. Tình dân

Xin ghi lại một số cảnh đời của dân trong giai đoạn đổi mới

kinh tế mà ông Phiêu và các quan Cộng Sản thành triệu phú, tỷ phú.

1. Dân đói rét:

Trong bài ký Nông Dân và Đất, nhà báo Võ Đắc Danh đã ghi lại tình cảnh của *Nông dân xã Khánh Bình Tây thuộc Cà Mau, một xã có 2600 hộ dân với hơn 40% sống dưới mức nghèo khổ, trong đó có gần 500 hộ dân không có đất, nghĩa là có hàng ngàn con người trên cái vùng đất nhỏ nhoi này không biết phải làm gì để sống. Làm mướn ư? Đâu phải lúc nào cũng có người ta mướn để mà làm. Mùa gặt họ vào nông trường săn chuột, bắt ốc, hái rau thì bị xô, bị tịch thu phương tiện, bị đánh đập, thậm chí bị bắn trọng thương, bởi dưới con mắt của cán bộ nông trường, họ là những phần tử bất hảo cần phải cách ly. Nhiều người kéo nhau ra biển xúc cua giống để bán thì bị các anh bảo vệ nguồn thủy sản vây bắt vì cái tội ăn trộm tài nguyên thiên nhiên.*

Ngày nay trên khắp nước có những chợ người, như những vùng biên giới Tàu Việt, biên giới Căm Pu Chia là chợ của dân cửu vạn đi chuyên chở hàng lậu, chợ của phụ nữ đi bán thân, nhưng ngay ở thủ đô Hà Nội, trên đường Giảng Võ và nhiều đường khác có những chợ đầy người, ngày ngày chờ ai đó tới thuê để bán sức lao động độ nhật. Dân Hà Nội gọi đó là chợ người.

Nhà báo tự do (blogger) Tạ Phong Tần, trong bài Lại thêm 1 người nhìn thấy Thiên Đường, có đoạn viết: *Mùa đông năm nay, thủ đô Hà Nội đã xảy ra tình trạng nông dân lê tấm thân ra thành thị kiếm miếng ăn và chết đói, chết rét vạ vật trước hiên nhà người khác như thời nô lệ trước tháng 8 năm 1945. Mới ngày 21/11/2008 vừa rồi, người dân Hà Nội đã phải chứng kiến một thanh niên quê Phú Thọ mới 34 tuổi, làm nghề đánh giày, đã chết ở hiên nhà khu tập thể Thành Công. Ngày 5/1/2009 lại thêm 1 người đàn ông trẻ khoảng 35- 40 tuổi chết ở vỉa hè phố chùa Bộc. Sau khi được đưa vào bệnh viện cấp cứu, người đàn ông kể trên đã chết vì lạnh cóng. Người chết không phải là những con nghiện hay thành phần lang thang ngoài phố chờ cơ hội trộm cắp, cướp giật, cũng không già tuổi đến mức độ sức khỏe giảm sút, cũng không bị bệnh tật từ trước hay bị thương tích dẫn đến suy kiệt cơ thể; họ có sức khỏe và chăm chỉ làm lụng kiếm đồng tiền chân chính để sống; cay nghiệt thay, vậy mà họ vẫn phải chết. Hai cái chết thương tâm của 2 người trẻ vì đói rét, tha phương cầu thực, không nơi cư trú.* Báo điện tử Dân Trí ngày 6/2/2009, trong bản tin Dân đổ xô cướp gà tiêu hủy đưa tin: *Chiều ngày 5/2, Chi Cục Thú Y Hà nội đã chở 1500 con gà bệnh (khoảng 3 tấn) đến bãi cát xã Hồng Vân, thường Tín để tổ chức tiêu hủy. Tuy nhiên tại đây, khi lực lượng chuyên ngành bắt đầu đưa gà xuống hố chôn theo quy định thì người dân địa phương đã đổ xô vào cướp gà. Do lực lượng chức năng quá ít, trong khi người dân lại đông nên đành bó tay. Người dân nhảy cả xuống hố để lấy gà, ném lên cho người đứng trên bờ cho vào bao tải. Tiếp đến, người dân đổ xô vậy lấy xe chở gà và trèo lên cả xe để cướp. Thậm chí, để tiện cho việc lấy gà, có người còn leo lên ca bin, lái chiếc xe chở gà ra giữa bãi cát. Kết quả là chỉ khoảng 20% số gà nói trên được tiêu hủy, còn lại đã bị cướp hết. Ngoài ra có những con gà chết bị vứt vương vãi khắp nơi.*

2. Dân oan

Từ thập niên 1990 đến nay, chính sách thu hồi đất của nhà nước xã hội chủ nghĩa để giải phóng mặt bằng xây dựng khu đô thị, khu công nghiệp, khu du lịch, sân golf đã biến 7 triệu nông dân thành dân không có đất sinh nhai. Trong đó, nhân danh chính sách thu hồi đất để phát triển kinh tế, các ông quan Cộng Sản địa phương, tỉnh, huyện, xã đã cướp đất của dân để làm của riêng, để bán cho tư bản đã tạo thành những lớp sóng phẫn nộ, phản kháng trên khắp nước. Để đối phó với vấn đề này, nhà nước đã thiết lập nhiều Văn Phòng Tiếp Dân từ tỉnh tới thành phố, quốc hội, thủ tướng để người dân bị cướp đất, nhà cửa, ruộng vườn tới nạp đơn khiếu kiện. Có được cửa công lý nên dân đã tới, nhưng đâu biết đó là một thứ công lý giả nên đơn khiếu kiện chồng chất từ năm này đến năm khác không được xét sử với đủ thứ lý do. Xét xử làm sao khi tất cả từ trên xuống dưới đều là một bọn tham quan có đảng bảo vệ để độc quyền tham nhũng thì ai xử ai? Vì thế, những Văn Phòng Tiếp Dân ở Hà Nội (khu vườn hoa Mai Xuân Thưởng và 110 Cầu Giấy) và ở Sài Gòn (210 Võ thị Sáu) đã trở thành những Công Trường Đòi Công Lý. Dân oan lấy vườn hoa, hè đường làm nhà và áo họ đã trở thành những tấm biểu ngữ (để công an nhân dân không thể cướp và xé) tố cáo đích danh những ông quan địa phương: Chủ tịch xã, huyện và tỉnh đã cướp nhà cửa, ruộng vườn của họ. Khi dân oan tụ tập đông quá trong thời gian quốc hội họp, hay có những phái đoàn quốc tế tới thăm thì công an nhân dân lại đem lực lượng cơ động đến bao vây, bắt dân oan quẳng lên xe chở tới giam vào một nơi nào đó, hoặc chở đi đổ xuống một vùng xa thành phố. Rồi sau đó, từng lớp dân oan bị giải tán lại tìm đường trở lại Văn Phòng Tiếp Dân (tên đẹp mà sao nơi này lại nhiều uất hận). Có nhiều người đã đi nhặt rác hay ăn xin để có thể ở lại thành phố lâu ngày. Thảm kịch dân oan đã quá lâu, quá lớn và đã trở thành một phần lịch sử của chế độ Xã Hội Chủ Nghĩa Việt Nam từ vô sản tiến về tư sản. Ở đây, xin ghi lại hai trường hợp mới nhất biểu hiện rõ nét về tình dân và tình quan:

Thứ nhất là dân oan lạy quan cộng sản: Ông Nam Bình ở Cần Thơ, trong bài Việt Nam ngày nay: Dân cày mất ruộng đã viết:

Lão nông Lâm Văn Phát từ huyện Thạnh Trị, Sóc Trăng đội đơn ra quỳ lạy ở số 48 Lý Thường Kiệt, đòi lại 5000 mét vuông đất thấy mà xót xa. Bà Nguyễn Minh Chiếu ở An Giang bị cướp mất 70 công đất và 650 giạ lúa lại bị tù 3 năm vì lũ cướp ngày gian ác. Bà đã lăn lết ra Hà Nội để đòi công lý, nhưng công lý xa vời quá. Hình ảnh ông Nguyễn Thanh Đạo ở Mộc Hóa, Long An quỳ lạy ở nhà ông Đặng Quang Phương, Trần Văn Tú là những phó chánh án (?) Tòa Án Tối Cao ở Hà Nội thấy đau lòng quá. Thức cả đêm chờ đến sáng các quan này đi làm, chờ cổng mở, quỳ xuống đội đơn trên đầu và lạy theo từng bước chân các quan. Nhưng các quan này y hệt bọn đàn em cướp đất dân nghèo, lạnh lùng bước lên xe hơi, đóng cửa cái rầm kèm theo vài lời chửi mắng. Vậy mà dân oan vẫn chờ đợi và quỳ lạy, vì họ không còn đường nào khác, quay về nhà thì đất bị cướp mất rồi. Thứ nhì là tiếng khóc của dân Văn Giang:

Trong tháng 12/2008 có nhiều vụ chính quyền địa phương sử dụng lực lượng công an, bộ đội để cướp đất của dân, chẳng hạn ở ấp T4 xã Vĩnh Phú, Kiên Giang (17/12), ở các phường Vĩnh Ban, Vĩnh Lạc, An Hòa, Rạch Giá. Nhưng đáng kể là vụ chiếm đất 3 xã Cửu Cao, Phụng Công và Xuân Quan huyện Văn Giang, tỉnh Hưng Yên. Theo bản tin của nhóm Phóng Viên Nhân Quyền thì dân 3 xã trên, khoảng 23.000 người, có hơn 500 hec ta đất làm vườn và trồng cây cảnh để sinh nhai, nhưng đã bị chính quyền ra lệnh thu hồi bán cho công ty Việt Hưng để công ty này xây dựng khu đô thị (biệt thự, sân golf) và đã đền bù với giá rẻ mạt: 135.000 đồng/m2, trị giá tương đương với 10 kí gạo. Trong khi đó lãnh đạo chính quyền thì bán trao tay nhau với giá 6 triệu/m2. Khi dân hỏi tại sao bù cho dân 135 ngàn lại công khai rao bán trên mạng là 6 triệu/m2 thì ông Chủ tịch xã trả lời rằng: Đi buôn phải có lãi! Trước sự tước đoạt để mua bán trắng trợn đó, dân 3 xã đã chống lại, quyết giữ đất bằng cách thay phiên nhau đêm ngày canh đất, canh cây. Cuối cùng ngày 5/12/2008, chính quyền huyện Văn Giang đã huy động hàng trăm công an, lực lượng cơ động, cả thành phần đầu gấu cùng các phương tiện cơ giới đến cày, san ủi cơ nghiệp mồ hôi, nước mắt của dân. Khi dân Văn Giang giàn hàng ngăn cản xe ủi thì công an, bộ đội huyện đã thẳng tay đàn áp, kéo, lôi, ném những người dân cản đường lên bờ như ném những con vật, rồi đấm đá, dùng dùi cui điện đánh vào dân bất kể già trẻ làm nhiều người bị thương và ngất xỉu. Bị chính quyền đàn áp dã man, nên ngày 7/1/2009, trên 2000 dân Văn Giang đã kéo lên Hà Nội biểu tình trước văn phòng thủ tướng để bày tỏ nỗi oan. Ở đây họ đã không được gặp một vị quan nào để nói lên nỗi oan mà lại bị lực lượng công an, cảnh sát cơ động và thành phần xã hội đen đàn áp dã man hơn. Cứ 2, 3 tên túm một người quẳng lên xe bít bùng, rồi chở về Văn Giang, liệng xuống ven đê sông Hồng, giữa sự vật vã, lê lết cùng tiếng khóc của hàng ngàn con người. Với sức mạnh của chuyên chính (công an, bộ đội, xã hội đen), chính quyền sẽ tước đoạt được đất sống của dân Văn Giang để xây khu đô thị Văn Giang. Nhưng trước thảm cảnh này, chúng ta tự hỏi là chính quyền xây cất khu đô thị cho ai và để làm gì để phải quăng dân Văn Giang ra ngoài thứ đô thị này mà dân Văn Giang không có quyền biết đến, không có quyền tham gia xây dựng như khẩu hiệu nhật tụng của nhà nước Xã Hội Chủ Nghiã: Dân Biết, Dân Bàn, Dân Kiểm Tra, Dân Hưởng Thụ. Câu trả lời đơn giản là nhà nước liên kết với tư bản để xây khu đô thị cho một loại dân khác, gồm những thành phần giàu có của đảng, của tư bản nước ngoài, của tầng lớp thành đạt trong nền kinh tế thị trường xã hội chủ nghĩa. Vì thế mới có chuyện cướp đất đi buôn của Chủ tịch Nguyễn Cảnh Hưng. Ông ta nói: Đi buôn phải có lãi. Tất nhiên là như thế, nhưng sao không cho dân Văn Giang một phần cái lãi này? Các ông quan vô sản cũng không thể làm như thế, không thể chia cái lãi của nghề đi buôn không vốn này cho ai. Vì với tiền bán đất cùng đủ thứ làm ăn chia chác với tư bản thì sau khi giải quyết xong dự án đô thị Văn Giang, chỉ một bước nhiều quan chức vô sản của tỉnh, huyện sẽ trở thành triệu phú, tỷ phú. Do đó họ phải hy sinh 23.000 người dân Văn Giang cho sự nghiệp làm giàu của họ như nhiều nơi khác trên khắp nước, dân cũng đã phải hy sinh như vậy. Đến như những miền ven biển, nhiều nơi dân chài phải than là các cấp lãnh đạo đã bán hết bờ biển cho tư bản nước ngoài xây dựng khu du lịch đến nỗi họ không còn chỗ để đậu ghe thuyền đánh cá. Chuyện xây dựng kinh tế, xây dựng khu đô thị thì trên thế giới, nước nào cũng làm. Chẳng hạn như những quốc gia ở Á Châu như Nam Hàn, Đài Loan, Phi Luật Tân, Thái Lan, Mã Lai mấy chục năm qua, người ta đã xây dựng nhiều khu đô thị, khu chế xuất, khu viên kỹ nghệ, nhưng không ở đâu có chuyện chính quyền huy động lực lượng cảnh sát, quân đội, băng đảng xã hội đen đến cưỡng chế, cướp đất của dân bán cho công ty tư bản, rồi mặc xác đám dân sau đó sống ra sao không cần biết. Và người ta cũng có bờ biển, có làng đánh cá, nhưng chắc chắn không đâu có thảm kịch chính quyền bán bờ biển cho tư bản nước ngoài làm khu du lịch để dân đánh cá không còn chỗ đậu tàu thuyền. Cũng cần nói thêm một điều là những quốc gia ấy đã phát triển kinh tế rất nhanh, nhưng dân có quyền và chính quyền tôn trọng dân. Từ đó nước có quy củ và người dân quí trọng lẫn nhau. Cứ quan sát dân Hàn, dân Đài Loan sẽ thấy họ đối xử lễ độ, tôn trọng nhau ở bất cứ đâu trong đời sống thường nhật và chúng ta sẽ thương dân ta, rồi tự vấn: Tại sao họ có thể sống như thế mà ta lại không? Trên đây chúng tôi ghi lại ít tình cảnh đời dân dưới chế độ Xã Hội Chủ Nghĩa, và tự hỏi không hiểu trong tác phẩm hồi ký Mênh mông tình dân, ông Lê Khả Phiêu đã ghi lại thứ tình này như thế nào và ông đã làm gì để đáp lại thứ tình Mênh Mông này?

III. Hận nước

Ngoài tình dân, đời của ông Phiêu còn gắn liền với nước, vì ông đã chiến đấu một đời cho độc lập, tự chủ của Việt Nam mà chắc nội dung tác phẩm Mênh mông tình dân sẽ phải nói đến những chuyện này. Cũng như tình dân, chúng ta không biết ông Phiêu viết về tình nước ra sao. Nhưng trong 4 năm làm Tổng Bí Thư với tinh thần khép mình, phụ thuộc tìm nơi nương tựa như ông nói: *Trung Quốc thành công thì chúng ta thành công.* Lê Khả Phiêu đã cắt nhiều đất biên giới và biển cho Tàu bằng 2 hiệp định: Thứ nhất là Hiệp Định Về Biên Giới Việt Nam Trung Quốc, ký tại Hà Nội ngày 30/12/1999 giữa Bộ Trưởng Ngoại Giao Trung Quốc Đường Gia Triền và Bộ Trưởng Ngoại Giao Việt Nam Nguyễn Mạnh Cầm. Bản hiệp định không được công bố. Nhưng nay qua Bản Lên Tiếng của một số cựu chiến binh và giáo chức khu vực Hà Đông Hà Nội gởi lãnh đạo đảng Cộng Sản ngày 14/1/2009 cho thấy diện tích lãnh thổ đã mất 1694 km2 (vì sách giáo khoa cũ và niên giám 1996 ghi diện tích Việt Nam là 336.991 km2, còn sách giáo khoa in năm 2006-2007 lại ghi 329.297 km2), trong đó khu vực danh thắng thác Bản Giốc thuộc Cao Bằng và khu địa linh Ải Nam Quan ở Lạng Sơn đã thuộc Trung Quốc như thứ trưởng ngoại giao Vũ Dũng mới công bố sau khi hoàn tất việc cắm mốc biên giới ngày 22/12/2008. Thứ nhì là Hiệp Định Phân Định Vịnh Bắc Bộ giữa Việt Nam Trung Quốc, ký ngày 25/12/2000 giữa Nguyễn Mạnh Cầm và Đường Gia Triền. Bản hiệp định cũng không được công bố, nhưng theo những nguồn tin được tiết lộ thì với hiệp định này, Việt Nam đã mất cho Tàu trên 10.000 km2 biển.

Sau khi Lê Khả Phiêu cống cho Tàu gần 2000 cây số vuông đất biên giới và trên 10.000 cây số biển, Nông Đức Mạnh cùng với Đỗ Mười, Trần Đức Lương, Lê Đức Anh và Phan Văn Khải đã mở đường cho Trung Quốc xâm lấn Việt Nam theo chính sách Hợp Tác Toàn Diện Giữa Các Ngành Ngoại Giao, Quốc Phòng, Công An, An Ninh qua tuyên bố chung Việt Nam Trung Quốc ngày 17/11/2006 trong dịp Hồ Cẩm Đào sang thăm Việt Nam. Và với mỹ từ hợp tác toàn diện, Tàu đã khống chế Việt Nam từ đất đến biển: Với biển, Trung Quốc tuyên bố Nam Hải thuộc chủ quyền của Trung Quốc với luận điểm hàm hồ là từ thời Hán Vũ Đế (trên 2000 năm trước) và thời Minh thành Tổ (thế kỷ 15), hải quân Trung Quốc đã đi tuần thám Nam Hải và đã khám phá ra Hoàng Sa và Trường Sa. Từ luận điểm hoang đường về chủ quyền này, Trung Quốc khai thác Hoàng Sa, lấn chiếm Trường Sa, không cho Việt Nam đánh cá và thăm dò dầu khí ở vùng Hoàng Sa và Trường Sa. Vì thế, từ năm 2005 ngư phủ Việt Nam ra đánh cá những vùng gần Hoàng Sa và Trường Sa đã bị hải quân Trung Quốc bắt, bắn giết, đâm bể tàu và xua đuổi, còn chuyện tìm dầu thì không một công ty tư bản nào dám liên doanh với Việt Nam để thăm dò dầu khí ở vùng Trường Sa vì bị Trung Quốc cảnh cáo, phản đối là những hoạt động ấy đã vi phạm chủ quyền và toàn vẹn lãnh thổ của Trung Quốc ở

Nam Hải, chẳng hạn tập đoàn BP của Anh năm 2007 và tập đoàn Exxon Mobil của Mỹ năm 2008 đã ký hợp đồng rồi đã phải bỏ. Rồi để thực hiện luận điểm chủ quyền Nam Hải, ngày 22/11/2008, Trung Quốc công bố tập đoàn dầu khí của Trung Quốc (Cnooc) sẽ thực hiện dự án 29 tỷ đô la để thăm dò khai thác tại biển Nam Trung Quốc, trong đó có khu vực Hoàng Sa và Trường Sa mà chính quyền Việt Nam cũng tuyên bố có chủ quyền. Tất nhiên đối với việc Trung Quốc làm, bộ ngoại giao Việt Nam cũng như những lần trước đã lên tiếng phản đối với luận điểm *Việt Nam có đầy đủ bằng chứng lịch sử và có cơ sở pháp lý để khẳng định chủ quyền và các quyền hợp pháp đối với hai quần đảo Hoàng Sa, Trường Sa và các vùng biển và thềm lục địa của Việt Nam*. Phản đối như thế, nhưng nếu Trung Quốc tiến hành việc thăm dò (mà chắc Tàu đã nói là Tàu làm) thì chính quyền Việt Nam sẽ làm gì để ngăn cản hay lại lên tiếng phản đối cho phải đạo để dối dân, rồi im lặng tuân thủ chính sách 16 chữ vàng và 4 tốt: Láng giềng hữu nghị, hợp tác toàn diện, ổn định lâu dài, hướng tới tương lai và mãi là láng giềng tốt, bạn bè tốt, đồng chí tốt, đối tác tốt.

Đó là chuyện mất biển, còn chuyện lãnh thổ thì từ thời Lê Khả Phiêu tới nay, Trung Quốc đã lặng lẽ xâm lấn Việt Nam bằng chính sách 16 chữ vàng như sau:

Về kinh tế:

Từ sau trận chiến Dạy cho Việt Nam một bài học năm 1979, Trung Quốc vẫn không ngừng trận chiến phá hoại kinh tế Việt Nam bằng đủ thứ đòn hiểm ác. Khởi đầu là thu mua dây điện thoại, xích xe tăng, nòng đại bác, các loại rễ cây, cây con, sừng móng trâu bò, gỗ quí, các loại muông thú rừng, rồi đến biến vùng biên giới thành cửa khẩu để tuồn vào Việt Nam các loại hàng lậu và cả tiền giả.

Về di dân:

Năm 2008, chính quyền Việt Nam đã quyết định miễn chiếu khán nhập cảnh cho người Hoa vào Việt Nam. Quyết định này là một biện pháp giúp người Hoa ở lại Việt Nam dễ dàng, vì họ có thể nhập vào những cộng đồng người Hoa trên khắp Việt Nam để làm đủ mọi ngành nghề mà ngày nay thì cộng đồng người Hoa lại có nhiều ưu thế về kinh tế và cả chính trị.

Về chính trị quốc phòng:

Đảng Cộng Sản Việt Nam bị đảng Cộng Sản Trung Quốc chế ngự có một lịch sử lâu dài, nhưng đến nay, qua chính sách Hợp Tác Toàn Diện, với nhiều sự việc đã xảy ra, có thể nói là bộ Chính Trị đảng Cộng Sản Việt Nam đã trở thành cơ quan nội ứng của Tàu, mở đường cho Tàu vào Việt Nam. Vì thế chúng ta thấy:

- Dân Tàu được đi lại, cư trú ở Việt Nam như trên đất Tàu.

- Chính quyền cấm tất cả những biểu lộ và ngôn ngữ chống Tàu của dân Việt.

- Những di tích chống Tàu sau trận chiến 1979 đã bị xóa bỏ. Những nghĩa trang liệt sĩ Trung Quốc trong chiến tranh biên giới Việt Trung đã được đổi tên thành Nghĩa trang Liệt Sĩ Trung Việt. Chẳng hạn một tấm ảnh trên trang web www. ykien. net cho thấy Nghĩa Trang Liệt Sĩ Long Châu (Thủy Khẩu) ở biên giới tỉnh Cao Bằng đã được đổi thành Nghĩa Trang Liệt Sĩ Trung Việt Thủy Khẩu Long Châu với tượng đài lớn và hai hàng chữ Hoa và Việt. Như thế là Việt Nam đã đồng lòng với Tàu làm những đài tưởng niệm liệt sĩ Trung Việt ở biên giới để nhớ ơn đoàn quân Tàu đã sang xâm lăng Việt Nam.

- Trung Quốc đã chế ngự Việt Nam ở biển Đông.

- Và đến nay đảng Cộng Sản Việt Nam mời Trung Quốc lên Tây Nguyên với những dự án bauxite. Chuyện bauxite lộ liễu, bất thường và quá nguy hiểm về cả sự tàn phá môi trường lẫn an ninh quốc gia, nên từ tháng 11/2008 đến nay đã dấy lên một làn sóng phản đối từ các giới nghiên cứu khoa học, kinh tế, báo chí và dân chúng trên khắp nước. Cứ đọc bài nghiên cứu đầy tâm huyết của tiến sĩ Nguyễn Thành Sơn, Giám Đốc Công Ty Năng Lượng Sông Hồng, bác bỏ dự án mà Nguyễn Tấn Dũng đã duyệt, cùng những ý kiến của mọi giới về bài nghiên cứu này, sẽ thấy lòng dân phẫn nộ và âu lo như thế nào đối với dự án. Đến Đại Tướng Võ Nguyên Giáp cũng phải viết thư gửi Nguyễn Tấn Dũng (5/1/09) đề nghị dừng triển khai các dự án khai thác bauxite. Trong thư ông cho biết là năm 1980, chính phủ đã có chương trình khai thác bauxite trong kế hoạch hợp tác với khối COMECON, nhưng đã phải bỏ vì sau khi khảo sát, các chuyên gia Liên Xô và khối COMECON đã khuyến nghị Việt Nam không nên khai thác bauxite trên Tây Nguyên do những tác hại sinh thái lâu dài, nghiêm trọng không thể khắc phục, chẳng những đối với dân cư tại chỗ mà còn cả với dân cư vùng đồng bằng Nam bộ. Ngoài chuyện sinh thái, ông còn nói đến vấn đề an ninh quốc phòng và đã nêu lên một sự kiện: Trong tháng 12/2008 đã có hàng trăm công nhân Trung Quốc đầu tiên có mặt trên công trường (dự kiến cao điểm sẽ lên tới vài nghìn tại mỗi dự án). Nhưng đảng Cộng Sản Việt Nam đã không đếm xỉa gì đến ý kiến của các nhà khoa học, đến ý dân, đến những lời khuyên can đầy lo âu của tướng Giáp, nên Nguyễn Tấn Dũng, trong cuộc họp báo tại Hà Nội ngày 4/2/09 đã khẳng định: <u>Việc khai thác bauxite tại Tây Nguyên là chủ trương lớn của đảng và nhà nước.</u> Chuyện đã đến như thế thì chỉ có thể giải thích là đảng Cộng Sản Trung Quốc đã biến cả bộ Chính Trị Đảng Cộng Sản Việt Nam thành nội tuyến mở đường cho Tàu vào xâm chiếm Việt Nam bằng con đường 16 chữ vàng. Trước đây có những nhận định là Trung Quốc làm chủ Hoàng Sa, Trường Sa, ngoài chuyện kinh tế, Trung Quốc có một lợi thế là dùng hai quần đảo này làm căn cứ để tiến quân cắt đôi Việt Nam ở miền Trung. Nhưng đến nay thì chuyện dùng Hoàng Sa, Trường Sa làm bàn đạp không cần nữa, vì với những dự án bauxite cùng chục ngàn lính Tàu giả làm công nhân, Trung Quốc sẽ dễ dàng nắm yết hầu Việt Nam.

Kết luận:

Từ câu chuyện Mênh Mông Tình Dân của Lê Khả Phiêu, chúng tôi xin kết luận mấy điều:

1. Với Lê Khả Phiêu:

Trước hết ông Phiêu là một đảng viên đảng Cộng Sản, đã từng là người lãnh đạo tối cao của đảng và trở thành một tỷ phú (theo tin, tài sản có 5 khách sạn 5 sao ở Hà Nội và Sài Gòn, và trên 1 tỷ Mỹ kim), sống xa hoa trên sự đói nghèo, tủi nhục của đa số dân Việt do chế độ độc trị và kinh tế xã hội chủ nghĩa của đảng Cộng Sản tạo ra. Ông Phiêu nhập vào phong trào Việt Minh từ lúc 15 tuổi, chiến đấu cho độc lập, tự chủ của Việt Nam, nhưng khi lên làm Tổng bí Thư, Lê Khả Phiêu đã quên mất mấy chữ độc lập tự chủ nên đã cắt đất nhượng biển cho Tàu với tinh thần nô lệ: *Trung Quốc thành công thì ta thành công.*

2. Với đảng Cộng Sản:

Đời của Lê Khả Phiêu cũng như đời của nhiều đảng viên cao cấp của đảng Cộng Sản là đã đạt vinh hoa phú quí trong thảm kịch của nước, vì khi đảng phát động 2 cuộc chiến tranh chống Pháp và Việt Nam Quốc Gia (1946-1954), chống Mỹ và Việt Nam Cộng Hòa (1960-1975) với mục tiêu giành độc lập, thì trong 2 cuộc chiến tranh hủy diệt gần 4 triệu sinh mạng này đã tiềm phục một mối họa cho nước là đảng Cộng Sản đã không độc lập tự chủ với Nga, Tàu vì đã nhận viện trợ để làm một tên lính xung kích cho Liên Xô và Trung Cộng phát triển đế quốc Cộng Sản. Vì thế, khi thế giới Cộng Sản tan rã thì đảng Cộng Sản Việt Nam đã đưa Việt Nam vào vòng lệ thuộc Trung Quốc theo tham vọng bành trướng của đảng Cộng Sản Trung Quốc như lời của Mao Trạch Đông đã nói với lãnh đạo Cộng Sản Việt Nam ở Vũ Hán năm 1963: *Tôi sẽ làm Chủ tịch 500 triệu bần nông đưa quân xuống Đông Nam*

Á và *Chúng ta phải giành cho được Đông Nam Á bao gồm cả miền Nam Việt Nam, Thái Lan, Miến Điện, Ma-lai-xi-a và Xin-ga-po. Một vùng Đông Nam Á rất giàu, ở đây có nhiều khoáng sản, xứng đáng với sự tốn kém cần thiết để chiếm lấy* (Bạch Thơ - Sự Thật Về Quan Hệ Việt NamTrung Quốc Trong 30 Năm Qua). Trong đời Mao, Mao chưa thực hiện được giấc mộng đế quốc Đại Hán, nhưng tới thập niên 2000 thì đảng Cộng Sản Trung Quốc đã có Việt Nam trong tay và đã có thể tung hoành ở biển Đông. Vì thế năm 2000 và 2006, Giang Trạch Dân và Hồ Cẩm Đào đã từ Bắc Kinh đến thẳng Hội An tắm biển, nhìn ra Hoàng Sa, Trường Sa trước khi ra Hà Nội ban chỉ thị cho lãnh đạo đảng Cộng Sản Việt Nam. Hành động của Giang và Hồ cao ngạo bất thường, nhưng hai tên này đã làm như thế để nói với thế giới là Việt Nam và Nam Hải đã thuộc quyền của Trung Quốc. Và đến nay thì Trung Quốc đã đi dần tới việc kiểm soát Việt Nam toàn diện khi có thể thung dung đem quân lên Tây Nguyên vừa khai thác bauxite vừa chiếm giữ hiểm địa cao nguyên để thực hiện tham vọng bành trướng Đại Hán mà Mao đã vạch ra từ thập niên 1960.

3. Với đảng viên đảng Cộng Sản:

Trước những thảm kịch đang diễn ra trong xã hội Việt Nam, chúng ta thấy là 3 triệu đảng viên đảng Cộng Sản, từ thấp tới cao, đã dùng đất nước như của riêng và bóc lột 80 triệu dân, coi dân như những súc vật, để làm giàu cho cá nhân, nhưng họ đã quên một mối họa là rồi đây chính họ, con cháu họ sẽ trở thành những tên nô lệ của đế quốc Tàu, và lúc đó họ và dân Việt lại thành những con vật dưới ách thống trị của thực dân Tàu. Khi đó ai là Việt, ai là Tàu? Ai là kẻ thống trị và ai là kẻ bị trị? Từ một số sự việc ghi lại trên đây xin thưa là trên nửa thế kỷ thống trị với chế độ chuyên chính, đảng Cộng Sản Việt Nam đã gây nên những thảm họa cho dân, cho nước như thế thì làm gì có chuyện tình dân, tình nước mà Lê Khả Phiêu lại lộng ngôn với tác phẩm Mênh mông tình dân?

Chúng ta hiểu những người lãnh đạo Cộng Sản luôn luôn dùng mỹ từ xảo trá để quay lưng lại những sự thật đen tối đau lòng. Vì thế chúng ta phải kéo họ quay lại một sự thật, một Thực Từ là đảng Cộng Sản Việt Nam, là chính họ đã tạo cho nước một bộ sử: Mênh Mông Hận Nước.

Chu Tấn

35 NĂM NHÌN LẠI
35 NĂM TỰ VẤN

"Cỏ cây còn biết hờn sông núi
Còn biết ngày mai dựng lại cờ..."

(Thơ Lê Khắc Anh Hào)

"Hỡi Thằng chiến binh một đời dũng cảm
Mày lang thang đất lạ đến bao giờ..."

(Thơ Cao Tần)

I- LỜI MỞ:

30/4/1975 – 30/4/2010

Đối với lịch sử 35 năm chưa là gì cả, nhưng với đời người thì 35 năm là gần 2 thế hệ! Biết bao nhiêu bậc trưởng thượng và huynh trưởng trong quân đội đã ra đi! Chu Tấn còn nhớ cách đây 5 năm, ký giả Phạm Trần đã viết một bài báo có tựa đề rất hay: "*Ba mươi năm đã thấm chưa?*". Không lẽ hôm nay, chúng ta lại bắt chước ký giả lão thành Phạm Trần hỏi mình và hỏi lẫn nhau "*Ba mươi lăm năm đã thấm chưa?*". Thoáng một chút ưu tư, người viết xin làm công việc kiểm điểm lại hay nhìn lại 35 năm qua và cũng để tự vấn lương tâm và trách nhiệm của mình, trước khi hỏi bạn mình cùng các bậc thức giả và đồng bào. Sau 35 năm chúng ta rút được bài học gì, nên làm gì, và có thể làm gì cho Quê Hương, Tổ Quốc hôm nay, ngày mai?

II - TỪ TINH THẦN TỰ PHÁN, TỰ VẤN ĐẾN TINH THẦN THỨC TỈNH ĐỂ TỰ VƯỢT MÌNH:

Gần suốt cả đời người, hoạt động cho cách mạng và bôn ba nơi hải ngoại để mong đánh đuổi thực dân Pháp, việc lớn không thành, song nhà Cách mạng tiền bối Phan Bội Châu đã viết cuốn "TỰ PHÁN" (tự phán xét chính mình!). Đọc cuốn này, chúng ta thấy cụ đã hết sức khách quan và đã tự lên án mình một cách chí thiết, chí thành, vô cùng sâu sắc và cảm động! Tuy sự nghiệp đấu tranh của cụ bị thất bại, nhưng tinh thần "tự phán" của cụ vẫn là tấm gương sáng cho chúng ta noi theo… Một trường hợp khác, là khi chế độ Trung Hoa Dân Quốc của Tưởng Giới Thạch bị Mao Trạch Đông đánh bại và phải chạy sang Đài Loan. Hồi tưởng lại sự thất bại của mình, Tổng Thống Tưởng Giới Thạch đã viết cuốn "*Nga Xô tại Trung Quốc*" vừa nói lên sự thực (ảnh hưởng và sự giúp đỡ của Liên xô rất lớn đối với Mao Trạch Đông từ viện trợ kinh tế, vũ khí và huấn luyện cán bộ) nhưng cũng qua đó biện minh cho việc thất bại của mình! Nếu nói về tinh thần "Tự Phán" thì tinh thần tự phán của Tưởng Giới Thạch không cao như Cụ Phan Bội Châu, song T.T Tưởng Giới Thạch cũng đã viết những đoạn văn "nhận lỗi" một cách trực tiếp hay gián tiếp khá chân thành về cá nhân mình, cũng như về quân đội và chính phủ do ông lãnh đạo! Đối với Việt Nam Cộng Hòa, qua biến cố 1975 ngoại trừ các vị tướng đã anh dũng tuẫn tiết treo gương sáng nghìn thu, một số các tướng lãnh và các chính khách khác còn sống, sau này đều có viết hồi ký, nhưng rất tiếc đa phần các cuốn "hồi ký" này (chúng tôi nói đa phần chứ không phải tất cả) đã thiếu vắng tinh thần "Tự Phán" hay "Tự vấn" mà chỉ mang tính "biện minh" "Chối tội" "chối trách nhiệm" và nhất là khoe khoang công trạng của mình còn đổ lỗi việc mất nước là do Mỹ và do người khác! Thật ít người có được tinh thần như nhà văn Lê văn Phúc "*Tôi làm tôi mất nước!*". Nói rộng ra các đảng phái quốc gia đã trải qua 2 giai đoạn lịch sử lớn đều bị thất bại não nề: 1945 thất bại trước đảng CSVN đã đành. Và từ 1954 - 1975 các đảng phái quốc gia cũng thất bại trong thời đệ nhất và cả đệ nhị cộng hòa nữa! Và tới nay qua 35 năm lưu vong, các đảng phái quốc gia cũng không tiến triển được bao nhiêu, nếu không muốn nói là các đảng phái vẫn loay hoay đi trong tư tưởng và lối mòn tổ chức cũ? Tại sao lại như vậy? Phải chăng đây là sự im lặng khó hiểu, hay khó nói? Hay có nhiều người hiểu biết, nhưng không dám nói ra? Vì sợ nói ra là tự "vạch áo cho người xem lưng"? Hay nói ra là bị mang tiếng "phá hoại" "phá đoàn kết"? và sự e ngại như vậy có đúng không?

Nói cho ngay, trước 1975 cụ Nguyễn Văn Lực một trong những lãnh tụ Việt Nam Quốc Dân Đảng cụ đã viết một cuốn sách phê phán mạnh bạo những khuyết điểm của các Đảng phái quốc gia và có đề ra một số biện pháp để tái tổ chức đảng! Giá trị cuốn sách này là ở chỗ: - Phần phê phán các khuyết điểm của các Đảng phái quốc gia nói chung cũng như của Việt Nam Quốc Dân Đảng nói riêng, tuy chưa nói hết, nhưng khá mạnh bạo ít người dám nói ra như cụ! Song phần đề nghị xây dựng đảng hay "tái tổ chức Đảng" lại bất cập nên các biện pháp cụ đưa ra trong thực tế không được hữu hiệu... Sau cuốn sách của Cụ Nguyễn Văn Lực giới trí thức và những nhà làm cách mạng hay chính trị và cả giới trẻ nữa đều mong có những tác phẩm nghiên cứu về sự thất bại của các đảng phái quốc gia trong gần một thế kỷ qua, một cách đầy đủ và sâu sắc hơn ngõ hầu tìm ra con đường thoát cho các đảng phái quốc gia, nhất là qua 35 năm lưu vong tại hải ngoại! Nhưng sự mong đợi này đến nay vẫn chỉ là mong đợi!

"*Thế rồi mong mỏi mong mòn*"....

Tại sao lại có sự im lặng kéo dài và khó hiểu như trên? Im lặng mãi đến bao giờ? hay sự im lặng này sẽ trở thành mãi mãi??

Việc "thắng" "thua", "thành công" hay "thất bại" là chuyện thường tình trong lịch sử! Nhưng điều đáng nói, đáng quan tâm là ở chỗ mỗi giai đoạn lịch sử đó - những người có trách nhiệm - các thế hệ có trách nhiệm có tinh thần "tự phán" "tự vấn" hay không? Đây mới chính là vấn đề chúng ta cần nói tới hôm nay? Theo Lý thuyết Gia Lý Đông A, người chiến sĩ cách mạng cần phải "***phản tỉnh thâm uyên***" (phản tỉnh một cách sâu sắc xuyên suốt tới đáy...). Hơn thế nữa, trong giai doạn hiện tại, người chiến sĩ cách mạng cần có tinh thần "đại thức tỉnh" để vượt mình. Với tinh thần "***thức tỉnh***", hay "đại thức tỉnh" đúng nghĩa, chúng ta không lấy việc "hơn người" hay "kém người" là điều "tư tôn" hay "tự ti" (Vì việc hơn hay kém người, ngay cả việc "thắng/ bại" trước đối phương bao giờ cũng tùy thuộc nhiều yếu tố và là điều "đương nhiên" phải xảy ra trong "chính trường" cũng như trên "thương trường" - không có điều gì khiến chúng ta ngạc nhiên cả!) Huống chi trong thời đại chúng ta cộng sản là một đại họa trong lịch sử nhân loại! Do đó nếu các đảng phái quốc gia có thất bại trước đảng CS trong các giai đoạn 1945 hay sau này 1975 cũng là chuyện bình thường! Vấn đề là ở chỗ sau mỗi giai đoạn lịch sử quan trọng đó, giới "trí thức", "sĩ phu" nói riêng và các "đảng phái quốc gia" nói chung có "thức tỉnh", "đại thức tỉnh" để "tự vượt mình" và tự vượt tổ chức của mình hay không?

Nếu chúng ta xem xét hay quán chiếu lịch sử theo quan niệm mới này chúng ta sẽ không có tinh thần chê bai hay bới móc những khuyết điểm của cá nhân này, cá nhân kia, đảng phái này hay đảng phái kia, cũng không có tinh thần "chối tội", "chối trách nhiệm" của cá nhân mình, hay cuả đảng phái mình trước lịch sử, mà làm sao chúng ta có thể "chối tội" "chối trách nhiệm" được trước những thất bại nghiêm trọng và hiển nhiên trong lịch sử trong khi chính mỗi người chúng ta vừa là "nạn nhân" vừa là "tác nhân" trong diễn trình lịch sử cận đại và đương đại? Bằng vào tinh thần "đại thức tỉnh để tự vượt mình", chúng ta với tất cả tâm thành và thái độ khách quan, đạt quan sẵn sàng đối diện với sự thực lịch sử dù là "ưu điểm" hay "khuyết điểm", dù là "thuận lợi" hay "khó khăn" dù là "cơ hội" hay "thử thách" để "tự vượt mình", tự vượt "tổ chức của mình", "hội đoàn" "cộng dồng" hay "đảng phái" của mình, "tôn giáo" của mình v. v và v. v…

Sự vượt mình ở đây có ý nghĩa thâm sâu là sự chiến thắng cái ngã của chính mình, và sự "tự vượt của tổ chức mình" ở đây là ý thức tự vượt thoát và tự rút ưu khuyết điểm để không ngừng canh tân tổ chức của chính mình trong liên tục lịch sử...

Tự mình chiến thắng chính mình! Tự tổ chức của mình chiến thắng tổ chức mình ngày hôm qua, hôm nay và ngày mai... Chúng ta không nhằm cạnh tranh hay ganh đua với các tổ chức khác để nắm thế "thượng phong" theo quan niệm "tranh thắng cũ" vì không quan niệm "sự thua kém" hay "thắng thế" các tổ chức bạn là điều quan trọng mà quan trọng ở chỗ "chính tổ chức của chúng ta"- "phải- tự- vuợt- tổ- chức- của- chúng- ta- ngày- hôm- qua… mới là điều quan trọng bậc nhất! Chúng ta "không tranh" mà chúng ta "tự vượt" "tự thắng" mới là "Thiện thắng" hay chiến thắng tối hậu vậy!

III- NHỮNG TỘI ÁC TÀY TRỜI CỦA ĐẢNG CSVN:

Những tội ác của đảng csVN cho dù có viết mấy vạn trang cũng không thể kể hết được. Ở đây, trong phạm vi bài tham luận này người viết chỉ xin ghi ra những tội ác chính sau đây:

1. Hồ Chí Minh và tập đoàn của ông ta đã áp đặt chủ nghĩa Mác Lê phản nhân bản, phản dân tộc, phản khoa học gây chiến tranh và điêu linh thống khổ cho toàn thể dân tộc VN.

2. Thực hiện chế độ độc tài toàn trị cướp đoạt quyền Dân Tộc Tự Quyết của nhân dân Việt Nam.

3. Đàn áp nhân quyền, chà đạp tự do dân chủ và bách hại tôn giáo

4. Đưa đất nước đến nghèo đói bần cùng và lạc hậu.

5. Giết hại các lãnh tụ các đảng phái quốc gia, phí phạm nhân tài và tài nguyên đất nước.

6. Trên 2.000.000 người dân và binh sĩ chết vì chiêu bài "cứu quốc" của Việt Minh từ năm 1945 tới giữa năm 1954.

7. 47.000 người dân Bắc Việt đã bị bắn chết trước các tòa án nhân dân hoặc bị tố khổ bị cô lập để chết đói, và tự tử gây đau khổ khốn đốn cho hàng trăm ngàn người thân quyến của họ trong việc thi hành chương trình Cải Cách Ruộng Đất trong đầu thập niên 1950. (Trích bản cáo trạng 50 năm tội ác của csVN-tác giả T.S Du Phước Long.)

8. Trong Tết Mậu Thân năm 1968, theo sử gia Trần Gia Phụng thì số người tìm được trong 22 mồ chôn tập thể tại Huế là 2.326 xác trong tổng số dân bị giết là 5.800 người!

9. Sau 1975 csVN đã bắt tù đày khổ sai dưới mỹ từ "cải tạo" 222.809 quân dân chính VNCH và tính đến tháng 4 năm 1992, người cuối cùng ra khỏi trại tập trung trong 17 năm đó, ước lượng từ 8.000 đến 10.000 tù chính trị bị chết do chính sách thù hận thâm độc của nhóm lãnh đạo csVN!

10. csVN bắt đầu cuộc gây chiến xâm lăng Việt Nam Cộng Hòa từ năm 1954, và đến ngày 30 tháng 4 năm 1975 Việt Nam Cộng Hòa chúng ta sụp đổ. Theo tài liệu đúc kết từ Đại Hội 4 của csVN năm 1976, *ít nhất là 4.000.000 thanh niên miền Bắc đã chết trên chiến trường Việt Nam Cộng Hòa,* gồm cả số người chết trên đường xâm nhập từ Bắc vào Nam. Nhưng theo nhà văn nữ (cựu cộng sản) Dương Thu Hương thì *số người chết lên đến 10.000.000 người.*

11. Ngày 14/9/1958, *Thủ Tướng csVN Phạm Văn Đồng ký văn kiện ngày 14/9/1958, công nhận vùng Biển Đông bao gồm quần đảo Hoàng Sa và Trường* Sa Với văn kiện này không thể do ông Thủ Tướng họ Phạm quyết định mà phải là lệnh của Bộ Chính Trị do ông Hồ lãnh đạo. Từ đó khẳng định ông Phạm ký văn kiện đó là theo lệnh ông Hồ.

12. Ngày 30/12/1999, Lê Khả Phiêu, Tổng Bí Thư đảng csVN ký Hiệp Ước dâng 789 cây số vuông dọc biên giới để trừ nợ mua vũ khí đạn dược sử dụng trong chiến tranh xâm lăng Việt Nam Cộng Hòa 1955-1975, là hành động cắt đất bán cho Trung Cộng!

13. Ngày 25/12/200, ông Trần Đức Lương đến Bắc Kinh cùng Giang Trạch Dân ký Hiệp Ước cắt 11.362 cây số vuông trên vịnh Bắc Việt cho Trung Cộng, là hành động cắt biển bán cho quan thày Trung Cộng để lấy 2. 000. 000. 000 mỹ kim

14. Chưa hết, tháng 12 năm 2008, Nguyễn Tấn Dũng tuyên bố rằng: "Khai thác quặng Bauxite là chủ trương lớn của đảng" (mà đảng là nhóm lãnh đạo). Thỏa hiệp này cho Trung cộng đưa hằng ngàn thậm chí là hằng chục ngàn công nhân và lực lượng quân đội dưới danh nghĩa bảo vệ an ninh vùng khai thác quặng Bauxite trên Cao Nguyên miền Trung *tạo môi trường sống vùng này trở nên tồi tệ. Và tồi tệ hơn hết nếu giả thuyết sau đây rất có thể trở thành sự thật là một lực lượng quân đội Trung Cộng sẽ đồn trú dài hạn nơi đây dưới danh nghĩa nào đó mà lãnh đạo csVN không thể khước*

từ do lệ thuộc Trung Hoa Cộng Sản". (Trích lược tội ác của đảng csVN- bài viết của đại tá Phạm Bá Hoa)

15. Đảng csVN đã bán đất, bán biển nay lại cho thuê 50 năm các rừng đầu nguồn cho ngoại bang là phạm tội "thông đồng với giặc, rước voi về rày mả Tổ". Tội ác này để lại vết nhơ muôn đời không thề nào tẩy xóa được!

III- ƯU VÀ KHUYẾT ĐIỂM CỦA PHONG TRÀO ĐẤU TRANH DÂN CHỦ QUỐC NỘI

Công cuộc đấu tranh cho Tự Do Dân Chủ và Nhân Quyền tại quốc nội trước đây vẫn có, nhưng đều do những cá nhân hay những nhóm nhỏ tranh đấu mà thôi. Công cuộc đấu tranh Dân Chủ hóa Việt Nam chỉ thực sự trở thành phong trào khi khối 8406 ra đời với Bản Tuyên ngôn mạnh mẽ và sắc bén và đã gây được tiếng vang lớn. Chúng ta cần xét trên hai mặt ưu và khuyết điểm sau đây:

A-ƯU ĐIỂM:

1. Khối 8406 ra đời đúng vào lúc csVN cần "xuống nước" hay ít ra tỏ ra "biết điều" để được tổ chức Hội nghị APEC cũng như mong được Hoa Kỳ và các nước Tây phương cho VN gia nhập WTO.

2. Khối 8406 đã dấy lên một phong trào đấu tranh đòi dân chủ hóa đất nước bằng con đường đấu tranh "Bất bạo động".

3. Bản Tuyên Ngôn của khối 8406 ngắn gọn, nhưng bao hàm đường lối và chiến lược đấu tranh rõ ràng, mạnh mẽ, đáp ứng nguyện vọng của toàn dân.

4. Sau khi bản Tuyên ngôn của Khối 8406 ra đời đã được đồng bào hải ngoại và đồng bào quốc nội hăng hái tham gia và được các nghị sĩ, các chính khách quốc tế lên tiếng ủng hộ và tán dương, khiến csVN phải chùn bước, không dám bắt bớ nhiều và mạnh như

trước, thời gian tháng 4/86 hay sau này - gần đây!

5. Song song với khối 8406 là cả một phong trào đấu tranh nở rộ: nào Đảng Thăng Tiến, Liên Minh Dân Chủ và Nhân Quyền Việt Nam, Liên Đảng Lạc Hồng, Đảng Dân Chủ Việt Nam thế kỷ 21, Đảng Dân Chủ Nhân Dân, Hiệp Hội Đoàn Kết Công Nông, Hội Ái Hữu Cựu tù nhân Chính Trị và Tôn giáo Việt Nam, Công Đoàn Độc Lập v. v…

6. Sự ra đời của khối 8406 còn kéo theo phong trào ra báo giấy chui (Không cần xin phép đương quyền csVN như tập san Tự Do Ngôn Luận, Tập san Tổ Quốc, tập sanTự Do Dân Chủ cùng các website… các blog…

7. Khối 8406 nói riêng và phong trào dân chủ hóa quốc nội nói chung đã hiện xuất được những chiến sĩ đấu tranh dân chủ kiên cường như linh mục Nguyễn Văn Lý, LS. Nguyễn Văn Đài, LS. Lê Thị Công Nhân, Phạm Thanh Nghiên, Trần Khải Thanh Thủy, Hồ Thị Bích Khương, Trần Anh Kim, Trần Huỳnh Duy Thức…

8. Phong trào cũng được tham gia của những người trung niên hay những người trẻ như: LS. Lê Công Định, Trương Quốc Huy, Nguyễn Ngọc Quang, Nguyễn Tiến Trung, Hoàng Lan v. v…

B- KHUYẾT ĐIỂM:

1. Các tổ chức đấu tranh còn rất yếu và rời rạc.

2. Chưa phá được sự bưng bít về truyền thông của csVN. Thí dụ: Những người đấu tranh nổi tiếng nhất như Cha Lý, LS. Lê Thị Công Nhân nếu hỏi đồng bào hải ngoại thì ai cũng biết, nhưng nếu hỏi đồng bào trong nước thì 100 người chỉ 6 hay 7 người biết mà thôi.

3. Chủ trương đấu tranh "Công khai bất bạo động"- người đấu tranh nêu rõ địa chỉ, số điện thoại, hoặc e mail- nếu được quốc tế can thiệp mạnh thì có điểm tựa rất tốt. Ngược lại nếu không được dư luận Quốc tế can thiệp mạnh thì trở thành mồi ngon cho công an

cộng sản bắt bớ sách nhiễu và nếu cần "Vô hiệu hoá" một cách dễ dàng (như cho công an khoá trái cửa lại không cho đi đâu, không cho tiếp xúc với bên ngoài, các ký giả quốc tế hay nhân quyền có tìm đến phỏng vấn thì CS đặt ra những chướng ngại vật trước cửa nhà hay trước ngõ để ngăn cấm không ký giả nào được tiếp xúc với người tranh đấu v.. v..)

4. Thiếu một tổ chức chính trị mạnh ở trong nước có cơ sở chìm trong quần chúng để làm công việc phối hợp đấu tranh giữa các tôn giáo bị đàn áp, giữa dân oan và công nhân nông dân, giữa trí thức thanh niên sinh viên và quần chúng.

5. Hiện nay csVN gần đến ngày tổ chức đại Hội Đảng kỳ thứ XI và hơn nữa csVN rất sợ "diễn biến hòa bình" và "Tự Diễn Biến hòa Bình" nên chúng thẳng tay đàn áp khốc liệt những nhà tranh đấu trong nước. Phong trào Dân Chủ Hóa Việt Nam phải tìm ra ĐỐI SÁCH HỮU HIỆU để tồn tại và phát triển- mới có thể đưa cuộc cách mạng dân chủ dân tộc đến thành công….

IV- ƯU VÀ KHUYẾT ĐIỂM CUỘC ĐẤU TRANH CỦA NGƯỜI VIỆT HẢI NGOẠI:

Sau 1975, hàng triệu người bỏ nước ra đi trốn chạy đảng và chế độ CS làm thành phong trào "thuyền nhân" gây xúc động lương tâm thế giới! Song trong cái rủi lại có cái may là đã hình thành Cộng đồng người Việt yêu Tự Do Dân Chủ sống rải rác trên 100 quốc gia trên thế giới, làm thành một nước Việt Nam thứ hai tại hải ngoại- cũng có người gọi đó là nước Việt Nam siêu biên cương! 35 năm lưu vong đã qua đi! Lúc này hơn lúc nào hết, chúng ta cần khách quan tự vấn xét xem cuộc đấu tranh của người Việt hải ngoại đã có những ưu và khuyết điểm lớn nào để tìm giải pháp hay đúng hơn đi tìm một lối thoát cho công cuộc đấu tranh của người Việt hải ngoại hôm nay:

A/ ƯU ĐIỂM:

1. Vai trò và tầm quan trọng của Cộng đồng người Việt hải ngoại là điều không ai có thể phủ nhận được.

2. Cộng đồng người Việt hải ngoại không những là một thực thể chính trị đầy sinh động mà còn có tiềm năng kinh tế lớn, lại có một đội ngũ trên 300 ngàn chuyên gia, chuyên viên đủ ngành nghề. Khối lượng chuyên viên vô giá này sẽ giúp cho chúng ta xây dựng lại đất nước sau khi chế độ csVN đã cáo chung.

3. Suốt 35 năm qua, tinh thần "chống cộng" của người Việt hải ngoại là "chủ đạo", hết sức mạnh mẽ, bền bỉ và kiên cường. Đôi khi tiếng nói "thân cộng" cũng được cất lên, nhưng đó chỉ là những tiếng nói của những cá nhân đơn lẻ, lạc lõng, (những con nhạn la đà lạc bầy không hơn không kém) nó không có môi trường dung thân để được sống lâu dài). Chiến dịch ngọn cờ vàng đã thành công và lan rộng khắp các tiểu bang Hoa Kỳ cũng như trên khắp năm châu, nhất là những nơi có sư hiện diện của người Việt tỵ nạn cộng sản.

4. Về phương diện truyền thông- Tiếng nói chống cộng, vẫn là tiếng nói chính thống, chủ đạo của cộng đồng người Việt ưa chuộng Tự Do chống lại tà quyền CS.

5. Người Việt hải ngoại đã yểm trợ, tiếp tay hết sức đắc lực với các nhà dân chủ quốc nội đấu tranh cho Tự Do Dân Chủ và Nhân Quyền tại Việt Nam.

6. Ngoại trừ 20 năm đầu 1975-1995, người Việt chủ trương kháng chiến chống cộng hoặc lật đổ chế độ CS, giải phóng quê hương (không kể). Thời gian 15 năm trở lại đây các đảng phái quốc gia đã đưa các cán bộ về nước cùng những nhà bất đồng chính kiến, tranh đấu trong tinh thần bất bạo động với CS, khiến cho csVN rất sợ "Diễn Tiến Hòa Bình" và "Tự Diễn Biến Hòa Bình" ngay trong lòng chế độ CS.

B- KHUYẾT ĐIỂM:

1. Cộng đồng người Việt hải ngoại tuy có mục tiêu chung là Chống Cộng, nhưng chưa có một TIẾNG NÓI CHUNG.

2. Tình trạng chia rẽ và phân hóa tại hải ngoại là một căn bệnh "trầm kha" ai cũng thấy mà ít người dám phát pháo kêu gọi Đại Đoàn kết Quốc Gia hay Đại Đoàn kết Dân Tộc! Đây là một khuyết điểm lớn nhất quan trọng nhất mà chúng ta phải tìm giải pháp để giải quyết vấn nạn sinh tử này.

3. Người Việt hải ngoại hiện rơi vào một nghịch lý "Ai cũng thấy Đoàn Kết là đúng là cần thiết, nhưng lại không chịu kết đoàn" và vẫn chủ trương "đèn nhà ai nhà ấy rạng", như một thói quen, như một "quán tính khó có thể thay đổi được". (Non sông dị cải bản tính nan di!).

4. Một nghịch lý thứ hai: Muốn "Cứu quốc" và "Kiến quốc" thì phải có các chính đảng chuyên nghiệp đấu tranh vậy mà vai trò của các chính đảng lại bị các nhân sĩ xem thường và quần chúng coi rẻ coi khinh!

5. Đa số người Việt Hải ngoại và người Việt Quốc Nội hiện có hội chứng chờ đợi nhau! Người Việt hải ngoại nhận định rằng: "Chúng tôi ở hải ngoại cách xa quê nhà cả một đại dương nên chỉ đóng vai trò "Yểm Trợ" cho người dân trong nước còn việc vùng dậy thay đổi chế độ CS là trông ở đồng bào trong nước". Còn đồng bào trong nước lại lý luận rằng: "Sống dưới chế độ độc tài toàn trị cộng sản, với guồng máy công an trị khổng lồ, lại bị hệ thống thông tin bưng bít, chuyện sẩy ra tại nơi nào thì ở nơi đó biết mà thôi,...". Trong hoàn cảnh xã hội nghiệt ngã như vậy, người dân trong nước đa số là nghèo đói phải lo sinh kế hàng ngày – làm sao chúng tôi có thể vùng dậy được? Có chăng là trông đợi ở người Việt hải ngoại hay trông đợi ở sức ép quốc tế mà thôi"! Và cứ thế hai bên Hải Ngoại- Quốc Nội có hội chứng chờ đợi nhau! Đây cũng là lý do cắt nghĩa tại sao csVN "suy mà chưa sụp"? - Chế độ CS ác nhân ác

đức, hoàn toàn mất lòng dân mà vẫn tồn tại- chưa bị toàn dân đứng lên lật đổ chúng là vì vậy!

6. Khuyết điểm của các chính Đảng: các Chính Đảng Đấu Tranh đã không được quần chúng coi trọng, mà còn bị quần chúng xem thường, nếu không muốn nói là "coi rẻ coi khinh" Tại sao? Xin thưa vì 5 nguyên nhân chính sau đây:

- Nguyên Nhân thứ Nhất: Tự thân các đảng phái đã có sự chia rẽ, phân hoá trầm trọng: Đảng không còn là Đảng đúng nghĩa mà rơi xuống tình trạng Hệ Phái (Đảng bị chia năm xẻ bảy- trên thực tế còn hơn 5 hơn 7 nữa kia- mới đau lòng làm sao?! - Khi đảng rơi xuống tình trạng Hệ phái thì hậu quả tất nhiên là "Sức mạnh của Đảng bị suy giảm trầm trọng" và uy tín của Đảng đối với quần chúng cũng không còn bao nhiêu! - Do đó Đảng có bị coi rẻ coi khinh cũng là chuyện dĩ nhiên thôi.

- Nguyên Nhân Thứ hai: Tại hải ngoại không phải đảng phái quốc gia nào cũng bị phân chia thành nhiều hệ phái- mà có những đảng vẫn giữ được sự thuần nhất, nhưng số đảng viên đều bị bão hòa- đảng nào có thực lực nhất cũng chỉ có được 400- 500 đảng viên là cùng! Tại sao lại có tình trạng đảng viên bão hòa? Lý do dễ hiểu: Số đảng phái đấu tranh đúng nghĩa (có lãnh đạo- có chủ trương đường lối đứng đắn, có chiến lược chiến thuật rõ ràng, sắc bén- có đào tạo và huấn luyện cán bộ- có đưa cán bộ về nước đấu tranh dù ít hay nhiều), một chính đảng đấu tranh đúng nghĩa như trên thì rất ít- đếm chưa đầy 5 đầu ngón tay trong khi các hội đoàn có ý chí chống cộng, có hành động chống cộng tại hải ngoại, nhưng không có huấn luyện cán bộ đưa về nước và chỉ hoạt động biểu tình, dâng kiến nghị, ra kháng thư tại hải ngoại thì quá nhiều– số lượng hội đoàn theo kiểu này có thể lên tới 99%. Do tình trạng chênh lệch quá đáng giữa các Đảng phái tổ chức đấu tranh đúng nghĩa và các hội Đoàn Cộng đồng như trên nên số đảng viên tham gia vào các chính đảng đấu tranh bị "Bão Hoà" là lẽ tất nhiên. Hậu quả của tình trạng đảng viên bão hoà này là gì? xin thưa ngay: Số đảng viên già, lão thành lần lượt theo qui luật thiên nhiên thay nhau vắng bóng; "*Ngàn năm thơ thẩn bóng trăng chơi*"... Số đảng viên trung niên "trở thành già" rồi "trở thành cỗi", trong khi các đảng viên trẻ rất hiếm hoi gần như không có. Như vậy số đảng viên của một đảng bị rơi vào tình trạng "bão hòa" trong tương lai gần 5 hay10 năm nữa sẽ đi về đâu? Một chính đảng cho dù hôm nay có thực lực mà rơi vào tình trạng đảng viên bị bão hòa như trên thì chắc chắn là đảng đó không thể nào giữ được vai trò một đảng cầm quyền hay một đảng đối lập đối trọng trong tương lai! Nếu Đảng đó không biết mở vào quần chúng thì ước vọng của các chính đảng kiểu trên đây như "cầm quyền"- hay đóng vai trò "đối lập"- "đối trọng" tuy cần thiết và chính đáng đã không thể thực hiện được và chỉ còn là những "giấc mơ"! Nếu giấc mơ này kéo dài mà không có biện pháp xây dựng phát triển Đảng kiểu mới thì đảng "có thực lực hôm nay" cũng trở thành "vô lực" ngày mai và tình trạng "Hệ Phái" sẽ tự nhiên phát sinh – không tránh khỏi được như một quy luật!

Nguyên Nhân Thứ 3: Tại hải ngoại có 3 loại chính đảng; Một là loại Đảng "Hữu danh vô thực". Hai là loại đảng " hữu danh thiểu lực" (có danh nhưng lực còn yếu). Ba là loại đảng "Hữu danh hữu lực –tương đối (gọi là tương đối vì tình trạng bão hòa đã nói ở trên). Cả 3 loại đảng này trong 25 năm qua (Bỏ đi 10 năm đầu 1975-1985, Hải ngoại có phong trào quần chúng tham gia kháng chiến phục quốc) đều không có sách lược mở vào quần chúng– hòa mình với quần chúng để học hỏi và hướng dẫn quần chúng! Bất cứ vì lý do gì, khi Đảng không đóng nổi vai trò phục vụ quần chúng, hướng dẫn quần chúng thì kể như "Đảng vô tích sự" với quần chúng– cách biệt với quần chúng- thì quần chúng cũng không cần biết tới đảng cũng là lẽ tự nhiên! Chính vì các lý do này mà quần chúng không đánh giá đúng vai trò của các chính đảng đấu tranh đã đành mà Đảng còn bị quần chúng coi rẻ coi khinh cũng là điều dễ hiểu! Đó là chưa kể có đảng nào đó còn có các chủ trương hay có câu nói hoặc hành động chiến thuật sơ hở để bị quần chúng hiểu lầm là Đảng thân cộng, chủ trương hòa giải hòa hợp với CS hay bắt tay với CS để chia ghế vân vân...

Nguyên Nhân thứ 4: Tinh thần "nho quan" "bảo thủ" hay đề cao "lãnh tụ tính" vẫn còn chi phối nặng nề các đảng phái quốc gia. Chính tinh thần này đã làm bại hoại các Đảng phái quốc gia từ gần một thế kỷ nay mà ít có người dám mạnh bạo nêu lên! Từ gần một thế kỷ nay mà chưa có một cuốn sách nào phê bình sự thất bại của các đảng phái quốc gia – có căn bản lý luận khách quan khoa học, và đề ra những biện pháp mới xây dựng Đảng, phục hoạt đảng cả! Ngoại trừ cuốn sách của Cụ Nguyễn Văn Lực một trong những lãnh tụ Việt Nam Quốc Dân Đảng như chúng tôi đã nói ở phần đầu bài tham luận này! Một Đảng cách mạng phải có lý thuyết, có lý luận- Nhất là lý thuyết hay lý luận cách mạng phải được cập nhật hóa cho hợp với từng giai đoạn lịch sử! Rất tiếc các đảng phái quốc gia từ các đảng có truyền thống ra đời trước 1945 cũng như các đảng phái ra đời sau 1975 trở lại đây đều chưa có một hệ thống tư tưởng hay có mà chưa được cập nhật hóa, canh tân hóa, khoa học hóa mà chỉ loay hoay tổ chức Đảng theo một số tài liệu tư tưởng cũ của thời kỳ 1945 hay thời kỳ 1960-1970 mà thôi! Các đảng phái ra đời sau 1975 cũng không rút tỉa được gì từ những thành công hay thất bại của các "Đảng Phái cũ" và nhất là không đề ra được những sách lược đấu tranh hữu hiệu trong giai đoạn mới!

Riêng Tập Hợp Dân Chủ Đa Nguyên của nhóm ông Nguyễn Gia Kiểng có chủ trương và quan niệm đấu tranh mới như Ông Kiểng đã tái khẳng định trong một bài viết gần đây:

Theo ông thì một tổ chức đấu tranh Dân Chủ muốn thành công phải trải qua 5 giai đoạn sau:

1/ Xây dựng một cơ sở tư tưởng;

2/ Xây dựng một đội ngũ cán bộ nòng cốt;

3/ Xây dựng và kiểm điểm phương tiện;

4/ Xây dựng cơ sở quần chúng;

5/ Tiến công giành thắng lợi.

(Xem bài Đấu tranh dân chủ từ manh động đến hành động- Nguyễn Gia Kiểng)

Nói như trên, không có nghĩa người viết hoàn toàn đồng ý với ông Nguyễn Gia Kiểng –Chúng tôi chỉ muốn nói các Đảng Phái quốc gia bạn dù cũ hay mới cần phải phát huy, cập nhật lý thuyết đấu tranh của Đảng mình và phải có những sách lược đấu tranh mới có tính chất "đột phá đầy sáng tạo" mới có thể đáp ứng với nhu cầu dân tộc trong giai đoạn mới.

Nguyên Nhân Thứ 5: Nói đến chính trị là phải nói đến "Thời Thế Cơ" hay "Thế- Lực- và Lược"- Thế là thế chính trị; Lực là sức mạnh của Tổ chức; và Lược là Chiến lược, Sách lược! Bất cứ một đảng chính trị nào đều muốn phát triển thế và lực của đảng mình! Tuy nhiên trong bối cảnh cộng đồng Việt Nam hải ngoại số đảng viên của các đảng bị lâm vào tình trạng "Bão Hòa" như đã phân tích ở trên thì việc phát triển "Thế, Lực và Lược" gặp rất nhiều khó khăn nếu không muốn nói là bế tắc! Thực ra không có gì gọi là bế tắc vì giải pháp luôn luôn nằm trong vấn đề! Rất tiếc 35 năm qua các đảng phái quốc gia hoặc "chưa" hay "đã" nhìn thấy những khó khăn, nhưng chưa tìm ra giải pháp… Điều chúng ta ghi nhận ở đây là đã 35 năm qua mà sự chuẩn bị hay phát triển Thế Lực và Lược của các Đảng phái Quốc gia còn quá giới hạn hay quá yếu! Chúng ta cần nhận thức rõ sự thực này vì chỉ có "sự thực mới cứu được chúng ta" như lời kinh Thánh dạy.

7. Khuyết Điểm của các Hội Đoàn Chống Cộng trong Cộng đồng Hải Ngoại:

Vì không phải là một chính đảng nên đa phần các Hội Đoàn chống Cộng tại hải ngoại chỉ giới hạn các hoạt động của mình trong phạm vi tranh đấu cho Nhân Quyền, vận động quốc tế và yểm trợ các cuộc đấu tranh dân chủ cho quốc nội mà thôi, nên có một khuyết điểm là MẠNH TRONG TIÊU CỰC VÀ YẾU TRONG TÍCH CỰC. hay nói khác đi "MẠNH TRONG THẾ THỦ VÀ YẾU TRONG THẾ CÔNG". Thí dụ: như mỗi khi chúng ta nghe tin một trường trung học, đại học nào đó treo cờ Việt Cộng là chúng ta huy động đồng bào đến biểu tình và yêu cầu nhà trường phải hạ ngay lá cờ máu đó xuống và thay thế vào đó là lá cờ vàng 3 sọc đỏ, hay mỗi khi chúng ta nghe Nguyễn Minh Triết Chủ tịch hay Nguyễn Tấn Dũng thủ tướng Việt Cộng đến một nơi nào đó là chúng ta huy động đồng bào Việt đến biểu tình thật đông khiến cho Nguyễn Minh Triết, Nguyễn Tấn Dũng và phái đoàn ngoại giao CS phải trốn đi cửa sau hay chạy trốn như một đàn vịt, như vậy là chúng ta rất MẠNH TRONG TIÊU CỰC (hạ được là cờ máu, đuổi Nguyễn Minh Triết hay Nguyễn Tấn Dũng phải chạy trốn) nhưng chúng ta lại YẾU TRONG TÍCH CỰC vì ngoài việc biểu tình, ra kháng thư ra, chúng ta không có hành động TÍCH CỰC nào làm cho CS trong nước phải sụp đổ cả!

V- NGƯỜI VIỆT TRONG VÀ NGOÀI NƯỚC PHẢI LÀM GÌ?

A- PHONG TRÀO ĐẤU TRANH TRONG NƯỚC:

Kể từ khi khối 8406 ra đời thì các tổ chức đấu tranh quốc nội nở rộ thành một phong trào và tất cả đều chủ trương tranh đấu "Công khai bất bạo động". Tuy nhiên sau 7 tháng hăng say hoạt động (tính từ tháng 4 khối 8406 ra đời đến tháng 11/2006 là tháng tổ chức hội nghị APEC) chủ trương "Công khai tranh đấu bất bạo động" đã bị thử thách và tỏ ra ít hiệu nghiệm. Trong khi tổ chức hội nghị APEC công an cộng sản đã cho vây kín hoặc khoá trái cửa các nhà tranh đấu đặt họ trong tình trạng "nội bất xuất ngoại bất nhập" và chúng đã thành công bằng cách "vô hiệu hoá" những người tranh đấu, khiến họ không thể tổ chức được một cuộc biểu tình nào cả! Đây mới chỉ là thử thách thứ nhất, điều thử thách thứ hai là những người tranh đấu hy vọng là khi CS đàn áp nhân quyền thì sẽ được Quốc tế can thiệp mạnh! Nhưng hỡi ôi khi Tổng thống Hoa Kỳ đến dự Hội Nghị APEC, ông đã không tuyên bố một lời nào về vấn đề Nhân Quyền và lại đích thân đến thăm Tổng Bí Thư Đảng Nông Đức Mạnh! (Cho dù Mỹ muốn o bế csVN để trong tương lai tách csVN ra khỏi qũy đạo của Trung Cộng, TT Bush cũng không nên có hành động o bế nhẹ thể này!). Tiếp đến đầu năm 2007, csVN cho lệnh bắt giam những người đấu tranh mạnh mẽ nhất như LM. Nguyễn Văn Lý, LS. Nguyễn Văn Đài và LS. Lê Thị Công Nhân! Mặc đầu những người cầm đầu phong trào tranh đấu đã bị bắt và bị kết án nặng, nhưng csVN vẫn thấy Phong trào đấu tranh dân chủ hoá VN ngày một phát triển và có cả những người trẻ tham gia như LS. Lê Công Định, Thạc Sĩ Nguyễn Tấn Trung, lại thêm anh em thanh niên sinh viên biểu tình chống Trung Quốc, Công Giáo thì đòi đất, trí thức thì công khai ra mặt phản đối đương quyền CS cho khai thác bauxite. Ngày họp Đại Hội Đảng kỳ thứ XI lại sắp tới gần... Tất cả những biến có dồn dập này đã khiến cho csVN hết sức lo sợ và cuối năm 2009 CS đã ra lệnh đàn áp các nhà tranh đấu một cách thẳng tay, quyết liệt và tàn bạo! Trước tình trạng nghiệt ngã và trong giai đoạn đấu tranh quyết liệt này người Việt trong nước phải làm gì? Câu trả lời là chúng ta phải có một giải pháp đấu tranh mới với sự thành hình và phối hợp ít ra 6 trận tuyến (hay 6 mặt trận) đấu tranh sau đây:

1- Trận Tuyến Tổ chức song đấu: (Đấu tranh Công Khai và không công khai) theo chiến lược "3 Nổi 7 chìm".

Gần đây Giáo Sư Nguyễn Chính Kết có đóng góp một bài viết có nhan đề "Đấu tranh Dân Chủ nên công khai hay âm thầm". Bài viết với những lập luận chính như sau: "Cái khó của những nhà đấu tranh hiện nay ***không phải là thiếu lòng can đảm*** mà là phải làm sao để ***vừa đấu tranh mạnh mẽ*** để đẩy lùi được chế độ độc tài, đồng thời ***vừa bảo toàn được lực lượng*** để còn có thể tiếp tục đấu tranh lâu dài, vì cuộc đấu tranh không chỉ kéo dài một vài tháng hay một vài năm. Thật vậy, các nhà đấu tranh dân chủ trong nước không thiếu can đảm: cho đến nay, đã có hàng trăm nhà đấu tranh dân chủ công khai năng nổ, trong đó đa phần là thành viên khối 8406, phải vào nhà tù csVN vì đòi hỏi nhân quyền, dân chủ và bảo toàn lãnh thổ. Trong số những nhà đấu tranh dân chủ công khai này, ***số người được thế giới biết đến và quan tâm chỉ là một phần nhỏ***. Ngoài những nhà đấu tranh dân chủ công khai đã phải vào tù này, ***còn có vô số***– nghĩa là đông gấp bội– những tù nhân khác bị giam cầm, bị giết chết vì đấu tranh dân chủ ***một cách âm thầm, bí mật***. Số tù nhân này ***hầu như không mấy người được thế giới biết đến***.

Tuy nhiên chính ***nhờ gương của những người đấu tranh dân chủ can đảm*** trên đây bất chấp sự khủng bố tàn ác của csVN mà ***số người tham gia đấu tranh ngày càng đông*** lên, hiện nay có thể lên đến hàng ngàn. Do tình hình khó khăn hiện nay, hầu hết họ đấu tranh một cách âm thầm, không công khai như mấy năm trước đây (năm 2005-2007). Vì thế ***cuộc đấu tranh hiện nay chủ yếu nằm ở mặt chìm*** hơn là mặt nổi. Họ thuộc đủ mọi giới: sĩ, nông, công, thương… Ngoài những nhà đấu tranh xuất thân từ dân chúng vốn chiếm đa số, còn có cả những cán bộ cộng sản đã từ bỏ đảng thuộc đủ mọi thành phần quân, cán, chính… của chế độ.

Trong tình trạng khó khăn như thế…, nếu những nhà dân chủ còn đang ở ngoài tù đấu tranh quyết liệt hơn nữa, chắc chắn sẽ bị csVN bắt bớ, đưa họ vào tù… Một khi đã ***vào tù thì không còn hoạt động được nữa***, lực lượng dân chủ sẽ ***mất người và yếu đi***. Chấp nhận vào tù tuy có tác dụng tích cực là chứng tỏ cho thế giới thấy sự chà đạp nhân quyền và ác tâm của csVN, đồng thời nêu gương yêu nước và can đảm cho những người chưa dám đấu tranh để họ gia nhập hàng ngũ đấu tranh… Nhưng số người làm chứng từ và làm gương mẫu như thế, tuy rất cần thiết nhưng hiện nay thiết tưởng đã quá đủ (1*) so với số người cần thiết phải ở ngoài và phải đông hơn rất nhiều để đẩy mạnh cuộc đấu tranh. Những người còn ở ngoài tù để tranh đấu, vốn vẫn còn quá ít, nếu cứ đấu tranh quyết tử bất chấp tù đày, csVN sẽ bắt bỏ tù hết thì không còn người đấu tranh nữa. Điều này thiết tưởng rất bất lợi cho đại cuộc đấu tranh. Nhưng nếu không đấu tranh mạnh mẽ thì chế độ độc tài phi nhân csVN sẽ tồn tại không biết đến bao giờ mới bị tiêu diệt.

Tóm lại, ***đấu tranh thật mạnh mẽ thì bị mất người***, thì không còn người đấu tranh nữa; mà ***đấu tranh cầm chừng, yếu ớt để bảo toàn lực lượng thì không có hiệu quả***. Cả hai đường đều bất lợi". (hết trích)

Cách đặt vấn đề của giáo sư Kết tuy khá rõ, nhưng vẫn còn một chút phân vân là đấu tranh dân chủ nên công khai hay âm thầm? Còn theo quan niệm của chúng tôi, không những cần thiết mà bắt buộc tổ chức đấu tranh phải có hai mặt chìm và nổi hay "đấu tranh bất bạo động công khai" và "không công khai"- không còn một chút phân vân nào cả và nên tổ chức ít ra là theo "chiến lược 3 nổi 7 chìm". Việc đấu tranh công khai mặt nổi rất cần thiết vì có tác dụng "nuôi lửa" hay "giữ lửa", còn việc đấu tranh "bí mật" hay "không công khai" lại càng quan trọng hơn nữa vì có đấu tranh không công khai mới "tụ lực", "Tụ lửa" cho một ngày toàn dân quật khởi lật nhào chế độ độc tài đảng trị mở trang sử mới cho dân tộc. Nói tóm lại trong giai đoạn mới, phong trào đấu tranh dân chủ quốc nội phải dứt khoát "tái tổ chức theo chiều sâu" xây dựng các cơ sở đấu tranh và các cơ sở ngoại vi (gồm những người có cảm tình với phong trào đấu tranh dân chủ trong các tôn giáo, trong các "nhóm dân oan", trong các thành phần cựu quân nhân, nông dân, công nhân v.v... và tiến lên cài đặt các hạt nhân đấu tranh ngay trong Mặt Trận Tổ Quốc, trong các tổ chức chính quyền, trong bộ đội và cả trong công an CS nữa). Bộ tham mưu của phong trào vừa có các lãnh tụ trong nước và ngoài nước. Vấn đề yểm trợ tài chánh của cộng đồng hải ngoại cũng phải đặt lại thay vì yểm trợ cho các cá nhân tranh đấu sẽ yểm trợ cho tổ chức mặt nổi cũng như mặt chìm. Phong trào cũng lợi dụng việc thân nhân hải ngoại về thăm quê hương và nhất là tình trạng tham nhũng tại các địa phương để tổ chức những đường giây liên lạc đa hệ, đa diện cũng như cài đặt người vào các cơ sở hạ tầng…

2- Trận Tuyến Yêu Nước Bảo Toàn Lãnh Thổ: Từ 4 năm qua, các nhà tranh đấu quốc nội chỉ đặt vấn đề đấu tranh "dân chủ hóa" đất nước, song tới nay, trước âm mưu chiếm biển đông và Hán Hóa dân tộc Việt Nam của Trung Cộng đã quá rõ ràng nên chúng ta phải cấp tốc, thành hình một trận tuyến, hay một mặt trận đấu tranh mới đó là trận tuyến Yêu Nước bảo toàn lãnh thổ, tranh đấu cho Hoàng sa và Trường Sa cũng quan trọng không kém vấn đề đấu tranh "Dân Chủ Hóa" đất nước, nếu không muốn nói là quan trọng hơn. Nói như Hà Sĩ Phu "**Mất dân tộc còn đau khổ hơn mất nước".** Với trận tuyến đấu tranh này trong 2, 3 năm tới đây càng ngày càng căng thẳng và gay cấn. Chính trận tuyến này sẽ xé đảng CS ra làm 2 làm 3 là điều chắc chắn phải xảy ra! Căn cứ vào đâu chúng ta tiên đoán hay xác quyết như trên? Xin thưa: Có 4 điều sau đây bảo đảm cho xác quyết nói trên: Một là: Tinh Thần Yêu nước quật cường của dân tộc VN. Hai là: Chủ nghĩa Mác Lê Nin đã bị nhân loại vất vào sọt rác lịch sử! Chủ nghĩa đó đã chết, csVN không thể nhân danh một cái xác đã thối rữa đó để duy trì kéo dài một chế độ phản động, cản bước tiến của dân tộc VN. Ba là vai trò của Cộng đồng Việt Nam Hải ngoại không chỉ là vai trò đối lập với đảng cộng sản mà còn là vai trò trung tâm của cuộc cách mạng NHÂN CHỦ TOÀN CẦU. Trước khi làm nhiệm vụ trung tâm này, CĐVNHN với gần 4 triệu người sẽ là 4 triệu ngọn lửa thiêng thắp sáng chân lý và công lý trong mặt trận nhân loại chống bọn bành trướng Bắc Kinh! Bốn là: Trong Đảng CS và trong Quân Dội Nhân Dân không thiếu gì người có tinh thần yêu nước và yêu dân tộc trong một ngày N giờ G nào đó sẽ đứng lên lật nhào chế độ cộng sản phản nước hại dân hiện nay! Trước khi đến ngày N giờ G thì Đảng csVN dù có bị Tổng cục 2 và Trung Cộng kìm chế cách nào chăng nữa cũng bị xé ra thành 2, 3 mảnh là điều không tránh được và chắc chắn sẻ xảy ra! Điều mà Tô Huy Rứa gọi là "Tự Diễn Biến Hoà Bình" và nhà Lý học Trạng Trình Nguyễn Bỉnh Khiêm gọi là thế "LY TRUNG TƯ HOẠI" (Việt Cộng và Trung Cộng đều bị huỷ hoại từ bên trong), khẩu hiệu chúng ta đưa ra trong trận tuyến này "Hoàng Trường sa là của Việt Nam, một tấc đất, một tấc biển quyết không nhượng cho ngoại bang", "Yêu Nước là xoá bỏ chủ nghĩa xã hội", "Có xoá bỏ chủ nghĩa Mác Lê mới đem lại đoàn kết và hạnh phúc thực sự cho dân tộc Việt Nam". "CÙNG PHẤT CAO NGỌN CỜ DÂN TỘC CHỐNG NGOẠI XÂM".

3- Trận Tuyến Văn Hóa Tư Tưởng Dân Tộc Việt: Tại hải ngoại từ 35 năm qua cũng như tại quốc nội 4 năm trở lại đây chúng ta quen đấu tranh về chính trị mà it lưu ý đến trận tuyến đấu tranh văn hóa - một trận tuyến không tiếng súng vô cùng quan trọng nay chúng ta phải kịp thời hình thành trận tuyến này vừa để phát huy Văn Hóa Dân Tộc Việt nam vừa để chống lại Văn hóa ngoại lai phi dân tộc phản nhân bản và phản khoa học là chủ nghĩa Mác-Lê Nin và nhằm đánh thẳng vào nền văn hóa phong kiến lạc hậu của Văn hóa Hán Tộc (Xin nhớ rằng Tầu ăn cắp tư tưởng và triết lý của giống dòng Bách Việt chúng ta chứ không phải dân Việt chúng ta nô lệ và sao chép văn hóa Tàu). Khi chúng ta dấy lên phong trào yêu nước lại dấy lên phong trào phục hưng Văn hóa Việt thì như "Cọp mọc thêm Cánh" hay như "Rồng gặp Nước" vậy. CSVN rất quan trọng mặt trận Văn Hóa, nhưng khốn thay cho chúng, chủ nghĩa Mác Xít nay đã chết và hoàn toàn vô dụng nên Ban Văn hóa Tư tưởng CS có lập ra cũng chỉ tiêu tốn tiền của dân chúng, chứ không đem lại cho chúng một tư tưởng hay một lập luận chống đỡ nào cho ra hồn. Có thể nói ngay Trung Cộng hay Việt Cộng trước khi đi vào mặt trận văn hóa tư tưởng, chúng đã bị thời đại cướp đi tất cả vũ khí rồi! (Chúng đã bị giải giới văn hóa hoàn toàn rồi) trong khi chúng ta càng đấu tranh trên mặt trận văn hóa Tư Tưởng vũ khí của chúng ta càng đánh càng sáng tạo, càng trở nên sắc bén tối tân và vô địch.

4- Trận Tuyến Toàn Dân Chống Tham nhũng: Chúng ta khẳng định tham nhũng là quốc nạn và chính chế độ độc tài toàn trị là nguyên nhân của mọi nguyên nhân tạo ra quốc nạn tham nhũng. Muốn chống tham nhũng đến cùng là phải xóa bỏ chủ nghĩa Mác _Lê!

5- Trận Tuyến Truyền Thông: Càng ngày Trận Tuyến Truyền Thông càng trở nên quan trọng. Chúng ta phải kiện toàn và phát triển trận tuyến này trên cả hai phương diện về "Phẩm" cũng như về "Lượng". - Không những báo giấy chui, mà còn các Website, Bloger v. v… csVN hiện nay gia tăng siết chặt kiểm duyệt internet. Nhưng chúng sẽ thất bại vì không thể ngăn chặn được vũ khí thần diệu này của thời đại tin học toàn cầu. Chúng càng siết chặt kiểm duyệt thì hệ thống này càng nẩy nở và csVN ngày càng trở nên kẻ thù của nhân dân Việt Nam trong nước cũng như ngoài nước. Khi các trận tuyến Yêu Nước và Trận Tuyến Văn Hóa được hình thành và phát triển thì các báo hiện nay tại trong nước như Tự Do Ngôn Luận, Tổ Quốc, Dân Chủ Tự Do và tại hải ngoại như báo Thông Luận online, Dân Chủ Phát triển, Dân bản Đàn Chim Việt, Đàn Chim Việt online, Người Việt online v.v.. sẽ có nội dung phong phú và đặc sắc mới lạ khác hẳn trước đây.

THỰC HIỆN SÁCH LƯỢC TAM TOÀN hay Trận Tuyến "Toàn Dân Vận Động", "Toàn Dân Xây Dựng", "Toàn Dân Đấu tranh" – "Toàn dân Vận Động" chối bỏ chủ nghĩa và chế độ CS. Toàn dân khai tử chủ nghĩa Cộng sản và phục hồi "Việt Tính", phục hồi "Đạo Sống Việt" và Toàn Dân xây dựng một nền Văn Hóa, Văn Minh, Văn Hiến mới (Sách lược đấu tranh này rất mới rất sáng tạo người viết sẽ xin trình bầy trong các bài khác- Ở đây chỉ xin nêu lên vài nét đan thanh để gợi ý những nhà đấu tranh trong nước mà thôi)

B- NGƯỜI VIỆT HẢI NGOẠI PHẢI LÀM GÌ?

Sau khi trăn trở và tự vấn, tìm hiểu tất cả những ưu khuyết điểm của Phong Trào đấu tranh dân chủ trong nước và hiện tình đấu tranh của người Việt hải ngoại trong 35 năm qua. Dĩ nhiên còn rất nhiều thiếu sót, nhưng cũng tạm đủ để cho giúp cho chúng ta một cái nhìn toàn cảnh. Từ những ưu khuyết điểm chính yếu này, chúng ta sẽ thiết dựng một giải pháp mới bao gồm 4 công việc lớn phải làm và 12 trận tuyến đấu tranh phải hình thành hầu đáp ứng nhu cầu lịch sử trong giai đoạn mới 2010-2014.

B1- 4 CÔNG VIỆC LỚN PHẢI LÀM:

1. Xây Dựng Liên Minh Dân Tộc Việt Nam- Một Tiểu Diên Hồng Thời Đại: Tiểu Diên Hồng Thời đại không nhân danh toàn thể người Việt trong và ngoài nước, (vì không được phép nhân danh như vậy) cũng không nhân danh môt lãnh tụ kiệt xuất, tài đức vẹn toàn + uy tín trùm đời + có đầy đủ "power" thế nhân dân cũng như thế Quốc tế (vì thực tế không có một lãnh tụ kiệt xuất nào xuất hiện trong giai đoạn hiện nay cả, ngoại trừ đó là huyền thoại) và cũng không nhân danh một vị Minh Quân hay Khổng Minh, Nguyễn Trãi tái thế nào khác như một số người mơ tưởng! Ngược lại Liên Minh Dân Tộc Việt Nam cũng không nhằm "lợi dụng ai", "o ép ai" hay bất cứ tổ chức hội đoàn đảng phái nào và cũng không cho phép cá nhân hay hội đoàn đảng phái nào lợi dụng mình. Liên Minh Dân Tộc Việt Nam được thành hình không do tham vọng cá nhân hay một Hội đoàn đảng phái nào mà do nhu cầu bức thiết của lịch sử. LMDTVN được hình thành trên nên tảng DÂN LẬP TỰ NGUYỆN và theo triết lý chính trị NHÂN CHỦ TOÀN DÂN hay NHÂN CHỦ QUỐC DÂN. Mỗi người gia nhập Liên Minh đều là một sáng lập viên và số lượng sáng lập viên được mở rộng không ngừng theo nguyên tắc sinh động mở (Open living system). Sở dĩ gọi LMDT-VN là một Tiểu Diên Hồng thời đại vì Liên Minh mở rộng để mọi thành phần dân tộc đều có thể tham gia ngõ hầu tạo thành sức mạnh Tổng Hợp của toàn dân và nhận định rằng **"Chỉ có sức mạnh tổng hợp của toàn dân"** mới có thể đương đầu với đảng cộng sản VN và mới có thể cứu dân cứu nước trong giai đoạn hiện tại. Về phần Lý thuyết, xin quý độc giả tham khảo Kế Hoạch hình thành LMDTVN đã được post trên website www. lienminhdantocvn. com. Về phần Diễn Trình Thành Lập LMDTVN đã trải qua 1 năm hình thành và đã hoạch định những kế hoạch "ngắn hạn", "trung và dài hạn"...

Anh em chúng tôi, những nhóm người tiên khởi đã bàn thảo rất kỹ và đi đến quyết định việc hình thành LMDTVN phải trải qua 3 giai đoạn: GĐ1- Mời gọi các cá nhân nhân sĩ thuộc mọi thành phần dân tộc tham gia Liên Minh. GĐ2- Mời gọi các Hội đoàn, đoàn thể và cộng đồng tham gia LM. GĐ3- mới mời gọi các Chính Đảng và các tổ chức đấu tranh tham gia LM. Tại sao các chính đảng lại phải mời vào giai đoạn 3 vì các chính đảng bao giờ cũng có đảng tính rất mạnh nên sự liên minh cũng rất tế nhị và gặp nhiều khó khăn. Mặt khác chính Liên Minh cũng phải có sức mạnh tự thân và phải chứng minh sức mạnh tự thân đó với các chính Đảng thì sự hợp tác với các chính đảng mới có căn bản và mới duy trì được sự hợp tác lâu dài. Hơn nữa chúng tôi quan niệm "Liên Minh chỉ cần có Lãnh Đạo và người lãnh đạo do Đại Hội Đồng Sáng Lập của LM bầu ra có nhiệm kỳ nhất định và trong Liên Minh không cần một lãnh tụ vì LM tuyệt đối không chủ trương Lãnh Tụ Chế (Chúng ta đã rút tỉa được bài học qúy giá của các tổ chức Đảng phái Quốc Gia trước đây). Liên Minh là tổ chức đầu tiên áp dụng đường lối và phương pháp tổ chức mới theo triết lý "Nhân Chủ Quốc Dân" hầu giúp cho con người tham gia trong tổ chức mà không bị vong thân trong tổ chức ngõ hầu xây dựng và giải phóng toàn diện con ngườiViệt Nam. Trong chiều hướng đó LMDTVN là đứa con của Bách Việt tộc là đứa con của toàn dân nên LMDTVN cũng là đứa con "đẻ khó" và LMDT-VN có là "đứa con đẻ khó" như vậy mới hoàn thành được sự nghiệp đại đoàn kết toàn dân Cứu Quốc và Kiến Quốc đồng thời mở ra một vận hội mới cho dân Tộc Việt Nam. Cũng không phải đợi đến khi ra mắt LMDTVN, khi đó mới chính thức tham gia cuộc đấu tranh xây dựng đất nước mà ngay từ bây giờ còn trong giai đoạn vận động hình thành LMDTVN, Liên Minh đã cùng đồng bào trong và ngoài nước đóng góp phần mình vào công cuộc đấu tranh chung

2. Chuẩn Bị xây dựng MỘT ĐẠI HỘI DIÊN HỒNG ĐỂ ĐI TỚI MỘT TỔ CHỨC DIÊN HỒNG THỜI ĐẠI:

Ngay bây giờ thì việc xây dựng một Đại Hội Diên Hồng tiến

tới môt Tổ Chức Diên Hồng Thời Đại còn là việc ngoài tầm tay của các cá nhân hay từng đoàn thể hội đoàn đảng phái. Nhưng khi thời cơ tới (Thí dụ ngày mà Trung Quốc xua quân tiến chiếm Trường Sa của Việt Nam thì trong thời điểm lịch sử đó việc triệu tập một Đại Hội Diên Hồng đề tiến tới một tổ chức Diên Hồng Thời Đại không còn là việc khó khăn nữa. Có điều chúng ta phải chuẩn bị ngay từ bây giờ để kịp thời đối phó với kẻ thù nguy hiểm nhất của Dân Tộc Việt Nam trong thế kỷ 21 này chính là Đế Quốc Đại Hán Trung Cộng. Liên Minh dân Tộc VN hiện nay như một Tiểu Diên Hồng sẽ là tiền đề và là một bộ phận để cùng các Hội Đoàn cùng các cộng đồng, đảng phái, tôn giáo hay nói chung cùng toàn dân trong và ngoài nước đồng tâm xây dựng một TỔ CHỨC DIÊN HỒNG ĐẠI ĐOÀN KẾT QUỐC DÂN để cứu nguy Tổ Quốc.

3. Xây dựng và kiện toàn Cộng đồng Việt Nam Hải Ngoại: Tiềm năng chính trị, Văn Hoá, Kinh Tế và Khoa học Kỹ Thuật của Cộng đồng Việt Nam Hải Ngoại rất to lớn. Vai trò và tầm quan trọng của CĐVNHN là điều không ai phủ nhận được. Song điều khuyết điểm lớn nhất của CĐVNHN cũng chính là tệ nạn "Phân hoá và chia rẽ nhau" (dĩ nhiên là trong đó có bàn tay của Việt gian CS nằm vùng) nên chúng ta không thể làm được những gì to lớn và cuộc đấu tranh của chúng ta với chế độ phản động, lưu manh, ngoan cố và độc ác CS vẫn chưa đạt được kết qủa như toàn dân mong đợi! Cũng vì CĐVNHN phân hoá và chia rẽ nên có người đã ví Cộng đồng chúng ta như "**người cụt tay đứng trước núi vàng**! Hình ảnh đó thật đúng và thấm thía, trong khi đó csVN lợi dụng tình cảm quê hương ra sức khai thác đón tiếp Việt Kiều về thăm quê nhà cũng như gửi tiền về cho thân nhân đã giúp cho csVN ngồi không hưởng lợi mỗi năm 5 hay 7 tỷ đô la! CsVN đã coi CĐVNHN như môt vú sữa để chúng tha hồ vắt hầu kéo dài chế độ độc tài toàn trị của chúng! Thấy rõ khuyết điểm trầm trọng này, song chúng ta phải nghĩ lại vai trò rất quan trọng của CĐVNHN nên chúng ta không được phép nản lòng, không được phép bỏ trống cộng đồng

mà phải có sách lược từng bước kiện toàn, làm mới làm đẹp và làm sáng Cộng đồng Việt Nam hải ngoại, đây là công việc lớn thứ ba mà chúng ta không thể chểnh mảng bất cứ vì lý do gì!

4. Nhu cầu Liên Minh, Liên kết, Điều Hợp, Tập Hợp, Phối hợp, Liên Hợp thành những tổ chức lớn hơn hay cùng phối hợp liên hợp liên tay để đấu tranh Dân Chủ Nhân Quyền cho Việt Nam cũng như nhu cầu tham gia cùng làm những công tác chung vì ích lợi chung là phương thức đoàn kết trong thực tế, thực tiễn tối cần thiết trong giai đoạn hiện nay. Tóm lại nhu cầu lớn thứ 4 này lại chia làm 3 loại nhu cầu tuy khác nhau mà lại liên quan mật thiết với nhau (1) Nhu cầu liên minh liên kết về tổ chức (2) nhu cầu Liên kết để đấu tranh và (3) Nhu cầu tham gia vào các công tác ích lợi chung tai địa phương. Loại nhu cầu này dễ kết hợp nhất vì có sự đồng thuận tương đối dễ dàng. Loại nhu cầu thứ (2) liên kết để đấu tranh đòi hỏi các cá nhân hay các tổ chức kết hợp có sự đồng thuận về "chiến lược" hay "chiến thuật". Sau cùng nhu cầu Liên kết Liên Minh để hình thành một tổ chức chung lại đòi hỏi sự đồng thuận cao hơn nhu cầu kết hợp đấu tranh. Tuy nhiên ngay cả nhu cầu kết hợp thành một tổ chức chung lớn hơn cũng vẫn tôn trọng bản sắc và căn cước riêng của các tổ chức thành viên nên việc liên minh, liên kết chỉ đem lại ích lợi chung còn mỗi cá nhân hay mỗi tổ chức thành viên đều không bị ràng buộc hay bị thiệt thòi gì về quyền lợi của cá nhân hay của của tổ chức mình. Sự Liên Minh, Liên Kết để có môt tổ chức đấu tranh chung còn áp dụng theo 3 nguyên tắc: -1/ Tương Tác để Tương Thành -2/ Liên kết "Thế" để Phát triển "Lực" và ngược lại khi "Lực" đã phát triển mạnh thì việc liên kết về Thế cũng lớn hơn và mạnh hơn theo nguyên tắc "*Nước lên thì thuyền lên*" -3/ Đây là Phương Cách Hay Nhất để giúp cho các "Chính Đảng" và các tổ chức đấu tranh tạo ra môi trường mới thu hút quần chúng một cách rất "Vương Đạo" vì Liên Minh không phải là một "tổ chức ngoại vi" hay "Tổ Chức Vệ Tinh" theo quan niệm cũ của các đảng phái xưa, như kiểu Mặt Trận Tổ Quốc chỉ là "tổ chức

ngoại vi" của Đảng csVN không hơn không kém! Các Đảng phái Quốc Gia nếu bắt chước đảng csVN lập ra một tổ chức ngoại vi nào đó thì trước hết là không che dấu được ai và do đó không đạt được kết quả thu hút quần chúng. Hơn thế nữa nếu một chính đảng nào tổ chức ra mặt trận ngoại vi là không đi vào con đường "Vương đạo" vì việc thành lập một hay nhiều tổ chức ngoại vi chỉ là hình thức tổ chức làm "vong thân con người", "hạ thấp giá trị con người". Lối tổ chức này luôn luôn bị thất bại trong một xã hội dân chủ và càng là điều cấm kỵ đối với nguyên tắc tổ chức theo triết lý chính trị Nhân Chủ Quốc Dân hầu tiến tới Kỷ Nguyên Nhân Chủ Toàn Cầu. Sau khi đã nghiên cứu kỹ các hình thức và phương pháp liên minh liên kết mới vừa mang tính chất Vương Đạo lại đem lại sự công bằng phát triển cho mọi cá nhân và các tổ chức thành viên và nhất là tôn trọng tự do và sáng tạo của các cá nhân cũng như các tổ chức thành viên thì 3 hình thức Liên Minh Liên Kết nói trên đi từ hình thức liên kết thấp và dễ dàng là liên kết làm các "công tác món" đem lại lợi ích chung đến hình thức Liên Kết cao hơn là "Liên kết, Liên Hợp để đấu tranh" và sau cùng là hình thức Liên Minh liên kết tổ chức tuy "khó hơn"- đòi hỏi sự "đồng thuận cao hơn" nữa, nhưng lại đạt đến tinh hoa của Đại Đoàn Kết Dân Tộc và đây lại là tiền đề của nền Văn Minh, Văn Hoá, Văn Hiến Mới của Dân Tộc Việt Nam. Đường lối và phương pháp tổ chức mới này không những đánh bại lề lối tổ chức phi nhân biến con người thành một cái đinh ốc trong guồng máy cộng sản đã đành mà còn vượt xa nền Văn Hóa Tổ Chức của các nước Tây Phương nữa...

B2- Hình Thành 12 trận Tuyến Đấu Tranh:

Nhằm đáp ứng nhu cầu lịch sử người Việt hải ngoại chúng ta phải hình thành 12 trận tuyến đấu tranh sau đây:

1. Trân Tuyến Đấu Tranh Về Tổ Chức Chính Trị- Dân Chủ và Nhân Quyền.

2. Trận Tuyến Đấu Tranh Văn Hóa Việt.

3. Trận Tuyến Đấu Tranh Bảo Toàn Sự Toàn Vẹn Lãnh Thổ Lãnh Hải của Tổ Quốc.

4. Trận Tuyến Đấu Tranh Kinh Tế.

5. Trận Tuyến Đấu Tranh về Truyền Thông.

6. Trận Tuyến Đấu Tranh Quốc Tế Vận, Đông Nam Á Vận, Cộng đồng Vận, Quốc Nội Vận, Tôn Giáo Vận, Cựu Chiến Sĩ Vận, Cựu Tù Nhân Chính Trị Vận, Bộ Đội Vận, Công An Vận, Trí Thức và Văn nghệ Sĩ Vận, Thanh Niên và Sinh Viên Vận, Phụ Nữ Vận, Dân Tộc Thiểu Số Vận, Công Nhân và Nông Dân Vận, Vận Động Toàn Dân chống giặc Ngoại Xâm và Nội Xâm.

7. Trận Tuyến Toàn Dân Công Tâm- Phất cao Ngọn cờ ĐẠI NGHĨA DÂN TỘC.

8. Trận Tuyến Vận động và Yểm Trợ Đấu Tranh Quốc Nội.

9. Trận Tuyến Phát Huy Sức Mạnh Cộng đồng.

10. Trận Tuyến Phát Huy Nội Lực Dân Tộc.

11. Trận Tuyến Tình Báo Nhân Dân.

12. Trận Tuyến Kết Sinh Toàn Dân.

VI- KẾT LUẬN

Phải chi 10 hay 20 năm về trước CĐVNHN đã khám phá ra phương thức thành lập Liên Minh Dân Tộc Việt Nam theo quan niệm Dân Lập Tự Nguyện, cùng 3 phương thức liên minh liên kết phối hợp liên hợp như chúng ta đã khám phá ra ngày hôm nay thì CDVNHN đâu đến nỗi phân hoá và chia rẽ yếu kém như bây giờ! Sự khám phá của chúng ta hôm nay tuy chậm mất 10 năm hay 20 năm, nhưng không sao, vì sự tiến hóa của văn hoá văn minh nhân loại bao giờ cũng đòi hỏi môi trường và sự thúc ép của lịch sử và con người cũng phải trải qua “trăm cay nghìn đắng”, “thiên ma bách chiết" (hằng ngàn lần "mài, dũa" hàng trăm lần "bẻ gãy") mới có những phát minh hay những suy tư sáng tạo có giá trị! Hay nói theo thuật ngữ Phật Giáo là đều đòi hỏi hội đủ những yếu tố nhân duyên "chín mùi", con người mới sáng tạo hay giác ngộ được! Tuy sự khám phá của chúng ta hôm nay có thể nói là chậm mất 10 năm hay chậm 20 năm, nhưng chúng ta cần kiên định niềm tin để đi tới...

Kỷ niệm Ngày 30 Tháng 4 Năm 2010

CHU TẤN

THẾ CÙNG CỦA ĐẢNG CS VÀ CON ĐƯỜNG SỐNG CỦA DÂN TỘC VIỆT NAM

I- LỜI MỞ:

Suốt 71 năm cai trị miền Bắc và 41 năm cai trị miền Nam, Đảng CSVN đã hiện nguyên hình là một đảng cướp! Chế độ CS bất nhân bất nghĩa, đại gian đại ác này vẫn "muôn năm trường trị" theo lời tuyên truyền láo khoét của chúng hay đã đến ngày cáo chung? Vận Hội dân tộc Việt Nam sẽ đi về đâu?Liệu dân Việt -có thoát được ách họa "nội xâm Việt Cộng" và ách họa "ngoại xâm Trung Cộng" hay không? Để trả lời câu hỏi trên, trong bài chuyên luận này chúng tôi xin tuần tự đề cập đến:

- Thế Cùng của Đảng CSVN
- Thế Quốc Tế Trong Cách Mạng Dân Chủ Việt Nam
- Giấc Mơ Đại Hán Bá Quyền của Trung Cộng
- Đối Sách Của Hoa Kỳ
- Con đường Sống của Dân Tộc Việt Nam

II- THẾ CÙNG CỦA ĐẢNG CSVN:

A- Đã đến chỗ cùng:

A1. Cùng ở tư tưởng:

Đến nay, về mặt lý luận, đảng cộng sản Việt Nam vẫn kiên trì đi theo xã hội chủ nghĩa Marx-Lenin. Nhưng thực tiễn cơ chế kinh tế, cách làm, cách sống đảng đã mâu thuẫn với chủ nghĩa Marx-Lenin. Đối với thế giới, chủ nghĩa Marx-Lenin đã kết thúc vai trò tác động vào chính trị thế giới. Đảng cộng sản Việt Nam duy trì chủ nghĩa Marx-Lenin là thờ lạy một thứ tư tưởng tổ quốc khai sinh ra nó (Đức, Liên Xô) đã vứt bỏ và thế giới đồng thanh lên án là thứ tư tưởng tàn hại con người. Trong phạm vi quốc gia, đưa chủ nghĩa Marx-Lenin vào hiến pháp, đảng Cộng Sản Việt Nam đã mâu thuẫn giữa nói và làm vì theo kinh điển Mác Lê nền kinh tế theo chủ nghĩa CS không tư hữu, không thị trường tự do, nhưng đảng viên đã sử dụng độc quyền làm kinh tế thu lợi đã trở thành giai cấp tư bản đỏ với 3 nghịch lý:

Một: Đảng Cộng Sản Việt Nam đưa tư bản ngoại quốc vào đầu tư, cấu kết với tư bản ngoại quốc bóc lột lao động Việt Nam. Giai cấp công nhân vô quyền. Đảng bảo vệ tư bản ngoại quốc.

Hai: Chủ nghĩa Marx-Lenin chủ trương duy vật, nhưng đảng cho xây nhiều chùa, không vì đạo pháp mà đưa dân vào mê tín, cúng bái cầu xin phúc lộc (dán tiền vào tượng Di Lặc ở chùa Bái Đính). Cúng cô hồn, đốt vàng mã ở Hà Nội và Sài Gòn chưa kể những thành phố khác tốn nhiều tỷ!

Ba: về nội dung giáo dục căn bản trên chủ nghĩa Marx-Lenin nhưng đời sống xã hội lại đi ngược nội dung giáo dục. Trước sự kiện "Nói và Làm" mâu thuẫn này biểu hiện sự bám víu tuyệt vọng của đảng vào chủ nghĩa Marx-Lenin. Thờ Marx-Lenin để có lý do duy trì quyền lực, nhưng chính đảng viên không còn tin vào Marx-Lenin là chỗ cùng của tư tưởng, không biết đi đến đâu và làm gì.

A2. Cùng ở lãnh đạo:

A2.1. Lãnh đạo bằng dối trá:

- Dối trá đã thành chính sách, lời nói không đi đôi với việc làm. Phải dối trá vì nền chính trị không hợp với lòng người.

- Dối trá đã xuống đến đáy khi lãnh đạo đã phải dùng công an giả côn đồ để khủng bố người biểu tình chống Tầu và tranh đấu cho dân chủ. Làm thế để nói dối Quốc tế là việc đó là do nhân dân tự phát.

- Chính trị đặt trên sự dối trá thì xã hội không có niềm tin, dân không dám tin vào chính quyền, và chính quyền phải tăng cường lực lượng canh chừng và áp chế dân…

A2.2. Lãnh đạo bằng lòng tham:

- Lòng tham của tầng lớp lãnh đạo cộng sản đã tới chỗ cùng. Ăn cướp của dân, bán hết tài nguyên rồi bán nước.

- Việc cho Tàu khai thác bauxite ở cao nguyên theo báo lề trái thì Nguyễn Tấn Dũng đã được Tầu cho 150 triệu Mỹ Kim.

- Theo báo lề trái thì Nguyễn Phú Trọng sang triều kiến Tập Cận Bình vừa qua đã ký 7 giao ước và 3 mật ước, trong đó một trong những mật ước nguy hiểm nhất là Con Đường Tơ Lụa Hàng Hải. Việt Nam cho Tầu sử dụng thành phố Hải Phòng và cảng Hải Phòng để hàng hóa từ các tỉnh phía Nam của Tầu sẽ chuyển bằng xe lửa và đường bộ tới Hải Phòng, và sau đó sẽ sử dụng đường biển qua trạm đầu tiên là Vũng Áng (Hà Tĩnh), rồi chạy dọc duyên hải Việt Nam về hướng nam đến eo biển Madacca. Trong việc ký kết này, Tầu thưởng nóng cho đảng cộng sản Việt Nam 4 tỷ Mỹ kim. Với 4 tỷ này, miền Bắc Việt Nam sẽ thành trục giao lộ và đường biển của Việt Nam sẽ nằm dưới quyền hàng hải của Trung Quốc. Đất nước đang mất dần.

- Lãnh đạo thành phố Hà Nội, có lẽ không còn gì để bán nên đã trở thành lâm tặc- Bán cây xanh trên đường phố- và khi dân Hà

Nội biểu tình phản đối thì tạm ngưng hạ cây ban ngày, nhưng ăn cắp cây ban đêm và phá hoại cây để thực hiện việc hạ 6700 cây cho bằng được. Trên đường phố Hà Nội có 1.200.000 cây cổ thụ. Bán hết tiền không ít.

- Tham như thế thì cả đảng và nhà nước thành đạo tặc và dân khó sống.

A2.3. Lãnh đạo bằng sự ù lỳ và tối tăm:

- Sự ù lỳ, tối tăm của lãnh đạo đã đưa đất nước vào bế tắc mọi mặt: Chính trị, kinh tế, văn hóa, giáo dục, xã hội.

- Lạc hậu chính trị, và tụt hậu kinh tế với xã hội bị ác hóa, nhưng trong ngày kỷ niệm 40 năm thống nhất đất nước, Nguyễn Phú Trọng và Nguyễn Tấn Dũng đã thay nhau tuyên bố: "Việt Nam có vị thế ngày nay là nhờ sự lãnh đạo đứng đắn tài tình, sáng suốt của đảng Cộng sản Việt Nam". Vị thế của Việt Nam ngày nay là gì với thế giới với Đông Nam Á?

- Đảng cộng sản đã đưa đất nước vào tình thế khốn cùng, nhưng trong diễn văn bế mạc Hội Nghị trung ương 11 đã đặt tiêu chuẩn tiên quyết để chọn người vào ban chấp hành trung ương khóa XII là phải: Tuyệt đối trung thành với chủ nghĩa Marx-Lenin, tư tưởng Hồ Chí Minh, cương lĩnh, đường lối đảng.

- Lãnh đạo nhắm mắt với sự ù lì không thấy gì hết, nhưng dân Việt thấy đất nước ra sao.

A2.4. Lãnh đạo bằng cái hèn và sự khiếp nhược:

- Hầu hết lãnh đạo Cộng sản Việt Nam đều biểu lộ thái độ hèn trước lãnh đạo Tầu: Khúm núm bắt tay như Hoàng Trung Hải ôm tay Ôn Gia Bảo, Nguyễn Phú Trọng mặt ngờ nghệch với hai tay ôm tay Hồ Cẩm Đào, Trương Tấn Sang gập người chào cờ Tầu bên cạnh Tập Cận Bình đứng thẳng.

A3. <u>Cùng ở chính nghĩa:</u>

- Khởi từ mục tiêu cách mạng giải phóng (chống thực dân Pháp, phong kiến Việt) Cộng sản Việt Nam đã được cộng sản Nga Tầu viện trợ trong 2 cuộc chiến tranh kháng Pháp và xâm lăng Việt Nam Cộng Hòa.

- Phải bám vào Tầu Cộng trong chiến tranh nên Cộng sản Việt Nam_đã thiết lập một cây cầu cho Tầu vào Việt Nam. Từ đó Cộng sản Việt Nam đã đưa đất nước từ thuộc Tây đến thuộc Tầu.

- Từ hội nghị Thành Đô (1990) sự lệ thuộc Tầu đã hiện rõ dần: Phải xóa bỏ những điều chống Tầu trong sử, đập phá những tấm bia ghi sự việc chống Tầu, cấm dân biểu tình chống Tầu lấn đất, chiếm biển. Người Tầu tràn vào Việt Nam kinh doanh và thiết lập những đặc khu Chinatown từ Bắc tới Nam.

- Đảng Cộng sản đã đi từ chủ nghĩa yêu nước (tuyên xưng) tới chủ nghĩa bán nước.

A4. Cùng ở lòng người:

- Việt Nam xã hội chủ nghĩa có 2 thứ kinh: Kinh đảng quyền xã hội chủ nghĩa và kinh dân chủ.

- Đảng tụng kinh xã hội chủ nghĩa để duy trì quyền lực áp chế ăn cướp và bán nước.

- Dân tụng kinh dân chủ để đòi quyền sống tự do, đòi lại quyền tư hữu, đòi lại công lý, đòi lại quyền làm chủ đất nước.

- Hai thứ kinh đối chọi nhau. Dân đảng hai đường.

B- Đối thủ của đảng Cộng sản**:**

B1. Miền Bắc xã hội chủ nghĩa:

Sau 1954, miền Bắc thành xã hội vô sản: Công nông binh, trí thức phụ thuộc vào đảng và nhà nước. Cơ chế kinh tế và xã hội đó trên lý luận đã gom đảng và nhân dân là một. Xã hội vô sản đó không có mâu thuẫn, không có đối lập. Đảng ra lệnh và dân làm, mấy ông nhà văn, nhà thơ trong Nhân Văn Giai Phẩm chỉ đòi tự do văn nghệ là bị đập chết ngay.

- Nhưng trước 1975 cộng sản miền Bắc có đối thủ đó là Việt Nam Cộng Hòa và Mỹ. Đảng hướng dân vào 2 đối thủ đó và dân miền Bắc đã phải chết để đảng chiếm cho được miền Nam.

B2. Cộng Hòa xã hội chủ nghĩa Việt Nam:

Sau khi đảng chiếm miền Nam thì đảng không còn đối thủ. Đảng muốn tiến hành vô sản miền Nam như miền Bắc nhưng bất khả và đại bại vì miền Nam đã phá vỡ cơ chế kinh tế vô sản. Nghĩa là đảng phải cởi mở theo Liên Xô rồi theo Tầu Đặng Tiểu Bình để làm giàu.

- Đảng mất quyền kiểm soát bao tử nên không thể gom nhân dân vào tay đảng như ở miền Bắc và với kinh tế thị trường, đảng đã hiện nguyên hình là tập đoàn tham lam dùng độc quyền chính trị để gom tài sản vào tay và đảng viên thi nhau tư sản hóa.

- Từ đó bắt đầu xuất hiện đối lập (không kể những tổ chức đấu tranh ở miền Nam sau 75) phân biệt giữa đảng và trí thức với nhóm các ông Hà Sĩ Phu, Tiêu Dao Bảo Cự và Bùi Minh Quốc… ở Đà lạt, rồi các ông Nguyễn Thanh Giang, Hoàng Tiến, Trần Độ ở Hà Nội. (đầu thập niên 1990)

- Thập niên 90 khởi đầu phong trào Dân Oan đòi đất, đòi nhà, cùng sự xuất hiện của những người trẻ sinh trưởng ở ngoài Bắc như Luật gia Lê Chí Quang, Bác sĩ Phạm Hồng Sơn, nhà báo chuyên kinh tế của tạp chí Cộng sản Nguyễn Vũ Bình, và cựu bộ đội Nguyễn Khắc Toàn. Những trí thức trẻ này đã lên tiếng đòi dân chủ, lên án chế độ độc tài. (Nguyễn Vũ Bình xin lập đảng đối lập). Và tất cả đã bị bắt đưa ra tòa kết án tù.

- Thập niên 2000, tiếng nói đối lập đã rõ rệt và mạnh mẽ với dân oan, công nhân biểu tình đòi quyền lợi, dân biểu tình chống Tầu lấn đất, chiếm biển.

- Người trẻ xuất hiện ngày càng nhiều và đã tăng theo sự đàn áp của chính quyền. Đặc biệt có nhiều cô gái trẻ xuất hiện với tài viết và bản lãnh coi thường cái chết và nhà tù như Huỳnh Thục Vy, Phạm Thanh Nghiên, Lê thị Công Nhân, Nguyễn Phương Uyên, Đỗ Thị Minh Hạnh… - Đây là tiến trình từ Đảng với Dân là Một tới Dân với Đảng là Hai: Phân biệt rõ Đảng quyền và Dân vô quyền. Đây cũng là tiến trình từ Dân âm thầm chịu đựng chế độ độc đảng tới dân đứng lên đòi quyền dân chủ. Sự phát triển của kinh tế thị trường định hướng xã hội chủ nghĩa cùng với sự phát triển của truyền thông mạng lưới điện toán đã có những tác dụng thúc đẩy tiến trình trên.

- Đưa đảng Cộng sản tới chỗ cùng của sa đọa và lòng tham với quyền và chủ nghĩa bạo lợi.

- Dân thoát được sự kiểm soát bao tử của đảng và thấy rõ hơn sự tệ hại bệ rạc của đảng và thấy rõ quyền và sức mạnh của mình.

C- Nhân tố lãnh đạo.

Nhận diện sự hình thành yếu tố lãnh đạo trong biển đối lập:

C1. Trí Thức

- Dưới thời đảng với dân là một qua cơ chế kiểm soát bao tử, trí thức là một bộ phận chỉ nói tiếng nói của đảng, tới đại hội năm 2008 được nâng lên một bậc ở dưới nông (công, nông, trí) nhưng vai trò cũng chỉ để phục vụ đảng.

- Từ thập niên 2000, nhiều vị trí thức đã thoát khỏi vòng tay của đảng trở về với vị trí trí thức, nói tiếng nói của trí thức, tiếng nói của dân- Trí thức đã lên tiếng phản đối nhiều vấn đề liên hệ đến dân và nước, trong đó quan trọng nhất là phê phán đảng và nhà nước đã đưa nước vào vòng lệ thuộcTàu.

Điển hình của những tiếng nói này là các báo mạng như Baux-it, Dân Làm Báo và những bloggers.

C2. Giới trẻ:

- Sự thức tỉnh và dấn thân của giới trẻ ngày càng nhiều, bất chấp đàn áp và nhà tù của chế độ toàn trị.

- Tiếng nói của giới trẻ đã trở thành chủ lưu của tiếng nói đối lập đặc biệt với những người trẻ như Lê Công Định, Phạm Hồng Sơn, Nguyễn Tiến Trung… Huỳnh Thục Vy, Nguyễn Phương Uyên, Phạm Thanh Nghiên, Đỗ Minh Hạnh… .

C3. Tổ chức dân sự:

- Đến nay đã có trên 20 tổ chức dân sự hoạt động dưới sự khủng bố thường trực của chính quyền Cộng sản. Nhưng đảng Cộng sản cần sống với thế giới tư bản nên không thể tiêu diệt những tổ chức này, chỉ khủng bố bằng công an giả côn đồ, bao vây và canh chừng.

C4. Tôn giáo:

Đảng Cộng sản đã có chính sách quốc doanh tôn giáo để triệt tiêu tiếng nói của tôn giáo về những vấn đề chính trị, nhưng Phật giáo, Thiên Chúa Giáo, Phật Giáo Hòa Hảo và Cao Đài vẫn duy trì được một bộ phận độc lập để phê phán những chính sách sai trái của chính quyền cộng sản. Những yếu tố trên đây sẽ đắc dụng trong biển đối lập khi có những biến động xã hội.

D- Nước lật thuyền:

Đảng Cộng sản với 2 trận chiến, không phải cuộc chiến tranh với Pháp và chính quyền Bảo Đại và cuộc chiến tranh với Việt Nam Cộng Hòa và Mỹ mà là trận chiến với dân.

D1. Trận chiến vô sản và tư hữu:

- Sau khi chiếm miền Bắc Cộng Sản đã thực hiện cách mạng xã hôi chủ nghĩa, cách mạng vô sản, vô sản hóa toàn xã hội để gom dân vào đảng. Cơ chế chuyên chính vô sản vận dụng được sức dân vào việc tàn phá xã hội, vào chiến tranh, nhưng kinh tế xã hội chủ nghĩa thất bại. Đảng vơ hết vào tay, nhưng dân không làm theo ý đảng, nên dân đói khổ còn nhà nước thì nghèo và đảng đã xin Liên

Xô, Tầu Cộng viện trợ. (Thật sự ngay từ giai đoạn này đã tiềm ẩn trận chiến vô sản và tư hữu. Đó là dân làm ít, làm dối, ăn cắp và phá cả ở nông nghiệp, công nghiệp và thương nghiệp).

- Sau khi chiếm miền Nam, hệ thống kinh tế vô sản tan vỡ (dân miền Bắc thấy đời sống giầu có của miền Nam biết đảng nói dối còn đảng viên vào Nam thì thi nhau vơ vét tài sản, nhà cửa…)

- Sau 10 năm dùng chuyên chính vô sản tàn phá kinh tế miền Nam, đưa cả nước xuống hố đói nghèo, đảng Cộng sản đã phải quay lại con đường đã phá, con đường tư hữu, kêu gọi tư bản ngoại quốc vào đầu tư, và độc quyền làm ăn với tư bản, trước đó là kẻ thù không đội trời chung.

- 20 năm ở Miền Bắc xã hội chủ nghĩa, đảng thường dạy dân là đừng để cho óc tư hữu ngóc đầu dậy, (trồng ít cây thầu dầu trong vườn để nuôi gà lấy trứng bán, và trồng cà chua để bán là để cho óc tư hữu ngóc đầu dậy!) - Nhưng nay, những đảng viên đại địa chủ có hàng trăm mẫu ruộng đất, cho thuê máy cày bừa, cho vay nặng lãi và tầng lớp lãnh đạo có hàng trăm triệu, hàng tỉ Mỹ kim với nhiều dinh thự, nhà cửa ở thành phố đó là óc gì ? Lấy cái gì để đè nó xuống?

- Như thế trận chiến Tư Bản Vô Sản hay Tư Hữu, Vô Sản, ai thắng ai, đảng đã tự trả lời: Đảng Cộng sản đã đại bại trước ý thức tư hữu và nay đang dùng nhiều kế sách để tư hữu hóa đảng viên, mà óc tư hữu chẳng cần dạy cũng tự nó biết phát triển tới vô cùng tận.

D2. Trận chiến độc-tài – dân chủ:

- Đảng Cộng sản Việt Nam đã bỏ Marx-Lenin, chỉ thờ để mượn danh cần giữ là cái tên Đảng và cơ chế độc tài toàn trị để giữ chính quyền là để Thu và Cướp. Đó là chủ nghĩa bạo lợi và chủ nghĩa này đã đưa đảng viên tới chỗ cùng của lòng tham vô sỉ (ăn không từ một cái gì).

- Còn dân vô quyền và bị đẩy đến chỗ cùng trong chế độ chính trị độc tài, và bạo ngược. Chế độ độc tài sẽ là nút mở của sự thay đổi lịch sử. Chế độ độc tài là một khoảng thời gian có chỗ cùng, còn dân chủ, tự do của con người là chân lý sống và vô cùng.

- Yếu tố lịch sử, người ta chỉ nhìn thấy ở tổng thể ở chính trị, kinh tế, và xã hội, chứ không ai nhìn rõ được là khi nào nó bùng nổ. Những biến động lịch sử, tạm nhìn ở thế kỷ XX ở Trung Hoa, Liên Xô, Đông Âu, Đông Nam Á, và Bắc Phi cho ta thấy như thế. Việt Nam ngày nay cũng vậy. Sẽ tới lúc dân nương nhau nổi dậy bằng đầu người, bằng bước chân và cánh tay để nói lên Quyền Lực Của Nhân Dân. Khi dân kết thành khối khổng lồ thì súng đạn, công an, sẽ trở thành trò chơi trước những tiếng cười và những câu nói: "*hết sợ rồi anh em ơi*" như người dân Đông Âu đã từng reo lên như thế trong những ngày liệng bỏ chế độ Cộng Sản vào năm 1989.

E- Thảm họa Formosa khởi đầu trận chiến toàn dân chống Đảng CSVN:

Đầu tháng 04/ 2016 xảy ra sự kiện cá chết hàng loạt tại 4 tỉnh miền Trung... Ai cũng biết do Formosa thải ra chất độc, ngay giám đốc Chu Xuân Phàm qua câu tuyên bố hớ hênh "*rất thất chính trị*" nhưng lại nói lên sự thật là chính Formosa là thủ phạm: "*Muốn bắt cá, bắt tôm hay nhà máy, cứ chọn đi. Nếu chọn cả hai thì làm thủ tướng cũng không giải quyết được*".

Vậy mà nhà nước CS vẫn loay hoay bao che cho Formosa khi công bố với báo chí: "*cá chết vì thủy triều đỏ cùng tảo nở hoa*", và cương quyết không cho phép điều tra nguyên nhân! Những cuộc biểu tình nổ ra khắp nơi, tố cáo Formosa phá hoại môi trường đã bị công an đàn áp thô bạo… Nhưng rồi chính quyền Đài Loan cũng phải lên tiếng, một dân biểu của Đài Loan đã tình nguyện sang Việt Nam để điều tra tình hình hư thực ra sao!? Biết không thể quanh co giấu diếm mãi được nên ngày 30 tháng 6, chính quyền CSVN mới phải họp báo công bố sự thực!

(Chủ tịch Hội đồng quản trị Công ty TNHH Gang thép Hưng Nghiệp Formosa Hà Tĩnh Trần Nguyên Thành (giữa) và các thành viên công ty cúi đầu xin lỗi Chính phủ và nhân dân Việt Nam vì gây ra thảm họa cá chết ven biển miền Trung. Ảnh: TTXVN)

Formosa tự nhận là thủ phạm và xin bồi thường 500 triệu USD. Không cần biết đến nguyện vọng và sự thiệt hại vô cùng to lớn của hàng vạn người dân, Thủ Tướng Nguyễn Xuân Phúc đã nhận ngay số tiền bồi thường quá rẻ mạt này, và còn kêu gọi nhân dân độ lượng đối với Formosa "Đánh kẻ chạy đi, không đánh kẻ chạy lại" khác hẳn với nhiều trường hợp vi phạm khác, thủ phạm đều bị đưa ra xét xử và lãnh án rất nặng, bị tịch thu tài sản và lãnh cả án tử hình!

Theo thẩm định của chính phủ trong một báo cáo với Quốc Hội vào tháng 7, khối lượng cá chết tại vùng bờ biển miền Trung vào tháng 4 vừa qua lên đến 115 tấn. Thảm họa môi trường chưa từng có này đã gây tác hại đến việc kiếm sống của hơn 200 ngàn người, trong đó có 41 ngàn ngư dân!

Thảm họa này không chỉ khiến hàng ngàn ngư dân nói riêng và hàng triệu người dân miền Trung bị đẩy vào con đường cùng phải tự tìm lối thoát, phải tìm CON ĐƯỜNG SỐNG cho mình và cho con cháu mai sau, nên hơn 600 ngư dân từ Quỳnh Lưu, Nghệ An vào tòa án Kỳ Anh, Hà Tĩnh nạp đơn khởi kiện công ty Formosa. Ngày 26 Tháng 9 Năm 2016 và tiếp theo là vụ việc hơn 15.000 ngư dân Kỳ Anh-Hà Tĩnh đến trước nhà máy Formosa để biểu tình trong tinh thần bất bạo động. Ngày 02 Tháng 10 Năm 2016.

Nói với BBC tiếng Việt từ Đà Nẵng, nhà hoạt động Nguyễn Anh Tuấn, người quan tâm diễn biến thời sự nói ông "xúc động" khi quan sát cuộc biểu tình. "Cuối cùng, sự việc diễn ra ôn hòa, người dân giữ được thái độ phi bạo lực và tránh xô xát với các lực lượng trị an ở đó. Nếu so với những năm trước, **đây là một bước tiến của việc tổ chức biểu tình tại địa phương. Đó cũng là sự trưởng thành trong nhận thức của người dân ở Kỳ Phương**, Kỳ Lợi, Kỳ Anh cùng xúc tiến các hoạt động đấu tranh pháp lý". (1*)

Ký giả Mai Tú Ân cũng đưa ra nhận định "Cuộc biểu tình ngày chủ nhật 2/10/2016 trước cửa công ty Formosa là cuộc xuống đường lớn nhất và cũng thành công nhất trong hàng loạt các cuộc biểu tình trên cả nước trước thảm họa Formosa từ đầu tháng 5/2016 đến giờ. Có trên 15.000 đồng bào cả lương lẫn giáo miền Trung đã tham gia vào cuộc biểu dương vĩ đại của lòng dân miền Trung, mà cũng là cả lòng dân Việt Nam… Không hẹn mà nên, các nhóm giáo dân xuống đường do linh mục Phedro Trần Đình Lai dẫn dắt đã được các giáo dân và lương dân Vũng Áng kéo đến trợ giúp hết mình và tất cả đã biến ngày xuống đường 2/10/2016 thành một ngày biểu thị sức mạnh kinh hồn có thể dời sông lấp bể của đồng bào miền Trung, không phân biệt lương giáo. Một cuộc biểu dương của các lực lượng bị áp bức, một cuộc xuống đường của sự phẫn nộ, tiếng gào thét uất nghẹn của hàng triệu số phận đang quằn mình trong thảm họa Formosa với lời cảnh tỉnh đanh thép gửi cho chính quyền rằng, chúng tôi đã khốn khổ vượt quá sức chịu đựng lắm rồi…

Có vài vụ xô xát lẻ tẻ giữa người biểu tình và lực lượng cảnh sát Cơ động, nhưng không đáng kể, và cũng là bình thường trong một cuộc biểu dương lực lượng đông người đến như thế. Cuối cùng thì không chịu nổi sức mạnh ngày càng đông của người dân từ khắp các nơi đổ về, các lực lượng cảnh sát Cơ động cũng phải rút lui trong hỗn loạn. Một số phải cởi bỏ sắc phục để trà trộn rút lui vì biết đường về nhà còn xa lắm. Bà con ào tới, leo lên hàng tường rào nhà Formosa phất cờ hò reo chiến thắng. Hẳn lúc này những kẻ thủ ác Formosa đang hồn siêu phách lạc và chờ cơn thịnh nộ của lòng dân Việt Nam giáng xuống. Nhưng không, giữa chiến trường chiến thắng kẻ tội đồ Formosa đã phơi mình chịu chết thì lệnh lui quân đã ban hành. Tiếng người chỉ huy vang lên rõ ràng: "Nếu muốn chúng tôi sẽ tiến vào cả triệu người" Vâng. **Đúng như vậy**. Formosa phải đền tiền xứng đáng cho người dân, chứ không phải bị giết. Formosa cút xéo chứ không phải báo thù, và Formosa không phải là kẻ duy nhất chịu trách nhiệm về thảm họa này…. Và cuộc biểu dương của lòng dân đã dừng ở đúng thời điểm tốt nhất có thể để không đi đến mức mất kiểm soát. Các vị chủ chăn, những cha xứ can đảm đã tạo nên cuộc biểu dương lực lượng lớn này đã quyết định dừng lại đúng lúc khi đã thành công trong tầm mức ôn hòa bất bạo động của tinh thần Thiên Chúa Giáo…. Cuộc biểu dương lực lượng đã thành công khi nó là một lời cảnh tỉnh đanh thép gửi tới chính quyền rằng, các người phải đứng về phía người dân chứ không phải phía Formosa. Các người phải ở phía những người khốn khổ vì thảm họa chứ không phải phía gây thảm họa; và báo trước sẽ còn những cơn sóng dữ nữa của lòng dân sôi sục... Cuộc biểu tình của lòng dân này với sự nòng cốt của giáo dân do các linh mục dẫn dắt cũng chứng tỏ được kỷ luật của một cuộc biểu tình có tổ chức. Nó không bạo động, không mất kiểm soát mà diễn ra một cách hòa bình trật tự theo đúng tinh thần của những người có tổ chức. Và nó xứng đáng là một cái tát vào mặt bà Chủ tịch Quốc Hội Việt Nam Nguyễn Thị Kim Ngân khi bà này tuyên bố để không trình Quốc Hội thông qua dư luật biểu tình: "Cho biểu tình lúc này là làm loạn xã hội" Bài học hôm nay cho chính quyền tỉnh Hà Tĩnh và cho cả chính quyền Trung Ương cũng như các địa phương khác rằng không thể dùng vũ lực với lòng dân khi nó nổi cơn sóng dữ được. Hãy đi cùng chứ không phải đối nghịch với lòng dân, nếu không muốn bị nó cuốn phăng đi… . (2*)

Trước thảm họa Formosa, nếu là một chính quyền khôn ngoan và thức thời thì phải tìm cách đối thoại với dân, hòa giải với dân bằng cách bắt Ban Quản Trị Formosa phải bồi thường xứng đáng để an lòng dân… hay tuyệt hơn nữa là thuận theo khí thế đấu tranh của toàn dân ra lệnh đóng cửa Formosa và tìm cách thoát Trung... mới là thượng sách! Đằng này chính quyền CS hoàn toàn “bị động chiến lược”, nếu không muốn nói là “ngu muội” không biết giải quyết cách nào nơn là đứng về phía Formosa, dùng bạo lực đối phó với nhân dân, coi nhân dân như kẻ thù!

Vì quá sợ hãi trước khi thế đấu tranh của nhân dân miền Trung ngày 2 tháng 10 n**ăm 2016 nên nhà cầm quyền CSVN đã vội vã ra lệnh cho tòa án Kỳ Anh trả lại toàn bộ hồ sơ khiếu kiện một cách trái pháp luật (lấy cớ là “Không đủ bằng chứng” và “đã có quyết định bồi thường của chính phủ)**. Mặt khác cấp tốc dựng lên đủ thứ hàng rào ngăn chặn và nhanh chóng điều động hàng ngàn cảnh sát cơ động, công an, bộ đội, mật vụ, sẵn sàng dùng lựu đạn cay, roi điện và chó săn nghiệp vụ để bảo vệ cho tội phạm Formosa- một công ty khét tiếng thế giới gây thảm họa môi trường đã và đang gây điêu đứng cho cuộc sống của hàng triệu đồng bào và cướp đi tương lai của con cháu họ! Thái độ đứng về phía Formosa bảo vệ cho kẻ thủ phạm đã gây ra tình trạng cá chết, biển chết, tiêu hủy môi trường sống của nhân dân miền Trung, và còn gây ra tình trạng nhiễm độc, tạo căn bệnh ung thư lây lan cho toàn dân Việt trên khắp cả 3 miền đất nước. Tai họa cho toàn dân tộc Việt Nam không thể nào tưởng tượng được! Thảm họa Formosa là đại tử huyệt của đảng CS. Cuộc đấu tranh vì môi trường sống là cuộc đấu tranh sinh tử gần nhất của dân Việt, là sự khủng hoảng không lối thoát của chế độ “tư bản đỏ”. Một chính quyền cấu kết với tư bản Tầu để dân chết dần thì khó có thể dùng thủ đoạn để lấp liếm cho qua...

Thái độ đứng về phía Formosa của csVN càng bộc lộ rõ bộ mặt PHẢN DÂN HẠI NƯỚC, PHẢN BỘI TỔ TIÊN VÀ NÒI GIỐNG VIỆT! Khi đứng về phía Formosa, CSVN đã ngang nhiên TUYÊN CHIẾN VỚI TOÀN THỂ DÂN TỘC VIỆT NAM.

Khi một chính quyền không những xa dân, còn coi dân như kẻ thù đã TUYÊN CHIẾN với toàn dân thì sớm muộn chính quyền đó TẤT YẾU PHẢI BỊ DIỆT VONG...

F- Dòng cách mạng dân tộc dân chủ.

Từ những thập niên đầu thế kỷ XX, những tổ chức cách mạng đã chuyển qua dòng vận động cách mạng dân tộc dân chủ. Cương lĩnh đảng cộng sản năm 1930 cũng đi theo nội dung cách mạng tư sản dân quyền.

- Khi cướp được chính quyền 8/1945, rồi chiếm được miền Bắc năm 1954, đảng Cộng sản đã bỏ cách mạng tư sản dân quyền, chuyển qua cách mạng xã hội chủ nghĩa, cách mạng vô sản Marx-Lenin với chế độ độc tài toàn trị.

- Vì thế ngày nay khi đã xóa bỏ được chế độ độc tài, chúng ta phải kế tục làm lại cuộc cách mạng dân chủ với nội dung:

• Cách mạng Dân Tộc: Kết khối với Tây Phương và những nước thân Tây phương để rũ bỏ ảnh hưởng của Tầu Cộng. Phục hoạt văn hóa dân tộc đã bị chế độ Cộng Sản tàn phá. Dựng lại con người nhân bản qua giáo dục, văn hóa và tôn giáo.

• Cách mạng Dân Chủ: Xây dựng dân chủ ở 3 cột trụ: Dân Chủ chính trị, Dân chủ kinh tế và dân chủ Văn hóa.

Tới đây điều chúng ta phải đặc biệt lưu ý là: Chúng ta không làm cuộc Cách Mạng Dân Tộc Dân Chủ Việt Nam trong thời bình, mà phải hình thành cuộc Cách Mạng Dân Tộc Dân Chủ **trong bối cảnh có sự tranh chấp khốc liệt giữa các đại cường - trong kỷ nguyên Thái Bình Dương-** *có thể dẫn tới chiến tranh khu vực và không loại trừ viễn ảnh xảy ra đại "Thế chiến Thứ Ba"- Chiến* *tranh nguyên tử tiêu diệt toàn nhân loại*… Điều rõ nhất, hiện thực nhất là hiện nay Trung Cộng với nền kinh tế đứng thứ hai trên thế giới đang ra sức vươn lên chiếm lĩnh vị trí "Siêu cường số 1" của Hoa Kỳ... Trong tiến trình Cách Mạng Dân Tộc Dân Chủ Pháp Trị Việt Nam" chúng ta phải xét tới yếu tố Quốc Tế đã và đang chi phối sinh mệnh chính trị Việt Nam.

III- THẾ QUỐC TẾ TRONG CÁCH MẠNG DÂN CHỦ VIỆT NAM

Chúng ta cần nêu rõ yếu tố Quốc Tế trong cách mạng dân chủ Việt Nam vì 3 lý do chính sau đây:

Một là: Về yếu tố Địa– Chính Trị (Geopolitics)

- Việt Nam nằm ở phía đông bán đảo Đông Dương ở gần trung tâm của khu vực Đông Nam Á.

- Việt Nam nằm trên con đường giao thông hàng hải, hàng không quốc tế quan trọng.

- Về chính trị và quốc phòng Việt Nam có vị trí quân sự đặc biệt quan trọng trong vùng Đông Nam Á.

- Biển Đông có ý nghĩa an ninh chiến lược trong công cuộc xây dựng, phát triển, và bảo toàn lãnh thổ của Tổ Quốc.

- "Trên bản đồ địa chính trị khu vực, như một cầu nối hai vùng kinh tế biển và kinh tế lục địa châu Á. Việt Nam là cửa giao thương với các nền kinh tế biển và kinh tế lục địa của châu Á. Với không gian biên giới đất liền và biển dài và hẹp, Việt Nam thực sự là trung tâm kinh tế thương mại trong khu vực Đông Nam Á". (3*)

Hai là: Việt Nam chẳng may sống gần quốc gia láng giềng khổng lồ là Trung Quốc - như một lời nguyền địa lý! Đế quốc Đại Hán xưa cũng như Trung Cộng ngày nay luôn luôn ôm mộng bành trướng xâm lăngViệt Nam. Đế quốc Hán vốn là "Kẻ thù truyền kiếp" của dân tộc Việt Nam...

Ba là: Về phương diện thực tế quyền lợi chính trị: Như nhiều người thường nói: "***Việt Nam đi theo Mỹ thì mất Đảng; còn theo Tầu thì mất nước***". Vì sợ mất Đảng nên csVN phải bám vào Tầu để giữ quyền giữ ghế, nhưng Tầu đang đi vào thế chết vì chính sách ngang ngược làm thế giới hoảng sợ. Sự tương tranh giữa Trung Cộng và Mỹ ở Thái Bình Dương sẽ đưa Tầu vào chỗ chết như Nhật Bản trong thế chiến thứ hai.

Do trên, để giải bài toán chính trị Việt Nam chúng ta không thể không nghiên cứu mộng bành trướng bá quyền của Trung Cộng cũng như đối sách của Hoa Kỳ trong chủ trương xoay trục về Á châu răn đe Trung Cộng.

IV- GIẤC MƠ ĐẠI HÁN BÁ QUYỀN CỦA TRUNG CỘNG

A- Giấc mơ Trung Hoa

Câu chuyện bắt đầu từ một cuốn sách: Năm 2010 Đại Tá Lưu Minh Phúc (Liu Ming Fu) là giảng viên Đại Học Quốc Phòng Bắc Kinh, trực thuộc Quân giải phóng Nhân dân Trung Quốc, đã viết cuốn "TRUNG QUỐC MỘNG" hay GIẤC MƠ TRUNG HOA. Ông Lưu Minh Phúc nguyên là giám đốc Viện Nghiên Cứu xây dựng quân đội, cơ quan nghiên cứu và giảng dạy về các vấn đề hiện đại hóa và phát triển lực lượng. Người ta được biết Lưu Minh Phúc đã dành 4 năm nghiên cứu và viết cuốn "Giấc Mơ Trung Quốc". Đây là tác phẩm nói lên tham vọng Trung Quốc muốn soán ngôi "Siêu cường" của Mỹ. Muốn được như vậy theo Lưu Minh Phúc Trung Quốc phải có "**tư duy nước lớn và định vị chiến lược thời đại hậu Mỹ"** (2010). Tác phẩm đã đưa ra lời khích động chưa từng thấy:

Trong thế kỷ XXI Trung Quốc sẽ giàu mạnh nhất thế giới và thay Mỹ làm "Quốc Gia lãnh tụ thế giới "Vua trái đất".

Được gợi ý từ cuốn sách "Trung Quốc mộng" nên ngày 29 Tháng11 Năm 2012 Tổng Bí thư Tập Cận Bình cùng một nửa Ủy viên Ban Thường vụ Chính trị tham quan Bảo tàng Quốc gia Trung Quốc triển lãm "Đường tới phục hưng". (4*) Tại đây Tập Cận Bình đã đề xuất "Trung Quốc Mộng" và định nghĩa **"Thực hiện thành tựu phục hưng vĩ đại dân tộc Trung Hoa là giấc mơ lớn nhất thời cận đại"** và còn cho rằng giấc mơ này sẽ thành hiện thực.

Ngày 17 Tháng 3 Năm 2013, tại Đại Hội Đại Biểu Toàn quốc lần thứ 12, kỳ họp thứ nhất, Tập Cận Bình được bầu làm Chủ tịch nước, trong bài phát biểu của mình ông cũng đề cập đến cụm từ "Giấc Mộng Trung Quốc". Ông cũng tuyên bố rằng những người trẻ tuổi nên "dám ước mơ, làm việc cần mẫn để thực hiện những ước mơ và đóng góp vào sự phục hồi của quốc gia". Tại sao Tập Cận Bình lại lấy khẩu hiệu hay chiêu bài "Giấc Mơ Trung Hoa" làm phương châm đấu tranh trong nhiệm kỳ ông làm Tổng Bí Thư đồng thời là Chủ tịch nước Trung Cộng? Điều này chúng ta không lấy làm lạ vì theo thông lệ, tại Trung Cộng, mỗi khi một vị "Hoàng đế đỏ" lên ngôi thường ban hành một chủ trương đường lối mới làm "cột mốc" hay "dấu ấn" cho thời đại cầm quyền của mình: Thời Mao Trạch Đông nêu cao khẩu hiệu "*Đại Nhảy Vọt*", tiếp theo là chủ trương thực dụng "*Mèo trắng, mèo đen*" của Đặng Tiểu Bình, "*Thuyết ba đại diện*" của Giang Trạch Dân, *"Xã hội hài hòa*" của Hồ Cẩm Đào và gần đây nhất là "*Giấc mơ Trung Hoa*" của Tập Cận Bình. Từ khi "Giấc mơ Trung Hoa" được Tập Cận Bình nêu lên thành "Chính sách lớn" hay "Quốc sách" thì tác phẩm "Trung Quốc Mộng" của Lưu Minh Phúc (Liu Ming Fu) bán chạy như "tôm tươi"... và tác phẩm này đã thu hút sự quan tâm không chỉ dư luận Trung Quốc mà cả dư luận quốc tế nữa. Tuy không có nội dung cụ thể và cũng chẳng ấn định thời gian nào để biến giấc mơ thành hiện thực, nhưng "Giấc mơ Trung Hoa" dường như đã trở thành phương châm và mục tiêu nắm quyền của ban lãnh đạo mới Trung Quốc, có tác dụng kêu gọi và tập hợp sức mạnh xã hội Trung Hoa.

Tác phẩm "Trung Quốc Mộng" của Lưu Minh Phúc dầy 562 trang do Thượng Tướng Lưu Á Châu đề tựa nội dung gồm 8 chương: Đại ý mỗi chương có thể tóm gọn như sau:

Chương I: Đứng đầu thế giới**, giấc mộng trăm năm của Trung Quốc**: Theo ý tác giả 3 vĩ nhân của Trung Quốc là Tôn Trung Sơn. Mao Trạch Đông và Đặng Tiểu Bình đều có tư tưởng Trung Quốc sẽ vượt Mỹ và đứng đầu thế giới!

Chương II: Đối đầu thế kỷ**: Cuộc chiến Trung-Mỹ tranh giành địa vị "Quốc gia đứng đầu"** Tranh giành ở đây là tranh giành vị trí đứng đầu thế giới cứ trăm năm một lần: Các quốc gia xuất hiện trong lịch sử thế giới cận đại 500 năm trở lại đây, điển hình là: Bồ Đào Nha (thế kỷ 16), Hà Lan (thế kỷ 17), Anh (thế kỷ 18, 19), Mỹ (thế kỷ 20), Trung Quốc sẽ trở thành quốc gia đứng đầu trong thế kỷ 21…

Chương III: **Thời đại Trung Quốc "Thời đại Hoàng phúc" của thế giới:**

Mỗi quốc gia đứng đầu thế giới sẽ mở ra một thời đại mới: Thời đại của Trung Quốc là thời đại đem lại hạnh phúc nhất cho nhân loại! Sự trỗi dậy của các nước lớn Âu Mỹ đều mang một quá khứ không mấy tốt đẹp, đều có những tiền án phạm tội: Xâm lược thực dân, cướp bóc và chỉ có Trung Quốc là một nước không có tội lỗi trong quá khứ là quốc gia có tư cách đảm đương trách nhiệm lãnh đạo thế giới nhất! Ngoài ra còn có nguồn gien văn hóa ưu tú nhất, có sự từng trải và kinh nghiệm thành công lâu năm trong việc đảm đương trách nhiệm quốc gia lãnh đạo thế giới!

Chương IV: **Xây dựng "Trung Quốc vương đạo" bằng tính cách Trung Hoa:**

Theo Trung Quốc, bản chất của văn hóa "Vương đạo" là nhân nghĩa đạo đức. Vương đạo Trung Quốc chính là một nước Trung Quốc hùng mạnh không xưng bá không áp bức, đạo đức thanh cao, thân thiện đáng kính.

Trung Quốc tuy quốc lực lớn mạnh nhưng không chinh phạt, tuy thiếu thốn tài nguyên, nhưng không bành trướng, có nền văn minh bao dung chứ không xung đột, phòng ngự tự vệ chứ không gây chiến trước, lập quốc bằng vương đạo chứ không bá đạo.. Trung Quốc là một nước lớn về quân sự nhưng binh pháp của Trung Quốc coi "hòa bình" là trên hết. Đế quốcTrung Hoa là đế quốc tồn tại lâu đời nhất trong lịch sử thế giới nhưng điều mà đế quốc Trung Hoa luôn tâm niệm là: "Bậc vương quân không chèn ép bốn bể, bậc đế vương không ức hiếp lân bang" trước sau vẫn luôn "Hùng cường nhưng không ngang ngược" "lớn mạnh nhưng không xưng bá"!

Chương V: **Nước lớn đòi hỏi phải có tư duy chiến lược.**

Nước lớn phải có "chiến lược", bốn giai đoạn chiến lược lớn của Trung Quốc và ba cấp độ của chiến lược lớn của Trung Quốc…

Bốn giai đoạn chiến lược thể hiện qua 4 loại hình thái chiến lược: (1) Chiến lược sinh tồn, (2) Chiến lược phát triển, (3) Chiến lược trỗi dậy, (4) Chiến lược lãnh tụ. Đại chiến lược của Trung Quốc là sự thống nhất của ba bộ phận cấu thành là chiến lược quốc gia; chiến lược châu Á và chiến lược toàn cầu. Ba vấn đề căn bản mà đại chiến lược của Trung Quốc trong thế kỷ 21 phải giải quyết là: (1) Xây dựng một nướcTrung Quốc như thế nào; (2) Xây dựng một châu Á như thế nào (3) Xây dựng một thế giới như thế nào? Và cũng nhấn mạnh thế giới quá quan trọng, không thể giao cho nước Mỹ nên về mặt qui hoạch và thiết kế Trung Quốc cần phải đưa ra được những thứ tốt hơn Mỹ, về mặt lãnh đạo, Trung Quốc cần có được cương lĩnh chính trị xuất sắc hơn Mỹ!

Chương VI: **Không nên có ảo tưởng đối với Mỹ:**

Ảo tưởng về chiến lược, không khác gì tự sát. Đối với Mỹ cần có hy vọng nhưng không thể xa rời thực tế; đối với quan hệ Trung-Mỹ cần có lý tưởng, nhưng không nên lý tưởng hóa. Thế kỷ 21 vấn đề hàng đầu trong đại chiến lược của Trung Quốc là không ôm chiến lược ảo tưởng đối với Mỹ.

Sau thế chiến thứ hai, nước Mỹ đã thành công trong việc kiềm chế 2 địch thủ là Nhật Bản và Liên Xô để bảo vệ ngôi vị Siêu cường trên thế giới. Hiện nay Mỹ đang tiến hành cuộc chiến thứ ba của mình "Cuộc chiến bảo vệ ngôi vô địch" kiềm chế Trung Quốc. Trong thế kỷ 21, sự kiện đối với Trung Quốc thể hiện qua 4 đặc điểm: (1) có tính chất tất yếu bản chất, (2) có tính nghệ thuật cao, (3) có tính lâu dài của cuộc đọ sức thế kỷ, (4) đòi hỏi phải có tính sáng tạo chiến lược chưa từng có. Để đối phó với sự trỗi dậy của Trung Quốc, Mỹ còn gặp khó khăn trên 4 mặt sau: (1) Trung Quốc thuộc đạng "trỗi dậy lương thiện; nên rất khó để định tính cho Trung Quốc; (2) Trung Quốc kiên trì "trỗi dậy mềm" như nước chảy mây trôi, khó mà ngăn cản được, (3) Trung Quốc vẫn luôn "trỗi dậy trong hệ thống" rất khó bài xích, (4) Trung Quốc tiến hành "trỗi dậy cùng có lợi" đã trói chặt lợi ích từ sự trỗi dậy của Trung Quốc với sự phồn thịnh của nước Mỹ hoặc là cùng phồn vinh, hoặc là cùng thương vong khiến Mỹ khó có thể hại người lợi ta, làm hại Trung Quốc cũng không có lợi gì cho Mỹ.

Chương VII: **Nước lớn trỗi dậy phải có đại quân**

Muốn tiến hành công cuộc phục hưng vĩ đại thì phải phục hưng tinh thần thượng võ của dân tộc Trung Hoa. Nhìn lại lịch sử, Trung Quốc trong thời đại Hán Đường là "Trung Quốc Anh hùng"; Trung Quốc sau nhà Tống là một Trung Quốc nhu nhược; Trung Quốc sau chiến tranh Nha phiến là "Trung Quốc chịu đòn"; "Trung Quốc chiến đấu" là Trung Quốc của thế kỷ 20 và Trung Quốc của thế kỷ 21 là một "Trung Quốc hùng mạnh".

Muốn "trỗi dậy hòa bình" phải "trỗi dậy quân sự". Thế Kỷ 21 xây dựng "Trung Quốc lớn mạnh" chính là phải xây dựng Trung Quốc thành "nước lớn thị trường", đồng thời cũng phải xây dựng Trung Quốc thành "nước lớn quân sự". Và muốn "trỗi dậy hòa bình" thì phải chuẩn bị "chiến tranh". Trung Quốc trỗi dậy hòa bình phải đặt dưới tiền đề là sự đối xử hòa bình của các quốc gia khác, đặc biệt là Mỹ. Nếu Mỹ tiến hành quân sự, thậm chí gây áp lực chiến tranh đối với Trung Quốc, thì tất yếu sẽ đẩy Trung Quốc phải dùng chiến tranh để bảo vệ quyền trỗi dậy của mình. Nhưng Trung Quốc bị buộc phải chiến đấu để trỗi dậy cũng không giống như sự trỗi dậy bành trướng, trỗi dậy bá quyền như một vài nước lớn trỗi dậy trong lịch sử. Sự trỗi dậy của Trung Quốc cần có sự thống nhất giữa "Phú quốc" và "Binh Cường", vừa muốn trỗi dậy trở thành nước mạnh về quân sự thì quyết không thể trở thành một "dân tộc kinh tế" chỉ có mỡ và không có xương, có trọng lượng mà không có sức lực. Muốn không có "đại chiến" giữa Trung –Mỹ thì Trung Quốc phải có "đại quân", "Phú quốc" cần phải có "cường quân".

Chương VIII **Hô hào "Thuyết Trung Quốc sụp đổ"**

"Nước lớn trỗi dậy" và "nước lớn sụp đổ" chỉ cách nhau một bước, Trung Quốc "ca khúc khải hoàn" càng phải "rung chuông cảnh tỉnh". Bản thân người Mỹ thường cao giọng nói lớn "Mỹ suy vong", người Mỹ 8 lần cất cao giọng về "Thuyết nước Mỹ sụp đổ" để ngăn ngừa suy vong; người Trung Quốc trong quá trình đang trỗi dậy, nghe tiếng kêu "Trung Quốc sụp đổ" cũng có thể có ích cho việc ngăn ngừa sụp đổ, tiến hành trỗi dậy.

B- **Nhận định ưu khuyết điểm tác phẩm "Trung Quốc Mộng":**

B1. Ưu Điểm: Về ưu điểm "Trung Quốc Mộng" hay "Giấc Mơ Trung Hoa" có 4 ưu điểm chính sau đây:

- Ưu điểm 1: Khích động được lòng yêu nước của Nhân dân Trung Hoa và sự tự hào dân tộc, nhất là phái chủ trương dân tộc cực đoan. (Điều này lại là con dao hai lưỡi, "Phúc đấy" mà "Họa cũng đấy"!)

- Ưu điểm 2: Tác giả xác định có sự tương tranh quyết liệt giữa

Mỹ và Trung Quốc. Mỹ là quốc gia đứng đầu thế giới, Trung Quốc là quốc gia đứng đầu tiềm năng trên thế giới. Quan hệ Trung-Mỹ giai đoạn mới là một dạng quan hệ giữa quốc gia đứng đầu và quốc gia đứng đầu tiềm năng. "Trỗi dậy" và "kiềm chế" là hình thái cơ bản của việc cạnh tranh giữa "quốc gia đứng đầu" và "quốc gia có tiềm năng đứng đầu".

- Ưu điểm 3: Quan niệm của Lưu Minh Phúc "Nước lớn" phải có tư duy Chiến Lược hay nói khác đi "Nước lớn" phải có "Chiến Lược lớn" là đúng….

- Ưu điểm 4: Theo tác giả "Quốc Gia lãnh Tụ" siêu cường số 1 trong thế kỷ 21 phải là quốc gia "*Vương đạo" hùng mạnh mà không xưng Bá không áp bức,* đạo đức thanh cao*, thân thiện đáng kính….* (Điều này đúng với chân Lý và lẽ phải. Nhưng Trung Quốc có đóng nổi vai trò một "Quốc Gia Lãnh Tụ" có tinh thần "Vương đạo" hay không lại là một vấn đề khác).

B2. **Khuyết Điểm**:

- Khuyết điểm 1: Nêu lên "Giấc Mơ Trung Hoa" nhưng Lưu Minh Phúc cũng như Tập Cận Bình đều không xác định được nội hàm của "Giấc mơ Trung Hoa là gì?" nên rất mơ hồ (Mỗi người hiểu "Giấc mơ Trung Hoa" một cách khác nhau, không những khác nhau mà còn mâu thuẫn nhau).

- Khuyết điểm 2: Nêu lên Giấc mơ Trung Hoa trong thế kỷ 21 tức trong thời đại toàn cầu hóa mà Lưu Minh Phúc không dám đề cập đến giá trị phổ quát của thời đại đồng thời là khát vọng muôn đời của nhân loại là "TỰ DO, DÂN CHỦ, PHÁP TRỊ và NHÂN QUYỀN" thì Giấc Mơ Trung Hoa của Lưu Minh Phúc chỉ là "xây dựng lâu đài trên bãi cát!".

- Khuyết điểm 3: Lưu Minh Phúc đã ra sức khoe khoang bản chất "Nhân nghĩa" của dân tộc Trung Hoa... Nào là "Đế quốc Trung Hoa mạnh mà không xưng bá, lớn mà không ngang ngược, thiếu tài nguyên mà không bành trướng, xâm lược, thực hành vương đạo chứ không bá đạo, đối xử với các tiểu quốc như đại ca đối với tiểu đệ". Lấy đức trị thiên hạ, lấy nhân đãi bốn phương, là "một đế quốc đạo đức" "mãi mãi không bắt nạt kẻ khác": "một vạn năm nữa cũng không xâm lược ai"… "Dân tộc Trung Hoa có tính cách hòa bình, nhân nghĩa hữu ái nhất thế giới". Nhưng những lời huyênh hoang khoác lác tuyên truyền đó chỉ là những khẳng quyết vô bằng (Không căn cứ trên sự kiện thực tế lịch sử nào cả!). Thực vậy, "Thời xa xưa thế giới chưa hình thành cộng đồng, quốc tế như ngày nay, thì việc nước này bành trướng xâm lược thôn tính nước kia là một sự thực lịch sử thường gọi là "mở mang bờ cõi" thể hiện bản tính xâm lấn vốn có sẵn trong gien (gene) của loài người – như nhà khoa học Stephen Hawking nhận xét: .Nếu không mở mang thì đất đai Trung Quốc sao có thể mênh mông như ngày này? Nói các vương triều Trung Hoa thực hành vương đạo, nhưng sau đấy lại thừa nhận nước này có số vụ khởi nghĩa nông dân nhiều nhất thế giới thì tác giả đã tự lật tẩy lý lẽ của chính mình. Nông dân nổi dậy vì họ bất mãn với sự cai trị tàn nhẫn bá đạo của vua quan. Lưu Minh Phúc nhấn mạnh truyền thống tốt đẹp yêu hòa bình, không bành trướng xâm lược của nước ông là để trấn an thế giới đừng e ngại Trung Quốc trỗi dậy sẽ đe dọa hòa bình và ổn định quốc tế. Nhưng thế giới đánh giá Trung Quốc không qua lời nói mà qua hành động.

- Khuyết Điểm 4: *Chủ nghĩa "Bành trướng Đại Hán xâm lăng" các quốc gia láng giềng* đã in sâu trong não trạng giới cầm quyền Trung Hoa trước đây cũng như bây giờ là một sự thực lịch sử hiển nhiên không ai có thể phủ nhận được.. Xin nhìn lại lịch sử Trung Cộng, nước có chung biên giới với 14 quốc gia khác. Tất cả 14 nước này đều bị Trung Cộng gây chiến để nới rộng, lấn chiếm biên giới, kể cả Liên Xô hùng cường cũng không thoát khỏi lòng tham vô biên của người Hán. Đó là Cướp Đất. Đến thời đại Tập Cận Bình thì họ quyết liệt hơn trong việc Cướp Biển. Họ ngang ngược vẽ ra đường lưỡi bò gồm gần 90% biển Đông, nơi giàu tài nguyên hải sản và tuyên bố họ có chủ quyền không thể tranh cãi. Lý luận của kẻ cướp có sức mạnh trong tay làm điên đảo những quốc gia nhỏ yếu trong vùng. Trung Cộng, hành động giống như Việt Cộng hễ thấy khu vực đất đai tài sản của dân có giá trị cao thì "qui hoạch" để chiếm bằng vũ lực. Đó là nét tương đồng của người cộng sản, không có ngoại lệ cho dù cùng giao thương trên căn bản Bốn Tốt, Mười Sáu Chữ Vàng, nhưng "bạn vàng" có gì vừa ý là cướp "vô tư". (5*)

- Khuyết Điểm 5: *Mâu thuẫn giữa Lý thuyết và thực hành hay nói một đằng làm một nẻo*: Lưu Minh Phúc luôn khoe khoang Trung Quốc là đế quốc "đạo đức", "mãi mãi không bắt nạt kẻ khác", "một vạn năm nữa cũng không xâm lược ai", "Dân tộc Trung Hoa có tính cách hòa bình, nhân nghĩa hữu ái nhất thế giới", "Trung Quốc là đế quốc mạnh nhưng không xưng Bá". Nhưng thực tế lịch sử đã chứng minh là Trung Quốc luôn chủ trương chính sách bành trướng xâm lăng các nước láng giềng.

Khi còn sinh tiền, Thủ Tướng Lý Quang Diệu đã từng nói: "*Họ (Trung Quốc) nói không xưng bá. Nếu anh không chuẩn bị xưng bá thì làm sao anh cứ luôn mồm nói với thế giới anh không muốn trở thành bá quyền?* Đúng là có tật giật mình! Muốn ăn gắp bỏ cho người"! Gần đây Trung Quốc ngang nhiên công bố bản đồ 9 đoạn chiếm Biển Đông Nam Á làm "ao nhà" thì chủ trương Bá quyền đã bị cả thế giới lên án!

Bản chất "Bá quyền Đại Hán" hay "Bộ mặt thật" của Trung Cộng đã phơi bầy lộ liễu, không còn dấu diếm được ai!

- Khuyết Điểm 6: Đây cũng là khuyết điểm lớn nhất, căn bản nhất vì trong suốt 8 chương sách "Trung Quốc Mộng" ngoài sự bày tỏ khát vọng của nhân dân Trung Hoa cùng những "dự phóng" và những "khẳng quyết vô bằng", Lưu Minh Phúc đã không đưa ra ra được một nền tảng nào, một chiến lược, sách lược nào, hay phương cách nào (HOW) để thực hiện "Giấc mơ Trung Hoa". Do đó Giấc

Mơ Trung Hoa chỉ là hoang tưởng hay chỉ là khẩu hiệu tuyên truyền rỗng tuyếch không hơn không kém!

C- Giấc mơ bành trướng Đại Hán của Tập Cận Bình:

Trên nguyên tắc "Giấc mơTrung Hoa" của Lưu Minh Phúc không phải là chủ trương của chính quyềnTrung Quốc.

Tuy nhiên Tập Cận Bình không chỉ lấy nhan đề của cuốn sách "Trung Quốc Mộng" của Lưu Minh Phúc làm quốc sách của Trung Quốc mà Tập Cận Bình còn chia sẻ hay nói đúng hơn là chịu nhiều ảnh hưởng của cuốn sách này như quan niệm: "Giấc mộng Trung Hoa" hay phục hưng dân tộc Trung Hoa có nghĩa là một nước Trung Quốc "thịnh vượng" về kinh tế và "hùng mạnh" về quân sự. (Chúng tôi chỉ nêu lên một mục tiêu lớn điển hình, còn nhiều tư tưởng phụ khác nữa, không cần nói đến tại dây).

Tháng 11/2012, ông Tập gợi nhớ lại Giấc mơ Mỹ, tuyên bố rằng "Đáp ứng khát vọng [của người dân chúng ta] về một cuộc sống hạnh phúc là nhiệm vụ của chúng ta.

"***Giấc mộng Trung Hoa là một lý tưởng. Nhưng người Cộng sản phải có một lý tưởng cao hơn, và đó là Chủ nghĩa Cộng sản".*** Trong bài phát biểu trước Đại hội Đại biểu Nhân dân Toàn quốc (NPC) tháng 3/2012, ông Tập Cận Bình đưa ra 3 điều kiện tiên quyết để đạt được "Giấc mộng Trung Hoa": "Giấc mộng Trung Hoa" chỉ có thể được thực hiện bằng cách đi theo con đường của Trung Quốc; "Giấc mộng Trung Hoa" tất yếu có nghĩa là truyền bá tinh thần Trung Quốc; thực hiện "Giấc mộng Trung Hoa" nhất thiết phải tập trung và kết tinh sức mạnh của Trung Quốc". Điều này cơ bản loại bỏ việc áp dụng tư tưởng và định chế quản lý của phương Tây. Hơn nữa, chính quyền Tập Cận Bình-Lý Khắc Cường đã thông qua hàng loạt biện pháp tái cơ cấu hành chính nhằm tập trung quyền lực nhiều hơn nữa vào các tổ chức của Đảng và một số cơ quan cấp cao như Ban bí thư Trung ương. Những người bảo thủ cảnh báo, không ai được phép hiểu khẩu hiệu của ông Tập Cận

Bình là ủng hộ các giá trị "tự do tư sản". Ông Vương Nghĩa Nguy, *nhà khoa học chính trị tại Đại học Nhân dân Bắc Kinh, cho rằng các nhà trí thức tự do muốn đánh đồng "Giấc mộng Trung Hoa" với phương Tây hóa là hoàn toàn sai lầm. Thực tế "Giấc mộng Trung Hoa" có nghĩa "Trung Quốc hóa chủ nghĩa Mác phù hợp với điều kiện Trung Quốc để mở ra con đường chủ nghĩa xã hội mang đặc sắc Trung Quốc".*

Như vậy đã rõ "Giấc mơ Trung Hoa" của Tập Cận Bình không phải như "Giấc Mơ Hoa Kỳ" dựa trên những nguyên tắc "Bình Đẳng" "Dân Chủ" "Tự Do" nhằm đem lại sự giầu mạnh vinh quang cho quốc gia và đem lại hạnh phúc cho toàn dân mà "Giấc mơ Trung Hoa" chỉ là giấc mơ bành trướng Đại Hán bằng cách đem quân đi gây chiến xâm lăng các nước láng giềng, độc chiếm biển Đông Nam Á để trở thành Bá Quyền Khu Vực, tiến lên Bá Quyền Toàn Thế giới.!

D- Trung Cộng âm mưu bức tử Dân Tộc Việt Nam:

D1. Diễn trình Trung Cộng xâm lăng biển Đông Nam Á:

• Năm 1974 Trung Cộng đã dùng vũ lực đánh chiếm đảo Hoàng sa của Việt Nam.

• Năm 1988 Trung Cộng một lần nữa đem quân đánh chiếm đảo Gạc Ma và 5 đảo nhỏ thuộc quần đảo Trường Sa của Việt Nam.

• Năm 1995 Trung Cộng đánh chiếm thêm đảo Vành khăn, phía Nam quần đảo Trường Sa.

• Ngày 7/5/2009 lần đầu tiên Trung Cộng công bố về đường 9 đoạn (đường lưỡi bò).

• Năm 2014 Trung Cộng đặt dàn khoan trái phép Hải Dương-981 ngay trên phần biển của Việt Nam.

• Sau đó đã liên tục diễn ra các hành động ngang ngược khác ở Biển Đông, táo tợn và thách thức hơn. TQ tiến hành bồi đắp 7 đảo nhân tạo ở Trường Sa, mở rộng tiền đồn lãnh thổ TQ tới trung tâm Biển Đông; từng bước quân sự hóa các thực thể tại Hoàng Sa, thay đổi đáng kể nguyên trạng khu vực này.

D2. Trung Cộng có chủ đích tiêu diệt dân tộc Việt Nam:

Qua sự kiện cá chết hàng loạt trên bãi biển 4 tỉnh miền Trung. Tiến Sĩ Mai Thanh Truyết có cái nhìn sâu hơn và nhất quán hơn khi ông cho rằng, đây không chỉ là một sự kiện riêng rẽ đơn thuần mà là một việc làm có chủ đích của Trung Cộng... vì theo tiến sĩ "Tiêu diệt một dân tộc là một tiến trình, chứ không phải một sự kiện". Vì sao việc làm của Trung cộng qua sự việc Vũng Áng là một việc làm có chủ đích?

- Vì Trung cộng cố tình phá hoại nguồn kinh tế quốc dân của Việt Nam. Đó là nghề cá.

- Trung Cộng cố tình làm cho ngư dân Việt Nam từ bỏ nghề cá để một mình tự tung tự tác chiếm trọn biển Đông.

- Giết và triệt tiêu thị trường xuất cảng nông, thủy hải sản Việt Nam sang Hoa Kỳ và Liên hiệp Âu Châu.

- Và quan trọng hơn cả, Trung Cộng cố ý gây ra việc ô nhiễm môi trường biển Đông để đầu độc các thế hệ tương lai của Việt Nam vì sức khỏe và sức đề kháng dân tộc sẽ bị ảnh hưởng trong một thời gian dài hàng 100 năm do các vũ khí kể trên gây ra.

Trang Elitereaders tố cáo, đầu tháng 5/2016, Trung Cộng cho tàu đánh cá thả hoá chất độc giết chết cá và xua đuổi ngư dân quanh vùng đảo Thị Tứ (Pag-asa) đang do Philipinnes kiểm soát. Như vậy, thủ phạm đứng phía sau vụ cá chết ở Vũng Áng và ngoài khơi vùng biển Hà Tĩnh, Quảng Bình có thể khẳng định không ai khác là Trung Cộng, là Trung Nam Hải và Bộ chính trị đảng cộng sản Trung Hoa.

Chúng ta thấy gì ở những gọng kìm của Trung Cộng?

- Ở phía Đông, Trung Cộng đã vậy hãm Việt Nam ở Biển Đông với bản đồ 9 đoạn và thiết lập các đường bay và khu quân sự trên đảo Hoàng Sa và Trường Sa chiếm của Việt Nam.

- Ở phía Tây, Trung Cộng đã dùng thế trận "nước" qua việc xây dựng các đập ở thượng nguồn để khống chế dòng chảy của sông Mekong, hạn chế việc phát triển kinh tế và làm xáo trộn xã hội Việt Nam trên bình diện cả nước.

- Trong đất liền, với 49 tụ điểm tập trung từ Bắc chí Nam, đặc biệt: (1) vùng nước sâu Vũng Áng, Sơn Dương, yết hầu của dãy đất hình chữ S Việt Nam; (2) và nóc nhà Việt Nam qua sự chiếm đóng vùng Tân Rai và Nhân Cơ trong việc khai thác bauxite. Nơi đây, Trung Cộng có thể kiểm soát sinh hoạt đi lại của toàn vùng biển Đông, thủy lộ của 40% hàng hóa thông thương trên thế giới. Đây là đạo quân thứ V của Trung Cộng một khi có chiến tranh xảy ra;

- Và gọng kìm thứ tư, chính là đảng CSVN, thái thú biết nói tiếng Việt của Trung Cộng, đã, đang và sẽ mở rộng biên giới cho Trung Cộng theo châm ngôn "Thà mất nước hơn mất đảng".

Qua bốn gọng kìm trên, chắc chắn là gọng kìm thứ tư chính là nguyên nhân duy nhứt, mở đường cho ba gọng kìm đầu tiên, và Đặc khu Vũng Áng là một thí dụ điển hình nhứt.

Cuối cùng, việc cá chết hàng loạt bắt đầu từ Đặc khu Vũng Áng phải chăng là nơi Trung Cộng:

- Sản xuất hóa chất độc hại và xả phế thải độc hại vào biển Việt Nam?

- Formosa cũng có thể là một tập hợp nhà máy sản xuất vũ khí hóa học của Trung Cộng?

- Hoặc là nơi thử nghiệm các loại vũ khí sinh học?

Có nhiều thông tin từ Trung Cộng cho thấy khả năng Formosa vận chuyển rác thải phóng xạ từ các công ty quân đội Trung Cộng sang Hà Tĩnh để thanh lọc thô rồi thải ra biển miền Trung. Nếu các thông tin này chính xác; đó là âm mưu thâm độc để tận diệt giống nòi dân Việt vì nhiễm phóng xạ gây quái thai dị tật ung thư cho nhiều thế hệ. Có thông tin cá voi chết bị nổ cả mắt thì khả năng Formosa xả chất thải hóa chất kịch độc bao gồm cả nước rác phóng xạ là khả năng cao.

- Có điều cần chú ý là vụ cá chết ở hai tuần lễ cuối tháng tư ở Quảng Bình, Đảo Chim, Đà Nẵng, và Nha Trang khác với tuần đầu tiên khi Formosa xả thải ra biển. Trong đợt chết sau nầy trầm trọng hơn và cá ở phần đáy, tức cá lớn chết nhiều hơn cá sống ở phần nước mặt.

- Nói riêng về hóa chất, Cty Formosa công bố, theo đúng các con số thấy được qua kiểm tra, cả năm 2015 và tính đến thời điểm này, đã nhập 300 tấn hóa chất, với 43 loại hóa chất được đăng ký và chấp thuận nhập cảng để sử dụng. Và từ đầu 2016 đến nay Cty đã xử dụng 51 tấn hóa chất với mục đích khai báo là làm sạch đường ống, làm nguội các hệ thống ống dẫn, còn tồn kho 248 tấn hóa chất.

GS. Sheri P. Rosenberg, giáo sư về nhân quyền tại New York đã nhận định về mối giao hảo Trung Cộng - Việt Nam như sau: "Tiêu diệt một dân tộc là một tiến trình, chứ không phải một sự kiện". Do đó, tiến trình trên đã được Trung Cộng lâu nay thực hiện cho dân tộc Việt Nam. Đây là một tiến trình lâu dài và đa dạng, được tăng nhanh do chế độ chính trị và chính sách đối với người dân của CSVN. Một chế độ khoá tay bịt miệng người dân, không cho đất nước có sức mạnh dân tộc. Nó biến Việt Nam trước tiên là một bãi rác, kế đến là con đường mòn Nam tiến tiếp nối tham vọng của Đại Hán Trung Cộng. Nó bào mòn sức sống của dân tộc và tàn phá một đất đước xinh đẹp mà Cha Ông đã bao đời gìn giữ và tô bồi". (6*)

E. Công Lý đập tan "Giấc Mộng Trung Hoa' của Tập Cận Bình:

Ngày 12/7/2016, tòa án quốc tế (PCA) tại Hà Lan đã đưa ra phán quyết về vụ Philippines kiện Trung Quốc về xâm lăng biển gồm 5 điểm chính:

1. Thứ nhất các đòi hỏi của Trung Quốc về các vùng trong bản đồ "*đường 9 đoạn*" mà Trung Quốc gọi là chủ quyền lịch sử, hoàn toàn không có cơ sở pháp lý.

2. Thứ hai là không một thực thể nào trong quần đảo Trường Sa có thể tạo ra vùng biển mở rộng.

3. Thứ ba: là một số vùng biển mà Trung Quốc đòi hỏi nằm trong vùng đặc quyền kinh tế của Philippines.

4. Thứ tư là Bắc Kinh đã vi phạm các quyền chủ quyền của Philippines trong vùng đặc quyền kinh tế.

5. Sau cùng, việc bồi đắp xây 7 thực thể của Trung Quốc đã gây tổn hại nghiêm trọng cho môi trường sinh thái biển.

Phán quyết của tòa Trọng tài Thường trực PCA là một thất bại to lớn nhất, cay đắng nhất chưa từng có cho Trung Quốc và đặt ông Tập Cận Bình trước 2 khó khăn nan giải: Nếu cứ gồng mình lên chủ trương chiến tranh bất chấp phán quyết của tòa án, - bằng cách đưa quân chiếm nốt những đảo còn lại tại Trường Sa của Việt Nam hay thiết lập vùng nhận dạng phòng không tại biển Đông (ADIZ) thì sẽ gặp phản ứng quyết liệt của Hoa Kỳ, Nhật Bản và các nước có chủ quyền tại Biển Đông, đưa đến thất bại thảm khốc về phía Trung quốc! Hai là cố gắng làm dịu tình hình thông qua những nỗ lực ngoại giao thận trọng, mặc dù biện pháp này có nguy cơ khiến Tập Cận Bình trở nên yếu đuối hay "mất mặt" trước công chúng trong nước- nhất là những phần tử cực đoan- đang sôi sục tinh thần dân tộc chủ nghĩa, mà chính ông và "Giấc mơ Trung Hoa" đã khích động nên. Đúng là gậy ông đập lưng ông! Đằng nào cũng nguy hiểm! Mặc dù Trung quốc ngay từ đầu đã tuyên bố không công nhận thẩm quyền của tòa trọng tài. Và tiến hành một chiến dịch toàn cầu chống lại phán quyết khi nó chưa được tuyên, nhưng kết luận của Tòa là một cú giáng mạnh vào uy tín quốc tế của Bắc kinh! Trước đây Trung Quốc chính là nước đã giúp soạn thảo Công ước Liên Hiệp Quốc về luật Biển 1982, một động thái chứng minh một cách rõ ràng nước này chấp nhận thẩm quyền của tòa án quốc tế để phân xử tranh chấp. Vậy mà đến giờ lại bác bỏ thẩm quyền của tòa, Trung quốc có nguy cơ trở thành một nước "bất hảo" hơn là một cường quốc có trách nhiệm trên toàn cầu"... ***"Quyền lợi của Trung Quốc không quan trọng hơn lợi ích của các nước khác và bạn bè không thể có được bằng đe dọa".*** Đó là nhận định của Tiến Sĩ Bonnie Glaser thuộc Trung tâm Nghiên cứu Chiến lược và Quốc tế, khi bàn về căng thẳng trên biển Đông. GS Jerome Cohen thuộc Trường ĐH New York có chung đánh giá như TS Glaser, rằng việc Trung Quốc từ chối tuân thủ luật pháp quốc tế chỉ biến họ thành kẻ bắt nạt trong mắt phần còn lại của thế giới. "*Càng chống lại phán quyết của PCA càng khiến nỗ lực xây dựng quyền lực mềm của Trung Quốc bị tổn hại*" – GS Cohen nhận xét. GS. Mahbubani, hiệu trưởng Trường Đại học chính sách công Lý Quang Diệu của Singapore hơn một lần nhắc tới bi kịch mà đất nước Trung Hoa hiện đại đang rơi vào, đó là việc họ đang tự tròng lên đầu chiếc "vòng kim cô chín đoạn", *thậm chí họ còn tự đeo vào cái gọi là "gông cùm địa chính trị trên cổ" và điều đó làm họ khổ,* điều đó chi phối các hành động của họ. *Và TQ hiểu rằng họ buộc phải sớm thoát ra.!*

V- ĐỐI SÁCH CỦA HOA KỲ:

Trước thái độ hung hăng ngang ngược của Trung Cộng muốn biến Biển Đông Nam Á thành "ao nhà" của chúng. Hoa Kỳ đã có những đối sách như thế nào?

A- Chính sách xoay trục về Á châu hay chính sách tái cân bằng quyền lực của Hoa Kỳ:

Tại Hội nghị Ngoại trưởng ASEAN năm 2009 bà Hillary Clinton

đã tuyên bố rằng: Mỹ có lợi ích chiến lược tại biển Đông Nam Á. (làm Trung Quốc tức giận) Các nhà quan sát coi đó là khởi đầu chính sách "Xoay trục" hay "Tái cân bằng" của Mỹ tại Á châu. Tiếp đến 2 năm sau tại Diễn đàn khu vực ASEAN (Hà Nội 22/7/2011) bà ngoại trưởng Hoa Kỳ Hillary Clinton đã đọc một bài diễn văn khẳng định lập trường của Hoa Kỳ tại châu Á (làm ngoại trưởng Dương Khiết Trì tức giận bỏ ra ngoài) Hội nghị này là một bước ngoặt đánh dấu quyết tâm của Hoa Kỳ về chính sách xoay trục hay tái cân bằng của Mỹ tại Á châu không ai có thể nghi ngờ gì nữa. Để chứng minh bằng hành động, trước khi Tổng thống Obama đến dự Hội nghị Thượng đỉnh châu Á tại Bali (11/2011), ông đã quyết định đến thăm Australia để tuyên bố điều động 2500 lính thủy quân lục chiến đến Danwin. Đây là đợt đưa quân có tính cách tượng trưng cho chính sách xoay trục tái cân bằng của Mỹ tại Á châu.

Tháng 5/2014 Trung Quốc đưa dàn khoan HD981 vào sâu trong vùng đặc quyền kinh tế ngang nhiên xâm phạm lãnh hải Việt Nam. Hành động ngang ngược này của Trung Quốc đã làm cho những tên chóp bu trong bộ chính trị CS bừng tỉnh khỏi cơn mê ngủ và cũng làm cho Washington phải giật mình và càng thấy phải đẩy mạnh chính sách xoay trục, tái cân bằng tại Á châu, không những về phương diện quân sự, mà còn phương diện kinh tế, cũng như phương diện văn hóa, (như dự án Đại học Fulbright). (7*)

B- Chính sách bao vây ngăn chận Trung Quốc của Hoa Kỳ:

"*Với việc hình thành và phát triển khái niệm "Không-Hải chiến", khôi phục và phát triển các căn cứ quân sự,* đặc biệt là các căn cứ không quân. *Ngũ Giác Đài đang triển khai kế hoạch bao vây Trung Quốc bằng hằng loạt căn cứ không quân và quân cảng ở Thái Bình Dương"..*

Lực lượng không quân Mỹ có kế hoạch thuê một khu vực diện tích 33 hécta, thời hạn 50 năm để biến một căn cứ không quân cũ của Mỹ trong Chiến tranh thế giới thứ Hai thành "sân bay chiến thuật" trên hòn đảo, bất chấp sự phản đối của người dân cũng như phản ứng mạnh mẽ của Bắc Kinh nhằm ngăn chặn ý đồ bao vây Trung Quốc của Mỹ.

Chiến lược mới trong thế kỷ 21 của Ngũ Giác Đài được gọi là "Trận chiến trên không trên biển" một khái niệm trên danh nghĩa là sự phối hợp giữa các lực lượng không quân và hải quân nhằm phá vỡ các hệ thống phòng thủ ngày càng vững chắc của các quốc gia như Trung Quốc hoặc Iran. Đây có thể là một chiến lược không thể hiện hình dạng nhất định và thực tế phần lớn "trận chiến trên không- trên biển" vẫn đang trong giai đoạn "thai nghén". Nhưng một phần khái niệm này đang trở thành thực tiễn ở khu vực Thái Bình Dương. Một bộ phận quan trọng nhưng thường không được chú ý của "trận chiến trên không- trên biển" yêu cầu lực lượng Mỹ hoạt động tại các căn cứ nhỏ và cơ bản nhất ở Thái Bình Dương là: các lực lượng quân sự Mỹ có thể phân tán trong trường hợp các căn cứ chủ yếu của Mỹ là mục tiêu của các loại tên lửa đạn đạo của Trung Quốc. Các máy bay chiến đấu của Lực lượng Không quân Mỹ sẽ sử dụng căn cứ trên đảo Saipan khi căn cứ bay khác ở Tây Thái Bình Dương bị hạn chế hoặc phong tỏa, mặc dù Lực lượng Không quân cho biết việc xây dựng các sân bay trên đảo Saipan và khu vực gần Tinian sẽ ảnh hưởng không tốt đến môi trường. Thực tế người dân trên đảo Saipan muốn Lực lượng Không quân Mỹ sử dụng các căn cứ không quân cũ trên đảo Tinian mà hiện các đơn vị Thủy quân Lục chiến Mỹ đã và đang cải tạo nâng cấp và các máy bay chiến đấu F/A-18 Homet thường xuyên lên xuống căn cứ này. Rõ ràng, lực lượng Không quân Mỹ muốn mở rộng sân bay quốc tế hiện có trên đảo Saipan- được xây dựng trên cơ sở một căn cứ không quân cũ do Nhật Bản xây, sau đó Mỹ sử dụng trong Chiến tranh Thế giới thứ Hai để lưu trữ các loại hàng hóa, máy bay chiến đấu, máy bay tiếp dầu và gần 700 nhân viên phục vụ các chiến dịch đổ bộ, các cuộc diễn tập quân sự hỗn hợp và các nỗ lực viện trợ nhân đạo cũng như cứu trợ thiên tai trong khu vực. Điều này có nghĩa là các Lực lượng Không quân Mỹ đang có kế hoạch xây dựng thêm các bãi đỗ, nhà để máy bay, bể chứa nhiên liệu, các kho vũ khí đạn dược và nhiều công trình quan trọng khác tại sân bay cũ. Và đây không phải là cơ sở duy nhất đang được Lực lượng Không quân Mỹ cải tạo và nâng cấp.

Một viên tướng của Lực lượng Không quân Mỹ mới đây tiết lộ ngoài các căn cứ không quân trên đảo Saipan, Lực lượng Không quân Mỹ có kế hoạch thường xuyên triển khai các máy bay tại các căn cứ quân sự từ Australia đến Ấn Độ như một phần của kế hoạch tăng cường lực lượng tại Thái Bình Dương. Các kế hoạch này của Mỹ bao gồm thường xuyên triển khai các máy bay chiến đấu và ném bom tại các căn cứ thuộc Lực lượng Không quân Hoàng gia Australia ở Danwin và Tindal thuộc khu vực lãnh thổ bắc Australia, căn cứ không quân ở phía Đông Changi của Singapore, căn cứ không quân Korat ở Thái Lan, căn cứ tại Cubi Point và Puerto Princesa ở Philippines cũng như các sân bay tại Indonesia và Malaysia.

Việc Ngũ Giác Đài chính thức thông báo kế hoạch triển khai lực lượng ở căn cứ không quân trên đảo Saipan diễn ra khi Bộ trưởng Quốc phòng Trung Quốc, Tướng Thường Vạn Toàn, đến thăm Washington để hội đàm với Bộ trưởng Quốc Phòng Mỹ Chuck Hagel. Chủ đề cụ thể liên quan đến các căn cứ quân sự Mỹ ở Thái Bình Dương không được đưa ra trong cuộc họp báo chung của hai bộ trưởng quốc phòng ngày 20/8, nhưng trả lời câu hỏi về việc Mỹ tăng cường lực lượng quân sự ở Thái Bình Dương, Bộ trưởng Quốc phòng Trung Quốc Thường Vạn Toàn cho biết: "Trung Quốc là một dân tộc yêu chuộng hòa bình. Chúng tôi hy vọng chiến lược của Mỹ không nhằm vào một quốc gia cụ thể trong khu vực".

Nhà phân tích an ninh quốc gia Anthony Cordesman thuộc Trung tâm nghiên cứu Chiến Lược và Quốc tế (CSIS) của Mỹ cho biết mặc dù quân đội Mỹ khẳng định "Không- Hải chiến" và chiến lược tái cân bằng lực lượng ở châu Á Thái Bình Dương của Mỹ không nhằm vào Trung Quốc, nhưng thực tế các căn cứ quân sự hiện nay của Ngũ Giác Đài ở Thái Bình Dương sẽ phục vụ mục tiêu ngăn chặn bất cứ sự phát triển nào của Trung Quốc trong tương lai ở Thái Bình Dương. Ông Cordesman nói: "Rõ ràng Trung Quốc sẽ thận trọng hơn trong khu vực, khi sức mạnh của Mỹ xuất hiện ở đó". Các căn cứ quân sự này của Ngũ Giác Đài cũng sẽ tái khẳng định với các nước đồng minh khu vực rằng cam kết của Mỹ với Thái Bình Dương là hợp pháp. Ông nhận định: "Là một bộ phận của chiến lược tái cân bằng châu Á –Thái Bình Dương, Mỹ phải thể hiện cho mọi người thấy đó là thực tiễn ở thời điểm khi quá nhiều sức mạnh của Mỹ ngày càng bị nghi ngờ bởi các cuộc tranh luận về ngân sách".

Tướng diều hâu Herbert Carlislem chỉ huy toàn bộ tài sản của Lực lượng Không quân Mỹ ở Thái Bình Dương cho biết thêm hiện nay Mỹ đang có kế hoạch cho các máy bay tiếp dầu, máy bay ném bom hoạt động ở hàng loạt căn cứ khắp NamThái Bình Dương và Tây Nam Á, máy bay của Lực lượng Không quân Mỹ sẽ không thường xuyên đồn trú tại căn cứ Tinian và Saipan. Thay vào đó, các đơn vị đặt căn cứ ở Bắc Thái Bình Dương và lãnh thổ Mỹ sẽ thường xuyên đến thăm các căn cứ mới. Ông Carlisle khẳng định: "Chúng tôi sẽ không xây dựng thêm căn cứ không quân ở Thái Bình Dương để yểm trợ ngày càng tăng của Lực lượng Không quân trong khu vực". Nói cách khác, Ngũ Giác Đài sẽ không xây dựng các căn cứ mới mà chỉ mở rộng và nâng cấp các sân bay hiện có và xây dựng lại các cơ sở bị bỏ rơi như các căn cứ Saipan và Tinian. Thực tế, một trong những sân bay đang được thủy quân lục chiến xây dựng lại ở Tinian là nơi máy bay B-29 Enola Gay của không quân Mỹ đã cất cánh để thực hiện nhiệm vụ thả bom nguyên tử xuống thành phố Hiroshima của Nhật Bản trong Chiến TranhThế giới thứ Hai. Các sân bay được cải tạo nâng cấp giống như trong kỷ nguyên Chiến tranh Lạnh khi các đơn vị quân đội của Mỹ cũng thường xuyên được luân chuyển đến và rời khỏi châu Âu để quân đội Liên Xô không thể tiếp cận. Để chống lại một kẻ thù mới, Lực lượng Không quân Mỹ sẽ tiếp tục triển khai các đơn vị hiện có căn cứ trên lãnh thổ Mỹ và Bắc Thái Bình Dương đến hàng loạt sân bay Đông Nam Á. Tướng Carlisle nói: : "Trở lại những năm tháng của Chiến tranh Lạnh, chúng tôi có một thứ được gọi là Lá cờ Caro: Chúng tôi luân chuyển hầu hết các đơn vị ở Mỹ đến Âu châu. Hai năm một lần, các đơn vị sẽ lần lượt được điều động đến hoạt động tại các căn cứ tác chiến tại châu Âu. Hiện nay chúng tôi đang thực hiện như vậy ở Thái Bình Dương" Ông Jan Van Tol thuộc Trung tâm Đánh giá Chiến Lược và ngân sách- một viện nghiên cứu ở Washington nhằm giúp Ngũ Giác Đài phát triển khái niệm"Không-Hải chiến", cho rằng việc phân tán này không những sẽ cho phép Mỹ bảo vệ các máy bay không bị đối phương phá hủy, mà đây cũng là một biện pháp hữu hiệu nhằm xây dựng các mối quan hệ giữa Mỹ với các đối tác trong khu vực. Lực lượng Không quân phải thiết lập khả năng phối hợp tác chiến, các mối quan hệ và học hỏi kinh nghiệm trên các lĩnh vực thực tiễn mà họ sẽ phải tham chiến trong tương lai.

Khi được hỏi Ngũ Giác Đài có thể đang xem xét và mở rộng những căn cứ cũ nào khác ở Thái Bình Dương? Ông Van Tol cho biết, trong các cuộc thảo luận khác nhau, các quan chức Mỹ đã và sẽ đề cập đến các căn cứ mà họ mong muốn, chẳng hạn căn cứ trên đảo Wake ở phía Bắc quần đảo Marshall hoặc Cộng Hòa Palau ở Tây Thái Bình Dương. Hai căn cứ này vẫn còn các bãi đỗ máy bay của Mỹ từ Chiến tranh Thế giới thứ Hai. Thực tế, đảo Wake đang có sự hiện diện quân sự hạn chế của quân đội Mỹ. Trong khi đó, Cộng hòa Palau đã công khai mời quân đội Mỹ trở lại và sử dụng một trong những sân bay được xây dựng trong Chiền tranh Thế giới thứ Hai của nước này.

Ông Cordesman cho biết, Mỹ có thể đang tìm kiếm một hệ thống hạ tầng căn cứ quân sự ở Thái Bình Dương gồm: Một sồ căn cứ hoàn toàn ở Mỹ, một số căn cứ khác như căn cứ tại Úc đến Ấn Độ sẽ do các các nước đồng minh điều hành và hỗ trợ quân đội Mỹ triển khai lực lượng; và tầng thứ ba có thể là một loạt căn cứ khẩn cấp và bí mật trong khu vực. Rõ ràng, đây là một dấu hiệu nữa cho thấy sau khi trở lại Thái Bình Dương, Ngũ Giác Đài sẽ biến các căn cứ cũ thành mới để thực hiện mục tiêu bao vây ngăn chặn Trung Quốc trước mắt và lâu dài giống như đã từng bao vây ngăn chặn Liên Xô trong thời kỳ Chiến tranh Lạnh (8*)

C- Hoa Kỳ quyết tâm tiếp tục tuần tra tại Biển Đông

Ngày 10/5/ 2016 hãng tin Reuters trích nguồn tin từ một quan chức Bộ Quố Phòng Mỹ cho biết ngày 10/5/2016, một tầu chiến của Mỹ đã di chuyển tới gần một hòn đảo đá tranh chấp trên Biển Đông động thái này diễn ra sau khi Trung Quốc đưa ra lời cảnh cáo sẽ đáp trả lại sự chỉ trích đối với các yêu sách của mước này đối với tuyến đường biển quan trọng ở khu vực Biển Đông.

Người Phát ngôn Bộ Quốc Phòng Bill Urban cho hay hoạt động tự do hàng hải của tàu USS William P. Lauwrence đi vào vùng 12 hải lý của Đá Chữ Thập do Trung Quốc đang chiếm đóng là nhằm thách thức các yêu sách biển quá đáng của một số bên tranh chấp ở Biển Đông" Trong một tuyên bố được ông gửi đi, "Những yêu sách biển quá đáng này là trái với luật pháp quốc tế được phản ảnh trong Công Ước Luật Biển, trong đó đặt ra giới hạn các quyền tự do hàng hải mà Hoa Kỳ và tất cả các quốc gia đều có quyền thực thi" Waghington lo ngại rằng Trung Quốc sẽ sử dụng đường băng dài 3000 mét và các cơ sở thiết bị trên Đá Chữ Thập để củng cố thêm cho các yêu sách mở rộng lãnh thổ của nước này bất chấp các quốc gia yêu sách yếu hơn.. Các quan chức Mỹ cũng khẳng định Trung Quốc đã lên kế hoạch triển khai hoạt động bồi lấp và xây dựng đảo trên Bãi cạn Scarborough, nằm về phía Bắc của quần đảo Trường Sa trong vùng Đặc quyền kinh tế rộng 200 hải lý (370 Ki-lô-mét) mà Phillippines đang yêu sách. Trung Quốc đưa ra yêu sách đối với hầu hết khu vực Biển Đông nơi có lượng thương mại trị giá 5 nghìn tỉ đô là Mỹ đi qua hàng năm. Phillippines, Việt Nam, Malaysia, Đài Loan, Brunei cũng có các yêu sách chồng lấn trên vùng biển này. Chuyên gia về Biển Đông tại viện ISEAS Yusoflshak của

Singgapore nhận định "Đá Chữ Thập vốn có tính cách nhạy cảm bởi dựa vào tình hình cơ sở sau này cho các hoạt động quân sự của Trung Quốc trên Biển Đông, bao gồm hệ thống cảng nước sâu rộng lớn và đường băng dài 3000 mét" Trợ Lý Ngoại Trưởng các vấn đề Đông Á Thái Bình Dương Daniel Russel có nói với phóng viên Reuters rằng: "*Nếu lực lượng hải quân mạnh nhất thế giới mà không thể đi qua các khu vực luật pháp quốc tế cho phép thì liệu điều gì sẽ xảy ra đến với tàu hải quân của các nước nhỏ hơn?" "Nếu các tàu chiến của Mỹ không thể thực thi các quyền hợp pháp trên biển theo luật quốc tế thì ngư dân, tàu buôn sẽ ra sao?Họ sẽ làm thế nào để không bị các nước lớn gây khó dễ?"*

Trung Quốc đã bày tỏ sự giận dữ đối với các hoạt động Tự Do hàng hải trước đó của Mỹ và khẳng định chưa từng có vấn đề gì xảy ra đối với tự do hàng hải và hàng không ở Biển Đông. Việc Mỹ đưa các máy bay chiến đấu đến gần bãi cạn Scarborough tháng trước đã làm dậy lên làn sóng biểu tình ở Trung Quốc. Tháng11 năm ngoái, hai phi cơ ném bon tầm xa B-52 đã bay gần các công trình thiết bị của Trung Quốc được xây dựng trên Đá Châu Viên ở quần đảo Trường Sa, đã là một thách thức lớn đối với Trung Quốc..

IV- CON ĐƯỜNG SỐNG CỦA DÂN TỘC VIỆT NAM

1. Tại sao tới nay chế độ CSVN vẫn chưa sụp đổ?Xin thưa vì 2 nguyên nhân chính sau đây:

A/ *Nguyên Nhân khách quan*: Với chế độ độc tài toàn trị cộng sản, nên sự nổi dậy của quần chúng vô cùng khó khăn, nếu không muốn nói là "bất khả"! Kinh nghiệm tại các quốc gia bị cộng sản thống trị, chỉ có sự sụp đổ từ bên trong- sự sụp đổ do tự thân chế độ CS, chứ không phải do sự nổi dậy của các thế lực đối lập hay của quần chúng, hoặc do sức ép từ bên ngoài.

B/ *Nguyên nhân chủ quan*: Phe Quốc Gia - ưa chuộng tự do

dân chủ, -tại trong và ngoài nước -chưa hình thành được một lực lượng hay một tổ chức đối lập có tầm vóc, khả dĩ có thể đương đầu với chế độ CS!Nói khác đi phe Quốc gia còn quá yếu, yếu từ căn bản tư tưởng đến tổ chức... và chiến lược đấu tranh. Đây là một sự thực đau lòng mà chúng ta dù muốn dù không phải công nhận, nhiên hậu mới tìm cách vượt qua để chiến thắng cộng sản..

2. **Kinh nghiệm Quốc Sử:**

A- *Thời Nhà Trần: Thế kỷ thứ XIII*: Khi quân Nguyên Mông sang xâm lăng nước ta, thế giặc quá mạnh nên cácVua Trần đã biết dựa vào sức dân và với sáng kiến triệu tập **Hội Nghị Diên Hồng**, huy động sức mạnh của toàn quân, toàn dân –trên dưới một lòng-cả nước đánh giặc -nên đã đem lại kỳ công: 3 lần quân Nguyên Mông xâm lăng nước ta đều bị thảm bại cả 3.

B*- Thời Nhà Lê: Thế kỷ thứ XV* Sau 10 năm chiến thắng quân Minh, Nhà chiến lược đại tài Nguyễn Trãi đã tổng kết kinh nghiệm lịch sử đấu tranh trong 3 điểm như sau: Thứ Nhất là "***Chính Nghĩa***" Thứ Hai; qui tụ được "***Hào Kiệt***" Thứ ba: "***Manh lệ***" Vì theo đức Nguyễn Trãi có ***Chính Nghĩa*** không chưa đủ mà phải qui tụ được những "***Hào kiệt***" tức những người tài trí (có trí thức)+ có lòng "yêu nước thương dân" tham gia nghĩa quân Lam Sơn… . Có "Chính Nghĩa" –có "Hào kiệt" (tương đương như cán bộ ưu tú) vẫn chưa đủ phải có yếu tố thứ ba là "***Manh Lệ***"tức quần chúng quốc dân… Phải Hội đủ 3 yếu tố đó mới chiến Thắng được giặc Minh!

3. Kinh Nghiệm Cuộc Cách Mạng Hoa Lài Tunisia 2011

A- *Tóm lược cuộc cách mạngHoa Lài*:

Cuộc cách mạng Hoa Lài tại Tunisia bắt đầu từ ngày 10 tháng 12 Năm 2010 do Mohamed Bouazizi tự thiêu trước trụ sở Sidi Bouzid, thành phố 40. 000 dân ở miền Trung Tunisie. Mới tốt nghiệp và thất nghiệp như vô số thanh niên tại Tunisie, Mohamed Bouazizi kiếm sống bằng bán rau quả không giấy phép ở chợ. Sau khi bị cảnh sát tịch thu hàng họ, anh tìm cách khiếu nại. Nhưng vô vọng.

"Ngay khi biết tin anh tự thiêu, nhiều người buôn bán và thanh niên đã tập trung đấu tranh ngồi lì không bạo động trước cửa trụ sở và đòi gặp chức quan công quyền địa phương", các cuộc biểu tình bị chính quyền độc tài đàn áp, bắt bớ và giết hại càng khiến lòng dân thêm phẫn uất và các cuộc biểu tình tiếp diễn sau đó đã lan rộng trên toàn quốc mà đỉnh cao là ngày 14 tháng 1 Năm 2011".

Biểu tình bị giải tán. Đụng độ bạo lực ở thủ đô Tunis. Khoảng 16h, chính phủ bị bãi chức và tuyên bố trong vòng sáu tháng có tuyển cử. Tuyên bố tình trạng khẩn cấp khắp cả nước kể từ 17 giờ, cấm các cuộc biểu tình ở nơi công cộng, bắt đầu thiết quân luật. Lại cho phép bắn đạn thật. Đóng cửa vùng trời.

Tới 18 giờ 50, Thủ tướng Mohammed Ghannouchi lên tivi báo tin ông giữ quyền Tổng thống lâm thời thay thế Zine El Abidine Ben Ali. Ông Tổng thống này đã chạy trốn bằng máy bay. Pháp từ chối cho ông ta tá túc, sau rồi Ben Ali phải hạ cánh xuống A-rập Xê-ut.

Sau một tháng nổi dậy và biểu tình bị đàn áp bằng bạo lực khiến nhiều người chết, chế độ cai trị của Ben Ali đã sụp đổ. Trang @jawher tóm lược tình hình trên mạng xã hội Twitter: *"Tunisie: đất nước ở đó một anh bán hàng rong ở chợ bị đuổi đã làm cho một anh độc tài bị lăn kềnh"(9*)*

B/ *Năm nguyên tắc thành công của cuộc Cách Mạng Hoa Lài*

Cuộc cách mạng "Hoa Lài" trên đại thể - là một cuộc "***cách mạng tự phát***", không do một lãnh tụ hay một tổ chức đấu tranh qui mô nào phát động mà do sự bùng phát của quần chúng. Tuy nhiên cuộc cách mạng "Hoa Lài" hoàn toàn không phải ngẫu nhiên hay tình cờ mà sự thành công của cuộc cách mạng do 5 nguyên tắc sau:

1) Đấu tranh bất bạo động- bất hợp tác.

2) Đi từ nhỏ đến lớn.

3) Nhờ sự tàn ác của chế độ độc tài-Càng đàn áp phong trào đấu tranh càng lớn mạnh trên qui mô toàn quốc.

4) Dùng những lời truyền khẩu, những bức hý họa tuyên truyền sâu rộng trong quần chúng-Phong trào đã biết tận dụng phương tiện truyền thông hiện đại trong công cuộc vận động quần chúng...

5) *Nguyên tắc cần yếu nhất*: Các Hội đoàn dân sự biết liên kết với nhau, tiến tới MỘT LIÊN MINH ĐẤU TRANH.

4. Kinh nghiệm chuyển đổi từ một chế độ "Độc tài quân phiệt" sang "Chế độ Dân Chủ" của Myanmar (Miến Điện).

Công cuộc chuyển đổi sang chế độ Dân chủ của Miến Điện (Myanmar) thành công nhờ các yếu tố sau:

1/ Miến Điện đã sớm thành lập một **"Liên Minh Quốc Gia vì Dân Chủ" (Nationnal League for Democracy –NLD)** từ Ngày 27 Tháng 9 Năm 1988. Đây là một Liên Minh có tâm vóc, có khả năng đương đầu với "chế độ độc tài quân phiệt" của phe Tướng lãnh.

2/ Miến Điện có một lãnh tụ có lòng yêu nước, có uy tín, kiên trì đấu tranh, dũng cảm, sáng suốt và quyền biến là Bà Aung San Suu kyi. (Lãnh giải Nobel hòa bình năm 1991)

3/ "Các tướng lãnh cầm quyền có chuyển biến trong tư duy, được thể hiện qua câu nói của Ông Thein Sein, rằng: "*chúng tôi không cải cách vì tôi muốn cải cách.* Đơn giản là chúng tôi chỉ đáp ứng mong muốn cải cách của người dân. *Do vậy tương lai của tôi phụ thuộc vào người dân và nguyện ước của họ*"Như thế, Tổng thống Thein Sein đã xác nhận ông và các tướng lãnh cầm quyền chỉ muốn "đáp ứng mong muốn cải cách của người dân". Do vậy tương lai của Ông và giới tướng lãnh cầm quyền "*phụ thuộc vào người dân và nguyện ước của họ*" và ông đã làm theo nhận thức và tư duy mới này nên ông đã tồn tại và cũng vẫn sẽ tồn tại.

4/ Từ sự chuyển biến tư duy, các nhà lãnh đạo hàng đầu đã chủ động thực hiện một tiến trình chuyển đổi qua chế độ dân chủ, đa đảng như thế nào?

A/ Về đối ngoại, Myanmar đã tìm cách "Thoát Trung"bằng cách đa phương hóa quan hệ kinh tế, chính trị, với nhiều nước, để không bị quốc tế cô lập.

B/Về đối nội, để chuyển sang chế độ dân chủ một cách có trật tự, ổn định, các tướng lãnh cầm quyền ở Myanmar đã tạo điều kiện thuận lợi cho sự thành hình các nhân tố của một xã hội dân sự, tiền đề cho sự hình thành chế độ dân chủ, đa đảng. Đó là việc cho phép hình thành và hoạt động của các tổ chức xã hội dân sự có tư cách pháp nhân như các chính đảng, các tổ chức nghề nghiệp, các Giáo hội và các hiệp hội văn hóa, xã hội...

... Khời đi từ năm 2003, giới tướng lãnh cầm quyền đã vạch ra "*Lộ trình Dân Chủ hóa có kỷ cương*" (Roadmap to Diccipline-Flourishing Democracy) Tiến trình này đã diễn ra tuy có chậm so với đòi hỏi của nhân dân, nhưng an toàn cho gai cấp cầm quyền và ổn định xã hội, có lợi cho đất nước.

Hai chục năm sau, chế độ quân phiệt Myanmar lại cho bầu cử thử nghiệm lần thứ hai vào năm 2010, rồi lần thứ ba năm 2011, nhưng vì còn ngờ vực, chưa tin, Liên minh NLD đã tẩy chay bầu cử. Thế rồi, để tạo niềm tin, sau khi nhậm chức Tổng thống ngày 30/3/ 2011 Ông Thein Sein bắt tay vào tiến trình đổi mới đất nước theo hướng mở cửa và dân chủ. Ông thực hiện nhiều cải cách lớn: Mở cửa nền kinh tế, thả hàng trăm tù nhân kể cả tù nhân chính trị, thực thi thỏa thuận hòa bình với các nhóm dân tộc thiểu số, và nới lỏng kiểm soát truyền thông. Ông cũng nhanh chóng gặp thủ lãnh đối lập Aung San Suu Kyi và quyết định trả tự do cho bà vào ngày 13/10/2010, sau hơn 20 năm bị quản thúc tại gia. Ông cũng là người đã cho phép NLD tham gia tổng tuyển cử lần đầu tiên năm 2015, sau 25 năm(1990-2915). Nhờ đó bà Aung San Suu Kyi mới quyết định đưa N LD tham gia bầu cử bán phần Quốc hội lưỡng viện vào năm 2012 để chọn 44 ghế đại biểu mà chế độ dành cho dân lựa chọn. NLD tham gia bầu cử và đã chiếm 43 ghế, Bà Suu Kyi trở thành dân biểu từ đó. Việc NLD vào Quốc hội và bà Suu Kyi trở thành một nhân vật lãnh đạo uy tín quốc tế ngày một gia tăng cho chế độ, được giải tỏa cấm vận giúp Myanmar bắt đầu nhận được đầu tư ồ ạt của nhiều nước tư bản Phương tây và các nước trong vùng. Ngày bầu cử 8/11/2015 đã kết thúc lộ trình chuyển hóa đất nước qua chế độ dân chủ có kỷ cương, trật tự, do các tướng lãnh quân đội Miến cầm đầu đã đưa ra và đã thực hiện thành công"(10*)

5. Nhu cầu Lịch Sử của Dân Tộc Việt Nam.

Bước sang thế kỷ XX, dân tộc Việt chưa tháo gỡ được ách thống trị của thực dân Pháp, thì chủ nghĩa Cộng sản đã tràn vào Việt Nam đưa dân tộc Việt vào thế khốn cùng. Cộng sản Việt Nam đã núp dưới chiêu bài giải phóng dân tộc để bành trướng chủ nghĩa Cộng sản thống trị nô dịch dân tộc Việt. Hậu quả là hàng triệu người đã phải hy sinh oan uổng cho một cuộc chiến vô nghĩa để rồi gần chín mươi triệu đồng bào Việt Nam khốn khổ đang quằn quại rên xiết dưới ách thống trị bạo tàn của tập đoàn Việt gian Cộng sản. Để duy trì sự thống trị của đảng Cộng Sản, tập đoàn Việt gian Cộng sản đã phải ký "Mật ước Thành Đô" ngày 3-9- 1990 xin trở thành một bang tự trị của Trung Quốc vào năm 2020. Dân tộc Việt đang trải qua một thời kỳ bi thảm nhất trong lịch sử với "Thù Trong Giặc Ngoài", chúng ta đã và đang mất nước vào tay"Đế quốc mới Trung Cộng" Trước hiểm họa nói trên, nhu cầu lịch sử của Dân Tộc Việt Nam là phải hoàn thành CUỘC CÁCH MẠNG DÂN TỘC DÂN CHỦ PHÁP TRỊ TOÀN DIỆN VÀ TRIỆT ĐỂ ngõ hầu CỨU NƯỚC, CỨU DÂN và cứu chính mình.

6. Chúng ta phải làm gì?

A- Nghiên Cứu, đánh giá đúng về Nhân tố và vai trò của các tổ chức Cách Mạng Việt Nam. :

1/ Vai trò của giới Trí Thức (Dấn thân) Giới trí thức mà người xưa gọi là "*Kẻ Sĩ*" hay "*Sĩ phu*" là những bậc "*Tiên tri tiên giác*" là

"*Nguyên khí của Quốc gia*" luôn luôn giữ vai trò quan trọng không thể thiếu trong bất cứ một cuộc cách mạng nào nhằm thay đổi vận mạng của đất nước. Hơn nữa thế kỷ 21. Trí thức là Sức mạnh (Kenowledge is Power!). Chỉ có CS mới coi rẻ coi khinh trí thức hay dùng trí thức như một công cụ của Đảng!

2/Thế hệ trẻ là "tương lai của đất nước", là "sức Sống của tổ chức và là "nguồn cổ vũ thành công" của cuộc Cách Mạng Dân Tộc Dân Chủ Pháp Trị.

3/Tổ chức "Dân Oan" là những nạn nhân trực tiếp của chế độ CS là những thành phần đau khổ, uất ức căm thù chế độ CS nhất, mà cuộc cách mạng cần vận động tối đa.

4/Lực Lượng "Công nhân và Nông dân" cũng đều là nạn nhân của chế độ CS bị "tà quyền CS" thông đồng với tư bản ngoại quốc bóc lột và gánh chịu hàng chục thứ thuế để nuôi chế độ độc tài toàn trị đè đầu cưỡi cổ nhân dân!

5/Lực lượng QUẦN CHÚNG TÍN ĐỒ CỦA CÁC TÔN GIÁO là lực lượng TIỀN PHONG TRỰC DIỆN ĐẤU TRANH HIỆU QUẢ NHẤT, LÀ KHẮC TINH LÀM SỤP ĐỔ chế độ CS.

6/ Vai trò của truyền thông là vũ khí đấu tranh quan trọng lợi hại nhất của thế kỷ

7/ Lực lượng quần chúng tín đồ của các Tôn Giáo nói riêng và LỰC LƯỢNG QUẦN CHÚNG NHÂN DÂN NÓI CHUNG có sức mạnh "dời non lấp biển" có "SỨC MẠNH VÔ BIÊN" có khả năng lật nhào bất cứ một chế độ độc tài toàn trị nào của CS, dù chúng có mạnh và hung hãn, hung hiểm đến đâu chăng nữa.

Theo dõi và quan sát các cuộc biểu tình tại trong nước trong 41 năm qua, chúng ta thấy đều có các các cuộc biểu tình đấu tranh liên tục hoặc của "Tôn giáo", của "Dân oan" hay của "Công nhân" v. v.. Nhưng khuyết điểm của các cuộc biểu tình lẻ tẻ này là thiếu một tổ chức Cách mạng có **Chiến lược, có kế hoạch liên kết phối**

hợp đồng bộ trên toàn quốc- Chúng tôi gọi nôm na là thiếu một **Lực Lượng cách mạng làm cầu nối** nên chưa làm nổi Cuộc **Tổng Nổi Dậy, Quật Khởi Của Toàn Dân**. Đây là việc làm cấp thiết của chúng ta trong "Giai đoạn mới, đáp ứng"Thời Cơ mới".

B-Tìm hiểu, nghiên cứu "Mô thức tổ chức nào" cần ưu tiên thành lập để hoàn thành "Sứ Mạng CỨU QUỐC và KIẾN QUỐC?

1- Phát HiệnVấn Đề:

Cho tới nay sau 41 năm (1975-2016) mọi người chúng ta đều nhận thấy là chúng ta thiếu mốt tổ chức cách mạng có tầm vóc, có khả năng đương đầu với chế độc độc tài toàn trị csVN. Vậy chúng ta phải làm gì? Và quan trọng hơn là làm cách nào để hình thành tổ chức "có tầm vóc", có khả năng, có thực lực giải thể hay chuyển hóa chế độ CS?. Nói khác đi chúng ta phải chọn "***mô thức tổ chức nào***" được coi là thích hợp có thực lực và có hiệu quả nhất để hoàn thành sứ mạng "Cứu Quốc và"Kiến Quốc?"

Chúng ta cũng đã nghe nói nhiều về các **mô thức** tổ chức sau đây:

- Có người cho rằng chỉ cần đẩy mạnh và phát triển các "*Tổ Chức Xã Hội Dân Sự (Civil Society*) là có thể tháo gỡ chế độc độc tài toàn tri CSVN?

- Có người cho rằng cần phải thành lập "*Phong Trào hay Mặt Trận Cứu Nguy Tổ Quốc?*

- Có người chủ trương phục hoạt các Đảng Phái đã có truyền thống đấu tranh lâu đời như "Việt Nam Quốc Dân Đảng", "Đại Việt Quốc Dân Đảng"...

- Có người chủ trương thành lập các đảng phái mới có tính cách chuyên nghiệp để đẩy mạnh tiến trình dân chủ hóa Việt Nam?

- Có người cho rằng: Hiện nay người Việt tại hải ngoại "chia rẽ phân hóa" là vì chúng ta rơi vào tình trạng "khủng hoảng lãnh tụ" Nếu có một lãnh tụ tài ba xuất hiện có khả năng qui tụ người tài và quần chúng thì công việc cứu nước sẽ không còn khó khăn nữa.

- Có người cho rằng cần thành lập "*Liên Minh Dân Tộc" hay Liên Minh Đấu Tranh Dân Chủ Tự Do cho Việt Nam*? ngõ hầu hoàn thành sứ mạng "Cứu Quốc" và Kiến Quốc"?

- Có nhiều người khác kêu gọi Thành lập *Diên Hồng Thời Đại* để kế thừa Tinh Thần Hội Nghị Diên Hồng xưa và vận động toàn dân cứu nước có tính chất Chiến Lược?

2- Góp ý Giải Quyêt vấn đề: :

1/ Về các"*Tổ Chức Xã Hội dân Sự"(Civil Society)*chúng ta không "đánh giá thấp" cũng không nên "đánh giá quá cao" mà cần "đánh giá đúng" về giá trị của các tổ chức này. Theo định nghĩa kinh điển thì các "Tổ chức Xã Hội Dân Sự" là khu vực thứ ba có thể là trung gian giữa "khu vực Nhà nước" và "khu vực Kinh doanh" (11*) nên tổ chức XHDS chủ yếu vào quan hệ giữa các công dân, một quan hệ có *tính chất tự nguyện, phi chính trị* (để phân biệt với các hoạt động liên quan đến nhà nước), *phi lợi nhuận* (để phân biệt với các hoạt động vụ lợi liên quan đến kinh doanh*) và phi huyết thống* (để phân biệt với các hoạt động liên quan đến gia đình và dòng họ) Vì tính cách Phi Chính Trị nên chúng ta không thể kỳ vọng các tổ chức Xã Hội Dân Sự có thể đóng vai trò của một tổ chức chủ lực của cuộc cách mạng thay đổi số kiếp dân tộc được!

Nói như trên không có nghĩa là chúng ta hạ thấp hay phủ nhận tầm quan trọng của các tổ chức XHDS. mà trả về giá trị đúng, giá trị đích thực của XHDS là làm nhiệm vụ: đòi hỏi quyền lợi chính đáng của người công dân như thúc đẩy nhà nước thông qua Luật về Hội, nâng cao hơn nữa nhận thức của một số ngành, cấp về vai trò, vị trí của Xã Hội Dân Sự, thực hiện công khai minh bạch trong hoạch định thể chế, chính sách, thực hiện trách nhiệm giải trình của các cơ quan công quyền, đòi quyền phản biện xã hội, cải tiến về Nhân Quyền

Thực hiện được các công tác nàylà đã giúp ích rất lớn cho việc tiến tới chế dộ Dân Chủ Pháp Trị đúng nghĩa

Nói khác đi các tổ chức XDDS có tầm quan trọng trong việc đấu tranh cải tiến nhân quyền làm tiền đề cho cuộc Cách Mạng Dân Tộc Dân Chủ nhưng rõ ràng không phải là chủ lực của Cuộc Cách Mạng Dân Tộc DânChủ.

2/ *Về Phong Trào hay Mặt Trận Cứu Nguy Tổ Quốc*: Chúng ta đang sống tại xứ sở có thừa "Tự Do Dân Chủ"tại hải ngoại, nên ai muốn thành lập Phong Trào hay Mặt Trận Cứu Nguy Tổ Quốc đều được cả

Nhưng vấn đề là có qui tụ được nhiều Hội đoàn, Đoàn thể, Cộng đồng và Quần chúng hưởng ứng theo "Phong trào" hay "Mặt Trận" hay không? Đó mới là vấn đề. Nếu không thì "Phong Trào" Hay "Mặt Trận" có thành lập ra cũng chỉ thêm một tổ chức chống cộng trong bao nhiêu tổ chức chống cộng khác đã thành lập trước mà thôi… .

3/ Về việc "*phục hoạt" các Chính Đảng* đã có Truyền Thống đấu tranh cách mạng từ đầu thế kỷ 20:

Sau khi Hồ Chí Minh và đảng CSVN cướp công kháng chiến chống thực dân Pháp của toàn dân Việt năm 1945, và quay sang bách hại các đảng phái Quốc Gia... đến thời Đệ Nhất và Đệ Nhị Cộng Hòa, các đảng phái mới bắt dầu phuc hưng trở lại… Rồi khi lưu vong ra nước ngoài, các đảng phái Quốc Gia càng lâm vào tình trạng chia rẽ phân hóa trầm trọng… Có đảng phân hóa thành 5, 7, hay 12 "hệ phái"! Thật là đau lòng… Nay các đảng phái "Quốc Gia"có truyền thống cách mạng, chủ trương "*phục hoạt*", "*thống nhất" hay "tái thống nhất*"các "hệ phái"là những công việc cấp thiết, rất đáng mừng và rất đáng hoan nghênh... Tuy nhiên các đảng phái Quốc gia còn gặp rất nhiều thử thách gay go ngay trong nội bộ đảng… đến công tác chinh phục ngoài quần chúng! Do đấy các đảng phái Quốc Gia còn đang trên tiến trình "phục hoạt" chưa thể nào đáp ứng vai trò là chủ lực của cuộc cách mạng Dân Tộc Dân Chủ Pháp Trị mà toàn dân đang mong đợi!

4/ Về ý kiến cho rằng tệ nạn phân hóa chia rẽ tại hải ngoại, sở dĩ có, vì chúng ta thiếu một "*lãnh tụ kiệt xuất*"có khả năng qui tụ "quần hùng"và quần chúng?

Ý kiến trên có phần đúng, nhưng không đúng hết, vì tình trạng phân hóa, chia rẽ tại hải ngoại có rất nhiều nguyên nhân, chứ không phải vì một nguyên nhân duy nhất là thiếu lãnh tụ! Hơn nữa muốn "cứu quốc, trước hết chúng ta cần có 1 tổ chức, một lực lượng đấu tranh có tầm vóc, rồi qua môi trường đấu tranh, qua"*ma sát chính trị*"lãnh tụ mới có cơ xuất hiện! Giữa 2 yếu tố "Lãnh Tụ" và "Tổ Chức" yếu tố "Tổ chức" vẫn là yếu tố quan trọng bậc nhất! Dĩ nhiên nếu cuộc cách mạng hội đủ cả 2 yếu tố vừa có "Tổ Chức" vừa có "Lãnh Tụ" thì cuộc cách mạng càng dễ thành công mau chóng như bài học chuyển hóa từ "chế độ độc tài" sang "chế độ dân chủ" tại Miến Điện (Myanmar) đã nói ở trên…

5/ Về đề nghị thành lập *"các đảng phái mới có tích cách chuyên nghiệp!"*

Trên Blog Chương trình RFA, ngày 21 tháng 10 năm 2016 nhà báo tiến sĩ Nguyễn Thị Từ Huy có đăng bài viết có nhan đề " *Hình thành các đảng chính trị chuyên nghiệp: một đòi hỏi của thực tế Việt Nam hiện nay". (12*)*

Tác giả viết "Gần đây, nhiều người, thậm chí có cả những đảng viên đảng cộng sản vốn từng giữ những chức vụ cao cấp trong đảng như ôngVũ Ngọc Hoàng, đã nói đến khả năng sụp đổ của chế độ. Mặc dù cá nhân tôi, dựa trên các phân tích của mình, không có sự lạc quan về viễn cảnh thay đổi chế độ trong tương lai gần, nhưng tôi thấy các lý lẽ và bằng chứng (của những người đưa ra dự báo về khả năng sụp đổ của chế độ độc đảng) là đúng và có sức thuyết phục. Sức thuyết phục của các lý lẽ đó càng được củng cố khi mà người dân… (bao gồm giới trí thức, sinh viên, học sinh, công nhân, nông dân, thương gia, tiểu thương, hay các tầng lớp khác trong xã hội) càng ngày càng cung cấp nhiều bằng chứng về ý thức đạo lý của họ, về khát vọng sống và khả năng vượt qua nỗi sợ của họ.

Cũng vì thế mà chúng ta phải đối diện với câu hỏi này: nếu, vào một ngày nào đó, những cảnh báo về sự sụp đổ của chế độ trở thành hiện thực, thì lúc đó chúng ta sẽ phải làm như thế nào, chúng ta sẽ làm gì để có thể thay thế một chế độ độc tài bằng một chế độ dân chủ, chứ không lặp lại bi kịch lịch sử mà hiện nay chúng ta đang nếm trải: thay thế độc tài phong kiến bằng độc tài cộng sản ?

Hoặc đặt câu hỏi theo một cách khác: nếu giả sử chế độ này sụp đổ, chúng ta sẽ phải làm những gì cụ thể để khắc phục các hậu quả của nó ? Và kiến tạo một xã hội tương lai như thế nào ?

Câu hỏi này, các cá nhân không trả lời được. Các tổ chức xã hội dân sự cũng không trả lời được.

Vậy ai có thể trả lời câu hỏi ấy ? Đó chỉ có thể là các đảng chính trị chuyên nghiệp. Chỉ có các đảng chính trị chuyên nghiệp, với các chương trình hành động, ngắn hạn cũng như dài hạn, mới có thể đưa ra các đáp án cho việc giải quyết các hậu quả hiện nay và kiến tạo một Việt Nam dân chủ.

Từ lâu nhiều người đã nhìn thấy vai trò của các đảng phái chính trị ngoài cộng sản đối với vận mệnh quốc gia. Trong đó có ông Lê Trung Tĩnh, người đã viết một bài để nêu lên sự cần thiết của các tổ chức lãnh đạo và chính trị mới ở Việt Nam, đăng trên trang BBC Việt ngữ, ngày 10/1/2016. Tôi rất đồng ý với cách đặt vấn đề của Lê Trung Tĩnh, mà tôi trích lại nguyên văn ở đây:

"*Những người đấu tranh cho dân chủ Việt Nam nên nhận lấy trách nhiệm cũng như tên gọi của những nhà hoạt động chính trị, và tiến đến thành lập những đảng phái chính trị cho Việt Nam. Bằng cách đó, họ một mặt đấu tranh cho dân chủ, một mặt tập hợp được sự ủng hộ của người dân vì đã cho người dân cơ hội thấy rõ những lựa chọn chính trị trong tương lai. Ngoài ra việc tự tin nhận trách nhiệm như những người lãnh đạo hay hoạt động chính trị cho họ một tiếng nói đối lập rõ ràng, những kinh nghiệm tổ chức quý giá, và giúp họ phê phán hay tìm cách giải quyết vấn đề của Việt Nam khi được bầu chọn thành những lãnh đạo trong tương lai.*"

Vấn đề là ở Việt Nam hiện nay không có một đảng chính trị chuyên nghiệp nào ngoài đảng cộng sản, mặc dầu Hiến pháp là luật pháp không hề (và không thể) cấm việc thành lập đảng. Có tồn tại một số đảng, nhưng hoàn toàn không chuyên nghiệp, và người ta cũng không biết mục tiêu chính trị và chương trình chính trị của các đảng ấy là gì.

Nhiều người lo lắng rằng khi chế độ này sụp đổ Việt Nam sẽ rơi vào tình trạng hỗn loạn. Những người này không phải là không có lý của họ, bởi vì họ không hình dung được xã hội sẽ như thế nào, và liệu có xuất hiện một hình thái độc tài khác hay không.

Những lo lắng này sẽ được giải toả khi ở Việt Nam hình thành được một số đảng, hoặc ít nhất là một đảng chính trị chuyên nghiệp đối lập với đảng cộng sản; những đảng có khả năng đưa ra một mô hình xã hội ổn định hơn, phát triển hơn, và các quyền con người được đảm bảo hơn xã hội hiện nay. Thực ra chỉ số tối thiểu để đo một chế độ xem nó có dân chủ hay không chính là ở chỗ trong chế độ ấy phải có sự hiện diện của các đảng chính trị đối lập. Như truyền thống phương Tây là các đảng cánh tả và các đảng cánh hữu". (Ngưng trích)

Đề nghị trên của T. S Nguyễn Thị Từ Huy và của Ông Lê Trung Tĩnh đặt ra là rất đúng và cần thiết. Tuy nhiên theo ý kiến của chúng tôi thì chưa sát hợp với thực tế vì 2 lý do sau đây:

Một là: Tại hải ngoại hiện nay có quá nhiều Hội Đoàn Đảng phái, Mặt trận Phong trào đấu tranh… nhưng chưa có một tổ chức đấu tranh nào có đủ tầm vóc về nhân sự cũng như về tài chánh có thể đương đầu với đảng CS… Trong tình trạng hải ngoại còn nhiều phân hóa, chia rẽ như hiện nay, nếu có một đảng chính trị chuyên nghiệp nào đó xuất hiện- cho dù có mục tiêu và chương trình hành động *"hay đúng" có tính cách "đột phá" và "khả thi"*... chăng nữa... cũng cần phải có yếu tố thời gian để trưởng thành và phát triển trong quần chúng, ít nhất từ 3 đến 5 năm nữa mới có đủ khả năng kết tụ quần hùng và thu hút quần chúng. Do trên việc đề nghị thành lập một đảng chinh trị có tính cách chuyên nghiệp tại hải ngoại tuy đúng nguyên tắc, nhưng không sát hợp với thực tế và không đáp ứng được nhu cầu "cứu nước" trong tình trạng "Tổ Quốc lâm nguy" hôm nay.

Hai Là: Tại trong nước hiện nay, csVN còn đàn áp mãnh liệt về nhân quyền, đe dọa, hạn chế việc phát triển các tổ chức xã hội dân sự, kiểm duyệt khắt khe mọi phương tiện truyền thông, ra sức trù diệt đánh đập, bắt bỏ tù các nhà đấu tranh cho dân chủ. Trong bối cảnh này nếu xuất hiện *một đảng chính trị chuyên nghiệp* có mục tiêu đấu tranh rõ ràng, có sách lược và chương trình hành động hữu hiệu, tất nhiên là nguy hiểm đến sự tồn vong của chế độ CS. thì CS sẽ thẳng tay tiêu diệt- ngay- từ trong trứng nước- Điển hình là cựu trung tá phản tỉnh CS Trần Anh Kim vừa có ý định tổ chức lễ ra mắt "*Lực Lượng Quốc Dân Dựng Cờ Dân Chủ*" là CS đã cho công an và cảnh sát cơ động đến bao vây và bắt giam ngay Trung Tá Trần Anh Kim là một một bằng chứng hiển nhiên! Do trên đề nghị thành lập *các đảng phái chuyên nghiệp* để tiến tới *dân chủ hóa VN,* của T. S Nguyễn Thị Từ Huy và Ông Lê Trung Tĩnh tuy là giải pháp đúng trên nguyên tắc, chứng tỏ 2 tác giả có "tầm nhìn xa" trông rộng- nhưng lại chưa sát hợp với thực tế. - nên chưa thể thành hình được tại Việt Nam!

Có lẽ TS Nguyễn Thị Từ Huy cũng đã nhìn rõ những khó khăn muôn trùng của những nhà đấu tranh dân chủ trong nước dưới chế độ độc tài toàn trị CS nên chỉ 10 ngày sau, Ngày 31/10/2016 T. S Nguyễn Thị Từ Huy lại đưa ra một đề nghị mới: **"Về một liên minh chính trị của người Việt hải ngoại". (13*) Đề nghị mới**

này "*rất đúng*", "*rất cấp thiết*"*có tính chất* "*thực tế*", "*thực tiễn*", "*khả thực hiện*", chúng tôi sẽ bàn tiếp ở mục dưới dây.

6/ Bàn về mô thức thành lập "Liên Minh Chính trị" tại Quốc Nội và Hải Ngoại"

Cách đây14 năm nhằm giải thể chế độ CS Hòa Thượng Thích Quảng Độ đã đề nghị thành lập "*Liên Minh DânTộc Việt Nam*". Ngày 22 Tháng 10 Năm 2016 ngày ra mắt *Hội Đồng Liên kết Quốc Nội Hải Ngoại Việt Nam,* Linh mục Nguyễn Văn Lý và Linh mục Phan Văn Lợi đều kêu gọi các Hội Đoàn, Đảng Phái, Cộng đồng, các Mặt trận, Lực Lượng Phong trào Quốc Gia v… v… cùng xóa bỏ mọi tỵ hiềm chung vai sát cánh với nhau trong một Liên Minh Chính trị ngõ hầu đấu tranh cho Dân Chủ Tự Do Nhân Quyền toàn thắng tại quê nhà. Tiếp theo T. S Nguyễn Thị Từ Huy cũng nêu sự cần thiết thành lập "*Một Liên Minh Chính trị của người Việt hải ngoại*". Gần đây nhất ngày 15 Tháng 11 Năm 2016 trong bài xã luận sồ 255 của Bán Nguyệt San Tự Do Ngôn Luận có nhan đề: "*Gấp rút thành lập một Liên Minh Dân Tộc!"(14*)*Thiết nghĩ đây là để nghị thực tế, thực tiễn tương đối dễ thành lập và khả thi hơn cả. Theo cái nhìn của chúng tôi, mô thức hay giải pháp Liên Minh không những dễ thành lập và khả thi mà còn là **giải pháp tối ưu** vì sẽ đem lại những ích lợi sau đây:

(1) Mô thức Liên Minh không phải là một tổ chức riêng tư của một cá nhân hay do một nhóm nào lập ra – nên không có tính cách khép kín, mà là một tổ chức kết hợp theo tinh thần **dân chủ, bình đẳng cởi mở** nên dễ được nhiều người, nhiều Hội đoàn, Đảng phái, Tôn giáo, Phong trào, Mặt trận ở Hải Ngoại… . cùng tham gia và sẽ được toàn dân hưởng ứng cộng tác, hoặc hậu thuẫn… .

(2) Về cách thành lập Liên Minh Dân Tộc tại trong nước tuy khó khăn hơn. Nhưng khó không có nghĩa là không thành lập được: Bán Nguyệt San Tự Do Ngôn Luận số 255, trong bài xã luận đã đề nghị: "*Theo một đề nghị mới đưa ra trên mạng*, hãy xây dựng lực

lượng toàn dân theo mô hình kim tự tháp, bí mật lập một tổ bạn 10 người, không cần danh sách.

Mỗi người trong tổ bung ra các địa phương khác, lập thêm tổ 10 người. Cứ thế mà tiếp tục, sau một thời gian, chỉ cần thông báo biểu tình là cả nước sẽ vùng lên. Nghĩa là trong mô hình kim tự tháp này, viên đá đầu tiên không phải nằm dưới chân, mà nằm trên đỉnh.

Người có lòng tự nguyện làm viên đá đầu tiên sẽ tập hợp độ 10 người cùng chí hướng. Thí dụ một linh mục, đại đức, một thày giáo, nhà dân chủ, một công nhân, sinh viên, một blogger, facebooker... sinh hoạt với một nhóm độ 10 người. Bước kế tiếp, mỗi người trong nhóm trở thành viên đá đầu tiên của một nhóm khác. Xây dựng kim tự tháp trong bí mật là an toàn nhất. Không cần danh xưng tổ chức, hồ sơ lý lịch cũng chẳng cần lãnh tụ. Mỗi người là một chiến sỹ yêu nước vô danh

Khó có nội tuyến vì mỗi nhóm thân nhau, tin nhau. Nếu bị phản chỉ bể 1 cell nhỏ, không ngăn được sự phát triển. Không cần huấn luyện, chỉ cần khắc cốt ghi tâm. Chờ ngày cả nước vùng lên tổng biểu tình, đồng thời toàn quốc tổng đình công bãi thị, để dồn VC đến chỗ trao quyền lại cho toàn dân. Các dân tộc Đông Âu đã lật đổ được CS cũng từng làm như thế. "

(3) Theo đề nghị của T. S Nguyễn Thị Từ Huy: "Việc thành lập được một liên minh chính trị mạnh ở hải ngoại sẽ là một bằng chứng cho khả năng thay đổi của người Việt, bằng chứng cho tính cộng đồng và tính trách nhiệm của người Việt. Đồng thời chắc chắn điều này sẽ là một động lực mạnh mẽ cho các hoạt động chính trị đối lập ở trong nước, và sẽ góp phần quan trọng cho việc giải quyết các vấn đề chính trị tại Việt Nam, nghĩa là sẽ có đóng góp cho sự duy trì và phát triển của quốc gia".

(4) Khi một Liên Minh chính trị có tầm vóc được thành lập trước tiên ở Hải Ngoại, sau duỗi dài vào trong nước thì một Ủy Ban Nghiên Cứu Chiến Lược hay nhiều cơ quan "think Tank" khác

được ra đời, tất cả các cơ quan này sẽ cùng với các vị trí thức, các chính trị gia đại diện các Hội Đoàn, Đảng Phái, các Cộng đồng Mặt Trận, Lực Lượng đấu tranh cùng đầu tư chất xám để hình thành những sách lược, có tính cách"sáng tạo" "đột phá" và "khả thi" cùng những kế hoạch và những chương trình hành động thực tế hữu hiệu, ngắn hạn cũng như dài hạn không những để "Cứu Quốc mà còn để "Kiến Quốc" và "Hưng Quốc" sau hậu kỳ Cộng Sản. Như vậy sự "lo xa" của T. S Nguyễn Thị Từ Huy hay của ông Lê Trung Tĩnh e sợ rằng sau hậu kỳ Cộng sản, đất nước sẽ rơi vào tình trạng xáo trộn, hỗn loạn hay rơi vào thảm kịch " chống chế độ độc tài Cộng sản" rồi lại rơi vào một chế độ "Độc tài quân phiệt"hay "Độc tài giáo phiệt" hay tái diễn tình trạng tranh quyền "Đảo chính lên", "Đảo chính xuống"... làm tan nát Quốc Gia! Khi chúng ta có một Liên Minh Chính Trị thực sự có tầm vóc Quốc Gia, Dân Tộc thì sự "lo xa" kể trên chắc chắn sẽ không xảy ra.! Như trường hợp Myanmar (Miến Điện) người ta không lập một đảng chuyên nghiệp nhưng lập một Liên Minh Quốc Gia vì Dân Chủ (Nationnal League for Democracy-NLD), chúng tôi cho đó là sự chọn lựa khôn ngoan, sáng suốt và thực tế.

(5) Sau cùng, khi một Liên Minh Chính Trị có tầm vóc được thành lập thì cũng không gây bất cứ một trở ngại nào cho sự xuất hiện của một chính đảng chuyên nghiệp (Dù là các đảng phái có truyền thống hay các đảng phái mới thành lập sau này). Không những thế, chính Liên Minh Chính Trị có tầm vóc sẽ tạo môi trường đấu tranh chung cho các chính đảng chuyên nghiệp trưởng thành và phát triển trong quần chúng quốc dân, để sớm nhận lãnh vai trò của một "*Chính tuyến cầm quyền*" hay "*Chính tuyến đối lập*" sau hậu kỳ Cộng sản.

7/ Về "*Hội Đồng Liên kết Quốc Nội Hải Ngoại Việt Nam*"

Ngày 22 Tháng 10 Năm 2016 vừa qua Hội Đồng Liên Kết Quốc Nội, Hải Ngoại Việt Nam đã làm lễ ra mắt tại thành phố Garden Grove Nam Cali, Bác Sĩ Đỗ Văn Hội Trưởng Ban Điều hành

HĐLKQNHN có trình bầy sơ lược mục tiêu và kế hoạch hoạt động như sau: "HĐLKQNHN nhằm *tạo sự liên kết trong và ngoài nước để hoàn thành công tác ở quốc nội, vận động cán bộ đảng viên cộng sản từ bỏ chủ nghĩa độc tài cộng sản (từ bỏ trong tâm tư sau đó sẽ bằng hành động); tạo sự liên kết người Việt tại Hải ngoại để yểm trợ quốc nội; vận động sự yểm trợ của quốc tế cho tiến trình dân chủ hóa Việt Nam; chuẩn bị thành hình một liên minh rộng lớn khi giai đoạn đã chin muồi"*

8/ Về đề nghị *thành lập Diên Hồng Thời Đại Việt Nam*

Tinh thần Hội Nghị Diên Hồng xưa (Thế kỷ 13) vẫn luôn luôn sáng ngời trong lịch sử, nay trước họa ngoại xâm Trung Cộng đã và đang âm mưu xâm lăng và Hán hóa dân tộc Việt Nam, rất nhiều người đề nghị nên thành lập Diên Hồng Thời Đại để nhằm huy động "sức mạnh Tổng lực" của toàn dân hầu cứu nguy Tổ Quốc. Đề nghị này rất chính đáng và có giá trị chiến lược… Tuy nhiên vì yếu tố không gian người Việt Hải ngoại cư ngụ trên các quốc gia tạm dung - quá rộng lớn, và tình trạng phân hóa chia rẽ của Người Việt hải ngoại là căn bệnh chưa thể khắc phục ngay được trong "một sớm một chiều". Do 2 lý do chính kể trên nên việc hình thành tổ chức Diên Hồng Thời Đại Việt Nam còn gặp rất nhiều khó khăn, trở ngại.

Muốn đi tới thành công, người Việt hải ngoại phải thành hình được "Liên Minh Chính Trị" trước, rồi sau đó- mới có thể phát triển tổ chức Diên Hồng Thời Đại Việt Nam trên qui mô toàn quốc Hoa Kỳ và trên qui mô toàn Hải ngoại và Quốc Nội. Giữa 2 mô thức thành lập "*Liên Minh Chính Trị*" và mô thức tổ chức "*Diên Hồng Thời Đại*" không mâu thuẫn nhau, cũng không dẫm chân lên nhau mà còn bổ túc cho nhau, "tương tác và tương thành" lẫn nhau.

Qua mục phân tích và góp ý về **"mô thức"** hình thành lực lượng cách mạng Việt Nam nói trên, chúng ta đã thấy rõ: Hai mô thức thành lập "Liên Minh" và thành lập tổ chức "Diên Hồng

Thời Đại là 2 mô thức thực tế, thực tiễn, hợp tình hợp lý và khả thi hơn cả!

• Mô thức Liên Minh: Nhằm qui tụ những vị đại diện các Cộng đồng, Hội Đoàn, Đoàn thể, Đảng phái, Lực Lượng, Mặt trận, Phong trào… quần chúng quốc dân tại Hải ngoại cũng như Quốc nội KẾT TINH CHỦ LỰC CÁCH MẠNG VIỆT NAM.

• Mô thức "Diên Hồng Thời Đại Việt Nam nhằm huy động sức mạnh tổng thể của toàn dân quyết tâm "**Diệt kẻ nội thù, chống quân xâm lược" (**Xin xem các bài viết về Diên Hồng Thời Đại của Chu Tấn trong Tuyển Tập này)

7. **Làm thế nào thành hình Liên Minh Chính Trị của người Việt tại Hải ngoại?**

Trong bài: "*Về một liên minh chính trị của người Việt hải ngoại"* T. S Nguyễn Thị Từ Huy chỉ đặt vấn đề còn về "làm cách nào" (How) để thành hình Liên Minh, T. S Nguyễn Thị Từ Huy viết: "*Về câu hỏi Làm thế nào để thành lập được một hoặc một số liên minh chính trị mạnh của người Việt ở hải ngoại?Câu trả lời xin dành cho tất cả mọi người. Bởi vì công cuộc dân chủ hoá thuộc về trách nhiệm và nghĩa vụ của tất cả mọi người, chứ không phải là độc quyền của riêng ai hay của riêng một nhóm nào"*.

Trong phạm vi bài chuyên luận này, chúng tôi xin mạnh dạn đưa ra phương thức thành hình Liên Minh Chính Trị của người Việt Hải ngoại đại cương như sau:

Muốn thành lập "Liên Minh Chính Trị của người Việt Hải ngoại" thiết tưởng phải chuẩn bị rất kỹ rất chu đáo qua 3 giai đoạn:

A/ *Giai Đoạn 1: Chuẩn bị Soạn Tài Liệu + Các Văn Kiện Căn Bản Thành Lập Liên Minh.*

(Thời gian chuẩn bị giai đoạn I: Ước Lượng 3 tháng)

1/ Xây Dựng Căn Bản Tư Tưởng

• Phát huy Chân lý SỰ SỐNG và SỐNG ĐẠO VIỆT là nền tảng của cuộc Cách mạng Dân Tộc, Dân Chủ, Pháp Trị, Toàn Diện và Triệt Để…

• Phát huy **SỐNG ĐẠO NHÂN CHỦ VIỆT NAM** (Dung Hóa và Sống Hóa TINH HOA VĂN HÓA VIỆT)

• **Dung Hóa và Sống Hóa CÁC BẢNG GÍA TRỊ MỚI** của THỜI ĐẠI như TỰ DO, DÂN CHỦ, BÌNH ĐẲNG NHÂN ÁI, NHÂN QUYỀN. CÔNG LÝ, PHÁP TRỊ của THỜI ĐẠI phù hợp với SỐNG ĐẠO NHÂN CHỦ VIỆT NAM..

• Phối hợp "Cuộc cách mạng từ trên xuống" và "Cuộc cách mạng từ dưới lên. "

2/ Xác định Mục Tiêu Đấu tranh của Liên Minh:

1- Đấu Tranh vì Tự Do Dân Chủ, Nhân Quyền Cho Việt Nam.

2- Xây dựng Chủ Lực Cách mạng, Phát Huy sức mạnh Tổng Hợp của toàn dân nhằm giải thể chế độ độc tài toàn trị cộng sản Việt Nam và chống xâm lăng Trung Cộng.

3- Hoàn Thành cuộc Cách Mạng Dân Tộc, Dân Chủ, Pháp Trị nhằm "Cứu Quốc" và "Kiến Quốc", mở ra một Vận Hội Mới đưa Dân Tộc Việt Nam đến hùng mạnh và Vinh Quang.

3/ Chọn Danh Xưng Liên Minh: Có nhiều cách đặt tên Liên Minh như "*Liên Minh Dân Tộc Việt Nam*" .Trong nước, Hòa Thượng Thích Quảng Độ, Linh Mục Phan Văn Lợi; Linh Mục Nguyễn Văn Lý và nhiều vị khác đồng ý danh xưng này. Tại hải ngoại nếu chúng ta đồng ý với danh xưng trên thì nên thêm: *Liên Minh Dân Tộc ViệtNam / Bộ phận Hải Ngoại.*

Cũng như trong nước *"Liên Minh Dân Tộc Việt Nam /Bộ* phận Quốc Nội". Đó là cách thứ nhất. Cách đặt tên thứ hai: *"Liên Minh đấu tranh Tự Do, Dân Chủ Nhân Quyền cho Việt Nam". Cách đặt tên thứ ba: Liên Minh Dân Tộc Việt" (ngắn gọn 5 chữ và vẫn* đầy đủ ý nghĩa). Nói tóm lại cách đặt tên Liên Minh cách nào cũng được miễn là mang tầm vóc Hải ngoại hay tầm vóc Quốc Gia, Dân Tộc"… như "Liên Minh Quốc Gia vì Dân Chủ của Miến Điện" (Nationnal League For Democracy-NLD) chẳng hạn… .

4/ Nghiên cứu soạn thảo Chủ Trương Đường Lối của Liên Minh

(1) Sơ Thảo về Chủ trương Đường lối, Sách lược đấu tranh và Chương trình Hành động của Liên Minh.

(2) Soạn Thảo Tuyên Ngôn, Cương Lĩnh, Hiến Chương, Điều lệ, Nội Qui của Liên Minh. v. v.

5/ Soạn Thảo Nguyên tắc Thành lập Liên Minh:

+ Tổ chức Liên Minh là tổ chức "*phối hợp hàng ngang*"các tổ chức Hội Đoàn, Cộng đồng, Đảng Phái Mặt Trận, Lực Lượng, Phong Trào quần chúng trên tinh

thần"Tự Nguyện" và "Bình Đẳng".

+ Thống Nhất, "Mục tiêu Đấu tranh "Đồng thuận về Chiến Lược và Sách Lược đấu tranh" "Phân Công Phân Nhiệm và Đồng hành Công tác" nhưng không cần thống nhất tổ chức.

+ Các cá nhân và các tổ chức tham gia Liên Minh chỉ cần công nhận những mục tiêu đấu tranh chung, cùng đồng thuận những chủ trương đường lối chính của Liên Minh còn vẫn giữ nguyên đặc tính và sắc thái riêng của tổ chức mình.

+ Tất cả những quyết định của Liên Minh đều được biểu quyết theo tinh thần dân chủ (theo đa số quá bán hay 2/3 hoặc ¾ số đại biểu tùy theo tầm quan trọng của vấn đề, đã được ghi rõ trong Hiến Chương, Điều Lệ Nội Qui của Liên Minh)

+ Cơ cấu tổ chức của Liên Minh được thiết dựng theo nguyên tắc "Tam Quyền Phân lập"rõ ràng.

+ Liên Minh không đặt nặng vấn đề "chức vụ"mà đề cao tinh

thần "Trách vụ". Liên Minh không đặt nặng vấn đề "|Lãnh đạo và Chỉ Huy" mà thay vào đó là tinh thần Liên lạc, Liên kết, Phối hợp và Điều Hợp…

+ Liên Minh làm việc theo tinh thần thảo luận, hài hòa, kết nhóm (Team Work)

+ Liên Minh được tổ chức và phát triển theo nguyên tắc "Sinh Động Mở" (Living Open System)

6/ Sơ Thảo Cơ cấu Tổ Chức Liên Minh: Để xứng đáng với tầm vóc của Liên Minh Người Việt Quốc Gia Hải Ngoại, Cơ cấu tổ chức Liên Minh gồm 3 cơ chế như sau:

(1) Hội Đồng Đại Biểu"Có nhiệm vụ và chức năng tương tư của Cơ quan Lập Pháp, Lập Qui của Liên Minh.

(2) Hội Đồng Điều Hành: Có nhiệm vụ và chức năng tương tự cơ quan Hành Pháp của Liên Minh.

(3) Hội Đồng Giám Sát: Có nhiệm vụ và chức năng của cơ quan Tư Pháp của Liên Minh.

(4) Các Ủy Ban Chuyên Môn:

+ Ủy Ban Nghiên Cứu Chiến Lược

+ Ủy Ban KiệnToàn và Phát triển Liên Minh.

+ Ủy BanTư Pháp và Định Chế.

+ Ủy Ban An Ninh.

+ ỦyBanTổ Chức.

+ Ủy Ban Kinh Tài

+ Ủy Ban Truyền Thông

+ Ủy Ban Đấu Tranh Dân Chủ Nhân Quyền cho VN.

+ Ủy Ban Đấu Tranh Bảo vệ Môi Trường Sống

+ Ủy Ban Đấu Tranh Bảo vệ sự toàn vẹn Lãnh Thổ và Lãnh

Hải củaTổ Quốc.

+ Ủy ban Vận Động và Yểm Trợ Đấu Tranh Dân Chủ Quốc Nội.

+ Ủy Ban Đặc Nhiệm

7/ *Hình Thành SÁCH LƯỢC ĐẤU TRANH CÁCH MẠNG DÂN TỘC DÂN CHỦ PHÁP TRỊ*

1) Sách lược Liên Minh kết tinh Chủ Lực Cách Mạng Dân Tộc Thời Đại.

2) Sách lược Xây Dựng Chủ Lực Diên Hồng.

3) Sách Lược Truyền Thông nâng cao thủy chuẩn Cách Mạng.

4) Sách lược Hội Tụ và Phát Huy SỨC MẠNH CỘNG ĐỒNG.

5) Sách lược Hội Tụ và Phát Huy SỨC MẠNH TỔNG HỢP CỦA DÂN TỘC.

6) Sách Lược Tam Toàn: Toàn Dân, Toàn Diện và Toàn Cầu.

7) Sách lược Vận Dụng Thời Cơ I. II và III

8) Sách lược Yểm Trợ và Vận Động đồng bào Quốc Nội nổi dậy

9) Sách Lược Vận Động Lịch Sử (Vận Động Quôc Tế, HảiNgoại, Quốc Nội, Vận Động Tôn Giáo, Vận Động Công Nhân, Nông Dân. Kể cả - Binh Vận Cộng sản, Công An Vận C. S v. v.

10) Sách lược Đấu Tranh Pháp Lý Chính Trị với Trung Cộng.

11) Sách lược đấu tranh đòi môi trường sạch và bảo vệ Chủ Quyền Dân Tộc.

12) Sách lược Đòi Cải Tiến Dân Sinh, Dân Chủ, đòi Nhân Quyền cho Việt Nam.

13) Sách lược Toàn Dân đòi Bầu Cử Tự Do

14) Sách Lược Toàn Dân VÙNG DẬY LẬT NHÀO CHẾ ĐỘ BUÔN DÂN BÁN NƯỚC CỘNG SẢN, MỞ TRANG SỬ MỚI CHO DÂN TỘC VIỆT NAM.

B/ Giai Đoạn II- Quảng Bá và Vận Động:

(Thời gian 3 tháng tiếp theo)

(1) Ban tổ chức soạn "Tâm Thư" kêu gọi các cá nhân, các Cộng đồng, Hội Đoàn, Đoàn Thể, Lực Lượng Phong Trào sốt sắng tham gia Liên Minh để cùng "Cứu Nước" và "Dựng Nước".

(2) Ban tổ chức cần tổ chức các buổi Hội Thảo lớn về chủ đề "Nhu cầu Thành lập Liên Minh Cứu Nguy Tổ Quốc".

(3) Lập Phái Đoàn đi vận động thành lập Liên Minh tại Các Thành Phố lớn, các Tiểu Bang Hoa Kỳ cũng như đi vận động tại Âu Châu, Úc Châu, Nhật Bản, Canada v. v..

(4) Không ngừng vận động phát triển và xây dựng Mạng Lưới Liên Minh rộng khắp Hải Ngoại.

C- Giai Đoạn III: Tổ Chức Đại Hội Liên Minh

(Thời Gian: Họp Đại Hội Liên Minh trong thời gian ít nhất là 2 ngày liên tiếp.)

C1- Công tác chuẩn bị Tiền Đại Hội:

(1) Ấn định thời gian địa điểm họp Đại Hội. Soạn chương trình nghị sự 2 ngày tổ chức Đại Hội, chuẩn bị Chương trình Văn Nghệ Chào mừng Đại Hội.

(2) Thành lập Ban Tổ Chức Đại Hội + chuẩn bị Thuyết Trình Đoàn + Tuyển chọn M.C Chuẩn Bị âm thanh ánh sáng + Lập Ban Tiếp Tân ghi danh các Đại Biểu và Quan Khách đến Tham dự Đại Hội Liên Minh.

(3) Thư mời Quan Khách và đồng hương đến tham dự Lễ Ra Mắt Liên Minh Chính Trị Người Việt Hải ngoại, thư gửi trước Ngày Đại Hội 3 tuần lễ.

(4) Thư mời các Đại Biểu + Chương trình nghị sự 2 ngày Đại Hội + các Văn Kiện Căn Bản Thành lập Liên Minh gửi đến các Đại

Biểu thuộc các địa phương trước ngày Đại Hội 3 tuần lễ.

(5) Thông báo nơi ăn chốn ở (Thuê Hotel, Motel và lệ phí tham dự Đại Hội đến các đại biểu về phó Hội)

(6) In ấn các Bích chương quảng bá 2 ngày Đại Hội Liên Minh Chính Trị Người Việt Hải Ngoại.

(7) Thông tin và quảng bá trên các đài truyền hình, truyền thanh về 2 ngày Đại Hội Liên Minh.

(8) In ấn các "Brochure" đựng chương trình nghị sự + các văn Kiện căn bản thành lập Liên Minh Chính Trị Người Việt Hải Ngoại, dành cho các Quan Khách và Đại Biểu tham dự Đại Hội.

(9) Chuẩn bị Phương tiện đón tiếp các phái đoàn Đại Biểu về phó hội.

C2. Nội dung Chương trình Nghị sự Ngày Đại Hội Thứ Nhất:

C2.1 Buổi sáng:

+ Nghi thức Khai Mạc: Chào cờ và mặc niệm… .

+ Giới thiệu Quan Khách và các Đại Biểu về tham dự Đại Hội.

+ Tuyên bố Lý do của Trưởng Ban Tổ Chức.

+ Thuyết trình các Văn Kiện Căn Bản Thành Lập Liên Minh Chính Trị Người Việt Hải ngoại. như Mục Tiêu đấu tranh, Chủ Tr-rrương Đường lối, Tuyên ngôn Cương lĩnh của Liên Minh v. v.. .

+ Bầu Chủ Tọa Đoàn và Điều Hợp Đoàn chủ trì phần Thảo luận.

+ Thảo luận và thông qua các Văn Kiện Căn Bản Thành lập Liên Minh Chính Trị NgườiViệt Hải ngoại.

+ Nghỉ giải lao và dùng cơm trưa...

C2.2 Buổi Chiều:

+ Tiếp tục thảo luận và thông qua các Văn Kiện Căn Bản thành lập Liên Minh Chính Trị người Việt Hải Ngoại.

+ Văn nghệ Giúp vui ngày Đại Hội.

+ Thảo luận và thông qua cơ cấu tổ chức của Liên Minh Người Việt Hải Ngoại.

+ Nghỉ giải lao và dùng cơm chiều.

D3. Nội dung Chương Trình Nghị Sự Ngày Đại Hội Thứ Hai:

D3.1: Buổi sáng:

+ Bầu Chủ Tọa Đoàn và Điều Hợp Đoàn chủ trì Đại Hội + Công bố thể thức Bầu cử các chức vụ thuộc 3 cơ chế.

+ Bầu các Chức vụ Lãnh đạo Điều hành 3 cơ chế: Hội Đồng Đại Biểu, Hội Đồng Điều Hành và Hội Đồng Giám sát thuộc Liên Minh Chính Trị Người Việt Hải Ngoại.

+ Bầu các Ủy ban chuyên môn.

+ Nghỉ giải lao và dùng cơm trưa.

D3.2 Buổi chiều: Lễ Ra Mắt Liên Minh Chính Trị Người Việt Hải Ngoại.

+ Nghi thức Chào cờ và mặc niệm.

+ Giới thiệu Quan Khách và Các Phái Đoàn Đại Biểu các nơi về tham dự Đại Hội.

+ Tuyên Bố lý do của Trưởng Ban Tổ Chức.

+ Báo cáo kết quả 2 ngày Đại Hội.

+ Trình diện 3 cơ chế Lãnh Đạo và Điều Hợp Liên Minh Chính Trị Người Việt

Hải Ngoại.

+ Lễ Tuyên Thệ của 3 cơ chế thuộc Liên minh Chính Trị Người Việt Hải Ngoại.

+ Chương trình Văn nghệ Chào Mừng Đại Hội LMCTNVHN.

+ Lời cảm tạ của Ban Tổ chức.

+ Bế Mạc.

VI. KẾT LUẬN:

Thông thường cuộc đấu tranh lật đổ chế độ độc tài toàn trị CS rất khó thực hiện. Tuy nhiên tới nay đảng csVN đã đến chỗ cùng, có thể nói đảng csVN đã tới đỉnh điểm của sự suy tàn. Đảng csVN đã trở nên rệu rã, mất hết sức sống của một tập thể cách mạng và hiện nguyên hình là một đảng cướp bán nước hại dân! Đảng csVN hiện nay, đã hoàn toàn mất niềm tin không những đối với quảng đại quần chúng nhân dân mà mất niềm tin ngay trong hàng ngũ đảng viên quân đội cộng sản! Hơn thế nữa nền kinh tế CS đã rơi vào tình trạng sụp đổ, với số nợ công khổng lồ lên quá 72% GDP không phương cứu vãn.!

Do trên sự sụp đổ của chế độ CS là tất yếu sẽ xảy ra trong thời gian ngắn sắp tới!

Mặt khác Trung Cộng với chủ trương vô cùng thâm độc bức tử Dân Tộc Việt Nam ?Tuy phán quyết của Tòa Án Trọng Tài Liên Hiệp Quốc (PCA) ra ngày 12/7/2016 đã phủ nhận " con đường 9 đoạn" do Trung Cộng vẽ ra trên biển Đông là hoàn toàn vô căn cứ nên buộc Trung Cộng phải khựng lại một thời gian để tránh né sự phê phán của Quốc Tế! Song không vì vậy mà Trung Cộng từ bỏ giấc mộng xâm chiếm Biển Đông làm "ao nhà" của chúng và xâm lăng toàn cõi Việt Nam để đạt giấc mộng "bá chủ Đông Nam Á", tiến lên "bá chủ toàn cầu. "

Trước đại họa mất biển mất nước về tay Trung Cộng đã gần kề chng ta không bao giờ nên ngây thơ tin tưởng là chế độ CS có thể thay đổi được" hay hy vọng đảng csVN có thể "Thoát Trung" Điều này là hoàn toàn " ẢO TƯỞNG" Dân tộc Việt Nam cũng không thể hy vọng một cường quốc nào- kể cả siêu cường Hoa

Kỳ có thể cứu chúng ta, mà toàn dân Việt Nam trong và ngoài nước phải **tự mình đứng lên làm cách mạng,** DÂN TỘC, DÂN CHỦ PHÁP TRỊ TOÀN DIỆN VÀ TRIỆT ĐỂ hầu CỨU NGUY TỔ QUỐC, CỨU NƯỚC CỨU DÂN và cứu chính mình! Đây là CON ĐƯỜNG SÁNG VÀ CON ĐƯỜNG SỐNG CỦA DÂN TỘC VIỆT NAM.

Chu Tấn

Tài Liệu Tham Khảo:

(1*) Biểu Tình Formosa "bước tiến" của xã hội Dân Sư (BBC –Tiếng Việt)

(2*) Cuộc biểu dương vĩ đại của lòng dân- Mai Tú Ân- (Nguồn: Anh Ba Sàm)

(3*) Vị thế Địa Chính trị Việt Nam Trịnh Thái Bằng, theo OPAN

(4*) "Chasing the Chinese dream"
The Economist Ngày 4 Tháng 5 Năm 2013, PP24-26- Bách khoa toàn thư mở Wikipedia.

(5*) T. S Nguyễn Ngọc Sẳng- Giấc Mơ Trung Hoa hay ý đồ của kẻ cướp- Ba cây Trúc- posted on 2016-07-16

(6*) T. S. Mai Thanh Truyết (Danlambao) Việc làm của Trung Cộng qua vụ Vũng Áng là một việc làm có chủ đích. <http: //danlambaovn. blogspot. com/

(7*) Nguyễn Quang Dy-Xoay trục sang châu Á-Tầm nhìn và Hành Động (Việt Studies)

(8*) Theo Foreign Policy- Việt Hải ngoại Online

(9*) Cuộc "cách mạng Hoa Lài" từ Sidi Bouzid đến cuộc bỏ trốn của Ben Ali -Nguồn: Bauxivn

(10*) "Myanmar-Kinh nghiệm chuyển đổi từ chế độ độc tài quân phiệt sang chế độ Dân Chủ" - Nguồn VOA News.

(11*) "Xã Hội Dân Sự như một khối thứ ba"- Blog Nguyễn Hưng Quốc Đài VOA

(12*) Hình Thành các đảng chính trị chuyên nghiệp: một đòi hỏi của thực tế Việt Nam hôm nay.
Posted by adminbasam on 21/10/2016
Blog RFA Nguyễn Thị Từ Huy

(13*) Về một Liên Minh Chính Trị của người Việt hải ngoại.
Posted by adminbasam on 01/11/201
Blog RFA Nguyễn Thị Từ Huy 31-10-2016

(14*) Bài xã Luận: *"Gấp rút thành lập Một Liên Minh Dân Tộc"* Bán Nguyệt San Tự Do Ngôn Luận số 255 ra ngày 15 Tháng 11 Năm 2016.

THỜI CƠ CHÍN MUỒI
HÌNH THÀNH ĐẠI HỘI DIÊN HỒNG THỜI ĐẠI

Công việc tổ chức Đại Hội Diên Hồng Thời Đại là việc rất cấp thiết và vô cùng lớn lao. Trong phạm vi bài tiểu luận này, chúng tôi xin giới hạn trình bầy cùng Qúy độc giả qua các chủ điểm chính sau:

- Nhu cầu Lịch sử.
- Thời cơ đã chín muồi.
- Tổ chức Đại Hội Diên Hồng Dễ hay Khó?
- Nền Tảng Xây Dựng Đại Hội Diên Hồng Thời Đại.
- Những nguyên tắc căn bản Thành Hình Đại Hội Diên Hồng Thời Đại.

I- NHU CẦU LỊCH SỬ PHẢI VẬN ĐỘNG HÌNH THÀNH ĐẠI HỘI DIÊN HỒNGTHỜI ĐẠI.

Trong cuộc đấu tranh giữa chúng ta –những người ưa chuộng Tự Do Dân Chủ và Nhân Quyền một bên- và bên kia- là CSVN gian manh, độc ác, độc tài toàn trị...Chúng ta phải khách quan nhận định rằng: Đây là một cuộc đấu tranh không tương sức vì CSVN có hàng triệu đảng viên, có quân đội, công an lại có thế cầm quyền trong khi chúng ta là những người dân, trong tay "không một tấc sắt". Chúng ta "chống Cộng cuối tuần", trong khi CSVN có cả một hệ thống cán bộ khổng lồ ngày đêm lo bảo vệ chế độ, bảo vệ ghế ngồi của chúng, và đưa bàn tay nối dài của chúng ra hải ngoại để phân hóa lũng đọan hàng ngũ Quốc Gia chúng ta! Muốn có tài chánh yểm trợ cho những nhà đấu tranh dân chủ trong nước, chúng ta phải lo quyên góp của đồng bào, trong khi CSVN lấy công qũy Quốc Gia làm Qũy riêng của Đảng CSVN! Chúng lập ra bao cơ quan an ninh, tình báo, nào công an "bảo vệ chính trị", "công an khu vực" để khống chế các nhà đấu tranh dân chủ trong nước, cũng như nhằm bóp nghẹt từ trong trứng nước phong trào quần chúng nổi dậy tại quốc nội! Không những thế CSVN còn tung tiền ra hải ngoại mua chuộc bọn tay sai Việt Gian xâm nhập vào các cộng đồng, các hội đoàn để gây chia rẽ "đòn xóc hai đầu" gây mâu thuẫn giữa các cá nhân với cá nhân, giữa các hội đoàn với hội đoàn không ngoài mục đích tạo hiềm khích lẫn nhau, làm xói mòn Niềm Tin và làm giảm hiệu năng chống cộng của Đồng Bào Hải Ngoại! Do vì cuộc đấu tranh **"không tương sức"**nói trên, nên chúng ta phải **"hợp quần gây sức mạnh".** Đây là lý do thứ nhất chúng ta phải vận động tổ chức Đại Hội Diên Hồng Thời Đại.

Thời đại nhà Trần (Thế kỷ thứ 13) khi quân Nguyên Mông sang xâm lăng nước ta- một đội quân hùng mạnh bậc nhất thế giới thời bấy giờ. Thế giặc tiến như vũ bão, sự nguy hiểm tồn vong của dân tộc Việt chỉ còn trong gang tấc... Vậy mà thế nước, không lâm vào hoàn cảnh cực kỳ nguy hiểm như tình trạng tổ quốc lâm nguy hôm nay vì chúng ta vừa phải đương đầu với **giặc "Ngoại xâm Trung Cộng"** vừa phải đương đầu với **giặc "Nội xâm Việt Cộng"** mà 2 thứ giặc này lại thông đồng cấu kết với nhau làm nhân quả lẫn cho nhau. Đây là lý do thứ hai, chúng ta phải mạnh dạn tiến hành tổ chức Đại Hội Diên Hồng Thời Đại.

Bài học lịch sử lại cho chúng ta biết rằng: khi mà đất nước lâm nguy thì nhà Vua (Thời Quân chủ) và các nhà chính trị cấp Quốc Gia (Thời Dân Chủ) phải biết dựa vào sức dân vì quần chúng nhân dân là sức mạnh vô địch. Chỉ có "**Sức Mạnh Tổng Hợp Của Toàn Dân"** mới là "**Con Đường Thoát Hiểm Của Dân Tộc Việt Nam Hôm Nay**" Đây là lý do thứ 3 khiến cho chúng ta không thể viện bất cứ lý do gì để có thể từ nan, không tham gia công cuộc vận động Đại Hội Diên Hồng Thời Đại.

II- THỜI CƠ ĐÃ CHÍN MÙỒI CHO CUỘC VẬN ĐỘNG TỔ CHỨC ĐẠI HỘI DIÊN HỒNG THỜI ĐẠI:

Xem xét đời sống của đại đa số dân chúng nghèo đói Việt Nam, tìm hiểu khát vọng đòi Tự Do Dân Chủ của nhân dân Việt Nam nói riêng và nhân dân các nước Bắc Phi, Trung Đông nói chung, nhất là tìm hiểu sâu vào nội tình Đảng CSVN cùng ý thức phản kháng của giới trí thức văn nghệ sĩ trong lòng chế độ CS, ý thức phản tỉnh của các cán bộ cao cấp cộng sản dù còn tại chức hay đã về hưu, nghiên cứu kỹ tình hình chính trị, quốc nội quốc tế, chúng ta có thể đi tới một nhận định không sợ sai lầm là: Hơn lúc nào hết, thời cơ hiện nay đã thực chín muồi cho công cuộc vận động Đại Hội Diên Hồng Thời Đại có thể tóm tắt bằng các lý do sau đây:

1) Việt Nam là một trong những dân tộc nghèo nhất thế giới: Tác giả Nguyễn Hội trong bài "*Thời cơ cho cuộc cách mạng dân chủ Tại Việt Nam đã tới*?" có đưa ra 5 yếu tố chứng minh mà yếu tố đầu tiên là: Việt Nam là một trong những dân tộc nghèo nhất thế giới. Sau khi dẫn chứng, so sánh bằng những con số thống kê

(2010) tác giả kết luận: "Tóm lại tính bình quân đầu người, Việt Nam đã là một trong những nước nghèo khổ nhất thế giới. Sự chênh lệch về thu nhập rõ rệt của các thành phần trong xã hội Việt Nam đưa đến tình trạng khốn khổ của ít nhất 65% dân số Việt Nam. Họ sống bình quân mỗi ngày vỏn vẹn chỉ với 75 Cent Mỹ kim".

2) Việt Nam là một trong những dân tộc có điều kiện phát triển tinh thần thấp nhất thế giới: Vẫn theo tác giả Nguyễn Hội trong bài báo nói trên. Sau khi so sánh VN với Tunisia và Ai cập tác gỉa cho biết "Về chỉ số dân chủ (Democracy index 2010) Việt Nam 140, Tunisia 144 và Ai Cập 138 như vậy Ai Cập hơn Việt Nam hai hạng và Việt Nam hơn Tunisia 4 hạng. Các chỉ số khác Việt Nam thua kém hai nước Tunisia và Ai Cập. Dân chúng hai nước này than phiền đời sống vật chất thiếu thốn, khổ cực, tham nhũng chế ngự xã hội không cho họ có cơ hội phát triển nên họ phải bằng mọi cách giành lại cho bằng được quyền người dân cho bản thân mình, cho người thân và cho con cháu sau này dẫu họ có phải hy sinh mạng sống. Về khả năng thanh bạch, không tham nhũng (Corruption perception Index 2010) Việt Nam đứng hạng thứ 116 trong khi Tunisia đứng hạng thứ 59 và Ai Cập hạng thứ 98. Qua đó, điều kiện phát triển của người dân trong xã hội Việt Nam hiện nay thua kém hai nước Tunisia và Ai Cập. Những con số được đem ra phân tích cho thấy dân Việt ngày nay không chỉ nghèo nàn về vật chất mà còn thiếu thốn điều kiện phát triển tinh thần và đời sống tinh thần của họ bị áp bức, kềm kẹp tệ hại nhất"

3) Giới trí thức hàng đầu trong chế độ CS đã công khai lên tiếng bác bỏ Cương Lĩnh Đại Hội lần XI của Đảng CSVN: Theo tác gỉa Bùi Tín trong bài "Túi khôn Dân Tộc" bác bỏ hoàn toàn cương lĩnh của Bộ Chính trị": Đây là một tin Cực kỳ hệ trọng: "Một tin động Trời, có thể nói trời nghiêng đất ngả cho thế lực cầm quyền. Sự kiện như thế này chưa từng có trong lịch sử 70 năm của đảng Cộng sản Việt Nam. Tác động của sự kiện này chưa thể lường hết được. Ngày 7-10- 2010 vừa qua tại Hà Nội hơn 20 trí thức hàng đầu

của thủ đô, đều là đảng viên cộng sản kỳ cựu, hơn nữa đều là đảng viên cấp cao, do Bộ Chính trị quản lý, đã tụ tập trong một cuộc hội thảo khoa học rất lý thú. Danh nghĩa của cuộc họp là do Hội khoa học kinh tế Việt Nam và trung tâm thông tin dự báo kinh tế-xã hội Quốc gia cùng phối hợp tổ chức nhằm "góp ý cho Dự thảo văn kiện Đại Hội XI của đảng Cộng sản". Các dự thảo chính là Báo cáo Chính trị của Ban chấp hành Trung ương, Cương Lĩnh quá độ lên chủ nghĩa xã hội và Chiến lược kinh tế- xã hội 2010- 2020 thường gọi tắt là Báo cáo chính trị, Cương lĩnh và Chiến lược, mà quan trọng nhất là Cương lĩnh. Hai mươi nhà trí thức đã lên tiến phê phán trên nhiều mặt, nhưng cùng ý chung: bác bỏ hoàn toàn cương lĩnh Đại Hội XI là sai lầm trầm trọng là thất bại, hoàn toàn không sát hợp với thực tế, giả dối phản dân chủ và dân chúng không còn niềm tin vào Đảng nữa!

4) Di sản Mac –Xít đang tiêu tan tại Việt Nam:

Trong một bài bình luận nhan đề như trên tác giả Ngô Quốc Sĩ đã viết: "Từ Bắc Phi và Trung Đông nhìn qua Việt Nam_người ta không khỏi nghĩ tới trường hợp chế độ cộng sản bị giải thể và di sản Mác Xít sẽ vĩnh viễn tiêu tan tại Việt Nam. Đây không phải chỉ là một suy luận hay một hy vọng, mà là một thực tế đang diễn ra, với những triệu chứng cụ thể sờ mó được. Trước hết, sự tàn bạo của cộng sản Việt Nam đã đi tới mức tối đa và sức chịu đựng của dân Việt cũng đã đến chỗ tận cùng. Tự do bị cướp đoạt, dân chủ bị hạn chế, nhân quyền bị chà đạp, xã hội Việt Nam đã đi đến chỗ rữa nát với bóc lột, tham nhũng bất công và bất nhân. Giờ đây, dân Việt chỉ còn thoi thóp chờ đợi ngày quật khởi, như thể cơn bão lửa sắp bừng lên, như thể cơn_sóng thần sắp dâng trào, cuốn trôi độc tài đảng trị. Tiếp đến, sự phân hóa trong nội bộ Đảng cũng đang nhen nhúm. Đã có những dấu hiệu rạn nứt giữa những đảng viên còn chút tình tự dân tộc và con tim Việt Nam với nhóm thiểu số lãnh đạo buôn dân bán nước. Tiếng nói của những cựu đảng viên thức tỉnh như Trần Độ, Hoàng Minh Chính, Trần Khuê, Nguyễn Minh Cần, Vũ

Thư Hiên, Bùi Tín, và mới đây của Nguyễn Văn An, hẳn phải có tác dụng đánh thức tất cả những ai còn ngây thơ tin vào cộng sản, hay còn ngủ mê trên quyền lực và quyền lợi, sống phè phỡn trên nỗi thống khổ chất ngất của dân Việt. Thêm vào đó, sức sống đang bừng lên từ giới trẻ trong nước cũng như ngoài nước với ý thức dân chủ trong sáng, với bầu nhiệt huyết Lạc Hồng, và nhất là với khả năng tin học tiến bộ, có thể làm trào lên sức mạnh Diên Hồng, dương cao ngọn cờ Phù Đổng, dứt khoát xé bỏ màn sắt, xô ngã bức tường cộng sản ô nhục".

5) Hiểm Họa Mất Nước Về Tay Trung Cộng Đang Tới Gần:

Việt Nam đang đứng bên bờ vực thẳm của suy vong, nguy cơ mất nước cận kề. **Đây là thời kỳ đau thương ô nhục nhất** trong lịch sử dân tộc Việt. Tập đoàn Việt gian "xác Việt hồn Tàu", bọn Thái thú thời đại đã cam tâm bán nước để duy trì địa vị thống trị hầu tha hồ bóc lột vơ vét tài sản của nhân dân. Chưa bao giờ hiểm họa mất nước lại **đè nặng lên con tim khối óc của những** người Việt Nam yêu nước như bây giờ.

6) Tại quốc nội Linh Mục Nguyễn Văn Lý khối 8406 và Bác Sĩ Nguyễn Đan Quế đều đã đưa ra lời kêu gọi đồng bào xuống đường biểu tình trong tinh thần bất bạo động để lật đổ chế_độ độc tài toàn trị gian ác CSVN.

7) Các cuộc cách mạng bùng nổ tại Bắc Phi và Trung Đông:

Ngày hôm nay, cao trào đòi hỏi tự do, dân chủ, nhân quyền bùng nổ khắp nơi. Quần chúng nhân dânTunisia, Ai Cập đã đứng lên đấu tranh giành lại quyền dân chủ tự do, quyền no cơm ấm áo, quyền được làm việc, quyền được bảo đảm cuộc sống, quyền làm chủ của nhân dân. Nhân dân Tunisia, nhân dân Ai Cập đã đánh đổ bạo quyền độc tài tham nhũng, nhân dân Lybia đang thắng lợi. Các nước văn minh đã đồng thanh ủng hộ phong trào tranh đấu của quần chúng nghèo khổ các nơi…

Qua 7 sự kiện ghi nhận ở trên, chúng ta đều thấy rõ: Đây là thời diểm chín muồi để chúng ta tiến hành vận động tổ chức đại Hội Diên HồngThời Đại. Nếu chúng ta không biết khai dụng, diệu dụng, yếu tố thời cơ có một không hai này, thì chúng ta sẽ không bao giờ còn có cơ hội tổ chức Đại Hội Diên Hồng Cứu Nguy Dân Tộc được nữa. Mong mọi người đừng bỏ lỡ cơ hội hiếm có này.

III- TỔ CHỨC ĐẠI HỘI DIÊN HỒNG THỜI ĐẠI DỄ HAY KHÓ?

Điều không ai phủ nhận rằng Tổ chức Đại Hội Diên Hồng Thời Đại (ĐHDHTĐ) là điều rất khó. Nhưng khó không có nghĩa là "không thể làm được" Khó hay dễ còn tùy theo chúng ta có để tâm nghiên cứu, thao thức sâu sắc về vấn đề quan trọng này hay không? Chúng ta có "suy tư", "trầm ttư", "uyên tư" để thấy hết những khó khăn trở ngại kể cả những nan đề khó khăn nhất hay không? Chúng ta có thấu suốt các nguyên tắc căn bản vận động và tổ chức hay không? Làm theo cách nào thì "thành công"và làm theo cách nào thì "thất bại"? v. v... Để qúy độc giả dễ theo dõi và nắm bắt vấn đề chúng tôi xin tóm tắt thành 4 loại câu hỏi từ "dễ" đến "**khó**" "rất **khó"** và "**Cực kỳ khó**" kể cả những **bí quyết vượt qua** những nan đề cực kỳ khó đã nêu ra như sau:

A- Những câu hỏi thông thường. (tương dối dễ)

B- Những câu hỏi về Mục Đích và Nguyên Tắc Tổ Chức DH-DHTD (khó vì là những nguyên lý căn bản nền tảng của tổ chức)

C- Những câu hỏi về chiến lược và sách lược vận động, xây dựng phát triển và đấu tranh của (ĐHDHTĐ) (Rất Khó vì không những phải thấu triệt những nguyên lý nên tảng của tổ chức Diên Hồng mà còn phải biết vượt chính mình, đồng thời biết đánh vào những tử huyệt của đối phương làm cho địch phải sai lầm và không thể không sai lầm).

D- Những câu hỏi về Bí Quyết khắc phục những trở ngại-tránh

những vết xe đổ trước đây và bí quyết thành công của ĐHDHTĐ (cực kỳ khó vì phải tìm ra bí quyết để giải quyết bài toán Việt Nam, tìm ra Đáp Án Lịch Sử)

A- Những câu hỏi thông thường: (Đơn cử như các câu hỏi sau đây)

1. Việt Nam đã trải qua bao nhiêu năm chiến tranh, trong lúc nhân tâm ly tán như thế này, các ông làm sao xây dựng được niềm tin để tổ chức Đại Hội Diên HồngThời Đại? (ĐHDHTĐ)

2. Câu chuyện "Giỏ cua Mỹ và giỏ cua Việt" (Giỏ cua Mỹ cần đậy nắp nếu không cua sẽ bò ra, còn giỏ cua Việt không cần đậy nắp, vì con cua nào bò lên trước sẽ bị các con kia kéo xuống ngay!) qúy vị có cách nào để hóa giải tình trạng này?

3. CS tung tiền và cán bộ ra hải ngoại mua chuộc tay sai và một số nhỏ cơ quan truyền thông nhằm chia rẽ phân hóa các cộng đồng, các hội đoàn, chúng xui nguyên dục bị, gây hiềm khích cá nhân và hội đoàn, chụp mũ nhau lung tung… trong bối cảnh đó chúng có để yên cho các vị tổ chức Diên Hồng Thời Đại hay không?

4. Quý vị tìm đâu ra tài chánh để tổ chức ĐHĐHTĐ hay phải nhờ đến một thế lực ngoại quốc nào?

Chúng ta không cần trả lời từng câu hỏi một (Sợ mất thì giờ thôi, chứ không phải là không trả lời được) Trước hết chúng ta công nhận các câu hỏi thuộc loại này (và nhiều câu hỏi tương tự) tuy có một phần sự thực, có gây khó khăn trở ngại cho chúng ta thực. Nhưng đâu phải vì vậy mà chúng ta thờ ơ với đại cuộc, khoanh tay không làm gì cả hay đầu hàng trước nghịch cảnh? Chúng ta đành "thua sức", " thua mưu trí" CS để mặc Đảng CSVN bán nước buôn dân mãi hay sao?? Hỏi tức là trả lời rồi vậy.

B- Những câu hỏi về Mục Đích và Nguyên Tắc Tổ Chức: (xin đơn cử những câu hỏi tiêu biểu).

1. Trong thời đại chúng ta và trong hoàn cảnh sống lưu vong

tại hải ngoại, tìm đâu ra một vị Vua như Trần Thánh Tông, Trần Nhân Tông để tổ chức Hội Nghị Diên Hồng hay Đại Hội Diên Hồng Thời Đại? (ĐHDHTĐ)

2. Trong 36 năm qua tại hải ngoại có quá nhiều đảng phái hội đoàn, đưa tới tình trạng phân hóa chia rẽ, mặt khác chúng ta lại rơi vào tình trạng khủng hoảng lãnh đạo Vậy qúy vị tìm đâu ra một "Minh Quân" hay một "Lãnh tụ kiệt xuất" để quy tụ quần hùng?

3. Mục đích của Đại Hội Diên Hồng Thời Đại là gì? Qúy vị tổ chức trên quy mô nào? (Liên châu, ? Hải Ngoại? hay cả Quốc Nội?) và bao lâu mới thành hình?

4. Đại Đoàn kết toàn dân ai cũng muốn. Nhưng vấn đề là Đại Đoàn Kết sau lưng ai? (hàm ý tổ chức này có bị cá nhân nào?Đảng phái nào?, thế lực đen tối nào lợi dụng hay giật giây không?)

5. Yếu tố không gian Hải Ngoại quá rộng lớn, Qúy vị có phương cách nào? Chiến lược nào để tổ chức thành công ĐHDHTĐ tại Trung Ương và Địa Phương. Qúy vị tổ chức từ trên xuống hay từ dưới lên? Bắt đầu khởi phát như thế nào? Diễn tiến thành lập ra sao?

6. Sau khi ĐHDHTĐ được thành hình có tiến tới việc thành lập Một Chính Phủ Lưu Vong không? Và nếu tiến tới có hợp lý không? Và phương thức tổ chức Chính Phủ Lưu Vong như thế nào? Ai trên, ai dưới, ai phải ai trái? (hàm ý nếu đi tới một chính Phủ Lưu vong thì có tránh được tình trạng tranh dành, chức tước, địa vị đi đến chia rẽ phân hóa trở lại hay không?)

7. Nếu không tiến tới Một Chính Phủ Lưu Vong thì ĐHDHTĐ cơ cấu tổ chức như thế nào? Vai trò và chức năng của ĐHDHTĐ có tương tư như một Quốc Hội hay Một Ban Tham Mưu lớn của Cộng đồng người Việt Tự Do Hải Ngoại hay không?

8. ĐHDHTĐ có chủ trương phối hợp với Cộng đồng, phát huy sức mạnh Cộng đồng hỗ tương xây dựng và Thăng tiến Cộng đồng Người Việt Tự Do Hải Ngoại hay không?

9. ĐHDHTĐ ngoài việc yểm trợ tinh thần vật chất cho Phong Trào Đấu tranh Đòi Tự Do Dân Chủ Tại Quốc Nội có những sách lược nào Vận động Đồng bào Quốc Nội vùng dậy hay không?

Những câu hỏi trên đây tuy khá "**hóc búa**" "**khó trả lời**", nhưng phải công nhận là rất căn bản để giúp cho ban Vận Động ĐHDHTĐ "suy tư sâu hơn" và tìm ra những yếu tố cốt lõi làm nền tảng xây dựng ĐHDHTĐ đồng thời khám phá ra những nguyên tắc mới hình thành ĐHDHTĐ.

Còn 2 tầng câu hỏi. "cực kỳ khó" hay Bí Quyết Tổ Chức thành công ĐHDHTĐ (C+D) chúng tôi xin được khất lại và sẽ xin trình bầy thảo luận cùng Qúy vị trong một hay hai bài Tiểu Luận khác.

IV- NỀN TẢNG XÂY DỰNG ĐẠI HỘI DIÊN HỒNG THỜI ĐẠI:

Đại Hội Diên HồngThời Đại (ĐHDHTĐ cần được thiết dựng trên những nền tảng sau:

* Nền Tảng Đạo Đức Nhân Linh (quan trọng nhất trong thời đại mới).

* Nần Tảng Dân Lập Tự Nguyện (Thời đại quân chủ do Vua đứng ra triệu tập Hội Nghị Diên Hồng, thời Dân chủ, nhất là trong tình trạng lưu vong của chúng ta, không có Vua, và cũng không có ai đủ Đạo Đức, Tài Năng Bản Lĩnh, cùng "uy tín trùm đời" như một lãnh tụ kiệt xuất được toàn dân tín nhiệm nên chúng ta phải xây dựng ĐHDHTĐ trên nền tảng mới là nền tảng Dân Lập Tự Nguyện.

* Nền Tảng Triết Lý Nhân Chủ (cho phép chúng ta thành hình những nguyên tắc tổ chức sáng tạo mới giúp cho con người đi vào tổ chức, nhưng vẫn không bị vong thân trong tổ chức)

* Nền Tảng Văn Hóa Dân Tộc

* Nền Tảng Công Lý: minh bạch, trong suốt- mưu lợi ích chung

* Nền Tảng Khoa Học

* Nền Tảng Trí Thức (kenowledge is power)

* Nền Tảng Quần Chúng Văn Hóa.

* Nền Tảng Quần chúng Chính Trị (thời đại của chúng ta là Thời Đại của Quần chúng nhân dân mọi chủ trương độc tài áp bức phi dân chủ, phi nhân chủ đều trở nên lạc hậu, tất yếu bị lịch sử và thời đại xóa bỏ)

V- NHỮNG NGUYÊN TẮC CĂN BẢN HÌNH THÀNH ĐẠI HỘI DIÊN HỒNG THỜI ĐẠI

Rút kinh nghiệm Tinh Thần Hội Nghị Diên Hồng đời Nhà Trần (1284) cũng như các ưu khuyết điểm kể cả những vết xe đổ của các tổ chức kêu gọi Đại Đoàn Kết trước đây… Đại Hội Diên HồngThời Đại được tổ chức theo các nguyên tắc căn bản sau:

- ĐHDHTĐ được tổ chức theo nguyên tắc Dân Lập Tự Nguyện.

- Kế thừa tinhThần Hội Nghị Diên Hồng Lịch sử (1284) Các vị Bô lão, Cao Niên giữ vai trò tiền phong đứng ra kêu gọi Vận Động Thành Lập Đại Hội Diên Hồng Thời Đại.

- ĐHDHTĐ tôn vinh Quốc Tổ HùngVương và coi đây chính là "Tụ điểm Tinh Thần" để Đại Đoàn Kết Toàn Dân trong sứ mệnh cứu quốc và kiến quốc.

- Chủ trương Đại Đoàn kết Toàn Dân theo Nguyên Tắc "Hợp quần gây sức mạnh" "Góp gió thành bão".

- ĐHDHTĐ lấy Sinh Mệnh Quốc Gia Dân Tộc làm Sinh Mệnh của tổ chức Diên Hồng Thời Đại.

- ĐHDHTĐ kết hợp theo nguyên tắc Quang Minh Chính Đại và Trong Suốt- về tài chánh, cũng như về đường lối đấu tranh Chính Trị, Văn Hóa, Ngoại Giao. Tuyệt không có điều gì sai quấy hoặc tà khuất.. Có như vậy ĐHDHTĐ mới xứng đáng được đồng bào trao gửi niềm tin và mới có thể hoàn thành sứ mệnh cứu nước và dựng nước.

- Theo chân lý hay huyền thoại "Bọc Mẹ Trăm Con" ĐH-DHTĐ được tổ chức theo nguyên tắc: "Thân Thương vô cùng và Bình Đẳng Tuyệt Cùng".

- ĐHDHTĐ đề cao nguyên tắc sống đạo đức: "Nhân Trung Trí Dũng".

- ĐHDHTĐ kêu gọi thế hệ Cao Niên, Trung Niên, Thế Hệ Trẻ cùng sốt sắng tham gia ĐHDHTĐ theo nguyên tắc cả 3 thế hệ cùng đồng tâm chung sức Vận Động Lịch Sử.

- Tự nguyện đoàn kết thành một tổ chức đấu tranh chung của toàn dân (không phải của ai hay độc quyền của tổ chức riêng rẽ nào. Tất cả các cá nhân hay hội đoàn đảng phái tham gia ĐHDHTĐ đều là thành viên sáng lập (Ownership).

- Các thành viên sáng lập được mở rộng không ngừng theo nguyên tắc Sinh Động Mở (Open Living System).

- Các cá nhân hay các tổ chức Tham Gia ĐHDHTĐ vẫn giữ nguyên bản sắc cá nhân hay tổ chức riêng của mình chỉ tham gia ĐHDHTĐ theo tinh thần tự nguyện liên hợp phối hợp đấu tranh chung tạo thành Sức mạnh Tổng Hợp Của Dân Tộc.

- ĐHDHTĐ xiển dương triết lý Nhân Chủ trong tổ chức nên lấy nguyên tắc liên hợp, phối hợp, điều hợp, làm căn bản quản trị, điều hành tổ chức thay vì Lãnh Đạo và Chỉ Huy. Đặc biệt ĐHDHTĐ cần những người quản trị và điều hợp có đạo đức, có tài năng và bản lãnh chứ không tôn sùng Lãnh Tụ theo quan niệm tổ chức cũ.

- ĐHDHTĐ đề cao tinh thần làm việc kết nhóm (Team work) và phát huy sáng kiến cá nhân.

- ĐHDHTĐ đề cao nguyên tắc Tri- Hành -Sống Hợp Nhất.

- ĐHDHTĐ chủ trương nguyên tắc "tập quyền tối thiểu" tại Trung Ương và "tản quyền tối đa" tại Địa Phương.

- ĐHDHTĐ thực thi nguyên tắc Dân chủ Đa Nguyên, "Đại

đồng trong tiểu dị" chỉ cần đồng một lập trường và mục đích đấu tranh, nhưng sẵn sàng chấp nhận những khác biệt về phương pháp đấu tranh, không vì sự khác biệt này mà làm tổn hại đến tinh thần Đại Đoàn kết Quốc Gia Dân Tộc. (Chúng ta khác nhau về "Tử số" nhưng có cùng một mẫu số chung để hòa đồng và kết hợp).

- Giữa ĐHDHTĐ và các cá nhân hay các tổ chức thành viên không ai dẫm chân lên ai, không ai o ép ai, và nhất là không xen vào công việc nội bộ của bất cứ tổ chức thành viên nào, không gây thiệt hại cho bất cứ cá nhân hay tổ chức thành viên nào. Không những thế ĐHDHTĐ còn có trách nhiệm động viên, giúp đỡ các cá nhân và các tổ chức thành viên thăng tiến và phát triển theo nguyên tắc "Tương tác để tương thành lẫn nhau. "

- Tương quan giữa Tổ Chức ĐHDHTĐ cấp địa phương hay trung ương đối với Ban Đại Diện Cộng đồng địa phương hoặc cấp cao hơn (Cộng đồng Quốc Gia, Liên Bang hay Liên Châu) là tương quan bình đẳng, tư nguyện phối hợp, yểm trợ lẫn nhau. Tuyệt đối không có sự dẫm chân hay tranh chấp nhau vì mỗi tổ chức có một vai trò và chức năng riêng. Ngoài ra HĐDHTĐ bất cứ cấp nào còn tự đặt cho mình vai trò yểm trợ, phục vụ vô vị lợi Cộng đồng trong ý hướng góp phần làm Đẹp làm Mới và làm Sáng Cộng đồng Người Việt Tự Do Hải Ngoại.

- ĐHDHTĐ có vai trò và trách nhiệm chính phát huy sức mạnh Cộng đồng làm tiền đề phát huy Sức Mạnh Tổng Hợp Toàn Dân Tộc ngõ hầu cứu nguy Tổ Quốc. Do đó ĐHDHTĐ sẽ sát cánh hợp tác chặt chẽ với các Cộng đồng Địa Phương cũng như Cộng đồng các cấp cao hơn để cùng làm tròn trách nhiệm của một "Hậu Phương Lớn" yểm trợ tích cực và tối đa từ vật chất đến tinh thần, đối với "Tiền Tuyến Đấu Tranh Quốc Nội".

KẾT LUẬN:

Song song với việc đấu tranh chống Cộng, tích cực yểm trợ Quốc Nội (Từ vật chất đến tinh thần) ĐHDHTĐ cũng như vận động Nhân Quyền Quốc Tế. ĐHDHTĐ còn có trách nhiệm vận động đồng bào quốc nội vùng dậy lật đổ chế độ cộng sản bán nước buôn dân.

ĐHDHTĐ còn có chủ trương bảo tồn Văn Hóa và phát huy Văn Hóa, Văn Minh Văn Hiến Việt Nam, Kết Sinh Dân Tộc.

Chế độ CSVN với bản chất dối trá và gian ác tất nhiên phải bị sụp đổ vì bất cứ chế độ độc tài Phi Nhân Bản, Phi dân tộc, phi Dân chủ và Nhân Chủ đều ngăn cản bước tiến hóa của dân tộc và nhân loại. Hiện nay thời cơ đã chín muồi cho chúng ta vận động tổ chức Đại Hội Diên Hồng Thời Đại để cứu dân cứu nước. Tham gia ĐH-DHTĐ là biện pháp hay nhất hữu hiệu nhất rút ngắn thời gian giật sập Chế Độ Cộng Sản bạo tàn- Mở Trang Sử Mới Cho Dân Tộc.

Chu Tấn

NỀN TẢNG VÀ TIẾN TRÌNH TỔ CHỨC ĐẠI HỘI DIÊN HỒNG THỜI ĐẠI VIỆT NAM

I- LỜI MỞ:

Hiện nay đất nước Việt Nam đang lâm nguy, rất nhiều người đã ra lời kêu gọi_vận động Hội Nghị Diên Hồng để cứu nguy Tổ Quốc. Lời kêu gọi đó thật là chính đáng. Song có một số người hoài nghi, cho rằng thời đại ngày nay khác xưa, chúng ta tìm đâu ra những vị Vua như Trần Thánh Tông, Trần Nhân Tông để kêu gọi thành lập Hội Nghị Diên Hồng? Nhằm trả lời thắc mắc này và những thắc mắc khác tương tự, chúng tôi xin trình bày "Nền tảng và tiến trình tổ chức Hội Nghị Diên Hồng Thời Đại" qua các chủ điểm sau:

- Hội Nghị Diên Hồng theo Chính Sử.

- Ngọn lửa thiêng Diên Hồng vẫn sáng tỏa ngàn đời bất diệt.

- Hội Nghị Diên Hồng Xưa và Nay có những điểm giống và khác nhau ra sao? Nhất là có những điểm sáng tạo mới lạ, đúng và hay như thế nào?

- Trải Nghiệm Lịch Sử: Rút ưu và khuyết điểm của các cá nhân hay các Hội Đoàn kêu gọi Liên kết, Đoàn kết trước đây?

- Nền tảng, mục đích tổ chức Đại Hội Diên Hồng Thời Đại.

- Nguyên Tắc và tiến trình vận động: Tổ Chức Đại Hội Diên Hồng Thời Đại.

- Hiến Chương và Cơ cấu Tổ Chức Đại Hội Diên Hồng Thời Đại.

- Những ưu điểm của Đại Hội Diên Hồng Thời Đại.

II- HỘI NGHỊ DIÊN HỒNG THEO CHÍNH SỬ:

Hội nghị Diên Hồng là hội nghị năm 1284 do Thượng hoàng Trần Thánh Tông triệu họp các vị bô lão trong cả nước để trưng cầu dân ý, hỏi về chủ trương hòa hay chiến khi quân Nguyên Mông sang xâm lược Việt Nam lần thứ 2

Hội nghị này được tổ chức trước thềm điện Diên Hồng vào tháng chạp năm Giáp Thân 1284. Hội nghị Diên Hồng không bàn đến chiến lược, chiến thuật quân sự mà chỉ bàn: nên đánh hay nên hoà.

Hội nghị Diên Hồng được xem như hội nghị dân chủ đầu tiên trong lịch sử Việt Nam. Các vị bô lão có thể coi là những đại biểu của dân. Sau hội nghị, chính các bô lão là những người truyền đạt lại chủ trương của chính quyền đến người dân.

***Đại Việt sử ký toàn thư*, bản kỷ toàn thư quyển 5:**

Thượng hoàng triệu phụ lão trong nước họp ở thềm điện Diên Hồng, ban yến và hỏi kế đánh giặc. Các phụ lão điều nói "đánh", muôn người cùng hô một tiếng, như bật ra từ một cửa miệng.

Nhà sử học Ngô Sĩ Liên viết trong *Đại Việt sử ký toàn thư*, bản kỷ toàn thư quyển 5:

"Giặc Hồ vào cướp nước là nạn lớn nhất của đất nước. Hai vua hiệp mưu, bầy tôi họp bàn há lại không có kế sách gì chống giặc mà phải đợi đến ban yến hỏi kế ở các phụ lão hay sao? Là vì Thánh Tông muốn làm thế để xét lòng thành ủng hộ của dân chúng, để dân chúng nghe theo lời dụ hỏi mà cảm kích hăng hái lên thôi. Đó là giữ được cái nghĩa người xưa ***nuôi người già để xin lời hay vậy.*** **"**

(Trích Bách khoa toàn thư mở Wikipedia)

III- NGỌN LỬA THIÊNG DIÊN HỒNG VẪN SÁNG TỎA NGÀN ĐỜI BẤT DIỆT:

Theo chính sử ghi lại: "Khi Thượng Hoàng (tức Vua Cha Trần Thánh Tông hỏi ý kiến các bậc bô lão nên "Hòa" hay nên "Đánh" thì muôn người cùng hô một tiếng "Đánh" như bật ra từ một cửa miệng" (Đại Việt sử ký toàn thư, bản kỷ quyển 5) **Do đâu có sự đồng thuận tuyệt đối như vậy?** Xin thưa vì lời đáp của các vị bô lão xuất phát từ tấm lòng yêu nước và tinh thần đoàn kết bất khuất cao độ tiềm ẩn trong dòng máu Rồng Tiên của mọi người con dân Việt mà các vị Bô Lão là đại biểu. Chính vì lòng Yêu Nước và tinh thần đoàn kết bất khuất lại được vua Trần khơi động đúng lúc Tổ Quốc lâm nguy-vận nước ngàn cân treo sợi tóc - nên đạt kết quả **Vua tôi trên dưới một lòng, cả nước đánh giặc** khiến cho dân tộc VN thế kỷ thứ 13 đã đạt được kỳ tích 3 lần quân Nguyên Mông – một đạo quân tinh nhuệ hùng mạnh nhất thế giới thời bấy giờ- mà 3 lần xâm lăng nước ta đều bị thảm bại cả ba! (Nếu chỉ chiến thắng "một lần" thì có thể nói là "tình cờ" hay "may mắn", nhưng cả 3 lần quân Nam đều thắng cả ba thì kỳ tích chiến thắng này thật là vô cùng vĩ đại và không ai có thể nghi ngờ được nữa!)

Bao lâu mà người Dân Việt **cón có tấm lòng yêu nước và tinh thần bất khuất lại biết huy động sức mạnh đoàn kết của toàn dân** thì dù thời đại có đổi thay, hoàn cảnh đấu tranh xưa nay có khác nhưng NGỌN LỬA THIÊNG DIÊN HỒNG VẪN SÁNG TỎA NGÀN ĐỜI BẤT DIỆT.

IV HỘI NGHỊ DIÊN HỒNG XƯA VÀ NAY:

Do vì hoàn cảnh và thời đại khác nhau nên Hội Nghị Diên Hồng Xưa và Nay, vừa có những điểm giống nhau, lại vừa có những điểm khác nhau, nhất là có những điểm *Sáng Tạo Mới*, chúng ta cần phân tích cho thấu đáo:

A/ **Nhửng điểm giống nhau:**

1. Cả hai đều kêu gọi lòng **Yêu Nước Của Toàn Dân,** đứng lên đáp lời sông núi, cứu nguy Tổ Quốc.

2. Hội nghị Diên Hồng xưa và nay đều được thành lập theo nguyên tắc: Đoàn Kết, Hợp quần gây sức mạnh, tôn trọng ý dân, dựa vào sức dân làm nền tảng chống xâm lăng bảo toàn lãnh thổ thiêng liêng của Tổ Quốc.

3. Tinh Thần Diên Hồng là tinh thần, Độc lập, Dân Chủ Đoàn kết, Trong Sáng, Quyết Chiến và Quyết Thắng.

B/ **Những điểm khác nhau**:

B1- **Hội Nghị Diên Hồng Xưa**:

1) Do nhà Vua Triệu Tập (Thượng Hoàng Trần Thánh Tông).

2) Đây chỉ là cuộc trưng cầu dân ý (Được coi như Hội Nghị Dân Chủ đầu tiên trong lịch sử).

3) Hội nghị này chỉ là một cuộc họp bàn (conference) và kết quả là đưa đến một Quyết Nghị chung: "Ý dân nhất quyết không chịu "HÀNG"" mà quyết "ĐÁNH" đến cùng dù có phải hy sinh

"nhân tài vật lực" kể cả hy sinh đến tình mạng cũng không từ nan.

4) Hội Nghị Diên Hồng Xưa chỉ hỏi y kiến dân "Hòa" hay "Đánh" chứ không bàn đến chiến lược chiến thuật!

5) Hội Nghị Diên Hồng Xưa chỉ lo "Giữ Nước" "Cứu Nước" còn chuyện "xây dựng lại đất nước" (hay Kiến Quốc, Hưng Quốc) đã có "triều đình" hay chính quyền lo rồi.

6) Hội Nghị Diên Hồng Xưa chỉ lo chống giặc NGOẠI XÂM là quân Nguyên Mông đến xâm lăng nước ta. Thời nhà Trần thế kỷ thứ 13, lúc đó cũng có một số việt gian sợ hãi chạy theo giặc hay vì bả lợi danh cam tâm làm tay sai, hay đồng lõa với giặc, nhưng số việt gian này (chỉ là quá thiểu số) không nhiều như thời đại chúng ta.

B2- **Hội Nghị Diên Hồng Ngày Nay**:

1) Được thành lập theo nguyên tắc DÂN LẬP (do các Nhân Sĩ và các Hội Đòan) ý thức tình trạng lâm nguy của Tổ Quốc –đứng ra kêu gọi triệu tập Hội Nghị Diên Hồng thời hiện đại hay gọi tắt là Hội Nghị Diên Hồng Thời Đại.

2) Đây không chỉ là cuộc trưng cầu dân ý mà còn tiến xa hơn "Kết tinh lực lượng yêu nước", "kết sinh toàn dân" -đấu tranh giải thể chế độ cộng sản đồng thời chống xâm lăng Trung Cộng.

3) Hội Nghị Diên Hồng Thời Đại buổi đầu cũng là một Hội Nghị (Conference) Nhưng không chỉ đưa ra một Quyết Nghị chung như Hội Nghị Diên Hồng Xưa mà còn đưa ra một bản Tuyên ngôn (Declaration) và đi đến thành lập một TỔ CHỨC DIÊN HỒNG HẢI NGOẠI và Quốc Nội (Tổ chức Diên Hồng Hải Ngoại thành hình trước, Quốc Nội sau)

4) Hội Nghị Diên Hồng Thời Đại không những có quyền bàn về chiến lược chiến thuật mà còn có nhiệm vụ soạn thảo các sách lược cứu nước và các sách lược xây dựng Quốc Gia nhất là bầu ra cơ quan dự thảo Tân Hiến Pháp cho nước Việt Nam sau hậu kỳ cộng sản.

5) Sau khi chế độ CS đã cáo chung, Tổ chức Diên Hồng Thời Đại cũng không vì thế mà giải tán, mà vẫn tồn tại và phát triển để tiếp tục sứ mạng "Kiến Quốc" và "Hưng Quốc".

6) Hội Nghị Diên Hồng xưa chỉ lo chống giặc Ngoại Xâm, (là quân Nguyên Mông) Hội Nghị Diên Hồng thời đại vừa chống giặc **NGOẠI XÂM (Trung Cộng)** vừa chống giặc **NỘI XÂM (Việt Cộng).**

C/ **Những Điểm Sáng Tạo Mới**...

Hội Nghị Diên Hồng Thời Đại, không chỉ kế thừa và phát huy truyền thống Yêu Nước, đề cao tinh thần Dân Chủ, Đoàn Kết chống xâm lăng của của Hội Nghị Diên Hồng thời nhà Trần mà còn phối hợp kế thừa phát huy và sáng tạo thêm nhiều truyền thống tốt đẹp khác của Dân Tộc và Thời Đại như sau:

1. Tôn Vinh Đạo Sống Dân Tộc.

2. Tôn vinh Quốc Tổ Hùng Vương. và các vị Anh Hùng, Anh Thư của Dân Tộc VN.

3. Tôn Vinh Đạo Thờ Cúng Tổ Tiên của Dân Tộc Việt Nam mà ngày nay cơ quan Văn hóa Quốc Tế (Unesco) cũng phải công nhận là một tôn giáo đầy tính chất Nhân Bản và Tâm Linh của Dân Tộc Việt.

4. Kế thừa và phát huy nền Văn Hóa, Văn Minh và Văn Hiến Việt Nam.

5. Kế thừa và phát huy truyền thống **Chí Nhân Đại Nghĩa** của Đức Nguyễn Trãi...

6. Kế thừa và Phát Huy tinh thần "diệt thù trong dẹp giặc ngoài" của Hoàng Đế Quang Trung

7. Kế thừa và phát huy truyền thống: "Thương Yêu", "Bao Dung", "Dung Hóa", "Sáng Hóa" và "Sống hóa" của Dân Tộc Việt Nam.

8. Đưa ra quan niệm Tổ Chức Mới kết hợp các nguyên lý "Văn Hóa Tổ Chức" của Tây Phương và Tinh Hoa Tổ Chức của Dân Tộc Việt Nam.

9. Thực hiện sách lược "Tam Toàn" ("Toàn Dân", "Toàn Diện" và "Toàn Cầu"… …)

10. Thực hiện cuộc Cách Mạng Dân Chủ Đáy Tầng (Grass Roots Democracy)*

V- TRẢI NGHIỆM LỊCH SỬ: RÚT ƯU KHUYẾT ĐIỂM CỦA CÁC CÁ NHÂN HAY HỘI ĐOÀN KÊU GỌI ĐOÀN KẾT LIÊN KẾT TRƯỚC ĐÂY:

Nhiều tổ chức kêu gọi Liên kết Đoàn kết trước đây chỉ đạt kết quả rất giới hạn, nếu không muốn nói là thất bại vì các lý do sau đây:

1) Chỉ đưa ra lời kêu gọi suông, mà không có sách lược, chiến lược, được nghiên cứu kỹ trên nền tảng Dân Tộc, Khoa học, và Thời Đại Toàn Cầu Hóa.

2) Không đưa ra **Một Mẫu Số Chung** lớn như mẫu số chung Diên Hồng, hay có nêu danh Diên Hồng, nhưng lại không có kết hoạch hữu hiệu và khả thi để vận động thành công Hội Nghị Diên Hồng, -cũng không xác định được quan niệm tổ chức Hội nghị Diên Hồng Xưa và Hội nghị Diên Hồng Thời Nay giống nhau và khác nhau ở những điểm nào?

3) Kêu gọi Đoàn kết mà thiếu một CHỦ ĐẠO DÂN TỘC.

4) Kêu gọi Đoàn Kết mà không có sách lược Cứu Nước và Dựng Nước được đa số giới trí thức chia xẻ, cũng như đa số Quốc Dân hưởng ứng!

5) Không khai dụng và phát huy được tiềm năng to lớn của Cộng đồng Người Việt Quốc Gia Hải Ngoại.

6) Tinh thần chống Cộng của đồng bào hải ngoại rất cao, rất bền bỉ, nhưng về mặt **Văn Hóa Tổ Chức** của khối người Việt Quốc Gia nói chung còn rất yếu kém. Đây là một sự thực mà chúng ta phải nhìn nhận.

7) Tại hải ngoại có rất nhiều đảng phái, hội đoàn chống Cộng, nhưng vì tỵ hiềm, hay vì quán tính: "Đèn nhà ai nhà ấy rạng" nên chúng ta tuy hiểu rõ sức mạnh của "đoàn kết", nhưng lại không chịu "kết đoàn". Đây lại là một sự thực đau lòng thứ hai mà chúng ta phải nhìn nhận để tìm cách vượt qua và quyết tâm phải vượt qua vì đây là sự thử thách sống còn giữa chúng ta và đảng csVN!

8) Không có sách lược Quốc Tế Vận, Cộng đồng Vận, và Quốc Nội Vận, và càng không có sách lược Đông Nam Á Vận...

9) Nhiều tổ chức, lên tiếng báo động về "**Tổ Quốc lâm nguy**"về "**Hiểm Họa mất nước" đã gần kề"** nhưng lại không đưa ra một giải pháp nào để cứu nguy Tổ Quốc cả??! (Số bài báo tham luận về giải pháp cứu nước, dựng nước đếm trên đầu ngón tay! **Tại sao lại có sự thiếu sót quá đáng này?!)**

10) Trong cuộc đấu tranh hiện nay, tất cả các tổ chức đấu tranh chính trị hay cách mạng đều lâm vào tình trạng: (1) Thiếu lòng tin của quần chúng (2) Thiếu Tài Chánh (3) Thiếu Nhân Sự (4) Thiếu các cơ quan tham mưu Chiến Lược (Think Tank) (5)Thiếu sự hậu thuẫn tích cực của Quốc Tế. Trong 5 điều thiếu nói trên, nhiều người nói sự thiếu thốn về tài chánh quan trọng hơn cả! **Riêng chúng tôi cho rằng sự thiếu Niềm Tin của Quần Chúng và các Hội Đoàn với nhau mới là sự thiếu quan trọng bậc nhất.**

11) Nói về chính trị là nói đến "THỜI- THẾ- CƠ" hay "THẾ- LỰC- VÀ LƯỢC" vậy mà 39 năm qua, khối người Việt Quốc Gia chúng ta đã nghiên cứu "Thời Thế Cơ" đã chuẩn bị "Thế Lực và Lược" như thế nào? Chỉ cần đặt câu hỏi này chúng ta thấy ngay sự thiếu sót nền tảng của chúng ta. Nói lên điều này, chúng ta không nhằm trách móc ai, và càng không quy trách nhiệm cho ai, hay cho

bất cứ tổ chức nào, vì chính mỗi người chúng ta ít nhiều đều có lỗi trong đó. Nói lên điều này, chỉ có nghĩa là chúng ta nên "**Nhìn thẳng vào sự thật**" vì như lời Kinh Thánh nói: "*Chỉ có Sự Thật mới cứu được con người, mới giải phóng chúng ta mà thôi*"

12) Tháng 8 năm 1945, Hồ Chí Minh và đảng cộng sản đã hô hào toàn dân đứng lên làm Cách Mạng (Gọi là cuộc Cách Mạng Mùa Thu) đánh đuổi thực dân Pháp giành độc lập cho nước nhà! Hồ Chí Minh đã lấy 3 tư tưởng chính trong Chủ nghĩa Tam Dân của Tôn Dật Tiên làm thành 3 chiêu bài: ĐỘC LẬP TỰ DO HẠNH PHÚC! Toàn dân Việt thời đó ai ai cũng say men cách mạng vì tin tưởng là Hồ Chí Minh và đảng csVN sẽ thay đổi vận mạng và số kiếp cho DânTộc! Nhưng hỡi ơi! Sau khi csVN nắm chính quyền dẫn tới chia đôi đất nước, csVN chính thức cai trị nửa phần đất nước năm 1954 và đến năm 1975 xé bỏ Hiệp Nghị Paris xua quân xâm chiếm trọn Miền Nam Việt Nam cho đến nay 90 triệu người dân Việt Nam phải sống dưới ách họa độc tài toàn trị CS! Người dân không được hưởng một thứ Tự Do nào! Gần một thế kỷ đấu tranh đại đa số nhân dân vẫn lầm than đói khổ Việt Nam trở thành quốc gia chậm tiến và tụt hậu nhất Đông Nam Á và nay lại rơi vào vòng nô lệ của Trung Cộng! **Thật là mỉa mai:** Độc Lập ở đâu? Tự Do ở đâu? Hạnh Phúc làm gì có?! Ngay những người CS lão Thành đã từng 50, 60 tuổi đảng nay phản tỉnh kêu lên rằng: "*Cuộc Cách mạng Mùa Thu đã bị bội phản*"! Về phía những người Quốc Gia, tại miền Nam Việt Nam chúng ta vừa phải đương đầu với CS vừa xây dựng nên 2 nền Đệ Nhất và Đệ Nhị Cộng Hòa! Tuy chế độ Tự Do Dân Chủ tại miền Nam vì trong tình trạng đất nước còn chiến tranh nên chưa thực thi được toàn diện và đúng mức như các Quốc Gia Tân Tiến Âu Mỹ, song nếu so với Chế Độ độc tài CS hiện nay thì chế độ Tự Do Dân Chủ của Miền Nam VN chúng ta, trước kia ngàn lần tốt đẹp hơn! Nay chúng ta để mất trong tay chế độ CS, chúng ta càng nghĩ càng thấy hối tiếc! Bước sang thế kỷ 21 chúng ta vừa lo đấu tranh giải thể chế độ CS vừa phải chuẩn bị làm lại từ đầu cuộc

Cách Mạng Mới. Cuộc cách mạng mới này là cuộc Cách mạng gì? (có giống cuộc "**cách mạng Nhung**" của Tiếp Khắc? có giống cuộc "**cách mạng Cam**" **của Ukraine**? Có giống cuộc **cách mạng "Hoa Lài" của Tunisia?.** Thực ra việc đặt tên cho cuộc cách mạng không quan trọng lắm! mà quan trọng là "Nền Tảng", "Nội Dung" hay nói khác đi cuộc Cách Mạng Mới Tại Việt Nam trước và sau khi đã giải thể chế độ độc tài toàn trị cộng sản, phải được nghiên cứu cẩn trọng và được thiết lập trên các Nguyên Lý nền tảng nào? Chúng ta có những tư tưởng nào? và những suy tư nào về cuộc Cách Mạng Mới đã và đang diễn ra tại Việt Nam? Chúng ta có "lưu ý đủ" đến tình trạng "**tránh vỏ dưa lại gặp vỏ dừa**" như một số các Quốc Gia Hồi giáo tại Trung Đông? Muốn tránh tình trạng đó, cuộc cách mạng mới tại VN phải bắt đầu như thế nào? Phải chuẩn bị ra sao? Chúng ta đã thực sự bắt tay vào cuộc nghiên cứu chưa?

VI- NỀN TẢNG, MỤC ĐÍCH THÀNH LẬP ĐẠI HỘI DIÊN HỒNG THỜI ĐẠI.

A/ **Mục Đích**:

Đại Hội Diên Hồng Thời Đại được tổ chức nhằm thực hiện 5 mục đích sau:

1. Xây Dựng và phát huy Tình đoàn kết tại Hải Ngoại tiến tới đoàn kết toàn dân để cứu nguy dất nước trước hiểm họa xâm lăng củaTrung Cộng.

2. Bảo tồn và phát huy Văn Hóa, truyền thống tốt đẹp của dân tộc Việt Nam song song với các hoạt động xã hội… Diên Hồng Thời Đại có chủ trương thăm viếng, tương trợ các Hội viên khi đau ốm hoặc mãn phần. Các Hội viên thân thương với nhau như "Anh Chị Em" trong Đại Gia Đình Diên Hồng.

3. Đặt quyền lợi Dân Tộc lên trên hết mọi quyền lợi cá nhân, đoàn thể, tôn giáo, , địa phương xây dựng **Mẫu Số Chung Diên**

Hồng, nhằm phát huy sức mạnh Tập Thể, sức mạnh Cộng đồng, và phát huy sức mạnh Dân Tộc.

4. Tích cực hỗ trợ cuộc đấu tranh Dân Chủ, Tự Do Nhân Quyền tại quốc nội, chung sức, chung lòng cùng đồng bào trong và ngoài nước, quyết tâm đấu tranh giải thể chế độ CS, vận động sức mạnh tổng lực của toàn dân chống giặc ngoại xâm Trung Cộng.

5. Sau khi chế độ CSVN bị sụp đổ Tổ Chức Diên Hồng Thời Đại vẫn tồn tại và phát triển để hoàn thành sứ mạng Kiến Quốc và Hưng Quốc"

B/ **Tôn Chỉ**:

1. Tôn Vinh Đạo Sống Việt.

2.Tôn Vinh Quốc Tổ Hùng Vương và các Vị Anh Hùng, Liệt Nữ của Dân Tộc Việt Nam.

3. Tiêu Chí đào tạo cán bộ Diên Hồng Thời Đại: Cô đọng trong 8 chữ: ĐÚNG- LÀNH- ĐẸP- **VUI- NHÂN- TRUNG- TRÍ- DŨNG.**

C/ Nền Tảng Tổ Chức Đại Hội Diên Hồng Thời Đại:

ĐạiHội Diên HồngThời Đại (ĐHDHTĐ) cần được thiết dựng trên những nền tảng sau:

* Nền Tảng Đạo Đức Nhân Linh (quan trọng nhất trong thời đại mới).

* Nền Tảng Dân Lập Tự Nguyện (Thời đại quân chủ do Vua đứng ra triệu tập Hội Nghị Diên Hồng, thời Dân chủ, nhất là trong tình trạng lưu vong của chúng ta, không có Vua, và cũng không có ai đủ Đạo Đức, Tài Năng Bản Lĩnh, cùng "uy tín trùm đời" như một lãnh tụ kiệt xuất được toàn dân tín nhiệm nên chúng ta phải xây dựng ĐHDHTĐ trên nền tảng mới là nền tảng Dân Lập Tự Nguyện.

* Nền Tảng Triết Lý Nhân Chủ (cho phép chúng ta thành hình những nguyên tắc tổ chức sáng tạo mới giúp cho con người đi vào

tổ chức, nhưng vẫn không bị vong thân trong tổ chức).

* Nền Tảng Văn Hóa Dân Tộc.

* Nền Tảng Công Lý: minh bạch, trong suốt- mưu lợi ích chung.

* Nền Tảng Khoa Học.

* Nền Tảng Trí Thức (kenowledge is power).

* Nền Tảng Quần Chúng Văn Hóa.

* Nền Tảng Quần chúng Chính Trị (thời đại của chúng ta là Thời Đại của Quần chúng nhân dân mọi chủ trương độc tài áp bức phi dân chủ, phi nhân chủ đều trở nên lạc hậu, tất yếu bị lịch sử và thời đại xóa bỏ).

VII- NGUYÊN TẮC TỔ CHỨC VÀ TIẾN TRÌNH THÀNH LẬP ĐẠI HỘI DIÊN HỒNG THỜI ĐẠI

A/**Những Nguyên Tắc Căn Bản:**

Rút kinh nghiệm Tinh Thần Hội Nghị Diên Hồng đời Nhà Trần (1284) cũng như các ưu khuyết điểm kể cả những vết xe đổ của các tổ chức kêu gọi Đại Đoàn Kết trước đây… Đại Hội Diên HồngThời Đại được tổ chức theo các nguyên tắc căn bản sau:

- ĐHDHTĐ được tổ chức theo nguyên tắc Dân Lập Tự Nguyện

- Kế thừa tinhThần Hội Nghị Diên Hồng Lịch sử (1284) Các vị Bô lão, Cao Niên giữ vai trò tiền phong đứng ra kêu gọi Vận Động Thành Lập Đại Hội Diên Hồng Thời Đại.

- ĐHDHTĐ tôn vinh QuốcTổ HùngVương và coi đây chính là "Tụ điểm Tinh Thần" để Đại Đoàn Kết Toàn Dân trong sứ mệnh cứu quốc và kiến quốc.

- Chủ trương Đại Đoàn kết Toàn Dân theo Nguyên Tắc "Hợp quần gây sức mạnh" "Góp gió thành bão"

- ĐHDHTĐ lấy Sinh Mệnh Quốc Gia Dân Tộc làm Sinh Mệnh

của tổ chức Diên Hồng Thời Đại.

- ĐHDHTĐ kết hợp theo nguyên tắc Quang Minh Chính Đại và Trong Suốt- về tài chánh, cũng như về đường lối đấu tranh Chính Trị, Văn Hóa, Ngoại Giao. Tuyệt không có diều gì sai quấy hoặc tà khuất.. Có như vậy ĐHDHTĐ mới xứng đáng được đồng bào trao gửi niềm tin và mới có thể hoàn thành sứ mệnh cứu nước và dựng nước.

- Theo chân lý hay huyền thoại "Bọc Mẹ Trăm Con" ĐH-DHTĐ được tổ chức theo nguyên tắc: "Thân Thương vô cùng và Bình Đẳng Tuyệt Cùng. "

- ĐHDHTĐ đề cao nguyên tắc sống đạo đức: "Đúng- Lành- Đẹp- Vui -Nhân -Trung –Trí- Dũng"

- ĐHDHTĐ kêu gọi thế hệ Cao Niên, Trung Niên, Thế Hệ Trẻ cùng sốt sắng tham gia ĐHDHTĐ theo nguyên tắc cả 3 thế hệ cùng đồng tâm chung sức Vận Động Lịch Sử

- Tự nguyện đoàn kết thành một tổ chức đấu tranh chung của toàn dân (không phải của ai hay độc quyền của tổ chức riêng rẽ nào. Tất cả các cá nhân hay hội đoàn đảng phái tham gia ĐHDHTĐ đều là thành viên sáng lập (Ownership)

- Các thành viên sáng lập được mở rộng không ngừng theo nguyên tắc Sinh Động Mở (Open Living System)

- Các cá nhân hay các tổ chức Tham Gia ĐHDHTĐ vẫn giữ nguyên bản sắc cá nhân hay tổ chức riêng của mình chỉ tham gia ĐHDHTĐ theo tinh thần tự nguyện liên hợp phối hợp đấu tranh chung tạo thành "**Sức Mạnh Tổng Hợp Của Dân Tộc**".

- ĐHDHTĐ xiển dương triết lý Nhân Chủ trong tổ chức nên lấy nguyên tắc liên hợp, phối hợp, điều hợp, làm căn bản quản trị, điều hành tổ chức thay vì Lãnh Đạo và Chỉ Huy. Đặc biệt ĐHDHTĐ cần những người quản trị và điều hợp có đạo đức, có tài năng và bản lãnh chứ không tôn sùng Lãnh Tụ theo quan niệm tổ chức cũ.

- ĐHDHTĐ đề cao tinh thần làm việc kết nhóm (Team work) và phát huy sáng kiến cá nhân.

- ĐHDHTĐ đề cao nguyên tắc Tri- Hành -Sống Hợp Nhất

- ĐHDHTĐ chủ trương nguyên tắc "tập quyền tối thiểu" tại Trung Ương và "tản quyền tối đa" tại Địa Phương.

- ĐHDHTĐ thực thi nguyên tắc Dân chủ Đa Nguyên, "Đại đồng trong tiểu dị"chỉ cần đồng ý về lập trường và mục đích đấu tranh, nhưng sẵn sàng chấp nhận những khác biệt về phương pháp đấu tranh, nhưng không vì sự khác biệt này mà làm tổn hại đến tinh thần Đại Đoàn kết Quốc Gia Dân Tộc. (Chúng ta khác nhau về "Tử số" nhưng có cùng một mẫu số chung để hòa đồng và kết hợp)

- Giữa ĐHDHTĐ và các cá nhân hay các tổ chức thành viên không ai dẫm chân lên ai, không ai o ép ai, và nhất là không xen vào công việc nội bộ của bất cứ tổ chức thành viên nào, không gây thiệt hại cho bất cứ cá nhân hay tổ chức thành viên nào. Không những thế ĐHDHTĐ còn có trách nhiệm động viên, giúp đỡ các cá nhân và các tổ chức thành viên thăng tiến và phát triển theo nguyên tắc "**Tương tác để tương thành**".

- Tương quan giữa Tổ Chức ĐHDHTĐ cấp địa phương hay trung ương đối với Ban Đại Diện Cộng đồng địa phương hoặc cấp cao hơn (Cộng đồng Quốc Gia, Liên Bang hay Liên Châu) là tương quan bình đẳng, tự nguyện phối hợp, yểm trợ lẫn nhau. Tuyệt đối không có sự dẫm chân hay tranh chấp nhau vì mỗi tổ chức có một vai trò và chức năng riêng. Ngoài ra HĐDHTĐ bất cứ cấp nào còn tự đặt cho mình vai trò yểm trợ, phục vụ vô vị lợi Cộng đồng trong ý hướng góp phần làm Đẹp làm Mới và làm Sáng Cộng đồng Người Việt Tự Do Hải Ngoại.

- ĐHDHTĐ có vai trò và trách nhiệm chính phát huy sức mạnh Cộng đồng làm tiền đề phát huy Sức Mạnh Tổng Hợp Toàn Dân Tộc ngõ hầu cứu nguy Tổ Quốc. Do đó ĐHDHTĐ sẽ sát cánh hợp tác chặt chẽ với các Cộng đồng Địa Phương cũng như Cộng đồng các cấp cao hơn để cùng làm tròn trách nhiệm của một "Hậu Phương Lớn" yểm trợ tích cực và tối đa từ vật chất đến tinh thần, đối với "Tiền Tuyến Đấu Tranh Quốc Nội".

B/ **Tiến Trình Vận Động và Tổ Chức Đại Hội Diên Hồng Thời Đại:**

Tiến trình Vận Động và Tổ chức gồm 5 bước hay 5 Giai Đoạn:

• Bước đầu Gai Đoạn 1: Thành lập Hội Nhân Sĩ Diên Hồng là tổ chức HẠT NHÂN bám rễ tại các dịa phương.

• Bước 2 Giai đoạn 2: Phối hợp đấu tranh và sinh hoạt chung với các Hội Đoàn Quốc Gia tại mỗi Địa Phương.

• Bước 3- Giai Đoạn 3: Mời gọi các Hội Đoàn lớn cùng Tham gia **Ủy Ban Phối Hợp Vận Động Đại Hội Diên Hồng Thời Đại Hải Ngoại.**

• Bước 4- Giai Đoạn 4: Phối hợp đấu tranh và sinh hoạt trên qui mô lớn –Liên kết đấu tranh vì Dân Chủ Tự Do Nhân Quyền tại Hải nogại và Quốc Nội –**Phát triển Mạng Lưới Diên Hồng Tại Nhiều nơi…**

• Bước 5- Giai Đoạn 5: Tiến tới **Thành Lập ĐẠI HỘI DIÊN HỒNG THỜI ĐẠI- Bộ Phận HẢI NGOẠI-QUỐC NỘI** (Tổ Chức Đại Hội Diên Hồng tại Hải Ngoại trước, tại Quốc Nội sau)

(*Mỗi bước, mỗi gai đoạn lại có kế hoạch và kỹ thuật vận động riêng)*...

VIII- HIẾN CHƯƠNG VÀ CƠ CẤU TỔ CHỨC ĐẠI HỘI DIÊN HỒNG THỜI ĐẠI HẢI NGOẠI

(Sẽ phổ biến sau… ..)

IX- ƯU ĐIỂM CỦA GIẢI PHÁP TỔ CHỨC ĐẠI HỘI DIÊN HỒNG THỜI ĐẠI:

Ưu điểm 1: Chúng ta biết kế thừa bài học vô giá Diên Hồng thế kỷ 13-biết dựa vào sức dân, - Đại đoàn kết toàn dân- Hợp quần gây sức mạnh- và tinh thần Quyết Chiến Quyết thắng quét sạch thù trong giặc ngoài để cứu dân cứu nước.

Ưu điểm 2: Dân tộc Do Thái, bị mất nước ly tán khắp bốn phương trời nhưng đã lấy lại được nước, khôi phục được đất nước là nhờ cuốn Thánh kinh! Dân tộc VN là dân tộc trọng tâm linh, sống hài hòa, bao dung nhiều tôn giáo, ngày xưa là "Tam giáo đồng nguyên" (Khổng Lão Phật) Ngày nay là "Bát giáo đồng nguyên" hay "Vạn giáo nhất lý" Chúng ta lại có Quốc Tổ Hùng Vương, nên chúng ta cần ghi ơn Quốc Tổ vì văn hóa Việt Nam là văn hóa biết ơn: "**Ăn quả nhớ kẻ trồng cây**" "*Uống nước nhớ nguồn*"...Chúng ta **tôn vinh Quốc Tổ** để làm **TỤ ĐIỂM TINH THẦN** đại đoàn kết toàn dân giải trừ chế độ cộng sản và chống xâm lăng Đại Hán Bắc Kinh.

Ưu điểm 3: Dân tộc VN đã từng bị giặc Tầu đô hộ cả một ngàn năm, . Nhưng dân tộc VN luôn luôn có tinh thần tự chủ, bất khuất, hết đợt này đến đợt khác, vùng lên đánh đuổi ngoại xâm để giữ nước, và nhất quyết không để cho giặc Tàu đồng hóa dân tộc VN, hay xóa tên nước Việt Nam trên bản đồ thế giới. Chính tinh thần "Yêu nước" "Bất khuất" **đã** giúp cho dân tộc Việt Nam đứng vững ngàn năm...Do đó ngày hôm nay chúng ta có bổn phận, trách nhiệm phát huy tình đoàn kết, xây dựng Đại Đoàn kết Quốc Dân song hành với việc xây dựng **PHÁT HUY CHỦ ĐẠO DÂN TỘC- TÔN VINH ĐẠO SỐNG DÂN TỘC VIỆT NAM(**Không thể kêu gọi "đoàn kết" mà không có "**Chủ đạo dân tộc**"- cũng không thể kêu gọi đoàn kết trên môi miệng mà lòng chúng ta lại xa rời "Việt Tính" hay xa rời Đạo Sống Dân Tộc Việt Nam. - vì "**Đạo mất trước**, *nước mất sau*"! *Muốn "Phục Quốc" trước hết phải "Phục Việt"*! Đây là lời nhắc nhở của "Tiếng gọi Diên Hồng" Tiếng gọi của Hồn nước... .

<u>Ưu điểm 4</u>: Sau 1975, chúng ta mất Miền Nam về tay cộng sản, và hơn 3 triệu người Việt đã bỏ nước ra đi làm thành phong trào "thuyền nhân" gây rung động lương tâm nhân loại. Nhưng trong cái rủi lại có cái may. Những người dân Việt tỵ nạn cộng sản, rải rác trên 90 quốc gia trên thế giới làm thành cộng đồng Người Việt Quốc Gia Hải Ngoại. **Đây là một nước Việt Nam thứ hai tại Hải ngoại**. Một hậu phương vô cùng quan trọng cho chúng ta trong công cuộc "giải trừ cộng sản quốc nội" Điều đặc biệt là: Cộng đồng Việt Nam Hải Ngoại có một tiềm lực Văn Hóa, Xã Hội, Chính Trị, Kinh Tế vô cùng to lớn. Chúng ta lại có một đội ngũ khoa học kỹ thuật trên 300 ngàn người, mai ngày khi chế độ cộng sản sụp đổ, **đội quân chuyên viên khoa học kỹ thuật này sẽ về VN xây dựng lại đất nước cường thịnh và vinh quang**. Vậy trong khi chúng ta vận động Hội Nghị Diên Hồng Thời Đại, chúng ta phải có ngay một "Sách lược phát huy sức mạnh Cộng đồng từ Cộng đồng **các địa phương đến** cộng đồng Hoa Kỳ **và** Cộng đồng Liên Châu. Vì Cộng đồng Hải Ngoại chính là "đất đứng" là "môi trường sống" đồng thời là "Kho tàng vô giá" của chúng ta.

<u>Ưu điểm 5</u>: Chúng ta không thể kêu gọi mọi người "đoàn kết" mà không có một sách lược "cứu nước" và phát triển Quốc Gia! Vì nếu không có chiến lược và sách lược cứu nước và dựng nước, thì kêu gọi mọi người đoàn kết với chúng ta để làm gì, và công việc liên kết đoàn kết sẽ đi về đâu? Nếu không phải là đi đến bế tắc mâu thuẫn nội bộ và đi đến phân hóa tan rã hơn trước, mất niềm tin hơn trước? Ngược lại khi chúng ta kêu gọi đoàn kết vận động Hội Nghị Diên Hồng Thời Đại đồng thời chúng ta đưa ra bản "Sơ thảo sách lược cứu nước" và dựng nước" để các thành viên tham gia vận động HNDH cũng như quần chúng cùng thảo luận góp ý bổ sung những thiếu sót, sửa chữa những sai lầm trong bản sơ thảo sách lược cứu nước, dựng nước" để ngày một hoàn thiện. Có người sẽ nói, "sách lược cứu nước" cần phải bí mật ; nếu đưa ra công khai mọi người đều biết thì còn gì là "bí mật" nữa? Xin thưa, sách lược cứu nước thật hay, thật sáng tạo, không hoàn toàn phải giữ bí mật như những tin tức tình báo! Trong môn học "Chiến Tranh Chính Trị" của Đài Loan, Trung Hoa Dân Quốc có đề ra "Lục Đại Chiến" gồm: "Tư Tưởng Chiến" "Mưu Lược Chiến" "Tổ Chức Chiến" " Tâm Lý Chiến", "Quần Chúng Chiến" "Tình Báo Chiến" thì chỉ có "Tình Báo Chiến" hay một phần "Mưu Lược Chiến" mới phải hoàn toàn bí mật còn 4 đại chiến kia như "Tư Tưởng Chiến, Tâm Lý Chiến, Tổ chức chiến, Quần chúng chiến, hay "Đoàn kết chiến" "Chiêu Hồi Chiến" " CôngTâm Chiến" (chúng ta thêm vào…) thì đâu cần giữ bí mật và hơn thế nữa, cộng sản càng biết chúng càng lo sợ và sụp đổ mau chóng hơn có chi mà ngại! Ngay cả lãnh vực "Mưu Lược Chiến" là lãnh vực "**đấu trí" giữa 2 bên** **có câu rất thâm thúy ghi rằng**: "*Bí quyết thành công hay cao nhất của mưu Lược chiến là làm cho địch phải sai lầm và không thể không sai lầm"*...có nghĩa là đẩy địch vào "thế sai lầm"...và dù địch có biết cũng không thể nào sửa chữa, hay tìm ra lối thoát nào khác, hay còn gọi là thế "triệt buộc" "vô kế khả thi" chỉ có một con đường là trước hay sau rơi xuống hố diệt vong!

Ưu điểm 6: Về phương diện chiến lược, công việc vận động Hội Nghị Diên Hồng Thời Đại nhắm thành đạt 9 mục tiêu Chiến Lược sau đây:

1. Kết tinh lực lượng yêu nước làm chủ Lực Cách Mạng, giải trừ chế độ CS, chống xâm lăng Tầu.

2. Kết tinh chất xám toàn dân.

3. Phát Huy sức mạnh Cộng đồng Hải Ngoại.

4. Kết Sinh sức mạnh toàn dân

5. **Động viên Nhân Tài Vật Lực tự nguyện của 5 triệu Đồng Bào Hải Ngoại không những yểm trợ tích cực**, mà còn vận động phát triển phong trào, lực lượng đấu tranh Dân Chủ Tự Do, Nhân Quyền toàn thắng tại Việt Nam.

6. Nhắm vào 24 tử huyệt của CS mà đánh.

7. **Đẩy mạnh thế** "*Ly trung Tự Hoại*" tạo nên sự bùng vỡ trong lòng chế độ CS.

8. Vận động không những các Quốc Gia Đông Nam Á, **Á châu** và nhân dân toàn thế giới lên án Trung Cộng xâm chiếm Biển Đông Nam Á và từng bước Hán Hóa Dân Tộc Việt Nam.

9. Vận động "Đại Chủng Bách Việt" tại Hoa Nam cũng như các nước Đông Nam Á liên kết liên minh chống Đại Hán xâm lược Bắc kinh trên khắp mặt Văn Hóa, Chính Trị, Ngoại Giao, kinh Tế, và Quân Sự…

10. Liên Minh với Pháp Luân Công và lực lượng phong trào đấu tranh dân chủ, giải thể chế độ độc tài toàn trị Trung Cộng.

Ưu điểm 7: Khối nghiên cứu chiến lược của Ủy Ban Phối Hợp Vận Động HNDHTĐ mới đầu chỉ là nhóm "Think Tank" nhỏ sau sẽ từng bước phát triển thành cơ quan "think tank" có tầm vóc Cộng đồng Hải Ngoại và của Dân Tộc. Chính các cơ quan 'think Tank" này có trách nhiệm soạn thảo các Chiến Lược và Sách Lược "**Cứu Nước và Dựng Nước**".

Ưu điểm 8: Ũy Ban Phối Hợp Vận Động HNDHTĐ đặt trọng tâm vào việc nghiên cứu "Văn Hóa Tổ Chức" của các nước Âu Mỹ kết hợp với phương thức tổ chức đặc thù của Việt Nam để hình thành các phương thức **Tổ Chức Mới Tân Tiến Thích Hợp Với Thời Đại Toàn Cầu Hóa**".

Ưu điểm 9: Trong khi vận động HNDHTĐ chúng ta chú tâm nghiên cứu, học hỏi, phổ biến và thực hành cuộc *Cách Mạng Dân Chủ Đáy Tầng (Grass Roots Democracy)* của Hoa Kỳ vì nhận thấy phương thức tổ chức Mạng Lưới Diên Hồng tại các địa phương cũng chính là phương thức tổ chức quần chúng quốc dân thành hình từ dưới lên. Chúng ta học hỏi, thực hành dân chủ, sống theo tinh thần dân chủ ngay tại hải ngoại trước khi lan truyền và thực hiện cuộc "Cách Mạng Dân Chủ Đáy Tầng" tại Việt Nam(*Xin xem Danh Nghĩa và Nền Tảng của cuộc Cách Mạng Dân Chủ Đáy Tầng cĩng trong Tuyển Tập này)*

Ưu điểm 10: *Làn Gió Đáy hay tinh thần "Cách Mạng Đáy Tầng*" của Lý Thuyết Gia Lý Đông A và cũng là nhà Văn Hóa lớn của Việt Nam và cả thế giới đang thổi mạnh trong tâm hồn của mỗi người con dân Việt đang trăn trở lo toan cho vận nước ngả nghiêng... *Làn gió đáy vi vu thổi.... Vang vang trời vào xuân....*

Ưu điểm 11: Chúng ta nhận thức rõ ràng rằng: Ngay cả khi chế độ CSVN sụp đổ, cũng không vì vậy mà nhân dân Việt Nam đã tìm thấy "Thiên Đường"! Không, hoàn toàn không phải vậy. Vấn đề VN hậu CS không dễ dàng giản dị như vậy đâu! Ngay khi CSVN sụp đổ, thì tất yếu đất nước phải trải qua một thời kỳ xáo trộn (Vì các đảng phái Quốc Gia và phe CS lột xác biến hình thành các đảng phái Dân Chủ Tự Do hay Dân Chủ Xã Hội,...tranh giành quyền lãnh đạo đất nước,! Kinh nghiệm Miền Nam VN sau cuộc đảo chánh 1963 lật đổ TT Ngô Đình Diệm đất nước cũng trải qua 3 năm xáo trộn! Vậy vấn đề chỉ còn là thời gian xáo trộn dài hay ngắn, mà thôi! Nếu không có một lực lượng yêu nước, yêu dân thực sự làm cuộc Cách Mạng Dân Chủ Đáy Tầng tạo cân bằng giữa các Đảng Phái tranh giành quyền lãnh đạo thì lấy lực lượng nào để quyết định tình trạng xáo trộn sẽ không xảy ra? Hay khi xảy ra thì thời gian xáo trộn sẽ là dài hay ngắn? Hơn thế nữa, ngay khi chế độ CSVN sụp đổ sẽ để lại một **bãi rác khổng lồ**, mà cho dù một chính quyền Quốc Gia, **trong sạch và tài giỏi đến đâu chăng nữa** cũng không dễ dàng dọn sạch được bãi rác khổng lồ đó, nếu không có sự tiếp tay của lực lượng yêu nước chân chính tiếp tay có ý thức trách nhiệm của toàn dân?! Thấy rõ viễn tượng trên nên ngay khi chế độ CSVN sụp đổ lực lượng yêu nước Diên Hồng cũng không vì thế mà giải tán, mà vẫn tiếp tục tồn tại và phát triển thường trực để cùng toàn dân **Xây Dựng Đất Nước!** Nói khác đi, Hội nghị Diên Hồng Xưa, chỉ làm nhiệm vụ "Cứu Nước" là đã hoàn thành trách nhiệm, còn Tổ Chức Diên Hồng Thời Đại sau khi góp phần "Cứu Nước" còn có trách nhiệm "Dựng Lại Nước" và "Phát triển Quốc Gia" đưa đất nước đến "Cường Thịnh và Vinh Quang" sánh vai cùng các nước tiên tiến trên thết giới! Có phóng tầm mắt nhìn về tương lai, chúng ta mới thấy sứ mạng của Diên Hồng tuy gặp nhiều khó khăn đầy thử thách, nhưng vô cùng cao đẹp và vinh dự biết bao!

Ưu điểm 12: Tới thời điểm hiện nay, không những đảng CSVN lâm vào khủng hoảng mâu thuẫn, bế tắc đến cùng độ mà chính đại khối Người Việt Quốc Gia yêu chuộng Tự Do Dân Chủ trong và ngoài nước, cũng lâm vào bế tắc!Chẳng phải vậy sao? Một mặt chúng ta thấy rõ là Tổ Quốc lâm nguy! Thậm chí nguy! Trong khi đó chúng ta lại không tìm ra một sách lược nào để cứu nước!Thế chẳng phải là phe người Việt Quốc Gia chúng ta cũng lâm vào tình trạng bế tắc đó sao? **Tuy nhiên sự mâu thuẫn bế tắc của Đảng CSVN là mâu thuẫn bế tắc tận cùng và triệt để là mâu thuẫn bế tắc không lối thoát sớm muộn cũng đi đến sụp đổ và tiêu vong**... *còn mâu thuẫn bế tắc của khối người Việt Quốc Gia trong và ngoài nước chỉ là sự mâu thuẫn tạm thời có tính nhất thời khi chúng ta chưa biết ngồi lại với nhau đó thôi!* Khi chúng ta chợt thức tỉnh, hay ngay khi chúng ta biết "**Phản Tỉnh Thâm Uyên** (Chữ dùng của sáng thuyết gia Lý Đông A) biết bỏ đi những tỵ hiềm ích kỷ nội bộ, biết khiêm tốn thu nhỏ "cái ta" của mình lại thì lạ thay tình "Yêu nước" tự nhiên tràn ngập tâm hồn ta! "Cộng sản VN hèn với giặc ác với dân", chứ Người Quốc Gia yêu nước không bao giờ hèn! Tinh thần Hai Bà Trưng, Bà Triêu, tinh thần Trần Bình Trọng, Trần Hưng Đạo, Tinh Thần Lê Lai Lê Lợi, tinh thần Nguyễn Trãi, tinh thần Quang Trung còn kia! Gương Sáng Diên Hồng còn đó!

Ai dám bảo đại khối Người Việt Quốc Gia yêu chuộng Tự Do Dân Chủ lâm vào bế tắc, không tìm ra sách lược Cứu nước, Cứu dân?

Tóm lại sách lược TỔ CHỨC HỘI NGHỊ DIÊN HỒNG THỜI ĐẠI, CHÍNH LÀ CON ĐƯỜNG SÁNG, CON ĐƯỜNG SỐNG CỨU NGUY TỔ QUỐC VÀ CỨU NGUY DÂN TỘC VIỆT NAM.

Chu Tấn

Bài Tường thuật về

CUỘC HỌP KHOÁNG ĐẠI THÀNH LẬP HỘI NHÂN SĨ DIÊN HỒNG BẮC CALIFORNIA

Tin PVO. - San Jose.

Lúc 1 giờ 30 chiều ngày 31 tháng 7- 2011, tại Hội Trường VIVO, đường Quimby, San José, đã diễn ra cuộc họp khoáng đại của các bô lão và các tầng lớp nhân sĩ, đồng hương tỵ nạn cộng sản đủ các thế hệ cùng một số đoàn thể quốc gia hưởng ứng lời kêu gọi của lão nông Võ Toàn, 102 tuổi và Ban Vận Động **Thành Lập Hội Nhân Sĩ Diên Hồng Bắc California** nhằm tiếp nối tinh thần Diên Hồng thời đại Nhà Trần, hô hào toàn dân đứng lên, đoàn kết, tập trung sức mạnh chống cuộc xâm lăng mới của Trung Cộng với sự toa rập của tập đoàn cộng sản đang cai trị nhân dân Việt Nam.

Buổi họp được khai mạc lúc 1 giờ 45 chiều với nghi thức Cộng Đồng gồm chào cờ Hoa Kỳ và Việt Nam Cộng Hòa cùng phút mặc niệm hướng về Quốc Tổ và các anh linh tiền nhân cùng quân dân cán chánh Việt Nam Cộng Hòa và Đồng Minh đã hy sinh để bảo vệ Tự Do cho Miền Nam Việt Nam, tưởng niệm các oan hồn của đồng bào bỏ mình giữa đại dương, trong rừng sâu, núi thẳm trên đường vượt thoát chế độ Cộng sản để tìm tự do…

Tham dự buổi họp này, có một số quan khách từ xa đến như Bác sĩ Ngiêm Phú. đại diện Giáo sư Nguyễn Thanh Liêm, Chủ tịch Hội Nhân Sĩ Diên Hồng Nam California, nhà biên khảo lịch sử Phạm Trần Anh (từ Orange County);

Linh mục Nguyễn Đình Đệ, Hòa Thượng Thích Giác Lượng, Sáng Lập Đoàn Du Tăng Thế Giới cùng 2 vị Thượng Tọa Minh Chiếu, và Thượng Tọa Hoàng Kiến. Thiếu Tướng Nguyễn Văn Chức, đại diện Chính phủ lưu vong Việt Nam Cộng Hòa, Đô Đốc Trần Văn Chơn, nguyên Tư Lệnh Hải Quân VNCH

LS. Ngô Văn Tiệp Chủ tịch Liên Đoàn Cử tri, Bác Sĩ Hồ Vũ Phó Chủ tịch Liên Đoàn Cử Tri và phái đoàn, Luật sư: Hoàng Cơ Long, LS. Nguyễn Tâm BS Đoàn Đức Chiệu, BS Phạm Đức Vượng; Tiến sĩ Nguyễn Hồng Dũng. Thi văn đoàn Bốn Phương: cụ Trường Giang, nhà văn Nguyễn Tấn Ích, bà Ngọc Bích; Hội Người Việt Cao Niên: các cụ Nguyễn Hữu Hãn, Trương Đình Sửu, Bùi Thanh Tùng, Nguyễn Hữu Lục và một số hội viên. Liên Minh Dân Tộc Việt Nam: Ông Nguyễn Long, Ông Bà Tiêu Phi Hùng; Thi Văn Đoàn Lạc Việt: Ông Chinh Nguyên, Ông Đông Anh. Các ông Võ Du ông Lê Trung Khương và ôngPhan Như Nghĩa (Việt Nam Quốc Dân Đảng); bà Hoàng Xuyên Anh (Chủ tịch Văn Bút TB Hoa Kỳ); Khu Hội Cựu Tù Nhân CT Bắc Cali: ông Mai Khuyên; Hội Ái Hữu Lực Lượng CSQG Bắc California: các ông Trần Đức Túc, Nguyễn Ngọc Thụy, Phạm Văn Tường, Thái Văn Hòa, Nguyễn Ngạc; Sư Đoàn 106 Thiện Nguyện Trừ Bị: các ông Triệu Phổ, Bảo Tố; ông Nguyễn Bá Thu (Hội TSBB Bắc Cali); các ông Nguyễn Lực, Trương Tâm (Hội Đồng Cư Dân San Jose); ông Trần Tế Hồng (Hội Đền Hùng Hải Ngoại); ông Nguyễn Tấn Thọ (Cựu TNCT Ái Tử-Bình Điền). Bà Hoàng Mông Thu (Biệt Đoàn Văn nghệ Lam Sơn)- Anh Nguyễn Minh Huy và các đoàn viên (Thanh Niên Cờ Vàng) – Tường thuật theo danh sách do quan khách ghi.

Về phía truyền thông, báo chí: ông Nghê Lữ (Đài TV SBTN); ông Trần Nghĩa Sĩ (VN Nhật báo); ông Nguyễn Vạn Bình (báo Ý

Dân); ông Trường Kỳ (báo Tiếng Dân); ông Lâm Văn Sang (báo V. Times); cô Thúy Diệp (TV Việt Today); ông Lê Bình (Nàng Magazine); phóng viên Peoplevoiceonline.

Sau phần giới thiệu quan khách, Lão Nông Võ Toàn đã nhân danh Ban Tổ Chức, ngỏ lời chào mừng Đại Hội. Cụ Võ Toàn, 102 tuổi, xưng là Lam Sơn Lão Nông, nói:

"*Sự hiện diện của quý liệt vị và quý đồng hương hôm nay đã nói lên mối quan tâm sâu sắc của quý vị đối với hiện tình và vận mệnh của đất nước và là một vinh hạnh lớn cho Ban Vận Động thành lập Hội Nhân Sĩ Diên Hồng Bắc California...* " Cụ Toàn cho biết là "Từ năm 1984, đã ôm giấc mộng Diên Hồng, nhưng vì thời cơ chưa tới, nên vẫn chưa thành. Nay đã gần 102 tuổi, tưởng giấc mơ Diên Hồng đã tan. Đâu ngờ, Hồn Thiêng sông núi đã soi sáng và thúc đẩy, tin vui đã đến, tôi đã được tham dự lễ giới thiệu Hội Nhân Sĩ Diên Hồng tại Nam Cali do Giáo sư Nguyễn Thanh Liêm là Chủ tịch, ông Phạm Trần Anh làm Tổng Thư Ký. Và hôm nay, Bắc Cali chúng ta đã hội họp để cùng nhau thành lập Hội Nhân Sĩ Diên Hồng Bắc California… Nam Bắc Cali sẽ phối hợp với nhau để cùng vận động thành lập các Hội Nhân Sĩ Diên Hồng tại những địa phương có đông người Việt tỵ nạn cộng sản, như tiểu bang California, Texas ở Hoa Kỳ cũng như tại Âu châu và Úc châu… Tiếp theo đó, chúng ta sẽ tiến tới một Hội Nghị Diên Hồng Toàn Hải Ngoại ngỏ hầu có thể tập trung **"Sức Mạnh Tổng Hợp Cứu Nguy Tổ Quốc".**

Cụ Võ Toàn cho rằng "*Khi quốc biến, họa ngoại xâm đe dọa sự tồn vong của Dân Tộc, thì chỉ có một giải pháp duy nhất, kỳ diệu nhất là phải dựa vào sức mạnh của toàn dân mới có thể quét sạch được thù trong giặc ngoài…* " Cụ nhắc lại tinh thần đoàn kết quyết chiến quyết thắng và hy sinh của nhân dân tại Hội Nghị Diên Hồng thời vua Trần Thánh Tông, thế kỷ thứ 13, đã đánh tan giặc Nguyên xâm lăng, giữ vững giang sơn và kêu gọi đồng hương hải ngoại "từ giới cao niên, trung niên đến giới Trẻ hãy cùng tích cực tham gia

Hội Nhân Sĩ Diên Hồng Bắc California để cùng nhau vận động một Hội Nghị Diên Hồng Thời Đại" để cứu nước khỏi sự xâm lăng của Trung Cộng, cứu dân thoát khỏi chế độ cộng sản bạo tàn.

Lễ Niệm Hương Khấn Nguyện Trước Bàn Thờ Tổ Quốc đã diễn ra trang nghiêm và cảm động: những lời khấn nguyện trầm hùng vang vọng đã đưa tâm thức người Việt lưu vong về với Hồn Thiêng Đất Nước, hòa cùng niềm đau thương và tủi nhục của Dân Tộc dưới ách cai trị của tập đoàn Cộng sản phản quốc... Nhiều người đã rớm nước mắt...

Bản hùng ca "Đáp Lời Sông Núi" của nhạc sĩ Trúc Hồ do Thanh Niên Cờ Vàng đồng ca đã làm cho khí thế Diên Hồng bừng khởi lên sau phút trầm lắng với lời khấn nguyện. Cả hội trường cùng vỗ tay theo tiếng hát.

Thuyết trình viên Chu Tấn đã nói sơ lược về lịch sử Hội Nghị Diên Hồng thời Nhà Trần và phân giải sự băn khoăn của một số người về quan niệm Hội Nghị Diên Hồng Thời Đại dân chủ hiện nay, ai sẽ là "minh chúa" để đủ uy tín triệu tập Hội Nghị Diên Hồng? Theo ông Chu Tấn, thời xưa Vua triệu tập, thời nay chúng ta tổ chức Hội Nghị Diên Hồng theo nguyên tắc **Dân Lập Tự Nguyện** vì dân là gốc của nước, dân là chủ chốt trong công cuộc bảo vệ đất nước, tình hình khẩn cấp khi Tổ Quốc lâm nguy không cho phép chúng ta chờ đợi sự xuất lộ của một minh chúa mà phải hành động ngay theo tinh thần "giặc đến nhà đàn bà phải đánh"Ông Chu Tấn nói "Hội Nhân Sĩ Diên Hồng Nam California đã được ra mắt ngày 11-6-2011 và hôm nay 31-7-2011, Hội Nhân Sĩ Diên Hồng Bắc California được thành lập. Các nhân sĩ hoặc hội đoàn muốn tham khảo tài liệu về Diên Hồng, ông Chu Tấn sẵn sàng cung cấp".

Nhà biên khảo lịch sử Phạm Trần Anh đã nói về "Hào Khí Diên Hồng và Tinh Thần Quang Trung Thời Đại" nhấn mạnh ý chí kiên cường chống ngoại xâm của Dân Tộc Việt Nam vào thế kỷ thứ 13 với vua Trần Nhân Tôn và thế kỷ thứ 19, đại phá quân Mông Cổ, với vua Quang Trung đại phá quân Nhà Thanh. Theo ông với hào khí Diên Hồng và tinh thần Quang Trung chúng ta nhất định bảo vệ được đất nước.

Hoạt cảnh Hội Nghị Diên Hồng do Biệt Đoàn Văn Nghệ Lam Sơn cùng sự đóng góp của quý cụ Hội Người Việt Cao Niên vùng Vịnh trình diễn đã làm sống lại một trang sử oai hùng của dân tộc Việt trong công cuộc chống quân Tàu xâm lăng. Tiếng loa réo gọi "*Toàn dân*" báo tin "*Sơn hà nguy biến, hận thù đằng đằng biên thùy rung chuyển...* " đáp lại câu hỏi "Trước nhục nước nên hòa hay nên chiến?" tiếng đồng thanh "*Quyết chiến!" Quyết Chiến*" "*Hy sinh*" "*Thề liều thân*". và sau cùng với "Lời kêu gọi " của quý cụ Hội NVCN/VV.. đã làm rung động cả hội trường.

Chương trình tiếp theo là trình bày sơ đồ tổ chức Hội Nhân Sĩ Diên Hồng Bắc California... và để cử nhân sự vào Ban điều hành. Chủ tọa đoàn của cuộc bầu cử Ban Điều Hành gồm có các ông Phạm Trần Anh, Chu Tấn, BS Phạm Đức Vượng và Gs Nguyễn Châu.

Kết quả sau khi đề cử và biểu quyết (bằng cách đưa tay):

Chủ tịch hội: **Cụ Võ Toàn**

Phó Chủ tịch Nội Vụ: **Cụ Phạm Văn Tường**; Phó Chủ tịch Ngoại Vụ: **BS Phạm Đức Vượng**.

Phó Chủ tịch Vận Động Phát Triển: Ông Chu Tấn; Phó Chủ tịch Vận Động Tài Chánh: Ông Tony Đinh; Phó Chủ tịch Vận Động Văn Nghệ Sĩ: **Nhạc sĩ Bảo Tố**; Phó Chủ tịch Vận Động Thanh niên-HS-Sinh viên: Kỹ Sư **Nguyễn Minh Huy.**

Tổng Thư Ký: Gs **Nguyễn Châu** Có hai Hội Đồng bên cạnh Ban Điều Hành đó là Hội Đồng Giám Sát do ông **Nguyễn Hữu Lục** làm Chủ tịch và Hội Đồng Tham Vấn được hội trường đề nghị là Ban Điều Hành sẽ mời sau.

Riêng hai vị Luật Sư là LS. **Nguyễn Tâm** và LS. **Nguyễn Thị Thu Hương** đã được ban vận Động mời làm Tham vấn về Pháp luật cho Hội và Danh Tính của hai vị cũng đã được xướng danh trong Hội Trường với những tràng pháo tay hoan nghênh nồng nhiệt.

Đến phần phát biểu cảm tưởng, đại diện Giáo sư Nguyễn Thanh Liêm, Chủ tịch Hội Nhân Sĩ Diên Hồng Nam California, Bác sĩ Nghiêm Phú đã chúc mừng sự thành lập Hội Nhân Sĩ Diên Hồng Bắc California Bắc Cali và bày tỏ sự tin tưởng vào tương lai chống ngoại xâm của dân tộc Việt khi tinh thần Hội Nghị Diên Hồng lịch sử lan khắp những nơi có người Việt tỵ nạn trên toàn cầu và toàn dân quốc nội sẽ vùng dậy.

Đoàn Trưởng Đoàn Thanh Niên Cờ Vàng, anh Nguyễn Minh Huy hứa sẽ tích cực vận động tuổi trẻ hải ngoại noi gương Trần Quốc Toản thời nhà Trần tham gia Hội Nhân Sĩ Diên Hồng để cùng với các bậc cao niên góp phần bảo vệ đất nước, chống Trung Cộng xâm lăng.

Biệt Đoàn Văn Nghệ Lam Sơn trở lại sân khấu với bản đồng ca "*Phải Lên Tiếng*". Tiếng hát hùng hồn, lời ca đanh thép, nhắc nhở mọi người rằng "không thể ngồi im" nhất định phải lên tiếng trước kẻ nội thù và trước địch họa xâm lăng… Cả hội trường đều vỗ tay theo.

Đúng 4:50 chiều, Bác sĩ Phạm Đức Vượng thay mặt Ban Tổ Chức ngỏ lời cảm tạ đồng hương, các hội đoàn và quan khách đã đến tham dự và bầu Ban Điều Hành cho Hội Nhân Sĩ Diên Hồng Bắc California.

Cuộc họp bế mạc lúc 4:55 chiều.

Cụ Võ Toản

Chu Tấn thuyết trình

Bs Nguyễn Phú

D. H. chủ tọa đoàn

D. H. trình diện BĐH

ĐẠI HỘI DIÊN HỒNG THỜI ĐẠI
MỘT ĐÁP ÁN LỊCH SỬ

I- DẪN NHẬP: Trong bài tiểu luận này chúng tôi xin đề cập đến các chủ điểm sau:

* Tổ Quốc Việt Nam lâm nguy - Noi gương tiền nhân, chúng ta vận động hình thành Đại Hội Diên Hồng Thời Đại.

* Kiểm điểm tình hình đấu tranh dân chủ tại Quốc Nội

Kiểm điểm tình hình đấu tranh chống Cộng tại hải Ngoại

* Bàn về sách lược đấu tranh mới…

II- TỔ QUỐC LÂM NGUY- NOI GƯƠNGTIỀN NHÂN, CHÚNG TA VẬN ĐỘNG HÌNH THÀNH ĐẠI HỘI DIÊN HỒNG THỜI ĐẠI:

Tình trạng Tổ Quốc Việt Nam đang lâm nguy, thậm chí nguy... Có thể nói là còn nguy hiểm gấp bội phần thời nhà Trần (thế kỷ thứ 13) Việt Nam phải đương đầu với giặc ngoại xâm Mông Cổ vì hiện nay chúng ta vừa phải chống giặc ngoại xâm là Trung Cộng vừa phải chống giặc nội xâm Việt gian Cộng Sản. Cả hai thứ giặc này lại cấu kết với nhau để xâm lăng, cướp nước, cướp biển đảo của Việt Nam và Hán hóa dân tộc Việt Nam. Rút tỉa bài học quốc sử, mỗi khi đất nước bị lâm nguy, chúng ta phải dựa vào sức dân và biết động viên sức mạnh của toàn dân như tinh thần Hội Nghị Diên Hồng sáng chói trong lịch sử. So sánh với Hội nghị Diên Hồng xưa, hôm nay chúng ta tổ chức Hội Nghị Diên Hồng Thời Đại có 2 điểm khác biệt:

Một là: Thời quân chủ, Hội nghị Diên Hồng do Vua Trần Thánh Tông đứng ra tiệu tập các vị Bô lão về Điện Diên Hồng (năm 1284) để hỏi ý kiến dân "Hòa hay Chiến" và bàn cách đánh thắng địch. Thời đại chúng ta là thời đại Dân Chủ, không có vua, do đó chúng ta triệu tập Hội Nghị Diên Hồng theo **Tinh Thần Dân Lập**. Tinh thần Dân lập là gì? Rất giản dị đó là tinh thần "Giặc đến nhà đàn bà phải đánh" "Quốc gia hưng vong thất phu hữu trách" Khi Tổ Quốc lâm nguy, những người dân thường như chúng ta ý thức bổn phận và trách nhiệm cùng ngồi lại với nhau và cùng đứng ra vận động hình thành Hội Nghị Diên HồngThời Đại là điều rất hợp tình hợp lý.

Hai là: Thời đại Vua Quang Trung cũng rất giống với thời đại chúng ta là vừa phải đối phó với thù trong lẫn giặc ngoài (Chúng ta vừa phải chống ngoại xâm Trung Cộng vừa phải chống nội xâm Việt Cộng) nên chúng ta cần tổ chức Hội Nghị Diên Hồng như thời nhà Trần kết hợp với tinh thần Quang Trung Thời Đại gọi tắt là Đại Hội Diên Hồng Thời Đại.

III-KIỂM ĐIỂM TÌNH HÌNH ĐẤU TRANH DÂN CHỦ TẠI QUỐC NỘI:

A/ Ưu Điểm:

1. Từ ngày khối 8406 ra đời mở đầu một phong trào đấu tranh nở rộ: nào Đảng Thăng Tiến, Liên Minh Dân Chủ và Nhân Quyền Việt Nam, Liên Đảng Lạc Hồng, Đảng Dân Chủ Việt Nam thế kỷ 21, Đảng Dân Chủ Nhân Dân, Hiệp Hội Đoàn Kết Công Nông, Hội Ái Hữu Cựu tù nhân Chính Trị và Tôn giáo Việt Nam, Công Đoàn Độc Lập v. v…

2. Sự ra đời của khối 8406 còn kéo theo phong trào ra báo giấy chui (Không cần xin phép đương quyền CSVN như tập san Tự Do Ngôn Luận, Tập san Tổ Quốc, tập san Tự Do Dân Chủ cùng các website… các blog…

3. Khối 8406 nói riêng và phong trào dân chủ hóa quốc nội nói chung đã hiện xuất được những chiến sĩ đấu tranh dân chủ kiên cường như linh mục Nguyễn Văn Lý,

L. S Nguyễn Văn Đài, LS Lê Thị Công Nhân, Phạm Thanh Nghiên, Trần Khải Thanh Thủy, Hồ thị Bích Khương, Trần Anh Kim, Trần Huỳnh Duy Thức, Bùi thị Minh Hằng…

4. Phong trào cũng được tham gia của những người trung niên hay những người trẻ như: L. S Lê Công Định, Trương Quốc Huy, Nguyễn Ngọc Quang, Nguyễn Tiến Trung, Hoàng Lan v. v…

5. Tiếp theo Linh Mục Nguyễn Văn Lý và Bác Sĩ Nguyễn Đan Quế đều đã ra lời kêu gọi toàn dân xuống đường giải thể chế độ cộng sản độc tài toàn trị phản dân hại nước.

6. Trước sự kiện tàu Hải Giám (bán võ trang) của Trung Cộng trắng trợn và công khai xâm lăng biển Việt Nam ngày 25/ 6, toàn dân Việt ai nấy đều căm phẫn và đã nổ ra 2 cuộc biểu tình lớn tại Hà Nội và Sài Gòn vào các ngày 5/ 6 và ngày 12/ 6 mà csVN không sao ngăn cản nổi. Hai cuộc biểu tình này đã chứng tỏ toàn dân bắt đầu

không biết sợ tù sợ chết sẵn sàng vùng lên lật đổ chế độ phi nhân phản dân chủ và phản dân tộc csVN!

B- Khuyết Điểm:

1. Các tổ chức đấu tranh còn rất yếu và rời rạc.

2. Chưa phá được sự bưng bít về truyền thông của csVN. Thí dụ: Những người đấu tranh nổi tiếng nhất như Cha Lý, L. S. Lê Thị Công Nhân nếu hỏi đồng bào hải ngoại thì ai cũng biết, nhưng nếu hỏi người dân trong nước thì 100 người mới có 7 hay 10 người biết mà thôi!

3. Thiếu một tổ chức chính trị mạnh ở trong nước có cơ sở chìm trong quần chúng để làm công việc phối hợp đấu tranh giữa các tôn giáo bị đàn áp, giữa dân oan và công nhân nông dân, giữa trí thức thanh niên sinh viên và quần chúng. Đây là một thiếu sót lớn, rất lớn, cần phải cấp tốc hình thành trong thời gian sớm nhất, mới đáp ứng được tình thế.

IV- KIỂM ĐIỂM TÌNH HÌNH ĐẤU TRANH CHỐNG CỘNG TẠI HẢI NGOẠI

A/ ƯU ĐIỂM:

1. Vai trò và tầm quan trọng của Cộng đồng người Việt hải ngoại là điều không ai có thể phủ nhận được.

2. Cộng đồng người Việt hải ngoại không những là một thực thể chính trị đầy sinh động mà còn có tiềm năng kinh tế lớn, lại có một đội ngũ trên 300 ngàn chuyên gia, chuyên viên đủ ngành nghề. Khối lượng chuyên viên vô giá này sẽ giúp cho chúng ta xây dựng lại đất nước sau khi chế độ csVN đã cáo chung.

3. Suốt 36 năm qua, tinh thần "chống cộng" của người Việt hải ngoại là "chủ đạo", hết sức mạnh mẽ, bền bỉ và kiên cường. Đôi khi tiếng nói "thân cộng" cũng được cất lên, nhưng đó chỉ là những

tiếng nói của những cá nhân đơn lẻ, lạc lõng, (những con nhạn la đà lạc bầy không hơn không kém) nó không có môi trường dung thân để được sống lâu dài). Chiến dịch ngọn cờ vàng đã thành công và lan rộng khắp các tiểu bang Hoa Kỳ cũng như trên khắp năm châu, nhất là những nơi có sư hiện diện của người Việt tỵ nạn cộng sản.

4. Về phương diện truyền thông -Tiếng nói chống cộng, vẫn là tiếng nói chính thống, chủ đạo của cộng đồng người Việt ưa chuộng Tự Do chống lại tà quyền CS.

5. Người Việt hải ngoại đã yểm trợ, tiếp tay hết sức đắc lực với các nhà dân chủ quốc nội đấu tranh cho Tự Do Dân Chủ và Nhân Quyền tại Việt Nam.

6. Ngoại trừ 20 năm đầu 1975-1995, người Việt chủ trương kháng chiến chống cộng hoặc lật đổ chế độ CS, giải phóng quê hương (không kể) Thời gian 15 năm trở lại đây các đảng phái quốc gia đã đưa các cán bộ về nước cùng những nhà bất đồng chính kiến, tranh đấu trong tinh thần bất bạo động với CS, khiến cho csVN rất sợ "Diễn Tiến Hòa Bình" và "Tự Diễn Biến Hòa Bình" ngay trong lòng chế độ CS.

B- KHUYẾT ĐIỂM:

1. Cộng đồng người Việt hải ngoại tuy có mục tiêu chung là Chống Cộng, nhưng chưa có một TIẾNG NÓI CHUNG.

2. Tình trạng chia rẽ và phân hóa tại hải ngoại là một căn bệnh "trầm kha" ai cũng thấy mà ít người dám phát pháo kêu gọi Đại Đoàn kết Quốc Gia hay Đại Đoàn kết Dân Tộc! Đây là một khuyết điểm lớn nhất quan trọng nhất mà chúng ta phải cấp thời lên tiếng kêu gọi Hình Thành Hội Nghị Diên Hồng Thời Đại.

3. Người Việt hải ngoại hiện rơi vào một nghịch lý "Ai cũng thấy Đoàn Kết là đúng là cần thiết, nhưng lại không chịu kết đoàn" và vẫn chủ trương "Đèn nhà ai nhà ấy rạng"như một thói quen, như một "quán tính khó có thể thay đổi được ("Non sông dị cải bản tính nan di"!)

4. Một nghịch lý thứ hai: Muốn "Cứu quốc" và "Kiến quốc" thì phải có các chính đảng chuyên nghiệp đấu tranh vậy mà vai trò của các chính đảng lại bị các nhân sĩ xem thường và quần chúng coi rẻ coi khinh!

5. Đa số người Việt Hải ngoại và người Việt Quốc Nội hiện có hội chứng chờ đợi nhau! Người Việt hải ngoại nhận định rằng: "Chúng tôi ở hải ngoại cách xa quê nhà cả một đại dương nên chỉ đóng vai trò "Yểm Trợ" cho người dân trong nước còn việc vùng dậy thay đổi chế độ CS là trông ở đồng bào trong nước!" –Còn đồng bào trong nước lại lý luận rằng: "Sống dưới chế độ độc tài toàn trị cộng sản, với guồng máy công an trị khổng lồ, lại bị hệ thống thông tin bưng bít, chuyện xảy ra tại nơi nào thì ở nơi đó biết mà thôi,... Trong hoàn cảnh xã hội nghiệt ngã như vậy, người dân trong nước đa số là nghèo đói phải lo sinh kế hàng ngày – làm sao chúng tôi có thể vùng dậy được? Có chăng là trông đợi ở người Việt hải ngoại hay trông đợi ở sức ép quốc tế mà thôi" và cứ thế hai bên Hải Ngoại- Quốc Nội có hội chứng chờ đợi nhau! Đây cũng là lý do cắt nghĩa tại sao CSVN "suy mà chưa sụp"? -Chế độ CS ác nhân ác đức, hoàn toàn mất lòng dân mà vẫn tồn tại -chưa bị toàn dân đứng lên lật đổ chúng là vì vậy!

6. Khuyết điểm của các chính Đảng: các Chính Đảng Đấu Tranh đã không được quần chúng coi trọng, mà còn bị quần chúng xem thường, nếu không muốn nói là "coi rẻ coi khinh" (lý do vì sao?= xin xem thêm bài 35 năm nhìn lại 35 năm tự vấn của Chu Tấn)

V- BÀN VỀ SÁCH LƯỢC ĐẤU TRANH MỚI:

Như trên chúng ta đã phân tích những ưu và khyết điểm của phong trào đấu tranh dân chủ trong nước cũng như công cuộc đấu tranh chống Cộng của đồng bào hải ngoại Khi đã thấy rõ những ưu và khuyết điểm, chúng ta cần tìm ra những chiến lược, sách lược và chiến thuật đấu tranh mới.

A- CHIẾN LƯỢC:

1. Chiến Lược Hình Thành Đại Hội Diên Hồng Thời Đại: qua các tiến trình thành lập các Hội Đồng Nhân Sĩ Diên Hồng tại các thành phố lớn, các địa phương- Tiến lên thành lập Đại Hội Diên Hồng thời đại "cấp Toàn Quốc" và thành lập "Đại Hội Diên Hồng Thời Đại Cấp Liên Châu".

2. Chiến Lược Kiện Toàn và Phát huy Sức mạnh Cộng đồng Việt Nam Hải Ngoại: Ai cũng công nhận là tiềm năng của cộng đồng hải ngoại về phương diện chính trị, kinh tế, khoa học kỹ thuật là rất lớn song vì chúng ta chưa đoàn kết được với nhau nên chưa phát huy được sức mạnh tối đa Cộng đồng.. Có người đã ví chúng ta như "**người cụt tay đứng trước núi vàng**"… . Thấy rõ nhược điểm này chúng ta phải có chiến lược Kiện toàn và phát huy sức mạnh của Cộng đồng Việt Nam Hải Ngoại. Tại mỗi địa phương hiện nay đều có ban Đại Diện Cộng đồng địa phương là những người làm việc thiện nguyện "Ăn cơm nhà vác ngà voi rừng" nên thời gian phục vụ Cộng đồng bị giới hạn và về tài chánh cũng như trụ sở sinh hoat Cộng đồng đều không có nên rơi vào thế "Cái khó bó cái khôn" hay "Lực bất tòng tâm. " Sở dĩ như vậy cũng chỉ vì chúng ta "thiếu đoàn kết" và "kém tổ chức" mà ra cả! Giờ đây Hội Diên Hồng Thời Đại tại các địa phương có trách nhiệm xây dựng tình đại đoàn kết trong cộng đồng, đồng thời hợp tác chăt chẽ với ban Đại Diện Cộng đồng để yểm trợ cho ban Đại Diện Cộng đồng trên cả hai phương diện tinh thần cũng như vật chất. Có như vậy chúng ta mới góp phần xây dựng Cộng DồngViệt Nam Hải Ngoại vững mạnh toàn diện.

3. Chiến Lược yểm trợ đồng bào quốc nội đấu tranh đòi quyền Sống, Đòi Tự Do Dân Chủ Nhân Quyền cho Toàn dân Việt Nam: Công việc yểm trợ Quốc nội về mặt tinh thần(Như ra Tuyên cáo, Ký Thỉnh Nguyện Thư, điều trần tại Quốc Hội Âu châu, Úc châu hay Hoa Kỳ, Liên Hiệp Quốc v. v..) hay yểm trợ về Tài chánh, hay yểm trợ phương tiện đấu tranh) cho các cá nhân hay các tổ chức đấu

tranh quốc nội, trước đây chúng ta đã làm, song chưa có sự phối hợp lớn nên qui mô còn nhỏ bé và chưa thu đạt được kết quả mong muốn. Nay chúng ta cần phối hợp với nhau để có đường lối đấu tranh đúng, có chiến lược, sách lược đấu tranh mới lạ và khả thi và có nguồn nhân lực tài lực, vật lực lớn để thay đổi tình hình đất nước

4. Chiến Lược Vận Động đồng bào, vượt qua sợ hãi, cùng xuống đường chống giặc nội xâm Việt Cộng và giặc ngoại xâm Trung Cộng: Người Việt yêu chuộngTự Do Dân Chủ Nhân Quyền, không chỉ làm công việc yểm trơ công cuộc đấu tranh quốc nội mà còn tích cực tham gia cuộc vận đồng toàn dân cùng xuống đường, góp phần làm nên dông bão lịch sử, toàn dân chống giặc Nội xâm và Ngoại xâm mà đòi hỏi cấp bách là giật sập chế độ csVN. Chỉ nguyên một việc Đại Hội Diên Hồng Thời Đại cấp Liên Châu được tổ chức tại hải ngoại đã làm nức lòng đồng bào quốc nội và là nguồn cỗ vũ rất lớn khiến cho đồng bào trong nước thêm tin tưởng và vượt qua nỗi sợ để cùng xuống đường đấu tranh cho cuộc "Cách mạng Hoa Lài- Hoa Sen" tại Việt Nam.

B- SÁCH LƯỢC:

1. Sách Lược Tam Toàn: Toàn dân –Toàn Diện- và Toàn Cầu. Khi chúng ta tổ chức được Đại Hội Diên Hồng Thời Đại cấp toàn châu, chúng ta sẽ có đủ nhân lực và tài lực để thực hiện sách lược Tam Toàn: Vận ĐộngToàn Dân, Vận Động đấu tranh Toàn Diện và Vận Động Toàn Cầu.

2. Sách Lược Cửu Vận:

1/ Vận động Quốc Tế.

2/ Vận động Cộng đồng Hải Ngoại.

3/ Vận động Quốc Nội.

4/ Vận động liên kết các nước dân chủ tai Đông Nam Á chống Đại Hán Bắc Kinh

5/ Vận Động Tôn Giáo.

6/ Vận Động thanh niên sinh viên.

7/ Vận Động Trí Thức &Văn nghệ Sĩ.

8/ Vận Động Công An Bộ Đội CS bỏ Đảng CS trở về với Dân Tộc.

9/ Vận Động Quần Chúng.

3. Sách Lược Ngũ Kết:

1) Kết Tụ Tinh Hoa (Chất Xám) Dân Tộc.

2) Kết Hợp Cộng đồng.

3) Kết Hợp Các Đoàn Thể, Hội Đoàn, Tôn Giáo và Đảng Phái.

4) Kết Hợp Hải Ngoại và Quốc Nội.

5) Kết Sinh Toàn Dân.

4. Sách Lược Công Tâm:

1) Cổ võ tinh thần Yêu Nước và tinh thần bất khuất chống ngoại xâm TC

2) Kêu gọi Đảng csVN sám hối trở về với Dân Tộc trước khi quá muộn

3) Khai thác những mâu thuẫn giữa Việt Cộng và Trung Cộng

4) Khai thác những mậu thuẫn giữa Đảng Cộng Sản và Nhân Dân Việt Nam

5) Khai thác những mâu thuẫn giữa 2 phe Thân Tầu và thân Hoa Kỳ trong bộ chính trị và Trung Ương Đảng csVN.

6) Khai thác những mâu thuẫn giữa Quân Đội Nhân Dân CS và Bọn Thái Thú xác Việt hồn Tầu

7) Khai thác mâu thuẫn giữa các phe phái trong nội bộ đảng CS (Giữa phe Tiến Bộ và Bảo Thủ, giữa Già và Trẻ, giữa Trung Ương và Địa Phương).

8) Kêu gọi và vận động đồng bào quốc nội vùng dậy cứu nguy Tổ Quốc

5. Sách Lược Hình Thành 5 Trận Tuyến Đấu Tranh:

1) Trận Tuyến đấu tranh Văn Hóa.

2) Trận Tuyến đấu tranh Truyền Thông.

3) Trận Tuyến đấu tranh Chính Trị.

4) Trận Tuyến đấu tranh Nhân Quyền.

5) Trận Tuyến Toàn Dân Chống Nội Xâm và Ngoại Xâm.

C- CHIẾN THUẬT:

1. Chiến thuật "Gậy ông đập lưng ông"

2. Chiến thuật "3 nổi 7 chìm"

3. Chiến thuật " Ly trung Tự Hoại" hay "Bùng vỡ tự bên trong"

4. Chiến thuật "Lửa đỏ mưa xanh-tan tành Cộng Sản"

5. Chiến thuật đánh vào "14 tử huyệt" của đảng csVN

6. Chiến thuật "Bỏ tối ra sáng" "Bỏ đảng CS cứu chính mình, đồng thời cứu nước cứu dân.

7. Chiến thuật tự mình thành lập Tổ Diên Hồng, Nhóm Diên Hồng, Tham gia mạng lưới Diên Hồng Thời Đại

8. Chiện thuật Diên Hồng là "tự động đứng lên", Diên Hồng là họp quần gây sức mạnh, rửa nhục cho dân Tộc,

9. Chiến thuật Diên Hồng là Liên kết và Phối hợp, Phối hợp và Liên kết mở rộng không ngừng…

10. Chiến thuật Diên Hồng là vũ khí vô cùng sắc bén đánh giặc Nội xâm Việt Cộng và quét sách ngoại xâm Trung Cộng.

11. Chiến thuật Diên Hồng trước mắt cứu dân oan, sau mưu tìm công lý và hòa Bình cho dân Tộc Việt và cứu tất cả các nước Đông Nam Á.

12. Chiến thuật Diên Hồng giúp toàn dân thoát họa Cộng sản, liên minh với các nước Đông Nam Á, hợp cùng các nước Đồng Minh đánh Thắng Giặc Đại Hán Bắc Kinh.

KẾT LUẬN: ĐẠI HỘI DIÊN HỒNGTHỜI ĐẠI, MỘT ĐÁP ÁN LỊCH SỬ:

Hiện nay csVN đi vào thế bế tắc chiến lược đến cùng độ không còn lối thoát nào nữa. : Nếu tiếp tục ôm chân Tàu thì bộ mặt việt gian càng phơi bầy trước quốc dân khiến cho bộ đội CS và quần chúng tôn giáo và toàn dân sẽ nhất loạt xuống đường lật đổ chế độc CS. Ngược lại nếu Đảng CS chọn con đường thân Hoa Kỳ thì phe thân Trung Cộng sẽ ra mặt chống đối và sớm muôn hai phe sẽ thanh toán lẫn nhau- Đảng csVN sẽ vỡ làm hai làm ba mảnh. Đây cũng là thời cơ vàng để toàn dân Việt Nam trong nước và ngoài nước trong thế trận Diên Hồng Thời Đại càng lúc càng mạnh như triều dâng thác đổ, như SóngThần làm sụp đổ toàn diện chế độ CS trong một Ngày N Giờ G nhất định phải tới, và không còn xa nũa. Trong thời gian chờ đợi, sự phát triển của thế trận Diên Hồng sẽ từ "**cấp số cộng**" chuyển sang "**cấp số nhân**"… . Khi các tổ chức Diên Hồng đã được thành hình tại nhiều nơi, khắp nơi, khi mạng lưới Diên Hồng phủ trùm khắp hải ngoại và tiến về trong nước… .. thì thế trận Diên Hồng sẽ trở thành THIÊN LA ĐỊA VÕNG đẩy đảng Cộng sản vào thế hoặc giác ngô đứng về phía Dân Tộc Nhân Dân hoặc ngoan cố bị nhân dân đánh đuổi và đẩy xuống hố diệt vong. Đại Hội Diên Hồng Thời Đại Chính là Một Đáp Án Lịch Sử.

Chu Tấn

(Bài Tham luận này do tác giả thuyết trình trong buổi Lễ Giới Thiệu Hội Đồng Nhân Sĩ Diên Hồng Nam Cali ngày 11 tháng 6 năm 2011 -và được bổ sung, hoàn chỉnh vào đúng ngày Quân Lực 19 tháng 6 năm 2011)

HIẾN CHƯƠNG DIÊN HỒNG THỜI ĐẠI VIỆT NAM - 2014

Lịch sử Việt là lịch sử của sự thăng trầm từ khi lập quốc đến ngày nay với gần một ngàn năm đô hộ của giặc Tàu, gần một trăm năm nô lệ giặc Tây và 2/3 thế kỷ nô dịch chủ nghĩa Cộng Sản vô thần, ngoại lai. Trong suốt trường kỳ lịch sử, Hán tộc du mục hiếu chiến luôn chủ trương xâm lược đã đánh chiếm toàn bộ đất đai của Bách Việt nên tiền nhân dân tộc chúng ta phải lui xuống phương Nam để trụ lại kiêu hùng trên lãnh thổ Việt Nam hiện tại. Trong suốt dòng lịch sử, Hán tộc du mục đã xâm lược nước ta tất cả 26 lần và 9 lần đô hộ thống trị dân tộc Việt, thế nhưng với sức sống vô biên, với lòng yêu nước thương nòi nằm trong huyết quản, với ý chí 'Phù Đổng' thần kỳ, với 'Hào Khí Diên Hồng-Tây Sơn Thời Đại', dân tộc chúng ta đã lập nên những chiến công hiển hách, những chiến tích thần kỳ có một không hai trong lịch sử nhân loại.

Bước sang thế kỷ XX, dân tộc Việt chưa tháo gỡ được cái ách thống trị của thực dân Pháp thì chủ nghĩa Cộng Sản đã tràn vào Việt Nam đưa dân tộc Việt vào thế khốn cùng. Cộng Sản Việt Nam đã núp dưới chiêu bài giải phóng dân tộc để bành trướng chủ nghĩa Cộng Sản thống trị nô dịch dân tộc Việt. Hậu quả là hàng triệu người đã phải hi sinh oan uổng cho một cuộc chiến vô nghĩa để rồi gần chín mươi triệu đồng bào Việt Nam khốn khó đang quằn quại rên xiết dưới ách thống trị bạo tàn của tập đoàn Việt gian Cộng sản, những tên "Thái Thú xác Việt hồn Tàu" bất nhân hại dân bán nước. Với chủ trương nô dịch của cộng sản, biết bao thế hệ Việt Nam bị nhồi nhét nền văn hóa Mác-Lê phi nhân tàn bạo mà hậu qủa là tạo ra những cỗ máy vô hồn, những con người vô cảm lạnh lùng mất gốc, công cụ phục vụ cho chế độ. Dân tộc Việt đang trải qua một thời kỳ bi thảm nhất trong lịch sử với 'Thù Trong-Giặc Ngoài', chúng ta đã và đang mất nước vào tay 'Đế quốc mới Trung Cộng'.

Hào khí Diên Hồng đời nhà Trần cùng với ý chí quyết thắng 'Diệt Kẻ Nội Thù-Chống Quân xâm lược' của Quang Trung Đại Đế năm xưa sống lại sôi sục, hờn căm trong huyết quản. Hôm nay, tiếng hô 'quyết tâm diệt kẻ nội thù-chống quân xâm lược', vang vọng từ trong nước tới Hải ngoại của tất cả con dân nước Việt nguyện thề sống chết với quân thù.

Đại Hội Diên Hồng Thời Đại được tổ chức theo nguyên tắc Dân Lập Tự Nguyện nhằm xây dựng Khối Đại Đoàn Kết Dân Tộc, vận dụng Sức Mạnh Tổng Hợp để chống "Nội Thù Việt gian Cộng Sản"và "Giặc Ngoại xâm Đế quốc mới Trung Cộng". Đại Hội Diên Hồng Thời Đại là một thực thể chính trị Quốc Dân, là lực lượng quần chúng của của toàn thể Quốc Dân Việt mà nhà Đại cách mạng Phan Bội Châu đã nói "Dân là dân nước, Nước là nước dân".

Đại Hội Diên Hồng Thời Đại 2014 hôm nay thể hiện sự thống nhất ý chí của toàn dân sẽ tạo thành sức mạnh tổng lực chiến đấu bảo vệ sự toàn vẹn lãnh thổ mà tiền nhân bao đời đã

hi sinh xương máu để bảo vệ giang sơn gấm vóc Việt Nam. Lịch sử Việt đã chứng minh rằng chỉ có sự đoàn kết thống nhất muôn người Việt Nam như một mới đánh thắng được kẻ thù truyền kiếp Hán tộc xâm lược. Đại Hội Diên Hồng Thời Đại tiếp nối "Hào Khí Diên Hồng", tinh thần hào hùng bất khuất, ý chí chiến đấu quyết chiến quyết thắng chống quân xâm lược. Đại Hội Diên Hồng Thời Đại kế thừa tinh thần "Quang Trung Thời Đại", quyết tâm "Diệt Kẻ Nội Thù-Chống Quân Xâm Lược".

Đại Hội Diên Hồng Thời Đại hôm nay kế tục Quốc Dân Đại Hội Diên Hồng công bố 'Hiến Chương Diên Hồng 2014'**, tiếng nói chung của tất cả Hội đoàn,** Đoàn thể, đồng bào trong và ngoài nước đặt quyền lợi dân tộc lên trên hết cùng đấu tranh cho một mục đích tối hậu Cứu Quốc và Kiến Quốc.

Hiến Chương Diên Hồng Thời Đại là một "Thông Lộ Liên Kết Đấu Tranh" để các tổ chức xã hội Dân sự, các Hội Đoàn và Đoàn thể phối hợp và liên kết đấu tranh, thống nhất hành động giữa đồng bào trong nước và Hải Ngoại. Tất cả thành viên gia nhập đều là thành viên sáng lập trong Hội Đồng Đại Biểu vẫn giữ nguyên danh xưng và hoạt động của tổ chức riêng và chỉ thống nhất hành động trong một mẫu số chung là: Cứu Quốc và Kiến Quốc.

Hiến Chương Diên Hồng Thời Đại tôn vinh Quốc Tổ Hùng Vương biểu tượng của Tổ Quốc Việt Nam. Mục đích của Hiến Chương Diên Hồng Thời Đại là Nâng cao Dân trí, Chấn hưng Dân khí, Cải tiến Dân sinh, Tôn trọng Nhân quyền, Thực thi Dân chủ để Phục hưng Dân Tộc Việt. Tôn chỉ của Hiến Chương Diên Hồng Thời Đại là phục vụ con người, phục vụ nhân dân Việt Nam, lấy triết lý Nhân Chủ, Nhân Bản Cộng tồn làm tư tưởng chỉ đạo. Khởi đi từ truyền thống Nhân đạo Việt Nam, Hiến chương Diên Hồng Thời Đại lấy Đạo lý truyền thống "Việt Đạo", **đạo làm người Việt Nam làm tư tưởng chủ đạo trong sứ mệnh "Cứu Quốc, Kiến Quốc và Hưng Quốc"**. Tôn trọng phẩm gía con người, mục đích tiên khởi là phục vụ con người và cùng đích cũng là phục vụ con người. Tất cả cho con người nói chung để nhân loại cùng chung sống và người dân Việt Nam nói riêng được sống trong hòa bình an lạc.

Hiến Chương Diên Hồng là một Hiến Chương 'Nhân Quyền và Dân Quyền' Thời Đại. Hiến Chương Liên Hiệp Quốc quy định: ***"Các quốc gia thành viên cam kết tôn trọng và thực thi nhân quyền trên toàn thế giới".*** Chỉ khi nào nhân quyền được thực sự tôn trọng, dân quyền được thực thi mới đem lại tự do hạnh phúc cho con người. Chỉ khi nào nhân quyền được thực sự tôn trọng mới tạo nên môi trường hòa giải thân thiện giữa các quốc gia, sự thông cảm bao dung giữa các dân tộc, các tôn giáo.

Luật Quốc tế Nhân quyền đề cao quyền Dân Tộc Tự Quyết và các quyền tự do căn bản. Trên phương diện quốc tế, quyền Dân tộc Tự quyết là quyền của các quốc gia được có chủ quyền độc lập và có quy chế bình đẳng trong cộng đồng thế giới. ***Trên phương diện quốc gia, dân tộc tự quyết là quyền của người dân được tự do lựa chọn chế độ chính trị kinh tế của quốc gia và tự do bầu cử và quyền tự do tham chính, quyền tự do lựa chọn các đại biểu của mình trong chính quyền để thực thi chế độ đó.***

Hiến Chương Diên Hồng Thời Đại nơi qui tụ tất cả mọi người Việt Nam yêu nước, không phân biệt sắc tộc, tôn giáo, chính kiến trong và ngoài nước cùng đấu tranh cho nền Độc lập thực sự của dân tộc, **đấu tranh cho quyền dân chủ tự do thực sự**, một chế độ dân chủ pháp trị bảo đảm Nhân Quyền và Dân Quyền cho mọi người dân Việt Nam. Toàn dân Việt Nam quyết tâm đấu tranh xây dựng một quốc gia Việt Nam phú cường, Nhân dân Việt Nam sung túc An lạc, Tổ quốc Việt Nam trường tồn, Dân tộc Việt Nam Bất diệt.

Đại Hội Diên Hồng Thời Đại công bố 'Hiến Chương Diên Hồng 2014' để đáp ứng những đòi hỏi cấp thiết của lịch sử:

1. Cứu Quốc: Giải cứu đồng bào VN khỏi sự thống trị bạo

tàn của tập đoàn Việt gian CS, Giải cứu đất nước khỏi sự xâm lăng bành trướng của đế quốc đỏ Tầu Cộng.

2. Kiến Quốc: Phục hoạt Văn hóa truyền thống Việt: Dân tộc, Nhân bản, khai phóng kết hợp với văn hóa Thời Đại 'Toàn Cầu Hóa'. Phục hoạt văn hóa Việt, phục hưng minh triết Việt, tẩy rửa mọi ý hệ ngoại lai, mọi ý đồ truyền bá văn hóa "Trung Quốc" đang được "những tên Thái thú mới, " "xác Việt hồn Tàu" thi hành mệnh lệnh của quan thầy Trung Cộng ra sức tuyên truyền nhồi sọ, Hán hóa dân tộc Việt. Bảo lưu truyền thống tốt đẹp của đạo lý làm người Việt Nam, đồng thời Xây dựng một gía trị xã hội mới mang tính thời đại. Vận dụng trí tuệ Việt Nam, nhân lực và tài lực của đồng bào Việt Nam tại Hải ngoại cùng với đồng bào trong nước xây dựng kiến thiết lại đất nước sau đại nạn Cộng sản trên quê hương Việt Nam.

Để phục hưng đất nước Việt Nam**, Hiến Chương Diên Hồng Thời Đại chủ trương phải quyết tâm thực hiện: Cách mạng hoá, Hiện đại hoá Việt Nam, một cuộc cách mạng 'Dân Tộc Dân Chủ Toàn Diện Triệt Để' từ tầng lớp nhân dân khốn khổ ở 'Đáy Tầng' xã hội để Phục Hưng Dân tộc Đại Việt Nam:** Đất nước VN Phú cường**, Nhân dân VN sung túc An lạc.**

Đại Hội Diên Hồng Thời Đại kêu gọi toàn thể đồng bào trong nước và Hải ngoại**, chúng ta phải đặt quyền lợi dân tộc lên trên hết**, cùng nắm chặt tay nhau quyết tâm đứng lên đòi lại quyền sống làm người, quyền làm chủ đất nước. Tạo hóa đã ban cho chúng ta làm người với những quyền tự do căn bản, quyền tư hữu, quyền sở hữu đất đai nhà cửa ruộng vườn từ bao đời nay. Không một tập đoàn nào có quyền nhân danh cái gọi là "Xã Hội Chủ Nghĩa", cái gọi là "Dân chủ nhân dân" để tước đoạt quyền tự do căn bản của một công dân. Không một chế độ nào có quyền nhân danh quyền sở hữu toàn dân để tước đoạt nhà cửa ruộng vườn của chúng ta để làm giàu trên mồ hôi, nước mắt và cả xương máu của đồng bào Việt Nam chúng ta.

Đại Hội Diên Hồng Thời Đại chủ trương đấu tranh bất bạo động, bất hợp tác với chế độ CS như biểu tình, đình công, bãi thị, bãi khóa để thúc đẩy tiến trình dân chủ hóa Việt Nam, chuyển đổi lịch sử tránh sự đổ máu để bảo tồn sinh lực dân tộc chống đế quốc Trung Cộng xâm lược, kẻ thù truyền kiếp của dân tộc.

Thực tế lịch sử chứng minh rằng đảng Cộng Sản Việt Nam không đem lại Độc Lập, Tự Do và Hạnh Phúc cho quốc dân Việt mà còn hy sinh hàng triệu đồng bào vô tội cho sự bành trướng của chủ nghĩa Cộng sản. Đảng CS Việt gian đã gây bao nhiêu khổ đau tang tóc cho nhân dân Việt Nam, một đất nước Việt Nam nghèo đói tụt hậu, một xã hội đạo đức suy đồi, một xã hội bất công với giai cấp tư bản đỏ, cường hào đỏ, mafia đỏ đang bóc lột nhân dân, cướp nhà cướp đất, làm giàu trên xương máu, mồ hôi và nước mắt của nhân dân. **Đảng Cộng Sản Việt Nam còn phạm tội tầy đình là "Bán đất, dâng biển", làm tay sai cho Trung Cộng trong âm mưu "Hán hóa dân tộc Việt Nam trở thành một bang tự trị, một dân tộc nội thuộc đế quốc mới Trung Cộng!".**

Đại Hội Diên Hồng Thời Đại, Quốc Dân Đại Hội của đồng bào Việt Nam ở trong nước và Hải Ngoại long trọng công bố Bản Án Hại Dân Bán Nước của Đảng Cộng Sản Việt Nam. Gian hùng Hồ Chí Minh, một Lê Chiêu Thống của thời đại và đảng cộng sản việt Nam là 'Tội Đồ của Dân Tộc'. Hồ Chí Minh và tập đoàn Việt gian bất nhân Hại dân Bán nước mà "*Thần người đều căm hận, Trời đất chẳng dung tha.. .!*" sẽ phải chịu trách nhiệm trước nhân dân và trước lịch sử trong 'Ngày Toàn Dân Phán Xét' trong nay mai.

Đại Hội Diên Hồng Thời Đại long trọng tố cáo trước công luận thế giới: Đế quốc mới Trung Cộng, kẻ thù truyền kiếp của dân tộc Việt, là 'Đại Họa' của cả nhân loại. Đại Hội Diên Hồng Thời Đại, Quốc Dân Đại Hội của đồng bào Việt Nam ở trong nước và ở Hải Ngoại một lần nữa khẳng định trước công luận quốc tế rằng quần đảo Hoàng Sa, Trường Sa là thuộc chủ quyền lịch sử không thể tranh cãi được của Việt Nam. Nhân danh toàn thể Quốc dân Việt Nam, **Đại hội Diên Hồng Thời Đại tuyên bố tất cả văn kiện, 'Mật Ước' Bán nước mà chính quyền CHXHCNVN, một chính quyền không do nhân dân Việt Nam bầu ra đã ký kết với Trung Cộng đều vô giá trị. Toàn dân Việt Nam quyết tâm giành lại Hoàng Sa, giành lại những gì đã mất vào tay đế quốc mới Trung Cộng.**

Để hoàn thành cuộc Cách mạng Dân Tộc Cứu Quốc, Đại Hội Diên Hồng Thời Đại thống nhất ý chí, quyết tâm thực hiện:

1. Đặt quyền lợi Dân Tộc lên trên hết, Đại Hội Diên Hồng Thời Đại quyết tâm vận Động tiến trình Đoàn kết để kết hợp khối "Đại Kết Dân Tộc trong nước và Hải ngoại".

2. Thống nhất ý chí và hành động của lực lượng Đấu tranh Dân Chủ trong nước và Hải Ngoại trong một chiến tuyến: "Mặt Trận Toàn Dân Cứu Nước".

3. Hải Ngoại Quyết tâm, Yểm trợ Quốc Nội, Diệt Kẻ Nội Thù, Chống Tàu Cộng xâm lược. Đồng bào Hải ngoại quyết tâm vận động công luận quốc tế, chính giới quốc tế ủng hộ cho toàn dân trong nước đứng lên tranh đấu giành lại Dân chủ Tự do, Cơm no áo ấm, giành lại quyền sống làm người, quyền làm chủ đất nước. Hậu phương Hải Ngoại đoàn kết một lòng, thể hiện tấm lòng yêu nước bằng cách bảo trợ cho các nhà đấu tranh dân chủ, mỗi một đồng hương Việt Nam chúng ta chỉ cần đóng góp một viên gạch Quê hương 1 USD yểm trợ Quốc nội, chúng ta sẽ góp phần chuyển đổi lịch sử cứu dân cứu nước.

4. Đồng bào trong nước quyết tâm vùng lên Đáp lời sông núi để hoàn thành cuộc cách mạng Dân tộc Cứu Quốc, một cuộc "Cách mạng Dân Tộc Dân chủ Đáy Tầng" của những người cùng khổ tận đáy xã hội, của những đồng bào dân oan bị cướp nhà cướp đất cùng đứng lên thay đổi số phận, chuyển đổi vận mệnh của đất nước chúng ta.

Tổ Quốc Lâm Nguy Sơn Hà Nguy Biến…

Hỡi Toàn thể Đồng bào,

Chín mươi triệu đồng bào Việt Nam khốn khổ đang chờ đợi chúng ta Giờ Lịch sử đã điểm! Toàn thể đồng bào Việt Nam chúng ta đứng vùng lên đáp lời sông núi...

Tự Do, No cơm Ấm áo hay là chết! Thay đổi, Chúng ta phải thay đổi số phận và vận mệnh đất nước của chúng ta!

Hồn Thiêng Sông Núi, Anh linh Anh hùng Liệt nữ sẽ phù trì cho chúng ta… Tổ Quốc Việt Nam Trường Tồn Dân Tộc Việt Nam Bất Diệt Việt Nam Muôn Năm…

Little Saigon ngày 2-11-2014

ỦY BAN NGHIÊN CỨU CHIẾN LƯỢC

ĐẠI HỘI DIÊN HỒNG THỜI ĐẠI

https: //www. youtube. com/watch?feature=player_detailpage&v=_jVEnHsKd8Y

THÀNH QUẢ
ĐẠI HỘI DIÊN HỒNG THỜI ĐẠI

Tin Little Saigon 2-11-2014

Little Saigon ngày 0**2-11-2014 v**ào lúc 10. 00 tại hội trường VNCR Đại Hội Diên Hồng Thời Đại đã diễn ra trong bầu không khí sôi nổi háo hức với trên 200 đồng hương nhiệt tình tham dự đứng chật ních trong và ngoài hội trường VNVR. "Hải Ngoại Quyết tâm-Yểm Trợ Quốc Nội-Diệt Kẻ Nội Thù-Chống quân Tàu Cộng Xâm Lược" là mục đích của Đại Hội Diên Hồng Thời Đại ngày hôm nay.

Chúng tôi ghi nhận sự hiện diện của Lãnh đạo tinh thần các tôn giáo: HT Thích Nguyên Trí, CT Phong trào Yểm Trợ TựDo Tôn Giáo và Nhân Quyền VN, LM Nguyên Thanh Cố vấn Hội Ái Hữu Tù Nhân Chính Trị và Tôn Giáo VN, Bô lão Phan NhưToản 95 tuổi, Cựu Dân Biểu, nguyên CT Quốc hội Lập Hiến VNCH, GSTS Nguyễn Thanh Liêm, nguyên Thứ Trưởng Giáo Dục Việt Nam Cộng Hòa, TS Lê Phước Sang CT HộiĐồng Trị sự Trung Ương Giáo Hội Phật Giáo Hòa Hảo, GSTS Tổng Tuyên Úy Tin Lành…

GSTS Cao văn Hở, TS Nguyễn Anh Tuấn, Nhà văn Đỗ Tiến Đức, Ô Trần Trọng Đạt CT Đảng Đại Việt Quốc Dân Đảng, Ô Nguyễn Hữu Ninh CT Liên Minh Dân Chủ Việt Nam đến từ Van-Couver Canada, Ô Phó TBT VN Quốc Dân Đảng Thống Nhất, TS Hà Thế Ruyệt, TBT Đảng Dân Tộc, Ô Trần Trung Dũng đảng Việt Tân, Ô Nguyễn Kiện Đảng Dân Tộc Nhân Bản, Ô CT Phong Trào Liên Kết Đấu Tranh Dân Chủ Nhân quyền Cho VN đến Canada, KS Nguyễn Minh Huy Đoàn Thanh niên Cờ Vàng Bắc Cali, Học giả Nguyễn Hy Vọng, BS Nghiêm Phú, BS Nguyễn văn Cảo Đại Hội Quân Cán Chánh, Nhân sĩ Trần Ngọc Thiệu Hội Cựu SV/QGHC, Ông Vũ Hoàng Hải, đại diện khối 8406 Hoa Kỳ, Võ sư Vovinam Phạm Thành, Ô Lý Vĩnh Phong cựu CT Tổng Hội Sinh viên Nam California và rất nhiều nhân sĩ trong cộng đồng…

Đại diện các hội đoàn vềtham dự gồm có Nhân sĩ Chu Tấn đại diện Hội Nhân sĩDiên Hồng Bắc Cali, Nhân sĩ Trần Ngọc Bính đại diện Hội Nhân sĩ Diên Hồng Van Couver Canada, Nhân sĩ Cao Xuân Khải đại diện Hội NSDH NewHamphire, Nhân sĩ Lê Thị Nga đại diện Hội NSDH Tampa Florida, Nhân sĩ Trường Kỳ đại diện UBVĐHĐ Paris và đặc biệt có nhà báo tự do Nguyen An, LL Dân Tộc Tự Quyết từ trong nước tham dự…

Sau nghi thức chào cờ và 1 phút mặc niệm và Lễ Dâng Hương trước bàn thờ Tổ Quốc, Anh chị em Văn Nghệ sĩ Câu Lạc Bộ Tình Nghệ Sĩ đồng ca bài Hội Nghị Diên Hồng và Việt Nam Muôn Năm.

GSTS Nguyễn Thanh Liêm lên đọc diễn văn khai mạc Đại Hội. Vị nữ lưu mở đầu Đại Hội là Nữ sĩ Việt Nữ Hoan Châu 96 tuổi, học trò của nhàĐại cách mạng Phan Bội Châu nói lên ước vọng của toàn dân tin tưởng vào Đại Hội Diên Hồng Thời Đạiđể cứu dân cứu nước.

Cả hội trường bừng lên niềm hy vọng khi nghe lời phát biểu của TT Thích Thiện Minh, người tù lương tâm VN với 2 bản án chung thân, 26 năm tù ngục và Linh Mục Phan Văn Lợi, người lãnh đạo khối 8406 kiên cường bất khuất và CT Hội Đồng Liên Tôn Việt Nam, Chánh Trị Sự Cao Đài Hứa Phi, Tu sĩ Lê Minh Triết Phật Giáo Hòa Hảo, Mục Sư Nguyễn Trung Tôn từtrong nước. Từ Hải Ngoại, LM Nguyên Thanh chào mừng Đại Hội, Ô Lạc Việt CT Hội Đồng Liên kết Đấu Tranh, Bà lê Thị Nga Nhà Vietnam Foundation, Tiến sĩ Nguyễn Anh Tuấn nồng nhiệt chào mừng Đại Hội.

Từ trong nước, các chiến sĩ đấu tranh dân chủ, các tổ chức Xã hội Dân sự nhiệt liệt chào mừng Đại Hội. Đặc biệt Dân Oan Trần Ngọc Anh Phong Trào Liên Đới Dân Oan lên án chế độCS, tội đồ của dân tộc, LS Nguyễn Bắc Truyển, chiến sĩ Dân Chủ Trần Thúy Nga, PT Phụ Nữ Nhân quyền, Nhà tranh đấu Dân chủ Nguyễn Vũ Bình, LS Nguyễn văn Đài, nhà văn Trần Đức Thạch, chiến sĩ Dân Chủ Phạm văn Cội, Sinh viên yêu nước Nguyễn văn Tráng và nhất là tuổi trẻ yêu nước Anh thư Nguyễn Phương Uyên.

Cả hội trường im lặng lắng nghe lời phát biểu của Nữ sĩHồng Khương thay mặt Phong Trào Phụ Nữ Hành Động Cứu nước và Chiến sĩ Ngọc Hạnh đại diện Đài Phát Thanh Toàn Dân Cứu nước sôi sục lòng người và rất nhiều Hội Đoàn Đoàn Thể từ trong nước và ở Hải Ngoại gửi Điện văn Chúc mừng và nhiệt liệt ủng hộ Đại Hội Diên Hồng Thời Đại 2-11-2014.

Chủ tịch Danh Dự của Cố Vấn Đoàn là Bô Lão Võ Toàn 104 tuổi đồng sáng lập Hội Nhân sĩ Diên Hồng Thời Đại với GSTS Nguyễn Thanh Liêm và Sử Gia Phạm Trần Anh.

Bô Lão Võ Toàn tuổi già sức yếu nên không thể xuống Little Saigon tham dự Đại Hội được. Bô Lão Võ Toàn chuyển lời kính chúc Đại Hội Diên Hồng Thời Đại thành Công mỹ mãn để hoàn thành sứ mạng lịch sử trao phó là “Diệt kẻ Nội Thù-Chống Quân Xâm Lược” để cứu dân cứu nước.

Chưa bao giờ mà tiếng nói từ trong nước, thay mặt cho toàn thể đồng bào Việt Nam sôi sục hờn căm vang vọng tới Hải ngoại, hòa nhập với nhiệt tình yêu nước của gần 4 triệu đồng bào Hải

Ngoại cùng chung một quyết tâm“Diệt Kẻ Nội Thù Chống quân xâm lược”.

Đúng 3 pm, Đại hội đúc kết một Bản Án Chế độ Cộng Sản Việt Nam, một ‘Bạch Thư khẳng định chủ quyền lãnh thổ lãnh hải của Việt Nam và cuối cùng là Bản Hiến Chương Diên Hồng Thời Đại thể hiện nguyện vọng và ý chí chung của toàn dân Việt Nam, đáp ứng yêu cầu bức thiết của lịch sử.

Đại Hội Diên Hồng Thời Đại giới thiệu các nhân sự trong tổ chức Đại Hội Diên Hồng Thời Đại gồm có 3 Hội Đồng như sau:

Chủ Tịch Danh Dự Cố Vấn Đoàn Đại Hội Diên Hồng Thời Đại:

Bô Lão Võ Toàn 104 tuổi, Học Giả Nguyễn Hy Vọng, Học giả Vũ Hữu San, Nhân sĩ Phạm Văn Tường, Nhân sĩTrần Thị Hồng Khương…

1. **Hội Đồng Đại Biểu**: CT GSTS Nguyễn Thanh Liêm, nguyên Thứ Trưởng Giáo Dục VNVH, Phó ChủTịch Nội vụ: nhà văn Chu Tấn, Phó Chủ tịch Ngoại vụ: Nhân sĩ Cao Xuân Khải, Phó Chủ tịch đặc trách Quốc Tế Vận: Ông Lạc Việt (Canada)-Phó Chủ tịch đặc trách Truyền Thông: Bà Đỗ Thị Thuấn -Tổng Thư Ký: Đốc sự Hoa Thế Nhân.

2. **Hội Đồng Giám Sát**:

CT Nhân sĩ Phan Kỳ Nhơn, PCT Nội Vụ: GSTS Cao văn Hở, PCT Ngoại Vụ: Nhân sĩ Nhan Hữu Mai, PCT Kế Hoạch Nhân sĩ Vũ Lang.

3. **Hội Đồng Điều Hợp**: CT Sử Gia Phạm Trần Anh, PCT Nội vụ Nhân sĩ Nguyễn Hữu Ninh, PCT Ngoại vụ Nhân sĩ Trần Ngọc Bính, PCT Yểm Trợ Quốc Nội: Nhân Sĩ Lê Thị Nga.

Tổng Thư Ký GS Nguyễn Bảo, PTTK Ô Vũ Hoàng Hải và các Ủy viên: Nhà văn Ninh Thuận, Nhà Thơ Hoàng Xuyên Anh, Nhà

Thơ Y Cao Nguyên, Nghệ sĩ Hà Phương, Chiến hữu Doãn Hưng Quốc.. .

ChủTịch Hội Đồng Điều Hợp Đại Hội Diên Hồng ThờiĐại, Sử Gia Phạm Trần Anh tuyên đọc HIẾN CHƯƠNG DIÊN HỒNG THỜI ĐẠI thể hiện ý chí, quyết tâm của toàn thể đồng bào Việt Nam trong nước và Hải ngoại "Diệt Kẻ Nội Thù - Chống Quân Xâm Lược".

Bản Hiến Chương với chủ trương Hoàn thành cuộc Cách mạng Dân Tộc Dân Chủ để Cứu Quốc, Kiến Quốc và Hưng Quốc. ChủTrương Đường lối của Đại Hội Diên Hồng Thời Đại là đấu tranh Giải thể chế độ Cộng Sản, Kết hợp sức mạnh của toàn dân trong nước, tiền tuyến đang trực diện với kẻ thù và Hậu phương Hải Ngoại với 4 triệu đồng hương Việt Nam trong một chiến tuyến "**MẶT TRẬN TOÀN DÂN CỨU NƯỚC**" để tạo một sức mạnh Tổng Lực "Giải Thể chế độ Cộng Sản", Xây dựng một nước Việt Nam mới Dân Chủ Tự Do, một xã hội Việt Nam thực sự Công bằng và Tiến bộ…

Hiến Chương Diên Hồng Thời Đại hôm nay là sự kế tục của"Quốc Dân Đại Hội Diên Hồng" năm xưa long trọng công bố 'Hiến Chương Diên Hồng 2014', tiếng nói chung của tất cả Hội đoàn, Đoàn thể, Đồng bào trong và ngoài nước đặt quyền lợi dân tộc lên trên hết cùng đấu tranh cho một mục đích tối hậu Cứu Quốc và Kiến Quốc. Mục đích của Hiến Chương Diên Hồng ThờiĐại là Nâng cao Dân trí, Chấn hưng Dân khí, Cải tiến Dân sinh, Tôn trọng Nhân quyền, Thực thi Dân Chủ đểphục Hưng Dân tộc Việt. Hiến Chương Diên Hồng ThờiĐại tôn vinh Quốc Tổ Hùng Vương biểu tượng của TổQuốc Việt Nam. Tôn chỉ của Hiến Chương Diên Hồng ThờiĐại là phục vụ con người, phục vụ nhân dân Việt Nam.

Hến Chương Diên Hồng Thời Đại, Quốc Dân Đại Hội của đồng bào Việt Nam ở trong nước và Hải Ngoại long trọng công bố Bản Án Hại Dân Bán Nước của Đảng CSVN.

Gian hùng Hồ Chí Minh là 'Tội Đồ của Dân Tộc'. Đại Hội Diên Hồng Thời Đại kêu gọi các quân nhân Việt Nam yêu nước, các Đảng viên Đảng CSVN hãy từ bỏ đảng Cộng sản để cùng với toàn dân đứng lên làm cuộc cách mạng Dân Tộc Cứu Quốc trước khi đã quá muộn. Hồ Chí Minh và tập đoàn Việt gian bất nhân Hại dân Bán nước mà "***Thần ngườiđều căm hận, Trời đất chẳng dung tha.. .!***" sẽ phải chịu trách nhiệm trước nhân dân và trước lịch sử trong 'Ngày Toàn Dân Phán Xét' trong nay mai.

Đại Hội Diên Hồng Thời Đại long trọng tố cáo trước công luận thế giới: Đế quốc mới Trung Cộng, kẻ thù truyền kiếp của dân tộc Việt, là 'Đại Họa' của cả nhân loại. Đại Hội Diên Hồng Thời Đại 2-11-2011, Quốc Dân Đại Hội của đồng bào Việt Nam ở trong nước và ở Hải Ngoại một lần nữa khẳng định trước công luận quốc tế rằng quần đảo Hoàng Sa, Trường Sa là thuộc chủ quyền lịch sử không thể tranh cãi được của Việt Nam.

Nhân danh toàn thể Quốc dân Việt Nam, Đại hội Diên Hồng Thời Đại tuyên bố tất cả văn kiện, 'Mật Ước' Bán nước mà chính quyền CHXHCNVN, một chính quyền không do nhân dân Việt Nam bầu ra đã ký kết với Trung Cộng đều vô giá trị. Toàn dân Việt Nam quyết tâm giành lại Hoàng Sa, giành lại những gì đã mất vào tay đế quốc mới Trung Cộng.

Đểhoàn thành cuộc Cách mạng Dân Tộc Cứu Quốc, Đại Hội Diên Hồng Thời Đại thống nhất ý chí, quyết tâm thực hiện:

1. Đặt quyền lợi Dân Tộc lên trên hết, Đại Hội Diên Hồng Thời Đại quyết tâm vận Động tiến trình Đoàn kết để kết hợp khối "Đại Kết Dân Tộc trong nước và Hải ngoại".

2. Thống nhất ý chí và hành động của lực lượng Đấu tranh Dân Chủ trong nước và Hải Ngoại trong một chiến tuyến: "Mặt Trận Toàn Dân Cứu Nước".

3. Hải Ngoại Quyết tâm, Yểm trợ Quốc Nội, Diệt Kẻ Nội Thù,

Chống Tàu Cộng xâm lược. Đồng bào Hải ngoại quyết tâm vận động công luận quốc tế, chính giới quốc tế ủng hộ cho toàn dân trong nước đứng lên tranh đấu giành lại Dân chủ Tự do, Cơm no áo ấm, giành lại quyền sống làm người, quyền làm chủ đất nước.

4. Đồng bào trong nước quyết tâm vùng lên Đáp lời sông núi để hoàn thành cuộc cách mạng Dân tộc Cứu quốc, một cuộc "Cách mạng Dân Tộc Dân chủ Đáy Tầng" của những người cùng khổ tận đáy xã hội, của những đồng bào dân oan bị cướp nhà cướp đất cùng đứng lên thay đổi số phận, chuyển đổi vận mệnh của đất nước chúng ta.

Tổ Quốc Lâm Nguy Sơn Hà Nguy Biến…

Hỡi Toàn thể Đồng bào,

Chín mươi triệu đồng bào Việt Nam khốn khổ đang chờ đợi chúng ta.

Giờ Lịch sử đã điểm!

Toàn thể đồng bào Việt Nam chúng ta cùng đứng vùng lên đáp lời sông núi...

Tự Do, No cơm Ấm áo hay là chết! Thay đổi, Chúng ta phải thay đổi số phận và vận mệnh đất nước của chúng ta!

Hồn Thiêng Sông Núi, Anh linh Anh hùng Liệt nữ sẽ phù trì cho chúng ta…

Tổ Quốc Việt Nam Trường Tồn Dân Tộc Việt Nam Bất Diệt Việt Nam Muôn Năm…

Việt Nam Hải Ngoại ngày 2-11-2014

DANH SÁCH CÁC HỘI ĐOÀN, ĐOÀN THỂ, CÁC NHÂN SĨ TRÍ THỨC KÝ TÊN VÀO HIẾN CHƯƠNG LỊCH SỬ DIÊN HỒNG THỜI ĐẠI 2014

1. Bô Lão Võ Toàn 104 tuổi.

2. NữSĩ Việt Nữ Hoan Châu 96 tuổi.

3. Bô Lão Phan Như Toản: 95 tuổi.

4. HT. Thích Nguyên Trí, CT Phong Trào Yểm Trợ Tự Do Tôn Giáo và Nhân quyền Việt Nam.

5. LM Phan Văn Lợi, Khối 8406 (Quốc Nội).

6. TTThích Thiện Minh, Giáo Hội PGVNTN (Quốc Nội).

7. Chủ tịch Hội Đồng Liên Tôn Việt Nam: Chánh Trị sựCao Đài Hứa Phi (Quốc Nội).

8. Nhân sĩ GSTS Nguyễn Thanh Liêm, CT Phong Trào Đoàn Kết VNCH.

9. Nhân sĩ Sử Gia Phạm Trần Anh CT Mặt Trận Dân Tộc Cứu Quốc.

10. Mục Sư Nguyễn Trung Tôn (Quốc Nội)

11. Nhân sĩ Phan Kỳ Nhơn CT UBĐN Chống CS và Tay Sai..

12. Chiến sĩ Dân Chủ Nguyễn Vũ Bình (Quốc Nội)

13. Học giả Nguyễn Hy Vọng.

14. LS Nguyễn Văn Đài (Quốc Nội).

15. Học Giả Vũ Hữu San, Cố vấn Đoàn Đại Hội Diên Hồng Thời Đại.

16. CT Phong Trào Phụ Nữ Việt Nam Hành Động Cứu Nước: Nhân sĩ Đặng Thị Danh.

17. GSTS Cao Văn Hở, PCT HĐGS Đại Hội Diên Hồng Thời Đại.

18. Phong Trào Toàn Dân Cứu Nước: Chiến Sĩ Trần Việt (Quốc Nội)

19. CT Tổng Hội Cựu Tù Nhân Chính Trị VN: ĐT Nguyễn Văn Quý.

20. PCT Tổng Hội CTNCTVN: Nguyễn Như Được.

21. Nhân sĩ Cao Gia PT Liên Kết Đấu Tranh.

22. CT Phong Trào Liên Kết Đấu Tranh Dân Chủ Nhân Quyền VN: Nhân sĩ Lạc Việt.

23. CT Liên Minh Dân Chủ Việt Nam Nhân sĩ Nguyễn Hữu Ninh.

24. PCT Hội Ái Hữu Tù Nhân CT và Tôn Giáo VN: Nhân sĩ Doãn Hưng Quốc.

25. Phong Trào Phụ Nữ Nhân Quyền Việt Nam: Trần Thúy Nga (Quốc Nội).

26. Hội Ái Hữu Tù Nhân Chính Trị và Tôn Giáo VN: Người Tù Thế Kỷ Nguyễn Hữu Cầu (Quốc Nội).

27. Hội Ái Hữu Tù Nhân Chính Trị và Tôn Giáo VN: LS Nguyễn Bắc Truyển (Quốc Nội).

28. Đài Phát Thanh Toàn Dân Cứu Nước: Chiến sĩ Trần Việt Lê Chân.

29. Hội Anh Em Dân Chủ Quốc Nội: Nhà văn Trần Đức Thạch.

30. Hội Anh Em Dân Chủ Quốc Nội: Nhà dân chủ Phạm Văn Trội.

31. Sinh Viên Yêu Nước: Nguyễn Văn Tráng (Quốc Nội).

32. Tuổi Trẻ Yêu Nước Nguyễn Phương Uyên (Quốc Nội).

DANH SÁCH CÁC HỘI ĐOÀN ĐOÀN THỂ

1. Hội Ái Hữu Tù Nhân Chính Trị và Tôn Giáo Việt Nam (Quốc Nội).

2. Hội Nhân Sĩ Diên Hồng Thời Đại.

3. Hội Đồng Liên Kết Đấu Tranh.

4. Phong Trào Liên Đới Dân Oan (Quốc Nội).

5. Phong Trào Phụ Nữ Nhân Quyền Việt Nam (Quốc Nội).

6. Hội Anh Em Dân Chủ.

7. Hội Đồng Liên Tôn Việt Nam (Quốc Nội).

8. Tổng Hội Cựu Tù Nhân CTVN.

9. Phong Trào Đấu Tranh Tự Do Tôn Giáo và Nhân Quyền

Việt Nam.

10. Phong Trào Đoàn Kết VNCH.

11. Phong Trào Toàn Dân Cứu Nước (Quốc Nội).

12. Phong Trào Phụ Nữ Việt Nam Hành Động Cứu Nước.

13. Mặt Trận Dân Tộc Cứu Quốc.

14. Tổng Đoàn Thanh Niên Võ Đạo Việt Nam (Vovinam-Việt Võ Đạo).

15. Khối 8406 Quốc Nội.

16. Khối 8406 Hoa Kỳ.

17. Phong Trào Dân Tộc Hải Ngoại.

18. Phong Trào Thanh Niên Cờ Vàng Bắc Califotnia.

19. Tập Thể Chiến Sĩ VNCH/TB Hoa Kỳ.

20. UBVĐ Hiệp Định Paris 1973.

21. UB Phối Hợp Vận Động Đại Hội DHTĐ Bắc Cali.

22. Hội Cựu Sinh Viên QGHC Nam Cali.

23. UB Đặc Nhiệm Chống CS và Tay Sai.

24. Little Saigon Vancouver Canada.

25. UBVĐ CPC.

26. UBVĐ 'Ngày VNCH'.

27. Nha Tuyên Úy Tin Lành Hoa Kỳ

28. Nhà Việt Nam Foundation.

29. Hội Nhân sĩ Diên Hồng Thời Đại Canada.

30. Hội Nhân sĩ Diên Hồng Thời Đại Florida.

31. Hội Nhân sĩ Diên Hồng Thời Đại Philadelphia.

32. Hội Nhân sĩ Diên Hồng Thời Đại Arizona.

33. Hội Nhân sĩ Diên Hồng Thời Đại San Diego.

34. Câu Lạc Bộ Tình Nghệ Sĩ.

35. Câu Lạc Bộ Thi Văn Tao Đàn Hải Ngoại.

36. UB Bảo Toàn Đất Tổ.

37. Hội Đồng Việt Nam Tự Do.

38. Hội Đồng TSTU Giáo Hội Phật Giáo Hòa Hảo.

39. Việt Nam Quốc Dân Đảng Thống Nhất.

40. Liên Minh Dân Chủ Việt Nam.

ĐỀ NGHỊ GIẢI PHÁP VẬN ĐỘNG YỂM TRỢ TÍCH CỰC CÔNG CUỘC ĐẤU TRANH DÂN CHỦ QUỐC NỘI

I- Hiện Tình đất nước và lời "Khóc gọi xé lòng" của Linh Mục Tadeo Nguyễn Văn Lý:

Năm 2017 là năm đánh dấu sự đấu tranh quyết liệt – một còn một mất – giữa Quốc Dân Việt yêu chuộng Tự Do Dân Chủ và "Tập đoàn Đảng trị CSVN" cam tâm dâng nước và biển đảo cho Trung Cộng miễn sao duy trì được chế độ cộng sản để tham nhũng và bóc lột dân chúng,...CSVN quyết tâm giữ ghế đến cùng! giữ ghế bằng mọi giá!

Bắt đầu từ Ngày 5 tháng 3 năm 2017 Linh Mục Tadeo Nguyễn Văn Lý đã phát ra lời kêu gọi TỔNG BIỂU TÌNH hằng tuần trên toàn quốc trong tinh thần "Bất bạo Động" để đấu tranh đòi hỏi **3 mục tiêu**:

Bảo vệ môi trường, Bảo vệ sự sống, Cứu Tổ quốc thoát âm mưu xâm lược của Trung Cộng, đồng thời đòi hỏi Tự Chủ – Độc Lập – Nhân quyền – Công lý – Tự Do – Dân Chủ cho Việt Nam (Trích lời kêu gọi lần thứ nhất).

Sang lần kêu gọi thứ ba, LM Nguyễn Văn Lý đã vừa khóc vừa kêu gọi. Thính giả trong và ngoài nước đã nghe và cảm động vô cùng…

"*Tập Hợp Quốc Dân Việt – Lời Kêu Gọi 7*

Posted on April 10, 2017 by TẬP HỢP QUỐC DÂN VIỆT

A. Nỗi đau MẤT NƯỚC quá khổ nhục của Quốc Dân Việt hiện nay 2017:

1. Việt Nam đã thực sự là Khu Hán Thuộc của Tàu Cộng như Tây Tạng rồi!

2. Bộ Chính Trị Đảng Việt Ác Cộng nay chính xác chỉ còn là 1 Chi Bộ nhỏ của Đảng Tàu Ác Cộng!

3. Tàu Cộng đã & đang xâm nhập VN thêm hàng ngàn binh sĩ mỗi ngày dưới dạng khách du lịch, tự do ồ ạt tràn qua cửa khẩu các tỉnh phía Bắc, cụ thể 2 cửa khẩu Lào Cai & Móng Cái, nhất là đang chiếm giữ các vị trí chiến lược hệ trọng số 1 trên toàn lãnh thổ lãnh hải Việt Nam y như của Tàu Cộng vậy!

4. Quốc Dân Việt muốn biểu tình đang phải gánh chịu quá nhiều thử thách buộc phải vượt thắng:

* ***Bị công khai cấm biểu tình,*** *bị canh gác chặt suốt ngày đêm, bị cấm ra khỏi nhà,* ***bị cấm cả đi Lễ ngày Chúa Nhật, bị lục tìm & tịch thu Cờ Ngũ Sắc và Biểu Ngữ, bị cấm làm và lưu hành Cờ Ngũ Sắc, bị cướp điện thoại – máy ghi hình – laptop,*** *bị cắt điện thư – sổ tài khoản, bị triệu tập, bị đe dọa, bị đuổi học – đuổi việc,* ***bị đánh đập,*** *bị tai nạn giao thông ngụy tạo, bị bẫy bạo lực để đàn áp, bị lừa gạt qua điện thoại-qua internet…* ***không dễ dàng nối kết Quốc Dân để cùng nhau biểu tình bình an êm đẹp đông vui được.***

5. Quốc Nội: Cảm ơn Đa số Chức Sắc & Tín đồ các Tôn giáo, Nhân sĩ, Trí thức, Toàn Dân đã nhận thức được đại họa Tàu Cộng, nên **đã Hiệp Thông Cầu Nguyện nhiều. 1 số Chức Sắc &**

ngày càng thêm, đã mạnh dạn biểu tình, nhưng còn quá mỏng, số đông đang thụ động, buông xuôi phó mặc, chưa dấn thân đủ!

6. Hải Ngoại: Cảm ơn Hải Ngoại ngày càng nhiệt tình & nhiều sáng kiến hơn. Đã tập trung vào 2 mục tiêu then chốt trong giai đoạn này là: Chống Formosa – bảo vệ môi trường – bảo vệ Sự Sống & Chống Tàu Cộng. **Đã tập trung xoáy vào mục tiêu CHỐNG NGOẠI XÂM, là điều luôn giúp đoàn kết Quốc Dân Việt hiệu quả… .**

(Trích lời kêu gọi lần thứ 7)

LỜI KHÓC GỌI XÉ RUỘT KHẨN CẤP TUẦN 14 CỦA TẬP HỢP QUỐC DÂN VIỆT KHÓC XIN TOÀN THỂ QUỐC DÂN VIỆT CẦU NGUYỆN

29 Tháng Năm 2017, 7: 02 CH (Xem: 920)

Lời Khóc Gọi Xé Ruột Khẩn Cấp tuần 14 của Tập Hợp Quốc Dân Việt.

Kính thưa Quốc Dân Đồng Bào Việt Nam rất thân yêu trong và ngoài Nước!

Cảm ơn Toàn Quốc Dân Việt đã hưởng ứng Cầu Nguyện & Tổng Dượt Biểu Tình 13 tuần liên tiếp từ 05-3 đến 29-5 hôm nay. Suốt tuần 13 Tổng Biểu Tình Quốc nội, dù ko đông & ko nhiều nơi như tuần 9, vẫn đã thực hiện được 215 nơi, tuy đa số mini, đặc biệt hàng trăm nơi đông người đã & đang Thắp nến Cầu nguyện. 13 tuần qua đã Tổng Biểu Tình tại 47 tỉnh thành cả Nước, đã giúp duy trì 3 thành quả cần thiết giai đoạn này: Một số Dân đã vượt qua sợ hãi - can đảm tham gia Tổng Biểu Tình, tuy chưa đông, nhưng vẫn tăng; Công luận Quốc tế đã chú ý đến nỗi đau xót của Quốc Dân Việt; và 1 phần nội bộ Đảng CSVN đã dày vò dằn vặt lương tâm - thức tỉnh - lột xác - chuyển biến & đang tìm đường cứu Quốc Dân Việt thoát thòng lọng Tàu Ác Cộng!

A. Nỗi đau MẤT NƯỚC quá khổ nhục của Quốc Dân Việt 2017 hiện nay:

Thòng lọng Mao Cộng hiểm tung!
Giang Sơn Đất Tổ quì dâng Hán Tàu!
Vướng chặt lưới Ác Cộng Mao!
Mù cay mắt đã siết Vòng Kim Cô!

1. Việt Nam đang là Khu Hán Thuộc thực sự của Tàu Cộng như Tây Tạng! Bộ Chính Trị Đảng Việt Ác Cộng đã lộ rõ chỉ là 1 Chi Bộ nhỏ rất yếu hèn & đầy ác xấu của Đảng Tàu Ác Cộng! Dù đang rệu rã chắc chắn sụp đổ, vẫn ngày càng mê muội, muốn được tiếp tục làm tay sai nô lệ rất ô nhục của Tàu Ác Cộng ngày càng sâu chặt hơn; đã cắt dâng Đất-Biển-Đảo cho Tàu Cộng ngày càng thêm; đã cam chịu để Tàu Cộng gửi hàng triệu chiến binh & hàng chục ngàn điệp viên vào Đất Việt; đã phó mặc Tàu Cộng chiếm đóng & lập các hệ thống căn cứ chiến lược tử huyệt tại Đất-Biển-Đảo Việt; đã đồng lõa với Tàu Cộng dùng Formosa, bauxit Tây Nguyên… hủy hoại môi trường, nhiễm độc hải sản - đất biển đảo Quốc Dân Việt; đã nhờ cậy Côn An Tàu Cộng đàn áp Quốc Dân Việt biểu tình tại Việt Nam từ ngày 05-3-2017; đã quá cố chấp u mê ko dừng bước

& ko mảy may thực tâm muốn thoát Tàu, thực sự hoàn toàn bất lực tuyệt vọng! Vờ như thể ko biết - ko thấy - ko hiểu, đừng lạnh lùng thờ ơ nữa. Phải gấp gấp áp lực thật mạnh buộc Bộ Chính Trị PHẢI GIẢI THỂ NGAY! Kẻo Nhà đã cháy, Nước đã mất thật sự, quá trễ rồi! (hết trích)

Kỷ niệm 43 & 29 năm Hoàng Sa-Trường Sa bị Tàu cướp đoạt.

Lm Nguyễn Văn Lý hiệp nhất nối kết & xé ruột thiết tha khóc gọi. (Khi chúng tôi viết Bản Đề Nghị này, L. M Nguyễn Văn Lý đã đưa ra lời Khóc kêu gọi lần thư 14 mà chúng tôi xin " Lược trích đăng" như trên)

Không chỉ "**khóc kêu gọi Quốc Dân Việt Tham gia biểu tình"**, Linh Mục Tadeo Nguyễn Văn Lý còn đưa ra **BẢN DI CHÚC** thể hiện Bản Lĩnh và Khí phách cao cả của Bậc sĩ Phu Việt Nam: QUYẾT TÂM ĐẤU TRANH theo phương châm "**TỰ DO HAY LÀ CHẾT"** và quyết đưa cuộc ĐẤU TRANH BẤT BẠO ĐỘNG CỦA **QUỐC DÂN VIỆT ĐẾN CHIẾN THẮNG CUỐI CÙNG"** *không một thế lực hay áp lực nào có thể lay chuyển nổi*... .

(Xin mời quí vị độc giả đọc đầy đủ nguyên văn Bản Di Chúc gồm 4 phần I, II, III, và IV theo địa chỉ online dưới đây)

https: //taphopquocdanviet. com/2017/05/23/linh-muc-tadeo-nguyen-van-ly-di-chuc-phan-i-ii/

https: //taphopquocdanviet. com/2017/05/23/linh-muc-tadeo-nguyen-van-ly-di-chuc-phan-iii-iv/

II- NGƯỜI VIỆT HẢI NGOẠI CHÚNG TA PHẢI LÀM GÌ TRƯỚC LỜI "KHÓC GỌI XÉ LÒNG" CỦA LINH MỤC TADEO NGUYỄN VĂN LÝ?

Muốn trả lời câu hỏi trên, chúng ta phải tìm hiểu xem Tập Hợp Quốc Dân Việt tại quốc nội cần gì và chờ đợi gì nơi chúng ta?

A/ **Có 4 loại Công Tác:**

Đồng bào đầu tranh Dân Chủ quốc nội mong mỏi chúng ta tiếp tay tranh đấu yểm trợ tích cực 4 công tác sau đây:

1/ Yểm trợ tinh thần: bằng cách Lên Tiếng, Ra Tuyên Cáo… ủng hộ Cộng Cuộc Đấu Tranh Dân Chủ Quốc Nội.

2/ Vận động đồng bào đi biểu tình hằng tuần đồng hành với Tập Hợp Quốc Dân Việt đòi Quyền Sống, môi trường Sống trong sạch, đuổi Formosa cút khỏi Việt Nam và Chống Xâm Lăng Trung Cộng.

3/ Làm Công Tác Quốc Tế Vận, lan truyền và làm nổi bật Chính Nghĩa đấu tranh của Quốc Dân Việt cùng bao nỗi đau thương, oan khuất của đồng bào quốc nội bị đàn áp, tù đầy. đánh giết dã man dân chúng khi đi biểu tình trong tinh thần bất bạo động, bởi bạo quyền, tà quyền cộng sản.

4/ Yểm trợ thiết thực bằng tài chánh vì đồng bào quốc nội đấu tranh trong tình trạng khó khăn, thiếu thốn. nghèo túng, và bị cấm đoán. bị tịch thu cờ ngũ sắc, máy vi tính và bị tịch thu mọi khẩu hiệu, bích chương tranh đấu v… v…

B/ Hai Nhu Cầu Bức Thiết Phải Đáp Ứng:

1- Nhu Cầu Phát Huy Sức Mạnh Tổng Hợp Của Cộng đồng Người Việt Hải Ngoại.

2- Nhu Cầu Yểm Trợ Tích Cực Cộng Cuộc Đấu Tranh Dân Chủ Của Đồng Bào Quốc Nội.

Hai nhu cầu này gắn bó mật thiết và là **Nhân Quả** cho nhau. Vì muốn "**Yểm trợ Tích Cực**" công cuộc đấu tranh Dân Chủ tại quốc nội thì phải vận động và phát huy được **tối đa sức mạnh về nhân tài vật lực của Cộng đồng Người Việt Hải Ngoại**. Nếu không thì chúng ta chỉ vận động yểm trợ quốc *nội một cách quá giới hạn hay yếu ớt thì hiển nhiên là không đáp ứng nổi nhu cầu mà Đồng Bào*

Quốc Nội đang kỳ vọng nơi chúng ta.. Nếu những ai chỉ nhìn thấy nhu cầu thứ hai là phải "yểm trợ công cuộc đấu tranh dân chủ quốc nội" mà không suy nghĩ sâu về nhu cầu thứ nhất là phải "Phát Huy Sức Mạnh Tổng Hợp hay Tối Đa của Cộng đồng Người Việt Hải Ngoại là "điều kiện Cần và Đủ" lả sự thiếu sót lớn lao vậy.

III- CÂN NHẮC 4 GIẢI PHÁP YỂM TRỢ ĐẤU TRANH QUỐC NỘI:

A/ **Có 4 giải pháp "Vận Động Yểm Trợ" công cuộc đấu tranh Dân Chủ tại quốc nội sau đây:**

1. Thành lập Tập Hợp Quốc Dân Việt tại nơi địa phương nào có thể thành lập được tại Hải Ngoại: Điển hình như tại Canada đã thành lập được Tập Hợp Quốc Dân Việt Canada để Yểm Trợ Quốc Nội. Chúng tôi ghi nhận đây là giải pháp thứ nhất.

2. Từng Cá Nhân tự giác, yểm trợ đấu tranh Dân Chủ quốc nội.

3. Từng Hội Đoàn vận động yểm trợ công cuộc đấu tranh Dân Chủ tại quốc nội.

4. Vận động thành lập một LIÊN MINH CÓ TẦM VÓC, CÓ HIỆU NĂNG Tích Cực Yểm Trợ Công Cuộc Đấu Tranh Dân Chủ Tại Quốc Nội.

B/ Những Vấn Đề Cần Phân Luận:

Như đã trình bầy ở trên, chúng ta thấy có 4 giải pháp yểm trợ đấu tranh quốc nội. Giờ đây chúng ta cần phân luận xem đâu là giải pháp hay nhất, lý tưởng nhất, và dâu là "**Giải pháp tối ưu**"?

Về Giải pháp 1: Thành lập Tập Hợp Quốc Dân Việt tại Địa Phương sở tại Hải ngoại: Giải pháp này chúng ta nên động viên, khuyến khích nhưng không nên "o ép" "bắt buộc", vì mỗi địa phương đều có hoàn cảnh địa lý lịch sử, hay tâm lý xã hội khác nhau.

Về Giải Pháp 2: (Từng Cá Nhân tự giác, tự động Yểm Trợ) dĩ nhiên là tốt, nhưng kết quả bị giới hạn, trừ trường hợp cá nhân nào đó là "một Đại Gia" lại có "tấm lòng Vàng" tích cực yểm trợ đấu tranh dân chủ tại quốc nội thì không kể)

Về Giải Pháp 3: (Từng Tổ Chức, Hội Đoàn đứng ra vận động yểm trợ đấu tranh dân chủ quốc nội) Cũng bị giới hạn như giải pháp 2 đã nói trên.

Về Giải Pháp 4: (Vận động thành lập *Một Liên Minh rộng lớn hay có Tầm vóc, Có Hiệu Năng Tích Cực* Yểm Trợ Đấu Tranh Dân Chủ Quốc Nội) So với 3 giải pháp 1, 2, và 3 nói trên, giải pháp thứ tư này chưa hẳn là hay nhất, lý tưởng nhất nhưng lại là **Giải Pháp Tối Ưu** vì cùng một lúc đáp ứng cả 2 nhu cầu: Vừa Tích Cực yểm Trợ Đấu Tranh Dân Chủ Quốc Nội, vừa Phát huy Sức MạnhTổng Hợp của Cộng đồng Người Việt Hải Ngoại làm tiền đề Phát Huy Sức Mạnh Tổng Hợp Dân Tộc hầu sớm đưa cuộc Đấu Tranh Dân Chủ Tự Do Nhân Quyền Toàn Thắng tại Việt Nam.

IV- RÚT ƯU KHUYẾT ĐIỂM VỀ CÁC TỔ CHỨC HỘI ĐOÀN CHỐNG CỘNG TẠI HẢI NGOẠI.

Muốn vận động thành lập một Liên Minh tranh đấu có tầm vóc tại hải ngoại để yểm trợ tích cực công cuộc đấu tranh dân chủ tại quốc nội thì trước hết chúng ta phải làm công việc, rút ưu khuyết điểm về các tổ chức, hội đoàn chống cộng tại hải ngoại.

A/ Ưu Điểm:

1- Có tinh thần chống cộng kiên cường tại hải ngoại suốt 42 năm qua

2- Có lập trường chống cộng dứt khoát và kiên định: Không Hòa hợp Hòa giải với CS.

3- Đã nêu cao Chính Nghĩa Quốc Gia, vận động thành công các cấp chính quyền sở tại địa phương công nhận Lá Cờ Vàng 3 sọc đỏ tại các Tiểu Bang Hoa Kỳ, Âu Châu, Uc châu, Canada, Nhật Bản…

4- Đã bẻ gẫy Nghị quyết 36 của CS âm mưu thao túng lũng đoạn Cộng đồng Người Việt Quốc Gia Hải Ngoại

5- Sốt sắng tham gia công tác Quốc Tế Vận. yểm trợ công cuộc đấu tranh Dân Chủ, Tự Do, Nhân Quyền Tại Việt Nam.

B/ **Khuyết Điểm**:

Cần phải "Nhìn thẳng vào SỰ THẬT thực trạng của các Tổ Chức, Hội Đoàn chống cộng tại hải ngoại-Không dối mình dối người"

1- *Khuyết điểm chung tổng quát*: Năm 2010, chúng tôi có viết bài: **35 năm nhìn lại** và nêu lên những khuyết điểm chính của người Việt hải ngoại như "*Tình trạng đảng viên, hội viên bị "bão hòa", -Tinh thần chống cộng **mạnh trong "tiêu cực" và yếu trong "tích cực**"- Hội chứng "**Chờ đợi nhau**" giữa Hải Ngoại và Quốc Nội.. v. v.* (Xin quí độc giả xem lại bài 35 năm nhìn lại của Chu Tấn đính kèm) Rất tiếc những khuyết điểm trên tới nay đã 42 năm lưu vong trên đất tạm dung, chúng ta vẫn chưa cải tiến được bao nhiêu! ***Buồn thật***! mà không biết "*trách Trời", "trách Đất" hay "trách ai*"? (Vì chính mỗi người Việt Hải Ngoại chúng ta ít nhiều đều có lỗi trong đó cơ mà...)

2- Tại hải ngoại có một số ít các Tổ chức, Hội đoàn **có bề thế**, - *không những có cơ quan trung ương mà còn có nhiều cơ sở (Chapter) tại các địa phương.* Song các tổ chức này vẫn lấy việc chống nghị quyết 36 của CS là công tác chính, còn việc vận động yểm trợ quốc nội tuy vẫn có sự đóng góp như thường lệ, , *nhưng chưa có một kế hoạch qui mô, tích cực nào thích ứng với giai đoạn đấu tranh mới có tính chất dầu sôi lửa bỏng hiện nay*

3- Ngoài một số ít các tổ chức hội đoàn có bề thế nói trên, đa số các tổ chức hội đoàn khác, *tuy có cơ quan trung ương nhưng thiếu các cơ sở hạ tầng địa phương (Tuy có, một vài cơ sở địa địa phương, nhưng rất khiêm nhượng, nếu không muốn nói là, sự thiếu vắng trầm trọng vì chưa tìm ra giải pháp phát triển để bổ sung bổ cứu, hay thiếu quyết tâm để canh tân, cải tiến tình trạng "dậm chân tại chỗ này"*

4- Khi một Tổ Chức, Hội đoàn mới hình thành… Ngày Ra Mắt của Tổ Chức, Hội Đoàn **khá sôm tụ hay rất sôm tụ**, .. Số người tham dự đông, và ngay cả số Hội Đoàn Bạn ký tên "tham gia" tổ chức cũng nhiều… . Nhưng sau đó trong tiến trình hoạt động và phát triển thì chỉ có một số ít các vị có "chức sắc"được bầu lên trong Hội Đồng Đại Biểu, Hội Đồng Định Chế, hay Hội Đồng Điều Hành là hăng say dấn thân hoạt động, còn đa số các thành viên khác, các hội đoàn khác đã bỏ mặc, phó thác cho Ban Đều Hành làm sao thì làm hoặc chỉ tham gia lấy lệ, có tính cách xã giao... **Thực tế đau lòng là như thế đó...** Nhân rõ thực trạng này nên có nhà trí thức trẻ... (xin được miễn nêu tên…) có tinh thần dấn thân tích cực, và đã từng tham gia nhiều hội đoàn, *trải nghiệm nhiều* đã phát biểu: " *Tại Hải ngoại này tuy có rất nhiều tổ chức hội đoàn chống cộng, song mỗi hội đoàn chỉ có 3 hay nhiều lắm là 5 cán bộ giỏi, -giỏi ở đây là có tinh thần năng động, hăng say dấn thân trong sinh hoạt hay trong mọi cộng tác, còn ngoài ra là...thơ vịn cả!*" Lời phát biểu này **mới nghe thì thấy bi quan và chua sót…** . Nhưng ngẫm nghĩ lại thì không sai sự thực là mấy! *Chúng ta cần cam đảm nhìn vào sự thực, không né tránh, không tự dối mình dối người, mới tìm ra giải pháp canh tân, cải tiến và vượt qua...*

5- Khi có một biến cố thời sự vi phạm Nhân Quyền, xuất phát từ trong nước do bạo quyền CS gây nên, hay bọn tay sai Việt Gian thân cộng tại hải ngoại… . thì các tổ chức Hội Đoàn chống cộng đều sốt sắng lên tiếng, ra Tuyên Cáo… . Lấy chữ ký. Gửi Kiến Nghị, Thỉnh Nguyên Thư, hay Kháng thư… . lên lưỡng viện Quốc Hội Hoa Kỳ, Quốc Hội Âu châu, Uc châu. hay gửi tới Liên Hiệp Quốc… cùng các Cơ Quan đấu tranh cho Nhân Quyền v. v.. Giáo già Trần Minh Xuân gọi đùa công tác này là "Đánh giặc giấy"! Dĩ nhiên công tác "đánh giặc giấy" cũng rất quan trọng vì một mặt động viên được tinh thần Yêu Nước, Yêu Dân Chủ Tự Do Nhân Quyền lên án độc tài cộng sản, đồng thời đánh động lương tâm và trách nhiệm của Thế Giới Tự Do… .. **Việc làm này rất cần thiết và quan trọng, không ai dám phủ nhận**. Song mặt khác chúng ta phải nhân thức rõ rệt rằng: "*không một chế độ độc tài nào sụp đổ chỉ vì áp lực quốc tế về Nhân Quyền"… . hay nói khác đi việc lên án cộng sản về nhân quyền tuy có tác dụng thực tế, nhưng rất giới hạn*… . Chúng ta cần phải tiến hành đấu tranh trên nhiều mặt khác nữa từ Văn hóa, Chính Trị, Kinh Tế Ngoại giao, .. **Nhất là muốn đấu tranh có hiệu quả thì chúng ta phải không ngừng XÂY DỰNG "THẾ", "LỰC" VÀ "LƯỢC"…** Nếu không đặt trọng tâm vào công tác chính yếu này, mà chỉ bằng lòng hay tệ hơn tự hãnh tiến lấy việc "Đánh giặc giấy" là một thành tích lớn lao của tổ chức,... thì việc ước mong giải thể chế độ CS còn rất xa vời... Ngay cả việc TÍCH CỰC Vận Động Yểm Trợ cho Công Cuộc Đấu Tranh Dân Chủ Quốc Nội chúng ta cũng không đạt được kết quả thực tế -có hiệu năng- mà Quốc Dân Việt đang từng ngày từng giờ kỳ vọng vào Người Việt Hải Ngoại Chúng Ta.. *Không thực hiện TÍCH CỰC công tác Vận Động Yểm Trợ Đấu Tranh Dân Chủ Quốc Nội là chúng ta đều Đắc Tội Với Tổ Quốc..* .

V- ĐỀ NGHỊ PHƯƠNG THỨC VẬN ĐỘNG MỚI HÌNH THÀNH MỘT LIÊN MINH TRANH ĐẤU, CÓ TẦM VÓC CÓ HIỆU NĂNG ĐỂ YỂM TRỢ TÍCH CỰC CÔNG CUỘC ĐẤU TRANH DÂN CHỦ QUỐC NỘI.

A/ **Những việc làm tiên khởi:**

Muốn hình thành một Liên Minh Tranh Đấu có tầm vóc, có hiệu năng, chúng ta cần bắt tay nhau thực hiện các công tác tiên khởi quan trọng sau đây:

1- Tổ chức một buổi họp trên hệ thống Paltalk các Tổ Chức Hội Đoàn năng động tiên khởi (từ 3 đấn 5 Tổ Chức Hội Đoàn tiên khởi) cùng thảo luận về hiện tình đất nước, nhất là về nhu cầu bức thiết phải vận động thành hình một LIÊN MINH Tranh Đấu có tầm vóc, có hiệu năng tại Hải Ngoại…

2- Hạ QUYẾT TÂM, vượt mọi khó khăn để hình thành LIÊN MINH Tranh Đấu có Tầm Vóc, có Hiệu Năng… .

3- Đề nghị Mô Thức Tổ Chức Liên Minh: Vì Liên Minh là Tổ Chức có tầm vóc nên cần có các cơ chế sau đây:

- **Hội Đồng Cố Vấn Liên Minh** (Gồm Các vị Đại Diên các tôn giáo+ các Vị Tôn Trưởng, Nhân sĩ cao trọng trong Cộng đồng Người Việt Quốc Gia hải Ngoại. (1*)

- **Hội Đồng Đại Biểu** (2*)

- **Họi Đồng Giám Sát** (3*)

- **Ủy Ban Điều Hợp Trung Ương**: Đặc biệt không bầu Chủ tịch mà chỉ bầu **Tổng Thư Ký Điều Hợp** và các Ủy Viên (Từ 15 Ủy Viên tới 25 Ủy viên hay nhiều hơn nữa tùy theo khả năng phát triển lớn mạnh của Liên Minh) (4*)

- Thành lập các **Khối Công Tác** trực thuộc Ủy Ban Điều Hợp Trung Ương sau dây:

+ Khối Nghiên Cứu Sách Lược đấu tranh.

+ Khối Quốc Tế Vận

+ Khối Tổ Chức Biểu Tình tại các Địa Phương.

+ Khối Liên Kết Đấu Tranh Dân Chủ, Nhân Quyền, Tự Do cho Việt Nam.

+ Khối Truyền Thông – lập các Ban vận động truyền thông cấp Vùng.

+ Khối Phát Huy Sức Mạnh Cộng đồng (Cộng đồng Địa Phương và Cộng đồng Liên Châu tại Hải Ngoại)

+ Khối Tổ Chức Vận Động yểm Trợ Đấu Tranh Dân Chủ Quốc Nội

+ Khối Đặc Nhiệm.

Ngoài ra tuần tự "Thành lập các TRUNG TÂM Yểm Trợ Đấu Tranh Dân Chủ Quốc Nội"tại các Miền (6*), (Hoa Kỳ, và Úc Châu) hay tại các Quốc Gia (Âu Châu). Các Trung Tâm này trực thuộc Ủy Ban Điều Hợp Trung Ương Liên Minh.

1- Vận Động Liên Minh theo 4 nguyên tắc chính:

1/ Vận động từng Cá Nhân, từng Tổ Chức Cộng đồng Hội Đoàn.

2/ Chú trọng về ***"Phẩm" hơn về "Lượng"*** (Trước kia chúng ta lo vận động sao cho có nhiều Tổ chức Hội đoàn tham gia… cho thật đông (chú trọng về **Lượng)**… . Còn nay chúng ta cần vận động các cá nhân, các tổ chức nào có *tinh thần Dấn Thân, Năng Động thực sự* (Chú trọng về **Phẩm**).

3/ Vận Động vừa từ dưới lên, vừa từ trên xuống, nhưng quan trọng là *vận động trực tiếp từng cá nhân, từng Tổ Chức Hội Đoàn...*

4/ Không ngừng Vận Động phát triển Liên Minh *theo nguyên tắc Sinh Động Mở (living open System)*

2- Đề ra tám (8) Nhiệm Vụ Chiến Lược của Liên Minh:

1. Tích Cực Yểm Trợ Đấu Tranh Dân Chủ Quốc Nội.

2. Vận Động các cá nhân, các tổ chức Cộng đồng, Hội Đoàn Đoàn Thể.. Vận Động các giới đồng bào tham gia Liên Minh.

3. Liên kết, Phối hợp đấu tranh Nhân Quyền, Dân Chủ, Tự Do cho Việt Nam.

4. Phát huy "Sức Mạnh Cộng đồng tại mỗi địa phương.

5. Phát huy "Sức Mạnh Cộng đồng Liên Châu Hải Ngoại".

6. Khuyến khích và yểm trợ Thế hệ trẻ, tham gia vào dòng chính (Main stream), đồng thời có kế hoạch yểm trợ các Hội Đoàn trẻ như: "Thế Hệ Trẻ Nối Gót Cha Ông"- "Đoàn Thanh Niên Cờ Vàng"- "Thanh Niên Đa Hiệu", "Tổ chức "Round table" v. v...

7. Kiện Toàn và Phát Triển Liên Minh: Từ Liên Minh "Dấn thân, năng động" đến Liên Minh "có TẦM VÓC" LỚN MẠNH, TRƯỞNG THÀNH TOÀN DIỆN.

8. Phát huy Sức Mạnh Dân Tộc, Vận Động Đồng Bào Quốc Nội Vùng Dậy Đấu Tranh THOÁT TRUNG, GIẢI THỂ CHẾ ĐỘ ĐỘC TÀI CỘNG SẢN VIỆT NAM, CHỐNG XÂM LĂNG TRUNG CỘNG.

Trên đây là 8 (tám) nhiệm vụ "Chiến Lược"có tính cách "Tổng Thể và liên hoàn", cùng **TƯƠNG TÁC ĐỂ TƯƠNG THÀNH**, đi đến chiến thắng cuối cùng: **GIẢI THỂ CHẾ ĐỘ CSVN, CHỐNG XÂM LĂNG TRUNG CỘNG.**

B/ **Tiến Trình Vận Động**:

Tiếp theo các việc làm tiên khởi nói trên là thực hiện "Tiến trình Vận Động Liên Minh" có thể chia làm 3 giai đoạn:

Giai Đoạn I: Thành Hình **Trục Vận Động:**

1- Thành hình trục Vận Động: Có từ 3 đến 5 Tổ Chức Hội Đoàn năng động tiên khởi họp bàn nghiêm chỉnh để thực hành Tiến Trình Vận động.

2- Chọn Danh Xưng của Liên Minh (Chọn 1 trong 3 danh xưng sau đây)

* Liên Minh Dân Tộc Việt Nam

* Liên Minh Dân Chủ Tự Do

* Liên Minh Dân Tộc Việt (chỉ cần 5 chữ ngắn gọn vẫn đầy đủ ý nghĩa)

1- Quyết định thời gian Vận Động –Quyết định họp định kỳ (hàng tuần hay nửa tháng) bắt đầu từ ngày… Tháng… . Năm 2017… Phân chia công tác vận động, Báo cáo kết quả vận động trong các buổi họp định kỳ

2- Thảo và phổ biến Văn Thư Vận Đông- Bắt đầu vận động từng cá nhân, Nhân sĩ, từng Tổ Chức Hội Đoàn tại các địa phương…

GIA ĐOẠN II:

1- Tiếp tuc vận động các Tổ chức Hội đoàn các Cộng đồng tại địa phương…

2- Vận động cấp Vùng và Cấp trung Ương bằng cách "***tiếp cận với từng cá nhân nhân sĩ hay từng Tổ Chức Hội Đoàn để mời Tham gia Liên Minh.***

3- Thành lập Ban Vận động truyền thông cấp vùng (lấy nhân sự từ các Tổ chức, Hội đoàn tiên khởi + các hội Đoàn bạn và các nhân sĩ có uy tín tại các địa phương) lên nói chuyện hay hội thảo trên các chương trình Phát Thanh, Phát Hình tại các địa phương hay nói chung trên toàn hải ngoại về đề tài "Nhu cầu cấp thiết hình thành LIÊN MINH tranh đấu có tầm vóc, có khả năng yểm trợ TÍCH CỰC công cuộc đấu trnah Dân Chủ tại Quốc Nội. đáp ứng "Lời Khóc gọi xé lòng" của Linh Mục Tadeo Nguyễn Văn Lý… (6*)

4- Vận động các "hạt gạo cội" **trở thành các Ủy Viên tham gia Ủy Ban Điều Hợp Trung Ương.**

5- Vận động các Tổ chức, Hội Đoàn, Cộng đồng Bạn **trở thành cácTổ Chức Hội Đòan Chủ Lực** (dấn thân+năng động) **của Liên Minh** theo nguyên tắc "*Sinh Động Mở (Living open System)*

6- Vận động các các giới (Cao niên, Trung Niên. Thanh Niên, Phụ Nữ…) vận động Quốc Dân Việt hậu thuẫn và tham gia Liên Minh.

7- Báo cáo thành quả Vận Động trong các buổi hợp định kỳ..

8- Tham gia các công tác yểm trợ đấu tranh Dân Chủ Quốc Nội do các Tổ chức Hội Đoàn bạn hay Ban Đại Diện Cộng đồng địa phương phát động.

9- Chuẩn bị kế hoạch, nhân sự và phương tiện hình thành các

Trung Tâm Tích cực Yểm Trợ Đấu tranh Dân Chủ Quốc Nội tại mỗi miền, mỗi địa phương.

GAI ĐOAN III:

1- Tiếp tục và đẩy mạnh 9 (chín) công tác thuộc Giai Đoạn II nói trên đi đến kết quả thực tế, thực sự tốt đẹp.

2- Tập chú vào 4 công tác chính của Gia Đoạn III là:

* Vận động các Ủy Viên Tham gia Ủy Ban Điều Hợp Trung Ương

*Vận động các Cộng đồng, Tổ Chức Hội Đoàn tham gia Liên Minh

* Chuẩn bị Nhân sự, Phương tiện hình thành các Trung Tâm Điều Hợp các miền, trực thuộc Ủy Ban Điều Hợp Trung Ương.

* Vận động các cá nhân, các tổ chức Hội Đoàn có khả năng và sở trường tổ chức các buổi Đại Nhạc Hội Văn Nghệ Đầu Tranhh Gây Quĩ Yểm Trợ Quốc Nội.

3- Tổng kết Thành quả Vận động + Rút ưu khuyết điểm tiến trình vận Động Liên Minh. Căn cứ vào tổng kết thành quả vận động hầu đi tới quyết định- có thể tổ chức Lễ Ra Mắt Liên Minh được chưa?- Hay phải gia tăng thêm thời gian vận động. (Ấn định thời gian gia tăng vận động cuối cùng).

4- Soạn thảo chương trình Hành Động của Liên Minh- đề Công Bố trong buổi lễ RA MẮT LIÊN MINH… ..

5- Ấn định thời gian, chọn địa điểm và chuẩn bị chương trình thực qui mô và chu đáo cho buổi lễ RA MẮT LIÊN MINH.

VI- Kết luận:

Muốn thành lập Liên Minh có tầm vóc, có hiệu năng Tích Cực Vận Động Yểm Trơ Đấu Tranh Dân Chủ Quốc Nội –Chúng ta ý thức rằng đây là công việc vô cùng khó khăn và phức tạp. Nhưng vào **giờ thứ 25 của Lịch Sử Đấu Tranh một mất một còn giữa Người Việt Quốc Gia yêu chuộng Tự Do** Dân Chủ Nhân Quyền và Tà quyền CSVN**, cấu kết với Kẻ thù truyền kiếp xâm lăng Trung Cộng**- hay nói theo Linh Mục Tadeo Nguyễn Văn Lý đây là: "**Cuộc Chiến Cuối Cùng** Quốc Dân Việt không thắng là chúng ta mất nước hoàn toàn vào tay Trung Cộng" nên chúng ta không thể nào không dốc "**Toan Tâm Toàn Chí, Toàn Lực** vào cuộc Vận Động thành công Liên Minh quan trọng bậc nhất này.

Ngoài **QUYẾT TÂM CAO ĐỘ VẬN ĐỘNG HÌNH THÀNH LIÊN MINH**, chúng ta biết **Phản Tỉnh thâm uyên, biết rút ưu khuyết điểm** của các tổ chức Hội Đoàn chống cộng trước đây để tìm ta **Giải Pháp, Phương Pháp Vận Động Mới**. Hơn thế nữa chúng ta ***vừa thành tâm đấu tranh vừa Cầu Nguyện***, Tin tưởng vào các đấng Thiên Liêng Hồn Thiêng Sông Núi sẽ phù trì cho công cuộc đấu tranh của QUỐC DÂN VIỆT Cứu Nguy Tổ Quốc, Cứu Dân và Cứu chính mình. Chúng ta tin tưởng mãnh liệt vào "**Tâm Linh Việt", "Thần Trí Việt", "Con Mắt Việt", "Chiến Lược Việt", "Sách Lược Việt" và "Hành Động Việt"...** sẽ dẫn đưa cuộc đấu tranh Chống Xâm Lăng Trung Cộng, và cuộc đấu tranh cho Dân Chủ Tự Do Nhân Quyền Tất Thăng và Toàn Thắng tại Việt Nam.

San Jose Kỷ Niệm Ngày Quân Lực 19-6-2017

Chu Tấn

Chú Thích:

(1*) Hội Đồng Cố Vấn bao gồm Quí vị Đại Diện các Tôn Giáo, các bậc Tôn Trưởng và các Nhân Sĩ Cao Trọng trong Cộng đồng Hải Ngoại rất quan trọng vì đây là cuộc Vận Động Lịch Sử của TOÀN DÂN VIỆT.

(2*) Hội Đồng Đại Biểu hay Hội Đồng Đại Diện các Cộng đồng, các Tổi Chức, Hội Đoàn, Đoàn Thể giữ vai trọ LẬP PHÁP VÀ LẬP QUI của Liên Minh.

(3*) Hội Đồng Giám Sát giữ vai trò Kiểm Soát việc thực thi Hiến Chương, Nội Qui của Liên

Minh và là Cơ Quan Kiểm Soát Tài Chánh của Liên Minh nhằm bảo toàn và phát huy Uy Tín, Danh Dự của Liên Minh.

(4*) Để tránh khuyết điểm của các đa số các tổ chức Chống Cộng trước dây, sau khi Bầu Hội Đồng Điều Hành hay Hội Đồng Điều Hợp (HĐĐH) Trung Ương là các Thành viên trong Hội Đồng Điều Hợp theo quán tính thường tín nhiệm 100% vị Chủ tịch -đồng nghĩa với việc "khoán trắng" - cho Vị Chủ tịch HĐĐH muốn làm gì thì làm.! Hoặc ngược lại vị Chủ tịch HĐĐH sau khi nhâm chức, vì thiếu nhân sự và phương tiện tài chánh nên cũng **không mấy sốt sắng tổ chức Sinh hoạt Tổ Chức Hội Đoàn mình** -Lấy lý do, có Hop hành nhiều cũng thế thôi! nên dẫn đến tình trạn g "***Một Tổ Chức không sinh hoạt là một tổ chức chết-*** *hay mốt tổ chức mà ít sinh hoạt (Cùng lắm là Xuân Thu nhị kỳ!) thì Tổ Chức đó sẽ "**ngắc ngoải**"... làm sao phát triển tổ chức được nên rơi vào tình trạng "**Dâm Chân Tại Chỗ**".* Để không phạm vào các "Khuyết Điểm" – hay "Vết xe đổ" nói trên nên chúng ta phải cải tiến mạnh bạo áp dụng theo **Phương Pháp Vận Động Mới.. .** Chúng ta không thành lập HĐĐH mà đổi tên thành **ỦY BAN ĐIỀU HỢP TRUNG ƯƠNG, không bầu Chủ tịch** mà **chỉ bầu Tổng Thư Ký, và bầu các Uy Viên Trung Ương theo tiêu chuẩn có khả năng +Tinh Thần Dân Thân Năng Động –Chú trọng đến PHẨM hơn là LƯỢNG,** *tạo ra Sinh Phong cách mạng Mới,* đồng thời thổi vào *Cộng đồng hải ngoại* ***một luồng Sinh Khí Mới***. Có như vậy chúng ta mới được Các Cộng đồng, các Tổ Chức Hội Đoàn Bạn và quần chúng tin tưởng, là tiền đề tạo ra **CHẤT XÚC TÁC MỚI, TẠO RA SỨC HÚT MỚI**. Đây cũng là Kỹ Thuật và là Bí Quyết Vận Động Thành Công **của Liên Minh.**

(5*) *Công tác Vận động và mời các Ủy Viên có khả năng + có tinh thần Dân Thân Năng Động tham gia Ủy Ban Điều Hợp Trung Ương* là một trong 3 công tác quan trọng hàng đầu **của Liên Minh.**

(6*) Vì không gian Hải Ngoại quá rộng lớn nên việc Thành lập các **Trung Tâm Vận Động Yểm Trợ Đấu Tranh Dân Chủ Quốc Nội các Miền** –(tại Hoa Kỳ và Uc châu. Canada...) hay tại các Quốc Gia (Âu Châu) trực thuộc **Ủy Ban Điều Hợp Liên Minh Trung Ương**- là nhu cầu hợp lý, cấp thiết và vô cùng quan trọng.

(7*) Cần Thành lập các Ban Vận Động Truyền Thộng Cấp Miền... có kế hoạch Vận động truyền thông mạnh mẽ... mới gây được **bầu Không khí sôi nổi rất cần thiết** cho việc Hình Thành Liên Minh Tranh Đấu Có Tầm Vóc, có Hiệu Năng...

SỰ RA ĐỜI CỦA LIÊN HIỆP HỘI ĐỒNG QUỐC DÂN VIỆT NAM

I- DẪN NHẬP:

Tới nay, người Việt tỵ nạn cộng sản đã trải qua 43 năm lưu vong, tinh thần chống cộng của người Việt hải ngoại rất kiên cường và dũng mãnh, song tiếc thay chúng ta vẫn chưa ngồi lại được với nhau để hình thành một lực lượng lớn, một tổ chức lớn có khả năng giải thể hay chuyển hóa chế độ Cộng sản! Trong bối cảnh nói trên, Ban Vận Động thành lập Liên Hiệp Hội Đồng Quốc Dân Việt Nam (LHHĐQDVN) đã ra mắt tại Nam Cali trong tháng 11 Năm 2017, Liên Hiệp Hội Đồng Tôn Giáo Việt Nam (LHHĐT-GVN) được thành lập ngày 25 tháng 12 Năm 2017 và Ban Vận Động thành Lập Liên Hiệp Hội Đồng Quốc Dân Việt Nam/ Bắc Cali cũng đã làm lễ ra mắt ngày 10 tháng 3 năm 2018. Nhằm tìm hiểu thêm về Mục đích, Chủ trương Đường lối của Tổ Chức mới đầy triển vọng này, trong phạm vi bài tham luận, chúng tôi xin tuần tự đề cập tới:

- Liên Hiệp Hội Đồng Quốc Dân Việt Nam ra đời, đáp ứng nhu cầu lịch sử.

- Tiềm năng và các điểm mạnh của LHHĐQDVN.

- Tôn Chỉ, Mục Đích, Lập Trường của LHHĐQDVN.

- Thực hiện Sứ Mạng, Chiến Lược, Sách Lược và Chương Trình Hành Động của LHHĐQDVN.

***

II- LIÊN HIỆP HỘI ĐỒNG QUỐC DÂN VIỆT NAM RA ĐỜI ĐÁP ỨNG NHU CẦU LỊCH SỬ:

Tổ Quốc và Dân Tộc VN đang lâm nguy, thật sự đã lâm nguy bởi bọn bành trướng Bắc Kinh xâm lược, chúng cưỡng chiếm biển đảo VN, xây căn cứ quân sự, để trấn áp các nước trong vùng và âm mưu làm bá chủ toàn cầu. Bọn cầm quyền CSVN là bọn hèn hạ đã nhận hối lộ, cúi đầu làm ngơ để cho bọn xâm lược Bắc Kinh chiếm các yếu điểm chiến lược trên lãnh thổ VN, ngụy trang bằng những xí nghiệp trá hình đến khi có biến, thì các xí nghiệp này sẽ biến thành những thành lũy quân sự và hàng ngàn, hàng vạn công nhân mà chúng mang từ bên Tầu sang, sẽ biến thành những tay súng để sát hại dân ta và chiếm lấy quê hương ta. Ôi quê hương VN, một giải giang sơn gấm vóc do Tổ Tiên ta, dày công xây dựng và gìn giữ nay sắp phải bị giặc Tầu chiếm đoạt.. .

Từ ngày bọn C. S. V. N cầm quyền cai trị, đất nước VN đã bị tụt hậu, xã hội suy đồi tàn tạ. Từ một xã hội nhân bản, bao dung, nay trở thành một xã hội đầy hận thù, tôi ác và lừa đảo. Chúng đã dùng bộ máy công an và côn đồ thẳng tay đàn áp và cướp đoạt đất đai của người dân vô tội, chúng đã làm ngơ để cho giặc Tầu đưa thức ăn bẩn len lỏi qua cửa khẩu để đầu độc dân ta. Ôi đồng bào ta, con của mẹ Ậu Cơ, nếu không ngăn chặn kịp thời thì dân tộc VN sẽ bị diệt vong.. .. Đành làm ngơ được sao? Hỡi con dân nước Việt, hỡi con cháu Lạc Hồng. Đành lòng làm ngơ sao được trước cảnh nước mất nhà tan, dân tình thảm khổ bởi bọn đầu sỏ CSVN đã hèn với giặc, mà tàn ác với dân và bọn giặc Tầu dã man xâm lược kẻ thù truyền kiếp của dân Tộc Việt Nam ? (Trích diễn văn Khai mạc Buổi Lễ Ra Mắt Ban Vận Động thành lập LHHĐQDVN ngày 10-3-2018 của ông Bùi Hữu Vị Trưởng Ban Tổ Chức).

Trước hiểm họa mất nước đã gần kề, Dân tộc VN trên hố thẳm diệt vong, nên sự hình thành Liên Hiệp Hội Đồng Quốc Dân Việt Nam để cứu nguy Tổ Quốc, cứu nước, cứu dân và cứu chính mình là nhu cầu bức thiết của Lịch sử và cũng là trách nhiệm, là sứ mạng của tất cả mọi người con Dân Việt chúng ta.

III- TIỀM NĂNG VÀ NHỮNG ĐIỂM MẠNH CỦA LIÊN HIỆP HỘI ĐỒNG QUỐC DÂN VIỆT NAM:

Ai cũng công nhận việc “Đại đoàn kết Quốc Dân” để cứu nguy Tổ Quốc là việc vô cùng cần thiết và cấp bách, song đây cũng là việc làm khó khăn vô cùng. Trước đây đã có nhiều cá nhân hay tổ chức, đứng ra kêu gọi “Đại đoàn kết quốc dân” song chỉ đạt được kết quả rất giới hạn, rất khiêm tốn, nếu không muốn nói là thất bại! Rút kinh nghiệm từ những khuyết điểm của các cá nhân và tổ chức đi trước, lần này Liên Hiệp Hội Đồng Quốc Dân có nhiều triển vọng thành công nhờ có tiềm năng và những thế mạnh, điểm mạnh sau đây:

Điểm mạnh thứ nhất:

Chọn đúng thời điểm để thành lập Liên Hiệp Các Hội Đồng Quốc Dân Việt Nam.

Thực ra Tổ Quốc VN đã lâm nguy từ 3, 4 thập niên về trước, chứ không phải đến bây giờ mới lâm nguy. Nhưng đến nay, bước sang năm 2018 -chỉ còn 2 năm nữa -là đến kỳ hạn của Hội Nghị Thành Đô-năm1920- CSVN sẽ chính thức dâng nước Việt Nam cho Tầu. Theo mật ước Thành Đô, Việt Nam sẽ bị sát nhập vào nước Tầu trở thành một tỉnh nội thuộc Tầu như số phận của Tân Cương, Tây Tạng không hơn không kém!

Do vì đại họa mất nước của dân tộc VN, quá cấp bách, *sự tồn vong của Tổ Quốc* được tính hàng tuần hay hàng ngày.. . Có thể nói đây là cuộc đấu tranh cuối cùng, có tính chất *sinh tử: "một mất một còn*" giữa người Việt Quốc Gia và tà quyền Việt Cộng thông đồng với ngoại bang "rước voi về dày Mả Tổ" *Năm 2018 là thời điểm "cấp bách nhất" và cũng "thuận lợi nhất"* để tiến hành cuộc vận động lịch sử kêu gọi toàn dân *cùng tham gia vào "Liên Hiệp Hội Đồng Quốc Dân Việt Nam*" nhằm "Cứu Quốc giữ nòi", chống giặc "nội xâm Việt Cộng" và chống "xâm lăng Trung Cộng. "

Điểm mạnh Thứ Hai:

Ngày 25 Tháng 12 Năm 2017 Hội Đồng Liên Hiệp Tôn Giáo Việt Nam đã được thành lập:

Cộng Sản Việt Nam theo lệnh cộng sản Quốc tế, nay là đảng cộng sản Tầu với bản chất "Vô Thần" và chủ trương "Tam vô": Vô Tổ Quốc, vô Gia đình, vô Tôn Giáo. Để chống giặc CS "Vô Thần", người Việt Quốc Gia phải mở mặt trận "Hữu Thần" mới giải thể được chế độ CS. Đây là lý do quan trọng nhất, Liên Hiệp Hội Đồng Tôn Giáo Việt Nam chính thức được thành lập ngày 25 Tháng 12 năm 2017 tại Santa Ana Nam California Hoa Kỳ gồm đại diện 6 tôn giáo: Phật Giáo, Phật Giáo Hòa Hảo, Công giáo, Tin lành Giáo, Cao Đài Giáo và đặc biệt vị đại diện Anh Giáo (linh mục là Phụ Nữ) cùng liên hiệp với nhau chống giặc Vô Thần CS. Có người hỏi Liên Hiệp Hội Đồng Tôn Giáo Việt Nam lập ra để làm gì? và giữ vai trò gì trong Liên Hiệp Hội Đồng Quốc Dân Việt Nam?.

Liên hiệp Hội Đồng Tôn Giáo Việt Nam và Liên Hiệp Hội Đồng Quốc Dân Việt Nam là cùng một tổ chức hay là hai tổ chức khác nhau? Chúng tôi xin thưa: Liên Hiệp Hội Đồng Tôn Giáo Việt Nam lập ra nhằm 3 mục đích chính:

Một: Liên lạc, Phối hợp với Hội Đồng Liên Tôn và phong trào đấu tranh Dân Chủ, Tập Hợp Quốc Dân Việt tại quốc nội để tranh đấu cho quyền Tự Do Tôn giáo, tranh đấu cho Dân Chủ, Tự Do Nhân Quyền cho toàn dân Việt Nam.

Hai: Cố vấn Cho Liên Hiệp Hội Đồng Quốc Dân Việt Nam về phương diện tâm linh, tinh thần cũng như về sách lược đấu tranh.

Ba: Cùng liên lạc phối hợp nhịp nhàng với Hội Đồng Liên tôn quốc nội kêu gọi tín đồ các tôn giáo cùng đứng lên đòi Tự Do Dân Chủ, Nhân Quyền toàn thắng tại Việt Nam.

Nhằm thực hiện 3 mục đích nói trên nên Liên Hiệp Hội Đồng Tôn Giáo Việt Nam và Liên Hiệp Hội Đồng Quốc Dân Việt Nam cùng chung một tổ chức, vai trò có khác nhau, nhưng cùng theo đuổi một mục đích một cứu cánh chung. Đây không những là điểm mạnh mà còn là một sắc thái đặc thù của Liên Hiệp Hội Đồng Quốc Dân Việt Nam.

Điểm Mạnh Thứ Ba:

Liên Hiệp Hội Đồng Quốc Dân Việt Nam là một "tổ chức Mở": liên kết nhiều Hội Đoàn, Đảng phái, các Cộng đồng, các Lực lượng, các Phong trào, các Tập hợp, các Nhân sĩ, có cùng mục đích và lập trường Quốc Gia chân chính, cùng ngồi lại với nhau, hình thành một bộ tham mưu chung, một cơ chế lãnh đạo chung, hình thành Chủ Lực Cách Mạng Quốc Dân.

Điểm Mạnh Thứ Tư:

Liên Hiệp Hội Đồng Quốc Dân Việt Nam không chủ trương "*lãnh tụ chế*", cũng không là tổ chức bao trùm lên các tổ chức khác, mà là một **tổ chức chung liên hiệp** nhiều cá nhân và các tổ chức thành viên. Nói cách khác, các cá nhân và các tổ chức thành viên tham gia trong LHHĐQD VN vẫn giữ nguyên "Tử số" (là danh xưng, các sắc thái đặc thù của tổ chức mình,) và chỉ cùng một "**Mẫu Số Chung**" là Liên Hiệp Hội Đồng Quốc Dân VN.

Điểm Mạnh Thứ Năm:

Liên Hiệp Hội Đồng Quốc Dân Việt Nam chủ trương phối hợp hàng ngang các Hội Đoàn và xây dựng "*Tổ Chức Từ Dưới Lên*" để có nền tảng vững chắc sâu rễ bền gốc trong Cộng đồng Hải Ngoại và Quốc Nội.

Điểm Mạnh Thứ Sáu:

Liên Hiệp Hội Đồng Quốc Dân Việt Nam đặt trọng tâm vào 5 công tác lớn:

- Xây dựng và Phát Huy Niềm Tin, lòng yêu nước và tinh thần bất khuất ngàn đời của dân tộc Việt Nam.

- Xây dựng và Phát Huy sức Mạnh Cộng đồng

- Xây dựng và Phát Huy sức Mạnh Tổng hợp của Dân Tộc

- Liện hiệp, Phối hợp và Đồng hành công tác đấu tranh với các Hội Đoàn bạn, với Cộng đồng Người Việt Quốc Gia Liên Châu cùng các cộng đồng địa phương tại Hải Ngoại.

- Liên hiệp, phối hợp và Đồng Hành công tác đấu tranh với Phong Trào Dân Tộc Tư Quyết, Tập Hợp Quốc Dân Việt và Phong Trào Dân Chủ hóa Việt Nam tại Quốc Nội

Điểm Mạnh Thứ Bảy:

Liên Hiệp Hội Đồng Quốc Dân Việt Nam chủ trương "**Tri Hành Sống Hợp Nhất**": Một lời nói, một Hành động và thể hiện trong "nếp Sống Cá nhân" "Tập Thể", và "Toàn thể Quốc dân". Điểm Mạnh Thứ Tám:

Liên Hiệp Hội Đồng Quốc Dân đặc biệt chú trọng đến việc vận động Giới Trẻ, Vận Động tín đồ các Tôn Giáo, (*nhất là 10 triệu tín đồ Công Giáo và 7 triệu tín đồ Phật Giáo Hòa Hảo vốn là khắc tinh của CS VN*) Vận động Dân Oan, Vận động Trí thức, Nông dân, Công nhân, và Vận động Quần chúng đứng lên đáp lời sông núi, giải thể chế độ độc tài CS, mở trang sử mới cho Dân Tộc.

Điểm Mạnh Thứ Chín:

Liên Hiệp Hội Đồng Quốc Dân Việt Nam chủ trương **5 Thế hệ một tấm lòng.**

- Thế hệ Thiếu Niên.
- Thế hệ Thanh Niên.
- Thế Hệ Tráng Niên.
- Thế hệ Trung Niên.
- Thế Hệ Cao Niên.

5 Thế Hệ cùng Vận Động Lịch Sử.. . làm "*Bừng lên Sức Sống Quốc Dân,* xô ngã bạo Quyền Việt Cộng và Chống xâm Lăng Tầu Cộng, bảo vệ sư vẹn toàn lãnh thổ lãnh hải của Tổ Quốc.

IV-TÔN CHỈ, MỤC ĐÍCH, LẬP TRƯỜNG CỦA LIÊN HIỆP HỘI ĐỒNG QUỐC DÂN VIỆT NAM.

1- **Tôn Chỉ**: Liên Hiệp Hội Đồng Quốc Dân Việt Nam vận dụng Triết Lý Nhân Bản và Nhân Chủ phối hợp với Thực Thể Chính Trị Quốc Dân làm ngọn đuốc soi đường, làm tôn chỉ cho công cuộc Cứu Quốc và Kiến Quốc.

2- **Mục Đích:** Liên Hiệp Hội Đồng Quốc Dân Việt Nam quyết tâm thực hiện hai sứ mạng chính sau đây:

a. Cứu nguy Tổ Quốc, chống giặc ngoại xâm Tàu Cộng và giặc nội xâm Việt Cộng, bảo vệ sư vẹn toàn lãnh thổ và lãnh hải Việt Nam.

b. Xây dựng một chế độ Dân Chủ Pháp Trị, tam quyền phân lập, đa nguyên đa đảng để cùng toàn dân đóng góp vào công cuộc xây dựng và tái kiến thiết đất nước Việt Nam.

3. Lập Trường: Liên Hiệp Hội Đồng Quốc Dân Việt Nam kiên định sau đây:

a. Đặt quyền lợi của Tổ Quốc lên trên hết.

b. Hợp tác, và liên hiệp với tất cả các Tổ chức, Đảng phái, các Cộng đồng, Hội Đoàn, Đoàn Thể, trong và ngoài nước có cùng chung một mục đích đấu tranh cho một Việt Nam Tự Do, Dân Chủ, Nhân Quyền.

c. Chuyển hóa thể chế chính trị độc tài toàn trị CS bằng thể chế Chính trị Dân Chủ Pháp Trị, Đa Nguyên Đa Đảng theo khát vọng của toàn dân.

d. Thế hệ Thiếu Niên, thế hệ Thanh Niên, thế hệ Tráng niên, thế hệ Trung Niên, và Thế Hệ Cao Niên: Năm thế hệ một tấm lòng quyết tâm vận động lịch sử.. ..

e. Phục hồi Việt Tính, Phát Huy Văn Hóa Văn Hiến Việt Nam, Hòa Đồng Tôn Giáo và Hòa Đồng Dân Tộc.

f. Thực hiện cuộc cách mạng Dân Chủ Toàn Dân (Grass Roots Democracy) và cũng là cuộc cách mạng Dân Chủ "Đa Nguyên Đa đảng".

g. Tổ chức Liên Hiệp Hội Đồng Quốc Dân Việt Nam theo tinh thần Bình Đẳng Dân Chủ, Hài Hòa của Việt Tính và theo nguyên tắc Sinh Động mở (Open living System)

h. Kêu gọi đảng viên Cộng Sản sám hối, trở về với Dân Tộc.

V- THỰC HIỆN SỨ MẠNG, CHIẾN LƯỢC, SÁCH LƯỢC VÀ CHƯƠNG TRÌNH HÀNH ĐỘNG CỦA LHHĐQDVN.

*** Hai Sứ Mạng, Hai Phương Án lớn:**

Nhằm thưc hiện hai Sứ mạng Cứu Quốc và Kiến Quốc LH-

HĐQDVN cần nghiên cứu chuẩn bị và thực hiện 2 Phương Án lớn: **Cứu Quốc** và **Kiến quốc** (Phương lược Kiến Quốc, Hưng Quốc sẽ phổ biến sau. Hiện nay ưu tiên công bố các chiến Lược Cứu Quốc)

A- **Chiến lược Cứu Quốc:**

1- Chiến Lược Đại Đoàn kết Quốc Dân nối kết, liên hiệp trong và ngoài nước.

2- Chiến Lược thành lập Liên Hiệp Hội Đồng Tôn Giáo Việt Nam và Liên Hiệp Hội Đồng Quốc Dân Việt Nam.

3- Chiến lược xây dựng và kết tinh Chủ Lực Cách Mạng trong và ngoài nước.

4- Chiến Lược xây Dựng và phát huy sức mạnh Cộng đồng.

5- Chiến Lược Phát huy Sức Mạnh Dân Tộc.

6- Chiến Lược truyền Thông- Tình Báo- và phản tình báo -hải Ngoại và Quốc Nội.

7- Chiến Lược xây dựng mạng Lưới Liên Hiệp Quốc Dân toàn hải ngoại.

8- Chiến Lược tiếp cận, móc nối, tạo cơ hội "Diễn biến hòa bình" và "Tự diễn biến hòa bình", ngay trong Bộ Chính trị, Trung ương Đảng CSVN, trong Mặt Trận Tổ Quốc, và ngay trong hàng ngũ Quân Đội, Công An cộng sản.

9- Chiến Lược Tam Vận-Tam Lực:

- CL Tam Vận:

+ Quốc Nội Vận.

+ Cộng đồng vận.

+ Quốc Tế Vận.

- CL Tam Lực:

@ Quốc Nội là Chủ Lực

@ Cộng đồng Hải Ngoại là Tiếp Lực.

@ Quốc Tế là Viện Lực

10- Chiến Lược xây dựng và phát huy:

+ Thực Thể Văn Hóa Quốc Dân

+ Thực thể Chính Trị Quốc Dân

+ Thực thể kinh Tế Quốc Dân

B-20 Sách Lược Căn Bản

1- Sách Lược thành lập LHHĐQDVN theo phương thức kết hợp hàng ngang và hình thành tổ chức từ dưới lên để có nền tảng vững chắc trong lòng Dân Tộc Quốc Dân.

2- Sách Lược thành lập Bộ Tham Mưu Chung LHHĐQDVN gồm những Nhân sĩ và Đại Diên các Tổ chức Hội đoàn theo nguyên tắc Bình Đẳng, Dân chủ và làm việc theo tinh thần "Team Work".

3- Sách Lược liên kết xây dựng và đồng hành đấu tranh với các Hội Đoàn bạn và Cộng đồng, sâu rễ bền gốc trong Cộng đồng địa phương hải ngoại.. .

4- Sách lược quảng bá truyền thông "cấp vùng", "cấp tỉnh bang" và "Tiểu Bang" phổ biến tin tức sin hoạt LHHĐQDVN sâu rộng trong quần chúng.

5- Sách lược kiện toàn và phát triển tổ chức LHHĐQD trên qui mô Hải ngoại- và Quốc Nội

6- Sách Lược Liên kết Đấu Tranh Hải Ngoại- Quốc Nội.

7- Sách lược đấu tranh Dân Chủ Hóa tại Việt Nam.

8- Sách lược tổ chức cơ sở quần chúng tại quốc nội (Hoạt động công khai, bán công khai và bí mật)

9- Sách lược chuyển hóa chế độ độc tài toàn trị CS thành thể chế chính trị Dân Chủ thực sự đáp ứng nguyện vọng của toàn dân.

10- Sách lược Toàn dân Công Tâm

11- Sách lược Hòa Đồng Dân Tộc.

12- Sách lược Bộ Đội vận, Công An vận và Quần Chúng Tôn giáo Vận.

13- Sách Lược tình báo và phản tình báo.

14- Sách lược "Giữ lửa", "Nuôi lửa" "Tụ lửa". "Đốt lửa và Lên tiếng.. ..

15- Sách lược Đặc Nhiệm(Đánh thẳng vào các trung tâm đầu não Bộ Chính trị CS, đồng thời vô hiệu hóa các công cụ bạo lực, cường hào ác bá đỏ)

16- Sách Lược tích cực yểm trợ và vận động đồng bào tham gia cao trào đấu tranh Dân Chủ, Tự Do, Nhân Quyền toàn thắng tại Việt Nam.

17- Sách Lược khai thác mâu thuẫn trong đảng CSVN dẫn tới tình trạng "**Ly trung tự hoại**" (Các phe phái mâu thuẫn về ý hệ-cần tìm con đường sống: Theo Tầu? hay theo Mỹ? hay theo Dân Tộc? - Mâu thuẫn vì tranh Quyền đoạt Lợi xé đảng Cộng sản thành nhiều mảnh hủy hoại lẫn nhau)

18- Sách Lược đòi hủy bỏ các điều luật hình sự mơ hồ, phi lý, phi pháp, trà đạp nhân quyền như điều 79, 88, 258 cũ, 109, 117, 331 mới)

19- Sách lược toàn dân đấu trnah đòi hủy bỏ điều 4 Hiến Pháp.

20- Sách Lược toàn dân đấu tranh đòi bầu cử Tự Do.

21- Sách Lược Toàn dân Vận đông Quật khởi chuyển hóa chế độ Cộng sản.

6 Sách Lược Đột Phá:

1. Sách lược thu hút thế hệ trẻ tích cực tham gia Liên Hiệp Hội Đồng Quốc Dân Việt Nam để cứu nguy Tổ Quốc.

2. Sách lược tham gia, và tiếp tay mở rông phong trào biểu tình hàng tuần tại hải ngoại yểm trợ đấu tranh Quộc Nội.

(Hiện nay tại San Jose do nhóm Thanh niên thiện chí đã có sáng kiến tiên khởi phối hợp biểu tình hàng tuần -tới nay là tuần lễ thứ 99 -Paris đã phối hợp biểu tình 56 lần, Tại Vancouver Canada đã biểu tình mỗi khi tuyết không nhiều.. . Liên Hiệp Hội Đồng Quốc Dân Việt Nam sẽ tiếp tay mở rộng "Phong trào biểu tình hàng tuần" lan rộng trên nhiều nơi tại hải ngoại)

3- Liên Hiệp Hội Đồng Quốc Dân sẽ thường xuyên mở những cuộc hội thảo tố cáo chủ trương chính tri bán nước, Kinh tế Tụt hậu, Văn Hóa suy đồi của đảng CSVN, nhất là chủ trương xóa bỏ ngôn ngữ Việt, xóa bỏ sử Việt, Mở rộng biên giới rước Quân Tầu sang đồng hóa, Hán hóa Dân tộc Việt Nam.

4- Liên Hiệp Hội Đồng Quốc dân Việt Nam có kế hoạch yểm trợ và phát huy sức Mạnh Cộng đồng.

5- Liên Hiệp Hội Đồng Quốc Dân Việt Nam **sẽ tạo chất xúc tác,** "Đại Đoàn kết Quốc Dân" quyết tâm "*Diệt Kẻ Nội Thù, Chống Quân Xâm Lược*".

6- Liên Hiệp Hội Đồng Quốc dân Việt Nam sẽ đưa ra Phương thức Tổ chức Mới, sách lược đấu trnah mới hình thành chủ thể Văn Hóa Quốc Dân, Chủ Thể Chính Trị Quốc Dân.

Chương trình Hành Động của Ban Vận Động LHHĐQD:

1- Tiếp tục tiến trình Vận động thành lập Liên Hiệp Hội Đồng Quốc Dân: Sau khi làm lễ ra mắt Ban Vận Dộng tại Nam California và Bắc Cali (Ngày 10-3-2018) sẽ tiếp tục làm lễ ra mắt Ban Vận Động thành lập LHHĐQDVN tại Florida, tại Houston Taxas, tại nhiều tiểu bang và các thành phố lớn tại Hoa Kỳ, Âu châu, Úc châu.. . và cuối năm 2019 sẽ chính thức làm lễ ra mắt Liên Hiệp Hội Đồng Quốc Dân VN tại Nữu Ước hay Washington D. C.

2- Tham gia các cuộc biểu tình hàng tuần tại tiền đình thành phố San Jose và tiếp tay với đoàn thanh niên Dân chủ mở rộng Phong trào Biểu tình hàng tuần trên nhiều nơi khác tại hải ngoại.

3-Ban vận động sẽ phổ biến Mục đích Chủ trương Đường lối của tổ chức trên các cơ quan truyền thông, tiến tới mở một Werbsite của LHHDQDVN và mở rộng mạng lưới LHHĐQDVN toàn cầu.

4- LHHDQDVN tiếp tay với Ủy Ban chống tay sai Việt Gian cộng sản tại Nam Cali và quyết tâm bẻ gẫy nghị quyết 36 của CSVN.

5- LHHĐQDVN tích cực yểm trợ và phát huy sức mạnh Cộng đồng.

6- Ban Vận Động LHHĐQDVN sẽ mở rộng các cuộc tiếp xúc với các vị nhân sĩ, và các tổ chưc hội đoàn bạn để thăm hỏi, và trao đổi quan điểm về hiện tình đất nước và phương thức đấu tranh mới đáp ứng nhu cầu lịch sử.

7- LHHĐQD tiếp cận và liên kết chặt chẽ với các tổ chức Hội Đồng Liên Tôn Quốc Nội Tập Hợp Quốc Dân Việt, và Phong trào đấu tranh Tự Do Dân chủ Nhân quyền cho Việt Nam.

Lời Kết:

Người xưa nói: "*Quốc Gia hưng vong thất phu hữu trách*" Là người con của dòng giống Tiên Rồng chúng ta có thể nào làm ngơ trước đại họa mất nước đã gần kề. Dân tộc Việt nam đang đứng trước hố thẳm diệt vong.. .. "*Cội nguồn ở đâu? khi thế giới này đã không còn Việt Nam ?" (*nỗi đau của nhạc sĩ Việt Khang cũng là nỗi đau chung của toàn dân).. .

Trong niềm trăn trở và nỗi đau xót tận cùng, xin quý đồng hương, đồng bào việt Nam hãy sốt sắng tham gia khối Đại Đoàn Kết Quốc Dân để chặn đứng sư xâm lăng của Tầu Cộng và có đủ sức chuyển hóa chế độ độc tài toàn trị cộng sản bằng thể chế Dân Chủ Pháp Trị, Đa Nguyên Đa Đảng nhằm cứu nguy Tổ Quốc, mở trang sử mới, cho Dân Tộc Việt Nam.

Chu Tấn

Thung lũng hoa vàng, San Jose Ngày 21 Tháng 3 Năm 2018.

BẢN TUYÊN BỐ CHUNG CỦA ỦY BAN VẬN ĐỘNG THÀNH LẬP LIÊN HIỆP HỘI ĐỒNG QUỐC DÂN VIỆT NAM

Đoàn Kết Dân Tộc – Bảo Vệ Tổ Quốc – Xây Dựng Dân Chủ

3010 W. Havard Street, Santa Ana, CA 92704

I- TỔNG QUAN:

Qua 30 năm cai trị miền Bắc (1945-1975) và tiếp theo 43 năm cầm quyền trên toàn lãnh thổ Việt Nam (1975-2018) đã chứng tỏ đảng Cộng Sản Việt Nam (CSVN) hoàn toàn không có khả năng lãnh đạo để đưa đất nước đến Tự Do, Ấm No, Hạnh Phúc! Không những thế, đảng CSVN còn áp đặt chế độ độc tài toàn trị, kìm hãm đất nước trong đói nghèo lạc hậu. Toàn dân Việt Nam trong và ngoài nước đều khắc khoải lo âu: Dân tộc Việt Nam sắp bị diệt vong - Tổ Quốc Việt Nam đang lâm nguy bởi nô lệ giặc Tàu.

II- HIỆN TÌNH ĐẤT NƯỚC:

Dưới chế độ độc tài toàn trị, CSVN chính là thủ phạm tạo ra quốc nạn và hiểm họa sau đây: - Suy thoái Luân lý Đạo Đức Dân Tộc: Việt Nam có bốn ngàn năm Văn Hiến, là một dân tộc quý trọng lễ nghĩa và chan chứa tình người. Nay xã hội Việt Nam là một xã hội tha hóa, đầy bạo lực, dối trá, và lừa đảo lẫn nhau… . - Giáo Dục bị phá sản toàn diện: Một nước hùng mạnh, tiến bô và văn minh là nhờ giáo dục nhưng nay nền giáo dục xã hội chủ nghĩa hoàn toàn bị phá sản, vô phương cứu chữa. Nạn bằng cấp giả tràn lan! Giá trị tinh thần của học vị không còn nữa! Nền giáo dục này sẽ đưa dân tộc Việt Nam đi về đâu? - Tệ nạn tham nhũng, vì không có chế độ dân chủ tam quyền phân lập, quyền hành trong nước đều tập trung trong tay quan chức Cộng Sản, lại không có tự do ngôn luận để ngăn chặn và phê phán, nên tham nhũng công khai, không có cách nào trừ diệt được. - Hiểm họa Môi Trường, cây rừng bị chặt phá, ao hồ sông ngòi bị ô nhiễm nặng. Đồng bào trong nước, đang hít thở không khí ô nhiễm, uống nước nhiễm hóa chất, và ăn thức ăn nhiễm chất độc hại! “Rừng đã hết và biển thì đang chết Những con thuyền nằm nhớ sóng khơi xa”.

(Trần Thị Lam)

- Mất chủ quyền Dân Tộc: CSVN đã lệ thuộc quá đáng vào Tàu Cộng… Đây là Quốc nhục! Hiện nay CSVN không còn chủ quyền trên thực tế. Bằng chứng là lần đi Bắc Kinh 21/06/2013 Nguyễn Phú Trọng đã ký nhiều thỏa hiệp đặt Việt Nam trong thế khống chế của Tàu Cộng. Trầm trọng nhất là cam kết tham khảo với đảng Cộng Sản Tàu – nghĩa là nhận chỉ thị của Tàu Cộng trong quan hệ đối ngoại! Cam kết như vậy thì đâu còn là Chủ Quyền của Dân Tộc Việt Nam? - Cộng Sản Việt Nam ngày càng tỏ ra yếu kém nhu nhược vì không dám mạnh dạn đương đầu với chính sách xâm lăng và bành trướng rõ rệt của Tàu Cộng trong các lãnh vực thương mại, hợp tác kinh doanh (Formosa ở Vũng Áng, khai thác Bô-Xít tại Tây Nguyên, nhà máy Nhiệt Điện tại Bình Thuận, xa lộ, đường xe lửa cao tốc Cát Linh Hà Nội.) Tranh chấp biên giới, lãnh hải tại Biển Đông. Sự xâm nhập và ảnh hưởng của Tàu Cộng vào trong bộ máy cầm quyền của CSVN càng ngày càng nhiều và trầm trọng. Tàu Cộng đã tung hàng ngàn gián điệp vào Việt Nam để theo dõi nhất cử nhất động của đương quyền Hà Nội, không ngoài mục đích trói chặt CSVN vào quĩ đạo Tàu Cộng!

Bản Tuyên Bố Chung của UB/VĐTL/LHHĐQDVN Page 2 ||4

- Cộng Sản Việt Nam dùng luật rừng, bắt cóc Trịnh Xuân Thanh tại Cộng Hòa Liên Bang Đức mang về nước. Đây là sư vi phạm trắng trợn luật pháp quốc tế và khiến cho uy tín của Việt Nam trên thế giới xuống dốc thảm hại. Để trả đũa vụ việc này, Chính Quyền Đức đã ra lệnh đóng cửa tòa Đại Sứ Đức tại Việt Nam, đình chỉ quan hệ đối tác chiến lược với Việt Nam, đồng thời trục xuất nhân viên tình báo của đại sứ quán Việt Nam. Điều đó cho thấy nếu phía Việt Nam không chính thức xin lỗi Chính Quyền Đức và cam kết không tái phạm thì Hiệp Định Thương Mại EFTA không thể được ký kết. Điều chúng ta cần lưu ý là Cộng Hòa Liên Bang Đức là quốc gia hùng cường và có uy tín nhất trong Liên Hiệp Âu Châu (EU). - Về hiện tình biển Đông; Trong trận hải chiến Hoàng Sa ngày 16-19 tháng 01 năm 1974, Tàu Cộng đã đem tầu chiến đe dọa, áp lực rồi cướp chiếm toàn bộ quần đảo Hoàng sa của Việt Nam, gồm 28 đảo, cồn đá, bãi. Trận này, Việt Nam Cộng Hòa đã hy sinh 75 tử sĩ, trong đó có Hạm Trưởng Ngụy Văn Thà. Ngày 14-3- 1988 Tàu Cộng cướp chiếm đảo Gạc Ma và tất cả 7 đảo phía Tây Bắc quần đảo Trường Sa. Điều nhục nhã là trong lần cướp chiếm biển đảo này, các chiến sĩ Hải Quân Nhân Dân (Việt Cộng) trấn giữ tại các đảo Tây Bắc Trường Sa đã được lênh từ Bộ trưởng Quốc Phòng Lê Dức Anh là “Bộ đội ta không được nổ súng, nếu như bị đánh chiếm đảo Gạc Ma hay bất kỳ đảo nào ở Trường Sa”. (Nguyên văn lời tường thuật của Tướng Lê Mã Lương nói chuyện trong buổi tọa đàm tại trung tâm minh triết của ông Lê Khắc Mai) Tướng Nguyễn Trọng Vĩnh lên tiếng về vụ này: “ông Lê Đức Anh được đưa lên làm Bộ trưởng Quốc phòng mà làm cái việc như thế là một việc phản quốc. Cái lệnh "hèn nhục, phản quốc" của Lê Đức Anh đã khiến cho 64 tử sĩ bị chết oan uổng trong phẫn hận, và đau đớn tuyệt cùng! Từ đó đến nay Tàu Cộng đã ngang ngược công bố và hành xử Hoàng Sa, Trường Sa cũng như Biển Đông Nam Á là của chúng. Chúng đã ra sức bồi đắp các bãi đá thành các hòn đảo to lớn, và xây dựng các căn cứ quân sự qui mô trên các đảo Hoàng Sa và Trường Sa của Việt Nam! để chủ trương chiếm cho bằng được biển Đông hầu làm bá chủ các Quốc Gia Đông Nam Á và tiến lên làm bá chủ toàn cầu!

III - NHU CẦU LỊCH SỬ:

Trước vận nước ngả nghiêng, Tổ Quốc Việt Nam đang lâm nguy - Dân Tộc Việt Nam sắp bị diệt vong. Toàn thể quốc dân trong và ngoài nước ý thức được nguy cơ mất nước về tay Tàu Cộng, chúng tôi xin mạnh dạn đứng ra vận động thành lập LIÊN HIỆP HỘI ĐỒNG QUỐC DÂN VIỆT NAM nhằm đáp lại tiếng gọi của Non Sông ngõ hầu cứu mình, cứu dân, và cứu nguy Tổ Quốc.

1. **Tôn Chỉ**:

Liên Hiệp Hội Đồng Quốc Dân Việt Nam vận dụng Triết Lý Nhân Bản và Nhân Chủ phối hợp với Thực Thể Chính Trị Quốc Dân làm ngọn đuốc soi đường, làm tôn chỉ cho công cuộc Cứu Quốc và Kiến Quốc.

2. Mục Đích:

Liên Hiệp Hội Đồng Quốc Dân Việt Nam quyết tâm thực hiện hai sứ mạng chính sau đây: a. Cứu nguy Tổ Quốc, chống giặc ngoại xâm Tàu Cộng và giặc nội xâm Việt Cộng, bảo vệ sư vẹn toàn lãnh thổ và lãnh hải Việt Nam. b. Xây dựng một chế độ Dân Chủ Pháp Trị, tam quyền phân lập, đa nguyên đa đảng để cùng toàn dân đóng góp vào công cuộc xây dựng và tái kiến thiết đất nước Việt Nam.

Bản Tuyên Bố Chung của UB/VĐTL/LHHĐQDVN Page 3 ||4

3. Lập Trường: Liên Hiệp Hội Đồng Quốc Dân Việt Nam kiên định sau đây: a. Đặt quyền lợi của Tổ Quốc lên trên hết. b. Hợp tác, và liên hiệp với tất cả các Tổ chức, Đảng phái, các Cộng đồng, Hội Đoàn, Đoàn Thể, trong và ngoài nước có cùng chung một mục đích đấu tranh cho một Việt Nam Tự Do, Dân Chủ, Nhân Quyền. c. Chuyển hóa thể chế chính trị độc tài toàn trị CS bằng thể chế Chính trị Dân Chủ Pháp Trị, Đa Nguyên Đa Đảng theo khát vọng của toàn dân. d. Thế hệ Cao Niên, Trung Niên, và Thế Hệ Trẻ: Ba thế hệ một tấm lòng quyết tâm xây dựng Đại Đoàn Kết Dân Tộc. e. Phục hồi Việt Tính, Hòa Đồng Tôn Giáo và Hòa Đồng Dân Tộc. f. Thực hiện cuộc cách mạng Dân Chủ Toàn Dân (Grass Roots Democracy) g. Tổ chức Liên Hiệp Hội Đồng Quốc Dân Việt Nam theo tịnh thần Bình Đẳng Dân Chủ, Hài Hòa của Việt Tính và theo nguyên tắc Sinh Động mở (Open living System) h. Kêu gọi đảng viên Cộng Sản sám hối, trở về với Dân Tộc.

4. Sách lược Đấu Tranh và Chương Trình Hành Động của Liên Hiệp Hội Đồng Quốc Dân Việt Nam sẽ được công bố trong ngày LỄ RA MẮT LIÊN HIỆP HỘI ĐỒNG QUỐC DÂN VIỆT NAM thế giới vào cuối năm 2019 tại Washington D. C. IV- Lời Cam Kết Của Ban Vận Động LIên Hiệp Hội Đồng Quốc Dân Việt Nam Ban Vận Động cam kết với Quí Đồng Bào trong và ngoài nước, quyết tâm vận động thành công LIÊN HIỆP HỘI ĐỒNG QUỐC DÂN VIỆT NAM theo đúng Tôn Chỉ, Mục Đích, và Lập Trường ghi trong Bản Tuyên Bố Chung này. Ban vận động chúng tôi chỉ là gạch nối cho thế hệ trẻ cùng toàn dân đứng lên làm nhiệm vụ lịch sử Cứu Quốc và Kiến Quốc. Nguyện xin các Đấng Thiêng Liêng và Hồn Thiêng Sông Núi chứng giám cho tấm lòng thành và lời cam kết lịch sử của Ban Vận Động Thành lập LHHĐQDVN.

IV- LỜI KÊU GỌI:

Hỡi đồng bào Việt Nam! Hơn bao giờ hết chúng ta hãy tham

gia Khối Đại Đoàn Kết Quốc Dân để chặn đứng sự xâm lăng của Tàu Cộng và có đủ sức chuyển hóa chế độ độc tài toàn trị Cộng Sản bằng thể chế Dân Chủ Pháp Trị Đa Nguyên Đa Đảng nhằm cứu nguy Tổ Quốc. Hỡi thanh niên Việt Nam! Thanh niên là rường cột của Tổ Quốc và là sức sống mãnh liệt của Quốc Dân, các bạn hãy là những Bà Trưng Bà Triệu, những Trần Hưng Đạo - Lê Lợi - Quang Trung… của thời đại mới đứng lên quyết quét sạch thù trong, giặc ngoài đem lại Tự Do - Dân Chủ - Phú Cường và Vinh Quang cho Dân Tộc Việt Nam. Hỡi những bậc lãnh đạo tôn giáo! Hãy là những ngọn đuốc soi đường trong đêm tối cho xã hội và đất nước Việt Nam! Hỡi những người đảng viên Cộng Sản! Tương lai con cháu của chúng ta sẽ đi về đâu dưới sự thống trị của Tàu Cộng? Hãy từ bỏ con đường Cộng Sản và quay trở về với Dân Tộc!

Bản Tuyên Bố Chung của UB/VĐTL/LHHĐQDVN Page 4 ||4

Nguyện hồn thiêng sông núi, anh linh của tổ tiên và các anh hùng liệt nữ phù trợ cho toàn thể con dân Việt Nam được sáng suốt, ý thức được trọng trách và nhiệm vụ lịch sử của mình, can đảm vượt qua mọi khó khăn thử thách, mở rộng trái tim yêu thương, nêu cao tinh thần bao dung, cùng nhau tích cực thực hiện sứ mệnh lịch sử của mình. Cơ trời đã đến! Lòng người như một! Lịch sử đang chuyển mình! Hãy góp phần làm ngọn đuốc soi đường trong đêm tối của xã hội Việt Nam! Hãy là ánh sáng của niềm tin và hy vọng vào sự thắng lợi của cuộc cách mạng này! Việt Nam Muôn Năm! Việt Nam vẫn mãi là Việt Nam!

BAN VẬN ĐỘNG THÀNH LẬP
LIÊN HIỆP HỘI ĐỒNG QUỐC DÂN VIỆT NAM
Ngày 10 Tháng 3 năm 2018

CUỘC CÁCH MẠNG DÂN TỘC DÂN CHỦ QUỐC DÂN NHẤT ĐỊNH THÀNH CÔNG MỞ TRANG SỬ MỚI CHO DÂN TỘC

I- BIẾN CỐ NGÀY 10 THÁNG 6 NĂM 2018:

Theo tiến trình của mật nghị Thành Đô (1990), gần đây CSVN chỉ thị cho Quốc Hội bù nhìn của chúng thông qua 3 dự luật kinh tế hành chính (gọi tắt là dự luật đặc khu) Vân Đồn (Thuộc tỉnh Quảng Ninh) Bắc Vân Phong (tỉnh Khánh Hòa) và Phú Quốc (tỉnh Kiên Giang). Chính sự kiện này đã khiến cho toàn dân sôi sục căm tức xuống đường biểu tình tạo ra biến cố Ngày 10 Tháng 6 năm 2018. Sau đây người viết xin ghi lại một vài nét chính:

10-6-2018

18h: Từ Facebooker Châu Hậu: "*Phan Thiết biểu tình*"

18h: Từ Fcaebook Đô Thành Sài Gòn: Người dân Sài Gòn vẫn tiếp tục biểu tình.

17h30': Từ Facebooker Eli Cao: "*Anh em Hà Nội tiếp tục biểu tình phản đối Luật an ninh mạng. Chiều 10/6/2018*".

Từ Fecebooker Nadal Nguyễn: "Chủ tịch Huyện chống nạnh chỉ trỏ thì ngay sau đó cấp cứu đi Sài Gòn. Trung tá, thiếu tá lật đật cởi áo hoà vào dòng người mất tích. CSCĐ, CSGT mất tích sau đó.

Không còn bóng dáng một cán bộ nào. Đường làng kẹt xe kéo dài hàng cây số thì QL1 kẹt tới đâu?

P/s: Người dân được một phen bán bánh mì cho khách kẹt xe. Một phụ nữ nói rằng: "*họ không phản động tại sao đánh họ dã man chi. Giờ thì đáng.*"

Từ Facebooker Phạm Trung Dũng: Phan Rí – Tuy Phong – Bình Thuận - Sài Gòn vẫn tiếp tục biểu tình. Tin từ Fcaebooker Nguyễn Đức Quân: "*Căng thẳng rồi*"

Từ Facebooker Nguyễn Nữ Phương Dung: "*BIỂN CĂNG ĐÉT ngay vòng xoay Lăng Cha Cả – cv Hoàng Văn Thụ: 11h30 10/6/2018 Hàng ngàn người hát bài Việt Nam Tôi Đâu, Triệu Con Tim, Trả Lại Cho Dân vang vọng khắp vòng xoay.* ***Hô to phản đối Trung Cộng & dự luật an ninh mạng!*** *Lượng người kéo tới càng ngày càng đông!*"

Từ Facebooker Anna Sương Võ: "*Dân Hố Nai – Biên Hoà biểu tình ôn hoà đồng lòng*".

Facebooker Đoàn Dũng đưa tin, tiếp tục biểu tình ở Sài Gòn: Clip từ Facebooker Trung Lê:

Bạo loạn đang diễn ra ở ngã ba Bình Dương, được Facebook Tôi Yêu Việt Nam chia sẻ:

Từ Facebooker Nguyễn Peng: "*Trả lại đây cho nhân dân tôi. Sài gòn 10/6/2018 biểu tình* ***phản đối chính phủ Vn cho trung quốc thuê đặc khu kinh tế và phản đối luật an ninh mạng***."

Từ Facebooker Nguyễn Thanh Tuấn: "*Nhà thờ Đức Bà. Mỗi lúc 1 đông...*"

Từ Facebooker Lê Nguyễn Hương Trà: "*Người dân Thành phố biển Nha Trang xuống đường, sáng chủ nhật 10.6.2018!*"

Từ Facebooker Trương Điền Quan: "*Sài gòn vẫn tiếp tục tại đường Lê Duẫn gần LSQ Hoa Kỳ*".

Facebooker Nguyễn Lân Thắng: "*Cảnh bắt người dã man trong Sài Gòn sáng 10/6/2018*".

Từ Facebooker Kim Chi Nguyễn, Sài Gòn:

Facebook Nhật ký Yêu nước dẫn nguồn từ fb MTL: "*Gần góc Lê Duẩn và Mạc Đĩnh Chi Sài gòn, một người đàn ông cầm băng rôn xuống đường thể hiện lòng yêu nước, đã bị CA 5-7 thằng dùng bạo lực đánh anh đổ máu. Mong mọi người quan tâm và cẩn thận cẩu hán tặc khắp nơi. Tuy máu đã đổ, nhưng người đàn ông vẫn kiên quyết không chịu rời đám đông để về viện may. Hoan hô tinh thần của anh*".

Nhà báo Trung Bảo từ Đà Nẵng có clip kèm theo lời bình: "*Biểu tình tại Đà Nẵng. Các ngã đường xuống đường Bạch Đằng đều bị chặn. Thái độ của các nhân viên công an vẫn ôn hoà*".

Facebooker Huy Nguyễn có clip biểu tình ở Tiền Giang:

Facebooker Thảo Teresa có clip kèm theo bình luận: "*Đây là những hình ảnh an ninh HN đàn áp người dân khi họ bầy tỏ lòng yêu nước chống việc cho tầu cộng thuê đất lập đặc khu một cách ôn hoà*".

Facebooker Đảng Bia từ Nghệ An: "*Sáng nay hàng ngàn người xuống đường phản đối 2 dự luật Đặc khu và An ninh mạng. Không chỉ riêng nơi đây mà nhiều nơi khác khắp VN cũng như trên thế giới đang diễn ra các cuộc biểu tình phản đối...*"

Nhà báo Võ Văn Tạo: "Nha Trang chung sức cùng cả nước, sáng 10/6/2018, phản đối Dự luật Đặc khu và Dự luật An ninh mạng. Hàng nghìn, hàng nghìn người yêu nước cầm cờ cỡ nhỏ và biểu ngữ diễu hành đi bộ và xe máy dọc đường ven biển Trần Phú. Công an, xung kích, xe bít bùng… bố trí ở khu vực Quảng trường Mùng Hai tháng Tư, nhưng không thể ngăn cản dòng người biểu tình đông áp đảo".

Biểu tình tại Bờ Hồ, Hà Nội, từ Facebooker Bông Tuyết:

Tường thuật biểu tình trực tiếp ở đường Nguyễn Huệ, Sài Gòn.

Biểu tình ở Nhà Văn hóa Cam Ranh, từ Facebooker Tường Vy:

Facebook943TwitterEmail

Biểu tình tại Sài Gòn sáng 10.6.2018 (Trương Duy Nhất)

Sài gòn: Nhập cùng đoàn biểu tình, từ trước Tổng lãnh sự Mỹ, sang nhà thờ Đức Bà, đạp ngã hàng rào thép gai, tập trung biểu quyết "stop đặc khu", "stop luật an ninh mạng" ngay trước trụ sở Uỷ ban nhân dân thành phố.

Xong, tiếp tục cùng biển ngừơi cuồn cuộn tràn sang phố đi bộ Nguyễn Huệ…

"Vì độc lập, phản đối đặc khu"!

"Vì tự do, phản đối luật an ninh mạng"!

Một biển ngừơi trong tiếng hô đến khản giọng. Trước nay, vốn luôn chọn cách khác. Chưa bao giờ tôi chọn phương cách biểu tình. Nhưng lần này thì không thể không. Máu như sôi chảy hừng hực trong ngừơi.

Sài Gòn, sáng 10/6/2018.

Điểm của tôi, hơn 500 người. Còn nhiều điểm khác nữa. Những biển sóng người sục sôi, chấn động Sài thành.

Trương Duy Nhất

Sài Gòn Thất Thủ Trước Lòng Yêu Nước Của Người Dân Việt Nam.

Tin từ Việt Nam, sáng nay ngày 10/6/2018 hàng trăm ngàn người dân tp HCM đã xuống đường biểu tình phản dối dự luật cho nước ngoài thuê đất 99 năm và dự luật an ninh mạng. Bất chấp trước lời đe dọa cũng như cản trở bằng hàng rào dây thép gai của lưc lượng cảnh sát, người dân yêu nước đã anh dũng đè bẹp đạp lên sự cản trở đó của lưc lượng an ninh chính quyền CS Việt Nam làm chủ đường phố trung tâm Sài Gòn.

Người biểu tình yêu nước đã cùng nhau hô vang khẩu hiệu: **"Phản đối cho thuê đất 99 năm", "Cho Tàu Cộng thuê đất là bán nước". Không cho Trung Cộng thuê đất dù chỉ một ngày** !Họ cùng nhau hát những bài hát yêu nước. *"Trả lại đây cho nhân dân tôi", "Việt Nam tôi đâu","Dậy mà đi hỡi đồng bào ơi".*

Sức nóng cuộc tổng biểu tỉnh tại Sài Gòn cũng đã nhanh chóng lan tỏa đến các tỉnh thành khác trong cả nước, trong đó phải kể đến Hà Nội, Đà Nẵng, Nha Trang, Nghệ An, Đắc Lắc và v..vv...

Dự luật cho thuê đất ở ba đặc khu Vân Đồn, Bắc Vân Phong, Phú Quốc lên đến 99 năm cũng như dự luật an ninh mạng của Chính phủ Việt nam đã dấy lên cơn phẫn nộ đối với người dân yêu nước Việt Nam ở trong và ngoài nước trước sự lo lắng rằng ba đặc khu này sớm rơi vào tay nước láng giềng Trung Quốc, nước có dã tâm thâm độc đã gây ra cuộc chiến đẫm máu biên giới phía Bắc 1979 và hiện đang chiếm hai quần đảo Hoàng Sa và Trường Sa của Việt Nam.

Philip Nguyễn

Người dân Việt Nam thật đáng kính trọng khi họ dám đứng lên bảo vệ Tổ Quốc của mình can đảm như thế!

Hồn Dân Tộc vẫn còn!

Ngô Quốc Phương – BBC

Trên FB Mạnh Kim viết:

Lần đầu tiên sau 43 năm có một sự kiện chính trị quần chúng chấn động toàn quốc.

Sài Gòn, Bình Dương, Mỹ Tho, Đà Nẵng, Nha Trang, Cam Ranh, Hà Nội, Nghệ An, Hải Dương… đều đồng loạt cất vang **"Không Trung Quốc, Không đặc khu!", "An ninh mạng, Bịt miệng dân!".** Đây mới thật sự là ngày "thống nhất đất nước" và ngày mà người dân thật sự được "giải phóng" bằng sự giải phóng chính mình khỏi nỗi sợ hãi chế ngự bám chặt trong trí não hàng chục năm. Đây cũng là ngày mà chế độ phải sửng sốt trước những hô vang **"Đả đảo bọn bán nước", "Đả đảo cộng sản bán nước", "Đả đảo Việt gian".(1)**

(Photo Dân Làm Báo)

(Công nhân công ty Pouyuen VietNam tại khu Công nghiệp Tân Tạo biểu tình vào ngày 9/6/2018.)

(Một số nhà tu hành và người dân đã ngồi toạ kháng tại đường Lê Duẩn. Ảnh Phuong Le/Dân Làm Báo)

(Ảnh CTV - Danlambao)

Tại Canada

RED CHINA

STOP China
BULLYING in
Vietnam's sea
WE DENOUNCE
CHINA'S
INVASION
OF VIETNAM

II- CÁC ĐẶC ĐIỂM VÀ Ý NGHĨA CỦA BIẾN CỐ NGÀY 10 THÁNG 6 NĂM 2018...

1/ Xuất phát từ lòng yêu nước, người dân thuộc rất nhiều tỉnh và thành phố đã xuống đường biểu tình chống Đảng CSVN bán nước cho Trung Cộng. Đây là cuộc biểu tình lớn nhất trong 43 năm qua.

2/ Biến cố Ngày 10 Tháng 6 Năm 2018 còn chứng tỏ quốc dân Việt đã nhận rõ bộ mặt thật "*Phản dân hại nước*", "*Bán nước cầu vinh*" của Đảng CSVN.

3/ Trong thâm tâm của mọi người dân Việt Nam đều đã ghi tâm khắc cốt: "*Bọn giặc Hán Bắc Kinh là kẻ thù truyền kiếp của dân tộc Việt Nam.*"

4/ Biến cố Ngày 10 Tháng 6 Năm 2018 còn chứng tỏ *toàn thể Quốc Dân Việt đã mất hết mọi niềm tin vào Đảng CSVN.*

5/ "Trong nước chẳng những, toàn dân cả nước, như một phép lạ..." Xin trích bài viết (chữ xiên) của tác giả Ngô Nhân Dụng trên mạng đầu tuần nầy:

Không có "mật lệnh nào cả!" Đó là điều kỳ diệu trong "biến cố" ngày 10 Tháng Sáu, 2018. Không ai ra lệnh. Những người tham dự tự "ra lệnh" cho chính mình. Họ bày tỏ trên mạng. Facebook đã trở thành quảng trường vĩ đại, mọi người tụ tập dù không thấy mặt nhau. Những người đọc được, nghe thấy, tự động hưởng ứng mà không cần báo trước!

Một hiện tượng đặc biệt nữa của ngày 10 Tháng Sáu... "*là hoạt động của các nhà báo tự do trên mạng. Ai cũng hào hứng chuyển đi những hình ảnh, tin tức và cảm nghĩ của mình, tới hàng triệu độc giả, khán giả*".

Đó một "phép lạ!": và nhà báo Ngô Nhân Dụng thuật lại lời của Hoàng Hưng một nhơn chứng trong nước:

"Phép lạ do Lòng Dân phát sinh ra, tất cả cùng sôi sục! Không cần phải có "lãnh tụ," không cần ai dẫn dắt, vì "các cụ" đều bị

canh giữ tại nhà, như Đỗ Trung Quân. Điều đẹp nhất là, hầu hết những người xuống đường là giới trẻ và những người lao động!"…

Đảng Cộng Sản Việt Nam lo trấn áp dân những thành phố lớn như Hà Nội, Sài Gòn, Đà Nẵng. Nhưng Việt Cộng không ngờ người dân những thành phố nhỏ hơn như Bình Dương, Mỹ Tho, Nha Trang, Cam Ranh, Nghệ An, Phan Rí, Phan Thiết cũng một lòng chống Trung Cộng và Việt Cộng!

Như nhật báo Người Việt tổng hợp các tin tức trên mạng viết: Loạt hình ảnh được mạng xã hội Facebook loan tải cho thấy, lực lượng Cảnh Sát Cơ Động, vốn được mệnh danh là "Quả Đấm Thép" của Bộ Công An CSVN, đã thúc thủ trước những người biểu tình chống luật đặc khu và đôi khi biến thành bạo động tại Phan Thiết, Phan Rí của tỉnh Bình Thuận và Khu Công Nghiệp Tân Tạo (Pouyen), huyện Bình Chính, thành phố Sài Gòn trong ngày ngày 11 Tháng Sáu, 2018.

Công an cảnh sát Việt Cộng đàn áp những người biểu tình ở Hà Nội nhanh chóng, nhưng họ đã thất bại ở một nơi bất ngờ nhất: Phan Rí. Nhà báo tự do Phạm Lê Vương Các báo tin: "Sau nhiều giờ cố thủ trong trụ sở công an, chiều nay lực lượng cảnh sát vũ trang đã buông bỏ vũ khí trước sức ép từ những người dân biểu tình tại Phan Rí, Bình Thuận." Bây giờ ai cũng có thể coi trên Youtube những cảnh sát cơ động đầu hàng dân Phan Rí!

"Video phổ biến trên mạng xã hội cho thấy cảnh hàng trăm cảnh sát cơ động tự cởi bỏ mũ giáp, vũ khí trong hoàn cảnh bị người biểu tình bao vây, khống chế. Thậm chí, một số người dân đã chủ động giúp những các CSCĐ leo tường tháo chạy để bảo toàn tính mạng.". Và đồng bào đối xử với những người biết "quay đầu lại với dân" với tấm lòng bao dung không ngờ: "Không hề có cảnh người biểu tình trả thù hay đánh đập những cảnh sát cơ động buông bỏ vũ khí mà trước đó vài giờ họ đã xung đột 'một mất một còn." (2)*

III- XÁC ĐỊNH 3 NỘI DUNG CHÍNH CỦA CUỘC CÁCH MẠNG.

Nếu lấy biến cố Ngày 10 Tháng 6 Năm 2018 là cột mốc thời gian khởi đầu cuộc Cách Mạng của quốc dân Việt, chúng ta có thể gọi tên đây là cuộc "*Cách Mạng Mùa Hè*". Tuy nhiên người viết chú tâm hơn đến "*Nội Dung chính của cuộc cách mạng*" cần phải thiết dựng trên 3 cột trụ chính sau đây:

1- Nền Tảng Dân Tộc:

Cuộc Cách Mạng mà toàn dân Việt đã và đang tiến hành cần phải xây dựng trên nền tảng Dân Tộc vì Dân Tộc vừa là Lập Trường đấu tranh vừa là qui mô hợp quần hợp lý nhất, hay nhất, trong thời đại Toàn Cầu Hóa. Thật vậy khi tổng thống Hoa Kỳ quan niệm "America First" thì người Việt nam chúng ta cũng hãnh diện nói "Viet nam First" Chúng ta không theo đuổi một chủ nghĩa "Dân Tộc cực đoan" hay "hẹp hòi" mà theo đuổi một "Chủ nghĩa Dân Tộc Chính Danh", chính thống và khai phóng của nòi giống Tiên Rồng...

2- Thể Chế Dân Chủ:

Cho tới nay, thể chế Dân Chủ vẫn là thể chế tương đối thích hợp nhất (nếu không muốn nói là hay nhất) có khả năng đem lại Dân Chủ Tự Do Nhân Quyền Công lý và Hòa Bình, Hạnh Phúc cho toàn dân.

Chứng minh: Trên thế giới hiện nay có 192 nước thì có tới 119 nước theo thể chế dân chủ tức chiếm 62%. Có thể nói thể chế Dân Chủ giữ vai trò "Chủ Đạo" trong thời đại chúng ta, thế kỷ 21 và hằng hằng các thế kỷ trong tương lai....

3- Chủ Thể Chính Trị Quốc Dân:

"*Dân vi bang bổn*" = *dân là gốc của nước*. Cứu cánh của chính trị là phục vụ Quốc Dân. Do trên, muốn hoàn thành cuộc cách mạng giải thể chế độ độc tài cộng sản không thể là công lao của một cá nhân, một nhóm người, một đảng phái hay một tôn giáo, một tổ chức cách mạng riêng rẽ nào, mà là sự góp công góp sức, tài sản và trí tuệ của toàn thể quốc dân. Nói như trên, không có nghĩa là chúng ta phủ nhận công lao của các đảng phái hay các tổ chức cách mạng tiền phong... Song trong thời đại mới ngày nay là thời đại của quần chúng nên ngay cả các đảng phái chính trị chuyên nghiệp hay giới trí thức chính trị tiên tiến, dân thân, cũng phải hòa mình vào quần chúng hòa mình vào "**thực thể chính trị Quốc Dân**" mới có thể hoàn thành được sự nghiệp cách mạng: "Cứu quốc, Kiến quốc và Hưng quốc".

IV- CUỘC CHIẾN SINH TỬ MỘT MẤT MỘT CÒN GIỮA QUỐC DÂN VIỆT NAM VÀ ĐẢNG CS TRUNG CỘNG CÙNG BÈ LŨ VIỆT GIAN LÀ ĐẢNG CSVN.

1- Theo mật nghị Thành Đô thì tới năm 2020 Đảng CSVN tự nguyện dâng nước Việt Nam cho Trung Cộng chỉ xin được hưởng quy chế một tỉnh bang tư trị của thiên triều! Thời điểm 2020 đã tới gần, nên Đảng cộng Sản Trung Cộng càng ra sức hối hả thúc dục Đảng CSVN sớm bàn giao từng phần lãnh thổ cho Trung Cộng- sao cho nhẹ nhàng êm thắm để Hoa Kỳ và Quốc Tế không có dịp can thiệp vào nội tình chính trị hai nước Việt- Trung!

2- Đảng CSVN quyết giữ đảng bằng mọi giá. Nguyễn Văn Linh cố Tổng Bí Thư Đảng CSVN đã từng tuyên bố *"Tôi cũng biết rằng, dựa vào Trung Quốc sẽ mất nước, nhưng mất nước còn hơn mất Đảng"* (3*)

3- Dân Tộc Việt Nam với truyền thống anh hùng bất khuất, thà chết quyết không làm nô lệ cho Trung Cộng.

4- Đây là cuộc chiến sinh tử, một mất một còn giữa Quốc Dân Việt Nam và đảng CS Trung Cộng cấu kết cùng bè lũ Việt gian bán nước là đảng CSVN. Nếu quốc dân Việt Nam không quyết tâm quật khởi vùng lên giải thể chế độ CS thì thân phận nước Việt Nam sẽ chẳng khác gì thân phận của một Nội Mông, Tây Tạng, không hơn không kém!!!

Đảng CSVN gian ác, sở dĩ tồn tại đến hôm nay là do chúng biết dựa vào thế Quốc Tế. Trước kia là dựa vào 2 quan thày là Liên Xô và Trung Cộng. Khi Liên Xô sụp đổ thì đảng CSVN quay sang thần phục Trung Cộng - thậm chí chúng chủ trương bán nước để giữ đảng! Chúng ta hãy xem CSVN dựa vào Trung Cộng đến bao giờ? Trung Cộng hiện nay có còn là thành trì vững chắc cho CSVN nương dựa nữa hay không?

V- THẾ SUY BẠI CỦA ĐẢNG CỘNG SẢN TRUNG CỘNG

1- *Donald Trump bài binh bố trận quyết buộc Trung Quốc "đầu hàng"*

"**Đã đến lúc chúng ta phải ra tay với Trung Quốc. Họ trước nay vẫn làm hại chúng ta trong thời gian rất dài rồi**" .

Hôm 20/9, ông Donald Trump đã tuyên bố như trên khi trả lời báo chí. Tiếp sau tuyên bố quyết định tăng thuế giai đoạn 2 đối với 200 tỷ USD hàng hóa Trung Quốc nhập khẩu áp dụng từ ngày 24/9 và đe dọa sẽ thực thi giai đoạn 3 đối với 267 tỷ còn lại...

Ngày 21/9, Nhà Trắng lại ra tuyên bố trừng phạt Bộ Phát triển thiết bị Quân ủy Trung Quốc (EDD) và người đứng đầu cơ quan này về việc mua máy bay SU-35 và tên lửa phòng không S-400 của Nga. Cùng ngày, ông Trump khi phát biểu trước cử tri bang Missouri còn lên tiếng cảnh cáo Trung Quốc rằng Mỹ "còn rất nhiều đạn" nếu Trung Quốc lại có biện pháp đáp trả… Tất cả những động thái này cho thấy Mỹ đang áp dụng nhiều biện pháp, sử dụng nhiều chiến thuật để "truy kích" Trung Quốc đến cùng…

Từ đầu năm 2018, chính phủ của ông Donald Trump tập trung vào việc thay đổi điều mà họ gọi là "tình trạng mậu dịch không công bằng tồn tại nhiều năm qua giữa hai nước Mỹ - Trung". Giữa hai bên đã và đang diễn ra cuộc đọ sức kịch liệt, không khoan nhượng.

(Ông Donald Trump đang bài binh bố trận, phản công Trung Quốc trên nhiều lĩnh vực.)

Hồi cuối tháng 1/2018, trong văn bản báo cáo về tình hình đất nước đầu tiên sau khi lên cầm quyền, Donald Trump nói: "Trên toàn thế giới, chúng ta phải đối phó với các tổ chức khủng bố và các đối thủ như Trung Quốc và Nga đang thách thức lợi ích, nền kinh tế và quan niệm giá trị của chúng ta". Donald Trump đã xác định rõ Trung Quốc là đối thủ thách thức của Mỹ.

Trong cuộc Chiến tranh thương mại Mỹ - Trung đang diễn ra, Trump luôn giữ quyền chủ động, liên tiếp tung ra những đòn mạnh khiến Trung Quốc bị động đối phó. Thực tế cho thấy, chính quyền Donald Trump đã và đang thực hiện chiến thuật bài binh bố trận bao vây và tấn công toàn diện trên nhiều lĩnh vực nhằm dồn Bắc Kinh đến chỗ phải chấp nhận mọi yêu cầu của Mỹ.

Trên cơ sở những gì đã và đang diễn ra, các nhà phân tích đã tổng hợp chiến thuật bày binh bố trận của Mỹ trên các lĩnh vực, bao gồm:

Thứ nhất: "Mậu dịch chiến" (chiến tranh thương mại).

Sau khi chính thức khai hỏa cuộc chiến mậu dịch Mỹ - Trung hôm 6/7, ông Trump không ngừng gia tăng thế tấn công. Ngoài việc chia 2 đợt thực hiện gia tăng 25% thuế đánh vào 50 tỷ USD hàng hóa Trung Quốc nhập vào Mỹ, ngày 24/9 ông tiếp tục áp thuế giai đoạn 2, tăng thuế 10% đối với 200 tỷ USD hàng hóa nữa. Từ ngày 1/1/2019, mức thuế đối với 200 tỷ USD này sẽ được tăng lên thành 25%.

(Cuộc chiến mậu dịch bùng phát từ ngày 6/7 đang có nguy cơ mở rộng quy mô và kéo dài.)

Chính phủ của Donald Trump còn nói rõ: nếu Trung Quốc tiến hành trả thù đối với nông dân và các ngành chế tạo Mỹ thì Mỹ sẽ tiếp tục thực thi gia tăng mức thuế cao đối với 267 tỷ USD hàng hóa Trung Quốc nữa. Điều này có nghĩa là tất cả mọi sản phẩm của Trung Quốc nhập vào Mỹ từ thứ lớn như xe hơi đến nhỏ như gói tăm đều sẽ bị đánh thuế cao. Theo Tập đoàn Goldman Sachs phân tích, năm ngoái Trung Quốc xuất khẩu hơn 500 tỷ USD hàng hóa sang Mỹ, kiếm được 130 tỷ USD, muốn đạt được mục đích tìm kiếm nền mậu dịch công bằng, trong thời gian ngắn ông Trump phải đánh thuế đối với tất cả hàng hóa nhập của Trung Quốc. Hãng này phân tích, dự đoán khả năng để ông Trump tăng thuế đối với 267 tỷ USD còn lại là tới 60%.

Gần đây, ông Trump còn tung ra video clip, đích thân giải thích với dân chúng Mỹ về tình trạng mậu dịch "không công bằng" của Trung Quốc đối với Mỹ; ví như xe hơi Mỹ nhập vào Trung Quốc bị

Trung Quốc đánh thuế 25%, còn xe hơi Trung Quốc nhập vào Mỹ chỉ chịu thuế 2,5%...

Mặc dù ngay từ khi bắt đầu nổ ra chiến tranh thương mại, Bắc Kinh đã cao giọng "sẵn sàng theo đuổi đến cùng", "sẽ ăn miếng trả miếng"… nhưng ngay sau khi nó bùng phát, thị trường chứng khoán Trung Quốc đã sụt giảm, đồng nhân dân tệ mất giá, vật giá gia tăng, tiền vốn chạy ra ngoài. Nhiều công ty của nước ngoài, Đài Loan và thậm chí cả tư nhân Trung Quốc cũng nối nhau triệt thoái khỏi Trung Quốc hoặc chuyển bớt năng lực sản xuất sang các nước Đông Nam Á, Ấn Độ, châu Âu và Mỹ. Chính phủ Trung Quốc cũng lo ngại xảy ra nạn "thất nghiệp mang tính quy mô", nguy cơ nợ nần cũng sẽ dần xuất hiện tại các địa phương.

"Mỹ nhất định sẽ thắng trong cuộc cạnh tranh mới này vì Mỹ có thực lực kinh tế mạnh mẽ, tính đa dạng kinh tế phong phú, năng lực sáng tạo linh hoạt, sự ỷ lại vào thị trường nước ngoài lại khá thấp" – ông Mohamed A. El-Erian, cựu chủ tịch Công ty quản lý đầu tư Thái Bình Dương (PIMCO), hiện đang là cố vấn Tập đoàn bảo hiểm Allianz SE – phân tích.

Chiến thuật mậu dịch liên tục truy kích của ông Trump là đòn nặng nhất trong số "liên hoàn quyền" mà ông áp dụng, đã làm bộc lộ những tệ đoan trong xã hội Trung Quốc hiện nay.

Thứ hai: Chiến tranh kinh tế

Chiến tranh kinh tế là chiến thuật bổ trợ cho chiến tranh thương mại; nhưng là lưỡi kiếm sắc…

Chiến tranh kinh tế có thể chia thành hai mặt: một, Mỹ mạnh mẽ yêu cầu Trung Quốc chấm dứt những thủ đoạn phát triển kinh tế bị coi là không đạo đức như "lấy cắp bản quyền sở hữu trí tuệ", "cưỡng ép chuyển giao công nghệ", bảo vệ công nghệ then chốt và khả năng cạnh tranh cốt lõi của các công ty Mỹ.

Bằng cách này, Mỹ sẽ khiến Trung Quốc mất đi nguồn công

nghệ cao của chiến lược "Made in China 2025" mà Trung Quốc kỳ vọng là "Cỗ xe siêu tốc"; sự nâng cấp nghề nghiệp sẽ bị đình trệ toàn diện. Cộng thêm với việc bùng nổ chiến tranh thương mại, đẩy nhanh sự triệt thoái của các ngành nghề chế tạo, tiêu dùng sụt giảm, kinh tế Trung Quốc trong tương lai có thể sẽ thiếu mất cột trụ chính.

Một mặt khác của chiến tranh kinh tế là Mỹ đã tiến hành giảm thuế trong nước, giảm bớt sự quản chế, bồi dưỡng sức lao động chất lượng cao, tạo ra môi trường thân thiện có lợi cho sự đầu tư, phát triển xí nghiệp; đẩy nhanh hiệu quả chấn hưng kinh tế của ông Trump, thêm cơ hội việc làm, tăng tiền lương, niềm tin tiêu dùng của người dân Mỹ đạt mức cao nhất trong 17 năm qua. Với môi trường kinh tế như thế sẽ tạo thành động lực mạnh mẽ cho các công ty, thu hút các công ty nước ngoài và cả của Trung Quốc tới đầu tư, thúc đẩy thêm sự phát triển của kinh tế Mỹ và thị trường việc làm.

Thứ ba: Cuộc chiến quân sự

Mặc dù hai bên Mỹ - Trung chưa khai chiến về quân sự, nhưng trước mối uy hiếp tiềm tàng về quân sự của Trung Quốc, ông Trump đã tích cực chuẩn bị ứng phó, uy hiếp phản công.

Ông Trump tuân theo nguyên tắc chính sách quân sự của cựu Tổng thống Ronald Reagan "Peace through strength" (dùng sức mạnh đổi lấy hòa bình), theo đuổi chính sách cường quân, mở rộng tuyển mộ thêm quân, nâng cấp trang thiết bị quân sự, nâng cao đãi ngộ cho binh sĩ, tăng cường chăm sóc lính xuất ngũ, đưa lực lượng quân thường trực quay trở lại mức 1,28 triệu quân và 800 ngàn quân thuộc lực lượng dự bị. Ông Trump thề sẽ xây dựng nên một quân đội tinh nhuệ nhất trong lịch sử nước Mỹ.

Ông Trump cũng cho quân đội Mỹ thông qua hành động chống nhóm khủng bố Nhà nước Hồi giáo (IS) và núp danh cái gọi là "hành động không kích trừng phạt chính quyền Assad dùng hơi độc tấn công dân thường" để tỏ cho thế giới biết khả năng tác chiến ưu việt của quân đội Mỹ, đe dọa những chính phủ mà họ gọi là "chính quyền lưu manh và các phần tử khủng bố đe dọa quyền lợi của Mỹ".

(Mỹ loại Trung Quốc ra khỏi cuộc diễn tập Vành đai Thái Bình Dương 2018 mặc dù trước đó đã có lời mời tham dự.)

Hồi tháng 8/2018, ông Trump đã ký "Luật ủy quyền quốc phòng 2019". Ngoài việc tăng cường ủng hộ Đài Loan, đi sâu quan tâm đến việc Trung Quốc phát triển lực lượng quân sự ở Biển Đông, Mỹ còn cấm Trung Quốc tham gia cuộc diễn tập quân sự chung "Vành đai Thái Bình Dương" có 26 quốc gia tham dự.

Ngoài ra, ông Donald Trump còn nhằm tới việc phát triển quân sự trong tương lai, tuyên bố sẽ thành lập quân chủng "tác chiến không gian" trước năm 2020 để đối phó với mối đe dọa quân sự của Trung Quốc và Nga trong không gian.

Mới đây, hôm 21/9, Mỹ còn tuyên bố trừng phạt Bộ Phát triển thiết bị Quân ủy (EDD) Trung Quốc và người đứng đầu cơ quan này là Trung tướng quân đội Lý Thượng Phúc vì quân đội Trung Quốc liên quan đến việc mua trang bị quân sự của Nga, vi phạm Luật "Luật trừng phạt chống đối thủ nước Mỹ" nhằm vào Nga. Hành động này cũng có thể được xem là động thái trong chiến tranh quân sự nhằm kiềm chế Trung Quốc.

Thứ tư: Chiến tranh ngoại giao

Chiến tranh Ngoại giao là chiến thuật quan trọng của chính

quyền Donald Trump liên kết với cộng đồng quốc tế, bao vây phong tỏa Trung Quốc. Đại thể có thể chia thành hai loại "ngoại giao kinh tế" và "ngoại giao quân sự".

Về ngoại giao kinh tế, ông Trump đã cùng EU, Mexico đạt được hiệp định mậu dịch tự do. EU cũng lên tiếng là nạn nhân của chính sách mậu dịch "không công bằng, thiếu đạo đức kinh tế" của Trung Quốc nên họ bày tỏ sẵn sàng hợp tác với Mỹ để phản công Trung Quốc. Còn trong Hiệp định mậu dịch tự do Mỹ - Mexico cũng có điều khoản loại bỏ những linh, phụ kiện xe hơi giá rẻ nhập từ Trung Quốc. Bởi vậy, sau khi 2 thị trường lớn EU và Bắc Mỹ liên kết thì tất sẽ gây nên áp lực rất lớn với các sản phẩm do Trung Quốc chế tạo.

Điều quan trọng hơn là liên minh ngoại giao kinh tế bao vây Trung Quốc do Mỹ và EU đứng đầu đó vẫn đang tiếp tục mở rộng.

(Mỹ đã thành công trong việc lôi kéo EU cùng chống Trung Quốc trong cuộc chiến mậu dịch.)

Về ngoại giao quân sự, ông Trump không những chỉnh đốn lại NATO, yêu cầu các quốc gia tích cực gánh vác trách nhiệm, chi thêm ngân sách quân sự; mà còn tích cực bố trí "Chiến lược Ấn Độ

Dương - Thái Bình Dương". Tăng cường ngoại giao quân sự và hợp tác đa phương với các quốc gia trong khu vực Ấn Độ Dương -Thái Bình Dương. Vì vậy, Mỹ và các đồng minh có thể thực thi phong tỏa, giáp công Trung Quốc từ hai khu vực lục địa châu Âu và Ấn Độ Dương - Thái Bình Dương, ngăn chặn Trung Quốc phát triển ảnh hưởng ra bên ngoài.

Thứ năm: Chiến tranh phản gián

Chiến tranh chống chính sách "mặt trận thống nhất" và gián điệp của Trung Quốc là một chiến thuật trọng điểm gần đây của chính phủ Donald Trump. Ủy ban thẩm định kinh tế và an ninh Mỹ - Trung của Quốc hội Mỹ (USCC) mới đây đã công bố bản báo cáo về "Công tác mặt trận thống nhất ở hải ngoại của Trung Quốc", vạch rõ và chi tiết về cơ cấu tổ chức của Ban Mặt trận thống nhất Trung ương Trung Quốc (Thống chiến bộ) và công tác thâm nhập, hoạt động gián điệp của Trung Quốc ở nước ngoài.

Giám đốc Cục Điều tra liên bang Mỹ (FBI) Christopher Wray gần đây công khai nói tại một diễn đàn: "**Trung Quốc là mối đe dọa rộng lớn nhất, có tính thách thức nhất và nghiêm trọng nhất của Mỹ**", các gián điệp kinh tế của Trung Quốc đã thâm nhập tới 50 bang của Mỹ.

Tổng giám đốc Trung tâm An ninh và phản gián quốc gia Mỹ Christopher Wray gần đây nói với báo chí: Trung Quốc lâu nay khóa chặt các ngành nghề công nghệ cao của Mỹ để lấy cắp bản quyền sở hữu trí tuệ và các bí mật thương mại, "họ (Trung Quốc) là mối uy hiếp lớn nhất đối với an ninh quốc gia của chúng ta". Ông tiết lộ và cáo buộc hiện Trung Quốc đang can thiệp vào cuộc bầu cử giữa nhiệm kỳ sắp tới (4*).

2- *Donald Trump tới tấp ra đòn chiến tranh thương mại, kinh tế Trung Quốc hiện rất bi đát*

VietTimes -- Dưới sức ép của cuộc chiến mậu dịch với Mỹ liên tiếp leo thang, kinh tế Trung Quốc đang gặp khó khăn trên mọi lĩnh vực: xuất khẩu, đầu tư và nhu cầu trong nước, sáng kiến "Vành đai, con đường" cũng liên tiếp gặp trở ngại. Các nhà phân tích dự đoán, tới đây nếu Mỹ tiếp tục thực hiện việc tăng thuế suất đối với 200 tỷ hàng hóa Trung Quốc nhập khẩu thì kinh tế Trung Quốc sẽ lâm vào tình trạng bi đát.

(Kinh tế Trung Quốc đang lâm vào tình trạng bi đát do tác động bởi chiến tranh thương mại với Mỹ.)

"Thập diện mai phục"

Theo Epoch Times, ngày 14/9. Cục Thống kê quốc gia Trung Quốc đã công bố các số liệu kinh tế cho thấy: tháng 8/2018, đầu tư cố định chỉ tăng 5,3% (tháng 7 tăng 5,5%), mức tăng thấp kỷ lục, thấp hơn cả năm 1992 là thời điểm bắt đầu tăng đầu tư cố định. Trong khi đó chỉ số giá tiêu dùng dân cư CPI tháng 8 tăng 2,3%, tăng liên tiếp 2 tháng liền, mức tăng được cho là lớn hơn dự kiến nhiều.

Tổng cục Hải quan Trung Quốc ngày 15/9 công bố số liệu xuất nhập khẩu tháng 8 cho thấy: tháng 8 xuất khẩu tăng 9,8% (tháng 7 là 12,2%), nhập khẩu tăng 20%, thấp hơn mức tăng tháng 7 (27,3%).

(Chuyên gia tài chính Hạ Giang Binh: "Nếu trong 2 tháng tới không giải quyết được vấn đề va chạm mậu dịch với Mỹ, kinh tế Trung Quốc sẽ rơi vào mô thức tan vỡ".)

Chuyên gia phân tích tài chính nổi tiếng Trung Quốc Hạ Giang Binh khi trả lời phỏng vấn tờ "Nhật báo Bình Quả" (Hongkong) đã nói: nếu trong 2 tháng tới không giải quyết được vấn đề va chạm mậu dịch với Mỹ, kinh tế Trung Quốc sẽ rơi vào mô thức tan vỡ. Ông cho rằng, nhìn vào số liệu kinh tế của Cục Thống kê thì thấy tháng 8 đã trực tiếp rơi vào mô thức tan vỡ, cho rằng "chiến tranh thương mại kéo dài 1 ngày thì kinh tế Trung Quốc sẽ sớm tan vỡ 1 năm".

Đồng thời với việc chiến tranh thương mại, các công ty công nghệ như Huawei tham gia vào thị trường kinh tế hải ngoại cũng ngày càng bị hạn chế hoạt động. Lấy lý do xem xét vấn đề an ninh quốc gia, các nước Mỹ, Australia, Ấn Độ, Nhật… tới tấp loại bỏ các nghiệp vụ như công nghệ 5G của Huawei.

Hoạt động thu mua các công ty công nghệ cao nước ngoài của các công ty Trung Quốc cũng liên tiếp bị kiềm chế. Từ đầu năm nay, chính phủ Mỹ đã từ chối các công ty đầu tư Trung Quốc thu mua các công ty thiết bị bán dẫn Exera và Qualcomm; chính phủ Đức hồi tháng 8 cũng ngăn chặn việc bán Công ty cơ khí Leifeld Metal Spinning cho nhà đầu tư Trung Quốc.

Ngoài ra, sáng kiến "Vành đai, con đường" mà chính phủ Trung Quốc đang thi triển liên tục gặp cản trở; không chỉ bị nhiều nước như Malaysia, Ấn Độ, Nepal, Philippines tẩy chay, mà mới đây hạng mục lớn nhất của nó là Hành lang kinh tế Trung Quốc – Pakistan cũng bị chính phủ Pakistan yêu cầu đàm phán lại. Chính phủ mới của Thủ tướng Imran Khan lên cầm quyền hồi tháng 7 vừa qua cho rằng hiệp nghị về dự án này không công bằng đối với Pakistan.

Theo Reuters và The Wall Strett Journal ngày 15/9, chính phủ của Tổng thống Donald Trump sẽ quyết định gia tăng 10% thuế suất đánh vào 200 tỷ USD hàng hóa Trung Quốc nhập khẩu sớm nhất vào ngày 17/9, thấp hơn mức 25% như đã dự kiến. Tờ The Wall Strett Journal dẫn lời "người trong cuộc" nói, sau khi trưng cầu ý kiến của công chúng và các hãng nhập khẩu đã quyết định điều chỉnh mức thuế đợt trừng phạt thứ 3 xuống 10% để giảm bớt tác động đến người tiêu dùng Mỹ, nhất là trước mùa bán hàng cuối năm và cuộc bầu cử giữa nhiệm kỳ tháng 11 tới đây. Thế nhưng, nếu Trung Quốc không thay đổi tập quán kinh tế theo yêu cầu của Mỹ thì ông Trump sẽ có thể khôi phục lại thuế suất 25% như dự kiến.

Hiện nay, Nhà Trắng vẫn chưa đưa ra bình luận gì về việc tăng thuế đợt 3 này, nhưng giới phân tích dự đoán, nếu việc tăng thuế đối với 200 tỷ USD hàng hóa thành sự thật, rõ ràng sẽ khiến kinh tế Trung Quốc càng bi đát thêm.

Ngày 13/9, hãng BBC của Anh dẫn lời ông Brock Silvers, Tổng giám đốc Kaiyuan Capital Advisors Limited cho rằng, hiện nay Trung Quốc đang đối diện với nguy cơ nợ nần rất lớn và một loạt nhân tố bất lợi như kinh tế tăng trưởng chậm lại, đầu tư suy yếu, thị trường vốn mỏng, đồng tiền mất giá, chiến tranh thương mại và dân số lão hóa, nếu cứ tiếp diễn thì sau 1 năm tình hình sẽ trở nên tồi tệ.

(Chuyên gia tài chính Hạ Giang Binh: "Nếu trong 2 tháng tới không giải quyết được vấn đề va chạm mậu dịch với Mỹ, kinh tế Trung Quốc sẽ rơi vào mô thức tan vỡ".)

Ông Brock Silvers cho rằng: "Theo đuổi cuộc Chiến tranh thương mại không thể thắng được là điều Bắc Kinh không cần nhất. Trung Quốc cần có sự thỏa hiệp cần thiết để dẹp yên cuộc chiến mậu dịch, sau đó tiếp tục xử lý những vấn đề kinh tế cấp bách hơn ở trong nước".

"Chúng ta không còn nhiều đạn để đánh tiếp"

Hôm 15/9, nhiều tờ báo Trung Quốc đã đăng tải bài nói của Giáo sư Ngụy Kiệt – một nhà kinh tế nổi tiếng ở Đại học Thanh Hoa nhan đề "Giải mã những vấn đề nóng của kinh tế Trung Quốc hiện nay". Bài nói của ông **Ngụy Kiệt** hiện đang là một đề tài bàn luận sôi nổi trên các diễn đàn, gồm 3 vấn đề lớn sau đây:

Thứ nhất, cuộc Chiến tranh thương mại Trung – Mỹ gây ảnh hưởng lớn đến đâu với Trung Quốc? Ngụy Kiệt cho rằng: "Tuy **chiến tranh thương mại** không lớn lắm, nhưng ảnh hưởng lại cực lớn. Ví dụ, chỉ cần Mỹ vừa tăng thuế thì ngay hôm sau thị trường chứng khoán Trung Quốc đã sụt giảm. Nếu tâm trạng ảnh hưởng nghiêm trọng thì sẽ lan sang các lĩnh vực khác, không chỉ là lĩnh vực chiến tranh thương mại.

Thứ hai, bước tiếp theo Trung Quốc sẽ đánh chiến tranh thương mại thế nào? Mỹ đã chính thức tuyên bố khởi động việc tăng thuế đối với 200 tỷ USD hàng hóa Trung Quốc. Chiến lược của Trung Quốc là: "Các ông đánh, chúng tôi sẽ phản kích". Nhưng Ngụy Kiệt nhắc nhở: Mỹ xuất sang Trung Quốc chỉ có 130 tỷ USD hàng hóa, "thực tế chúng ta đã trả đũa 60 tỷ, chỉ còn lại khoảng 70 tỷ… Chúng ta đánh trả họ, nhưng thực tế đã không còn nhiều đạn; mà trong số 70 tỷ USD đó có một số thứ không thể tăng thuế được. Ví dụ màn hình cảm ứng điện thoại di động, Trung Quốc là nước sản xuất lớn nhất, nhưng nguyên liệu lại nhập từ Mỹ, chúng ta không sản xuất được thứ nguyên liệu đó nên không thể tăng thuế đối với sản phẩm này. Do đó, Mỹ đánh kiểu Mỹ, Trung Quốc đánh kiểu Trung Quốc".

Thứ 3 là ổn định ngoại hối. "Không được để ngoại hối xảy ra vấn đề, nếu ngoại hối có vấn đề là chúng ta thua toàn diện". Ngụy Kiệt cho rằng ổn định ngoại hối có 2 mục tiêu: đồng nhân dân tệ không được tiếp tục mất giá đến mức 7 tệ ăn 1 USD; thứ 2, dự trữ ngoại hối không được tiếp tục giảm, mục tiêu không được dưới mức 3000 tỷ USD.

Ngụy Kiệt cho rằng, vấn đề ảnh hưởng lớn nhất đến kinh tế Trung Quốc là nguy cơ về tài chính. Năm 2017, tổng sản lượng quốc nội (GDP) của Trung Quốc là 82 ngàn tỷ NDT, số nợ tới 250%. Hiện nay tổng số nợ của Trung Quốc là 210 ngàn tỷ NDT, vượt quá ranh giới báo động đỏ quốc tế. "Có người cho rằng nếu mức nợ vượt quá 270% GDP sẽ xảy ra khủng hoảng tài chính, dẫn đến kinh tế Trung Quốc thụt lùi ít nhất 5 đến 10 năm".

Ngụy Kiệt cho rằng, 3 năm 2018, 2019, 2020 tình hình tài chính rất nghiêm trọng, "nhưng ít nhất năm nay sẽ không bùng nổ vì chỉ còn lại mấy tháng nữa". Ông cho rằng, chỉ cần 3 năm này không xảy ra khủng hoảng tài chính thì sẽ thúc đẩy được xã hội Trung Quốc phát triển.

(Giáo sư Ngụy Kiệt: trong cuộc chiến thương mại với Mỹ, Trung Quốc đã "không còn nhiều đạn nữa".)

Tương lai cuộc đàm phán thứ 4 mờ mịt

Tờ **The Wall Strett Journal** ngày 16/9 đưa tin, Trung Quốc vốn định cử quan chức cao cấp Bộ Thương mại sang Mỹ tiền trạm bàn bạc để đặt cơ sở cho Phó Thủ tướng **Lưu Hạc** sang đàm phán. Tuy nhiên, theo lời một quan chức Trung Quốc thì Bắc Kinh đang xem xét, nếu Mỹ mấy hôm tới tuyên bố áp mức thuế mới đối với 200 tỷ USD hàng hóa Trung Quốc thì họ có thể sẽ không quay trở lại bàn đàm phán theo lời mời của Mỹ. The Wall Strett Journal cho biết, một quan chức ngoại giao cấp cao giấu tên đã nói thẳng: "Trung Quốc sẽ không ngồi đàm phán trong tình huống bị kẻ khác dí súng vào đầu".

Trước việc Mỹ gây sức ép, một số quan chức Trung Quốc đề nghị chủ động nâng cấp chiến tranh thương mại, hạn chế xuất khẩu những vật liệu then chốt, thiết bị và linh kiện trong chuỗi cung ứng cho ngành chế tạo Mỹ, thậm chí hạn chế việc lắp ráp Iphone ở Trung Quốc.

Ông Lâu Kế Vỹ, cựu Bộ trưởng Tài chính Trung Quốc hôm

15/9 nói tại một hội nghị giới quản lý cấp cao các công ty Mỹ - Trung tại Bắc Kinh: Mục đích chính sách của Mỹ là kìm hãm kinh tế Trung Quốc trỗi dậy, trong thời gian ngắn tới đây sẽ không thay đổi. Trung Quốc ngoài việc đưa ra biện pháp thuế quan trả đũa cũng cần phải dùng đòn hạn chế xuất khẩu để phản kích lại Mỹ.

Ông Myron Brilliant, chủ quản vấn đề quốc tế của Hiệp hội kinh doanh Mỹ (US Chambers of Commerce) cho rằng, nếu chính phủ Donald Trump kiên quyết thực thi kế hoạch tăng thuế 200 tỷ USD trong 2 tuần tới thì rất có thể Trung Quốc sẽ không cử đoàn cấp cao tới Mỹ để đàm phán.

(Một nhà khoa học gốc Hoa bị bắt vì chuyển bí mật công nghệ của Mỹ cho Trung Quốc.)

Không chỉ ra sức phanh phui những thủ đoạn tình báo cài cắm, thâm nhập vào nước Mỹ của Trung Quốc, trong "Luật ủy nhiệm Quốc phòng 2019" do ông Trump ký cũng hàm chứa những điều khoản chống Trung Quốc, bao gồm: **cấm bất cứ cơ quan chính phủ nào sử dụng các sản phẩm của các công ty ZTE và Huawei để tránh bị lấy cắp bí mật**. Hạn chế việc Bộ Quốc phòng tài trợ cho các hạng mục Viện Khổng Tử của các trường đại học Mỹ; mở rộng quyền thẩm tra các hạng mục đầu tư nước ngoài của Ủy ban đầu tư nước ngoài Mỹ (CFIUS), siết chặt việc thẩm tra các vụ giao dịch, thu mua dùng vốn Trung Quốc tại Mỹ, ngăn chặn họ thâm nhập kinh tế.(5*)

3- *Hãng xưởng ở Tàu ùn ùn bỏ chạy (6*)*

Hôm thứ Hai 17 tháng 9 Tổng thống Donald Trump quyết định đánh thuế 10% trên 200 tỷ hàng hoá nhập khẩu từ Tàu và mức thuế này sẽ tăng lên 25% vào cuối năm nay, dù trước đó ông tuyên bố trên Twitter là sẽ đánh thuế thêm vào 267 tỷ nữa nếu Tàu dám trả đũa vào những sản phẩm từ nông nghiệp, chăn nuôi và sản phẩm công nghiệp. Tình hình thương mại rất căng thẳng, nhưng chỉ số chứng khoán của Mỹ ngày thứ Ba vẫn tăng 206 điểm.

Ông Trump lên án Tàu Cộng là muốn đánh thuế vào các mặt hàng nông sản, chăn nuôi và công nghiệp để những giới này vì bị thiệt hại và sẽ không bỏ phiếu cho ông vào mùa bầu cử năm 2020 mà giới này đã ủng hộ ông thắng cử lần vừa qua.

Như thường lệ và lấy lệ, Tàu tuyên bố sẽ trả đũa bằng cách tăng thuế trên 60 tỷ hàng hoá của Mỹ, nhưng thêm câu "sẽ giảm bớt số tiền truy thâu". Có phải chăng Tàu muốn bày tỏ sự nhượng bộ khéo léo? (theo nhà báo Susan Heavey và Yawen Chen).

Cũng trong ngày thứ Ba, sau khi ông Trump đánh thêm thuế, nguồn tin từ Bắc Kinh cho hay, họ sẽ cử một phái đoàn đàm phán khác sang Mỹ do vị Thứ Trưởng bộ Thương Mại Wang Shouwen cầm đầu, không phải do Phó Thủ Tướng Liu He, người đã không đạt được kết quả gì trong lần đàm phán vừa rồi.

Trước tin này, Bộ Trưởng Thương Mại Hoa Kỳ Wilbur Ross tuyên bố: "Cuộc thảo luận kế tiếp có kết quả hay không là do phía Tàu". Ông muốn nói gì trong câu này? Có phải chăng Mỹ đã định sẵn lộ trình, và tùy mức độ chấp nhận của Tàu để đưa đến kết quả thành công hay thất bại?

Tờ New York Times ngày 18 tháng 9 viết rằng Tàu Cộng đã từng cứng rắn trong việc điều đình thương mại, nhưng hiện tại sự lựa chọn của họ đã bị thu nhỏ lại rồi. Bắc Kinh không còn hàng hoá của Mỹ để đánh thuế, nếu cuộc chiến thương mai gia tăng. Có ý kiến nên đầu hàng được nêu ra hay nền kinh tế Tàu sẽ bi thảm.

Tứ bề nguy khốn

Chưa tìm được cách thoát vòng vây của Mỹ, Tàu lại chịu thêm những rắc rối từ các láng giềng.

Hôm 18 tháng 9, nhà cầm quyền Đài Loan kêu gọi các công ty do chủ Đài Loan đang kinh doanh ở Tàu hãy dời hãng xưởng về quê mẹ Đài Loan sẽ được chính phủ ưu đãi.

Có 20 công ty đáp ứng lời kêu gọi của vị Bộ Trưởng Kinh Tế Shen Jong-chin và trước sự lo ngại ảnh hưởng xấu từ cuộc chiến thương mại Mỹ Tàu. Ông Deng Chen-chung cựu bộ trưởng kinh tế Đài Loan nói thêm rằng chính phủ sẽ cung cấp mọi trợ giúp cần thiết cho các công ty hồi hương và Đài Loan đang là vùng đất cơ hội bằng vàng để dời cơ xưởng trở về quê nhà.

Hiện có khoảng 100 ngàn công ty của Đài Loan trên đất Tàu, đa số đang thu xếp để trở lại quê nhà vì giá nhân công, tiền thuê đất, thuế, bảo hiểm cho công nhân, qũy hưu đều tăng cao, nhất là sự bất an trong chiến tranh thương mại giữa Mỹ-Tàu.

Một số công ty đa quốc gia hiện đang sản xuất tại Tàu đã hoặc đang chuẩn bị di chuyển sang các quốc gia Đông Nam Á khác như Việt Nam, Mã Lai, Phi Luật Tân, Ấn Độ để tránh thuế từ Mỹ.

Theo ông Carlo Diego D'Andrea, phó giám đốc phòng thương mại Châu Âu khuyến cáo Bắc Kinh nên dỡ bỏ những rào cản thị trường, thực hiện cải cách kinh tế, đừng tạo thêm công ty quốc doanh, tức khắc các căng thẳng về thương mại sẽ giảm bớt.

Ông dự đoán rằng cuộc chiến thương mại sẽ làm tăng trưởng kinh tế bị trì trệ, hàng triệu người mất việc làm, giao thương ít đi, giá thành sản phẩm sẽ cao hơn và nhu cầu tiêu dùng tại Tàu sẽ giảm sút.

Phòng Thương Mại Âu Châu cho biết nguyên nhân của chiến tranh thương mại và sự căng thẳng trong hệ thống kinh tế thế giới là do việc cải cách và điều hành thương mại của Tàu yếu kém không theo kịp đà phát triển nhanh chóng của nền kinh tế của họ.

Chủ tịch phòng thương mại Âu Châu, Mats Harborn nói tiếp, các công ty của Châu Âu từ lâu rồi đã bị bóp nghẹt bởi sự cải cách kém hiệu quả và hiện tại họ đang bị thiệt hại thêm vì cuộc chiến thương mại Mỹ Tàu gây ra.

Ai được lợi, ai thiệt hại trong cuộc chiến thương mại?

Theo ông Michael Every, nhà nghiên cứu về thị trường tài chính châu Á tại Hồng Kông thì cuộc chiến thương mại sẽ có lợi choViệt Nam, Thái Lan, Ấn Độ và cả Mễ Tây Cơ. Phía Mỹ sẽ đạt thắng lợi về chiến thuật kinh tế vùng châu Á vì Tàu đang bị "bào mòn" vốn dĩ đã bị mòn, do đó sẽ thêm khó khăn trong dự án "sản xuất tại Tàu năm 2025", sẽ bị giới hạn thêm trong giao thương kinh tế với thế giới. Đó là thắng lợi của sức mạnh Mỹ.

Giám đốc Châu Á của Eurasia Group cho biết, một trong những mục đích của việc tăng thuế xuất là thúc đẩy các công ty Mỹ đưa những cơ xưởng ra khỏi Tàu, lý tưởng nhất là đưa cơ xưởng về Mỹ. Họ cũng hài lòng nếu các cơ xưởng Mỹ chuyển sang nước khác, không tập trung ở Tàu, nhất là các công ty kỹ thuật cao.

Theo ông, Bắc Kinh đang lo sợ làn sóng "bỏ Tàu" sẽ lan rộng, nhanh chóng không kịp trở tay. Đó là lý do Bắc Kinh sẽ trả đũa để giữ thể diện, nhưng chỉ giới hạn trong chừng mức nhất định.

Giám đốc kinh tế Derek Scissors của China Beige Book đưa ra nhận định rằng, cả hai phía đều bị thiệt thòi, nhưng Mỹ sẽ bị thiệt tối thiểu về lợi nhuận.

Chuyện lạ mà không lạ

Ngày thứ Hai, Tổng thống Trump quyết định đánh thuế trên 200 tỷ hàng Tàu nhập vào Mỹ, cả thế giới đều biết, trừ nước Tàu (theo Yahoo news ngày 19/9).

Điều đó không lạ đối với người Việt Nam, Tàu, Bắc Hàn, nhưng rất kỳ lạ với thế giới tự do.

Bản tin của Yahoo cho biết tất cả báo giấy, báo mạng, truyền hình tại Tàu đều im hơi. Tờ Nhân Dân Nhật Báo của nhà nước Bắc Kinh không hề nói gì việc này. Mãi đến 7 giờ sáng thứ Ba, đài tuyền hình trung ương, với 100 triệu khán/thính giả đã đưa tin rộng rãi về Chủ Tịch Tập đang ở đâu, làm gì, nhưng không có một lời về việc đánh thuế từ ông Trump.

"Đừng sờ tới việc này" đó là lệnh của nhà cầm quyền gởi các cơ quan truyền thông địa phương. Mọi người bị cấm viết về kinh tế Tàu đang tan vỡ, kinh tế đang gặp khủng hoảng. Mọi việc đã có nhà nước "no". Người dân không có quyền biết việc quốc gia, biết việc liên quan sống chết đến đời sống hằng ngày của họ. Họ hoàn toàn bị bịt mắt, bịt miệng, chỉ có những chế độ mọi rợ còn sót lại trên hành tinh này mới hành xử như vậy.

Chúng ta nên có một lần tự vấn là tại sao chế độ mọi rợ vẫn tồn tại? Có phải chăng họ quá mạnh không ai có thể lật đổ họ? Hay chúng ta chưa bao giờ đồng lòng đứng lên lôi cổ bọn chúng xuống?

Jack Ma, người sáng lập đại công ty Alibaba dự đoán trận chiến mậu dịch có thể kéo dài 20 năm. Nếu đúng, đảng cộng sản

Tàu còn tồn tại trong 20 năm nữa không, trong khi kinh tế Tàu đang xuống dốc thảm hại?

Trong 40 năm phát triển kinh tế, Tàu trở thành quốc gia giàu có đứng hàng thứ nhì trên thế giới, nhưng Tập Cận Bình dùng nguồn lực quốc gia đó để tạo cho mình dáng dấp hoàng đế, ngang hàng với Mao Trạch Đông và Đặng Tiểu Bình hòng lưu danh thiên cổ trong sử Tàu mà con Đường Tơ Lụa là dấu ấn lịch sử.

Nhưng con Đường Tơ Lụa đang bị phá sản vì sự từ khước hợp tác của vị tân Thủ tướng Mã Lai Mahathir Mohamad. Gần đây Pakistan tuyên bố sẽ xét lại những hiệp ước vay nợ không bình đẳng, bất lợi của chính phủ trước ký với Tàu. Và có thể còn các nước Châu Phi nghèo, nhưng không ngu đang bị thực dân mới Tàu bốc lột sẽ xét lại. Đừng quên những vấn nạn xã hội đang lan rộng tại Tàu và phe phái chính trị Thượng Hải, phe Tây Nam đang sẵn sàng hạ bệ Tập.

Tàu đang khốn đốn, Cộng Sản Việt Nam không còn chỗ dựa vững chắc nữa. Nợ ngập đầu, thu không đủ chi, ngân sách do "bóp cổ" dân mà có, xã hội băng hoại. Con đường tốt nhất để đảng CSVN đi là chấp nhận đa đảng; dân chủ hoá xã hội; thả tức khắc, vô điều kiện những tù nhân lương tâm, những nhà tranh đấu; tổ chức bầu cử có sự giám sát quốc tế trong thời gian sớm nhất, để người dân chọn người lãnh đạo đất nước. Đó là lối thoát cho người cộng sản.

Chờ ngày cộng sản sụp đổ, đất nước sẽ không tránh khỏi cuộc tắm máu do dân trả thù, dù không ai muốn tái diễn cảnh đó.

Phải nhớ rằng thời gian không chờ đợi các ông.

4- Nhất Đới Nhất Lộ Đường Đi KHông Tới: (7)*

Lần Giở Trang Sử Còn Nghi Nghút Khói:

Lịch sử thế giới đã minh chứng một cách hùng hồn rằng: Nước nào dùng sức mạnh hay dùng hệ thống tư tưởng đầu độc thanh niên hay âm mưu gian trá hiểm độc, dùng tiền bạc làm bẫy hối lộ với mục đích gây ảnh hưởng để bành trướng lãnh thổ, xâm chiếm nước người - gây bao tang tóc, máu đổ đầu rơi, oán hận ngút trời - sớm hay muộn rồi cũng bị thảm bại, tiêu vong...

Đế Quốc Nhật, Phát xít Đức, Liên Bang Cộng sản xô viết - mỗi nước đều có nguyên nhân riêng, điều kiện riêng - cả ba đều có một đạo quân hùng mạnh, tàn bạo, giết người máu lạnh... Nhưng cả ba đều có một cái mộng chung là: làm BÁ CHỦ thiên hạ - rồi trở thành thù địch với Mỹ. Kết quả là: Thiên hoàng Nhật đầu hàng, Hitler tự tử, tượng Lenin bị giựt sập, tượng Stalin bị dân chúng la ó, kéo lê trên đường phố (1991).

Đây là những trang lịch sử cận đại trong bộ chiến sử của nhân loại. Dù nhìn ở góc độ nào cũng không thể phủ nhận. Nhưng bao lâu con người còn tham vọng thì bấy lâu còn chiến tranh. Và lịch sử còn tái diễn...

Tập Cận Bình Đi Vào Vết Xe Đổ...

Từ năm 2012 đến năm 2017 - Tập Cận Bình lần hồi lên nắm chính quyền sau một cuộc thanh trừng dẫm máu, năm 2017 Tập Cận Bình triệu tập ĐHĐCSTH thứ 19 - qua đó, Tập Cận Bình được bầu (dĩ nhiên là bầu theo nguyên tắc " Đảng cử Đảng bầu"), kiêm nhiệm nhiều chức :

- Tổng Bí Thư ĐCSTH
- Chủ Tịch nước Trung Hoa
- Chủ Tịch Ủy Ban thường vụ Bộ Chính Trị
- Chủ Tịch Quân Ủy T.Ư
- Tổng Tư Lệnh tối cao QĐNDTH

Tập trung toàn bộ quyền lực trong tay - Tập Cận Bình sửa đổi Hiến Pháp. HP quy định nhiệm kỳ TBT chỉ 5 năm và chỉ tái cử một lần, TCB sửa đổi: Nhiệm kỳ TBT là vô thời hạn, vĩnh viễn. Trong bài diễn văn dài gần 4 tiếng đồng hồ, Tập Cận Bình không giấu giếm tham vọng của mình qua "Giấc mộng Trung Hoa": **"Sự phục hưng vĩ đại của dân tộc Trung Quốc là giấc mơ lớn nhứt của TQ trong thời kỳ cận đại là Trung Quốc sẽ trở thành cường quốc hàng đầu thế giới vào năm 2050"**. Tư tưởng Tập Cận Bình về XHCN đặc sắc được đưa vào Điều lệ và Cương lĩnh Đảng. Tập Cận Bình nhắc đi nhắc lại chữ *siêu cường 26 lần*, đủ thấy tham vọng Tập Cận Bình lớn lao bao trùm thế giới. Họ Tập bước lên chiếc ngai vàng: Hoàng Đế Đỏ Tập Cận Bình và sẽ thực thi kế hoạch vĩ đại "Một vành Đai Một Con Dường", mơ thành Đại Đế Siêu Cường Thống Trị Toàn Cầu thay thế Mỹ trong vị trí Đệ nhứt siêu cường lãnh đạo thế giới.

Chủ Tịch Tập Cận Bình lấy tay che mặt trời.

Tập Cận Bình Đến DĐKTTG (WEF) Tại Davos Thụy Sĩ

Năm 2017 - Hoàng Đế Tập Cận Bình ôm "giấc mộng Trung Hoa" vĩ đại và một kế hoạch "Nhất đới nhất lộ" lớn lao, bao trùm cả thế giới, trị giá trên 1ngàn,4 tỷ $USD, dẫn phái đoàn 130 cán bộ sừng sỏ nhất TQ, đến Diễn đàn Kinh Tế Thế Giới (WEF) tại Davos Thụy sĩ, để *quảng bá kế hoạch* **"One Belt One Road"**.

Hội trường đông nghẹt 3000 người gồm: Tổng Thống, Thủ Tướng, các GĐ/NH, CEO xí nghiệp lớn, GĐ/WB, GĐ/IMF, kinh tế Tài chính gia, chủ nhân các xí nghiệp, các nhà báo, hãng thông tấn lớn v.v.. đều có mặt đầy đủ. Hỗ trợ kế hoạch nầy còn có Henry Kissinger với 2 tác phẩm "One China, "New order". Họ Tập đọc một bài diễn văn để quảng bá kế hoạch OBOR và chủ trương toàn cầu hóa, Tự Do Mậu Dịch, thương thuyết đa phương, nhấn mạnh rằng: ***"Toàn cầu hoá là một xu thế không thể đảo ngược được. Dòng chảy tư bản đến đâu là đem ấm no hạnh phúc cho người dân đến đó"!!*** Hội trường vỗ tay hoan nghênh nhiệt liệt. (Điều nầy chứng tỏ Tây Phương không hiểu CS, nhất là chưa hiểu thâm ý của Tập Cận Bình).

Để chuẩn bị k/h nầy, Chủ Tịch TCB đã công du 56 nước, vượt

qua 570.000 km, từ đảo quốc nhỏ bé Figi/TBD đến các nước Á Châu, Trung Á, Trung Đông, Âu Châu, Phi Châu, trở về vùng cực Nam Thái bình Dương. Ông ta khoe rằng ông vận dụng cả Khổng Tử, Hàn phi Tử, Marx, Lenin, và cả Tư bản chủ nghĩa.

Nhất Đới Nhất Lộ, theo bản đồ Reuters dưới đây, người ta nhìn thấy "Nhất Đới" (One Belt) là con đường thiết lộ 1 (chấm đỏ) trải dài từ Bắc Kinh tới Moscow trở xuống Hambourg, Prague, Rotterdam và Madrid (Tây ban Nha).. Đường thiết lộ 2: Từ Tây An qua Urumqui, Bishkek (Kyrgyzstan), Samarkand (Uzbekistan, Teheran (Iran), Istanbul và Moscow. Từ Tây An có một đường thiết lộ ngắn kết nối Bắc Kinh. "Nhất Lộ" (One Road) là một xâu chuỗi cảng biển: Phúc Châu, Quảng Châu, Zhanjang, Haikou, Hanoi (Viet Nam), Kuala-Lumpur (Malaysia), Jakarta (Indonesia), Kolkata (India), Gwadar (Pakistan), Colombo, Hambantota (Sri-Lanka), Kenya, Djibouti (Phi Châu), Athenes (Greece), Venise (Ý). (Xin tham khảo bản đồ Reuters dưới trang). Ghi chú: Có vài tên nước không có trong bản đồ vì lấy ở bản đồ khác bổ túc vào.

Những thiết lộ và xâu chuỗi hải cảng trên đây: Một số cảng đã hoàn thành dọc bờ biển Trung Quốc. Một số lớn vay Trung Quốc có thế chấp bằng đất đai, tài nguyên QG các nước. Một số dang dở vì thiếu tiền để tiếp tục nằm ì ra đó. Mội số đã từ chối cho tiếp tục và cấm hẳn người ngoại quốc mua bán hoặc cư ngụ nơi vùng cấm. Các nước nhược tiểu hiện đã ý thức rõ rệt ý đồ bành trướng Hán tộc của Tập Cận Bình.

Mặt Trái Của "One Belt One Road":

1)- **Bẫy Nợ Ngoại Giao (Debt-Trap-Diplomacy)**

Dùng phương pháp ngoại giao để lung lạc một lãnh tụ nước nghèo bằng nhiều độc chiêu: Phong bì và Mỹ nhân kế, một số lãnh tụ các nước ĐNÁ ngã quị... Sau đó, là một hợp đồng cho vay có thế chấp đất đai, hầm mỏ. Năm năm sau, vốn + lời, không trả nổi... Trung Quốc chìa hợp đồng, đòi thi hành điều khoản thế chấp. Giao kèo có chữ ký của Thủ tướng ràng ràng, làm sao chối bỏ được trước chiến hạm TQ đang gầm gừ ở ngoài khơi. Thế là Trung Quốc đương nhiên vào lãnh thổ một cách hợp pháp, lập hải cảng, xây căn cứ quân sự, thao túng chính trị. Nước này mất lần chủ quyền QG về tay Trung Quốc.

2)- **Mặt Chìm Của OBOR:** Không phải như đã tuyên truyền tại Davos là tạo con đường tơ lụa ngoài biển, mở rộng thị trường trao đổi hàng hoá. Thật sự là ý đồ che giấu phía dưới: Tiền TQ đầu tư để đổi chác chính trị, khai thác tài nguyên, rồi xâm chiếm lãnh thổ làm hải cảng tiếp vận hải quân TQ về mặt An Ninh.

a.- Nhận xét của các nhóm chuyên gia quốc tế về OBOR: Theo tài liệu chính thức của Trung Quốc không được phổ biến - nhóm chuyên gia nầy phân tích 15 sự án cảng biển do Trung Quốc cho vay, cho biết rằng: "***Các dự án nầy không đi theo hướng đôi bên cùng có lợi như đã tuyên truyền mà là mở rộng thị trường chính trị, quân sự và dựng lên một môi trường chiến lược thuận lợi cho mục đích bành trướng lãnh thổ của Trung Quốc.***

b.- Cựu chủ Tịch Exim Bank Lý Nhược Cốc lên tiếng: Các nước con nợ TQ hiện không có tiền trả nợ. Nhiều nước nợ ngập đầu, cần nguồn tài chính tư nhân. "Một vành đai, một con đường" sẽ gia tăng nguy cơ vỡ nợ như các nước Pakistan, Monterego, Djibouti, Kyrgystan, Tajikistan, Maldives, Mông cổ v.v...

c- Bà Christine La Garde, GĐ qũy tiền tệ quốc tế (IMF): Chính sách "Một Vành Đai Một Con Đường" không phải là một bữa ăn miễn phí".

d.- Ô. Peter Cai thuộc nhóm nghiên cứu độc lập: "Hoạt động kinh tế TQ chỉ là đòn bẩy để tạo quyền lực chính trị - những khoản đầu tư rộng rãi chỉ là những đổi chác về quyền khai thác tài nguyên, chủ quyền và lợi ích chiến lược. Các QG vỡ nợ sẽ bị xâm chiếm đất đai, bị cắt đất nhượng địa, bị thao túng chính trị...

Đại dự án "Một Vành Đai Một Con Đường" là dự án đầy tham vọng, gian trá, hiểm độc và ngông cuồng - đã bắt đầu vướng quá nhiều trở ngại, bế tắc vì gặp sự chống đối gần như cả thế giới nơi nào con đường nầy đi qua. Bên trong: Phe cánh cũ chực chờ hành động. Chiến tranh Mậu Dịch làm cho kinh tế chao đảo, công ty ngoại quốc ùn ùn bỏ chạy, nhân dân tệ mất giá v..v... dân chúng hoảng loạn mất lòng tin... Tập Cận Bình bối rối, đuối sức. "Con dường tơ lụa mới" chừng như xa diệu vợi, *con đường đi không đến...*

Kế hoạch "Nhất đới nhất lộ" để thực thi "giấc mộng Trung Hoa", vượt Mỹ và thay thế Mỹ năm 2050, là một tham vọng quá sức mình, một cánh tay với không tới, một tham vọng lấy tay che mặt trời, bởi đang đối mặt với làn sóng chống đối dữ dội của dân chúng tại các nước vay nợ, các chính phủ các nước đã nhìn thấy rõ rệt ý đồ bành trướng lãnh thổ,thao túng chủ quyền QG nạn nhân. Sự chống đối còn phát xuất từ bên trong nội bộ ĐCSTQ và các học giả Trung Quốc nổi lên phản đối Tập Cận Bình.

Phản Ứng Gay Gắt Trong Nội Bộ ĐCSTH Và Giới Trí Thức Trung Quốc.

1.- **Phản ứng nội bộ**: Bị động trước đòn áp thuế của T.T

Trump, chính quyền họ Tập tỏ ra bối rối, không có kế sách đối phó theo một trình tự nào đó mà chỉ đỡ đòn, trả đũa từng vụ áp thuế. Hậu quả tức thì là Thị Trường Chứng khoán Thượng Hải, Thẩm Quyến lao xuống dốc nhuộm dỏ cả bảng chỉ số. Nợ công phình lên đến 30,000 tỷ Mỹ Kim = 259% GDP của TQ. Trăm ngàn khó khăn chừng như khó vượt qua:

a.-**Hội nghị Bắc đới Hà**: Hội nghị tại khu nghỉ dưỡng dành cho các quan chức cao cấp đương quyền. Tin tức được giữ kín tuyệt đối nhưng cũng bị rò rỉ khiến người ta cảm thấy giông bão bủa vây Tập Cận Bình khiến cho Ông không xuất hiện trên T.V hoặc trên các trang bìa báo nhà nước cả tháng trời.

b.- **Các trí thức phản ứng công khai**: (1) GS Joseph Cheng - Đại Học Hồng Kông: "Ông Tập phải chịu trách nhiệm về mọi thất bại hay vấp váp trong Chính sách. Ông không thể đổ lỗi cho ai được". (2) GS Trương Minh (GS chính trị học ĐHBK hồi hưu): "Công chúng mất niềm tin, mất tín nhiệm vào chính phủ - trong khi đó đại dự án "MVĐ MCĐ" trị giá hơn ngàn tỷ đô la, đầu tư tại 65 QG đã phải gặp sóng gió, khi các nước đó bị "sốc" về cái giá phải trả. Dân chúng đặt câu hỏi: "Tại sao phải đổ tiền ra ngoài, trong khi dân chúng vẫn còn phải sống trong nghèo đói, thiếu thốn?" (3) GS Steve Tang (GĐ viện nghiên cứu TQ về các vấn đề Phi Châu và Phương Đông)): "Giọng điệu khoa trương của Tập Cận Bình không được nhiều người trong Đảng đồng tình". (4) 27 người tốt nghiệp ĐHBK ký tên kiến nghị đòi sa thải Ông Hồ An Cương.

- GS ĐH Thanh Hoa BK - *chủ xướng lý thuyết về sự trỗi dậy của Trung Quốc*. (5) GS Hứa chương Nhuận - ĐHTH BK trong bài báo công khai mang tựa đề: "Lo hiển hiện, hy vọng trước mắt": Ông kê ra 8 mối quan ngại của dân chúng, thậm chí còn đòi xét lại vụ án Thiên An Môn và khôi phục lại việc bầu TBT 2 nhiệm kỳ là 10 năm. (6) Ông Ngụy Kính Sinh cho rằng các trí thức nổi tiếng trong cơ quan chính quyền TQ đã có hội nghị chỉ trích TCB nặng nề. Điều đó có nghĩa là hầu như cả mọi người trong Đảng đã có thể nhìn thấy hậu quả của trò chơi nầy. Ông dẫn lời của thằng con trai 9 tuổi, con của thiên tài Kông Rong, khi cha nó bị bắt: ***"Khi cái tổ bị lật ngược, làm sao các trứng trong đó sống sót*** ?". Chúng ta cùng chết chung với Tập Cận Bình. (Ngụy kính Sinh, sv Thiên an Môn).

2.- **Phản ứng từ các nước nằm trên con đường bành trướng của Trung Quốc:** Hầu hết các nước nằm trên bậc thềm con đường tơ lụa đều có phản ứng từ phía dân chúng (Maldives), từ phía chính phủ (Malaysia), từ sự chèn ép hách dịch của cai thầu TQ, từ sự bất đồng về nhân sự, về di dân v.v.. về không có tiền tiếp tục dự án (Thái Lan). Không thể kể hết trong khuôn khổ một bài viết - xin đơn cử vài thí dụ cụ thể, tiêu biểu:

a.- Malaysia: Vì ý thức được nguy cơ càng vay nợ, càng lệ thuộc vào Trung Quốc, Bác sĩ Mahathir Mohamad 92 tuổi ra ứng cử Thủ tướng một lần nữa. Kinh nghiệm 20 năm làm Thủ Tướng, thêm vào lòng yêu nước và tài ngoại giao mềm mỏng nhưng thông minh và cứng rắn với TQ, Thủ Tướng Mahathir lập tức ra lệnh hủy bỏ một số dự án trị giá 23 Tỷ MK: 2 dự án thiết lộ nối liền từ Vân Nam qua Lào, Thái đến bờ biển Tây và Đông Malaysia (dù đã xây 1 đoạn khá dài và đã tốn 5 tỷ đô la), 2 ống dẫn dầu khí và Dự án vĩ đại "Forest City", vì không có lợi cho dân Mã Lai, Thủ tướng Mahathir tuyên bố cấm người ngoại quốc mua bán hay cư ngụ tại đây. Phản ứng quyết liệt nầy làm gãy đổ một mắt xích của con đường tơ lụa dưới biển.

b.-Pakistan: gồm nhiều dự án đường bộ, đường sắt, ống dẫn dầu, nhà máy điện, hải cảng Gwadar trên bờ vịnh Oman. Pakistan nợ quá nhiều vào TQ, không thể nào trả nổi, nên biến nợ thành lãnh thổ, kiểm soát cảng Gwadar và hành lang đi đến cảng nầy. Thượng viện Pakistan bị mua chuộc nên thông qua nghị quyết công nhận tiếng "Mandarin" như là ngôn ngữ QG Pakistan. Pakistan hiện đang bị Tàu khống chế, xâm lấn chủ quyền và muốn đồng hoá Pakistan. Đây là một thí dụ làm gương cho các nước khác trên đường đi của "Nhất Đới Nhất Lộ".

c.- **Sri-Lanka:** Tổng Thống Sri-Lanka Mahinda Rajapaksa là thân Trung Quốc bị thất cử. Chính phủ mới lên thay, nợ ngập đầu, Trung Cộng siết nợ theo hợp đồng, nên đành phải giao cảng nước sâu Hambantota và 15,000 mẫu đất xung quanh trong vòng 99 năm. Giao cảng nầy chỉ mới xoá khoản nợ 1 tỷ MK. Những khoản khác vẫn tiếp tục với một lãi suất cao hơn. Sri-Lanka sa vào bẫy nợ, thúc đẩy tham nhũng và hành vi chuyên chế của chính quyền sở tại, để rồi lần hồi đánh mất chủ quyền, lãnh thổ bị xâm lấn, dân tộc bị đồng hóa...

Tương tự như vậy tại các nơi khác: Maldives, Montérégo, Djibouti, Kyrgystan, Tajikistan, Mông cổ, Việt Nam, Kampuchia, Philippines, Lào, Bangladesh, Népal và một số nước tại Phi Châu, cũng sẽ rơi vào bẫy nợ, rồi trở thành Tây Tạng,Tân Cương, Mãn Châu của Trung Quốc.

Báo Le Monde (Pháp) nhận xét: "Các dự án mang tên con đường tơ lụa mới (OBOR) bị phản đối mạnh mẽ khắp nơi trên thế giới bởi chính ý đồ xâm lăng trá hình của Trung Quốc.

Theo Elite Readers, Bắc Kinh đã bộc lộ tham vọng thống trị thế giới do Bộ Giáo Dục TQ mới công bố có 251 đoạn.

Trước khi chết, Ông Đặng tiểu Bình có di huấn cho đám hậu duệ: "Bất dương kỳ, bất đương đầu, thao quang, dưỡng hối". (Không giương cờ, không đương đầu, ẩn mình chờ thời).

Thế nhưng Ông Tập Cận Bình bất chấp lời di huấn, giương cờ đỏ "Toàn cầu hoá Tự Do Thương Mãi, Tự Do Kinh Doanh" - mặt nổi là đi tuyên truyền khuyến dụ xây dựng hạ tầng cơ sở cho các các nước nhược tiểu nghèo nhưng che giấu thâm ý đổi chác chính trị, siết nợ xâm lấn lãnh thổ, để thiết lập căn cứ quân sự, bành trướng xâm lăng Hán tộc...

Ông Tập ôm giấc mộng Trung Hoa, không ngần ngại đề cao trở lại quan niệm của các đế chế Trung Hoa thời cổ đại : "Trung Quốc là cái rốn của vũ trụ, là toàn thể diện tích dưới bầu trời".

Quả thật ông Tập Cận Bình đã công khai ý đồ làm Đại Đế một siêu cường thống trị cả thế giới thay thế Mỹ.

Ông Tập Cận Bình ôm "Giấc mộng Trung Hoa" đi đội đá vá trời với vũ khí "Nhất Đới Nhứt Lộ" vĩ đại và Chương Trình "Made in China 2025", đặt cơ sở trên sự Tăng Trưởng Kinh Tế và Tinh Thần Dân Tộc để củng cố chính quyền và một túi giấy xanh Đô la Mỹ, đi chinh phục thế giới. Nhưng Trời không cho, nhân dân chống đối, cái Ác không thể thắng được điều Thiện...

Ông gặp một quái nhân địch thủ đánh bằng những chiêu thức lạ lùng, không đoán trước được và nhiều mạng lưới chống đối, ngăn chặn ở tầm cỡ quốc tế giăng ra bao vây từ Liên Âu, Mỹ Châu, Bắc Á, Nam Á, INDO PACIFIC.

Ông Tập đang bối rối... phải diện bích mấy tuần lễ không xuất hiện để tìm kế sách đối phó. Và con đường "Nhất đới Nhất Lộ" đang gặp sóng gió trùng trùng - Cho nên- Nó là con đường đi không đến.".

5- Thượng Viện Hoa Kỳ thông qua đạo luật cắt đứt đường lưỡi bò của Trung Quốc trên biển Đông

Nhằm cắt đường lưỡi bò, ngăn chặn mọi hoạt động xâm lược của Trung Quốc trên biển Đông, Thượng Viện Hoa Kỳ thông qua Đạo Luật "National Defense Authorizational ACT 2019 (NDAA)". (8*)

NDAA tức Đạo luật ủy quyền quốc phòng đã được thông qua tại Thượng viện Hoa Kỳ với đa số 87 phiếu thuận và chỉ có 10 phiếu chống. Dự luật quốc phòng Hoa Kỳ có trị giá 716 tỷ đô la sẽ được sử dụng làm kinh phí và tài nguyên để nhằm ngăn chặn:

1- Các hoạt động xâm chiếm đất đai biển đảo của Trung Quốc trong vùng biển Đông Nam Á.

2- Các hoạt động gián điệp của Trung Quốc chống lại Hoa Kỳ và thế giới.

3- Các kế hoạch của Trung Quốc làm suy yếu Hoa Kỳ. NDAA sẽ củng cố lệnh cấm Trung Quốc tham gia cuộc tập trận hàng hải của Lầu Năm Góc và các hoạt động hàng hải đa phương của Vành đai Thái Bình Dương được tổ chức hàng năm.

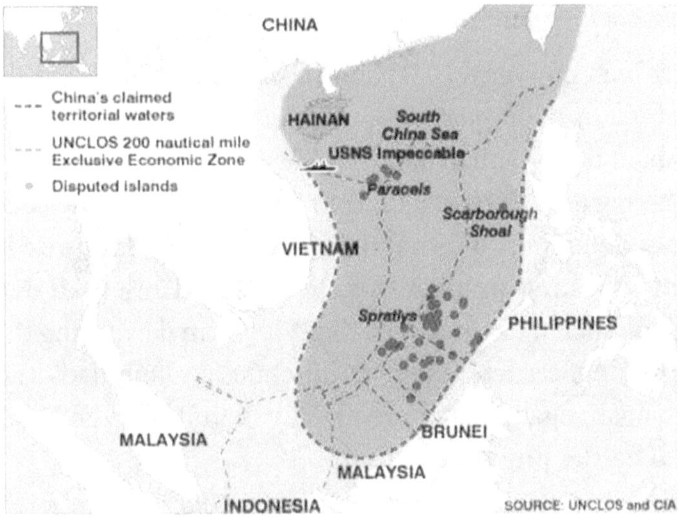

Lệnh cấm sẽ chỉ được dỡ bỏ khi Trung Quốc dừng lại tất cả các hành động xâm chiếm biển đảo và loại bỏ các hệ thống vũ khí ra khỏi các tiền đồn ở Biển Đông. Quy định này về cơ bản tương đương với lệnh cấm vĩnh viễn.

Sau một năm rưỡi chuẩn bị, cuối cùng thì Bố già Trump đã chính thức khởi động một cuộc chiến tranh toàn diện với Trung Quốc. Ngoài đe dọa về mặt thương mại bằng các thủ thuật kinh doanh bẩn thỉu, Bắc Kinh đã không ngần ngại phô trương tham vọng nuốt trọn biển Đông cũng như mộng làm bá chủ thế giới. Và tất nhiên, một nước lớn như Mỹ, nhất là dưới sự lãnh đạo của bố già Trump với lời hứa khiến nước Mỹ vĩ đại trở lại thì sao có thể ngồi yên để Trung Quốc lộng hành như thế. Trung Quốc sẽ phải trả giá cho những hành động ngông cuồng của mình sớm thôi!

VI- BÀN VỀ TIẾN TRÌNH GIẢI THỂ CHẾ ĐỘ CSVN.

A- *Những Vấn Đề Cần Phân Luận*:

1- *Cuộc cách mạng mà quốc dân Việt Nam nhằm chuyển hóa chế độ Cộng sản là cuộc cách mạng do dân chúng "tự phát" hay là một cuộc cách mạng "có tổ chức có lãnh đạo"?*

Qua biến cố Ngày 10 Tháng 6 Năm 2018, chúng ta thấy đây là cuộc biểu tình lớn nhất từ 43 năm qua. Song cuộc biểu tình này là cuộc biểu tình do nhân dân "Tự Phát" nên đã không thể kéo dài, nhất là không được hướng dẫn, lãnh đạo bởi một tổ chức cách mạng tài giỏi, có thực lực, **có bản lĩnh, nên đã không đạt được kết quả sau cùng! Từ kinh nghiệm thực tiễn này, chúng ta đi đến nhận định**: Cuộc cách mạng mà quốc dân Việt Nam đã và đang thực hiện phải là một cuộc cách mạng "có tổ chức, có lãnh đạo" (Dù công khai hay ngấm ngầm phát động...). **Đây là một nguyên lý bất biến, không ai có thể phủ nhận được .**

2- *Vai trò và chức năng của khối người Việt hải ngoại cần phải đặt lại như thế nào?*

Trước đây đại đa số người Việt tỵ nạn CS tại hải ngoại quan niệm rằng:

1) Cách xa quê nhà cả một đại dương nên vai trò của người việt Hải ngoại là "**Yểm trợ tinh thần**" (Ra "tuyên cáo", hay "Biểu tình" gọi là "**đồng hành**" với phong trào đấu tranh dân chủ trong nước và **Yểm trợ về vật chất** (tài chính).

2) Vận động Quốc Tế tạo áp lực về nhân quyền cho những tù nhân lương tâm nói riêng hay cho Phong Trào đấu tranh Dân Chủ Nhân Quyền tại Quốc Nội nói chung .

3) Không đi du lịch, không gửi tiền về Việt Nam gián tiếp "hà hơi tiếp sức" cho chế độ độc tài CS, trừ khi người thân rơi vào hoàn cảnh ngặt nghèo hay ốm đau bệnh hoạn....

Làm chu đáo đến nơi đến chốn ba công tác nói trên thì sự góp phần của người Việt Hải Ngoại đã quí lắm rồi, không ai có thể đòi hỏi gì hơn nữa. Đó là xét vai trò và nhiệm vụ của từng cá nhân người Việt tỵ nạn cộng sản tại hải ngoại. Tuy nhiên nếu đứng trên quan điểm cả khối hơn 4 triệu người Việt Hải Ngoại thì sự đóng góp theo quan niệm cũ còn thiếu sót rất nhiều... Nhất là tạo ra hội chứng "hai bên": Hải Ngoại và Quốc Nội **chờ đợi lẫn nhau. Người Việt Hải Ngoại** nói, chúng tôi xa quê hương chỉ làm được 3 công tác góp phần yểm trợ nói trên, còn việc có nổi lên biểu tình lật đổ chế độ CS hay không là việc của đồng bào Quốc Nội, chứ chúng tôi ở hải ngoại làm gì được!!! Còn người quốc nội lại nói: Chúng tôi đang sống dưới chế độ độc tài toàn trị CS- chúng áp dụng chế độ "hộ khẩu" (nắm bao tử) và chế độ công an trị, (Tạm trú tạm vắng rất gắt gao) nên sự vận động toàn quốc tham gia xuống đường biểu tình có dễ đâu!!! Công an khu vực luôn luôn theo dõi, chỉ một vài lời nói hay cử chỉ bất mãn hay có tư tưởng chê trách đương quyền CS là công an kêu lên làm việc ngay. Chúng tôi bị chất vấn, kể cả hạch hỏi tra tấn... đánh đập tàn nhẫn!!! (Có người bị chết trong đồn công an vu cho là "bạo bênh" hay "tự tử."...) Đó còn là chưa kể đến tình trạng, bị nghi ngờ theo dõi "cắt điện thoại", "mất việc làm", chúng dùng người thân **áp lực** ly cách người có tư tưởng chống đối! hay đã có tham gia biểu tình... Ngòai ra còn là vấn đề sinh kế, hàng ngày, nuôi thân cùng vợ chồng con cái, cha mẹ già yếu...v.v... Không phải đồng bào trong nước "hèn yếu" không dám lên tiếng, không dám nổi dậy, nhưng vì tình trạng khó khăn khách chủ quan mà quí vị ở Hải ngoại, không ở vào trường hợp của chúng tôi nên không hiểu được... hay ít ra là chưa thông cảm được hoàn cảnh khó khăn nghiệt ngã của đồng bào trong nước! Chúng tôi chỉ mong quí vị ở hải ngoại với sự áp lực của quốc tế buộc cộng sản phải tôn trọng nhân quyền, ban hành "luật biểu tình" hay luật "lập Đảng lập hội."... thì cuộc đấu tranh của người trong nước mới chuyển sang một khúc quanh mới!!! Nói tóm lại là người Việt Hải ngoại *chờ đồng bào trong nước nổi dậy và ngược lại đồng bào trong nước chờ* *người Việt Hải ngoại "tạo áp lực Quốc Tế". Cứ như vậy đã từ 43 năm qua Hải ngoại và Quốc nội có "hội chứng" chờ đợi lẫn nhau! chẳng phải thế sao??*

Nhằm phá vỡ cái vòng quẩn "Chờ đợi lẫn nhau" nói trên, quan niệm mới của Khối người Việt Hải ngoại là ngoài công tác yểm trợ tinh thần và vật chất, ***người Việt Hải Ngoại còn có trách nhiệm, có sứ mạng*** **Đại Đoàn Kết Quốc Dân** ***góp phần phối hợp "Tổ Chức", đóng góp "trí tuệ cùng nhân tài vật lực" và chung sức "Vận Động" đồng bào quốc nội vùng dậy biểu tình trên toàn quốc vào Ngày N giờ G ... Đây là quan niệm mới, sứ mạng mới của Khối người Việt hải ngoại trong giai đoạn mới "Dầu sôi lửa bỏng hiện nay".***

3- *Quan Niệm về đường lối đấu tranh cách mạng*:

Quốc dân Việt nên theo đường lối đấu tranh "**Bất Bạo Động**" hay theo đường lối đấu tranh "**Bạo Động**" hoặc phối hợp cả hai đường lối này? Khi phối hợp như trên, có tạo ra **mâu thuẫn**, làm mất đi "**chính nghĩa**" hay có **làm giảm đi "hiệu năng"** của cuộc đấu tranh cách mạng hay không?

Trước hết hiện nay chúng ta thấy tại quốc nội vừa có những người chủ trương đấu tranh "Bất bạo động" vừa có những người chủ trương đấu tranh "Bạo động" và có những người khác chủ trương Phối hợp cả hai hay nhiều đường lối đấu tranh khác nhau ... Chúng ta hãy nghe Lý luận của 3 phe khác nhau như thế nào?

3.1: Phe những người chủ trương đấu tranh "Bất bạo động" quan niệm:

- Chỉ có đấu tranh bất bạo động chúng ta mới phát huy được "Chính Nghĩa" và mới được dư luận Quốc tế quan tâm yểm trợ và nếu cần can thiệp giúp chúng ta chiến thắng Đảng CSVN. (Quốc tế sẽ không ủng hộ, không can thiệp khi chúng ta dùng Bạo động chống lại Đảng CSVN).

- Cộng sản là chúa dùng "bạo lực",nếu chúng ta dùng phương thức "bạo động" để chống lại chúng thì chúng ta có khác gì CS? Hơn nữa nếu chúng ta áp dụng phương pháp đấu tranh "bạo động" là chúng ta đem "*sở đoản*" của mình ra đối phó với *"Sở trường*" của CS thì làm sao chiến thắng được...CS?

3.2: Phe chủ trương đấu tranh "Bạo động" quan niệm:

- Nếu thánh Mahatma Gandhi dùng phương pháp đấu tranh "Bất bạo động" thắng thực dân Anh đô hộ Ấn Độ, Luật sư Martin Luther King dùng phương pháp "Bất bạo Động" thắng tình trạng kỳ thị người da đen tại Hoa kỳ, hay Nelson Mandela chống chủ nghĩa phân biệt chủng tộc (Apartheid) tại Nam Phi thì cuộc đấu tranh chống cộng sản bằng phương pháp "Bất bạo động" rất khó thành công hay không thể thành công vì Đảng CSVN chuyên dùng "luật rừng" và là đảng "cùng hung cực ác" chúng không bao giờ tôn trọng luật pháp quốc tế, dù chúng có ký vào các văn bản tôn trọng nhân quyền tại Liên Hiệp Quốc chăng nữa...

- Thời điểm "bàn giao nước Việt Nam cho Trung Cộng" vào năm 2020 theo mật nghị Thành Đô (1990) đã gần kề, nếu chúng ta cứ áp dụng phương pháp đấu tranh "Bất bạo động" như 43 năm qua thì có tránh được "hiểm họa mất nước" hay không?

3.3: Lập luận của những người chủ trương áp dụng cả hai vừa "Bất bạo động" vừa "Bạo động"... Lập luận của những người này rất giản dị:

- Đối với đảng CS chuyên dùng gian dối, lừa đảo và bạo lực thì chúng ta có thể dùng bất cứ phương pháp đấu tranh nào miễn là đi tới thành công, không nên "Cứng nhắc" chỉ áp dụng phương pháp này mà loại bỏ phương thức đấu tranh khác!

- Ngoài ra thí dụ đại đa số quốc dân chủ trương đấu tranh "Bất bạo động" riêng cô Alisa Phạm và các chiến sĩ bóng đêm chủ trương "Ba sạch" (Đốt sạch cờ máu Cộng sản, Phá sạch đặc khu hay cứ điểm chiếm đóng của Tầu Cộng, Giết sạch Trung Cộng và Việt Cộng) bằng những chiến sĩ bóng đêm, tài giỏi, dũng cảm và quyền biến... thì chúng ta có thể nào ngăn cấm Alisa Phạm và các chiến sĩ dũng mãnh kia không được phép "đấu tranh bạo động" hay không? Có nên ngăn cấm không? và có thể nào ngăn cấm được không? Thực tế cuộc đấu tranh hiện nay đang diễn ra tại trong nước là như vậy đó....

B- Tiến Trình Giải Thể Chế Độ CSVN:

1.- Đã tới thời điểm, bộ phận đấu tranh cho Tự do Dân chủ Nhân quyền của người Việt Hải ngoại cần kết hợp với bộ phận đấu tranh Dân chủ hóa Việt Nam tại Quốc nội thành một tổ chức chung như: "**Mặt Trận Dân Chủ Quốc Dân**" và cùng bầu ra một **Ủy Ban lãnh Đạo chung.**

2.- Chức năng và Nhiệm Vụ của Bộ phận đấu tranh Dân chủ Hải ngoại:

2.1- Vận động Đại Đoàn Kết Quốc Dân bao gồm các các Cộng đồng, các Đảng phái, các Liên minh, các Phong trào, các Hội đoàn, Đoàn thể quần chúng hình thành sức mạnh tổng hợp của Cộng đồng hải ngoại có khả năng Yểm trợ tích cực cho cộng cuộc đấu tranh Dân Chủ quốc nội mà còn có nhiệm vụ tham gia tổ chức, đóng góp trí tuệ, cùng nhân tài vật lực "**Vận Động toàn dân quốc nội**" vùng dậy lật đổ chế độ cộng sản.

2.2- Thực hành sách lược Tam Vận: Quốc tế vận- Cộng đồng vận và Quốc nội vận.

2.3- In ấn các tài liệu về Dân chủ, Nhân Quyền, Dân quyền và các tài liệu tuyên vận... gửi về quốc nội để nâng cao Dân Trí và nâng cao khí thế đấu tranh...

2.4- Thành lập các "nhóm kết nghĩa" tại Hải ngoại kết nghĩa với các cộng đồng địa phương tại quốc nội.

2.5- Mở các khóa huấn luyện trực tuyến hay huấn luyện ngắn

ngày tại gần Biên giới Việt -Lào, Việt- Campuchia, Việt-Thái Lan để huấn luyện cán bộ nòng cốt cho các cuộc biểu tình và Bất Tuân Dân Sự...

2.6- Thành lập 9 Ủy ban quan trọng: (1)Yểm Trợ, (2) Tình báo, (3) Tổ Chức, (4) Tài Chính, (5) Tuyên Vận, (6) Huấn luyện, (7) Nghiên Cứu chiến lược, (8)Vận Động, (9) Đặc nhiệm để tiếp tay với Phong trào đấu tranh dân chủ quốc nội vận động đồng bào xuống đường biểu tình tại mỗi Cộng đồng địa phương cũng như *Tổng Biểu Tình hay "bất tuân dân sự" trên Toàn Quốc vào Ngày N giờ G...*

3- Chức năng và Nhiệm vụ của Bộ phận Đấu tranh Dân chủ Quốc nội:

3.1- Nghiên cứu và phổ biến các tài liệu về các chế độ dân chủ Tây Phương (Hoa Kỳ, Anh, Pháp Đức V.V...) cùng Tuyên ngôn Quốc Tế Nhân Quyền của Liên Hiệp Quốc 1948, và hai Công Ước Quốc Tế về quyền Dân Sự và Chính Trị năm 1966, Công Ước Quốc Tế về những quyền Kinh Tế, Xã Hội và Văn Hóa năm 1966, kể cả Hiến Pháp của Đảng CSVN để so sánh, đối chiếu những quyền lợi bất khả xâm phạm của con người theo luật pháp Quốc Tế và luật pháp gian manh giả dối của Pháp luật Việt Nam áp dụng trên thực tế xã hội.

3.2- Gây Ý thức và Thái độ đề kháng của người dân trong mỗi Cộng đồng địa phương lan tỏa trong toàn quốc. Ý thức đề kháng là khi hiểu rõ quyền của người dân bị xâm phạm. Thái độ đề kháng là cụ thể tham gia vào các cuộc biểu tình hay bất tuân dân sự để chống đối đương quyền Cộng sản trà đạp nhân quyền và dân quyền.

3.3- Cho tới nay CSVN đã ký 7 trong 9 công ước LHQ quan trọng nhất về nhân quyền để đổi lấy các lợi ích về kinh tế, mậu dịch, viện trợ v.v.. Do đấy chúng ta căn cứ vào các văn kiện này để mạnh dạn tố cáo CSVN đã vi phạm những điều khoản về nhân quyền trên thực tế, mà chính chúng đã long trọng cam kết trước LHQ. Chúng ta cũng không quên căn cứ vào các công ước quan trọng này để tranh đấu hình thành các tổ chức Xã Hội Dân Sự tại Việt Nam.

3.4- Nhiệm vụ quan trọng nhất của Bộ phận Đấu Tranh Dân Chủ Quốc Nội là vận động đồng bào các giới xuống đường biểu tình đồng bộ trên Toàn Quốc để thay đổi chế độ Cộng sản. Muốn đạt được mục đích này công việc Vận động phải tiến hành một cách kiên trì, cẩn mật có kế hoạch vô cùng khéo léo và tinh vi. Dưới chế độ công an trị của cs, công tác vận động biểu tình vô cùng khó khăn, nhưng không phải là "bất khả" vì lòng dân đã quá chán ghét chế độ CS nên chỉ chờ một biến cố nhỏ là trở thành giông bão lịch sử. Nói khác đi trong chế độ CSVN hiện nay như một trái bom nổ chậm chỉ chờ giây phút biến động là nổ tung....

3.5- Trong hàng ngũ "Bộ đội Nhân dân Cộng sản" không thiếu gì những người yêu nước và đã ý thức hiểm họa mất nước đã gần kề, song chỉ đợi thời cơ có cuộc biểu tình lớn trên qui mô toàn quốc là các vị Tướng và Tá sẽ đứng ra làm cuộc đảo chính hay đứng về phía dân tộc để lật nhào chế độ cộng sản.

3.6- Quốc Dân Việt có thể áp dụng nhiều đường lối đấu Tranh khác nhau: Từ đấu tranh "Bất bạo Động", đấu Tranh Pháp Lý, hay "Bất tuân dân sự" đến đấu tranh "Bạo Động"... thành lập các phong trào "Dân Trị", Phong Trào Dân Tộc Tự Quyết, Phong trào "Diệt Cường Hào Ác bá Đỏ" v.v... Tuy nhiên chúng ta phải lấy đường lối Đấu Tranh "Bất Bạo Động là Chính là Chủ Đạo".

3.7- Tại sao chúng ta quan niệm đấu tranh "Bất Bạo Động là Chính là Chủ Đạo" vì các lý do sau đây:

1) Đấu tranh Bất bạo động (BBĐ) là đường lối đấu tranh nêu cao Chính nghĩa Tự Do Dân Chủ Nhân Quyền và được sự ủng hộ của đại đa số quần chúng.

2) Đấu tranh BBĐ được dư luận Quốc tế yểm trợ, hậu thuẫn và can thiệp khi cần (Quốc tế không ủng hộ đấu Tranh Bạo Động (BD)

và còn coi đấu tranh BĐ là một hình thức Khủng bố!

3) Đấu tranh BBĐ là vũ khí tuyệt vời của kẻ yếu chống lại Bạo Lực của chế độ độc tài.

4) Đấu tranh BBĐ thường bị cường quyền đàn áp (Đánh đập tù dầy- và có khi bị đổ máu). Song chính nhờ bị đàn áp - hay đổ máu) mà Phong Trào Biểu Tình lớn mạnh Bùng Nổ Trên Toàn Quốc dẫn đến chế độ độc tài bị sụp đổ mau chóng.

5) Gene Sharp, học giả Hoa Kỳ nổi tiếng về đấu tranh bất bạo động (BBĐ), là tác giả nhiều sách về đấu tranh BBĐ. Sharp (2005) tin rằng kỹ thuật BBĐ là sự lựa chọn tối thượng trong các cuộc đấu tranh. Đấu tranh BBĐ đôi khi pha lẫn chút BĐ, nhưng hầu hết rất ít hoặc không có BĐ (*tlđd.*,14-15).

Sharp lập ra 198 phương pháp cách làm việc BBĐ (Sharp 1973a; Sharp 2005, 51-65; Engler và Engler 2017, 14). Theo Sharp (1973b; 2005, 41-43), có ba loại hoạt động chính: Loại thứ nhất là biểu tình và thuyết minh bất bạo động (thí dụ như viết tuyên bố, kiến nghị, rải truyền đơn, biểu tình, đeo các biểu tượng, ca hát, đồng hành, im lặng, và quay lưng). Loại thứ hai là bất hợp tác dưới ba hình thức: xã hội (thí dụ như tẩy chay, sinh viên học sinh bãi khóa, ở nhà không đi làm), kinh tế (thí dụ như lao động đình công, rút tiền ra nhà băng, đóng cửa kinh tế), và chính trị (thí dụ như tẩy chay bầu cử, bất tuân dân sự, cố tình chậm trễ). Loại thứ ba là can thiệp bất bạo động làm đình trệ hoặc rối loạn các hoạt động bình thường của chính sách (thí dụ như tuyệt thực, ngồi án ngữ, chiếm đóng bất bạo động, giữ tài sản, làm quá tải các hệ thống hành chính). Mức độ thành công hoặc tác dụng của các phương pháp này thay đổi nhiều tùy trường hợp. Điểm quan trọng không phải là những phương pháp này sẽ dẫn đến việc sụp đổ tức khắc của chế độ hoặc phe cầm quyền, mà chúng sẽ cấu tạo nền tảng vững chắc cho cuộc tranh đấu và làm tiêu hủy dần dần cơ cấu và tinh thần của phe đàn áp (Sharp 1973b, 118).

Srđa Popović, lãnh tụ phong trào sinh viên Otpor dựa vào lý thuyết của Sharp và đề xướng nhiều kỹ thuật và đường lối hoạt động BBĐ. Một cách quan trọng là không nhắm thẳng vào nhóm cầm quyền, mà nhắm vào những cột trụ nâng đỡ (pillars of support) của chính quyền (Popović và Miller 2015, 93). Theo lý thuyết này, bất cứ chế độ nào cũng được giữ vững bằng vài cột trụ. Do đó, chỉ cần tạo áp lực lên một hay nhiều cột trụ này là cả hệ thống sẽ sụp đổ (*tlđd.*). Thí dụ, khi một công ty ngoại quốc to lớn phải đóng cửa, việc đó có thể tạo ảnh hưởng dây chuyền, và phá hủy cột trụ kinh tế địa phương hay toàn quốc (*tlđd.*, 91-95).

3.6- Biện pháp chế tài về Nhân Quyền theo luật Magnastky. (9*)

Sau một thời gian dài tranh đấu và thương lượng, ngày 8/12/2016, Quốc hội Mỹ đã thông qua một dự luật nhắm vào những cá nhân vi phạm nhân quyền và những giới chức tham nhũng trên toàn cầu.

Trong luật này có điều luật Chịu trách nhiệm về Nhân quyền Toàn cầu Magnitsky (gọi tắt là Magnitsky Act), quy định chế tài với các cá nhân mà Hoa Kỳ cho là vi phạm nhân quyền trên toàn thế giới.

Nói rõ hơn về những tội danh này, Tiến sĩ Nguyễn Đình Thắng, Tổng Giám đốc kiêm Chủ tịch Ủy ban Cứu trợ Người Vượt biển (BPSOS) cho biết có ba đối tượng có thể bị trừng phạt.

"Thứ nhất là những giới chức chính quyền và những thuộc hạ của họ hoặc những người ngoài chính phủ hợp tác với giới chức chính quyền vi phạm nghiêm trọng quyền con người mà được quốc tế ghi nhận. Thứ hai là những giới chức quyền cướp đoạt tài sản của người dân. Và thứ ba là những giới chức chính quyền can dự

vào những vụ tham nhũng lớn và đàn áp những người đi phanh phui những vụ ấy".

Theo Tiến sĩ Thắng, có hai con đường để đưa những danh sách của những đối tượng trên đến Tổng thống Hoa Kỳ trong thời gian 120 ngày kể từ khi nhận được hồ sơ. Cách thứ nhất là gửi đến một số uỷ ban đặc trách, hữu trách trong Thượng viện, Hạ viện để đưa lên Tổng thống. Bên cạnh đó, văn phòng dân chủ nhân quyền và lao động của Bộ Ngoại giao Hoa Kỳ cũng có thể đệ trình lên Tổng thống.

Do đó, nếu người Việt Nam muốn khai dụng những biện pháp trừng phạt này đối với những giới chức là đối tượng bị trừng phạt trong nước thì theo lời Tiến sĩ Nguyễn Đình Thắng cần phải thực hiện hồ sơ đầy đủ và chuyên nghiệp.

"Cần phải lập hồ sơ, và chuyển những danh sách hồ sơ đến các dân biểu, Thượng nghị sĩ để yêu cầu trình lên Tổng thống. cũng như đồng thời chúng ta cũng có thể chuyển những cái này lên bộ phận dân chủ nhân quyền và lao động của Bộ ngoại giao Hoa Kỳ."

"Trong nước cần phải học ngay cách thức làm một bản báo cáo đúng với tiêu chuẩn Liên Hiệp Quốc, chứ không phải quay video, rồi tri hô thôi thì không được. Thủ tục phải rất chi li và đúng tiêu chuẩn quốc tế."

3.7- Đấu tranh theo đướng lối Bạo Động:

Có người đặt câu hỏi nếu chúng ta vừa đấu tranh theo đường lối "Bất Bạo Động" vừa đấu tranh theo đường lối "Bạo Động" thì có mâu thuẫn với nhau không? Xin thưa đây là hai đường lối đấu tranh khác nhau, nếu chúng ta áp dụng tại hai không gian thời gian khác nhau thì không có gì là mâu thuẫn với nhau cả. Nói theo danh từ nhà binh: một đằng là "*Chính qui chiến*" một đằng là "*Du kích chiến*" nên không mâu thuẫn nhau mà còn phấn khích và bổ túc cho nhau nữa. Điều cần lưu ý là: Khi chúng ta vận động, kêu gọi quần chúng đồng hương xuống đường đi biểu tình là chúng ta áp dụng đúng theo đường lối đấu tranh "Bất bạo Động" vì quần chúng quốc dân, trong tay không một tấc sắt, sẵn sàng chấp nhận sự đàn áp của đương quyền cs mà "**không phản đối lại bằng bạo lực**" . Người dân còn sẵn sàng chấp nhận cả đổ máu sẵn sàng chết trên đường phố còn hơn là bị chết trong đồn công an của CS (Hiện tượng công an bắt người tình nghi vào đồn làm việc, tra khảo đánh đập dã man đến chết rồi vu cho dân bị bệnh hiểm nghèo hay tự tử !!) Để đối phó với tình trạng "vô thiên", "vô pháp" này nếu có những chiến sĩ tình nguyện hay chí nguyện (Cô Lisa Phạm gọi là những "*chiến sĩ của bóng đêm*" trong chương trình "*Ba sạch*" của cô..) tham gia toán công tác "**Diệt trừ cường hào ác bá đỏ**" bắt chúng phải "trả giá đắt" về những hành vi hung ác dã man của chúng... cũng là điều đương nhiên và tự nhiên vậy. Nói tóm lại, quốc dân Việt có thể áp dụng cả hai đường lối đấu tranh "Bất bạo động" và "Bạo Động" nhằm những đối tượng khác nhau trong không gian, thời gian khác nhau, thì không có gì mâu thuẫn cả.

VII -Thế và Thời cơ Thắng của Cuộc Cách Mạng Dân Tộc Dân Chủ Quốc Dân

A- *Căn Cứ vào Khoa Học Chính Trị*:

1- CSVN chia rẽ: đang đổ bể (10*)

Tin RFA ngày 6-12-2017, "đại diện Bộ Chính Trị Đảng Cộng sản Việt Nam, ông Trần Quốc Vượng, thành viên thường trực Ban Bí Thư, Chủ nhiệm Ủy Ban Kiểm Tra Trung ương đảng, ký ban hành" Quy định số 102. Đại ý, "Đảng viên Cộng sản Việt Nam nào đòi thực hiện thể chế 'tam quyền phân lập', 'xã hội dân sự', 'đa nguyên-đa đảng' sẽ chịu hình thức kỷ luật khai trừ."

Theo "Qui định 102 ngày 15 tháng 11 năm 2017 này thì ngoài những vi phạm vừa nêu, những đảng viên cộng sản Việt Nam sẽ bị khai trừ nếu cố ý nói, viết có nội dung bị đảng cho là 'xuyên tạc lịch sử, sự thật, phủ nhận vai trò lãnh đạo và thành quả của Đảng và dân tộc; phản bác, phủ nhận chủ nghĩa Mác-Lê nin, tư tưởng Hồ Chí Minh, nguyên tắc tập trung dân chủ, nền dân chủ xã hội chủ nghĩa, nhà nước pháp quyền xã hội chủ nghĩa, nền kinh tế thị trường định hướng xã hội chủ nghĩa".

"Quy định số 102 cũng nêu rõ sẽ khai trừ những đảng viên cộng sản Việt Nam nào phủ nhận vai trò lãnh đạo của đảng đối với lực lượng vũ trang, đòi phi chính trị hóa quân đội và công an; phủ nhận vai trò của đảng đối với báo chí, văn học- nghệ thuật; sáng tác, quảng bá những tác phẩm văn hóa, nghệ thuật mà bị đảng cho là lệch lạc, bóp méo lịch sử, hạ thấp uy tín của đảng và các lãnh đạo đảng, nhà nước".

"Quy định số 102 của đảng còn nêu rõ biện pháp kỷ luật khiển trách, cảnh cáo đối với một số hoạt động bị cho là vi phạm như bị người khác xúi giục, lôi kéo, mua chuộc mà có hành vi nói, viết, lưu trữ, phát tán, xuất bản, cung cấp thông tin, tài liệu, hiện vật với nội dung mà đảng cho là trái với đường lối, quan điểm của đảng..."

Khai trừ là hình thức trừng phạt nặng nhứt, bị loại trừ khỏi đảng, hoàn toàn mất thâm niên tuổi đảng, bước đầu cho thủ tục truy tố hình sự, tiêu diệt sinh mạng hành chính, pháp lý, bởi vì thủ tục tố tụng của chế độ CS không thể truy tố một đảng viên còn đảng tịch vì Đảng CS độc tài đảng trị toàn diện qui định Đảng không bao giờ sai lầm, phạm pháp chỉ có con người phạm pháp thôi!?

Hồi đó tới giờ chưa thấy một bản văn, pháp lịnh nào của CSVN được phổ biến công khai, tổng quát siết đảng viên bằng hình phạt khai trừ, biến đảng viên thành những con nộm, có miệng không lời, có đầu óc không được suy nghĩ, như Qui định 102 này. Nó có thể đưa đến một số hậu quả. Một là đảng CSVN bị bể vì sự chống đối trực hay gián tiếp, công khai hay âm thầm của đảng viên. Hai là Đảng bị liệt vì đảng viên thành cái xác không hồn, chỉ sống đời thực vật, chết chưa chôn, vì đảng viên bị qui định triệt tiêu tính đảng là tính đấu tranh, Đảng không còn tính đấu tranh sẽ trở thành xác chết chính trị thôi, con quỷ nhập tràng uống máu dân để sống thôi.

Lịch sử cận đại cho thấy chủ nghĩa Cộng sản là một thất bại. Định mệnh của Đảng CS là chết yểu do nội thương, chia rẽ, không có thuốc chữa. Thí dụ rõ rệt là cái chết yểu và bất thần của chế độ CS Liên xô và Đông Âu. Bốn con khủng long còn sót lại, hai con lớn nhứt Trung Cộng và Việt Cộng, cố chuyển sang hệ kinh tế thị trường tự do để ráng sống trong cái chết dần mòn. Đảng CS đã xanh vỏ nhưng cố giữ đỏ lòng để bám lấy chính quyền hầu thu vén cuối đời dù bên trong đã ung thúi, ung thư vì đảng viên hủ hóa, chia rẽ, tham nhũng và bên ngoài dân chúng xa rời, chống đối, loại trừ.

CS Hà nội đang cố tìm người "hà hơi tiếp sức" để cái xác đang cố sống trong cái chết của mình có thể kéo dài chừng nào hay chừng nấy. Trong những nỗ lực ấy có việc mở cửa cầu viện, cầu vốn liếng, kỹ thuật để chuyển đổi kinh tế. Thế giới Tự do thừa vốn, yêu hoà bình, thích làm ăn nhảy vào giúp đỡ với hy vọng dùng kinh tế tự do chuyển đổi cơ cấu chính trị. Nhưng gần hai chục năm thử thách, kết quả cho thấy sai lầm. CS không nhượng bộ chính trị một ly, mà còn tăng cường đàn áp các tôn giáo, trí thức, đồng bào Thượng, đồng bào hải ngoại. Kinh tế các nước đưa vào – đúng như lời Hoà Thượng Quảng Độ nói – trở thành phương tiện giúp cho CS Hà nội kềm kẹp nhân dân. Và gần đây một số cường quốc kinh tế như Nhật, Liên Âu đã viện trợ hào phóng cho VNCS đặt vấn đề nhân quyền kèm theo viện trợ. Còn Mỹ mấy năm trời công bố đặt CS Hà Nội vào danh sách 8 nước quan ngại đặc biệt vì lý do đã đàn áp tôn giáo, tức cúp viện trợ kinh tế.

Suốt 3/4 thế kỷ độc tài đảng trị ở Miền Bắc và gần nửa thế kỷ ở Miền Nam, CS đã làm một đất nước -- chính miệng VC nói là "rừng vàng bạc biển", làm nhân dân – cũng chính VC nói, là "khéo tay hay làm" -- thành một trong mười mấy nước nghèo trên thế giới, tham nhũng nhứt Á châu. Cái đống bầy nhầy CSVN để lại nếu so với Liên xô và Đông Âu còn tệ hại hơn nhiều. Vật chất VN, như Ôn như Hầu tả, "tang thương đến cả hoa kia cỏ này", môi trường muốn cải tạo lại phải tốn vô số tiền và hàng mấy chục năm chưa chắc làm nổi. Tinh thần, như Tản Đà than "này lúc cương thường đảo ngược ru". Saigon Hà nội như Đức Huỳnh giáo chủ thấy trước, "Hà nội sau hoá ruộng sâu, Tàu man nó đến giăng câu đặt lờ. Saigon, Gia định ai ngờ, Nước đâu mà chảy lở bờ, gãy cây." Lớp trẻ con cháu của "con cháu, các cụ cả" của CS được thời thì khoa trương hưởng thụ, thất thế thì đi bán mình làm nô lệ kiểu mới gọi là 'xuất khẩu lao động', nô lệ tình dục cho Miên, Mã, Thái là các lân bang chậm tiến hơn VN thời Cộng hoà.

Trước thảm cảnh trần gian do chính CS gây ra cho đất nước VN, giới khoa bảng VN có hai thái độ. Trong nước, một số "nằm trong chăn nên biết chăn có rận" đứng lên đấu tranh đòi tự do, dân chủ, nhân quyền. Ngoài nước, đứng lên thành phong trào quốc tế vận thành công. Đưa vấn đề Nhân Quyền VN vào Hành Pháp, Lập pháp các quốc gia định cư. Phong trào đấu tranh cho tự do, dân chủ, nhân quyền VN trở thành trở ngại trung tâm trong bang giao giữa Hà nội, Washington, Paris, Bonn, Tokyo.

Cuộc đấu tranh của đồng bào trong nước chống TC xâm lấn biển đảo mà CSVN không có hành động chống trả cụ thể, như thông đồng với giặc Tàu Cộng làm cho Đảng CSVN phân hoá, chia rẽ, đổ bể thêm. Làm cho Đảng xa rời quần chúng, kỳ thị Nam Bắc, chia rẽ lập trường xích lại gần Mỹ không tham vọng lãnh thổ và lập trường lệ thuộc TC. Khiến Đảng CS nghi kỵ đè ép Nhà Nước TC, coi 'đám' CS gốc Miền Nam là 'kỳ cục', dân Miền Nam 'không lý luận' tức ngu dốt, phải để cho Miền Bắc nắm chức tổng bí thư đảng, như Tổng bí thư Nguyễn Phú Trọng tuyên bố khi độc diễn chức tổng bí thư đảng CSVN. Sau đó Tổng Trọng còn bắt chước

Chủ Tịch Tập Cận Bình bên TC mở chiến dịch bài trừ tham nhũng để triệt hạ phe đảng CS bên nhà nước còn sót lại trong chính phủ và địa phương.

Tóm lại, Qui định 102 là pháp lịnh của phe đảng Nguyễn Phú Trọng làm cho đảng viên không phân biệt phe Nhà Nước hay phe đối thủ của y trở thành chết chưa chôn, chỉ còn sống đời thực vật thôi.

Trong đấu tranh chính trị CS không có thể thức thoả hiệp. Các phe đảng giành quyền thế theo nguyên tắc ai thắng ai, địch và ta một mất một còn. Nhưng cũng câu 'sức ép càng nhiều thì sức bật càng cao'. Cuộc tranh giành của hai phe CS giữa Nhà Nước và Đảng, giữa hai phe Bắc-Nam có thể đưa CSVN đến bờ vực thẳm của cái hố sâu, chết chóc của Đảng Nhà Nước CS. (VA)

2- **Nợ công đã chạm đỉnh:**

Theo Bản tin **Nợ công** số 5 vừa được công bố, Bộ Tài chính cho biết nợ công của Việt Nam tính đến hết năm 2015 là hơn 2 triệu tỉ đồng. Ba chủ nợ lớn nhất của Việt Nam là Nhật Bản, Ngân hàng Thế giới (WB) và Ngân hàng Phát triển châu Á (ADB). Đáng chú ý, bản tin này phát chậm hơn quy định và cách thời điểm phát hành bản tin nợ công số 4 hơn 1 năm.

Sớm chạm ngưỡng 65% GDP

Tính đến cuối năm 2015, dư nợ của Chính phủ là hơn 94 tỉ USD, tương đương hơn 2 triệu tỉ đồng, trong đó nợ nước ngoài là 39,6 tỉ USD, nợ trong nước là hơn 54 tỉ USD. Như vậy tính trung bình tại thời điểm 2015, mỗi người dân Việt Nam gánh 22,5 triệu đồng nợ công.

Đáng lưu ý cơ cấu vay nợ theo thị trường năm 2015 đã khác so với trước năm 2013, đang diễn biến theo xu hướng tăng cường vay nợ trong nước, hạn chế vay nước ngoài. Năm 2011, nợ trong nước chỉ ở mức 20 tỉ USD nhưng đến năm 2015, đã tăng lên 54 tỉ USD.

(Đường cao tốc TP HCM - Long Thành - Dầu Giây được đầu tư bằng nguồn vốn vay thương mại, vốn ODA và vốn đối ứng của chính phủ - Ảnh: Tấn Thạnh)

Tại bản tin này, Bộ Tài chính cho biết năm 2015, nợ được Chính phủ bảo lãnh là gần 21 tỉ USD, tương đương hơn 455.000 tỉ đồng, tăng gần gấp đôi so với mức 13 tỉ USD của năm 2011. Nợ được Chính phủ bảo lãnh phần lớn là vay nước ngoài hơn 11,3 tỉ USD (bao gồm cả nợ được bảo lãnh để tái cơ cấu Tổng Công ty Công nghiệp tàu thủy Việt Nam - SBIC), còn lại là vay trong nước. Theo Bộ Tài chính, đây là một trong những áp lực lên nợ công và nghĩa vụ trả nợ của Chính phủ trong tương lai.

Như vậy, nợ công vẫn đang tăng nhanh, năm 2011 nợ công mới chỉ ở mức 54,9% GDP nhưng năm 2015 đã tương đương 61% GDP.

Còn theo số liệu mới nhất của Cục Quản lý nợ và tài chính đối ngoại (Bộ Tài chính), tính đến năm 2016, nợ công đã bằng 64,7% GDP, gần chạm ngưỡng 65% Với giả định kinh tế tăng trưởng GDP từ 6,7%-7%/năm, Bộ Tài chính tính đỉnh nợ công sẽ là thời điểm năm 2017-2018. Theo đó, năm 2017, nợ công dự kiến ở mức 64,8% GDP và năm 2018, nợ công ở mức 64,7% GDP(11*)

3- Mỗi người Việt gánh hơn 35 triệu đồng nợ công năm 2018

Bộ Tài chính lo ngại về rủi ro nợ công:

Kịch bản về dư nợ công năm 2018 và 3 năm tới được Bộ Kế hoạch & Đầu tư nêu tại báo cáo về thu hút, quản lý và sử dụng vốn vay ODA, ưu đãi nước ngoài 2018 - 2020, tầm nhìn 2025.

Theo đó, dự báo về nợ công Việt Nam năm 2018, Bộ Kế hoạch cho biết, nhiều khả năng mức nợ công sẽ đạt 3,53 triệu tỷ đồng, tương ứng 63,92% GDP. Trong đó nợ Chính phủ hơn 2,9 triệu tỷ đồng (52,5% GDP), nợ Chính phủ bảo lãnh 559.000 tỷ và nợ chính quyền địa phương 73.000 tỷ. Mức bội chi ngân sách năm 2018 là 3,71% GDP, trong đó bội chi ngân sách trung ương 3,6% GDP.

Dữ liệu dự báo nợ công năm nay được đưa ra dựa trên kịch bản cơ sở với tăng trưởng bình quân 6,53%, tương ứng GDP danh nghĩa 5,53 triệu tỷ đồng và lạm phát dưới 4%. Đây cũng là kịch bản được cơ quan ngành kế hoạch đánh giá "nhiều khả năng xảy ra nhất". Như vậy, bình quân mỗi người Việt có thể gánh hơn 35 triệu đồng nợ công năm nay, tăng gần 4 triệu đồng mỗi người so với năm 2017 (mức 31,3 triệu đồng).

Xét trong cả giai đoạn 2018 - 2020, thì tỷ lệ nợ công/GDP năm 2018 sẽ cao nhất 63,92%,...(12*)

4- Văn hóa giáo dục Việt Cộng dạy con người tàn ác, mất nhân tính

Văn hóa giáo dục Việt Cộng sau thời gian quá dài của 40 năm lộng hành nhồi sọ, "dạy con người tàn ác, mất nhân tính", đang bị một học sinh 14 tuổi cho là "cải lùi", để tuổi trẻ và thế hệ thứ 3 dũng cảm bước lên làm lịch sử "cải tiến"…, để tới lúc, dù có thể là rất lâu, một tỷ lệ cao hơn học sinh Việt Nam có thể công khai, lớn tiếng chỉ trích Bộ Giáo dục và bất kỳ cơ quan nhà nước nào làm ăn tồi tệ..., để cái chính quyền gian ác, bất tài, thất đức… hiện nay bị đẩy lùi vào chỗ dơ bẩn nhứt của lịch sử.

Trong bài viết "Tại sao người ta tàn nhẫn đến vậy? ", Giáo sư Nguyễn Hưng Quốc trên blog của đài VOA, ngày 25/8/2015, cho biết: (13*)

Tối ngày 8 tháng 8 vừa qua, trong một quán karaoke ở Hải Phòng, nghĩ là anh Nguyễn Tuấn Định nhìn "đểu" mình, một số thanh niên dùng tuýp sắt đánh anh đến bị chấn thương sọ não, phải chở vào bệnh viện cấp cứu. Chưa đã cơn giận, các thanh niên này còn chạy đến bệnh viện dùng dao chém chết anh Định ngay trên băng-ca lúc chờ bác sĩ khám và chữa.

Mấy ngày sau, ở Bến Tre, Huỳnh Văn Phương và Lê Văn Tèo, cả hai đều 35 tuổi, đi xe gắn máy, bị đụng quẹt vào xe của anh Phạm Văn Phường, 25 tuổi. Phương và Tèo nhào xuống đánh anh Phường. Chưa đủ, Phương và Tèo chạy vào một căn nhà dọc đường lấy dao ra cắt cổ anh Phường. Nạn nhân chết ngay tại chỗ.

Ra đường thì thế; ở nhà có an toàn hơn không? Không. Cũng trong mấy tháng vừa qua, ở Việt Nam xảy ra mấy vụ giết người, ở đó, cả gia đình đều bị giết.

Như vụ giết người tại Nghệ An, chẳng hạn. Vy Văn Mằn vào vườn của anh Lô Văn Thọ hái trộm mấy trái chanh, bị anh Thọ bắt gặp. Hai người cãi vã nhau. Mằn nhào đến đánh anh Thọ. Chưa đủ. Mằn chụp con dao chém liên tục vào đầu anh Thọ khiến anh Thọ chết tại chỗ. Vợ anh Thọ, chị Lê Thị Yến thấy vậy sợ hãi ôm con chạy trốn. Mằn rượt theo. Gặp bà Chương, mẹ anh Thọ, Mằn chém chết; sau đó, chém chị Yến và cả đứa con chị địu trên lưng, mới một tuổi. Như vậy, chỉ vì mấy trái chanh, Vy Văn Mằn giết cả gia đình anh Lô Văn Thọ, kể cả một em bé sơ sinh.

Vụ giết người ở Nghệ An xảy ra chưa bao lâu thì đến vụ giết người cũng tàn độc không kém ở Bình Phước. Nguyễn Hải Dương, 24 tuổi, bị gia đình người yêu phản đối, bèn rủ bạn đến nhà người yêu cũ, giết sáu người trong gia đình, kể cả người mình từng yêu. Chỉ có một em bé chưa tới hai tuổi là được tha mạng.

Rồi xảy ra vụ án ở Yên Bái. Vì một sự tranh chấp nhỏ trên mảnh đất làm nương, Đặng Văn Hùng, 26 tuổi, xô xát với anh Trần Đức Long. Bị đánh, Anh Long bỏ chạy, Hùng rượt theo, chém tới tấp vào đầu vào cổ anh Long nhiều nhát. Chị Hoa, vợ anh Long, bỏ chạy. Hùng rượt theo, chém chị chết. Chưa hết. Hùng chạy vào nhà anh Long, chém chết em vợ anh Long. Cũng chưa hết. Thấy con trai anh Long, mới hai tuổi, đang đứng trên giường, Hùng "tiện tay" nhào đến chém mấy nhát khiến bé chết ngay tại chỗ.

Sau đó Giáo sư Quốc viết thêm: "Ở trường học, chỉ cần một chút xích mích, học sinh, kể cả học sinh nữ, ẩu đả và hành hạ nhau trước cái nhìn dửng dưng của các học sinh khác".

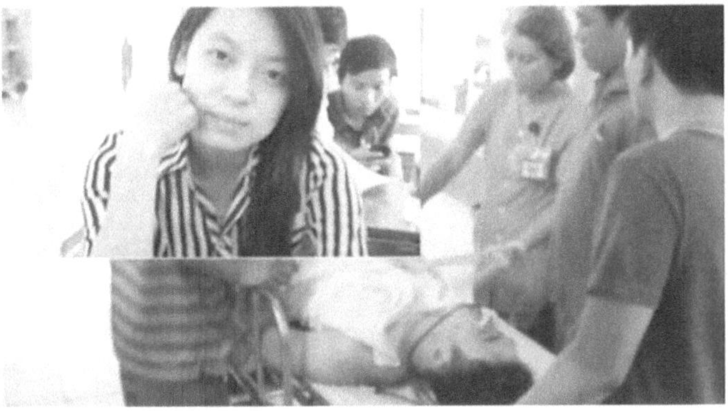

Đi tìm nguyên nhân của sự tàn ác mất nhân tính đó, không tìm đâu xa, chỉ nhìn từ 40 năm trở lại đây, kể từ ngày Cộng sản Bắc Việt hoàn tất cuộc xâm lăng Miền Nam Việt Nam, ngày 30-4-1975, hẳn ai cũng thấy việc VC giáo dục con trẻ như thế nào, và văn hóa VC thể hiện trong các tác phẩm văn chương như thế nào.

Xin nói qua một chút về chuyện giáo dục. Ở nhà trường, VC đã dạy tuổi thơ tinh thần gian ác ngay từ khi con trẻ vào lớp 1 bậc tiểu học. Trong quyển giáo khoa lớp 1, khi dạy toán cộng chúng đã dùng xác người để dạy học trò: "5 tên ngụy + 2 tên đế quốc bị bắn chết = 7". Chỉ với bài toán cộng này mọi người nhận ra tính cách tàn bạo của nền giáo dục VC trong mục đích "dùng giáo dục học đường trang bị cho trái tim và khối óc tuổi thơ lên 5 lên 6 chuyện giết người". Chúng đã nhồi sọ tuổi thơ; dạy tuổi thơ dửng dưng với chuyện giết người.

Trong khi trước đó, ở các lớp học của Việt Nam Cộng Hòa, cô giáo thường cho học sinh làm toán, đại khái như: Bà bán hàng mua 1 con gà $4 và 1 con vịt $3; tổng cộng là 3$+$4=$7; bà đem ra chợ bán, 1 con gà $5 và 1 con vịt $4; tổng cộng là $5+$4 = $9; nhờ đó bà lời được $9-$7 = $2. Nhìn qua bài toán này VC kết luận: "Bà bán hàng tượng trưng cho tư bản, chúng đã bóc lột của nhân dân $2". Để rồi từ đó, dạy tuổi thơ căm thù tư bản, căm thù những kẻ đã bóc lột nhân dân, làm cho nhân dân nghèo đói, khiến tuổi thơ ủng hộ cuộc "cách mạng giải phóng nhân dân khỏi bàn tay bóc lột của tư bản, khỏi cảnh nghèo đói, xây dựng một nước Việt Nam xã hội chủ nghĩa giàu đẹp".

Chưa hết, chính Đinh Thế Huynh (sinh năm 1953, quê Nam Định), Trưởng ban Tuyên giáo Trung ương, Chủ tịch Hội đồng lý luận trung ương, Ủy viên Bộ Chính trị khóa XI; từng là Tổng biên tập báo Nhân dân, Chủ tịch Hội nhà báo Việt Nam; lúc còn là một kẻ viết văn, trong bài viết "Trâu Cũng Đánh Mỹ", được cho cô giáo dùng dạy học sinh trong lớp học, có nội dung được sao chụp lại đính kèm.

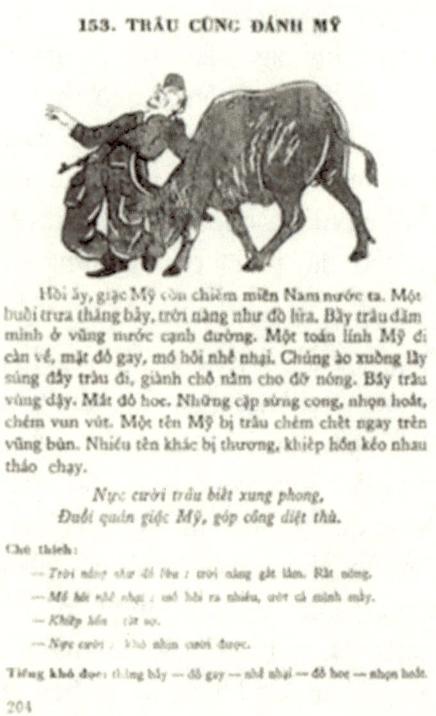

153. TRÂU CŨNG ĐÁNH MỸ

Hồi ấy, giặc Mỹ còn chiếm miền Nam nước ta. Một buổi trưa tháng bảy, trời nắng như đổ lửa. Bầy trâu đầm mình ở vũng nước cạnh đường. Một toán lính Mỹ đi càn về, mặt đỏ gay, mồ hôi nhễ nhại. Chúng ào xuống lấy súng đẩy trâu đi, giành chỗ nằm cho đỡ nóng. Bầy trâu vùng dậy. Mắt đỏ hoe. Những cặp sừng cong, nhọn hoắt, chém vun vút. Một tên Mỹ bị trâu chém chết ngay trên vũng bùn. Nhiều tên khác bị thương, khiếp hồn kéo nhau tháo chạy.

Nực cười trâu biết xung phong,
Đuổi quân giặc Mỹ, góp công diệt thù.

Chú thích:

— *Trời nắng như đổ lửa* : trời nắng gắt lắm. Rất nóng.
— *Mồ hôi nhễ nhại* : mồ hôi ra nhiều, ướt cả mình mẩy.
— *Khiếp hồn* : rất sợ.
— *Nực cười* : khó nhịn cười được.

Tiếng khó đọc: tháng bảy — đỏ gay — nhễ nhại — đỏ hoe — nhọn hoắt.

204

Trên lãnh vực giáo dục VC đã bịa chuyện để "nhồi sọ nhân dân" ngay từ lúc "nhân dân" còn quá nhỏ, chưa biết "đâu đúng, đâu sai", chẳng những nghe cô giáo "dạy sao biết vậy", lại còn hãnh diện về "kỳ tích" đánh Mỹ, giết Mỹ, của trâu; trâu còn biết giết Mỹ, sao em không biết giết Mỹ; trâu còn căm thù

Mỹ, sao em không căm thù Mỹ. Trẻ thơ đâu biết "giết Mỹ" là "giết người" và "giết người" là "tàn ác". Trẻ thơ bị nhồi sọ như vậy đó, khiến cho lớn lên con người mất hết nhân tính, để rồi xem chuyện "giết người" là chuyện dửng dưng, không chút áy náy.

Bước sang lãnh vực văn học, sự tàn ác còn được thể hiện khủng khiếp hơn nữa. Xin kể qua một chút về kẻ được gọi là nhà văn Tạ Duy Anh, trong tác phẩm của mình ông này viết:

"... Quân ta ào lên, bắt giết, đâm, giẫm đạp. Một mụ ngụy cái, ngực để trần, miệng há ra ú ớ. Niềm căm thù kẻ hạnh phúc hơn mình bốc lên ngùn ngụt trong ngực mình. Mình găm vào ngực mụ cả loạt khiến ngực mụ vỡ toác mà mặt mụ vẫn chưa tắt hy vọng. Giết người lúc ấy sao thấy sướng thế! Một thằng ngụy bị mình xọc lê vào bụng, nghe 'thụt' một cái. Mình nghiến răng vặn lê rồi trở báng súng phang vào giữa mặt hắn. Hắn lộn một vòng, gồng mình giãy chết như con tôm sống bị ném vào chảo mỡ."

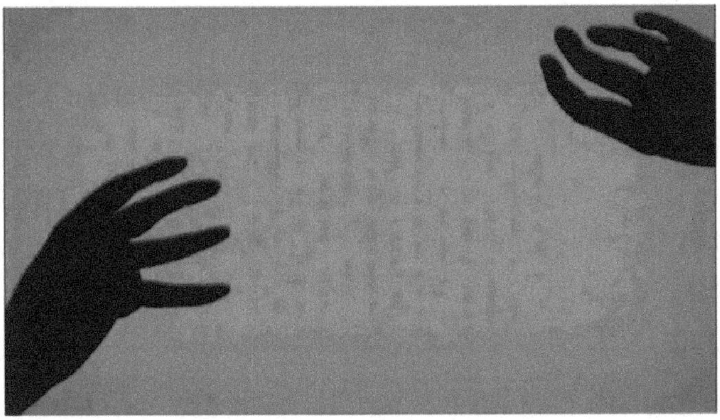

Không cần biết đó là chuyện có thật hay hư cấu, nhưng sự tàn ác của nó đã đến tận cùng của khủng khiếp. Chính cái tàn ác khủng khiếp đó đã tiêm nhiễm vào não trạng của bọn công an và côn đồ xã hội chủ nghĩa, khiến đâu đâu người ta ai cũng thấy sự tàn ác khủng khiếp của bọn cầm quyền xã hội chủ nghĩa, từ tên quản giáo trong các trại tù "cải tạo", cho đến tên công an trên đường phố trấn áp người biểu tình chống Trung cộng xâm chiếm đất nước, đàn áp dân oan khiếu kiện, hay ôn hòa bày tỏ nguyện vọng, đấu tranh cho nhân quyền, đấu tranh dân chủ hóa Việt Nam..., hay nhẹ nhàng như đón chào người tù lương tâm mãn hạn tù.

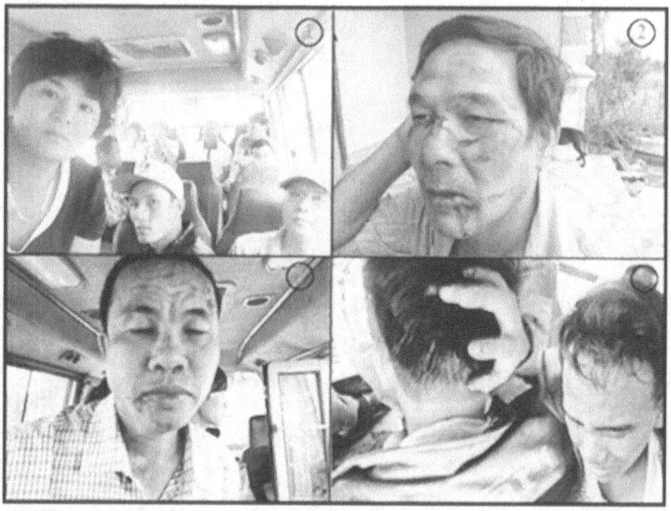

Điển hình như cuối tháng 8 năm 2015 vừa qua, ngày 28 tháng 8 năm 2015, đoàn người đón tù nhân lương tâm Trần Minh Nhật mãn hạn tù trở về bị hành hung (xem hình 1); trong số này có ông Lê Đình Lượng bị đánh đập gây thương tích (hình 2), cựu tù nhân lương tâm Trương Minh Tam cũng bị hành hung (hình 3), anh Chu Mạnh Sơn bị đánh đổ máu đầu (hình 4) [Nguồn ảnh: Fb Thúy nga/ Trần Khắc Đạt]...

Nhìn lại 40 năm qua, trong thời gian đầu, sự nhồi sọ và bạo lực gian ác của kẻ cầm quyền xã hội chủ nghĩa có khiến người dân Miền Nam sợ hãi; nhưng sự gian dối càng lúc càng lộ liễu và sự sợ hãi cũng càng lúc càng phai lạt, nhất là kể từ thế hệ thứ hai, ánh sáng "cởi mở" rọi vào các hóc hiểm của lòng tham và ngang ngược ngụy biện xã hội chủ nghĩa đã không còn như trước, người dân đã lần hồi "sáng mắt". Họ không còn tin nghe những gì VC nói. Họ đã tận mắt thấy những gì VC làm.

Đến thế hệ thứ ba, nhờ cuộc "giao lưu" với hải ngoại; đặc biệt nhờ nếp sống hải ngoại và truyền thông quốc tế dễ dàng truyền vào quốc nội; nhất là nhờ internet, sự bưng bít và lừa gạt dư luận của VC không còn bị hơn 700 tờ báo và các đài truyền thanh truyền hình nhà nước VC "bịp" được nữa.

Tuổi trẻ ngày nay, nhất là các blogger, đã nhờ facebook, twitter… dũng cảm tiến lên "làm lịch sử", vận động quốc tế cùng vạch mặt công an côn đồ lộng hành. Nhờ vậy, các nhà ngoại giao và báo chí thế giới ngày càng râm ran hơn về vai trò của công an và côn đồ trong nỗ lực bịt miệng người dân không chỉ bằng nhà giam mà còn bằng bạo lực đường phố [xem hình Ông Felix Schwarz, tham tán Chính trị và Nhân quyền đại sứ quán Đức đang thăm hỏi anh Nguyễn Chí Tuyến tại nhà riêng - hồi 10: 45 ngày 12/05/2015].

Được biết, nói về chuyện "an ninh giả danh côn đồ đánh dân là hạ sách", ngày 16-6-2015, phóng viên Hoà Ái của đài RFA cho biết [nguyên văn]: "Hiện ngày càng có nhiều các nhà hoạt động ở VN bị côn đồ tấn công và hành hung, điển hình là trường hợp anh Nguyễn Chí Tuyến và anh Đinh Quang Tuyến bị đánh hồi tháng 5 năm nay. Sau đây, Hòa Ái có cuộc trao đổi ngắn với 2 anh Nguyễn Chí Tuyến và Đinh Quang Tuyến về những vụ việc liên quan" [Xem hình Anh Đinh Quang Tuyến (trái) và anh Nguyễn Chí Tuyến (phải) sau khi bị đánh hồi tháng 5 năm 2015].

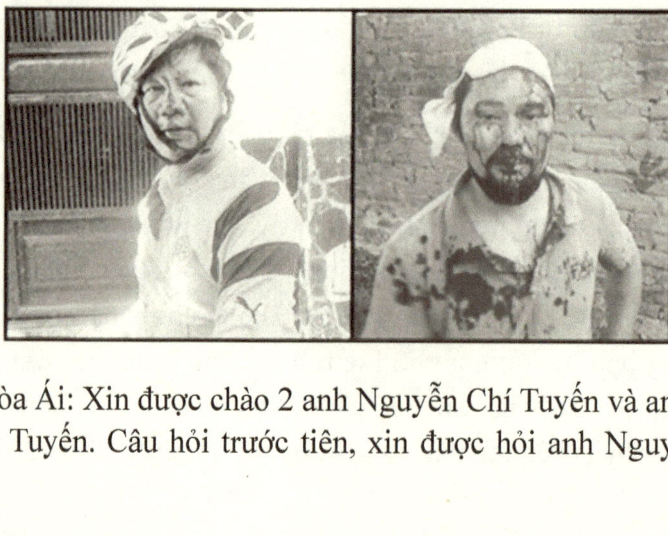

Hòa Ái: Xin được chào 2 anh Nguyễn Chí Tuyến và anh Đinh Quang Tuyến. Câu hỏi trước tiên, xin được hỏi anh Nguyễn Chí

Tuyến rằng có phải vụ việc anh bị côn đồ hành hung hồi đầu tháng 5 vừa qua là lần đầu tiên không, thưa anh?

Anh Nguyễn Chí Tuyến: Lần này coi như lần đầu tiên bị hành hung và bị tấn công nặng. Còn những lần trước thì họ sách nhiễu bằng cách bắt bớ và trong lúc đi biểu tình thì chúng tôi coi đấy là bình thường thôi. Nhưng lần này bị tấn công, bị hành hung thì khá nghiêm trọng vì có thể chưa đến mức lấy tính mạng của tôi, tuy nhiên nếu bị nặng hơn một chút thì tôi có thể bị mất trí nhớ hoặc là thành người bị mắt lòa. Cho nên tôi nghĩ rằng đây là lần nguy hiểm nhất đối với tôi, kể từ trước đến nay.

Hòa Ái: Thưa anh Đinh Quang Tuyến, từ khi bị đánh hôm 19/5 và anh nói là "công an mật vụ tấn công", sau đó anh phải trải qua một cuộc giải phẩu để nâng sụn mũi, hiện nay sức khỏe của anh ra sao?

Anh Đinh Quang Tuyến: Sau khi bị đánh hôm 19, ngày 20,21,22 thì vào bệnh viện. Chiều 22 mổ, 8 giờ tối xong. Sau khi mổ thì đau. Đau đến sáng 23 thì đỡ hơn. May mắn là sau khi mổ không có biến chứng nào hết. Ngày 24 thì tôi cảm thấy khỏe, tháo băng ra được mặc dù bệnh viện kêu để 5 ngày. Uống thuốc chừng 3-4 ngày sau thì cảm thấy không đau nữa. May là rất mau lành…".

Đó là vài trường hợp điển hình, nó không khiến tuổi trẻ nao núng, sợ hãi, vì sau đó cuộc đấu tranh cho dân chủ và nhân quyền của hai anh Tuyến và nhiều bạn trẻ khác vẫn tiếp tục. Nó còn được tiến hành trên bình diện rộng hơn nữa. Trong cuộc đấu tranh đòi "diễn biến", về mặt giáo dục, nhiều người đã làm gương thực hiện những "diễn biến" cụ thể, như hợp soạn "sách giáo khoa" dùng cho giáo viên dạy và cho học sinh học ở trường, mà không chờ đợi Bộ Giáo Dục và nhà nước CSVN làm.

Thật vậy, trong bài viết được cho đăng trên đài VOA, ngày 14.08.2015, phóng viên Khánh An cho biết: Nhà giáo Phạm Toàn, người lập ra nhóm Cánh Buồm, nói rằng: "Với hơn 10 năm làm việc nghiêm túc, nhóm đã hoàn thành bộ Sách giáo khoa tiểu học và

cho ra mắt bộ sách này hôm 12/8. Bộ sách có sự tham gia của nhiều soạn giả nổi tiếng và được thông qua một ban duyệt bản thảo gồm nhiều nhà nghiên cứu, giáo sư, tiến sĩ. Nhóm đang bắt tay thực hiện bộ sách dành cho lớp 6 trở lên".

Trong buổi hội thảo ra mắt "Sách Văn và Tiếng việt lớp 6" của nhóm Cánh Buồm hôm 12/8, đã bất ngờ gây thành tiếng vang sâu rộng trong dư luận. Nó cho biết, trong phần đặt câu hỏi, một học sinh lớp 8 tên Vũ Thạch Tường Minh, 14 tuổi, đã đứng lên phát biểu như sau [trích đoạn ghi âm được đăng tải lên mạng Youtube]: [Xem hình Vũ Thạch Tường Minh học sinh trường Hà Nội – Amsterdam đang phát biểu tại buổi ra mắt sách của nhóm Cánh Buồm. Ảnh và chú thích: RFA]

"Một điều mà con muốn nói với chính phủ Việt Nam, hay cụ thể hơn là Bộ Giáo dục, theo con, các vị bộ trưởng, thứ trưởng giáo dục không phải là nên áp dụng cả bộ sách này, mà là áp dụng cái lối giáo dục của bộ sách này vào giáo dục Việt Nam, bởi vì bây giờ giáo dục Việt Nam con thấy là, con không có tính từ nào khác nên con phải dùng tính từ này, là giáo dục Việt Nam bây giờ con thấy là quá 'thối nát' rồi. Mà suốt bao năm qua các vị cải đi, cải lại, cải tiến, cải lùi mà nó vẫn không thay đổi được kết quả gì cả. Nên bây giờ con muốn các vị bộ trưởng, thứ trưởng hãy thay đổi đường lối giáo dục của Việt Nam, có thể theo đường lối của Cánh Buồm cũng được, các vị có thể thay cả bộ sách giáo khoa cũng được. Các vị có thể nói là mất thời gian, nhưng con thấy là thời gian các vị cải tiến, cải lùi còn mất thời gian hơn. Giáo dục Việt Nam không cần cải cách gì nữa, giáo dục Việt Nam cần được cách mạng. Đó mới là điều các vị trong Bộ Giáo dục nên làm. Còn nếu bây giờ các vị không làm thì đến khi nào con thành Bộ trưởng Bộ Giáo dục con sẽ làm".

(Bộ trưởng Giáo dục)

Phát biểu thẳng thắn, không lập luận, không lý lẽ, của một cậu bé 14 tuổi này, đã gây thành trận "bão" dư luận. Video clip ghi âm cậu bé đã được lan truyền nhanh chóng trên mạng xã hội. Nó được gần nửa triệu lượt người xem chỉ sau 4 ngày.

Từ một vài sự kiện cụ thể nêu trên, mọi người hẳn thấy những giọt máu trên đầu những nhà đấu tranh cho nhân quyền, dân chủ hóa Việt Nam…, như Nguyễn Chí Tuyến, Đinh Quang Tuyến…, sẽ là những giọt nước làm đầy cái "ly đấu tranh", hoàn mãn cuộc đấu tranh, như Giáo Già từng nói, sau 40 năm trầm luân vì độc đảng độc tài Cộng sản "40 bước tới… bước".

Cũng vậy, nền văn hóa giáo dục Việt Cộng sau thời gian quá dài của 40 năm lộng hành nhồi sọ, "dạy con người tàn ác, mất nhân tính", đang bị một học sinh 14 tuổi cho là "cải lùi", để tuổi trẻ và thế hệ thứ 3 dũng cảm bước lên làm lịch sử "cải tiến"…, để tới lúc, dù có thể là rất lâu, một tỷ lệ cao hơn học sinh Việt Nam có thể công khai, lớn tiếng chỉ trích Bộ Giáo dục và bất kỳ cơ quan nhà nước nào làm ăn tồi tệ..., để cái chính quyền gian ác, bất tài, thất đức… hiện nay bị đẩy lùi vào chỗ dơ bẩn nhất của lịch sử. (Giáo Già)

5- 'Hội Cờ Đỏ' – một dấu hiệu cáo chung? (14*)

Nhằm Ngăn chặn nạn nhân của thảm họa môi trường do Formosa gây ra, nộp đơn kiện hay biểu tình phản đối, nhất là nhằm vào các cộng đồng Công Giáo Việt Nam, Đảng CSVN đã lập nên Hội Cờ Đỏ mà chúng gọi là do nhân dân "tự phát". Đây là một hạ sách của Đảng CSVN, đã tạo nên những phản ứng ngược như tiến Sĩ Phạm Chí Dũng đã chỉ ra:

Hội Cờ Đỏ xứng đáng trở thành một hiện tượng chính trị – xã hội đặc biệt trong bối cảnh 2017 của một chính thể Việt Nam kiệt quệ về kinh tế và ngân sách, làn sóng của dân chúng phản ứng với chính quyền dâng trào ở nhiều địa phương, cùng lúc bùng nổ cuộc khủng hoảng ngoại giao Đức – Việt…

Hồng Vệ Binh hay Tân Phát Xít?

(Buổi họp mặt Hội cờ đỏ Hà Nội bên cạnh nhà thờ giáo họ Văn Thai, xứ Song Ngọc, hạt Thuận Nghĩa)

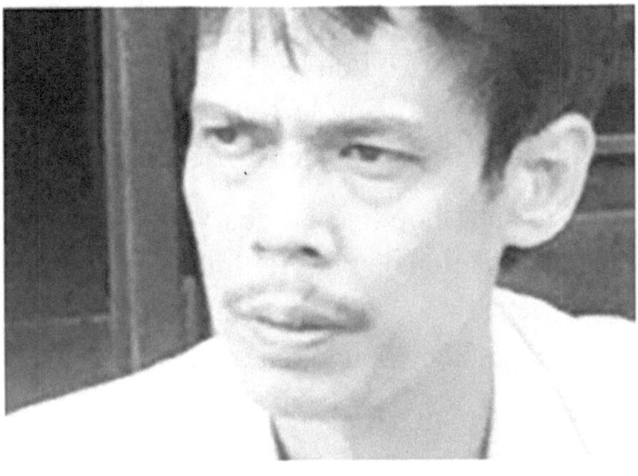

Phạm Chí Dũng

"Hội Cờ Đỏ" – một tập hợp của những người bị xem là "cuồng đảng," những dư luận viên quen mặt và có thể cả những người đại diện cho các hội đoàn chính trị-xã hội của chính quyền như Mặt

Trận Tổ Quốc, Đoàn Thanh Niên Cộng Sản, Hội Phụ Nữ, Hội Nông Nân, Hội Cựu Chiến Binh, cùng lòng căm thù nhắm thẳng vào giới Công Giáo với những khẩu hiệu sắt máu không thèm che đậy như "quạ đen" (chỉ các linh mục và giám mục), "diệt giặc đạo"… – đã làm sống lại hình ảnh khối Hồng Vệ Binh thời cách mạng văn hóa của Mao Trạch Đông ở Trung Quốc những năm 1960 của thế kỷ XX, hay hình ảnh Chủ Nghĩa Tân Phát Xít ra đời ở Châu Âu từ cuối thế kỷ đó và vẫn tồn tại cho tới nay.

Thay cho những cuộc tập hợp lẻ tẻ với quy mô nhỏ cùng mức độ sách nhiễu, hành hung một vài cá nhân người hoạt động nhân quyền như trước đây, "Hội Cờ Đỏ" đã lần đầu tiên trở thành một "liên minh" với số lượng lên đến 700 người trong đồng phục áo đỏ sao vàng, tổ chức biểu dương lực lượng cùng hành động khiêu khích ngay sát Giáo Học Văn Thai ở xã Sơn Hải, nhắm vào số đông giáo dân nơi đây.

"Loạn rồi!"

Xã Sơn Hải, Quỳnh Lưu, Nghệ An là địa điểm mà "Hội Cờ Đỏ" đã chọn để chính thức ra mắt vào ngày 29 Tháng Mười.

Không biết vô tình hay hữu ý, 29 Tháng Mười lại là thời điểm mà nhân vật đầu đảng là Nguyễn Phú Trọng từ Hà Nội vào miền Trung, cũng tại tỉnh Nghệ An, để làm việc với Quân Khu 4.

Sự trùng hợp khó bỏ qua về tính thời điểm trên đã khiến dư luận phải bật lên dấu hỏi rất lớn: liệu có mối liên hệ nào, hoặc có "quan hệ chỉ đạo" nào giữa chuyến đi Nghệ An của ông Trọng với ngày ra mắt kèm kiêu khích của "Hội Cờ Đỏ?"

Mối nghi ngờ trên có một cơ sở khá vững chắc: vào năm 2016, ngay sau khi vụ xả thải gây ô nhiễm khủng khiếp biển 4 tỉnh miền Trung bị phát hiện và tung ra công luận, Tổng Bí Thư Trọng đã dẫn đầu một đoàn quan chức vào "làm việc" với nhà máy Formosa, nhưng nội dung chỉ là "kiểm tra tiến độ công trình" chứ chẳng ăn nhập gì với hậu quả xả thải mà đã khiến có người bị chết cho tới thời điểm đó.

Mối nghi ngờ trên càng được củng cố khi vào ngày ra mắt, "Hội Cờ Đỏ" đã không trưng ra bất cứ giấy tờ văn bản hay quyết định nào, của một cấp thẩm quyền nào, cho phép hình thành và hoạt động của "Hội Cờ Đỏ," cho dù ứng với truyền thống của các "cánh tay nối dài của đảng" thì bất kỳ hội đoàn nhà nước nào cũng phải được nghị định số 45 – một văn bản của chính phủ từ năm 2010 quy định về hình thành và hoạt động của các tổ chức hội – cho phép, với chức năng cấp phép của Bộ Nội Vụ và "đồng cấp phép" của Bộ Công An.

Nhưng rất đặc biệt và cũng rất "đặc cách", bất chấp tuyên bố ra đời của "Hội Cờ Đỏ" là hoàn toàn vô pháp, đã không có một cơ quan nào của chính quyền, không một bóng công an can thiệp vào hoạt động ra mắt rùm beng của "Hội Cờ Đỏ". Nhiều người đã phải bình luận "Loạn rồi!"…

Hiện tượng "Hội Cờ Đỏ" như thể nhận được sự bảo kê của công an và chính quyền khiến nhiều người buộc phải liên tưởng về "chiến dịch biểu tình đập phá" phản đối giàn khoan Hải Dương 981 củaTrung Quốc xâm phạm vùng lãnh hải Việt Nam Biển Đông vào Tháng Năm, 2014. Chi tiết kỳ lạ của cuộc biểu tình đó là hàng chục ngàn công nhân có vẻ đã được một nhóm "quần chúng tự phát" không phải là công nhân dẫn dắt, đầy dáng vẻ côn đồ, kéo đi đập phá tan tành nhiều nhà máy của doanh nghiệp Trung Quốc ở Bình Dương và Đồng Nai, nhưng toàn bộ lực lượng cảnh sát cơ động và công an giao thông chỉ… đứng nhìn.

Sau đó, rất nhiều dư luận đã cho rằng nhóm "quần chúng tự phát" trên hẳn là "người của chính quyền."

Vậy ai, hay lực lượng chính trị nào đứng phía sau "chiến dịch biểu tình đập phá" năm 2014?

Cho tới giờ, câu hỏi trên vẫn là một bí ẩn sâu xa.

Ai đứng sau "Hội Cờ Đỏ?"

Còn nếu "Hội Cờ Đỏ" không được Tổng Bí Thư Trọng bật đèn xanh, quan chức nào khác có thể chịu trách nhiệm chỉ đạo? Và nhằm mục đích gì?

Đơn thuần là dùng "Hội Cờ Đỏ" để trả đũa phong trào biểu tình phản đối Formosa của giáo dân miền Trung, hay còn là "đấu tranh nội bộ đảng?"

Người ta cũng không thể không nghĩ đến một kịch bản mà có thể đã được dàn dựng sẵn: Tình báo Hoa Nam đứng phía sau "Hội Cờ Đỏ!"

Bởi vì trong mọi kịch bản hình thành "Hội Cờ Đỏ" và nhất là về tính hậu quả có thể xảy đến do tổ chức này gây ra, hoặc gây ra xung đột lương-giáo trầm trọng, hoặc kích thích phản ứng đồng loạt kéo đi biểu tình của giáo dân và do đó sẽ làm ảnh hưởng đến không khí an ninh của hội nghị APEC diễn ra ở Đà Nẵng từ ngày 6 đến 11 Tháng Mười Một, hay chính thể Việt Nam sẽ có thêm cơ hội để được "tái hòa nhập" vào CPC (danh sách các quốc gia cần quan tâm đặc biệt về tự do tôn giáo), Trung Quốc chính là kẻ có lợi nhất.

Nếu việc cơ quan tình báo Trung Quốc thọc tay thao túng hoạt động của "Hội Cờ Đỏ" là có thực, những quan chức Việt nào "cõng rắn cắn gà nhà?"

Nhưng bất kể động cơ và mục đích của hiện tượng "Hội Cờ Đỏ" như thế nào, hậu quả ngay trước mắt là quan hệ lương-giáo, cũng như quan hệ "Cộng-Giáo" càng thêm tồi tệ.

Sau sáu chục năm...

Trong tháp ngà của giới chức đảng và chính quyền, dù những bài học dân vận và tôn giáo vận vẫn được lặp đi lặp lại từ ngày này sang tháng nọ, xuyên suốt từ cấp lãnh đạo cao nhất của đảng cho đến cánh tay nối dài của một bộ phận thân thể đã ung hoại đến mức phù trương... nhưng vẫn không làm cách nào được những người luôn "học tập và làm theo tấm gương đạo đức Hồ Chí Minh", ở ngay quê hương của người đã từng một thời là hội trưởng danh dự của Hội Hướng Đạo Việt Nam, thấm nhuần.

Não trạng và lề thói hành xử phi văn hóa của một bộ phận đáng kể trong ngành công an đã biến ranh giới giữa chính quyền và cộng đồng Công Giáo trở thành một chiến tuyến tiệm cận với xung đột và đối kháng. Ý thức hệ chủ quan đến mức cực đoan về quyền lực càng làm các viên chức chính quyền sa vào tâm thế mà người đời định nghĩa rằng không còn biết đến trời cao đất dày là gì nữa.

Sau 60 năm tạm yên ả, mồi lửa Công Giáo lại có cơ rực đốt trong lòng chế độ. Thay cho cái nhìn khoan dung giữa những người cùng dòng máu Lạc Hồng và quê cha đất tổ, lại là truyền thống thâm thù "Công Giáo-Cộng Sản" đang rừng rực tái hiện, cùng tiếng la hét bạc lòng chới với của dân tình lầm than.

Từ Cồn Dầu ở Đà Nẵng, Cầu Rầm, Con Cuông và Mỹ Yên ở Nghệ An, Đông Yên ở Hà Tĩnh những năm trước đến "Xô Viết Nghệ Tĩnh" phản đối Formosa và phản kháng chính quyền năm 2016-2017 và có thể còn kéo dài vô tận khi ngư dân không biết làm gì ra tiền để sống và cũng chẳng còn gì để ăn.

Tất cả đều là những bằng chứng sống động về tâm trạng máu trào khỏi họng những giáo dân không còn muốn nuốt máu trở vào trong, hình ảnh những người kéo đi đòi trả tự do cho những kitô hữu bị bắt giữ khuất tất, kêu gọi lập lại công bằng cho quan hệ Công Giáo – chế độ và công lý cho những con chiên của Chúa trên chính mảnh đất này…

Một dấu hiệu cáo chung?

Ngay sau vụ ra đời kèm khiêu khích giáo dân của "Hội Cờ Đỏ," một nhà phân tích đã liên hệ vụ này với vụ nhóm thân chính phủ chống lại biểu tình của dân chúng ở Ai Cập vào năm 2011. Vào thời gian đó, những kẻ chống biểu tình đã cưỡi lạc đà lao vào đám đông biểu tình và quất roi lên đầu đám đông. Nhưng chỉ ít ngày sau, "Cách Mạng Hoa Nhài" đã hoàn tất dấu đóng đinh của nó ở Ai Cập: Tổng Thống Hosni Mubarak phải từ chức và chuyển giao quyền cho Hội Đồng Quân Lực cao cấp.

Phải chăng sự phát sinh của những nhóm cực đoan thân đảng như "Hội Cờ Đỏ" cũng giống với nhóm thân chính phủ trên ở Ai Cập – một dấu hiệu rõ ràng về sự cáo chung của chế độ? **(Phạm Chí Dũng)**

B- Chiêm Nghiệm về Tâm Linh:

Vận mạng cộng sản trong 2 câu sấm của Trạng Trình (15*)

Nguyên Thạch (Danlambao) *- Như khối đông người ở Việt Nam và kể cả trên toàn thế giới, không ai mà không thừa nhận: "Chế độ nào cũng phải sụp đổ và tan rã, không có gì ở cõi đời này là vĩnh viễn". Hai câu sấm của Trạng Trình - Nguyễn Bỉnh Khiêm đã giải đáp được nguyên lý ấy, đã phán chắc tựa đinh đóng cột: Quang, Trọng, Ngân, Phúc, sản tất vong.*

* Lời đầu tiên, tại hạ mạn phép nói trước là ngu bút này không hiểu chi cả về bói toán hay bói sấm nhưng rất thích thú với 2 câu sấm của Trạng Trình - Nguyễn Bỉnh Khiêm.

Những thiếu sót dĩ nhiên là có, người viết cũng như thiên hạ thập phương hẳn cũng muốn nghe thêm những giải trình của các bậc cao thủ am hiểu về những chuyện "thần bí" mà các vị có khả năng nắm hiểu được cơ trời đã định một cách mầu nhiệm.

Dẫu biết rằng "Thiên cơ bất khả lậu" nhưng bản thân người viết, và có lẽ cũng có khối người dân dã khác rất nóng lòng muốn biết là "tại sao cái chế độ độc tài, bạo tàn, man rợ... đầy nghịch lý này nó tồn tại quá lâu như thế?". Để tránh mất thì giờ của quí vị, chúng ta hãy đi vào 2 câu sấm của Trạng Trình Nguyễn Bỉnh Khiêm:

Bỉnh chúc vô minh, quang tự diệt
Trọng ngân bạc phúc, sản tất vong.

Được dịch từ nguyên ngữ:

炳 燭無明光盡滅

重 銀薄福産消亡

Tưởng nên sơ lược về vị Trạng này mà lịch sử đã ra những trọng điểm và tài năng của Ngài.

Nguyễn Bỉnh Khiêm (1491-1585) hiệu là *Bạch Vân cư sĩ*, thường được tôn xưng là *Tuyết Giang phu tử*. Tức vị Trạng này đã xuất hiện cách đây 527 năm.

Trạng nguyên thời Mạc - Nguyễn Bỉnh Khiêm không chỉ nổi danh nhờ tài học sâu rộng, tầm nhìn chiến lược, mà còn được người đời tôn kính vì những lời sấm truyền chính xác.

Nguyễn Bỉnh Khiêm được triều đình đương thời trọng dụng bởi tầm nhìn chính trị rộng. Sử sách cũng như người đời thừa nhận, Nguyễn Bỉnh Khiêm là nhà dự báo, hoạch định chiến lược kỳ tài, nhà tiên tri số một Việt Nam. (16*)

2 câu sấm trên đã được viết ra cách đây 5 thế kỷ, tức khoảng 500 năm.

Nếu dịch nghĩa đen của 2 câu sấm thì sẽ là:

Ngọn đèn mà tối tăm thì ánh sảng mất hết

Xem nặng tiền bạc mà nhẹ phước đức thì tài sản sẽ mất hết.

Hiểu theo nghĩa bóng trong sự đối chiếu với tính thời sự hiện tại, người viết mạn phép tô đậm mấy chữ được cho là có liên quan đến chế độ cộng sản hôm nay.

*Bỉnh chúc vô minh, **quang** tự diệt*

***Trọng ngân** bạc **phúc**, **sản tất vong**.*

Người viết tạm đưa ra vài giả dụ nhằm điểm ra những tính hợp lý về khoa học lẫn cả tâm linh.

- Nếu 2 câu trên được viết ra trong thời gian này của một người bình thường, không nổi tiếng thì được xem như 2 câu ca dao thời đại không hơn không kém.

- Nếu 2 câu trên được xem là một sự trùng hợp ngẫu nhiên thì đó cũng nêu lên được tính trùng lấp theo viện dẫn khoa học.

- Nhưng 2 câu này đã xuất hiện cách đây xấp xỉ 500 năm mà ***Quang, Trọng, Ngân, Phúc*** hiện là ***"Tứ trụ triều đình"***, là những kẻ đang nắm vận mệnh của cả nước, Hồ Chí Minh không còn (*vô minh*), Quang đã "***tự diệt***", cùng với 3 chữ kết ***"sản tất vong"*** thì đây là một sự "trùng hợp" được xem là khó hiểu và khó phủ nhận.

Vũ trụ và đời sống của nhân loại trên hành tinh này là một sự hiện hữu đầy mầu nhiệm mà ngay cả mức độ hiểu biết của con người, nói chung là khoa học cũng vẫn chưa giải đáp được ổn thỏa. Khoa học cũng công nhận về tâm linh, về sự huyền diệu của "Đấng tạo hóa" đã dựng nên vũ trụ này. Người cộng sản dựa theo chủ thuyết vô thần mà khước từ bằng những biện minh dựa trên khoa học, cũng như thuyết tiến hóa nhưng cuối cùng vẫn đi vào con đường bế tắc bởi những kết luận chưa được ổn thỏa.

Đi sâu vào khía cạnh tâm linh cùng sự huyền bí của vũ trụ quan thì hiện tượng Trạng Trình không phải là một hiện tượng mà người Việt Nam chúng ta nói riêng không quan tâm hoặc chối bỏ.

Người cộng sản lấy chủ thuyết vô thần làm nền tảng cho mọi tư duy về quyền lực cai trị và sinh hoạt xã hội... Nhưng đó chỉ là những gì người cộng sản nói, còn hành động thì dường như hoàn toàn trái ngược. Không ai đi chùa khẩn nguyện, cầu xin hay thắp nhang cúng vái cô hồn, đốt vàng mã trước nhà nhiều và thường xuyên bằng các quan tham cộng sản. Tác giả đơn cử vài tên tuổi như: Phạm Văn Đồng về già đã thường đi chùa và nghe nói đã quy y, Nguyễn Tấn Dũng đã đi chùa vái lạy, Nguyễn Xuân Phúc tế Phật như tế sao, Trần Đại Quang đã dập đầu vào tượng Phật để cầu xin... cùng những chứng cớ bằng hình ảnh này để chứng minh rằng người viết không nói ngoa. Tôi đoan chắc rằng, với 2 câu sấm trên sẽ khiến cho ĐCSVN nhức đầu và không tránh khỏi lo âu bởi sự huyền bí của nó.

(Trần Đại Quang (bên phải là vợ, bà Nguyễn Thị Hiền) đang khẩn cầu rất "thành kính" tại chùa Mahabodhi (Đại Giác Ngộ Tự) tọa lạc tại khu di tích Bodhgaya.)

[Thủ tướng Nguyễn Tấn Dũng tham dự nghi lễ tôn giáo tại đền Mahabodhi ở Bồ Đề Đạo Tràng của Ấn Độ ngày 27 tháng 10, năm 2014 trước khi đến New-Delhi. (17)]*

(Phó Thủ Tướng Nguyễn Xuân Phúc cùng Phu Nhân khấn vái ở Chùa Ba Vàng.)

Như khối đông người ở Việt Nam và kể cả trên toàn thế giới, không ai mà không thừa nhận: "Chế độ nào cũng phải sụp đổ và tan rã, không có gì ở cõi đời này là vĩnh viễn". Vậy 2 câu sấm trên đã giải đáp được nguyên lý ấy mà như một số người đã biết là nó được phán chắc tựa đinh đóng cột từ vị Trạng độc đáo thần sầu như Trạng Trình Nguyễn Bỉnh Khiêm. Nghĩa là: Quang, Trọng, Ngân, Phúc, sản tất vong.

Nào mời quí bạn đọc và còm sĩ góp lời về 2 câu sấm quan trọng này.

VIII - KẾT LUẬN

Qua những đề mục đã nghiên cứu xét duyệt ở trên, người viết xin tóm lược vào các chủ điểm sau:

- Dân Tộc vừa là lập trường tranh đấu cách mạng, vừa là mô thức hợp quần hợp lý nhất hay nhất trong Thời Đại Toàn Cầu Hóa.

- Chế độ Dân Chủ Tự Do là xu hướng tất yếu của Lịch sử Thời đại.

- Quốc Dân là chủ thể của Quốc gia và là đối tương phục vụ của mọi nền Chính trị Chân chính, Vương đạo.

- Hiện tình Trung Cộng hiện nay đang ở thế suy bại, không những về phương diện kinh tế mà các phương diện An Ninh, Văn Hóa, Chính trị Xã Hội, Khoa học, và Quân Sự... Nhất là Thượng Viện Hoa Kỳ đã thông qua luật cắt đứt đường "Lưỡi Bò" của Trung Quốc trên Biển Đông. Giấc mơ Trung Hoa hay đại dự án "Một Vành đai một con đường" của Trung Cộng nay chỉ còn là "ảo vọng"!!!

- Trung Cộng đang khốn đốn, Đảng CSVN nay không còn chỗ dựa vững chắc, Kinh tế lụn bại, nợ công ngập đầu, Nội Bộ đảng CSVN phân hóa chia rẽ và đang âm mưu thanh toán lẫn nhau, Đảng CSVN hiện nay, chỉ có con đường duy nhất là trở về với Dân Tộc để "thoát Cộng" và "Thoát Trung".

- Dân Tộc Việt Nam với truyền Thống Yêu nước bất khuất ngàn đời của Dân Tộc thà chết quyết không làm nô lệ cho bọn Bành trướng bá quyền Trung Cộng."Đại Đoàn kết Quốc Dân" để cứu nước, cứu dân và cứu chính mình.Đây là Tiếng gọi Diên Hồng và là lệnh truyền của Lịch sử ....

- Tin vui đến với chúng ta: Đó là lời tuyên bố của Tổng Thống Hoa Kỳ Donald Trump Ngày 10 Tháng 6 năm 2018: "*Hiệp Chủng Quốc Hoa Kỳ không cho phép một Quốc gia độc tài nào đàn áp người dân.* Đây là thông điệp mà tôi Tổng Thống Hiệp Chủng Quốc Hoa Kỳ *gửi đến các bạn. Hãy đứng lên làm cuộc Cách mạng, để cứu chính mình và đồng bào. Tôi và Hiệp Chủng Quốc Hoa Kỳ luôn ủng hộ cho một Việt Nam Tự Do*".

Căn cứ vào những sự kiện trên, và với niềm tin son sắt chúng ta khẳng định mà không sợ sai lầm rằng: **Cuộc Cách Mạng Dân Tộc, Dân Chủ Quốc Dân, nhất định thành công, mở trang sử mới Vinh Quang cho Dân Tộc Việt Nam.**

Tài liệu tham khảo:

(1*) http: //danlambaovn.blogspot.com/2018/06/viet-nam-hai-ngoai-ong-long-bieu-tinh.html#more

(2*) www.vietthuc.org/ts-phan-van-song-viet-cho-ngay-viet-toc-cuu-quoc-vi-sanh-ton-viet-toc-quyet-dau-tranh-de-lay-lai-quyen-tu-chu-x

(3*) https: //www.facebook.com/TheoDongLichSu.VN/posts/t%C3%B4i-c%C5%A9ng bi%E1%BA%BFt-r%E1%BA%B1ng-d%E1%BB%B1a-v%C3%A0o-trung-qu%E1%BB%91c-s%E1%BA%BD-m%E1%BA%A5t-n%C6%B0%E1%BB%9Bc-nh%C6%B0ng-m%E1%BA%A5t-n%C6%B0%E1%BB%9Bc-c%C3%B2n-h%C6%A1n-m%E1%BA%A5t-%C4%91%E1%BA%A3n/921041078042026/

(4*) https: //viettimes.vn/donald-trump-bai-binh-bo-tran-quyet-buoc-trung-quoc-dau-hang-ky-1-304045.html

(5*) https: //viettimes.vn/donald-trump-toi-tap-ra-don-chien-tranh-thuong-mai-kinh-te-trung-quoc-hien-rat-bi-dat-303575.html

(6*) http: //bacaytruc.com/index.php/2015-180919-hang-x-ng-tau-un-un-b-ch-y-tac-gi-nguy-n-ng-c-s-ng

(7*) http: //diendannguoidanvietnam.com/index.php?option=com_content&view=article&id=18748: 2018-10-10-18-20-46&catid=4: chinh-tr-kinh-t&Itemid=8

(8*) http: //bacaytruc.com/index.php/2201-th-ng-vi-n-hoa-k-thong-qua-d-o-lu-t-c-t-d-t-d-ng-l-i-bo-c-a-trung-qu-c-tren-bi-n-dong-ngu-n-chinh-tr-vi-t-nam

(9*) https: //www.voatiengviet.com/a/mot-cong-cu-moi-de-bao-ve-nhan-quyen-daoluatmagnitskytoan-cau/3659778.html

(10*) https: //vietbao.com/a275246/csvn-chia-re-dang-do-be

(11*) https: //nld.com.vn/kinh-te/no-cong-da-cham-dinh-20170926220539984.htm

(12*) https: //kinhdoanh.vnexpress.net/tin-tuc/vi-mo/moi-nguoi-viet-ganh-hon-35-trieu-dong-no-cong-nam-2018-3792857.html

(13*) https: //baomai.blogspot.com/2015/09/van-hoa-giao-duc-viet-cong-day-con.html

(14*) https: //www.nguoi-viet.com/binh-luan/hoi-co-mot-dau-hieu-cao-chung/

(15*) https: //danlambaovn.blogspot.com/2018/09/van-mang-cong-san-trong-2-cau-sam-cua.html

(16*) Trạng Trình Nguyễn Bỉnh Khiêm và những lời sấm truyền.

(17*) nguy%E1%BB%85n t%E1%BA%A5n d%C5%A9ng %C4%91i ch%C3%B9a %E1%BB%9F n%C6%B0%E1%BB%9Bc ngo%C3%A0i - Google Search

CHƯƠNG III
NHẬN ĐỊNH & PHÊ BÌNH

(Tranh Quốc Vũ)

PHẠM TRẦN ANH
VÀ "CHAN CHỨA BAO TÌNH"

Tập thơ "Chan Chứa Bao Tình" gồm 55 bài thơ và 4 bản nhạc do các nhạc sĩ Quốc An, Phạm Lê Hoàng và Lê Thu, Lê Quốc Tấn phổ nhạc thơ của tác giả.

Để tiện việc giới thiệu thơ Phạm Trần Anh, chúng tôi xin chia ra làm 3 thể loại:

- Thơ yêu nước
- Thơ tù và
- Thơ tình

Trước hết xin đề cập đến các bài thơ Yêu Nước: tiêu biểu cho thể loại thơ yêu nước là bài *"Ngày Tháng Đó"*. Ngày tháng đó chính là ngày 30-4-75, ngày tháng mà người ta gọi bằng những tên khác nhau như: Tháng tư Đen, Tháng tư gẫy súng, ngày Quốc hận, ngày Tổ Quốc vấn khăn tang, ngày Việt Nam chìm trong đêm đen v. v... Đây là ngày đau khổ kinh hoàng nhất của toàn Quân Dân Chính VN Cộng Hòa và cũng là ngày đau khổ nhất của người chiến sĩ trẻ Phạm Trần Anh:

Ngày tháng đó suốt đời ta nhớ mãi
Cả Sài Gòn nức nở một màu tang
Cờ hạ xuống bao hồn thiêng u uất
Nước ngậm ngùi cau mặt khóc tang thương.

Ta đứng đó lặng nhìn thành phố chết
Nỗi hờn căm u uất bỗng dưng trào

Lắng nghe lòng thổn thức những thương đau
Ôm mặt khóc trời ơi mình chiến bại!

Mang nặng tâm tư của một người chiến sĩ cách mạng yêu nước, nước mất phải phục quốc! Nhưng muốn phục quốc thì người Do Thái có cuốn Thánh Kinh, làm điểm tựa tinh thần, còn người VN muốn phục quốc chúng ta phải có sức mạnh tinh thần nào? Tác giả đã suy tư nhiều về vấn đề này và cuối cùng đã trực nhận ra rằng: Chính Quốc Tổ Hùng Vương là Tụ điểm Tinh Thần của 90 triệu người dân Việt Nam trong và ngoài nước. Do đó sau khi ra tù, tác giả đã dầy công nghiên cứu về cổ sử Việt Nam và biên khảo một cuốn sách mỏng nhưng hết sức giá trị đó là cuốn Quốc Tổ Hùng Vương mà nhà văn Diệu Tần vừa mới giới thiệu với chúng ta. Trong Chan Chứa Bao Tình, tác giả cũng có một bài thơ vinh danh Quốc Tổ Hùng Vương như sau:

Cúi đầu tưởng nhớ Vua Hùng
Hồn thiêng sông núi trùng trùng uy linh

Giang Sơn gấm vóc hữu tình
Hùng Vương Quốc Tổ Văn Minh Tiên Rồng... .
(Ngày Giỗ Tổ 4/3/77)

Và bài **"Đồng Bào"**:

Nhớ xưa Quốc Tổ dựng nền
Ngàn năm Văn Hiến sử thi Việt Hùng
Bọc điều trăm họ thai chung
Đồng bào hai tiếng vô cùng Việt Nam

Chính vì lòng yêu nước thiết tha nên sau ngày 30-4-75, người thanh niên Phạm Trần Anh đã cùng nhà Thơ Tú Kếu Trần Đức Uyển và một số bạn hữu đứng ra thành lập "Mặt Trận Người Việt Tự Do" vào rừng chống lại CS và sau hai năm kháng chiến, anh đã bị CSVN bắt và kết án chung thân sau giảm án xuống còn 20 năm! Trong nhà tù CS anh đã làm rất nhiều bài thơ mà hôm nay chúng tôi chỉ xin giới thiệu 3 bài thơ ngắn tiêu biểu xoay quanh chủ đề Chứa Chan.

Những ai đã ở nhà tù Z30A Xuân Lộc, Hàm Tân Long Khánh thì đều biết đến núi "Chứa Chan". Núi này không cao lắm, nhưng có cái tên rất gợi cảm là "Chứa Chan" "Chan chứa" nên đa số những người biết làm thơ trong tù đều lấy đề tài Núi Chứa Chan để tỏ bầy tâm sự như... "Dưới chân núi Chứa Chan" hay "Bên này và bên kia Núi Chưa Chán" v. v… Nhà thơ Phạm Trần Anh của chúng ta cũng không ra ngoài thông lệ đó:

Bài thơ thứ nhất mang tên "Chứa Chan", tác giả làm bài thơ này để bày tỏ với người tình hay người vợ ở quê nhà:

Chứa chan chan chứa bao tình
Ngàn trùng sông núi thương "mình" bấy nhiêu!
Dù cho gian khổ muôn chiều
Bao nhiêu thương nhớ bấy nhiêu là tình... .
(Trại tù Z30 A, chân núi Chứa Chan 1986)

Cũng vì cảm hứng từ núi Chứa Chan mà tác giả bật ra 2 câu thơ:

Chứa Chan Chan Chứa bao tình
Nghìn trùng "xa cách" thương mình... mình ơi!

Và cũng vì đắc ý 2 câu thơ này nên tác giả đã lấy nhan đề CHỨA CHAN CHAN CHỨA để đặt tên cho đứa con tinh thần thứ 3 của mình là tên tập thơ "CHAN CHỨA BAO TÌNH" ra mắt qúy vị ngày hôm nay.

Cũng tại nhà tù Z30 A, tác gỉa Phạm Trần Anh có một người bạn là nhà thơ không quân Trần Ngọc Tự lên thăm. Nhà thơ này đã viết trên một mẩu giấy trao tay cho tác giả một giòng chữ thấm đậm tình chiến hữu như sau: "Đã chán chưa nơi Chứa Chan đầy Chan Chứa ấy, Anh ơi!" Để dáp lễ người bạn, tác giả đã làm bài thơ thứ hai: nhan đề "Chán Chưa"

Bạn hỏi ta rằng đã chán chưa?
Chung thân chống Cộng cũng chẳng vừa
Đường đi chưa tới h... chưa chán
Nước đợi dân chờ ôi... chứa chan!

Nếu bài thơ thứ nhất "Chứa Chan" để nói với người tình, bài thơ thứ hai "Chán Chưa" để trả lời người bạn thì bài thơ thứ 3 nhan đề "Ngán Chưa" để trả lời cán bộ quản giáo Cộng Sản:

Chèo hỏi ta rằng đã ngán chưa?
Chung thân chống Cộng cũng chẳng chừa
"Đường đi chưa tới hề chưa ngán
"Bá ngọ" nhà bay một lũ lừa"

Sau hai thể loại thơ yêu Nước và Thơ Tù, tiêu biểu cho thể loại thơ tình của Phạm Trần Anh chúng tôi xin trích một đoạn trong bài thơ "Mẹ Ơi" rất cảm động của tác giả:

Dẫu cho vật đổi sao dời
Đất trời sụp đổ muôn đời không quên
Công cha nghĩa mẹ chưa đền

Nước non non nước chẳng quên lời thề!

Mẹ ơi ngàn dặm sơn khê
Hai mươi năm lẻ con về cuối thu
Á ơi... nhớ mãi mẹ ru
Nam nhi lập chí trượng phu một lòng...

Đời con số phận long đong
Ba chìm bẩy nổi chẳng mong ngày về
Sân si con lạc bờ mê
Cuộc đời còn lại nguyện thề giác tha

Trần gian ơi cõi ta bà
Cúi đầu con lạy mẹ cha Kiếp này
Mẹ ơi! Con không thốt nổi thành lời
Ruột đau quặn thắt rối bời lòng con!

Tiếp theo bài Mẹ Ơi! chúng tôi xin đặc biệt giới thiệu bài "Ngày Về" của tác giả Phạm Trần Anh. Bài này có 30 câu thơ chia làm hai phiên khúc dài ngắn khác nhau phản ảnh sự khác biệt giữa Mộng và Thực.

Khi Phạm Trần Anh được lệnh "trả tự do", thực sự chỉ là từ giã căn "nhà tù nhỏ" để trở về sống tại một "nhà tù lớn" là xã hội chủ nghĩa Việt Nam. Vẫn biết là như vậy; nhưng dù sao, thoát được cảnh gông cùm hay lao động khổ sai trong trại tù CS vẫn là niềm vui lớn. Nhất là sau 20 năm lao tù giờ đây, được trở về cùng gia đình, gặp gỡ vợ con… . Nên Phạm Trần Anh đã thả hồn theo mơ mộng:

Khi anh về nắng vàng nghiêng đỉnh tháp
Và chim muông che phủ sớm mai hồng
Mây tình cờ trong một thoáng thinh không
Có lửa thắp giữa ngàn trang sử biếc

Có sương khói trôi trên dòng nhã nhạc
Có vô cùng trong bóng lá mơn xanh
Có cả non cao trong bỗng chốc ân tình
Cho mắt nhớ giấu đi những ngày đá tảng

Và một sớm hồn nhiên nở xòa cánh mộng
Đưa anh về trên những dấu chân xưa
Hàng búp non thơm ký ức không ngờ
Cho mắt biếc giữ mây trời nán lại...

Như vậy đó, thưa qúy vị độc giả, trước khi trở về tác giả mơ nào là có "nắng vàng" có "mây hồng", có tiếng "chim hót", có "cỏ biếc" có "ngọn lửa" tượng trưng cho mái ấm gia đình... lòng tác giả rộn ràng bao niềm vui chứa chan...

Nhưng hỡi ơi! Khi bước chân về tới ngưỡng cửa gia đình thì không khí đã khác hẳn: Nào đâu có sự vui mừng, chào đón của người vợ hiền bao năm chung sống, đã có mấy mặt con? Đã từng "đầu ấp tay gối"?

Em hiu hắt cho lòng ta se tái
Mây hồng kia thoát chốc có tan đi
Cỏ ngàn năm đầy đọa kéo nhau về
Cho lá úa phủ đầy trên lán cỏ...

Và đây là giây phút nhà thơ Phạm Trần Anh đối diện với sự thực phũ phàng:

Em băng giá ướp trong từng hơi thở
Và chia xa đến cả mắt em nhìn
Có mùa đông nào bão táp trong em
Cho bóng núi xanh xao giữa niềm nghi hoặc.!

Điều hay và tuyệt vời của bài thơ này là khi đối diện với sự thực, "băng giá" hay "siêu băng giá" trong nội tâm, tác giả không hề có thái độ trách móc người vợ hiền… mà còn đặt ra những câu hỏi: phải chăng suốt 20 năm qua, "Em" đã trải qua những cơn bão lòng của sự ray rứt đau khổ, nên "em" đã đánh mất đi niềm tin và có thái độ giá băng như ngày hôm nay chăng?

Cuối bài thơ, tác giả còn ghi câu sau đây: còn gọi "mình ơi" trong thẳng thốt và đau xót tuyệt cùng!

Hơn hai mươi năm mới gặp lại nhau để rồi chia tay lúc hoàng hôn của cuộc đời… . Mình ơi!

KẾT LUẬN:

Qua 3 thể loại thơ: *Thơ yêu nước, Thơ tù và Thơ tình* chúng ta thấy thơ Phạm Trần Anh không thiên nhiều về mơ mộng tưởng tượng hay hư cấu mà cảm xúc từ những sự kiện có thực trong đời sống. Nếu người ta nói: "Văn tức là người" thì trong trường hợp này chúng ta có thể nói "thơ tức là người" hay nói như nữ sĩ Uyên Hạnh:

"Thơ của Anh, tuy thơ mà thật"
Thật mà thơ chính Phạm Trần Anh"… .

Điều sau cùng tôi muốn nói về tập thơ "Chan chứa bao tình" là đã khám phá ra phép lạ nào đã khiến Phạm Trần Anh có sức chịu đựng dẻo dai bền bỉ để tồn tại qua 20 năm tù trong đó có 9 năm bị cùm hai chân theo kiểu cùm thời trung cổ! Trong 9 năm này tác giả phải nằm ngửa, lưng sát thềm xi măng ban ngày thì nóng như thiêu đốt và ban đêm lạnh thấu xương! Trong suốt 9 năm tác giả chỉ mong có giấc ngủ trong tư thế nằm nghiêng mà không được! Thông thường một người tù mạnh khỏe bị cùm 2 chân trong ít tháng là đủ chết hay nếu sống thì phải khiêng ra hay bò lết ra chứ không còn sức mà đứng dậy… Vậy mà Phạm Trần Anh vẫn dũng cảm sẵn sàng đương đầu với cái chết và quyết sống, quyết tồn tại để theo đuổi sự nghiệp cách mạng đến cùng. Với niềm tin sắt son với lời thề sông núi (Sơn hà Thệ) Phạm Trần Anh đã thắng. Có được bản lĩnh và sức mạnh tinh thần bất khuất này chính là lời thề của Phạm Trần Anh đối với với Hồn Thiêng Sông Núi:

Một ngày tù tội một lo âu
Bao năm mất nước bấy năm sầu
Một lòng thề nguyện cùng sông núi
Yêu nước thương dân đến bạc đầu...

San Jose, 2016

VŨ LANG
VÀ NHIỀU THỂ THƠ ĐẶC BIỆT

Từ ngày ra hải ngoại, thi sĩ Vũ Lang đã xuất bản 3 thi phẩm:

- ***Thơ Hạnh Ngộ***, xuất bản 1997
- ***Thơ Nhị Thập Bát Tự***, xuất bản năm 2004.
- ***Thi văn Thời Đại***, xuất bản 2016

Tác giả có thơ đăng trên các báo hoặc đặc san: Văn Hữu, Khởi Hành, Hồn Việt, Saigon Times. Phát Triển Kinh Tế, đặc san Liên Trường và gần đây đặc san Văn Đàn Thời Đại… .

Đọc thơ, Vũ Lang chúng ta thấy anh không chỉ sở trường về làm thơ tình, mà còn làm thơ triết lý, thơ đấu tranh, thơ châm biến trào phúng, thơ hiện thực xã hội, với hoài bão xây đời hướng tới Chân Thiện Mỹ…

Với tinh thần không ngừng tìm tòi và sáng tạo, nhà thơ Vũ Lang đã khám phá nhiều thể thơ đặc biệt mà điển hình là:

- Thơ Nhị Thập Bát Tự
- Thơ Thủ Vĩ Đồng Từ
- Vũ Lang nhà thơ phục hoạt và nối truyền thể thơ có một không hai của Đức Khổng Minh Không...

I- THƠ NHỊ THẬP BÁT TỰ: (28 Chữ)

Tác giả làm theo thể thơ "Thất Ngôn Tứ Tuyệt" song độc đáo ở chỗ dùng "10 CHỮ GIỐNG NHAU LÀM CHỦ ĐỀ" khiến thơ rất gần với đời sống. Đề tài hay nhan đề bài thơ không tìm kiếm đâu xa mà nằm trong mọi tình huống "Giầu nghèo" "Đẹp xấu", "Vui buồn", "Sướng khổ "Lo toan" hay "Hạnh phúc… " nói chung là "thất tình lục dục" hay những hoạt cảnh, cảnh ngộ đời thường... được tác giả đưa thẳng vào thơ. Thơ như nói, nói như thơ, thơ như đối đáp, thách thức, châm biếm, dí dỏm… thơ như phản kháng, đôi khi lên án… lúc lại bao dung, tha thứ, và như ẩn một nụ cười…

Tác giả nêu lên:

Đẹp người Đẹp nết, Đẹp kỳ duyên
Nét Đẹp đoan trang, Đẹp dịu hiền
Đẹp ý Đẹp lời, thơ quá Đẹp
Trời cho em Đẹp, Đẹp như Tiên!
(Mười Vẻ Đẹp Của Giai Nhân 1)

Đẹp ơi là Đẹp Đẹp như Tiên!
Đẹp nết, Đẹp người, Đẹp dáng duyên
Đẹp ý, Đẹp lời, nhân cách Đẹp
Đoan trang, đài các Đẹp ngoan hiền
(Mười Vẻ Đẹp Của Giai Nhân 2)

Xấu ơi là Xấu! Xấu như ma!
Xấu xí vô duyên Xấu nhất nhà
Xấu tính, Xấu người, thêm Xấu nết
Hỏi còn ai Xấu, Xấu như ta ?
(Mười Cái Xấu 1)

Xấu tàn Xấu tệ, Xấu hơn ma!
Xâu xí, Xấu như qủi dạ xoa!
Xấu nói, Xấu cười còn Xấu nết
Chẳng ai thật Xấu, Xấu hơn bà!
(Mười Cái Xấu 2)

Sướng ơi là Sướng! Sướng như điên
Sướng được anh yêu, Sướng được tiền
Sướng mãi, Sướng hoài, còn Sướng nữa
Đời ta thật Sướng, Sướng như Tiên!
(Sướng 1)

Sướng ơi là Sướng! Sướng mê tơi!
Sướng tự trong tâm, Sướng tuyệt vời
Đã Sướng, Sướng vui, càng khoái Sướng
Hỏi em ai Sướng, Sướng hơn ai ??
(Sướng 2)

Khổ ơi là Khổ, Khổ như trâu
Mình Khổ còn thương vợ Khổ đau
Khổ vợ, Khổ con, thêm Khổ bệnh
Trời đầy ta Khổ, Khổ bao lâu?!
(Khổ 1)

Khổ hình, Khổ nhục, Khổ thân rồi
Khổ não, Khổ tâm, Khổ quá thôi!
Khổ nạn, Khổ sai, còn Khổ bệnh!
Phép Phật từ bi cứu Khổ đời.
(Khổ 2)

Qua những bài thơ đơn cử ở trên, chúng ta thấy bí quyết làm thơ Tứ tuyệt "NHỊ THẬP BÁT TỰ'của tác giả… Trong 4 câu phải tìm cho được 10 chữ giống nhau - 3 câu đầu trong bài thơ, tác giả thường mở rộng đề tài qua khắp mặt đời sống... đến câu thứ tư tác giả mới đưa ra ý kiến chủ quan coi như kết luận của bài thơ: hoặc khen chê, chế diễu… nhắc nhở hay lên án… ..

Sống vui, Sông khỏe, Sống an nhàn
Sống mạnh, Sống hùng, Sống hiên ngang
Sống nhục, Sống hèn, không đáng Sống
Sống làm trâu ngựa, chết còn hơn!. ..
(Sống)

Cộng đồng chống Cộng, Cộng nào đây?
Cộng nọ, Cộng kia, Cộng rất hay
Cộng bạc Cộng tiền, cùng Cộng tác
Còn ai chống Cộng cứ loay hoay!
(Cộng đồng)

Chống giặc, Chống thù, Chống cộng mau
Chống quân khủng bố, Chống quân tàu
Chống đói, Chống nghèo, Chống trộm cướp
Chống cộng, xin đừng Chống phá nhau!
(Chống Đối)

II- THƠ "THỦ VĨ ĐỒNG TỪ":

Ngoài thể thơ NHỊ THẬP BÁT TỰ, nhà Thơ Vũ Lang còn sáng tạo ra thể thơ THỦ VĨ ĐỐNG TỪ (T. V. Đ. T). Thể thơ này cũng lấy thể thơ THẤT NGÔN BÁT CÚ (tám câu - mỗi câu 7 chữ) làm nền tảng. Nhưng khác với thể thơ Đường luật thông thường là chữ ĐẦU và chữ CUỐI của mỗi câu GIỐNG NHAU nên rất khó làm… Muốn làm một bài thơ theo thể THỦ VĨ ĐỒNG TỪ, người làm thơ phải tìm ý, tìm lời lựa chữ cách nào để đáp ứng nhu cầu kỹ thuật mà thể thơ đòi hỏi song lời thơ vẫn tự nhiên không gượng ép, nhất là vẫn toát ra Ý THƠ, HỒN THƠ… mà mình muốn diễn tả… Thi hào Nguyễn Du có nói "Nghề chơi cũng lắm công phu" (Kiều) huống chi làm một bài thơ theo thể THỦ VĨ ĐỒNG TỪ… nếu không có tâm hồn thơ phong phú, bén nhậy thì không thể nào làm nổi… ..

Có vượt qua cái KHÓ KỸ THUẬT, bài thơ làm theo thể thơ THỦ VĨ ĐỒNG TỪ mới đạt tới đỉnh của nghệ thuật…

3 bài thơ tiêu biểu:

KHÓC NON SÔNG

Sông núi ngàn đời vẫn núi sông
Ông đem dâng hiến thế sao ông?
Ải Quan, Bản Giốc, nhòa Quan Ải!
Đông hải Trường Sa khóc Biển Đông!
Có nước bán rồi đâu nước có
Không nhà lại chiếm đoạt nhà không!
Biết bao nhục nhã dân còn biết
Đồng bọn âm mưu thuyết Đại Đồng!

ĐOÀN KẾT

Ông trách người, người lại trách ông!
Đồng tâm chống giặc phải tâm đồng

Bác bôi, bêu diếu, càng bôi bác
Công việc sao không tính việc công?
Giặc phá giang san, ta phá giặc
Lòng chung đã định, quyết chung lòng
Bỏ phăng hiềm tỵ cùng nhau bỏ
Mong ước kết đoàn dân ước mong... .

HỘI HOA XUÂN

Khai hội hoa Xuân, hoa mãn khai
Mai em về dự Hội hoa mai
Áo nhung hồng tím, hoa cài áo
Đài các, kiêu sa, trước tượng đài
Thoảng ngát hương thơm, làn gió thoảng
Tươi mầu hoàng yến, đóa hoa tươi
Nắng xuân bướm lượn bay vờn bướm
Hài ngọc du xuân, dạo gót hài.. ..

III- VŨ LANG NGƯỜI PHỤC HOẠT VÀ NỐI TRUYỀN THỂ THƠ - CÓ MỘT KHÔNG HAI - CỦA ĐỨC.. KHỔNG MINH KHÔNG.

A/ Cơ duyên văn nghệ.. . đến với nhà thơ Vũ Lang:

Người viết hơn một lần được nhà thơ Vũ Lang kể cho nghe cơ duyên nào anh có được bài thơ của Đức Không Minh Không: - Nhân một buổi đọc thơ giữa anh em Văn Nghệ Sĩ và thân hữu tại Nam Cali, sau khi nghe đọc bài thơ "Hội Hoa Xuân" mà tôi vừa sáng tác, Anh bạn tôi là Đỗ Đắc Tín khen bài thơ làm rất hay và có phần giống với "thể thơ của Đức Khổng Minh Không ".. . Tôi yêu cầu bạn đọc cho nghe và ngỏ ý muốn tận mắt được xem nguyên bản bài thơ nói trên.. .. Anh bạn cho biết, bài thơ anh chỉ thuộc âm bài thơ, còn nguyên bản thì anh phải về nhờ thân phụ anh sao chép cho.. .. Mãi 1 tháng sau, cụ Đỗ Đắc Trung thân phụ của anh Đỗ Đắc

Tín có gửi tặng tôi (tức nhà thơ Vũ Lang) 1 bài thơ chữ Hán mà cụ ”sao chụp” lại theo bản cổ được treo tại Đình làng Hành Thiện Nam Định nguyên văn như dưới đây:

B/ Nguyên Văn Bài Thơ chữ Hán của KHÔNG LỘ - KHỔNG MINH KHÔNG

Lý Triều Quốc Sư

(Đinh Tỵ niên - Mạnh Đông)

Thiên liên bích thụ thụ liên thiên
Yên tỏa (1) thanh sơn, sơn tỏa yên
Thụ nhiễu tùng la, la nhiễu thụ
Xuyên thông vu (2) giáp, (3) giáp thông xuyên
Tửu mê túy khách, khách mê tửu
Thuyền tống hành nhân, nhân tống thuyền
Hội đắc tri âm, âm đắc hội
Truyền kim đáo cổ, cổ kim truyền
(Không Lộ-Khổng Minh Không)

Dịch Nghĩa:

Trời liền cây xanh, cây xanh liền trời
Khói ôm núi xanh, núi ôm khói
Cây vậy khóm tùng, tùng bao quanh cây
Sông thông hiệp lưu, hiệp lưu nối liền sông
Rượi làm khách say, khách say rượu
Thuyền đưa lữ khách, khách đưa thuyền
Hội hiệp tri âm, tri âm Hội
Nay truyền xưa, xưa truyền tới nay

Chú Thích:

(1) Tỏa: đóng kín, vậy quanh (như bế môn tỏa cảng)

(2) Vu có nghĩa là "ở"... hay "tại" (Preposition)

(3) "Hiệp" hay "Hạp" hay "Giáp" có nghĩa là chỗ hợp lưu của nhiều con sông, (như đập Tam Hiệp) –"Hiệp" hay "Hạp" hay "Giáp" còn có một nghĩ nữa là – chỗ mỏm núi nhô vào nước hay "eo biển", tiếng Anh là "Strait"

Dịch Thơ:

Da trời giòng biếc nhuộm màu cây
Một giải non xanh toả khói mây
Cây quấn cây tùng, cây rậm rạp
Nước quanh đỉnh giáp, nước vơi đầy
Rượu mê người, người mê rượu đấy
Khách giục thuyền, thuyền giục khách đây
Liệu được tri âm, nào được mấy
Xưa nay vẫn nhớ mãi xưa nay.

(Tiến sĩ Đặng Xuân Bảng dịch)

C/ Tiểu Sử của Không Lộ Thiền Sư Khổng - Minh Không:

Lý Quốc Sư Khổng Minh Không sinh ngày 15 tháng 10 năm 1065 (mất năm 1141) là tên gọi theo quốc tính (họ Vua) do nhà Lý ban cho ghép với chức danh pháp lý cao nhất của một vị Thiền Sư, , từng là dược sư, pháp sư, đại sư rồi quốc sư tên hiệu NGUYỄN

MINH KHÔNG. Ngài là một vị cao tăng đứng đầu tổ chức Phật giáo của triều đại nhà Lý trong lịch sử, được xem là vị Thiền Sư sáng lập nên nhiều ngôi chùa nhất ở Việt Nam và được tôn vinh là ông Tổ nghề đúc đồng.

Vì có nhiều công lớn chữa bệnh cho Vua và nhân dân mà Ngài cùng với Đức TRẦN HƯNG ĐẠO là những nhân vật lịch sử có thật sau này được người đời tôn sùng là ĐỨC THÁNH NGUYỄN, ĐỨC THÁNH TRẦN. Một số ghi chép xưa xếp Ngài là vị Thánh trong TỨ BẤT TỬ. Trong truyền thuyết dân gian, Nguyễn Minh Không là một nhân vật huyền thoại, xuất hiện với nhiều tình tiết kỳ bí thậm chí hoang đường như khi tu thiền đắc đạo có thể đi mây về gió, niệm chú cho chim lạ rơi xuống đất, ngả nón làm thuyền vượt sông Cả, cho cả kho đồng nước Tống vào túi đem về đúc "Tứ Đại Khí", thò tay vào vạc dầu đang sôi vớt hàng trăm chiếc kim chữa bệnh cho vua LÝ THẦN TÔNG. Hiện nay ở vùng châu thổ song Hồng có rất nhiều nơi còn đền thờ Ngài như ở Ninh Bình, Bắc Ninh, Hà Nội, Nam Định, Hải Dương, Thái Bình, Quảng Ninh, Hưng Yên, Bắc Giang.

Theo "Thiền Uyển Tập Anh", Lý Quốc Sư Nguyễn Minh Không tên húy là Nguyễn Chí Thành, sinh tại xã Đàm Xá, xã Gia Thắng, Gia Viện, Ninh Bình). Theo một số tài liệu Ngài còn có Đạo Hiệu KHÔNG LỘ, từng tu ở chùa Không Lộ (Nam Định) và được thờ ở núi Không Lộ (chùa Thầy ngày nay.)

Cha của Thánh Nguyễn là Đức Ông Nguyễn Sùng, quê ở thôn Đàm Xá, Phủ Tràng An, . Mẹ của Ngài là Đức Bà Dương Thị Mỹ, quê ở Phả Lại, phủ Từ Sơn, nay là làng Phả Lại, Xã Đức Long, Quế Võ, Bắc Ninh (nơi giáp với phường Phả Lại thị xã Chí Linh, Hải Dương) Song thân Ngài tuy nghèo, nhưng luôn lo làm việc thiện, hai cụ sinh hạ được một người con khôi ngô tuấn tú đặt tên là NGUYỄN CHÍ THÀNH. Sau Ngài lớn lên, đi tu trở thành một nhà sư tài danh lẫy lừng. Ngài được coi là Thần y khi chữa bệnh "Hóa Hổ" cho Vua Lý Thần Tông và được ban quốc tính họ Lý, phong làm Quốc Sư, được nhà Vua cấp cho nhà ở, được miễn thuế má. Khi ngài mất rồi được rất nhiều đền chùa thờ phụng.

Đại Việt sử ký toàn thư chép rằng: "Quốc sư Minh Không rất linh ứng. Phàm khi có tai ương hạn lụt, cầu đảo đều nghiệm cả. " Nguyễn Minh Không là hiện thân quyền lực linh thiêng của Phật giáo hưng thịnh thời Lý - là thầy thuốc tài ba bậc nhất, là ngư dân gắn bó với thôn dã Đại Việt, là thiền sư tài cao đức trọng, là bậc thánh tổ nghề đúc đồng Việt Nam… .

D/ Nhà Thơ Vũ Lang phục hoạt và nối truyền Thể Thơ có một không hai của Không Lộ - Thiền Sư Khổng Minh Không

Khi nhận được bài thơ chữ Hán của Đức Khổng Minh Không, nhà thơ Vũ Lang rất mừng và thấy thể thơ của Đức Không Minh Không rất hay rất lạ, nhưng đồng thời cũng là một thử thách rất lớn đối với anh. Anh muốn bắt chước làm thơ theo thể thơ rất lạ của Đức Không Minh Không, nhưng có dễ đâu...

Nhà thơ Vũ Lang tâm sự với Chu Tấn: "Nếu làm thơ theo thể thơ " Thủ vĩ đồng từ" của tôi khó một, thì sáng tác một bài thơ theo thể Thơ của Đức Không Minh Không khó gấp mười lần nếu không muốn nói là khó trăm lần hơn,... Tôi đã suy tư nghiền ngẫm ngày đêm...tơ tưởng, TƯƠNG TƯ, SUY NIỆM bài thơ này như người "say men rượu", "say thuốc phiện" hay "say ái tình"… Nhiều lúc nghĩ rằng mình phải bỏ cuộc… không theo nổi… một thể thơ hay lạ nhưng quá khó, cực kỳ khó…

"Càng đọc đi đọc lại" "Thẩm âm" bài thơ nói trên, nhất là câu cuối "Truyền kim đáo cổ, cổ kim truyền…". Phải chăng thể thơ của Ngài đến đây là đứt đoạn?!?!?! Một sự thử thách quá lớn. Nhưng cũng qua câu thơ cuối của bài Thơ qúi hiếm kỳ diệu này, "Vũ Lang tôi" lại chấn động tâm linh,... như được Ngài khuyến khích…

"Phải tỉnh thức… phải tinh tấn lên.. Đừng bỏ cuộc… . "

Khoảng 3 tháng sau, một buổi sáng tinh mơ… Phúc chí Tâm Linh… "Vũ Lang tôi" có một niềm cảm hứng mới… . một niềm vui mới, phới phới thăng hoa trong tâm hồn mình…

Kết quả Nhà Thơ Vũ Lang đã sáng tác được bài thơ nhan đề DÂN QUYỀN theo thể Thơ của Thiền Sư Không Lộ… Khổng Minh Không sau đây:

DÂN QUYỀN

Nhân Quí từ tâm, tâm quí nhân
Dân tình đoàn kết, kết tình dân
Đệ huynh tín nghĩa, nghĩa huynh đệ
Thần Thánh tôn sùng, sùng thánh thần
Tổ Quốc quang hưng, hưng Quốc Tổ
Quân thần khả hữu, hữu thần quân
Ái nhân hữu dụng, dụng nhân ái
Dân chủ quyền dân, dân chủ dân
(Vũ Lang – 2013)

San Jose Ngày 1 Tháng 4 Năm 2016

NGUYỄN BÍNH, CHU TOÀN CHUNG VÀ "GHEN"

Thi sĩ Nguyễn Bính

Thi sĩ Chu Toàn Chung

Nửa thế kỷ trước đây, "Thi đàn" Việt Nam đã xuất hiện một bài thơ "Ghen" của thi sĩ Nguyễn Bính đã từng làm say mê người đọc, thì ở cuối thế kỷ 20 và đầu thế kỷ 21 này, cũng nẩy sinh một bài thơ "Ghen" của thi sĩ Chu Toàn Chung là cháu nội của Danh Sĩ Chu Mạnh Trinh, người nổi tiếng trong văn học nước nhà ở cuối thế kỷ 19 đầu thế kỷ 20.

Mời các bạn yêu thơ và thích thơ và nhất là những "tâm hồn đồng điệu" cùng thưởng thức 2 bài thơ "ghen"- một của thi sĩ Nguyễn Bính và một của thi sĩ Chu Toàn Chung.

BÀI THƠ GHEN CỦA THI SĨ NGUYỄN BÍNH:

Trong thất tình của con người (Hỷ Nộ, Ái Ố Lạc, Ai, Dục = Mừng, Giận, Yêu, Ghét, Vui, Buồn, Tham muốn) chúng ta không thấy người xưa đề cập đến ghen, có lẽ vì "Ghen" là một phạm trù tình cảm đặc biệt. Ghen tuy bắt nguồn từ "Yêu"- Có Yêu nên mới ghen - nhưng ghen lại chi phối gần như trọn vẹn cả thất tình! Thực vậy, khi đã ghen, thì người ta dễ nổi cơn "thịnh nộ", ghét cay ghét đắng kẻ tình địch! Và đồng thời lo sợ kẻ tình địch cướp mất người yêu của mình! Nếu thắng được tình địch thì vui mừng, (Hỷ lạc) nếu bị thua kẻ tình địch thì bi ai buồn khổ suốt đời, có khi đi đến tự tử! Nhưng động cơ chính yếu của ghen lại chính là "Tham dục"muốn chiếm hữu trọn vẹn người mình yêu!

Bài thơ Ghen của thi sĩ Nguyễn Bính hầu như ai trong chúng ta cũng đã hơn một lần đọc qua và đều cảm thấy thích thú và mỉm cười vì thấy thi sĩ sao mà ghen quá đỗi, quá thể.

Tác giả mở đầu bài thơ ghen bằng cách nói thẳng với người tình:

"Cô nhân tình bé của tôi ơi
Tôi muốn môi cô chỉ mỉm cười
Những lúc có tôi và mắt chỉ
Nhìn tôi những lúc tôi xa xôi"

Đã là người yêu của thi sĩ thì không được quyền "cười" với ai, và cũng không được "nhìn" ai và chỉ được quyền cười, được quyền nhìn ngắm thi sĩ mà thôi… Điều này cũng dễ hiểu, vì tâm lý những kẻ đang yêu đều không muốn người tình của mình cười nói thân mật với những người khác. Như vậy là em chưa yêu tôi sao? Em chưa trân trọng với tình yêu của chúng ta sao? Em đừng cười với ai nữa nhé! Nụ cười của em đáng gía hơn ngàn vàng sao em lại có thể cười với thế nhân"như thế được? tia nhìn của em mới trìu mến làm sao! Ai được em nhìn ngắm thì quả là một đặc ân mà ngoài anh ra, còn ai xứng đáng với cái nhìn đó của em?

Thi sĩ Nguyễn Bính nổi tiếng về những bài thơ bình dị, chất phác nói lên tâm hồn của những người "nhà quê". Có người chê thơ Nguyễn Bính dễ dãi "như vè", nhưng đây là một sai lầm lớn. Tuy thơ Nguyễn Bính không gọt rũa chau chuốt, bóng bẩy, nhưng tác giả có bút pháp và cách nhìn riêng đi thẳng vào tâm hồn người đọc, nên rất nhiều người đọc thơ Nguyễn Bính, say thơ Nguyễn Bính, thuộc nằm lòng thơ Nguyễn Bính. Nên chỉ là "vè" thì làm sao cảm được lòng người sâu đến như thế?

Trong thơ Nguyễn Bính còn chứa cả một cái hồn của quê hương dân tộc, điển hình như bài thơ Chân Quê:

Hoa chanh nở ở vườn chanh
Thày u mình với chúng mình chân quê
Hôm qua em đi tỉnh về
Hương đồng gió nội bay đi ít nhiều.

Hai nhà phê bình thơ khá nổi tiếng là Hoài Thanh và Hoài Chân trong cuốn Thi Nhân Việt Nam đã viết về Nguyễn Bính như sau: "Nguyễn Bính đã đánh thức người nhà quê vẫn ẩn náu trong lòng ta. Ta vẫn thấy trong vườn cau bụi chuối là hoàn cảnh tự nhiên của ta và những tính tình đơn giản của dân quê là những tính tình đơn giản của ta. Giá Nguyễn Bính sinh ở thời trước, tôi chắc người đã làm những câu ca dao mà dân quê vẫn hát quanh năm… "

Nhà văn Vũ Bằng thì cho rằng: "Nguyễn Bính là một thi sĩ suốt đời mắc bệnh tương tư như chính thi sĩ đã xác nhận:

"Nắng mưa là bệnh của trời
Tương tư là bệnh của tôi yêu nàng"

Theo nhà văn Vũ Bằng thì thi sĩ ăn ở 2 điểm:

Anh đã nói lên tiếng nói chân thật của lòng với lời lẽ bình thường của dân gian không úy kỵ không kênh kiệu.

Anh đã nhắm đúng vào một cái bệnh chung của loài người là cái bệnh tương tư, người dân mất nước tương tư quê hương, người con gái lấy chồng tương tư dòng sông cũ, người đàn ông không được yêu thương tương tư người yêu lý tưởng, người bị tình phụ tương tư người đã phụ mình... Có thể nói tất cả văn thơ tiền chiến của Nguyễn Bính đều nhắm vào bệnh đó và anh nổi bật cũng vì bệnh đó. Sở dĩ như thế chính vì anh mắc cái bệnh đó thật, vì ai biết Nguyễn Bính đều không chối cãi được điều này: Bắt gặp ai anh cũng mê, mê người thương mình, mê luôn cả người không thương mình, mê người có thể yêu thương được, và mê luôn cả người không có quyền yêu thương! Yêu quá lố, mê quá xá, rút cuộc không làm gì được thì tương tư… ”

Bản chất Nguyễn Bính là người nhà quê, song Nguyễn Bính cũng là người "trót dan díu với kinh thành" nên cái ghen của nguyễn Bính cũng rất thành thị:

Tôi muốn cô đừng nghĩ đến ai
Đừng hôn dù thấy bó hoa tươi.
Đừng ôm gối chiếc đêm nay ngủ
Đừng tắm chiều nay bể lắm người

Cái ghen của Nguyễn Bính là cái ghen của người thành thị, song cũng chính người thành thị khó mà chấp nhận dược cái ghen quá lố của tác giả! Đã đành là thi nhân có quyền hư cấu hay cường điệu, nhưng ở đây tác giả đã đi quá xa, ghen gì mà ghen đến độ "cấm" người yêu không được ôm bó hoa tươi, không được "ôm gối chiếc" khi ngủ, nhất là không được tắm biển, khi đông người, thì cái ghen đó đã trở thành quá lố, phi lí hoàn toàn không thể chấp nhận được.

Có người lại cho rằng cái ghen của Nguyễn Bính không thực, hay chỉ là cái ghen của thời phong kiến kiểu "chồng chúa vợ tôi"! Chứ thời đại vệ tinh chúng ta thì lối ghen kể trên đã trở thành lạc hậu! Nếu bài thơ này được dịch ra tiếng Anh, tiếng Pháp thì người ngoại quốc sẽ chê người Việt Nam quá cổ hủ lỗi thời.

Đối với những người sống cùng thời với Nguyễn Bính, hay

biết Nguyễn Bính quá rõ thì lại mỉm cười cho rằng: Nguyễn Bính một con người đa cảm một thi nhân theo triết thuyết "đam mê" thì chỉ có thơ tình của Nguyễn Bính là thực thôi còn ngoài ra có cái gì thực nữa đâu!

Nguyễn Bính lại là người mắc bệnh tương tư chỉ vì chàng quá nghèo, lại quá đam mê nên không ai dám yêu chàng (Vì không ai yêu nên suốt đời mắc bệnh tương tư?) mà đã không có người yêu thì TÌNH YÊU của tác giả chỉ là "ái tình bản thảo" có thực bao giờ đâu! Người yêu đã không có thực hay không thực có thì "ghen" chẳng qua cũng chỉ là cái "ghen tưởng tượng" "ghen bản thảo" đó mà! Đối với ái tình bản thảo, đối với "cái ghen trong thơ" mà chúng ta cho là "phi lý" hay "không thực" nếu tác giả còn sống chắc tác giả cũng lấy làm lạ: "Thơ của mình chỉ là sản phẩm của tưởng tượng mà người đời lại cho là thật, để rồi tranh cãi nhau giữa chân và giả! Chẳng lẽ thơ mình hay đến thế sao?"

Theo đa số người vẫn cho rằng: "Đàn bà hay ghen hơn đàn ông" vì vậy mới có câu:

"Ớt nào mà ớt chẳng cay
Gái nào là gái chẳng hay ghen chồng"

Nhưng khi đọc thơ ghen của Nguyễn Bính mới thấy rằng: cái ghen của đàn ông mới là cái ghen tối đa:

"Tôi muốn mùi hương của nước hoa
Mà cô thường sức chẳng bay xa
Chẳng làm ngây ngất người qua lại
Dẫu chỉ qua đường khách lại qua
Tôi muốn những đêm đông giá lạnh
Chiêm bao đừng lẩn khuất bên cô
Bằng không tôi muốn cô đừng gặp
Một trẻ trai nào trong giấc mơ"

Cái ghen của Nguyễn Bính không dừng lại ở chỗ đó mà còn

tiến xa hơn nữa:

"Tôi muốn làn hơi cô thở nhẹ
Đừng làm ấm áo khách chưa quen
Chân cô in gót trên đường bụi
Chẳng dấu chân nào được dẫm lên!

Ghen mà cả đến làn hơi của người yêu cũng giữ độc quyền! Ghen đến mức dấu chân người yêu trên đường bụi cũng không cho ai được dẫm lên thì cái ghen đó đã trở thành cực kỳ phi lý hay trở thành tuyệt đối rồi!

Chính tác giả cũng biết mình ghen như thế là "quá lố" "quá phi lý" quá sai! Nhưng thi sĩ không phải như người tỉnh cơn mơ, cơn say "Tỉnh cơn ghen"...Ở đây tác giả giải nghĩa cái ghen của mình và đi đến đúc kết lớn hơn:

Nghĩa là ghen quá đấy mà thôi
Thế nghĩa là yêu quá mất rồi
Và nghĩa là cô là tất cả
Cô là tất cả của riêng tôi!

Điểm lại bài thơ ghen của Nguyễn Bính từ đầu ta thấy tác giả đưa ra một loạt những mệnh lệnh nào tôi muốn… cô đừng…

Từ chỗ không được cười, không được ngắm nhìn người khác… đến không được nghĩ đến ai, không được ôm hôn bó hoa tươi, không được ôm gối chiếc ngủ… không được tắm khi biển đông người, không được sức nước hoa… hay nếu có, thì nước hoa đó không làm ngây ngất người qua lại, dù họ chỉ là khách qua đường… cũng không được luôn! Ban đêm ngủ người yêu không được quyền mơ… , nếu mơ… thì cấm không được gặp một chàng trai trẻ nào trong… mộng! Thậm chí làn hơi cô thở nhẹ… cũng không được làm ấm áo khách chưa quen… và dấu chân người tình đi trên đường… không ai được dẫm lên!

Sở dĩ có những đòi hỏi quá quắt, những mệnh lệnh tình yêu

buộc cô nhân tình của thi sĩ khắt khe như vậy… chỉ vì QUÁ YÊU, QUÁ SI TÌNH. Nguyễn Bính quan niệm NGƯỜI YÊU LÀ TẤT CẢ Nhưng tất cả của riêng chàng thôi!

Nói tóm lại, cái ghen của Nguyễn Bính là "CÁI GHEN TUYỆT ĐỐI" VÀ CHIẾM HỮU HOÀN TOÀN NGƯỜI YÊU TRÊN CÁC MẶT TƯ TƯỞNG, TÌNH CẢM VÀ TRONG MỌI SINH HOẠT HÀNG NGÀY.

BÀI THƠ GHEN CÓ NHAN ĐỀ NHẮC NHỞ EM CỦA CHU TOÀN CHUNG:

Cũng một đề tài "GHEN" song thi sĩ Chu Toàn Chung có lối diễn tả khác:

"Em giờ bên ấy có vui không
Nhớ giữ dùm anh cặp má hồng
Đừng để nắng hè vương mái tóc
Hay buồn vời vợi mắt mùa đông

Mở đầu bài thơ, tác giả đã thăm hỏi người yêu, thi sĩ tỏ ra rất "ga lăng" săn sóc người yêu. Nếu Nguyễn Bính gọi người yêu bằng "Cô nhân tình" thì trái lại Chu Toàn Chung thương yêu trìu mến gọi người yêu bằng em hay trang trọng hơn gọi là Người (chữ người viết Hoa).

Văn hào Victor Hugo quan niệm: "Yêu là tin một nửa" vì có ai yêu mà không băn khoăn thắc mắc, không phập phồng lo sợ mất người yêu? Khi đang yêu cho dù tự tin đến đâu những kẻ yêu nhau vẫn e ngại một người thứ ba, một tình địch nào đó đến tán tỉnh người mình yêu, nhất là xa mặt cách lòng…

Nếu Nguyễn Bính "ghen" bằng cách đưa ra những mệnh lệnh tình yêu thì Chu Toàn Chung chỉ khéo léo tế nhị đưa ra ngững lời nhắc nhở, cho dù là điều tối kỵ chăng nữa, thi sĩ cũng không bao giờ có lời nói, cử chỉ làm "phật ý" người yêu hay làm người yêu "tự ái”. Trái lại còn tôn vinh người yêu nữa.

“Cẩn thận nghe em cả nụ cười
Đề phòng kẻ lạ ngắm môi tươi
Và điều tối kỵ anh thường nhắc
Đừng để cho ai tán tụng người”

Từ những kiếp xa xôi nào, Thi sĩ và Giai nhân bao giờ cũng là kẻ “NÒI TÌNH ĐỒNG ĐIỆU” (chữ dùng của Thi Sĩ Chu mạnh Trinh)

Giai nhân danh sĩ mấy người
Bốn phương tâm sự một trời cố đô

(Thơ Vũ Hoàng Chương)

Thi sĩ có người yêu tuyệt vời nhan sắc, khi nàng đi ra ngoài biết bao nhiêu người chiêm ngưỡng Nàng chẳng là “vưu vật” của thế gian sao? Nhà thơ thầm lo lắng là phải:

Những lúc em đi dạo một mình
Sơ sài trang điểm đủ vừa xinh
Vì em lộng lẫy anh thừa biết
Đá cũng thầm ghen chuyện chúng mình

Như tất cả mọi người yêu trên thế gian “có yêu nên mới ghen” có yêu nên sợ mất người yêu! Yêu là tham lam ích kỷ, yêu là phập phồng lo sợ, yêu là tham dự vào một cuộc hành trình không biết có nguy hiểm không nhưng đầy bất trắc! Nàng Kiều khi xưa yêu Kim Trọng cũng hết sức lo lắng:

“Bây giờ tỏ mặt đôi ta
Biết đâu rồi nữa chẳng là chiêm bao?

(Kiều)

Theo quan điểm và thi pháp giữa Nguyễn Bính và Chu Toàn Chung có khác biệt song cả hai thi sĩ có một điểm giống nhau là không muốn người mình yêu đêm nằm mơ thấy một “đối tượng” khác.

"Em cũng đừng ra tựa gốc mai
Kẻo anh hàng xóm ngó sang hoài
Về đêm khi ngủ em đừng để
Giấc mộng thiên thần nhập bóng ai

Với Chu Toàn Chung yêu không phải là ích kỷ, mà còn là "DÂNG HIẾN VÀ TÔN VINH" người mình yêu. Đây là điểm rất đẹp và cũng rất nhân bản, rất người của Chu Toàn Chung. Nhưng đâu phải chỉ một mình thi sĩ biết ngưỡng vọng người yêu, biết đâu một tình địch nào khác cũng đang tìm đến để tán tỉnh ngưỡng vọng người mình yêu thì sao? Nếu yêu đồng nghĩa với ân cần nhắc nhở... như sợ tình yêu chắp cánh bay cao… Tình càng say đắm, càng trở nên mong manh... Thi sĩ như sợ mất đi những gì quí báu nhất đời:

"Này nữa Anh cần nhắc nhở thêm
Phòng Em thường trực nhớ buông rèm
Bởi Anh không muốn người qua lại
Dừng bước nghiêng mình ngưỡng vọng Em"

Nhắc nhở thì vẫn nhắc nhở, song thi sĩ Chu Toàn Chung vẫn tràn đầy tin tưởng là một ngày không xa người yêu sẽ cùng mình tái ngộ. Thi sĩ tự hỏi mình, không biết nhắc nhở như vậy có là một hình thức ghen hay không? Hình như mình cũng đang "Ghen"?

"Nhắc nhở em yêu thế đủ rồi
Chờ ngày Hoàng hậu trở về ngôi
Hình như anh cũng ghen rồi đấy
Ghen để em cười nở ngát môi. "

Điểm lại toàn bài thơ "NHẮC NHỞ EM" của thi sĩ Chu Toàn Chung tuy nhan đề bài thơ có khác, nhưng thực chất vẫn là bài thơ "GHEN".

Nếu cái ghen của Nguyễn Bính là cái ghen có tính cách "phi lý không thực" không thể đem áp dụng ngoài đời mà chỉ là sản phẩm của tưởng tượng… cái ghen lãng mạn, hướng về Tuyệt Đối chiếm hữu toàn diện người mình yêu… thì trái lại cái ghen của Chu Toàn Chung không cực đoan, không phi lý, hay quá lố mà là cái ghen tiềm ẩn bên trong của tất cả mọi người chúng ta… Cái ghen của Chu Toàn Chung là cái ghen rất tế nhị, khéo léo, Thi sĩ không hề cấm đoán đe dọa người yêu vi yêu theo thi sĩ là ngưỡng vọng, dâng hiến và tôn thờ… thì làm sao dám cấm đoán người mình yêu? Và cấm đoán người khác? Tác giả chỉ khéo léo nhắc nhở thôi. Đặc biệt thơ Chu Toàn Chung mỗi lần nhắc nhở là một lần tôn vinh…

Nếu chúng ta đặt mình vào phái nữ là người yêu của tác giả chẳng hạn ta sẽ thấy rất cảm động ví có người yêu biết đến giá trị mình, biết trân quí tình yêu (và còn biết ghen nữa…) nhưng là cái ghen tế nhị, đáng yêu và đáng tư hào biết mấy!

Trong phạm vì bài này, chúng tôi mời độc giả thưởng thức 2 bài thơ cùng một chủ đề "GHEN" song có nhiều điểm khác nhau ngoài ra người viết không làm công việc so sánh đối chiếu xem "ai tài hơn ai"? Vì trên phương diện nghệ thuật, thi hứng, bút pháp, cách cấu tứ, cách xử dụng từ hoa, mỗi người một khác, nhất là khi quan điểm sáng tác, mỗi người lại không giống nhau thì thật khó nếu không muốn nói là không thể nào, định giá người này hơn người kia, khi không có tiêu chuẩn nào để định giá! Làm như vậy là bất công và bất kính với tất cả cả các thi sĩ! Nói cách khác, ai thích bài thơ nào là tùy ý mỗi người. Ở đây chúng tôi chỉ muốn nói, cùng một đề tài ghen, song thi sĩ Nguyễn Bính và Chu Toàn Chung đứng trên hai quan điểm khác nhau: một bên lãng mạn, tuyệt đối hóa và chiếm hữu toàn diện, một bên tương đối, cận nhân tình, dâng hiến ngưỡng vọng và tôn vinh tình yêu… .

Hai bài thơ 'GHEN"như hai bông hoa quí và đẹp đầy sắc hương của nền Văn hóa Văn Nghệ Việt Nam.

NHẮC NHỞ EM

Em giờ bên ấy có vui không
Nhớ giữ dùm anh cặp má hồng
Đừng để nắng hè vương mái tóc
Hay buồn vời vợi mắt mùa đông

"Cẩn thận nghe em cả nụ cười
Đề phòng kẻ lạ ngắm môi tươi
Và điều tối kỵ anh thường nhắc
Đừng để cho ai tán tụng NGƯỜI"

Những lúc em đi dạo một mình
Sơ sài trang điểm đủ vừa xinh
Vì em lộng lẫy anh thừa biết
Đá cũng thầm ghen chuyện chúng mình

"Em cũng đừng ra tựa gốc mai
Kẻo anh hàng xóm ngó sang hoài
Về đêm khi ngủ em đừng để
Giấc mộng thiên thần nhập bong ai

Này nữa Anh cần nhắc nhở thêm
Phòng Em thường trực nhớ buông rèm
Bởi Anh không muốn người qua lại
Dừng bước nghiêng mình ngưỡng vọng Em"

"Nhắc nhở em yêu thế đủ rồi
Chờ ngày Hoàng Hậu trở về ngôi
Hình như anh cũng ghen rồi đấy
Ghen để em cười nở ngát môi."

(Nguyên Thủy Chu Toàn Chung)

GHEN

"Cô nhân tình bé của tôi ơi
Tôi muốn môi cô chỉ mỉm cười
Những lúc có tôi và mắt chỉ
Nhìn tôi những lúc tôi xa xôi"

Tôi muốn cô đừng nghĩ đến ai
Đừng hôn dù thấy bó hoa tươi.
Đừng ôm gối chiếc đêm nay ngủ
Đừng tắm chiều nay bể lắm người

"Tôi muốn mùi hương của nước hoa
Mà cô thường sức chẳng bay xa
Chẳng làm ngây ngất người qua lại
Dẫu chỉ qua đường khách lại qua

Tôi muốn những đêm đông giá lạnh
Chiêm bao đừng lẩn khuất bên cô
Bằng không tôi muốn cô đừng gặp
Một trẻ trai nào trong giấc mơ"

"Tôi muốn làn hơi cô thở nhẹ
Đừng làm ấm áo khách chưa quen
Chân cô in gót trên đường bụi
Chẳng dấu chân nào được dẫm lên!

Nghĩa là ghen quá đấy mà thôi
Thế nghĩa là yêu quá mất rồi
Và nghĩa là cô là tất cả
Cô là tất cả của riêng tôi!

(Nguyễn Bính)

LÊ MAI LĨNH
NHÀ THƠ BẤT KHUẤT
KẺ SĨ THỜI ĐẠI

Kỷ niệm trong nhà tù Thanh Phong - Thanh Hóa

Lê Mai Lĩnh, nhà thơ, tên thật là Lê Văn Chính, bút hiệu cũ từ năm 1958 là Sương Biên Thùy. Giữa hai chúng tôi có một kỷ niệm khó quên trong tù, vì chúng tôi cùng ở với nhau tại hai nhà tù cuối cùng là trại Thanh Phong (thuộc huyện Thanh Xuân, tỉnh Thanh Hóa) và sau này là trại Gia Rây Z30B huyện Xuân Lộc.

Tuy cùng ở trại Thanh Phong vào các năm 1979-1980 song chúng tôi cũng chưa có dịp quen biết nhau vì chúng tôi ở khác đội, cho tới khi tôi bị kỷ luật, kiên giam suốt trên 3 tháng liền vì tội viết cương lĩnh chống Đảng (Đây là tội danh mà trại giam cộng sản đã ghép cho tôi). Thực ra tôi bị bắt giữa lúc đang trao đổi tư tưởng với một người bạn thân là cựu Trung Tá Vũ Trọng Mục. Nguyên do vì trước đó anh Mục có nói với tôi: "Anh có tư tưởng hay quá, anh nên nói rõ cho tôi biết để khi tôi được ra trước, tôi sẽ đem tư tưởng của anh ra thực hiện tại nước ngoài".

Cũng nên nói thêm, vào năm 1979, Trung Quốc tấn công Việt Cộng với chủ trương dạy cho VC một bài học, nên chúng tôi phải gấp rút chuyển trại từ trại Tân Lập về trại Thanh Phong – Thanh Hóa. Sống trong nhà tù mang danh cải tạo của CS thật hãi hùng. Không những đói rét tu đầy khổ sai mà còn đau khổ vì là người tù không có bản án! Ngày vào tù thì có mà ngày ra tù thì thăm thẳm chiều trôi không biết đến bao giờ!

Trong tâm trạng ấy, tôi thấy đề nghị của Anh Vũ Trọng Mục cũng có lý nên tôi đã chuẩn bị viết tóm tắt tư tưởng Sống Việt của tôi dưới dạng dàn bài, gạch đầu hàng những tư tưởng chính để trao đổi với người bạn Vũ Trọng Mục như một tri kỷ của tôi trong nhà tù! Mới đầu chúng tôi nói chuyện với nhau rì rầm to nhỏ, trong giường nằm của tôi. Song giữa lúc trời nóng nực, lại bị một người bạn tù bên cạnh đem một miếng tôn mà anh nhặt được, trong khi đi lao động đem về trại, gò thành một cái lon nhỏ để cải thiện (nấu canh hay luộc khoai sắn cho đỡ đói!). Bị anh bạn gõ mạnh quá, không nói chuyện được, chúng tôi bèn rủ nhau ra đầu nhà để tiếp tục câu chuyện bỏ dở! Khi tôi đang hăng say trình bầy hệ thống tư tưởng của mình cho người bạn thân, thì cũng là lúc chúng tôi vô tình mất "cảnh giác" khiến cho một cán bộ cảnh vệ đi ngang qua chỗ chúng tôi (cách một hàng rào nứa) thấy thế nạt nộ: "Các anh kia, nói chuyện gì mà hăng say thế, giơ chân múa tay, các anh đứng lên và đưa tài liệu cho tôi coi!"

Thấy nguy quá, vì tôi còn giữ trong tay 4 trang giấy học trò, viết các tư tưởng Sống Việt đồng thời cũng đề cập đến các tư tưởng chống cộng, thành lập một chế độ mới thay thế chế độ CS bạo tàn khát máu! Tôi hỏi Anh Mục: biết làm sao bây giờ?

- Thôi nó đã thấy thì đành đưa cho nó vậy! Tôi lanh trí làm bộ giận dữ: Cái gì cán bộ cũng đòi kiểm duyệt! Đây là thư nhà của tôi mà! Nói xong, tôi vội xé các trang bút ký thành các mảnh lớn nhỏ và vất luôn xuống "hố giải" ở ngay đầu nhà! Vì hy vọng làm như vậy, CS sẽ cho tôi là vô lễ với cán bộ, sẽ bị cùm là chắc rồi, nhưng thoát được tội là đã có tư tưởng chống Đảng! Đối với CS chúng cho rằng những kẻ chống đối, vì hệ tư tưởng mới là loại phản động đáng sợ nhất!

Tên cảnh vệ CS thấy hành động của tôi như thế liền bắn chỉ thiên báo động toàn trại, và sau đó tôi bị bắt kiên giam! Điều tôi không ngờ là cán bộ CS đã cho người xuống tát "hố giải", lấy những mảnh trong 4 trang bút ký của tôi phơi khô, rồi cho ủi thẳng và ráp lại để tìm hiểu tư tưởng phản động của tôi! Khi đó gấp quá, tôi chỉ xé nhỏ được khoảng hai trang rưỡi, còn gần 2 trang kia, đã bị CS ráp nối lại và đọc được ít ra gần 50% tư tưởng của tôi! Tôi bị bắt vào chiều hôm trước, là ngày hôm sau cả toàn trại được lệnh không đi lao động liên tiếp một tuần để ở nhà học tập vì hành động "âm mưu phản loạn" của tôi. Việc tôi bị bắt đã gây nên một biến cố lớn nhất, tại trại Thanh phong lúc bấy giờ!

Trong các buổi học tập này (sai này tôi nghe các bạn tù kể lại) tên Trưởng Liên Trại K2 Thanh Phong, và K1 Tân Lập Vĩnh Phú đã tập hợp các trại viên toàn trại để thú nhận rằng chúng đã thất bại như sau: "Đảng và nhà nước đã tha tội chết cho các anh, đưa các anh ra đây học tập cải tạo. , nuôi các anh tốn công, tốn của, từ 4, 5, năm nay. Các anh đã tỏ ra không giác ngộ. Đi học tập cải tạo thì ngang bướng chính trị, dựng Thánh Giá lù lù trước sân trại, cầu kinh niệm Phật, để chống lại nhà nước, lại còn hành hung cán bộ, tẩy chay văn nghệ hữu nghị, giả khùng giả điên, để chống chính phủ, chửi nhà nước… Phản động cao độ hơn nữa là viết thư móc nối quân đội Trung Quốc vào để giải thoát tù binh;. âm mưu chạy theo ngoại bang, đánh đổ nhà nước ta.

Bạo động hơn như tên Trần Như Huỳnh (tên thật của Chu Tấn) một tên chiến tranh tâm lý, của chủ nghĩa đế quốc, đã viết tài liệu chiến lược, xây dựng kế hoạch giải phóng, sách động nhân dân tham gia quân đội phản động, để lật đổ chủ nghĩa Cộng sản và chính quyền chuyên chính vô sản của nhà nước ta"

(Trích hồi ký Trại cải tạo của Phạm Quang Giai, trang 492)

Trong thời gian tôi bị kiên giam đúng 100 ngày, (hơn ba tháng) tôi đã bị tra tấn, đánh đập hù dọa đủ thứ, (kể cả việc đang đêm đem tôi ra sân cờ bắt phải quì, và thú nhận tội lỗi, nếu không sẽ bị bắn chết! Tôi không chịu quì, nhưng cũng không phản đối chỉ ngồi phệt xuống đất và bảo rằng tôi không có tư tưởng chống đảng, và cũng không hề tổ chức ai chống lại Đảng trong tù. Tư tưởng của tôi, là tư tưởng Dân Tộc. Nếu có sai, tôi chịu tội. Ngoài ra tôi không kêu gọi ai, chống Đảng và chống nhà nước cả! Các ông muốn làm gì tôi thì làm, muốn bắn giết tôi thì cứ bắn!

Có ngày tôi đã bị liên tiếp 8 cán bộ thay phiên nhau làm việc (tức hỏi cung) và dọa nạt tôi! Nhưng tôi nhất định không khai bất cứ bạn đồng tù nào, cho dù trước đó, theo lời đề nghị của Anh Lê Xuân Nho (người có 2 văn bằng cử nhân) và cha Phan Phát Hườn, Đại Tá Hãn thuộc An Ninh Quân Đội, có tổ chức một lực lượng tự vệ ở trong tù, phòng khi Trung Quốc đến giải vậy, bị VC đem ra bắn thì tự vệ, chứ không chịu khoanh tay chờ chết! Anh em đã bầu tôi làm Chủ tịch, Lê xuân Nho làm Tổng Thư Ký, và Cha Phan Phát Hườn, cũng như các Thượng Toạ Đại Đức làm cố vấn…

Tổ chứcTư Vệ trong nhà tù này là một Hội Sống đã họp được 2 lần. Sau đó tôi thấy tên Lê Xuân Diệu, trước làm bí thư cho LS Trương Đình Dzu, tên này làm "ăng ten"trong tù theo dõi chúng tôi rất sát, nên tôi đã kịp thời báo động và giải tán tổ chức này được đúng nửa tháng thì tôi bị bắt kiên giam! Khi tôi bị bắt, tên Lê Xuân Diệu lên báo cáo tôi là người lập Chính Phủ trong tù, phong người này, người kia làm bộ trưởng, còn tôi làm Thủ Tướng, khiến CS càng cho tôi là tên "đại phản động".

Trong thời gian kiên giam, tôi vừa liều chết, (cắn răng chịu đòn, thà chết chứ không khai bạn đồng tù) và đã đấu trí với bọn cán bộ kể cả việc khi chúng hỏi cung tôi gắt quá, tôi áp dụng chiến thuật: "Tôn Tẫn giả điên" phát khùng lên cho rằng cán bộ không đáng học trò của học trò tôi thì làm sao đủ trình độ nói chuyện về tư tưởng với tôi!

Trước thái độ "liều mạng nhất chín nhì bù đó", cuối cùng bọn cán bộ đã phải trình lên thượng cấp và đưa cán bộ của bộ nội vụ phối hợp với giảng viên của trường Nguyễn Ái Quốc về nói chuyện với tôi. Lúc đó bọn này cũng thay đổi chiến thuật, thay vì kêt án tôi là có tư tưởng phản động hay âm mưu thành lập tổ chức phản động thì chúng chỉ nói, là chúng về đây để phân tích "phải trái" "đúng sai" trong những ý nghĩ, tư tưởng của tôi... Lúc đó tôi mới chịu "xuống nước" nhân rằng mình có tư tưởng chưa đúng lắm về đảng cộng sản, nhất là chưa hiểu rõ "Duy Vật Biện Chứng" và "Duy Vật Lịch Sử", nhất là phần đấu tranh giai cấp… nên trong tư tưởng Dân Tộc của tôi có chỗ còn sai lệch chăng… Thực ra tôi hiểu quá rõ, nhưng tôi "giả bộ" là chưa nắm vững về "Duy Vật Biên Chứng Pháp" để cho bọn cán bộ trường Nguyễn Ái Quốc được cơ hội "làm thày đời" vạch ra những tư tưởng sai trái của tôi theo cái nhìn của Chủ nghĩa Mác Lê! Tôi chỉ mong có thể để miễn sao chối được hai tội chết: Không chủ trương chống Đảng, và không tổ chức cho bất cứ ai trong tù chống lại Đảng! (để không di lụy cho các bạn tù của tôi).

Sau 100 ngày bị kiên giam, bị đánh đập tra khảo, một cách dã man, phải đấu trí với bọn cán bộ cấp thấp cũng như cấp cao (Bộ Nôi Vụ và giảng Viên trường Nguyễn Ái Quốc) tôi mới được thả ra và kết quả tôi bị sút mất 40 ký lô. Trước ngày vào tù tôi cân nặng 70 ký, khi ra khỏi kiên giam tôi xanh như tầu lá, đi đứng không vững, ai trông thấy cũng thương mến. Nhất là các bạn tù đã cùng tôi tham gia Hội Sống tại Thanh Phong như Linh mục Phan Phát Hườn, Lê Xuân Nho, Đại Tá Hãn… . Khi thấy tôi bị bắt các vị này lo lắng lắm, tưởng rằng sẽ bị bắt hết, nào ngờ không ai hề hấn gì, tôi nhận tất cả tội lỗi về phần tôi, tôi chịu trách nhiêm về những điều tôi viết, tuyệt nhiên không hé rắng khai báo bất cứ một người bạn tù nào. Do đó, các vị này càng thương mến tôi hơn nữa! Nhiều vị Đại Tá đã nắm tay tôi nói "Tôi rất kính phục anh" tôi chỉ cười, có gì đâu chúng ta phải mưu trí với bọn ma quỉ chứ!

Sau khi được tha ra khỏi kiên giam, tôi có thêm rất nhiều bạn mới, trong đó có nhà thơ trẻ Lê Văn Chính! Thấy tôi bị tra tấn tội nghiệp. sút ký quá đáng trong tù, Chính đến làm quen với tôi và anh tình nguyện lấy trộm sắn khi đi lao động (anh rất sở trường và qua mặt cán bộ về việc này. Đặc biệt có lần anh bắt được hai con rắn mang về nấu cháo, hai anh em cùng ăn. Anh gọi là để bồi dưỡng cho tôi! Ân tình ấy trong tù, nhất là với Lê Văn Chính, một nhà thơ bất khuất, có tư tưởng chống cộng bằng thơ, làm sao tôi quên được! Chúng tôi quen nhau và thân thiết với nhau kể từ ngày đó, khoảng cuối tháng 11 hay tháng 12 năm 1980. Sau này về Gia Ray Xuân Lôc, chúng tôi càng thân thiết nhau hơn.

Những ngày ở Gia Ray Xuân Lộc, Vũ Trọng Mục, Vũ Thế Cường, Lê Trọng Minh, Má Mèo, Minh xịa, Nguyễn Long Vân, Trần Văn Toản... và tôi có hai cái thú khi đi lao động về là đến nghe Lê Văn Chính tức "nhà Thơ Sắn" đọc thơ và xuống đội khác nghe Anh "Phong đầu bạc" hát nhạc vàng và nhạc chiến đấu (Như "Đôi Giày Dũng Sĩ" chẳng hạn) Chúng tôi thân nhau, biết tư tưởng của nhau ngay từ lúc ở trại Thanh Phong Thanh Hóa cho đến sau này…

LÊ MAI LĨNH MỘT NHÀ THƠ CÓ TÀI:

Từ nhà tù Thanh Phong và sau này là Gia Ray, chúng tôi đã được tác giả đọc cho nghe những bài thơ anh làm trong tù, tại các trại tù trước như Lào Kay Vĩnh Phú,... Điều ghi nhận trước hết của chúng tôi là nhà thơ Lê Văn Chính (giờ đây là Lê Mai Lĩnh) có đam mê làm thơ và làm thơ bất cứ trong trường hợp nào…

Trong lời mở Tập thơ Lê Mai Lĩnh, đúng như anh viết:

"Những việc tôi đã làm là tùm lum tà la. Nhớ không hết".

Nghĩ mệt óc. Viết tốn giấy. Duy có một điều tôi không thể nào quên. Đó là làm thơ. Làm thơ trong lúc cầy ruộng, nghĩ trong đầu, thuộc, tối về chép lại. Làm thơ bên bếp lửa, giữa giờ giải lao, trên bao thuốc lá Sông Cầu, giữa cơn mưa lạnh mùa đông Yên Bái. Làm thơ lúc đang tắm cho heo, tay chà, đầu nhớ. Làm thơ trong lúc bụng đói cồn cào, phải uống nước lạnh để đánh lừa bao tử ở Lào kay. Làm thơ lúc hân hoan vì trước mặt có thịt, cá bánh chưng ba ngày Tết ở Vĩnh Phú. Làm thơ lúc phá rừng, trồng sắn, lúc leo núi, đẵn tre, lúc lội sông gánh nước. Làm thơ lúc gánh cứt tưới rau. Sau đó biết mình thành công vì thơ làm ra không thúi. Chẳng hạn như những câu thơ dưới đây có thúi đâu:

Trời trong xanh buổi sáng hôm nay
Soi xuông hố cứt thấy mặt mình vẫn còn tươi sáng
Còn nét thơ ngây, còn dáng hình người
Chưa có gì ra vẻ đười ươi!

Hỡi những cục cứt còn xác bắp cọng rau
Trôi lềnh bềnh giữa bầy giòi bọ
Trông các em thân quá làm sao
Giữa đời ta chuỗi ngày lem lọ.

Trong hoàn cảnh như trên mà Lê Mai Lĩnh vẫn làm được thơ. Mà những câu thơ rất trong sáng, tự nhiên, duyên dáng, và nhất là có hồn… Như một người con gái đẹp và biết rằng mình đẹp. Lê Mai Lĩnh làm thơ "hay" và anh có tự tin là mình đã thành công"…

Đa số các bạn tù, tại Gia Ray Xuân Lộc đều được nghe "bài

thơ Sắn" của Lê Văn Chính. Nhiều người muốn nghe lại nhiều lần bài thơ Sắn vì bài thơ này đã nói lên nỗi lòng, hoàn cảnh thực tế trong tù, và cũng là tâm sự của các bạn tù. Bài thơ nổi tiếng đến nỗi đa số các bạn tù không gọi anh bằng tên thật mà gọi là "nhà thơ Sắn"!

Giờ đây đọc bài thơ Sắn chúng ta vẫn thấy hay, nhưng nếu đặt mình là một tù nhân, trong trại tù CS mới thấy "bài thơ Sắn" thấm thía vô cùng. Tác giả mở đầu bằng mấy câu thơ về cách trồng "hom sắn". Tiếp theo tác giả nói lên thực trạng trong tù, bữa ăn cay đắng toàn sắn là sắn! Mà nào có nhiều sắn để mà ăn! Bữa ăn toàn sắn, những sắn đã là khổ, đã là cay đắng, nhưng chưa hết dâu… Người tù còn đói lên đói xuống không tìm ra sắn để mà ăn nữa cơ… ! Trong khi đó, sắn lớn, "sắn Bành Ky" thì thuộc về cán bộ, còn tù nhân thì phải bán áo quần để đổi lấy sắn, hối lộ cán bộ "thuốc thẳng" mới có sắn ăn, rồi "sắn cải thiện" sắn giấu giếm cán bộ! Nếu để cán bộ biết là sẽ bị cùm vì tôi phá hoại tài sản Xã Hội Chủ Nghĩa! Nào là sắn "đuôi chuột", "sắn lượm trong thùng rác", "sắn phơi khô mốc meo", "sắn làm bột thay cơm" để ăn. Mỗi bữa mỗi tù nhân chỉ dược ăn một cái "bánh sắn luộc" lớn bằng cái chuông xe đạp! Tác giả đã cho là nhất, là thần tiên lắm rồi! Ai ở trong tù, đọc bài thơ sắn mà không mủi lòng thương cho thân phận tù đầy của mình!

Từ chỗ sắn là thức ăn quí giá trong tù, tác giả liên tưởng và hiểu ra bọn CS trong bao năm ở rừng ở rú trường kỳ kháng chiến cũng là "nhờ Sắn" đấy thôi! Như vậy Sắn đáng được ca tụng, Sắn đáng được tôn vinh lắm chứ!

Người nghe "đọc thơ" đến đây, hẳn cũng phải công nhận với tác giả rằng Sắn đáng được tôn vinh mà nếu có tôn vinh cũng là điều tự nhiên. Tác giả còn đòi phục hồi danh dự cho Sắn nữa kia!

Hơi thơ, tứ thơ của tác giả cứ thế tuôn trào. Nhưng từ chỗ ca tụng sắn, tác giả đưa đến kết luận là tôn vinh Sắn thực sự, như một tín đồ tung hô về vạn tuế về Sắn:

"Sắn Vĩ D0ại,
Sắn Muôn Năm,
Sắn Đời Đời Ghi Nhớ,
Sắn Sống Mãi Trong Sự Nghiệp Của Chúng Ta"

Với 4 câu thơ kết tác giả đã hoàn toàn lật mặt trái của chế độ theo cách nói:

"Nói bên đông động bên tây
Tuy rằng nói đấy mà đây động lòng"

Sắn đã được tác giả ghi công như thế, thì có nghĩa là quá khứ, hiện tại và tương lai của đảng CS của chế độ xã hội chủ nghĩa cũng không thể nào khá được!Tấ cả là mạt từ đường mà thôi!

Không những thế, đảng csVN đã đưa ra khẩu hiệu "Đời Đời Nhớ Ơn Hồ Chủ tịch" "Bác Hồ Sồng Mãi Trong Sự Nghiệp Của Chúng Ta". Giờ đây nhà thơ Sắn lại nâng Sắn lên địa vị ngang bằng hay có thể còn cao hơn cả sự nghiệp của Bác Hồ nữa! Đây quả là một đòn chí tử đánh thẳng vào đảng csVN và hạ thần tượng Hồ tặc một cách rất chịu chơi và ngon ơ! Nhà Thơ Sắn tuyệt cú mèo là ở chỗ đó!

LÊ MAI LĨNH NHÀ VĂN VIẾT BÌNH LUẬN RẤT SẮC:

Lê Mai Lĩnh không chỉ là nhà thơ, anh còn là nhà báo, nhà viết văn bình luận rất vững vàng, nhạy bén và sắc sảo!

Tài năng này của tác giả đã được bộc lộ từ trước 1975, bằng chứng là năm 1968 trên tuần báo Khởi Hành của Hội Văn Nghệ Sĩ Quân Đôi, nhà văn Mặc Đỗ có đăng một bài tựa đề: "Mặc Cảm Kaki" trong đó tác giả "Siu cô Nương" – "Bốn Mươi"- có nêu lên một vấn đề là tại sao chiến tranh Việt Nam bi thảm, tang thương đến thế - lúc đó là sau Tết Mậu Thân, chưa có Hạ Lào 719, Mùa Hè Đỏ Lửa, hay Tái Chiếm Cổ Thành Quảng Trị (ghi chú của LML) mà những nhà văn quân đội không viết được những tác phẩm lớn lao cỡ "Chiến Tranh và Hòa Bình". Phải chăng các anh em bị mặc cảm kaki"

"Bấy giờ Lê Mai Lĩnh tôi, chuẩn úy mới ra trường, đóng đồn tại Phan Thiết, và nhập môn làng văn mới 10 năm, nhưng đã cảm thấy run tay, nực gà trước vấn đề nhà văn Mặc Đỗ nêu lên. Ngay sau đó, dưới giao thông hào tôi có viết bài trả lời nhà văn Mặc Đỗ mà nhà thơ Viên Linh đã cho đăng trên Khởi Hành dưới tiêu đề "Chuẩn úy Lê Văn Chính thương xác với nhà văn Mặc Đỗ về mặc cảm kaki"… .

"Nếu tôi không lầm và không tự đề cao về mình, thì bài viết trả lời của tôi đã gây được chú ý lúc bấy giờ, đặc biệt là với những người cầm viết trong quân đội (còn gọi là phe ta). Bằng chứng thứ nhất, khi tôi và Viên Linh ngồi uống bia tại quán cá phê Hồng cạnh tòa sọan Khởi Hành đường Phạm Ngũ Lão, từ ngoài cửa bước vào, nhà văn Lê Tất Điều đi ngay về phía chúng tôi chỉ vào tôi và nói "Bạn vừa chơi Mặc Đỗ một vố đẹp mắt quá" Sau đó Lê Tất Điều trả tiền chầu nhậu gọi là tưởng thưởng công lao của tôi làm mở mặt anh em. Lê Tất Điều hiện nay là cảnh sát Mỹ tại California. Anh làm chứng cho việc này để khỏi ai nói tôi đặt chuyện (Trích bài Hội Ái Hũu Người Cầm Bút Trong QLVNCH đặng trên Thế Giới Mới Arlington, TX)

Ra hải ngoại, Lê Mai Lĩnh viết nhiều bài nghị luận đăng rải rác trên nhiều tờ báo, các bài viết khá nổi tiếng của anh như: "Trần Bạch Đằng Kẻ Gởi Thông Điệp Dối Trá Vào Thế Kỷ 21" hay "Một Kẻ Nói Dối Và Không Lương Thiện (viết về Nguyễn Ngọc Ngạn sau cuốn băng Video 40 chủ đề Mẹ) hoặc "Từ Trần Độ Tới Cái Chết Của Đảng csVN và Vấn Đề của ChúngTa" (đăng trên Thế Giới Mới) Bài Hoan Hô Tổng Thống Lê Khả Phiêu", "Thư Ngỏ của Lê Văn Chính một Thi Sĩ Việt Nam Lưu Vong Kính Gủi Ông Lê Khả Phiêu Tổng Bí Thư Đảng CSVN" (đăng trên Việt Báo)

Đọc bài "Hoan Hô Tổng Thống Lê Khả Phiêu" mới đầu nhìn

thoáng qua ai cũng tưởng như đùa, nhưng đọc kỹ, chúng ta thấy Lê Mai Lĩnh phân tích rất chính xác, dàn bài có nội dung chặt chẽ, lý luận đanh thép, lối viết tưởng như đùa nhưng hết sức sắc bén…

Cách nhìn của tác giả rất đúng, cách phân tích thời sự chính xác, và độc đáo ở chỗ tác giả đã phân tích nơi tiểu mục 5: cũng là phương cách bạo lực và dối trá, nhưng Hồ Chí Minh thì thành công mà Lê Khả Phiêu dẫn đến cái chết không thể tránh! Tới đây tác giả cũng dành cho Lê Khả Phiêu một sinh lộ là nếu Lê Khả Phiêu công khai tuyên bố từ bỏ con đường Chủ Nghĩa Xã Hội, đảng CSVN không còn là Đảng độc quyền cai trị đất nước, hãy để cho mọi khuynh hướng đảng phái khác cũng có quyền tham gia hoạt động chính trị, và nhân dân chọn lãnh đạo qua cuộc phổ thông đầu phiếu có quốc tế giám sát. Trong thời gian đầu, ông có thể tuyên bố bãi bỏ chức Tổng Bí Thư để trở thành Tổng Thống Việt Nam hậu Cộng Sản. Buổi đầu tôi tin là nhiều người cũng đồng ý như thế. Hoan hô Tổng Thống Lê Khả Phiêu.

Nói cách khác, nhà thơ Lê Mai Lĩnh đã mở con đường sống cho Lê Khả Phiêu và nói chung các tướng lãnh trong đảng CSVN hãy bắt chước con đường xé thẻ đảng trở về với dân tộc để trở thành Yeltsin của Việt Nam. Còn việc Lê Khả Phiêu và các tướng lãnh cầm quyền của đảng CSVN có làm được như vậy không lại là chuyện khác! Có người bạn tôi đọc bài này, anh nói nếu anh có tiền hay có quyền, anh sẽ in bài này thành hàng triệu bản để gửi về quốc nội cho đảng CSVN tỉnh mắt ra!

Một bài phóng bút khác của Lê Mai Lĩnh là bài "Thực trạng Văn Học Việt Nam Hải Ngoại" góp ý với nhà Phê Bình tên tuổi Nguyễn Hưng Quốc như hồi trước 1975 anh so gươm với nhà văn Mặc Đỗ, tác giả "Siu Cô Nương", "Bốn Mươi" có tên tuổi lớn trong văn học thời đó. Bài phóng bút của Lê Mai Lĩnh trả lời Nguyễn Hưng Quốc cũng rất đích đáng. Có người sau khi đọc bài này và biết rõ tài viết văn nghị luận và tài bút chiến của Lê Mai Lĩnh đã nói: "Ai mà bút chiến với Lê Mai Lĩnh thì không chết cũng bị thương ôm đầu máu chạy về”

LÊ MAI LĨNH KẺ SĨ THỜI ĐẠI:

Tài làm thơ viết văn của Lê Mai Lĩnh, không ai phủ nhận. Tác phẩm “Thơ Lê Mai Lĩnh” (tập trung các bài đã sáng tác ngay trong nhà tù cộng sản từ Nam ra Bắc) là một trong những tập thơ “có độ bền thời gian”. Tuy nhiên, điều chúng tôi yêu quí nhất là con người bản lĩnh và tác phong của nhà thơ Lê Mai Lĩnh. Anh là ngươi luôn luôn ngẩng cao đầu và dám nhìn thẳng vào mặt kẻ thù không sợ hãi.. Đúng như lời Lê Mai Lĩnh đã dõng dạc tuyên bố: “Dù trong gông cùm, xiềng xích, trước họng súng lưỡi lê. Thi Sĩ vẫn lên tiếng và thơ đã có mặt!”

Tình yêu nước thương quê hương của Lê Mai Lĩnh đã được thể hiện tràn đầy. Nhiều bài thơ, nhất là các bài: Lời tạ lỗi với Quê Hương, Nguyễn Trãi I, Nguyễn Trãi II Bên này hay bên kia núi Chứa Chan…

Qua bao trăn trở, buồn tủi và phẫn nộ, tác giả có lúc đã phát điên, phát khùng, như tại trại Gia Ray: Có lần Anh Vũ Trọng Mục đã gọi tôi xuống ngay chỗ nhà thơ Sắn, Hắn đang “phát hỏa”, coi chừng hắn sẽ điên thật! Tôi trấn an VTM “không đâu, nhà thơ Sắn quá yêu nước, quá hận đảng CS lại bị môi trường tù, không hay ít có dịp nói lên tiếng nói của con tim Thi Sĩ nên phát hỏa, cứ đến đọc bài thơ Sắn cho hắn nghe nhiều lần là hắn hết “điên” ngay...

Ngoài đời Lê Mai Lĩnh, rất hiền lành, rất chịu chơi nhưng trong thơ anh rực lửa đấu tranh và khi cần nói lên sứ mệnh của thi sĩ, một Thi Sĩ Việt Nam như Lê Mai Lĩnh vẫn hằng tự hào, thì anh thật hào sảng và ngang tàng, sẵn sàng coi cái chết tựa lông hồng, sẵn sàng ăn thua đủ với bạo quyền cộng sản.

Năm 1979, đêm 20-7- Lê Mai Lĩnh đã treo cổ tự tử tại nhà tù Vĩnh Phú sau khi nhân danh nhà thơ Việt Nam, viết thư gủi Lê

Duẩn, Tổng Bí Thư đảng CSVN đề nghị thay đổi đường lối lãnh đạo (Câu chuyện này mời bạn đọc đón coi "Viết Trước Giờ Treo Cổ, " hồi ký về 3102 ngày tù từ Nam ra Bắc của tác giả)

Trong nhà tù cộng sản, chúng nhốt không thiếu gì những nhà trí thức, nhà văn, nhà thơ, nhà làm cách mạng, nhưng dễ có được mấy nhà thơ tự nhận mình là Thi Sĩ Việt Nam dõng dạc lên tiếng trước bạo quyền như Lê Mai Lĩnh của chúng ta!

Lòng yêu nước của Lê Mai Lĩnh có thừa, khí phách bản lĩnh của Lê Mai Lĩnh khi uyển chuyển, lúc cương cường, nhưng lúc nào Anh cũng ngẩng cao đầu, tuyên chiến trực diện với kẻ tham tàn, độc tài đểu cáng và sẵn sàng quên cả mạng sống mình! Trong ý nghĩa này, Lê Mai Lĩnh quả xứng đáng là Kẻ Sĩ của Thời Đại.

Tinh thần đấu tranh của tác giả, rất quyết liệt, chứa trong lòng cả một hỏa diệm sơn có thể bùng nổ bất cứ lúc nào. Song sở dĩ tác giả không trở thành điên loạn vì tâm hồn Anh bản chất đầy nhân bản, lạc quan, lãng mạn và chịu chơi. Chính những yếu tố này đã là dưỡng chất quân bình trong tâm tư của tác giả. Chính thơ đã làm cho Lê Mai Lĩnh sống xứng đáng một con người và cũng chính thơ đã cứu Lê Mai Lĩnh không trở thành điên loạn, sống sót đến hôm nay để tiếp tục cuộc đấu tranh cho Lý Tưởng Nhân Bản, cho Tự Do Dân Chủ toàn thắng tại Việt Nam.

(San Jose, Thung Lũng Hoa Vàng)

PHẠM TRẦN ANH
VÀ "VIỆT NAM THỜI LẬP QUỐC"

Phạm Trần Anh

Sau khi đã xuất bản 7 tác phẩm về nhiều thể loại: Nghiên cứu sử, Văn hóa, Cách mạng, Thơ Văn trong tù, tác giả Phạm Trần Anh dự định viết Bộ Sử Mới Việt Nam gồm nhiều cuốn, qua các thời kỳ:

- Việt Nam thời Lập Quốc
- Việt Nam thời Vong Quốc
- Việt Nam thời Độc Lập
- Việt Nam thời Ý Thức Hệ

Trong dự định trên, và hôm nay Chu Tấn tôi được hân hạnh lên đây giới thiệu VIỆT NAM THỜI LẬP QUỐC (VNTLQ) của sử gia Phạm Trần Anh.

Trong bài giới thiệu này tôi xin đề cập đến:

• Nội Dung Tác Phẩm

• Những khó khăn chung của các sử gia khi viết về Việt Nam Thời Lập Quốc.

• Những khó khăn phải đối diện và giải quyết.

• Những điểm son trong tác phẩm Việt Nam Thời Lập Quốc của Phạm Trần Anh.

I- NỘI DUNG TÁC PHẨM:

Trong VNTLQ, Tác phẩm dầy 640 trang, gồm 8 chương:

Chương 1: Việt Nam

- Đất nước Việt Nam.

- Dân Tộc Việt Nam.

Chương 2: Khởi Nguyên Dân Tộc.

Chương 3: Lịch Sử Tiến Hóa Thời Đại Hùng Vương.

- Nền Văn Hóa Hòa Bình.

- Nền Văn Hóa Bắc Sơn

- Nền Văn Hóa Nguyên Mưu

- Nền Văn Hóa Phùng Nguyên.

- Nền Văn Hóa Đông Sơn.

- Nền văn hóa Sa Huỳnh.

- Nền Văn hóa Óc Eo.

Chương 4: Tiến Trình Lịch Sử Việt Nam.

- Người Tiền Việt Hoabinhian Protoviets.
- Cội nguồn Việt Tộc
- Thư Tịch cổ Trung Hoa
- Văn Hóa Khảo Cổ
- Khảo Tiền Sử
- Huyết học
- Kết quả Mã Di Truyền DNA
- Đại Dương học
- Lộ Trình Thiên cư của Tộc Việt
- Vua Hùng Lập Quốc
- Các Cuộc Xâm Lăng Của Hán Tộc
- Người Việt cổ
- Việt Tộc là một đại chủng

Chương 5: Thời Đại Hùng Vương.

- Quốc Gia Xích Qui
- Quốc Gia Văn Lang
- Đặc Trưng Văn Hóa Việt
- Xã Hội Thời Hùng Vương
- Kinh tế thời Hùng Vương
- Văn Hóa thời Hùng Vương
- Tiếng Việt cổ thời Hùng Vương
- Văn học Nghệ t thuật thời Hùng Vương
- Đời sống tâm linh người Việt cổ

Chương 6: Quốc Gia Âu Lạc

Chương 7: Quốc Gia Nam Việt

- Triệu Vũ Đế dựng nước Nam Việt

- Hán tộc xâm lược. Nam Việt tiêu vong

Chương 8:

Trưng Nữ Vương.

Phục Quốc Hồng lạc

II- NHỮNG KHÓ KHĂN CHUNG CỦA CÁC SỬ GIA KHI VIẾT VỀ VIỆT NAM THỜI LẬP QUỐC:

Không riêng gì sử gia Phạm Trần Anh mà nói chung tất cả các sử gia khi viết về Việt Nam Thời Lập Quốc đều gặp những khó khăn trở ngại phần vì thời kỳ Lập Quốc cách đây mấy ngàn năm, lúc đó VN chưa có sử hay đúng hơn không có sử, nhưng lại có cả một kho tàng huyền thoại như huyền thoại Họ Hồng Bàng, huyền thoại Phù Đổng Thiên Vương, chuyện Chử Đồng Tử, chuyện Mỵ Nương - Trọng Thủy, chuyện Tiết Liêu, chuyện Sơn Tinh Thủy Tinh, v.. v.. . Những chuyện này ít nhiều đều có liên quan đến thời đại Hùng Vương với 18 vị Vua? Tựu chung, những khó khăn trở ngại lớn nhất xoay quanh "Truyền thuyết Họ Hồng Bàng" và "Thời Kỳ Hùng Vương" có thật hay không có thật trong lịch sử?

Như mọi người chúng ta đều biết Việt Nam có 4 ngàn năm Văn Hiến, nhưng mãi đến năm 1272 (thế kỷ thứ 13 thời nhà Trần) bộ Đại Việt Sử Ký do sử gia Lê Văn Hưu phụng soạn theo lệnh Vua Trần mới ra đời. Trong bộ sử qui mô đầu tiên này, sử gia Lê Văn Hưu bắt đầu quốc sử từ đời Triệu Đà năm 207 TTL) và không viết gì về Thời đại Hùng Vương. Chúng ta phải đợi đến Thời Lê, sử gia Ngô Sĩ Liên khi viết bộ sử "Đại Việt Sử Ký Toàn Thư: năm 1479 (thế kỷ thứ 15) mới chép sử nước ta bắt đầu từ truyền thuyết Hồng

Bàng với thời Đại Vua HùngVương. Bộ sử này gồm 2 phần: Ngoại Kỷ (5 quyển) chép từ họ Hồng Bàng (Hồng Bàng Thị) đến hết thời Bắc thuộc (938) và Bản kỷ chép từ Ngô Quyền đến Lê Thái Tổ lên ngôi (1428). Chúng ta lưu ý sử gia Ngô Sĩ Liên chép chuyện Hồng Bàng vào phần đầu gọi là "Ngoại Kỷ" có ý chưa xác thực 100% hay ít ra cũng còn chỗ nghi ngờ, khác với phần Bản Kỷ được coi như là Chính Sử.) Dù vậy, ngày nay chúng ta phải cám ơn sử gia Ngô Sĩ Liên đã đưa câu chuyện Hồng Bàng và triều đại Hùng Vương mở đầu cho dòng lịch sử của dân tộc Việt. Câu chuyện Họ Hồng Bàng được chép như sau:

Tục truyền rằng cháu ba đời của Vua Viêm Đế họ Thần Nông là Đế Minh, sinh ra Đế Nghi. Đế Minh đi xuống phương Nam tuần tra, đến vùng Ngũ Lĩnh, nằm về phía nam nước Trung Hoa, kết hôn cùng Tiên Nữ sinh ra Lộc Tục, một người có thánh đức. Đế Minh muốn truyền ngôi, nhưng Lộc Tục lại nhường cho anh, nên Đế Minh cho con trai trưởng là Đế Nghi làm vua phương Bắc và con thứ là Lộc Tục làm vua phương Nam năm Nhâm Tuất (2879 TDL) đế hiệu là Kinh Dương Vương lấy họ Hồng Bàng, đặt quốc hiệu là Xích Qủy. Vương lập gia đình với con gái Động Đình Quân là Long Nữ sinh ra Sùng Lãm. Sùng lãm nối nghiệp cha lên làm vua tức Lạc long Quân. Lạc Long Quân lấy con gái vua Đế Lai tên là Âu Cơ sinh ra môt bọc trăm trứng đã nở ra 100 người con trai. Đây là tổ của Bách Việt. Một hôm Lạc Long Quân bàn với Âu Cơ rằng: "Ta là giống Rồng, nàng là giống Tiên, thủy hỏa khác nhau, chung hợp thật khó. Hai bên từ biệt nhau, chia 50 con theo mẹ về núi, 50 con theo cha về miền Biển" (Thủy Phủ). Trước khi từ giã, Bố Rồng dặn rằng: "Khi có việc khẩn cấp kêu ta ta về ngay" 50 người con theo mẹ lên núi suy phù người con Trưởng lên làm vua, đặt tên nước là Văn Lang. Vua Hùng chia nước ra làm 15 bô, gồm có Giao Chỉ, Chu Diên, Vũ Ninh, Phúc lộc, Việt Thường, Ninh Hải, Dương Tuyền, Lục Hải, Vũ Định, Hải Hoàn, Cửu Chân, Bình Văn, Tân Hưng, Cửu Đức, và Văn Lang, Vua chọn Phong Châu làm Kinh

Đô. Vua đặt quan Văn là Lạc Hầu, tướng võ là Lạc Tướng, con trai gọi là Quan Lang, con gái là Mỵ Nương, cha truyền con nối được Mười Tám đời. Bờ cõi nước Văn Lang, phía Bắc giáp hồ Động Đình, (tỉnh Hồ Nam Trung quôc bây giờ) phía Nam giáp nước Hồ Tôn (Chiêm Thành) phía Đông giáp bể Nam Hải phía tây giáp Ba Thục, Tứ Xuyên.

Từ khi sử gia Ngô Sĩ Liên đưa câu chuyện Họ Hồng Bàng và Thời Đại Hùng Vương mở đầu quốc sử Việt tới nay có một số người nghi ngờ hay chống đối, gây ra nhiều tranh cãi tốn khá nhiều thời gian và bút mực và vẫn chưa đi đến một kết thúc sáng tỏ nào...

Về sự hoài nghi chống đối xoay quanh câu chuyện Họ Hồng Bàng (Con Rồng Cháu Tiên): Có thể chia ra làm 5 phái:

Phái công nhận chuyên Hồng Bàng và tin tưởng Thời Đại Hùng Vương là có thực (Phái này gồm đai đa số người kể cả trí thức và quần chúng nhân dân Việt Nam).

Phái nghi ngờ thậm chí chống đối: tiêu biểu như Vua Tự Đức đã phê bình chuyện Hồng Bàng là "ma trâu thần rắn", và học giả Ngô Thời Sỹ cũng tỏ ý hoài nghi hay như học giả Nhượng Tống (tức Hoàng Phạm Trân) cho chuyện Hồng Bàng là "Đâu cua tai ếch" cũng như gần đây linh mục sử gia Nguyễn Phương công khai chối bỏ chuyện Hồng Bàng và thời đại Hùng Vương.

Phái Tồn nghi: Sử gia Trần Trọng Kim trong cuốn Việt Nam Sử Lược vẫn chép câu chuyện Hồng Bàng và thời đại Hùng Vương nhưng sau đó nêu ra nhận xét "Xét từ đời Kinh Dương Vương, đến đời Hùng vương thứ 18 cả thảy 20 ông vua, mà tính từ năm nhâm tuất (2879) đến năm qúy mão (258 TDL) thì vừa được 2622 năm. Tính hơn bù kém, mỗi ông vua trị vì được non 150 năm! Dẫu là người đời thượng cổ đi chăng nữa, thì cũng khó lòng mà có nhiều người sống lâu được như vậy. Xem thế thì đủ biết chuyện Hồng Bang không chắc là chuyện có thực"!

Phái triết trung: Tiêu biểu là sử gia Trần Gia Phụng. Trong Cuốn Việt Sử Đai Cương cuốn 1- Lập Quốc, sử gia cho rằng: Đứng về phương diện khoa học thực nghiệm, truyền thuyết Hùng Vương thiếu những chứng lý xác thực để được xem là lịch sử dân tộc. Tuy nhiên không thể đơn thuần thẩm dịnh giá trị huyền thoại Hùng Vương bằng khoa học thực nghiệm mà phải chú ý đến giá trị quan trọng của chính huyền thoại… và ông đi dến kết luận sau cùng: Trong lịch sử nước ta huyền thoại Hùng Vương là mẫu số chung cho tất cả dân Việt, thể hiện bản sắc và Quốc Thống dân tộc Việt… Huyền thoại Hùng Vương hoặc huyền thoại "con Rồng cháu Tiên" dù đi xa sư thực lịch sử, vẫn luôn luôn rất cần thiết để nuôi dưỡng tinh thần đoàn kết dân tộc, niềm hào khí Việt Nam. Chính nhờ niềm hào khí này mà biết bao thế hệ tổ tiên chúng ta đã hy sinh tranh đấu để đất nước được tồn tại cho đến ngày nay. Vấn đề là người Việt Nam chúng ta phải làm gì để xứng đáng với niềm tự hào của huyền thoại thiêng liêng đó.

Phái Sử gia Cộng sản: Phái này tuy ra sức chứng minh Thời Đại Hùng Vương là Có Thật nhằm đông viên tinh thần yêu nước của đồng bào tích cực "chống Mỹ cứu nước". Nhưng vì sợ đụng đến quan thày Trung Cộng nên niên đại Thời Hùng Vương thay vì có trước 2000 năm TDL) rút xuống còn gần 700 TDL, như vậy VN không còn 4 ngàn năm Văn Hiến mà còn trên 2 ngàn năm Văn Hiến. Đó là rút ngắn về niên đại Hùng Vương. Còn về bờ cõi Nước Văn Lang cũng sơ "bị đụng với quan thày Trrung Cộng" nên chỉ nói cương vực nước Văn Lang giới hạn trong vòng Vịnh Bắc Việt hoặc lên tới Quảng Đông Quảng Tây là cùng! Điều này hoàn toàn khác hẳn với truyền thuyết Hồng Bàng nói cương vực nước Văn Lang Bắc giáp hồ Động Đình, Nam giáp nước Hồ Tôn (Chiêm Thành) Đông giáp biển Nam Hải và tây giáp Ba Thục! Thực ra không phải các sử gia CS muốn viết như trên mà vì họ buộc phải viết theo Nghị Quyết của Đảng C. S mà ra nông nỗi! Điều đau lòng này đã xảy ra nên Phan Huy Lê viện trưởng viện sử học gần đây đã viết: "Viết sử theo nghị quyết của Đảng thì lịch sử không còn là lịch sử nữa". Chính vì viết sử theo nghị quyết nên sử gia Đào Duy Anh trước khi chết đã phải cay đắng thốt lên "Người ta biết tôi cũng vì lịch sử và kết án tôi cũng vì lịch sử"

Những vấn nạn về Thời Đại Hùng Vương:

Ngoài ra câu chuyện Họ Hồng Bàng, cũng gắn liền với Thời Đại Hùng Vương nên lại đặt ra những câu hỏi hay những vấn nạn sau đây cho các sử gia:

Câu chuyện họ Hồng Bàng dưới ánh sáng khoa học có kỳ quặc phi lý không? Có thể chấp nhận được không? Câu chuyện này muốn nói lên triết lý sâu xa nào?

Ai đã sáng tạo ra Kinh Dịch? hay nói khác đi Kinh Dịch là do tổ tiên ta sáng tạo ra hay của Tầu?

Có hay không có một thời đại Hùng Vương trong lịch sử Việt?

Nếu có, thì Nước Văn Lang có từ thời nào? Có thể xác định được niên đại thời Hùng Vương hay không?

Bờ cõi nước Văn Lang rộng hẹp như thế nào? Có gì là bằng chứng?

Nguồn gốc Dân Tộc Việt Nam như thế nào? Do người bản điạ hay từ đâu tới? do lai Tầu mà ra? hay do nguồn gốc Mã Lai như cuốn sách "Nguồn gốc Mã Lai của Dân tộc Việt Nam? của học giả Bình Nguyên Lộc đã viết?

Nước Việt Nam có thực là có 4 ngàn năm Văn Hiến hay không? Hay đây chỉ là sản phẩm của "lòng tự ái" hay "kiêu hãnh dân tộc rởm" mà ra?

Nếu đã có một nước Văn Lang từ mấy ngàn năm về trước thì tình trạng Chính trị, Tôn giáo, Văn Hóa, Kinh Tế, Chủng tộc, Ngôn ngữ, thời đó ra sao? v. v…

Trên đây là những trở ngại, khó khăn chính mà bất cứ sử gia

nào muốn viết về Thời Lập Quốc của Việt Nam đều phải đương đầu phải thử thách để vượt qua! Do dó sử gia phải suy tư rất kỹ, phải có tâm thức Việt, phải có con mắt triết và phải tìm tòi tài liệu thật nhiều, có thể nói là "tử công phu" hay có "đai duyên về sử" mới bắt gặp được những tài liệu "qúy giá hơn vàng ngọc" hầu có thể giải đáp thỏa đáng các câu hỏi "hóc búa" kể trên.

III. SỬ GIA PHẠM TRẦN ANH PHẢI ĐỐI DIỆN VÀ GIẢI QUYẾT NHỮNG KHÓ KHĂN TRỞ NGẠI ĐÓ NHƯ THẾ NÀO?

Trước hết về câu chuyện Hồng Bàng: Tại sao lại có chuyện người đẻ ra trứng? rồi trứng lại nở ra người? Rồi bố Rồng lại chia tay với mẹ Tiên? Và lại hứa có việc khẩn cấp gọi Ta, ta về ngay? Thời xưa phương tiện di chuyển rất khó khăn, và phương tiện truyền thông cũng đâu có tân tiến như bây giờ thì làm sao có việc khó khăn nguy cấp gọi Ta ta về ngay? Rồi số tuổi của mỗi vị vua đều sống tới 150 tuổi thì có tin được không? Sử gia Phạm Trần Anh đã trả lời chúng ta như sau: Nếu suy nghĩ về Huyền thoại Hồng Bàng hay "Con Rồng cháu Tiên" theo nếp nghĩ "khoa học thực nghiệm" thì câu chuyệ này quả là huyền hoặc phi lý không thể chấp nhân được. Nhưng nếu chúng ta hiểu rõ bản chất của huyền thoại không thuộc về khoa học thực nghiệm mà thuộc về "khoa học nhân văn" thì chúng ta sẽ có suy nghĩ và cách nhìn mới lạ hẳn. Sử gia PTA cũng lưu ý chúng ta hiện nay tại Âu Mỹ người ta rất coi trọng các chuyện huyền thoại của các dân tộc - tuy nó là sản phẩm của tưởng tượng – mà đã là tưởng tượng tất nhiên không có thực – vậy không đặt vấn đề thực hay giả trong huyền thoại mà vấn đề chính tìm xem trong câu chuyện huyền thoại của Dân Tộc Việt Nam ẩn tàng một triết lý, một thông điệp sâu xa cao đẹp nào? Đây mới là cách nghĩ cách nhìn đúng về huyền thoại Tiên Rồng của Dân Tộc Việt Nam. Theo PTA "Mỗi dân tộc đều có những truyền thuyết độc đáo mang sắc thái đặc thù biểu trưng riêng của dân tộc đó, ngay cả những dân tộc mà ngày nay được xem là văn minh cũng đều có một con vật biểu trưng cho dòng giống như Ấn Độ là voi, Tàu là con cọp, Pháp là con gà trống Gaulois, Anh là con sư tử, Mỹ là con chim Ưng (đại bàng) nên Hiệp chúng quốc Hoa Kỳ lấy chim đại bàng và Pháp lấy con gà làm quốc huy cho cả nước. Theo cơ cấu luận thì Sử ký là sử hàng ngang ghi chép các biến cố, các sự kiện cụ thể với những con người cụ thể theo năm tháng, còn Huyền sử được gọi là Sử hàng dọc mang tính tâm linh, xoay quanh những tác động lý tưởng biểu thị bằng những hình tượng nguyên sơ giàu phổ biến tính. Những hình tượng này tiềm ẩn trong đời sống tâm linh của một dân tộc như trong huyền sử Rồng Tiên thì Âu Cơ chỉ là hình tượng nguyên sơ. Mẹ Âu Cơ là chi tộc thờ chim của Việt tộc nên việc mẹ đẻ ra một cái bọc trăm trứng là chuyện bình thường cũng như cái bọc không chỉ nói về cái bọc mà nó biểu trưng cho ý nghĩa của 2 chữ đồng bào cùng chung một bào thai của mẹ Âu Cơ. Huyền sử nói trăm con không nhất thiết phải là một trăm mà hàm ý số nhiều và quan trọng nhất là thư tịch cổ Trung Hoa chép về cộng đồng Bách Việt, đã chứng minh sự thật lịch sử của huyền thoại mà ta cứ tưởng là huyền hoặc hoang đường…

Thật vậy Laurens đã xem huyền thoại là di sản thiêng liêng nhất vì nó diễn tả tinh thần dân tộc ở mức độ cao nhất. Micia Eliado cũng cho rằng "Huyền thoại là gia sản quí báu nhất vì tính chất thiêng liêng điển hình và mang lại ý nghĩa sống cho cả một dân tộc". Lịch sử đã chứng minh nhận định của Karl Jung là "Dân tộc nào quên đi huyền thoại thì dân tộc đó dù là những dân tộc văn minh nhất sớm muộn cũng sẽ tiêu vong". Vậy dân Tộc VN lấy biểu tượng kép là "Rồng và Tiên" là điều rất hay rất đẹp và rất lạ nữa. Không những thế Bọc mẹ trăm con còn chứa đựng cả một kho tàng triết lý chứ không phải một triết lý mà thôi… (1) Bọc mẹ trăm con Tiên Rồng nói lên triết lý "Bình đẳng tột cùng và thân thương tột cùng" (2) Bọc mẹ trăm con nói lên triết lý "Đại Đồng trong tiểu dị (3) Nói lên Nguyên lý Mẹ (4) Bọc mẹ trăm con Tiên Rồng còn nói lên hai sức mạnh chi phối vũ trụ là Âm và Dương. Hai sức mạnh này tuy mâu thuẫn nhau như nước và lửa -nhưng lại tương sinh tương hòa với nhau (Nhờ nước và lửa chúng ta mới nấu được nồi cơm chín để nuôi ta, gia đình và nhân loại). Đây là bài học rất lớn nếu chúng biết luật mâu thuẫn- gọi là biết 1 và biết khắc chế mâu thuẫn gọi là biết 2 và điều hòa mâu thuẫn gọi là biết 3, biết kết sinh mâu thuẫn gọi là biết 4, biết chuyển hóa mâu thuẫn gọi là biết 5, biết "phân thân hiệp nhất" gọi là biết 6, biết bản thể vốn "ở đây và bây giờ" là biết 7, biết vượt mình- đại thức tỉnh để vượt mình là biết 8 v. v… Huyền thoại Hồng Bàng hay Triết lý Tiên Rồng hay và kỳ diệu, vô cùng kỳ diệu như trên, mà chúng ta lại phản đối, chống đối hay không chấp nhận hay sao?

Cũng có một số người gần đây không nghiên cứu kỹ về Huyền Thoại Tiên Rồng thấy sự tích chia con 50 con theo mẹ lên Núi, 50 con theo cha xuống biển thì vội la lên rằng: "Thấy chưa thời Tổ Phụ và Tổ mẫu Lạc Long Quân & Âu Cơ đã có sự ly thân ly dị rồi! Nên bây giờ Cộng đồng hải ngoại chúng ta có chia rẽ phân hóa cũng đừng lấy làm lạ vì chúng ta chỉ học "theo gương tổ phụ tổ mẫu đó thôi"! Lối hiểu như vậy hoặc là cố tình "chế diễu" huyền thoại Tiên Rồng môt cách vô ý thức! hoặc là hiểu sai huyền thoại Tiên Rồng từ căn bản! Chúng ta không thể đem chuyện thông thường của thế gian để gán ghép cho lối hành xử của tổ phụ tổ mẫu với ẩn ý sâu xa trong huyền thoại Tiên Rồng… Nếu là "ly thân" hay "ly dị" thực thì làm gì có chuyện "Nếu có việc nguy cấp gọi ta, ta về ngay" Đây chính là bài học thâm thúy mà Tổ phụ muốn dạy cho chúng ta là phải biết vận dụng và phát huy sức mạnh tối đa do tính chất khác biệt giữa Âm và Dương nhưng trong âm có dương, trong Dương có âm chỉ khác nhau là chỗ "Ẩn và Hiện" tuy xa mà gần tuy gần ma xa chứ có bao giờ xa cách nhau đâu! Bố Rồng muốn nói với Mẹ Âu "đừng hiểu theo nhi nữ thường tình" Điều quan trọng hơn nữa Bố Rồng và Mẹ Tiên tượng trưng cho nòi giống Việt và nòi giống Việt là gôm 2 chi lớn là Lạc Việt +Âu Việt nằm trong bách Việt tộc đã trải qua kinh nghiệm mấy ngàn năm đau thương là nòi giống bách việt luôn phải đương đầu với giặc ngoại xâm phương Bắc do Hán Tộc hung hãn muốn bành trướng... luôn luôn muốn xâm lăng và đồng hóa chúng ta. Trong trường kỳ lịch sử giống nòi bách Việt tộc trước đây định cư chính tại vùng Hoa Nam rộng lớn (Miền Nam Trung Hoa) đã bị quân Hán đánh chiếm và đồng hóa hầu hết, chỉ còn một vài chi chạy xuống phía Nam và còn trụ lại tại Bình nguyên Sông Hồng là đất nước Việt Nam chúng ta hiện nay, là còn đứng vững được một cách anh dũng và vẻ vang nhất. Rút tỉa từ bài học máu xương muôn đời đó Bố Rồng đã di huấn cho con cháu là phải áp dung triết lý hay sách lược "Phân thân hợp nhất" 50 con ở lại "giữ đất" và 50 con có sứ mạng đi mở đất và làm thế "ỷ dốc" cho nhau khi quốc biến. Đó cũng chính là huyền nghĩa trong lời di huấn của Bố Rồng: "Khi gặp nguy cấp, gọi ta ta về ngay" Nếu không có tâm thức Việt, nếu không có "con mắt triết" hay "con mắt Việt" thì làm sao khám phá ra hết những những huyền nghĩa qúy giá sâu thẳm trong huyền thoại Tiên Rồng. ? Các thế hệ con cháu Tiên Rồng ơi, xin đừng hiểu huyền thoại trên bề mặt chữ nghĩa mà phụ tấm lòng thương yêu vô vàn của Bố Rồng Mẹ Tiên. Các con ơi! các con có hiểu? Và hiểu được bao nhiêu ý sâu, huyền nghĩa trong huyền thoại Tiên Rồng? Không những trước đây mà hiện nay giữa Quốc Nội và hải ngoại chúng ta cũng phải áp dụng sách lược "phân thân hợp nhất" làm thế "ỷ dốc" trong ngoài, đại đoàn kết toàn dân mới chống được kẻ thù Nội xâm Việt Cộng và Ngoại Xâm Trung Cộng. (Xin nhớ rằng phải chống hai kẻ thù đó cùng một lúc, chứ không phải diệt xong kể thù này rồi mới thanh toán kẻ thù kia, thực tế cho biết rằng không thể phân chia chúng dễ dàng và không giản dị như vậy đâu) mà muốn chống giặc " Nội ngoại xâm" cùng một lúc thì phải Đại Doàn Kết Toàn Dân "Bọc điều trăm họ thai chung-Đồng bào hai tiếng vô cùng Việt Nam (Thơ PTA) Nguyên hai chữ "Đồng bào" đã là Đại Đoàn Kết Toàn Dân, đã là Hội Nghị Diên Hồng rồi. Chúng ta không chỉ Đại Đoàn Kết toàn dân Việt mà còn Đại Đoàn Kết liên minh với Đại Chủng Việt khắp Đông Nam Á và các chủng Việt hiện nay tại Hoa Nam nữa mới thắng được giặc

Ngoại Xâm Đại Hán Bắc Kinh.

Điều mà sử gia Trần Trọng Kim thắc mắc là tại sao thời đại Hùng Vương kéo dài 2622 năm nếu chia đều cho 18 vị vua thì mỗi ông Vua thời Hùng Vương sống tới 150 năm và do đó hoài nghi là thời Hung Vương chưa chắc đã có thật ? Nay theo sự giải thích của sử gia Phạm Trần Anh: " Gần đây, công trình nghiên cứu của Trần Huy Bá về "Hùng vương sự tích Ngọc Phả Cổ truyện" của Nguyễn Như Đỗ thời Lê Thánh Tôn cho thấy thời đại Hùng Vương kéo dài 2622 năm gồm 47 đời vua. (11) Theo bản "Hùng Vương Ngọc Phả" thì đời vua Chữ Hán là "Thế", "Thế" không phải chỉ một đời người mà là một dòng vua gồm nhiều đời vua. Mỗi dòng vua được xếp theo thứ tự bát quái và thập can như sau: Càn, Khảm, Cấn, Chấn, Tốn, Ly, Khôn, Đoài và Giáp, Ất, Bính, Đinh, Mậu, Kỷ, Canh, Tân, Nhâm, Quý. Theo sự tích Ngọc Phả thì thời Hùng Vương gồm cả thảy 47 đời vua". Rất tiếc sử gia Ngô Thời Sỹ cũng như sử gia Trần Trọng Kim khi tìm hiểu về câu chuyện Hồng Bàng đã không có được tài liệu qúy hiếm này. Nếu bây giờ chúng ta đem chia 2622 năm cho 47 vị vua thì hơn bù kém mội vị vua khoảng 55 tuổi –và sẽ không còn là điều thắc mắc hay hoài nghi gì nữa..

Một câu hỏi khác khác, có phải Việt Nam có 4000 năm Văn Hiến hay không? Hay đó chỉ là sản phẩm của "lòng tự ái" dân tộc? hay sự khoe khoang hãnh tiến rởm không có gì làm bằng cớ? Để trả lời câu hỏi này, nếu là cách đây 2, hay 3 thế kỷ về trước khi khoa "khảo cổ học" chưa tiến bộ, chưa tìm ra cách tính tuổi bằng đo độ phóng xạ C14 thì câu hỏi trên còn là một vấn nạn, nhưng nay thì chúng ta có thể chứng minh một cách rõ ràng: Theo các di chỉ khảo cổ khai quật tại tỉnh Hòa Bình Bắc Việt Nam được gọi là nền Văn Hóa Hòa Bình có độ tuổi từ 15. 000 đến 10. 000 năm trước đây, tiếp đến nền Văn Hóa Bắc Sơn (tên huyện Bắc Sơn Tỉnh Lạng Sơn) có độ tuổi từ 10. 000 đến 6000 năm cách ngày nay. Sau Bắc Sơn là nền Văn Hóa Phùng Nguyên phát hiện tại Phùng Nguyên Lâm Thao Phú Thọ có độ tuổi khoảng 3 ngàn năm trước Dương Lịch và gần đây là nền Văn Hóa Đông Sơn (phát hiện tại một làng ở hữu ngạn sông Mã tỉnh Thanh Hóa) có độ tuổi khoảng 5 thế kỷ trước Dương lịch đến thế kỷ thứ nhất sau Dương lịch. Xem thế chúng ta thấy Dân Tộc Việt Nam chúng ta có một lịch sử rất lâu đời. Vậy ông bà, tổ tiên ta nói nói Việt Nam có 4 ngàn năm Văn Hiến không có gì là sai ngoa cả! Sử Gia Phạm Trần Anh trong Việt Nam Thời Lập Quốc xác nhận Việt nam có gần 5 ngàn năm Văn Hiến cũng là đúng, rất đúng với chân lý lịch sử vậy.

Ai là chủ nhân ông của Kinh Dịch? Trước Phạm Trần Anh, nhà Văn Hóa lớn Lý Đông A và tiếp theo là Linh mục triết gia Kim Định đều đã lên tiếng: chính tổ tiên nòi giống Việt mới là chủ nhân ông của Kinh Dịch. Nay sử gia Phạm Trần Anh cũng tiếp tục nêu rõ và xiển dương chủ trương này là: chính Việt tộc kế thừa triết lý Âm Dương. Qua huyền thoại Hồng bàng hay huyền thoại cha Rồng mẹ Tiên chia 50 con theo mẹ lên núi và 50 con theo cha xuống biển đã nói ở trên, sử gia Phạm Trần Anh khẳng định: "Như vậy ngay từ thiên niên kỷ thứ 3 TDL, lời nói của bố Lạc một lần nữa đã chứng minh Việt tộc là người kế thừa sở đắc triết lý Âm Dương. Sự kiện bố Lạc phân chia bọc trăm trứng ra 2 bộ âm dương vừa tương sinh vừa tương khắc, tuy 2 mà lại là một. Lạc Long Quân (Dương) là Rồng ở dưới nước nên dẫn 50 con về về miền sông nước (âm) còn Âu Cơ là Tiên (âm) lại dẫn 50 con lên miền cao rừng núi (Dương) theo đúng nguyên lý Dịch là trong âm có dương, trong dương có âm, thể hiện "lý tương sinh tương khắc" tinh tuý cốt lõi của triết lý Đông phương. Sự thực trên đã minh nhiên khẳng định Việt tộc là người thừa kế triết thuyết Âm Dương Dịch biến luận khởi từ Phục Hi tới Thần Nông tức Đế Thần của Việt tộc...Sự thật lịch sử này được thừa nhận bởi chính lịch sử Trung Hoa cổ đại. Sách "Kinh Thư" trong phần mở đầu chỉ đề cập đến Nhị Hoàng là Phục Hy, Thần Nông và Ngũ Đế là Đế Chuyên Húc, Đế Cốc, Đế Chí, Đế Nghiêu, Đế Thuấn. Việc Kinh Dịch chọn 2 quẻ dành cho 2 con vật Rồng chim (Tiên) linh thiêng, vật tổ biểu trưng của Việt tộc đã minh nhiên xác định nguồn gốc xuất xứ của Kinh Dịch. Đến đời Chu, Chu văn Vương tiếp thu ảnh hưởng của văn hoá Việt rồi biến cải thành Chu Dịch thiên về bói toán chứ không phải là tinh hoa triết lý Âm Dương Dịch biến luận thể hiện nhân sinh vũ trụ quan của Việt tộc.

Tới đây một vấn nạn quan trọng khác đòi hỏi sử gia phải trả lời là Có hay không có một thời đại Hùng Vương trong lịch sử Việt? Để giải đáp vấn nạn này sử gia PTA đã dẫn chứng bằng "các thư tịch cổ" cũng như các khám phá mới nhất của khoa "khảo cổ học" để chứng minh là thời đại Hùng Vương là thời đại có thật trong lịch sử Việt. Tác giả đã đưa rất nhiều bằng chứng để chứng minh, và chúng tôi chỉ xin đơn cử 2 bằng chứng sau: Một là: "Đời Bàn Canh, triều Thương dời đô về đồi Ân nên sách sử gọi là triều Ân. Giặc Ân lại đem quân tiến đánh nước ta bị quân ta đánh cho tan tác còn để lại dấu ấn trong huyền tích "Phù Đổng Thiên Vương" phá giặc Ân thời vua Hùng Vĩ Vương húy Văn Lang 1431-1332TDL ngang với thời Bàn Canh triều Ân 1401-1374TDL. Thế nhưng, sử Trung Quốc chỉ chép rằng: "Đời Cao Tông triều Ân (1401-1374TDL), vượt Hoàng Hà đánh nước Qui Phương 3 năm, đóng quân tại đất Kinh"... Thời kỳ này Việt tộc định cư từ Tam Giang Bắc gồm 3 con sông là sông Vị, sông Lạc và sông Hoàng Hà trải dài xuống tới Ba Thục là vùng đất đỏ Basalt mới bồi nên "Kinh Thư" gọi vùng này là "Xích Qui phương". Chính vì thế mà Kinh Dương Vương đã lấy tên đất vùng này làm tên nước thời cổ đại là XÍCH QUI. Theo sách "Địa lý Tối tân Trung Quốc Phân tỉnh đồ" của Trung Quốc do nhà xuất bản Bắc Kinh ấn hành thì nước Qui Phương thời đó là tỉnh Quí Châu bây giờ. Như vậy bộ Vũ Ninh xưa nằm ở Quí Châu, lúc đó có tên là Dạ Lang. Triều Chu tự cho là văn minh nên gọi các nước khác là quỉ, sau khi đánh thắng 9 nước chư hầu Chu Công Quí Lịch đã gọi 9 nước này là cửu quỉ nên các sử gia Trung Quốc đã viết Xích Qui là Xích Quỉ. Hán tộc thâm độc đã triệt tiêu văn tự Việt cổ, bóp méo sửa đổi sự thật lịch sử đã qua hàng ngàn năm nên việc phục hồi sự thật khách quan của lịch sử là vấn đề hết sức cần thiết. Một sự thật không thể phủ nhận được là "Huyền tích về Thánh Gióng tức Phù Đổng Thiên Vương" đánh tan giặc Ân vào đời Hùng Vương thứ 8 đã được chính thư tịch cổ Trung Quốc xác nhận. Hai là: khi các nhà khảo cổ Trung Quốc tìm thấy 1 cái "Qua" là loại vũ khí độc đáo của người Việt ở phía Đông Trường Sa tỉnh Hồ Nam, đặc biệt trên cái qua có khắc tên vua Nhược Ngao. Công trình khảo cổ gía trị này đã được sách Xuân Thu Tả Truyện và Sử Ký của Tư Mã Thiên, là bộ sử chính thống của Trung Quốc xác nhận như sau: "Nghi viết Hùng Nghi hiệu Nhược Ngao là Hùng Vương thứ 14 (789TDL)". Đã có Phù Đổng Thiên Vương –thuộc đời Hùng Vương thứ 8 đánh giặc Ân và di tích khảo cổ "cái qua" có khắc chữ đời Hùng Vương thứ 14 như đã nói trên thì Thời Đại Hùng Vương hiển nhiên là một thời đại có thực trong lịch sử Việt, không ai có thể hoài nghi phản bác, hay chối bỏ được nữa.

Lãnh thổ nước Văn Lang rộng hẹp như thế nào? Bộ Đại Việt sử ký .toàn thư của Ngô Sĩ Liên là Bộ Sử đầu tiên của nước ta viết về truyền thuyết Rồng Tiên và nước Văn Lang của Việt tộc. Cương giới Văn Lang trải dài khắp Trung nguyên trở xuống bao gồm miền Giang Nam và Lĩnh Nam Trung Quốc bây giờ cho đến Hoành Sơn của nước ta. Đại Việt Sử lược tuy là bộ sử xưa nhất còn sót lại nhưng đã bị Tiền Hy Tộ sử quan triều Thanh sửa đổi ngay cả tên bộ sử sửa lại là Việt sử Lược và cố tình chép là 15 châu (bộ) chỉ nằm trong phạm vi Bắc Việt Nam mà trong đó, không có các bộ Dương Tuyền, Chu Diên, Ninh Sơn, Phúc Lộc, Quế Dương, Chân Định, Quế Lâm, và Tượng quận là những bộ trước đây của Việt tộc nằm trong lãnh thổ Trung Quốc bây giờ. Việt Sử lược chép 15 bộ theo ý đồ của Sử quan triều Thanh nên chỉ nằm trong phạm vi Bắc Việt Nam. Chính nhà bác học Lê Quí Đôn đã nhận định trong Vân Đài Loại ngữ là: "Tên 15 châu (bộ) là do triều Hán, Ngô đặt ra. Tên gọi lẫn lộn ngờ rằng những tên đó là do bọn hậu nho góp nhặt vay mượn chép ra, khó mà tin được". (5) Cố Viêm Vũ, tác giả sách "Thiên hạ

Quận quốc Lợi bệnh thư" viết về "AN NAM Cương vực Bị lục" liền bị triều Thanh tịch thu. Thế mà các sử gia nước ta từ Đào Duy Anh đến các nhà sử học Xã hội Chủ nghĩa cứ nhân danh sử học hiện đại cố tình kéo lùi niên đại lập quốc và nhất loạt cho rằng 15 bộ của nước Văn Lang chỉ nằm trong phạm vi của nước Việt Nam hiện nay! Các nhà sử học Xã hội Chủ nghĩa với duy vật sử quan viết sử theo nghị quyết đảng đã phủ nhận cả huyền thoại Rồng Tiên của Việt tộc khi viết: "Địa bàn đó quá rộng lớn bao gồm khắp vùng Hoa Nam, là nơi cư trú của tất cả các dân tộc Bách Việt chứ không phải của riêng người Lạc Việt. Người Lạc Việt cũng chưa bao giờ thống lãnh toàn thể các dân tộc Bách Việt. Vả lại, vị trí của 15 bộ đều tập trung ở Bắc phần Việt Nam hiện nay.!. .. Vua Lê Thánh Tôn là vị vua ưu tư nhiều về ngọn nguồn gốc tích của tộc Việt cũng như về chữ viết Việt cổ. Nhà vua đã giao cho Bảng Nhãn Nguyễn như Đỗ nghiên cứu về cương giới nước Văn Lang xưa. Nguyễn Như Đỗ đã viết về "Hùng Vương bát cảnh" gồm:

Cảnh Miền Gò Ngựa rộng 2.000 dặm, xưa có tên là Châu Điền tức tỉnh Vân Nam TQ hiện nay.

Cảnh miền Cỏ Trâu, rộng 1.500 dặm tức tỉnh Việt Tây (Tây Việt) nay là tỉnh Quảng Tây TQ.

Cảnh Miền Ao Cá, rộng 1.700 dặm tức Việt Đông (Đông Việt) nay là tỉnh Quảng Đông thuộc Trung Quốc.

Cảnh Miền Rừng Quạ, tức tỉnh Phúc Kiến phụ thêm châu Kiềm, tức tỉnh Quí Châu, giáp hồ Động Đình. Tất cả rộng độ 1.600 dặm.

Cảnh Miền Động Hoa, tức phía nước Phù Nam cổ mà thời Lê Thánh Tông là nước Chân Lạp, rộng khoảng 1. 000 dặm.

Cảnh miền Núi Quả tức phía nước Hồ Tôn, thuộc vương quốc Lâm Ấp sau gọi là Chiêm Thành (Chămpa), rộng khoảng 1.000 dặm.

Cảnh Miền Bầy Voi, tức phía nước Ai Lao, rộng khoảng 1.000 dặm.

Cảnh Miền Lũ Hươu tức phía Nam nước Ai Lao, rộng khoảng 1.000 dặm. (VNTLQ trang 348-349)

Như vậy, cương giới quốc gia VĂN LANG trải dài từ Phong Châu xuống tận Bắc Việt Nam. Địa danh châu Phong mà sử sách Trung Quốc viết là Phong Châu là vùng đất trải dài giữa phía Đông xứ Tạng và phía Tây Ba Thục, nơi 4 con sông lớn hội tụ, đó là sông Minh sông Cửu Long, sông Dạ Lang và sông Dương Tử mà sách xưa chép là MIN (sông Minh) YA (Dạ Lang) KONG (Cửu Long) KẠ (Dương Tử). Khi triều Đường thống trị nước ta, năm 621 mới đặt tên Phong Châu cho vùng đất ở Việt Trì Phú Thọ. Quốc gia Văn Lang bao gồm nhiều chi tộc Việt với những tộc danh như Dạ Lang ở Quí Châu, Bạch Lang ở Tứ Xuyên, Việt Lang ở Quảng Đông và Văn Lang ở Quảng Tây và Việt Nam. Sự giống nhau trong tất cả địa danh, thủy danh và tộc danh của vùng Nam Trung Quốc và Bắc Việt Nam đã chứng tỏ cư dân 2 vùng cùng một chủng tộc Việt. Sự thật lịch sử này đã được các nhà Trung Hoa Học toàn thế giới, kể cả các Học giả Trung Quốc và Đài Loan thừa nhận trong cuộc Hội thảo quốc tế về nguồn gốc văn minh Trung Hoa tại Đại học Berkerley California Hoa Kỳ năm 1978.

Sau khi đã xác dịnh được Thời Dại Hùng Vương cũng như lãnh thổ của Nước Văn lang bằng nhiều tài liệu phong phú và giá trị, sử gia Phạm Trần Anh cũng đã dày công nghiên cứu về xã hội Hùng vương qua các lãnh vực kinh tế, Văn Hóa, tôn giáo, chủng tộc, ngôn ngữ và văn học nghệ thuât thời Hùng Vương rất xúc tích và sống động.

Trong cuốn VNTLQ, sử gia Phạm Trần Anh tập trung nỗ lực biên khảo về cội nguồn Dân Tộc, lịch sử tiến hóa của thời đại Hùng Vương, phục hồi được lịch sử của Thời Dại Hùng Vương với 2 quốc gia Xích Quy và văn Lang với rất nhiều khám phá Hay -Mới-

Lạ và Đúng với chân lý Lịch sử Việt, Nòi giống Việt, Đạo Lý Việt và văn Hóa Việt.

Đi sâu hơn, sử gia PTA nghiên cứu tiếp về thời đại Hùng Vương và chuyển qua đại họa xâm lược của Hán tộc qua 4 triều đại: Thương, Ân, Chu, và Tần. Đặc biệt sử gia đã đưa ra nhiều kiến giải mới cùng nhiều khám phá mới về quốc gia Âu Lạc, quốc gia Nam Việt cũng như cuộc khởi nghĩa của hai Bà Trưng khiến cho chúng ta vừa thích thú vừa hãnh diện về bản lãnh và khí phách của tổ tiên nòi giống Việt.

IV- NHỮNG ĐIỂM SON TRONG VIỆT NAM THỜI LẬP QUỐC CỦA SỬ GIA PHẠM TRẦN ANH:

Trên cương vị của người giới thiệu, nhận định về Tác phẩm, chúng tôi thấy Việt Nam Thời Lập Quốc có những điểm son chính yếu sau đây:

Tác giả đã viết sử với tâm thức Việt, có con mắt triết, hay con mắt Việt, và đã có cái nhìn thống quan, đạt quan về Văn Hiến, Văn Hóa, thấu rõ sử tính và sử mệnh của Việt Nam.

Sử gia Phạm Trần Anh đã đánh tan những ngộ nhận, và làm hiển lộ chân giá trị của Huyền Thoại Tiên Rồng mà ông gọi là một thông điệp ngàn đời của Dân Tộc Việt Nam.

Sử gia Phạm Trần Anh đã phục hồi được lịch sử, xác định rõ Việt nam có một thời đại Hùng Vương xua tan đi những bóng đêm phủ trùm lên lịch sử Việt Nam đã mấy ngàn năm suốt thời kỳ lập quốc do âm mưu thâm hiểm của Hán Tộc đã xuyên tạc bóp méo lịch sử Việt Nam, cố tình xóa nhòa thời đại Hùng Vương hay ít ra hạ thấp giá trị của Quốc Tổ Hùng Vương, vị Quốc Tổ đã dầy công Khai Quốc và Lập Quốc.

Sử gia Phạm trần Anh đã khẳng định Việt Nam có gần 5 ngàn năm Văn Hiến và Tái Khẳng định Cương Vực Nước Văn Lang xưa đồng thời sử gia dõng dạc tố cáo Đảng CSVN "Sau công hàm ngoại giao bán nước năm 1958, Đảng CSVN đã chỉ thị cho Viện sử học, viện khoa học xã hội viết sử theo nghị quyết của đảng là không được đề cập tới thời lập quốc với phần lãnh thổ xa xưa bên Trung Quốc. Các nhà sử học Mác Xít thuộc Viện khoa học xã hội CHXHCNVN nhất loạt cho rằng nhà nước Văn Lang ra đời cách nay khoảng 2500-2600 năm cho phù hợp với những gì sử quan triều Thanh là Tiền Hy Tộ sửa đổi Đại Việt sử lược của tác giả vô danh đời Trần rồi đổi tên là Việt Sử Lược chép về việc thành lập quốc gia Văn Lang như sau: "Đến đời Trang Vương nhà Chu (696-682TCN) ở bộ Gia Ninh có người lạ, dùng ảo thuật áp phục được các bộ lạc, tự xưng là Hùng Vương, đóng đô ở Văn Lang, hiệu là nước Văn Lang". Nguyễn Khắc Thuần trong "Việt Nam, tư liệu tóm tắt" thì cái gọi là "Khoa học lịch sử hiện đại" cho rằng: "niên đại mở đầu của thời sơ sử được xác định là cách nay từ 2. 600 năm tới 2. 500 năm. Trái với những ghi chép của chính sử cũ và các tài liệu dã sử khác, các nhà nghiên cứu thuộc Viện Khoa học xã hội nhà nước CHXHCNVN cho rằng nước Văn Lang của các vua Hùng chỉ tồn tại khoảng 300 năm và niên đại tan rã là khoảng 208 TDL chứ không phải 258 TDL. Việc sửa đổi niên đại vua Hùng dựng nước để phù hợp với quan hệ hữu nghị Việt Trung chính là hành động bán nước, chính thức hợp thức hoá các cuộc xâm lược của Hán tộc qua việc sửa đổi lịch sử Việt, những nhà sử học Mác Xít vong bản này đã phủ nhận huyền thoại Rồng Tiên, phủ nhận toàn bộ lãnh thổ xa xưa của Việt tộc!

Qua VNTLQ Sử gia Phạm trần Anh đã có công lớn vun bồi Quốc Thống và vinh danh Quốc Tổ Hùng Vương. Sử gia PTA cũng là người viết tác phẩm Quốc Tổ Hùng Vương với nhiều tài liệu đầy đủ nhất và lối văn giản dị dễ hiểu khiến các thế hệ trẻ sau này và đồng bào nói chung dễ tìm hiểu về cội nguồn Dân Tộc và nhớ ơn

Quốc Tổ.

Qua VNTLQ sử gia Phạm trần Anh đã cống hiến cho chúng ta rất nhiều khám phá mới lạ như quốc Gia XÍCH QUY (Xích Quy chứ không phải Xích Qủy như bọn giặc Hán đã thóa mạ nòi giống Việt). Quốc Gia Xích Quy là tiền thân của Quốc Gia VĂN LANG, Thần Nông là người Việt chứ không phải Tầu. Khởi từ Phục Hy, Thần Nông, Đế Hoàng, Đế Nghiêu, Đế Thuấn… Vua lập ra nhà Hạ bênTầu cũng thuộc nòi giống Việt và ngợời Hán chỉ mới chính thức lập ra nước Tầu từ thời đại Thương (1766 TDL), nhân Vật Triệu Đà tức Triệu Vũ Đế người dựng ra nước Nam Việt là người Việt, cuộc khởi nghĩa của Trưng Nữ Vương xảy ra ở Trường Sa, vùng hồ Động Đình ở Hoa Nam TQ bây giờ chứ không phải ở Bắc VN như sử sách từ trước đến giờ vẫn chép sao y sách sử của Hán tộc. chính Việt tộc là kế thừa của tirết Lý Âm Dương v. v..

Sử gia Phạm Trần Anh không chỉ lý luận, trình bầy minh giải về mặt tài liệu thuần túy lý thuyết mà ông còn Chứng Minh bằng những kết quả mới nhất của các khoa Khảo cổ học, Dân tộc học, Nhân chủng học, Ngôn ngữ học, Huyết học, Kết quả Mã Di truyền DNA và Đại Dương Học (thuyết biển tiến và biển lui) nên VNTLQ của tác giả có sức thuyết phục rất lớn hơn hẳn các bộ sử đã có từ trước đến nay.

Qua VNTLQ đồng bào Việt Nam không chỉ kiên định Niềm Tin, phát huy Niềm Tin cùng Hào Khí Việt Nam mà còn góp phần thiết dựng nền tảng, bổ sung, hoàn thiện và khoáng trương nền Văn Hiến Văn Hóa Việt Nam sáng ngời trong tương lai.

Hiện Thực Hóa Huyền Thoại hay Huyền Thoại phát sinh từ Hiện Thực: Với Kết Quả Mã Di Truyền DNA, đã xác nhận người Hòa Bình Hoabinhian chính là người tiền Việt Protoviets, chủ nhân của nền văn hóa Hòa Bình. Mỗi lần biển tiến, Protoviets đã phải di cư lên miền cao, sau khi nước biển hạ thì từ cao nguyên Malaya, những người Protoviets = Malayoviets đã tiến xuống vùng lưu vực các con sông Dương Tử, Hoàng Hà, Cửu Long để thành lập quốc gia Xích Quy, Văn Lang, Việt Thường và các quốc gia Bách Việt như sách sử cổ Trung Quốc xác nhận. Đặc biệt, huyền thoại không còn là huyền thoại nữa mà đã trở nên hiện thực sống động xác định truyền thuyết diễn tả qua việc mẹ Âu cùng 50 con ở lại vùng cao, Bố Lạc dẫn 50 con xuống "Thủy Phủ" miền sông nước. Hai Thạc sĩ sử địa người Pháp là J Loubet và P Gouron đã tìm ra địa danh Thủy Phủ chính là cảng Thành Đô tỉnh Tứ Xuyên Phủ Trùng Khánh TQ được ghi rõ trong bản đồ Pacific Ocean và Atlas năm 1949.

Sứ Mạng Bách Việt Tộc Trong Dòng Sinh Mệnh Nhân Loại: Sử gia Phạm Trần Anh viết: " Kết quả mới nhất, thuyết phục nhất của các nhà Di Truyền học đã xác định Việt tộc hoàn toàn khác hẳn với Hán tộc. Người Việt có 1 tỷ lệ cao nhất về biến đổi di truyền trong dân tộc (Intrapopulatinal genetic divergence 0. 236% và về Hinc II/ Hpal nên được xem là dân tộc cổ nhất Đông Nam Á. Chính vì vậy, Việt Nam là trung tâm của nền văn hoá Hòa Bình ảnh hưởng bao trùm Đông Nam Á, Trung Hoa, Ấn Độ, Trung Cận Đông và cả châu Mỹ nữa. Việt Nam là một dân tộc có lịch sử lâu đời nhất có Haplogroups chính gồm A, B, C, D và không có cặp căn bản số 9 giữa 2 thể di truyền COII/ tRNA. LYS mà các nhà di truyền học gọi là "Đột biến đặc biệt Á Châu= "9bp deletation bettween CO I I tRNA LYS genes", bp= base pair). Cư dân Nam Trung Hoa tức người Trung Quốc ở Hoa Nam, Đài Loan, Cư dân Đông Nam Á gồm Miến Điện, Miên, Lào, Thái Lan, Tân Gia Ba, Mã Lai, Nam Dương, Phi Luật tân, Brunei và Đông Timor, thổ dân Đa Đảo Polynesian, thổ dân Hawai, thổ dân Maya ở Trung và Nam Mỹ, Pima ở Bắc châu Mỹ có cùng Halogroup A, B, C, D và Thất thoát cặp căn bản số 9 giữa 2 thể di truyền COII /tRNALYS mà các nhà Di truyền học gọi là Đột biến châu Á Mitochondrial DNA Á Châu (Asian Mitochondrial DNA) của Việt tộc. Thực tế này xác định Việt tộc là một đại chủng lớn nhất của nhân loại". Công trình nghiên cứu hết sức công phu giá trị của sử gia Phạm Trần Anh đã mở ra cho dân tộc và nòi giống ta một viễn tượng mới: "Sinh Mệnh dân tộc Việt nam gắn liền với sinh mệnh của Đại Chủng Bách Việt Tộc, gắn liền với sinh mệnh của các Quốc Gia Đông Nam Á và gắn liền với Sinh Mệnh toàn Nhân Loại".

V- KẾT LUẬN:

Lịch sử Việt Nam Thời Lập Quốc viết về Quốc Tổ Hùng Vương trong tâm thức Việt, về bản sắc văn hóa truyền thống Việt, về phong tục tập quàn cùng những lễ hội dân gian từ xa xưa sẽ góp phần bảo lưu văn hóa truyền thống Việt Nam. Đặc biệt tác phẩm lịch sử Việt Nam Thời Lập Quốc viết về khởi nguyên dân tộc Việt với những kết qủa khoa học mới nhất về DNA của đại chủng Việt do viện hàn lâm khoa học Hoa Kỳ công bố sẽ giúp cho thế hệ trẻ Việt Nam trong nước và hải ngoại hiểu rõ hơn về nguồn cội phát tích của dân tộc Việt Nam chúng ta.

Xin cám ơn sử gia Phạm Trần Anh đã dầy công tìm tòi nghiên cứu, về cội nguồn dân tộc để lần đầu tiên, chúng ta có một bộ lịch sử Việt Nam hết sức giá trị, đáp ứng được mong muốn của tất cả mọi người Việt Nam chúng ta về nguồn cội của một dân tộc có lịch sử lâu đời nhất với gần 5 ngàn năm văn hiến.

TRẦN VINH & NGUYỄN ANH TUẤN ĐÓNG GÓP SẢN PHẨM TRÍ TUỆ

Tranh "The Card Players" của họa sĩ Paul Cézane

Dư dục vô ngôn
(Mạnh Tử)

Ngọn lửa thiêng là ngọn lửa không có khói
(Krishnamurti)

Đem lòng chí thành ra làm việc nước;
Thắp sáng ngọn lửa thiêng để nhìn rõ mặt nhau
(Chu Tấn)

Từ thượng tuần tháng 8-2007, chúng tôi có được môt thành viên trong ban chủ trương Tuyển Tập gửi cho bài: "Những đề nghị đóng góp sản phẩm trí tuệ cho tuyển tập số 2". Bản đề nghị này do Ông Nguyễn Anh Tuấn chấp bút theo sự ủy quyền và giới thiệu của Linh Mục Phêrô Phan Văn Lợi, đại điện nhóm Chủ Trương Vận Động Hòa Đồng Tôn Giáo & Dân Tộc. Tiếp theo chúng tôi nhận được bài góp ý của ông Trần Vinh do một thành viên khác cũng trong Ban chủ trương gửi tới và yêu cầu chúng tôi góp ý.

Sau khi đọc kỹ Bài Góp ý của ông Trần Vinh, chúng tôi nhận thấy bài góp ý không chỉ nhằm đả kích chê bai ông Nguyễn Anh Tuấn mà còn nhằm phủ nhận chủ đề của Tuyển Tập nên chúng tôi cũng xin góp một vài ý kiến hầu làm sáng tỏ công đạo:

I. NHẬN ĐỊNH BÀI "NHỮNG ĐỀ NGHỊ... " CỦA ÔNG NGUYỄN ANH TUẤN:

A/ TÓM LƯỢC:

1. Về Chủ Đề của Tuyển Tập 2: TÔN GIÁO VÀ CHÍNH TRỊ

Nhóm chủ trương Vận Động Hòa Đồng Tôn Giáo & Dân Tộc đã dưa ra chủ đề; TÔN GIÁO VÀ CHÍNH TRỊ. Đây là môt chủ đề lớn, quan trong và rất cấp thiết cho dân tộc Việt Nam trong hiện tại, cũng như trong tương lai hậu CS.

2. Mục Tiêu của Chủ Đề: Tôn Giáo và Chính Trị

"Nhằm nối tiếp con đường đấu tranh cho Tự Do Dân Chủ, Tuyển tập 2 sẽ tiếp tục ra đời trong những ngày tháng sắp tới – không chỉ nuôi những ngọn lửa thiêng ái quốc cho cuộc THÁNH CHIẾN giữa hàng ngũ vô thần C. S –mà tuyển tập còn đặt ra những mục tiêu chiến lược lâu dài trong sự nghiệp Cứu Quốc và Kiến Quốc cho tương lai và Dân Tộc (Trích trang 4 - Bản Đề Nghị của NAT).

3. Bối Cảnh Lịch Sử &Thời Đại:

Với tầm nhìn xuyên suốt và quan niệm Chủ Đề Tôn Giáo và Chính Trị không thể tách rời bối cảnh lịch sử thời đại: Theo ông Nguyễn Anh Tuấn "Chúng ta (Giới trí thức, Sĩ phu) cần khai thác triệt để ánh sáng minh triết nhiệm mầu, nơi các dòng kinh điển của chính giáo đang thiêm thiếp ngủ trong các nền văn minh tinh thần của Đông Phương và Tây phương như Ấn Độ Giáo, Phật Giáo, Khổng Giáo, Lão Giáo, và Cưu Ước và Tân Ước từ lâu đã bị văn minh thuần túy vật chất và phàm tục của Tây phương đè bẹp và khống chế, . Kinh nghiệm lịch sử từ Đông qua Tây trong suốt 6000 năm qua cho thấy bi kịch trầm luân của nhân loại bắt nguồn từ sự vô minh của con người trong những ngày đầu của lịch sử nhân loại. Dục vọng và ham muốn của thất tình lục dục, nơi phần đông con người đã hủy diệt ánh sáng văn minh tinh thần của nhân loại, xô đầy con người chìm đắm trong bom đạn và đao binh tơi bời từ thời đại này qua thời đại khác… Ngày nay nếu con người muốn thoát khỏi kiếp trầm luân thì phải tìm mọi cách để phục sinh lại nền văn minh tinh thần. Cả Cựu Ước và Tân Ước, cũng như văn minh Phật Giáo đều dặn rằng: "Hãy giữ vững và đặt trọn niềm tin vào chân lý vĩnh cửu (eternal truth). Hãy nương theo ánh sáng chỉ đường của các dòng kinh điển để sống và hành xử và bước đi. Ngoài ra đừng tin vào ai cả"… Chính cái ánh sáng chỉ đường đó sẽ dẫn con người về lại với chính mình để gặp gỡ và chiêm ngắm khuôn mặt ngàn đời của chính mình (bản lai diện mục) và gặp lại đấng tạo hóa toàn năng đang hiện hữu khắp nơi qua Thần Khí và Thần Khí của Trời cũng đang có sẵn trong tâm sâu thẳm của mỗi người. Đó là con dường duy nhất độc đạo để những con người hữu thần đạt đến chiến thắng vinh quang trước những kẻ vô thần bạc ác, tinh ma mà bất nhân, như thú dữ đang đè nặng lên sinh mệnh quê hương VN thân yêu của chúng ta. Những kẻ vô thần đang tung hoành trong vương quốc của bóng tối; nhưng chúng rất sợ sư thật và ở đâu có sự thật và ánh sáng, bóng tối sẽ bị xua đuổi. Những người hữu thần phải thắp sáng lên được ngọn lửa tâm thức bừng sáng để tất cả sự thật có thể hiện ra, nhất là những sự thật lịch sử" (trích đoạn các trang 6, 7 và 8 Những Đề Nghị của NAT).

4. Thắp sáng Ngọn Lửa Thiêng Đạo Lý để khai thông bế tắc lịch sự, đồng thời giúp con người Tư Thắng: tiểu tâm tiểu lợi, tiểu trí hầu thăng hoa toàn diện con người:

"Tổ Quốc Việt và dân tộc Việt đang khắc khoải trong cái bế tắc nghiệt ngã của lịch sử giống nòi. Sự bế tắc đang cần được khai thông bằng những con người xả kỷ, đại hùng, đại lực, đại từ bi và đại trí, còn rơi rớt lại đâu đó sau những biến động tơi bời của lịch sử dân tộc. Chỉ ước mong sao những con người như thế đến với tất cả chúng ta như một tấm gương chói sáng, đưa đường chỉ lối cho chúng ta thoát ra ngoài vòng vậy hãm lao lung của vị kỷ, vị ngã, tiểu tâm, tiểu trí, chỉ thấy và tìm kiếm tiểu danh và tiểu lợi ích kỷ. Lối sống hẹp hòi vị kỷ đó không chỉ làm sụp đổ mối tương giao với anh em mà còn giam hãm tâm hồn và trí tuệ của chúng ta không phát triển và thăng hoa được. Con người đánh mất niềm tin vào chính mình và mất luôn khả năng sáng tạo trong đời sống là vì lẽ đó. Một khuôn mặt lớn lao của truyền thống sĩ phu Việt Nam là Nguyễn Du thường nói:

"Có tài mà cậy chi tài
Chữ tài liền với chữ tai một vần
Thiện căn ở tại lòng ta
Chữ Tâm kia mới bằng ba chữ Tài"

5. Uống Nước Từ Nguồn

- Nhấn mạnh vào Trọng Tâm Cứu Cánh của Chủ Đề: Tôn Giáo và Chính Trị: Theo tác giả "Đây là một chủ đề vô cùng khó khăn phức tạp, sâu thẳm và tế nhị nhưng muốn tìm kiếm giá trị đạo lý làm nền tảng cho ĐẠO ĐỨC CHÍNH TRỊ QUỐC GIA VÀ ĐẠO ĐỨC XÃ HỘI (Political ethics and public virtue) thì chỉ có các chính giáo mới có mà thôi. Tất cả các chính giáo chân chính đều nhắm vào việc nuôi dưỡng và phát huy cái Thiên Luật mà Thượng Đế đã viết xuống tâm con người. Chính cái thiện căn đó sẽ làm cho đời sống tâm linh và đời sống tinh thần của chúng ta sống lại một đời sống mới sau những vùi dập, khống chế và khuynh loát của thứ văn minh khoa học thuần túy vật chất và phàm tục từ bao trăm năm qua. Thiện căn sẽ làm cho tình yêu thương giữa người và người hồi sinh phục hoạt và đó cũng là con đường đưa con người về lại Minh Triết và sức mạnh tinh thần, để từ đó đem lại chiến thắng vinh quang cho cuộc thánh chiến thực sự với những kẻ VÔ THẦN, VÔ ĐẠO, VÀ VÔ MINH (Chu Tấn nhấn mạnh) đang dầy xéo lên dân tộc và quê hương. (trích đoạn Những đề nghị trang 11).

6. NAT nêu ra 12 vấn nạn hay nan đề vĩ đại của đất nước:

(Xin miễn trích ra đây).

7- Bắt mạch những sai lầm của giới Trí Thức, Sĩ Phu Vọng Ngoại Việt Nam:

"Từ một thế kỷ nay những người được coi hay tự nhận là trí thức hay sĩ phu đã chóa mắt vì văn minh khoa học vật chất của Tây phương, nên chẳng còn ai tin vào đạo lý và sôi kinh nấu sử nữa. Họ háo hức, hăm hở cuồng nhiệt quay qua Tây Phương để tìm kiếm học hỏi. Nhưng các giá trị tự do dân chủ cao qúy và những giá trị sâu thẳm của toàn bộ văn minh tinh thần là Cựu Ước và Tân Ước hay cuộc Cải cách Tôn Giáo (Reformation) của Khối Cơ Đốc Giáo thì không ai để mắt tới. Tại sao lại có sự mất mát lớn lao như thế này? Những con người vọng ngoại này đến Tây Phương chỉ học hỏi và đem về nước, những hiểu biết và kiến thức hời hợt bên ngoài phần da thịt của Tây phương, để ôm chặt mối hoài nghi và khinh khi về đạo lý cổ xưa của tổ tiên… vì thế sức mạnh tinh thần của tầng lớp trí thức trở nên rũ liệt. Điển hình là Hồ Chí Minh (HCM) và Đảng CSVN – vì thất học và vì nhận thức nông cạn lầm lạc HCM đã ôm chủ nghĩa vô thần như ôm một thứ độc dược quá nguy hiểm, để bắt bao triệu người VN uống vào và làm cho con người chỉ biết gục đầu câm nín, nghe tất cả những mệnh lệnh cực kỳ bất nhân, man rợ và mù quáng của Đảng và lãnh tụ từ hơn 70 năm qua. Cả nửa nhân loại trên trần gian này từ Đông qua Tây đã từng xưng tụng, tung hô chủ nghĩa CS một cách nồng nhiệt. Mãi đến khi 142 triệu nạn nhân vô tội của CS nằm xuống và mãi cho đến khi toàn bộ hệ thống Quốc tế CS sụp đổ vào năm 1989 - 1991 trên thế giới con người mới nhận ra sự sai lầm của chủ nghĩa CS. Nhưng vẫn không thấy mấy ai nhận ra đây là thứ độc dược cực kỳ nguy hiểm cho nền văn minh tinh thần của tất cả nhân loại.

8. NAT phê bình Marx và Hồ Chí Minh cùng Đảng CSVN:

Marx không phải là người cha khai sinh ra chủ nghĩa Duy Vật vô thần. Ông ta chỉ là một tên học trò khờ khạo, và đã quá dễ tin vào các triết gia và tư tưởng của thời Phục hưng và thời Ánh Sáng, cũng như cách mạng Pháp mà thôi. HCM và đảng CSVN muốn giải phóng dân tộc VN ra khỏi ách nô lệ tâm hồn và trí tuệ của thực dân Tây phương, nhưng lại đi sử dụng sản phẩm trí tuệ của văn minh vật chất của chính Tây phương để câu thúc xích hóa và nô lệ tâm hồn và trí tuệ của người dân Việt. Con người khi bị câu thúc, xiềng xích nô lệ xác thân, và con người khi bị câu thúc và nô lệ trí tuệ, tâm hồn, cái nào khổ đau hơn cái nào? Phải chăng đây là những vấn nạn quá sâu kín, khó dò, khó thấy với những người chỉ biết hướng ngoại để tìm kiếm và học hỏi… Những tội lỗi của thực dân Pháp so sánh với HCM và đảng CSVN thì chẳng thấm vào đâu, bởi vì câu thúc, xích hóa và nô lệ tâm hồn và trí tuệ mới chính là tội lỗi lớn lao nhất của CS đối với người dân Việt.

9. Nền Văn Minh Tây phương bị khủng hoảng cao độ. Giờ đây họ phải quay về Đông Phương để tìm lối thoát cho tư tưởng giới nhân loại:

"Từ gần một thập niên qua, biết bao người trí thức, học gia lỗi lạc, các sử gia xuất chúng của Hoa Kỳ và Tây Phương đã nhận ra từ 400 năm qua thế giới Tây phương đã tôn sùng quá đáng văn minh khoa học thuần túy, vật chất và phàm tục, để giết chết đi nền văn minh tinh thần của họ. Từ sự phá sản văn minh tinh thần lớn lao đó, những con người sáng suốt tại thế giới Tây Phương đã tìm tòi học hỏi, tra cứu khám phá nơi các nền văn minh tinh thần của Đông phương, những gía trị vô cùng lớn lao, để giúp họ xây dựng lại đời sống văn minh tinh thần. Chính các quốc gia Tây phương đã nhận ra quê hương tinh thần ngàn đời của nhân loại tại Đông phương, kể cả Cựu Ước và Tân Ước cũng thuộc về Đông phương (William Durant) thế mà những người csVN lại tự chối bỏ chính mình và chối bỏ luôn cái gia sản văn minh tinh thần của họ. Họ không biết rằng-đúng như Martin Heidegger đã nhận xét "văn hóa của tây phương đi đến đâu là máu đổ thịt rơi đến đó". Thế mà HCM và đảng CSVN "bôn ba hải ngoại đi tìm đường cứu nước" lại đến Tây Phương để ôm trọn một thứ văn hóa chỉ gây ra bao cảnh máu đổ thịt rơi tơi bời cho đồng bào ruột thịt của họ từ 70 năm qua. Vậy mà ngày nay vẫn vênh váo "Chúng tôi có công giải phóng đất nước" Giải Phóng Ư? Giải phóng cái gì? (Những Đề Nghị trang 18).

10. Rút ra Bài Học Lịch Sử:

Tôn Giáo và Chính Trị chỉ là phương tiện, còn Đạo Lý mới là cứu cánh. Nếu quốc gia nào xiển dương được dòng Đạo Lý trong tôn giáo và Chính trị thì Quốc gia đó trở nên an bình thịnh vượng, hùng cường và hạnh phúc. " kinh nghiệm lịch sử cho thấy nếu nền văn minh tinh thần của các chính giáo, và dòng Đạo Lý được đề cao, xiển dương và phát triển như tại nước Anh từ gần 800 năm qua và nước Mỹ hơn 200 năm qua, thì quốc gia ổn định, phú cường, người dân sẽ sống trong thanh bình và hạnh phúc. Nền tảng chính trị Dân Chủ và Cộng Hòa của 2 quốc gia này bắt nguồn từ tinh thần Cựu Ước và Tân Ước và cuộc cách mạng tôn giáo của Luther và Calvin cũng như cuộc cách mạng của những người Thanh giáo (puritans) đem đến cho hai quốc gia dân chủ này.

11. Định Nghĩa Sâu sắc về Danh Từ Cách Mạng:

Trước đây người ta hay định nghĩa cách mạng là thay cũ đổi mới, nhằm thay đổi số kiếp vận mệnh của cả dân tộc v.. v.. Những lối dịnh nghĩa đó dĩ nhiên vẫn đúng. Nhưng nó chưa làm nổi bật được tính chất viễn quan của lịch sử, cũng như chưa định rõ dược việc cách mạng xã hội, chính là gắn liền với cuộc cách mạng Tư Duy hay cách mạng tâm thức của con người, nếu nhất thời chưa thẩm thấu đến toàn dân thì ít ra giới trí thức, giới lãnh tụ chính trị, văn hóa và cách mạng phải nắm vững yếu tính của cuộc cách mạng tâm thức con người, mới không tránh khỏi "bế tắc" hoặc "gây xáo trộn xã hội" hoặc phó thác vận mệnh đất nước cho "may rủi" hay hoặc tạo cơ hội cho những thế lực nội ngoại xâm khác theo kiểu "dịch chủ tái nô" Định Nghĩa sâu sắc về Cách mạng theo NAT là gì? "Các nhà cách mạng cứ tưởng làm cho máu đổ thịt rơi càng nhiều thì cách mạng càng mau chóng thành công. Đó là những con người hăm hở và cuồng nhiệt, muốn nhìn thấy xã hội cũ đổi thay, nhưng lại thiếu hẳn ý thức chín chắn và sâu sắc về ý nghĩa hai chữ cách mạng là phải "chuyển hóa tâm thức con người trước khi muốn nhìn thấy xã hội thay đổ tốt đẹp".

12. Chúng minh bằng 3 cuộc cách mạng lớn trên thế giới:

Sau khi đã rút ra bài học lịch sử qúy báu nói trên, ông NAT còn chứng minh bằng 3 cuộc cách mạng lớn trên thế giới: Đó lá cuộc cách mạng Pháp 1789, cách mạng Hoa Kỳ 1776 và cách mạng Nga (1917) " Muón làm cuộc cách mạng thì phải hiểu con người là gì? như các nhà cách mạng Hoa Kỳ đã hiểu, là con người không có ai là Thiên Thần cả. Vì thế, thay vì sử dụng bạo lực toàn diện và triệt để, đề làm cho máu đổ thịt rơi, các nhà cách mạng Hoa Kỳ đã "sử dụng luật pháp có nội dung đạo đức vĩnh cửu và tinh hoa của cuốn Thánh Kinh Cựu Ước và Tân Ước đã dược dùng, để hướng dẫn con người sống trong tự do, bình đẳng và tình yêu thương giữa người và người" và các nhà cách mạng ấy đã tạo ra nước Mỹ đã hoàn thành một giấc mơ, mà cả nhân loại mơ ước từ bao ngàn năm qua...Sự thất bại vĩ đại, của hai cuộc cách mạng Pháp và Nga và sự thành công rực rỡ, của cuộc cách mạng Hoa Kỳ cho người ta thấy những bài học qúy giá. Các nhà cách mạng Pháp và Nga hiểu rất lơ mơ, về bản chất con người, họ cũng chẳng hiểu rõ những giá trị nào, làm thành đời sống xã hội cho con người. Họ cũng rất mơ hồ về sinh họat chính trị của một quốc gia...Các nhà cách mạng Pháp và Nga xuất hiện lồng lộn, trong hận thù khiến cho cả một xã hội máu đổ thịt rơi lênh láng. Biết bao con người tài ba đức độ và có đủ kinh nghiệm sâu xa, rất cần thiết cho cách mạng và đời sống quốc gia, thì cần tìm mọi cách để bảo vệ những viên ngọc qúy mà bao đời mới đào tạo ra được cho xã hội, thế mà các nhà cách mạng Pháp và Nga lại đem chặt đầu hết. Cách mạng Pháp tiêu diệt 20. 000 người. Cách Mạng Nga 142. 000 người. Trong lúc cách mạng là thay đổi, chuyển hóa từ bản thân mỗi người, tại sao cách mạng lại đi giết người bừa bãi, vô tội vạ như thế?

B/ NHẬN XÉT:

Sau khi đọc bài Những Đề Nghị của ông Nguyễn Anh Tuấn, chúng tôi thấy tác giả có những ưu và khuyết điểm sau:

B1/ VỀ ƯU ĐIỂM:

Ưu Điểm 1:

Tác giả NAT như một người thợ chuyên môn lành nghề. Hiểu biết và biết rất rõ việc mình làm xác định mục tiêu của Chủ Đề trên 2 điểm chính rất rõ ràng. Một là: tiếp tục cuộc đấu tranh cho Tự Do Dân Chủ tại quê nhà. Hai Là: Tuyển tập còn đặt ra những mục tiêu chiến lược lâu dài trong sự nghiệp Cứu Quốc và Kiến Quốc cho tương lai dân Tộc.

Ưu Điểm 2:

Tác giả NAT có tầm nhìn Thống quan và Đạt Quan về Lịch Sử Văn Hóa, Tôn Giáo, Chính Trị, Luật Pháp củaThế Giới cũng như của Việt Nam. Như trong bài viết này tác giả đã không thuyết minh về nội dung chủ đề Tôn Giáo Chính trị (TG-CT) một cách khơi khơi, mà đặt chủ đề trong bối cảnh tôn giáo chính trị của nhân loại từ 6000 năm trở lại đây, rồi cụ thể từ 400 năm trở lại đây, mà trong suốt diễn trình lịch sử ấy tác giả đêu nắm vững cái hay, cái dở của từng thời đại, cái hay cái dở của các quốc gia. Do dó chúng tôi nói tác giả đã có tầm nhìn xuyên suốt lịch sử cổ kim, Đông và Tây phương, Tác giả quả có cái nhìn THỐNG QUAN về lịch sử nhân loại. Mặt khác, tuy tác giả luôn lên án những sai lầm của con người của lịch sử, tuy luôn cảnh giác về những cảnh tượng tượng "máu đổ thịt rơi", nhưng tác giả vẫn giữ dược tinh thần Trung Đạo, thấm nhuần "triết lý Tiên Rồng", "triết lý Vuông Tròn", triết lý "Lý Tình" (*Ngoài thì là Lý song trong là Tình*, Kiều) và triết Lý SỰ SỐNG nên tác giả không ỷ mình, không kiêu căng, không hãnh tiến và luôn có tâm hồn trung hậu nhân bản, nên chúng tôi thấy rõ: tác giả hăng say, nồng nhiệt, thiết tha với vân nước mà không nôn nóng, không quá khích! tác giả đã từng đau khổ theo vận nước điêu linh, và trong nội tâm cũng như ngoài đời sống, tác giả kinh lich đã nhiều, hẳn tác giả cũng đã trải qua nhiều cảnh đoạn trường (Đoạn trường ai có qua cầu mới hay, Kiều) nên tác giả đã có cái nhìn ĐẠT QUAN của một kẻ sĩ Thời đại.

Ưu Điểm 3:

Bàn về Chính Trị và Tôn Giáo tác giả NAT luôn nêu cao ngọn lửa thiêng của Đạo Lý là tinh hoa của các kinh điển nằm trong các chính Giáo hay nói theo Tác giả là phải áp dụng Thiên Luật (Cũng gọi là TÂM ĐẠO) trong chính trị cũng như trong tôn giáo mới cứu vớt được nhân loại và mới đưa quốc gia đến an bình thịnh vượng và hạnh phúc. Các điều cốt tủy và tinh hoa của Đạo Lý này tác giả lại khám phá thấy ngay trong Hiến Pháp của Hoa Kỳ. Đây là điều vui mừng nhất của tác giả và cũng là khám phá độc đáo của tác giả mà trước đây nhiều Luật gia, Luật Sư, chính trị gia, hay ngay cả các nhà lãnh đạo tinh thần các tôn giáo cũng chỉ chỉ nói vế chính trị, và tôn giáo một cách chung chung, không xác minh bằng thực tế, thực tiễn lịch sử như Ngyễn Anh Tuấn. Đây là điều vui mừng nhất cho Dân Tộc Việt Nam mà trước đây các phong trào Đông Du, Tây Du đều chưa rút tỉa dược bài học vô cùng qúy giá này. Đối với nền Triết lý chính trị Vương Đạo của Đông Phương thì điều này không mới lạ vì từ lâu các triết gia và hiền sĩ Đông Phương đã nhắc nhở các Vua Chúa là làm chính trị, đừng giết người, hay "Thuận thiên giả tồn, nghịch thiên giả vong" -Nhưng chúng ta chỉ hiểu đó là lý tưởng, hoặc các lời khuyên về Đạo Dức hay luân lý mà không hay chưa tìm ra những chứng minh có giá trị thuyết phục. Nay NAT đã cung cấp cho ta những dẫn chứng lịch sử. Do đó Thiên Luật hay Đạo Tâm đã trở thành nguyên tắc chỉ đạo cho Tôn giáo và Chính trị, Việt Nam nói riêng và nhân loại nói chung sau hâu kỳ CS, phải coi Thiên Luật hay các quy luật về Đạo Đức là kim chỉ nam cho các cuộc cách mạng về TÔN GIÁO VÀ VĂN HÓA, CHÍNH TRỊ cho hiện tại và cho muôn đời con cháu mai sau.. Đây cũng chính là kim chỉ nam cho cuộc cách mạng tôn giáo, văn hóa, chính trị, kinh tế, trên quy mô Quốc gia hay quy mô Toàn Thế Giới, Liên Hành Tinh trong giai đoạn TOÀN CẦU HÓA..

Ưu Điểm 4:

Tác giả rất quan tâm đến các vấn nạn bế tắc tại Việt nam hiện nay.

Trong bài Những Đề Nghị… tác giả đã nêu ra 12 vấn nạn mà mỗi vấn nạn đòi hỏi nhiều chiến lược và các giải pháp, phương pháp thực hiện và đấu tranh (từ lý thuyết đến thực hành...)

Ưu Điểm 5:

Tác giả bỏ nhều năm nghiền ngẫm nghiên cứu, học hỏi và sáng tạo nay đã tới độ chín mùi (công việc này tác giả noi gương người xưa gọi là "Sôi Kinh nấu Sử" tinh thần này rất hiếm hoi qúy giá trong thời đại chúng ta!). Điều gì tác giả nói ra đều là "Nói có sách mách có chứng"; lại đưa ra những điều mới lạ nên rất có tính thuyết phục) Ngoại trừ một thiểu số người chuyên bới lông tìm vết hoặc tỵ hiềm - loại tiểu nhân, tiểu tâm tiểu trí - còn tất cả những ai thành tâm thiện chí, khách quan đều phải công nhận NAT là người có THỰC HỌC, THỰC ĐỨC &THỰC TÀI. Tác giả là "vàng thật nên không sợ lửa" – Đúng là "lửa thử vàng, gian nan thử đức".

Ưu Điểm 6:

Đọc kỹ bài "Những Đề Nghị… " của tác giả, nếu khách quan ai ai cũng phải công nhận bài viết của tác giả rất phong phú và sâu sắc, đầy nhiệt tâm và tinh thần sáng tạo. Cổ nhân nói "Nhân tài là nguyên khí của Quốc gia" tác giả NAT rất xứng đáng với lời châu phê đó của cổ nhân, cũng như của người đương thời và các thế hệ về sau.

Ưu Điểm 7:

NAT là người Tri - Hành - Sống hợp nhất"- Ngày nay thế giới rất chú trọng đến vấn đề kiến thức vì "kiến thức là sức mạnh – "Knowledge is power". Cũng có người lại phân biệt "Kiến thức" và "Tri Thức" NAT là mẫu người vừa có "Kiến thức" vừa có "tri thức". Không những thế, ông "nói được" "viết được" và "làm được" – "thực hiện được" điều "Ông nói và viết" NAT là người "Ngôn hành hợp nhất" hay "Tri Hành hợp nhất" và đúng hơn là "Tri – Hành - Sống hợp nhất".

Ưu Điểm 8:

NAT là người chủ trương đem TÂM ĐẠO làm nền tảng để hoà đồng tất cả các tôn giáo: Ông NAT là tín đồ của đạo Công Giáo, nhưng đồng thời ông để rất nhiều thời gian nghiên cứu về tam giáo lớn của Đông Phương là Khổng Lão Phật cũng như kinh Dịch, nên ông khá nhuần nhuyễn trong việc học hỏi, đối chiếu và chiêm nghiệm các nguồn Tuệ Giác Lớn Lao này. Những sáng tạo của ông về Việt Đạo cũng do TÂM ĐẠO mà ra. Ông còn nhận thức rõ rằng: TÂM ĐẠO nằm trong VIỆT ĐẠO và VIỆT ĐẠO cũng từ TÂM ĐẠO thăng hoa lên. Sau khi nghiên cứu thâm sâu, đối chiếu 5 Nguồn Tuệ Giác Lớn là Khổng, Lão, Phật, Kinh Dịch, và Công

Giáo ông chủ trương TÂM ĐẠO cũng chính là VŨ TRỤ ĐẠO. Điều này tuy ông chưa nói rõ ra trong bài "Những đề nghị… . " song ông từng trao dổi với các thân hữu cũng như các thành viên trong nhóm chủ trương vận động hòa đồng Tôn Giáo và Dân Tộc và đã được rất nhiều thân hữu cũng như các thành viên trong nhóm chia xẻ và đồng cảm với ông.. Chúng tôi vững tin là NAT cón tiến rất xa trên con dường HÒA ĐIỆU văn hóa Đông phương và Tây phương (con đường này ông NAT không cô đơn đâu) hầu đem lại nhiều ơn ích cho nhân loại.

Ưu Điểm 9:

NAT là nhà đại cải cách Tôn Giáo - Thời Đại mới- Kiểu Mới:

Như chúng ta đả biết, trong khoảng thời gian trên dưới mười năm trở lại đây Nhóm Giao Điểm (đa số, chúng tôi không nói tất cả) có tư tưởng kình chống Đạo Công Giáo và đã nêu ra những điểm sai lầm của Đạo Công Giáo-Những điều nhóm GĐ nêu lên, có nhiều điểm đúng, nhưng cũng có nhiều điểm sai và nhiều điểm ngộ nhận. Những điểm đúng thì như đức Giáo Hoàng Gioan Phao Lồ đệ nhị đã chính thức xin lỗi nhân loại – Ngài đã dũng cảm xin lỗi 93 lần không phải những sai trái do ngài gây nên, mà là những sai lầm hay khuyết điểm thuộc về Lịch Sử Giáo Hội do các vị Giáo hoàng tiền nhiệm của Người gây ra) Sau khi ngài xin lỗi uy tín của Đạo Công Giáo không hề bị thương tổn mà cả thế giới, những nhà đại trí thức, những nhà Đạo Học, Nhân Bản học trên khắp thế giới đã cùng lên tiếng ca ngợi Ngài là người có uy dũng, có can đảm của một bậc Thánh! Do vì lập trường kình chống Đạo Công Giáo, nên Nhóm Giao Điểm Việt Nam hải ngoại chỉ nhận thấy những điều sai trái, những khuyết điểm của Đạo Công Giáo mà không thấy được những chân lý cao cả vĩnh hằng trong Đạo Công Giáo cũng là điều tự nhiên thôi.. Điều đáng nói là, kể từ Công đồng Vatican 2, từ các vị Giáo Hoàng, các vị Hồng y, hay các vị Giám Mục, Linh Mục, các nhà Thần học v. v.. trong Đạo Công Giáo đều nhân thức rõ nhu cầu Đạo Công Giáo cần phải cải tổ, phải canh tân về Giáo Lý, cũng như về cung cách mục vụ mới, hầu theo kịp đà tiến triển của khoa học và thời đại; đồng thời cảm thấy nhu cầu bức thiết khác là Đạo Công Giáo cần phải học hỏi, hay đối thoại với các tôn giáo bạn để tìm ra tinh hoa chung của mọi nền Minh Triết thiêng liêng cổ thời – Có như vậy mới đủ khả năng và bản lĩnh dẫn đưa Giáo Hội Công Giáo trong thời đại mới. Điều quan trọng hơn nữa là: Ngay khi Công Đồng Vatican 2 bế mạc, những bậc trí giả, những nhà thần học tiến bộ nhất, trong đạo Công Giáo đã nhân xét rằng: Nhằm đáp ứng nhu cầu thời đại, Đạo Công Giáo cần mở một Công Đồng Vatican 3… .! Trước hiện tình khó khăn và phức tạp này, và thời đại chúng ta, lại là thời đại Toàn Cầu hóa đòi hỏi không những một nền "kinh tế toàn cầu" mà cả một nền "Chính trị toàn cầu", "văn hóa toàn cầu", ngay cả một nền "Tôn Giáo toàn cầu"… . cũng cần phải đặt ra… và tiến tới, hiên thực trong đời sống xã hội... Sau khi đã THÂM CỨU KINH THÁNH CỰU ƯỚC VÀ TÂN ƯỚC LẠI ĐỐI CHIẾU VỚI NHỮNG NGUỒN TUỆ GIÁC "CAO DIỆU" NHẤT CỦA ĐÔNG PHƯƠNG, tác gia NAT khám phá thấy nhiều Thiên Luật nằm trong Cưu Ước và Tân Ước đã bị lãng quên hay đã bị diễn giải một cách sai lạc do bởi tính cách "khúc xạ" của trí tuệ con người mà tâm hồn chưa được trong sạch, hoặc còn đeo mang và vướng mắc vào những thiên kiến giáo điều (Phật giáo gọi là "chấp trước"! "kiến chấp", "ngã chấp". "pháp chấp" v. v...) của chính giáo hội hay sự giới hạn và khúc xạ của tri thức con người mỗi thời đại tạo nên). Bằng vào những khám phá mới nhất này, NAT chủ trương Giáo Hôi Công Giáo, không nên đợi những kẻ thù địch hay những kẻ xấu tấn công mình, mà chính tự thân giáo hội Công Giáo - kể cả hàng Giáo phẩm cao câp nhất cũng như sư giác ngô của các giáo dân, tín hữu tiến bộ đều phải cùng nhau nghiên cứu lại thiên luật- thẩm âm lại Thiên Luật -Uống nước tại Nguồn- Học Hỏi Tại nguồn THIÊN LUÂT - trong Cưu Ước và Tân Ước để làm nền tảng và chuẩn mực cho viêc Đại Cải Cách Đại Canh Tân Giáo Hôi Công Giáo Hoàn Vũ. Từ bao nhiêu năm nay NAT vừa làm công viêc "sôi kinh nấu sử" (nghiên cứu Chính trị học, luât Hiến Pháp, Sử học, Xã hội học, Quản trị học, Bang giao quốc tế v v) vừa làm công viêc gạn lọc, tĩnh lăng tâm hồn lắng nghe thiên luật, lắng nghe những lời đại giác của Đức Phật, cũng như lời dạy của Thiên Chúa và ông vô cùng sung sướng khi khám phá ra những điểm tương đồng… Sau cùng ông nhận thức rõ là mình có nhiêm vụ, có sứ mệnh "tuyên xưng" và "Vinh danh" thiên luật thắp sáng Ngọn Lửa Thiêng Của Đạo Lý để góp phân cải cách Đạo Công Giáo cũng như HOÀ ĐIỆU nền văn Hoá Đông Phương và Tây Phương. Về mặt Tôn Giáo, những khám phá sáng tạo và những việc ông làm có tác dụng cải cách tôn giáo mạnh bạo như viêc làm của Luther và Calvin. Nhưng do thấm nhuần và do được SOI SÁNG bởi nguồn tuệ giác của kinh Dịch va của Viêt Đạo nên PHƯƠNG PHÁP VÀ NGHỆ THUẬT CẢI CÁCH TÔN GIÁO của NAT khôn ngoan hơn, hiên dịu hơn và it gây xáo trôn lớn như công việc cải cách của Luther và Calvin (Đây là sự khác biệt của kẻ hậu sinh đã kinh qua, các trào lưu cải cách gây nhiều xáo trôn và thương đau cho Giáo Hôi Mẹ. Các cuộc cải cách này, dù bên này đúng hay bên kia đúng chăng nữa, cũng đã làm tan vỡ gia tài của Đấng Kitô để lại cho nhân loại - đau đớn biết chừng nào!) Quan niêm và phương pháp làm việc mới đầy sáng tạo theo Viêt Đạo và Việt Tính này, là những ơn ích lớn và rất thích hợp cho sự CHỌN LỰA PHƯƠNG PHÁP CẢI CÁCH tốt đẹp nhất giúp cho Giáo Hội Công Giáo hoàn vũ thăng hoa và hội nhập vào NGUỒN SÁNG, NGUỒN SÔNG MỚI CỦA THIÊN LUẬT đồng thời hội nhập trọn vẹn vào nguồn sống của xã hôi đời thường, trong thời đại toàn cầu hóa thế kỷ 21, 22, 25, và nhiều thê kỷ về sau. Khi các nhà thừa sai tiên khởi truyên bá đạo Công Giáo vào VN vì nhu cầu truyền giáo, các vị này đã "ký âm" ngôn ngữ VN theo mẫu tư Latin và từ đó đã góp công Sáng Tạo Ra Chữ Quốc Ngữ, môt món quà lịch sử qúy báu vô giá mà các nhà thừa sai vừa vô tình vừa chủ động tăng cho Dân Tộc VN một cách bât ngờ cho cả hai phía - Người cho - và người nhân hay người tặng - và người được tăng. Dầu sao Văn Hóa VN vẫn là văn hóa của sự biết ơn… Ngày nay ông NAT một người ôm ấp giấc mơ cải cách tôn giáo- áp dụng vào ngay Đạo Công Giáo lại thấm nhuần tinh thần Việt Đạo nên hơn ai hết ông biết rõ phải biết Thắp Sáng Ngọn Lửa Thiêng Thiên Luật Như Thế Nào - vì đây chính là Hồn Sông Của Đạo- Hoà vào Hồn Sống Của Dân Tộc - Hoà Vào Hồn Sống Của Đạo Công Giáo Hoàn Vũ –Trong Nguồn Tâm Đạo và cũng Là Sống Đạo Toàn Cầu ((1 Chỉ với tấm lòng CHÍ THÀNH và tâm hồn TRONG SẠCH, mơi biết "ứng dụng", "diệu dụng" Thiên Luât vào cuộc đại cải cách Đạo Công Giáo theo tinh thần: "dung hoá", "Sáng hóa", và "Sông hoá" của Việt Đạo mới tránh đươc sư đổ vỡ và xáo trộn lớn trong Giáo Hôi Công Giáo hoàn vũ. Đây cũng là cách trả ơn của Dân Tôc Việt đối với các vị thừa sai truyên bá đạo Công Giáo tiên khởi tại VN. Phải chăng đây cũng là sư kỳ diêu thậm thâm uyên áo do thiêng liêng an bài mà trí tuệ con người chỉ hiểu được sau khi các biến cố lịch sử đã xảy ra. Việc đại cải cách tôn giáo không chỉ riêng Đạo Công Giáo mà tât cả các Chính Giáo, các tôn giáo khác đều có nhu câu cải cách như vậy.. Có khác nhau chăng, là ở mưc độ "toàn diện" hay "nông sâu" cũng như tốc độ cải cách "nhanh hay chậm" mà thôi. Dân Tộc Viêt Nam rất hân hạnh, rất vinh dự và có ơn phươc lớn, mới được là Dân Tộc hội đủ cơ duyên đứng ra làm sứ mệnh TẬP DẠI THÀNH, hay HÒA ĐIÊU văn hóa Đông Phương và Tây Phương, đồng thời là dân tôc biết thắp sáng NGỌN LỬA THIÊNG ĐẠO LÝ VĨNH CỬU để ĐẠI CẢI CÁCH TÔN GIÁO TOÀN CÂU. Dĩ nhiên cuộc đại cải cách hay cuộc cách mạng tôn giáo toàn câu chỉ tránh được những xáo trộn lớn, , những đổ vỡ lớn mà thôi, còn những va chạm, mâu thuẫn nhỏ, hay những xáo trộn nhỏ là điều không thể tránh khỏi mà còn cân thiết nữa, để hình thành nhân loại mới, nhân loại ngày mai sau khi trải qua "cơn sốt vỡ da vỡ thit" để "lớn lên" và "trưởng thành toàn diện". Đây cũng chính là ý nghĩa sâu thẳm của câu: VIÊT NAM CƠN KHỔ NẠN SINH THÀNH.

Bài viết "Những đề nghị" cho Tuyển Tập 2 cũng như hai bài: "Sứ mạng lịch sử của người giáo dân thời đại" và bài "Chân Tâm con người Thời đại trên tiến trình toàn cầu hóa" (Tất cả đều có đăng trên Website "Tiếng Noí Giáo Dân") là 3 bài mở đầu cho sứ mệnh văn hóa, chính trị, và tôn giáo mà NAT sẽ thực hiện trong tương lai.

Trở lại bài "Những Đề Nghị… " của ông NAT, rất đứng đắn, phong phú và sâu sắc có nhiều ưu điểm hơn nữa, mà chúng tôi chỉ ghi 9 ưu điểm chính. Tuy nhiên trong bài này, NAT cũng còn có những khuyết điểm nhỏ cần phải lưu ý cho những lần sau:

B2- VỀ KHUYẾT ĐIỂM:

Khuyết Điểm 1:

Có tính cách kỹ thuật:

Cho dù bài viết của ông có hay và sâu sắc độc đáo đến đâu, ông cũng phải thưa với các bậc trí giả và độc giả: "Đây chỉ là những ý kiến GỢI Ý cho chủ đề -Kính mong các bậc thức giả và độc giả bốn phương đứng trên nhiều quan điểm, góc độ khác nhau cùng góp phần SOI SÁNG và ĐÓNG GÓP cho Chủ Đề Tôn Giáo và Chính Trị được phong phú và đạt được mục tiêu của chủ đề Tuyển Tập 2 đã đề ra.. " Câu này thêm vào cuối bài "Những đề nghị..." có thể là thừa. Nhưng nếu không có, thì sẽ trở thành thiếu! Theo ý chúng tôi thà là thừa còn hơn là thiếu (Dù NAT không có tính cao ngao hay hãnh tiến -người viết biết rõ điều đó) Nhưng vì nay ông NAT đã được Linh Mục Phêrô Phan Văn Lợi trao phó cho ông việc "làm dâu trăm họ" đầy khó khăn và phức tạp nên ông phải lưu ý vấn đề này. (Trước đây ông sống "độc thân", chưa "làm dâu trăm họ" thì lại khác!). Đây chỉ là nhận xét và đề nghị của chúng tôi với Ban chủ trương cũng như với ông NAT mà chúng tôi rất kính mến.

Khuyết điểm 2:

Cần giới hạn Chủ Đề: hay Tập chú vào các chiều hướng chính:

Với Chủ Đề mênh mông và sâu thẳm và tế nhị như chủ đề "Tôn Giáo và Chính Trị " thiết tưởng tác giả cần giới hạn vào 3 chiều hướng chính. Một là: Các bài viết có tính lý thuyết hay nguyên tắc xác định hướng đi tổng quát của Tôn Giáo và Chính trị Hai Là: Các bài viết có tính thực tiễn liên quan đến hiện tình tôn giáo chính trị đang bị csVN áp chế tại quê nhà. và Ba là: Các bài đề nghị có tính cách chiến lược, chiến thuật liên quan đến chủ đề (nếu có) Nếu chủ đề giới hạn hay tập chú vào 3 chiều hướng chính hay 3 loại bài kể trên thì các bậc thức giả, cũng như độc giả biết rõ Ban chủ trương cần những loại bài ưu tiên nào. Do đó độc giả bốn phương dễ đóng góp hơn và Tuyển tập cũng hay hơn, phong phú hơn, đa dạng hơn, và sống động hơn…

Khuyết Điểm 3:

Trong khi tác giả sử dụng các từ như "Thánh chiến" hay "Vô Thần" chẳng hạn là các từ có tính cách " đa nghĩa", "tế nhị" hay "nhạy cảm " cần có chú thích ở dưới để tránh sự ngộ nhận.

II- NHẬN ĐỊNH VỀ BÀI GÓP Ý CỦA ÔNG TRẦN VINH

A/ TÓM LƯỢC:

1- Lời mở đầu trong bài Góp Ý của ông Trần Vinh (TV) tỏ ra rất có "Thiện chí" "nhẹ nhàng" và "êm tai" khiến ai cũng phải lắng nghe: "Mục tiêu qúy vị đặt ra vô cùng to lớn- Đặt ra những mục tiêu chiến lược lâu dài trong sự nghiệp cứu quốc và kiến quốc cho tương lai của dân tộc- và để có thể đạt được mục tiêu, qúy vị đã hô hào "tìm mọi cách để sát cánh bên nhau..." Thế nhưng trong bản văn kêu gọi, có vài từ thấy cần xem xét lại để tránh bị hiểu lầm".

2- Từ Thánh Chiến: Từ này tự nó không có vấn đề, nhưng người ta không mấy khi xử dụng, nhất là khi muốn tránh gây hiểu lầm và khi muốn quy lòng người về một mối, chỉ vì nó gợi lại một lịch sử đáng buồn, đáng phải thống hối. Đó là lịch sử của 7 cuộc thánh chiến thời trung cổ do Âu châu công giáo đánh sang Trung Đông Hồi giáo khởi đầu từ 1095 và chấm dứt vào năm 1291. Riêng trong sách vở Việt Nam, nhất là ở hải ngoại, từ thánh chiến càng khóac thêm ' mặc cảm tôi lỗi' hơn, khi các tác giả kình chống

Công Giáo (như Trần Chung Ngọc, Bùi Kha (Trần Văn Kha) Lê Trọng Văn, Đỗ Mậu, Nguyễn Đăng Lâm, Vũ Ngự Chiêu (Nguyên Vũ, Chính Đạo) Nguyễn Mạnh Quang, Chu Văn Trình, Trần Qúy, Charlie Nguyễn... đã dùng các cuộc thánh chiến thời Trung cổ như môt chứng cớ chứng minh tính hiếu chiến hiếu sát của giáo hội Công Giáo (!) để so sánh với tính từ bi và giải thoát của Phật Giáo trong lịch sử thế giới và lịch sử Việt Nam (?) Thêm vào đó, sự ra đời tác phẩm "Đằng Sau Những Cuộc Thánh Chiến" của Lữ Giang (Nguyễn Cần) đã gây căm phẫn cho nhiều Phật tử, nhất là những người trong nhóm Giao Điểm và thân hữu. Ngay giáo sư Nguyễn Ngọc Bích trên tờ Ngày Nay đã nhận định cuốn sách này là hết sức 'độc hại' Cuộc thánh chiến Jihad của người Hồi giáo cực đoan hiện nay cũng tạo thêm ý nghĩa tiêu cực, rất bất lợi cho việc xử dụng từ ngữ này.

Vì thế, xin qúy vị, hãy hành văn cách nào khác cho tế nhị hơn, không nên dùng từ 'thánh chiến'làm chi.

3- Từ Vô Thần: "Trong bài viết có những đoạn đề cập tới những người vô thần khiến độc giả hết sức kinh ngạc. Chẳng hạn như "Những người hữu thần tuyệt đối không thể nào hòa hợp với những kẻ vô thần được" hoặc là: những con người hữu thần...chiến thắng vinh quang trước những kẻ vô thần bạc ác tinh ma, bất nhân như thú dữ' Khẩu khí những đoạn văn này xem ra rất "hiếu chiến", rất trịch thượng và rất dễ xa nhau. Biện luận như thế là qúy vị tự cô lập, muốn đóng cửa rút cầu, muốn làm phép trừ hơn là tính cộng, thì sao gọi là có chủ trương đoàn kết, sát cánh lo việc đại sự… . Trong lý thuyết thì hễ đã là cộng sản thì phải là vô thần, vì thế Cộng sản không đội trời chung với tôn giáo. Nhưng trên thực tế ngày nay ở VN lý thuyết CS chỉ còn là một trò lừa bịp của một đảng cướp có chính quyền và vũ lực. Cho nên tôn giáo không đương nhiên là kẻ thù của chúng, vì chính chúng không còn tin vào chủ thuyết, không còn quyết tâm 'tiến nhanh tiến mạnh, tiến vững chắc ' lên chủ nghĩa xã hội nữa: ngược lại chúng đang tranh nhau tiến mau lên làm các tư bản đỏ, đã mặc nhiên chấp nhận quyền tư hữu và đã thay đổi sang kinh tế thị trường rồi. Do đó chủ trương của chúng hiện nay chấp nhận mọi hình thức tôn giáo, tín ngưỡng, miễn là đừng ai thắc mắc, thách thức gì về quyền cai trị độc tôn của chúng. (Đọc hồi kí tiểu sử của một số tay 'gộc' về cuối đời, thấy có vẻ rất hữu thần). Đối với người CSVN ngày nay, quyền và lợi mới là chính, hữu thần hay vô thần không còn quan trọng nữa.

Như đã nêu trên, về lí thuyết, hễ là cộng sản thì phải là vô thần, nhưng không phải là vô thần thì là Cộng sản. Đối với một sồ người có tín ngưỡng, thì hoặc là có óc tự cao tôn giáo hoặc là vì niềm tin quá nhiệt thành, cho nên đã có quan niệm coi thường những người vô thần. Trên thực tế ở đâu càng tiến mau về khoa học kỹ thuật và kinh tế, càng bùng nổ nhiều cuộc 'cách mạng' về tư tưởng và xã hội thì tôn giáo càng thu hẹp dần hoặc là 'đang rạn vỡ ra từng mảng' (Josepth Ratzingger, Muối cho đời. PTGDVNHN, 2006. tr. 130) Đến nỗi giáo hội sẽ phải ' 'mặc lấy hình thái Giáo hội của thiểu số" (Sđd, tr 230) Những trích dẫn này làm chứng hàng ngũ những người đang rời xa tôn giáo ở các nước 'tiên tiến' ngày càng đông. Bây giờ họ trở thành đa số. Những người này, nếu không tin vào tôn giáo, thì họ là hay 'rất có thể là' vô thần.

Vấn đề đặt ra là những người vô thần, có thể là những người tốt không? có tinh thần nhân đạo không; về phương diện quốc gia, họ có thể là những công dân tốt không, có lòng ái quốc không? Ai dám nêu ra câu hỏi ấy? Chỉ nguyên việc nêu ra những câu hỏi ấy đã là một xúc phạm rồi, vì một sự thực hiển nhiên không cần phải chứng minh là những người vô thần vẫn có đầy tình nhân đạo, vẫn có mọi đức tính tốt, vẫn yêu nước như mọi người khác. Ngược lại kinh nghiệm và lịch sử chứng tỏ có tín ngưỡng chưa bảo đảm có lòng đạo đức, cho tình người và cho hòa bình. Lịch sử chứng minh nhiều nhân vật tôn giáo đạo đời phạm tội lỗi tầy trời, nhiều cuộc chiến tranh tàn khốc bắt nguồn từ tôn giáo; như đã đề cập trên đây, ngày nay thế giới đang chứng kiến và gánh chịu một loại chiến tranh mới đầy bạo lực nhân danh niềm tin tôn giáo.

Vả lại, những vị ưu thời mẫn thế muốn ra tài kinh bang tế thế không thể nào suy nghĩ và hành động trái với Hiến chương Liên Hiệp quốc, trái với bản Tuyên Ngôn Nhân Quyền về quy định tự do tín ngưỡng và tự do không tín ngưỡng.

Thế cho nên giá mà qúy vị chịu đứng chung vào một mặt trận khác, không phải là một 'cuộc thánh chiến' của phe hữu thần, chống bọn vô thần mà là một cuộc chiến giữa một bên là Đảng CSVN chủ trương độc tài, toàn trị và một bên là toàn thể nhân dân Việt Nam đang bị bọn cầm quyền tước đoạt mọi quyền tự do căn bản cho nên đang khao khát tự do.

4- Kết luận: Chỉ mới từ vài ý kiến kể trên, tôi có cảm nghĩ bài viết "Những đề nghị Đóng Góp" là hết sức thất nhân tâm, độc đoán, làm dáng trí thức, không có tầm nhìn xuyên suốt cổ kim và xem ra có khuynh hướng xách động quá khích. Bài viết không có tầm cỡ của một tổ chức (?) có hoài bão 'cứu quốc, kiến quốc'.

Xin qúy vị xét lại.

B/ NHẬN XÉT:

1) - Xét Tổng Quát: Sau khi đọc kỹ bài viết của ông Trần Vinh (TV) nhiều lần, chúng tôi có gắng tìm ra một ưu điểm nào của bài viết (nếu quả là một ưu điểm) nhưng đã không tìm ra. Toàn bài viết hoàn toàn lạc đề, sai lầm từ đầu tới cuối. Không những lạc đề, hiểu sai, mà tác giả còn mắc bệnh chủ quan suy diễn theo ý mình, tác giả dửng dưng với thực tại đau khổ của 82 triệu đồng bào trong nước và còn có ý bao che cho tội ác của CSVN. Cuối cùng đến phần kết luận tác giả lại phạm vào lỗi rất nặng là đưa ra những khẳng quyết vô bằng để từ đó đi đến thái độ chê bai miệt thị, kết tội ông Nguyễn Anh Tuấn một cách bất công. Tác giả không ngừng lại tại đây mà còn đi đến hậu ý hoàn toàn phủ nhận chủ đề Tôn Giáo và Chính trị, hoài nghi khinh bỉ luôn cả nhóm chủ trương vận động Hoà Đồng

Tôn Giáo và Dân Tộc, chỉ vì cái tiểu tâm tiểu trí, tỵ hiềm tôn giáo, đồng thời bộc lộ rõ cái bản tâm xấu xa ác độc của mình. Đó là chúng tôi chưa muốn đề cập đến cái ý đồ tà khuất của Ông Trần Vinh cũng như động cơ nào thúc đẩy ông viết bài góp ý phá hoại này? Sau đây chúng tôi xin đề cập đến một chuỗi sai lầm từ nhỏ đến lớn của ông Trần Vinh

2) Phần Mở bài của TV mang tính chất "Xảo Thuật": Nếu tách biệt hẳn phần "mở bài" ra khỏi bài văn của ông Trần Vinh (TV) thì ai cũng thấy ông có thiện chí đóng góp cho chủ đề như vậy đáng là một ưu điểm (?) nhưng không, đây chỉ là một " xảo thuật" của ông mà thôi. Thực vậy ông viết: " Mục tiêu qúy vị đặt ra vô cùng to lớn… lại kêu gọi sát cánh bên nhau… . thế nhưng trong bản văn kêu gọi có vài từ nhận thấy cần phải xem xét lại để tránh bị hiểu lầm"… Mới nghe, chúng ta thấy ông TV là con người đầy thiện chí, lời văn rất khiêm nhương nhe nhàng êm tai… Nhưng sau phần "mở bài" tiếp theo là phần "thân bài" hết sức nghèo nàn, đã thế ông TV hoàn toàn hiểu sai, bài viết của ông NAT, " nên ông chẳng đóng góp được gì. Rồi đi đến kết luận đầy tính chất Phá Hoại và Đại Phá Hoại (như chúng tôi sẽ chứng minh ở dưới) Thế là sao? Rõ ràng là TV tỏ ra có biệt tài "Tráo bài ba lá" để đánh lừa bạn đọc. TV đã "treo dầu dê" rồi bán thịt chó- có- tẩm- chật- độc- Made in Viet Nam CS hay made in China thì liều lượng độc dược cũng không kém gì nhau.!

3) Về Từ Thánh Chiến: Đâu có phải vì thời trung cổ có 7 cuộc thánh chiến do Âu châu Công Giáo đánh sang Trung Đông Hồi giáo (mà Nhóm Giao Điểm vì kinh chống đạo Công Giáo đã nêu lên -Chữ dùng của ông TV- Ông TV cón kể ra từng người trong nhóm Giao Điểm) mà giờ đây thế kỳ 21 ông NAT không được dùng hay không nên dùng chữ Thánh Chiến nữa? Lối lập luận như vậy có đúng không? Trước hết để thấu triệt vấn đề Chu Tấn tôi có 2 câu hỏi đặt ra với ông TV: 1- Sau 7 cuộc Thánh Chiến thời Trung Cổ ngày nay chúng ta có được quyền dùng chữ Thánh Chiến không? và câu hỏi thứ 2- Có nên dùng chữ Thánh Chiến không? Khi nào

nên và khi nào không nên? Về câu hỏi thứ nhất "Có được phép dùng không? thì giữa chúng tôi và ông TV dễ dàng đồng ý với nhau là trên nguyên tắc không có luật nào ngăn cấm chúng ta dùng chữ Thánh Chiến cả. "Từ Thánh chiến tự nó không có vần đề gì" như ông TV đã xác định. Còn câu hỏi thứ 2; Có nên dùng chữ Thánh Chiến không? và khi nào thì nên dùng và khi nào không nên dùng? thì vần đề lại khác. Chúng ta phải thảo luận thêm về vấn đề này: Ông TV dẫn chứng cuốn sách của ông Lữ Giang ((Đằng Sau Những Cuộc Thánh Chiến" đã gây căm phẫn trong hàng Phật tử và giáo sư Nguyễn Ngọc Bích đã nhận đinh là cuốn sách hết sức 'độc hại. 'Từ sự dẫn chứng này Ông TV đi đến kết luận là không nên dùng chữ Thánh Chiến! Chúng tôi xin đưa ra một dẫn chứng ngược lại: Chữ Thánh Chiến không phải chỉ có ông Lữ Gang hay ông NAT mới dùng mà ngay ông Vũ ngự Chiêu (Nguyên Vũ, Chính Đạo) Ông Vũ Ngự Chiêu cũng là một trong những thành viên của nhóm Giao Điểm mà chính ông TV đã kể tên ra) Sử gia Vũ Ngự Chiêu có viết một cuốn sách nhan đề là: "Cuộc Thánh Chiến Chống Công" có sao đâu? có vần đề gì gọi là gây mất đoàn kết đâu? Từ ngày cuốn sách của Sử gia xuất bản đến nay đã gần 10 năm trời, có gây công phẫn cho một đoàn thể hay môt giới người nào đâu? Chúng tôi chỉ thấy môt số người khen cuốn sách trên, cũng như họ đùng sử liệu trong cuốn sách của ông, chứ chưa thấy nhà phê bình nào cho cuốn sách của sử gia họ Vũ là 'hết sức độc hại' như giao sư Nguyễn Ngọc Bích đã nhận định về cuốn sách của ông Lữ Giang (Nguyễn Cần) Trong 2 trường hợp này, cả hai tác giả cùng dùng chữ "Thánh chiến" làm nhan dề của tác phẩm mình! Vậy tại sao lại có kết quả khác hẳn nhau? Ông TV có một lý giải nào cho thông suốt về vấn đề này không ? Chắc chắn là không rồi! Vậy đã rõ, một cuốn sách, hay một việc làm "độc hại' hay "hông độc hại"là tại "nội dung" của cuốn sách, hay tác giả dùng chữ "Thánh chiến"nhằm vào mục đích nào "tốt" hay "xấu" mà thôi. Chính vì không phân biệt đâu là "gốc" đâu là "ngọn" đâu là "nội dung" đâu là "hình thức" đâu là "bản chất" đâu là "hiện tượng" nên ông TV đã không tự tin nơi mỉnh và cứ "sợ bóng" "sơ gió", sợ "mất đoàn kết", sợ "bị hiểu nhầm" trong khi chính ông lại là đầu mối của sự "mất đoàn kết". Chính ông là đầu mối của sự "Hiểu lầm" người khác, gây tai hại cho người khác. Bất cứ ai có học qua phép ly luận là phải biết điều sơ đẳng như sau "không được lầm lẫn giữa "Nguyên nhân" và "Hậu quả" - phải biết phân biệt giữ "Gốc' và" "ngọn" "Chân" và "Giả". Nếu không như vậy thì sẽ nhầm lẫn lung tung hết. Ngoại trừ trường hợp cố tình không phân biệt hay "giả vờ" không phân biệt vì một ý đồ đen tối nào, thì không kể. Nếu ông TV biết phân biệt "Gốc" "ngọn" như chúng tôi vừa trình bầy, thì trước khi phê phán, ông TV phải tìm hiểu kỹ xem ông NAT dùng chữ Thánh Chiến theo nghĩa nào? phục vụ cho một mục tiêu nào đã chứ? Không làm theo điều này, ông cứ nói theo "ý kiến riêng của ông" thì sao gọi là sự chân thật của người Trí thức ? Một đằng ông NAT dùng chữ thánh chiến theo nghĩa tinh thần: Đây là cuộc đấu tranh giữa "thiện" và "ác" giữa "Chân Tâm" và "Vọng Tâm"; giữa "Đại Tâm" và "Tiểu Tâm" "Tiểu Trí, giữa "Phàm" và "Thánh"- Còn là cuộc đấu tranh "Vượt Thánh" tiến đến một "Đấng trọn lành" bằng quá trình " Vượt Mình" "Tự Thắng Mình" như lời Đức Phật dạy: "Chiến Thắng vạn quân thù, không bằng chiến thắng chính mình". Nếu hiểu cuộc thánh chiến theo nghĩa tinh thần nói trên thì có gì gọi là "sai trái" hay mất đoàn kết đâu? Ông TV không hiểu hay cố tình không hiểu chữ thánh chiến mà ông NAT đã dùng – các đoạn văn của ông NAT nói về Thánh Chiến với Vô Thân CS còn rành rành kia - Đằng này ọng TV cứ bị ám ảnh bởi 7 cuộc Thanh chiến thời Trung Cổ, bị ám ảnh bởi cuốn sách Đằng Sau Cuộc Thánh Chiến của ông Lữ Giang nên nghe 2 chữ Thánh chiến là ông nghĩ đến máu chảy thịt rơi, hay nhẹ nhất cũng là sự tranh chấp tôn giáo theo nghĩa hơn thua, tiểu tâm, tiểu trí, và tiểu khí, chỉ nhằm tranh chấp nhỏ nhen, kình chống nhau, chửi bới nhau cho thỏa dạ? Đã đành khi nghe 2 chữ Thánh chiến ông có quyền "liên tưởng đến nghĩa xấu" theo thói quen của ông, hay sợ độc giả khác cũng nghĩ như ông. Nhưng trước khi phê phán ông không được quyền nhắm mắt viết bừa. Tệ hại hơn nữa, ông lại còn "đồng hóa" nghĩa chữ thánh chiến của ông NAT là hiếu chiến, là máu chảy thịt rơi thì đây là điều bóp méo sự thật không thể nào tha thứ đươc? Xin ông TV hãy bình tâm đọc lại bài viết của ông NAT xem có phải ông NAT, luôn luôn cảnh giác những người làm chính trị, cách mạng thời nay, không nên đi vào vết xe đổ của những người làm chính trị hay cách mạng thời xưa không nên giết người bừa bãi –làm cho máu đổ thịt rơi như cách mạng Pháp, Cách Mạng Nga là gì? Vậy tại sao ông lại có thể "Đồng hóa" nghĩa chữ Thánh chiến của ông NAT theo nghĩa xấu dược? Ông TV phóng bút viết bừa như vậy có phải ông đã "Đem bụng tiểu nhân để đo lòng người quân tử" hay không? Chúng tôi yêu cầu ông TV phải lên tiếng trả lời chúng tôi câu hỏi này? Chúng tôi yêu cầu ông TV hãy lên tiếng trả lời tất cả các độc giả tuyển Tập 2 câu hỏi này? Bao lâu ông TV không dám lên tiếng trả lời độc giả câu hỏi này thì dù cho đến ngay nhắm mắt, xuôi tay, từ giã cõi đời giả tạm này. Ông TV vẫn nợ Ông NAT và ban chủ trương Tuyển Tập 2 một lời xin lỗi!

4) Về từ Vô Thần: Muốn làm sáng tỏ vần dề này, trước hết chúng ta phải hiểu Thần là gì? Nếu hiểu chữ "Thần" theo Kinh Dịch: Thần vô phương, Dịch vô thể = Thần không ở một phương nào nhất định mà ngược lại không chỗ nào là Thần không ở. Còn "Dịch" thì không phải là "thể" mà ta có thể thấy hay quan niệm được. Còn Thần theo nghĩa thứ hai là Thần Quyền. Các Đạo như Thiên Chúa Giáo, Do Thái Giáo, Đạo Hội thì vừa hiểu Thần theo nghĩa thứ nhất của kinh Dịch, vừa hiểu Thần theo nghĩa thứ hai. Còn Phật Giáo, Ấn Độ Giáo, và Khổng Giáo thì chỉ hiểu Thần theo nghĩa một thực thể linh diệu, linh thiêng theo nghĩa kinh dịch, còn không chấp nhận Thần theo quan niệm thần quyền… Khi đệ tử hỏi Đức Phật ý nghĩa cuộc đời này là "Thường còn" hay "Đoạn Diệt" Đức Phật im lặng không trả lời! Sau này đệ tử lại hỏi Ngài tại sao Đức Phật im lặng không trả lời?. Đức Phật giải nghĩa rằng: Nếu ta nói cuộc đời là "thường còn" thì các người lại chấp vào đó và ngược lại nếu ta nói cuộc đời là "đoạn diệt" thì các ngươi cũng lại

chấp vào đó. " Do đó nếu người ta nói Đạo Phật là "Vô Thần" cũng không đúng mà nói Đạo Phật là "Hữu Thần" cũng không đúng hẳn! Bản thể tối cao thiêng liêng đã khó nói khó giải như trên thì về vấn đề Tôn Giáo có nên tổ chức không? Theo đa phần các Chính Giáo trên thế giới kể cả Đạo Phật đều vì lợi ích của nhân loại mà chủ trương tôn giáo có tổ chức! (Chỉ khác nhau về hình thức tổ chức chặt chẽ hay lỏng lẻo mà thôi) Riêng Đạo Lão và Đạo Sư Krishnamurti thì chủ trương tôn giáo không nên có tổ chức vì "Chân Lý không có đường vào" (Nói có con đường dẫn đến chân lý là sai!) Nói cách khác mỗi người chúng ta phải trực tiếp tiếp xúc với thiêng liêng chứ không qua một trung gian nào cả! Đó là nói ý nghĩa của chiều kích tuyệt đối hướng về thiêng liêng Còn thế gian này nếu tất cả mọi Tôn giáo đều "không có tổ chức" thì tội ác nhân loại còn ngập trời nguy hiểm như thế nào? Còn ngược lại "Khi Tôn Giáo có tổ chức" mà con người cứ "chấp vào tổ chức hình tướng " thì việc chứng nghiệm tâm linh tất nhiên cũng bị trở ngại. Cái khó khăn và nỗi trở ngại lớn của con người là ở chỗ này đây.

Tương quan giữa Bản Thể Thiêng liêng của Vũ trụ và Con Người: : Bản thể tối cao, tối linh của Vũ trụ, là luật TỰ NHIÊN là THIÊN LUẬT là ĐẠO TÂM (Là THƯỢNG ĐẾ) là NGUỒN SỐNG BAO LA HẰNG HỮU bao trùm vũ trụ (tùy theo cách tin tưởng và lý giải của mỗi tôn giáo) còn con người là "tiểu vũ trụ" tức là trong con người vẫn có một MẦM THIÊNG (gọi là điểm linh quang của Thượng đế, hay Sự Sống, Chân tâm, Phật tánh, Lương tâm. Lương năng, Lương tri đều là tên gọi khác nhau của MẦM THIÊNG tiềm ẩn trong mỗi con người).

Sau khi chúng ta có căn bản nhận thức như trên, chúng ta mới có thể hiểu Thế nào là Vô Thần? Thế nào là Hữu Thần?

Vô Thần là chỉ một thiểu số người như Đảng Viên CS tin tưởng là chỉ có vật chất chứ không có thần thánh thiêng liêng trời đất nào hết cả! chết là hết chuyện nên người CS mới báng bổ Thần Thánh, Sống bất nhân, bất nghĩa, coi chính trị là lừa dối thủ đoạn, quỷ quyệt, sẵn sàng giết người, thủ tiêu, cho đi “mò tôm”, với chủ trương = “Giết lầm còn hơn tha lầm” hoặc sẵn sàng đưa các người bất đồng chính kiến, các phần tử phản động vào các trại cải tạo mút mùa; Phá nhà thờ, phá chùa chiền, để làm chuồng heo - gọi Trời bằng thằng v. v…

“Thằng trời đứng sang một bên
Để cho Nông Hội đứng lên làm trời”

Tính chất Vô Thần nơi đảng viên CS là rõ rệt nhất.

Còn Hữu Thần là tất cả những ai:

1- Tin tưởng vào Thiêng liêng, Thượng đế, Tin Tưởng vào Tôn Giáo (Công giáo, Tin Lành và Chính Thống giáo, Do Thái Giáo, Hồi giáo v. v.).

2- Tin Tưởng vào Thiêng liêng, Tôn giáo, nhưng không theo chủ trương Thần Quyền (tín đồ Phật Giáo).

3- Tin tưởng vào Thiêng liêng, Đạo Tư Nhiên, không chủ trương tôn giáo có tổ chức (Lão giáo, Krishnamurti).

4- Tin tưởng vào thiêng liêng là Lý Thái Cực hay Thiên Lý (Kinh Dịch và Đạo Khổng - Phần Hình Nhi Thượng).

5- Tin tưởng có thiêng liêng, Thờ Thần Mặt trời hay Thần Đạo (Nhật Bản).

6- Tin tưởng vào Thiêng liêng trời đất, tin vào thần sông thần núi, thần đất, thần luá Theo đạo Ông Bà (Đạo thờ Ông Bà ở Việt Nam cũng rất đông).

7- Còn tin tưởng vào Thiêng Liêng, nhưng theo trào lưu khoa học cho việc đi lễ nhà thờ là mất thì giờ nên ít đi lễ thậm chí trong cả một đời người, chỉ đi nhà thờ hai lần là khi mới sinh ra (đi rửa tội) và khi chết (Sức dầu Thánh) Đây là hiện tượng khá phổ biến tại nhiều Quốc Gia Tây Phương mà hàng giáo phẩm Công Giáo đã lên tiếng báo động.

8- Ít tin tưởng vào thiêng liêng, chính thức bỏ đạo, bỏ tôn giáo (Vì nhiều lý do) nhưng vẫn làm tròn nhiệm vụ công dân, không làm điều ác, (tương đối) vẫn có lòng yêu nước, thương dân, thương nhân loại, nghĩa là vẫn còn giữ được lương tâm, lương tri. (Ngay cả loại người này họ vẫn là những người hữu thần như thường).

Theo đúng mạch văn của ông NAT, chúng tôi đã phân tích rõ Hữu Thần và Vô Thần như trên! thì luận điệu của ông TV nào là các ông khinh khi người vô thần, đóng cửa rút cầu v.. v. Luận điệu sai trái đó tư nhiên bị sụp đổ. Theo sự phân tích của chúng tôi thì dù với trào lưu khoa học số người Hữu Thần vẫn đông hơn Vô thần nên ông NAT chủ trương mặt trận Hữu Thần chống Vô thần CS là để mau chóng chuyển hóa chế độ CS tận gốc rễ, rút ngắn thời gian hiểm họa độc tài toàn trị bạo trị, bất lương của CSVN hiện nay. Rất tiếc là ông TV hiểu một, mà không hiểu hai, hiểu ba, hiểu mười. Trí tuệ con người có khả năng, khả tính vô hạn, chỉ vì con người vô minh, tự mình giam hãm mình, tư mình nhốt mình trong "bản ngã" nên cửa lòng "bị đóng lại" nên thần trí cũng trở nên vẩn đục tối tăm. "Tâm tĩnh thì Tuệ khai". "Mở lòng lại là căn bản để mở Huệ trí -Trí Bát Nhã". Ông TV có biết và có hiểu thấu đáo bài học đó không?

Tới đây một lần nữa, chúng tôi xin chứng minh đối tượng đấu tranh mà ông NAT nói ở đây là bọn vô thần CS, chứ không phải là những người vô thần chung chung khác, như ông TV đã quan niệm đâu. Những người bỏ đạo, bỏ tôn giáo bên Tây Phương mà còn giữ được lương tâm, lương năng, lương tri họ vẫn là những người Hữu Thần ông ạ.

Nếu ông TV chỉ căn cứ vào "hình tướng bên ngoài", họ bỏ đạo Công giáo, không đi nhà thờ, rồi xếp họ vào hàng ngũ Vô thần thì Tư Tưởng của ông còn chập hẹp lắm và sai lầm lắm lắm ông TV ạ. (Chỉ cần xem xét nhân thức sai trái nguy hiểm này là chúng ta có thể đánh giá trình độ Kiến thức và nhận thức của ông TV ở trình độ nào rồi. Ông ta tuy là người trí thức, nhưng kiến thức chắp vá tạp nhạp, cho dù ông ta có học vị cao cấp nào chăng nũa, thì cái học có bằng cấp cũng không hơn gì cái học không có bằng cấp… Hơn nhau là ở tấm lòng và ở nhân thức đúng). Tới đây ông TV vẫn chưa hiểu thế nào là Hữu Thần hay Vô Thần ?

Vậy tôi xin hỏi ông Ngài Lão Tử có lập nhà thờ hay ngôi chùa ngôi đền nào không? Đạo sĩ Krishnamurti đã được Hội Ngôi Sao chuẩn bị suy tôn lên làm Giáo Chủ một Tôn Giáo Mới trên Quy Mô Toàn Cầu.

Vậy mà vào giờ phút chót Krishnamurti tuyên bố giải tán Hội Ngôi Sao, không chấp nhận đăng quang ngôi vị Giáo Chủ trở về giảng đạo như một người dân bình thường.

Đi Giảng dạo khắp nơi, ông Tuyên bố "không thu nhận sứ đồ" - ông không chủ trương tôn giáo có tổ chức? - ông cũng không nhận mình là Đạo Sư, Thiền Sư hay Đại Đại Thiền sư chi chi. Tất cả các "hư danh" đó Krishnamurti đều rũ bỏ hết và ông tuyên bố một câu bất hủ "Ngọn lửa thiêng là ngọn lửa không có khói". Vậy căn cứ vào hình tướng bên ngoài, ông TV có thể xếp Krishnamurti vào loại vô thần theo phe của ông hay không ?!

Trở lại bài "Những đề nghị..." của ông NAT từ trang 4 dến trang 8 ông NAT đã bốn lần nhắc dên cuộc đấu tranh giữa Phe Hữu Thần và Vô thần thì 2 lần đầu nói rõ là Vô Thần CS, (tr. 4 và tr. 5) còn 2 lần sau tuy chỉ nói bọn vô thân nhưng luôn thêm các tĩnh từ như bọn vô thần bất nhân hoặc phường trôm cướp bạc ác, tinh ma, ám chỉ CS Vậy là bài văn của ông NAT vẫn nhất quán một đối tượng là bọn Vô Thần CS chứ Ông NAT có đề cập đến những người VT khác, chung chung đâu? ÔngTV chính là người "Trông gà hoá quốc"! hay vì ông NAT đề cập đến Bọn Vô Thần CS "hơi nhiều" nên ông thấy chột dạ? và ông cảm thấy xót xa cho CS vô thần ?

5) Ông TV quay lưng lại trước thực tại đau khổ của 85 triệu đồng bào VN:

Thi hào Nguyễn Du đã viết:

"Trăm năm tính cuộc vuông tròn
Phải dò cho tới ngọn nguồn lạch sông"

(Kiều)

Chỉ với hai câu thơ này Nguyễn Du tiên sinh đã khai mở cho những nhà Văn Hóa, những nhà trí thức, những chính trị gia VN con đường suy tính và phục vụ Đất Nước Dân Tộc. Đạo Vuông Tròn hay triết lý Vuông tròn là tất cả Thế Gian Pháp và xuất Thế Gian Pháp. Đạo và Đời. Muốn tính toán cuộc Vuông Tròn, chúng ta vửa phải dò đến NGỌN NGUỒN, đồng thời phải theo sát LẠCH SÔNG. Ngọn nguồn là lý Thuyết, và lạch Sông là thực tế vậy. Khi bàn về căn bản lý thuyết Tôn Giáo và Chính Trị, ông NAT đã tỏ ra nắm rất vững, song ông cũng luôn thao thức với vận nước điêu linh buồn, đau, hận, tủi, vui, mừng xót xa theo từng nhịp tim, hơi thở của Dân Tộc, nên ông đã nêu ra 12 vấn nạn của Đất Nước. Dĩ nhiên tình trạng của VN hôm nay không chỉ có 12 vấn nạn đó mà thôi, nhưng là khởi điểm để mời gọi bạn đồng hành cùng suy tư, chia xẻ nỗi đau thương khóc hận với Quê Hương… Những ai thành tâm thiện chí, những ai còn có chút lương năng lương tri, những ai còn có lòng yêu nước, không thể không quan tâm đến Chủ Đề Tôn Giáo Chính Trị cũng như không thể không động cập đến 12 vấn nạn của VN mà ông NAT đã nêu ra. Vậy mà ông Trần Vinh (TV) đã nỡ lòng nào đem những điều chi tiết ngành ngọn ra để "bẻ ngoe bẻ còng" chơi "trò chơi ngôn ngữ" nhằm đánh lạc hướng nội dung chủ đề Tôn Giáo và Chinh Trị, nhằm đánh lạc hướng 12 vấn nạn quan yếu đến nguồn sống Dân Tộc, liên quan đến Quốc nạn Quốc nhục của Dân Tộc. Ông còn trơ trẽn lý luận VN hiện nay đã có tự do tôn giáo, người dân đã có quyền Tư Hữu để bao che cho tôi ác ngút trời của CSVN! ông có bao che được không? Về NGỌN NGUỒN chân lý, lý thuyết ông đã nắm được những gì về Văn hóa, Chính trị, Tôn giáo? Đạo lý khác với tôn giáo như thế nào, ông có biết không? Ngay cả những trí thức bậc thầy của ông trong nhóm Giao Điểm đã biết được những gì? đã thức giác, tùy giác, phần giác được bao nhiêu? Về mặt LẠCH SÔNG tức thực tại, thực tế, thực tiễn của VN hôm nay ông đã quan sát, nhận xét được những gì? ngoài những hiểu biết có tính biểu kiến nông cạn bề ngoài kia? Nếu là người dân thường ít quan tâm đến vận nước, tuy đáng trách, nhưng còn khả thể, còn ông TV, dầu sao ông cũng là nhà trí thức, ông có thể nào quay lưng lại với thực tại đau thương của đất nước dân tộc hay không?

6) Đến phần kết Luận Ông Trần Vinh đã tự bộc lộ rõ TÂM ĐỊA XẤU XA CỦA KẺ ĐẠI PHÁ HOẠI:

Tới phần kết luận ông Trần Vinh hạ bút viết: "Chỉ mới từ vài ý kiến kể trên, tôi có cảm nghĩ (Chu Tấn gạch dưới) bài viết Những Đề nghị Đóng Góp là hết sức thất nhân tâm, độc đoán, làm dáng trí thức, không có tầm nhìn xuyên suốt cổ kim và xem ra (CT gạch dưới) có khuynh hướng xách động quá khích. Bài viết không có tầm cỡ của một tổ chức (?) có hoài bão "cứu quốc kiến quốc" Xin qúy vị xét lại.

Như trên độc giả đã rõ; toàn bài viết của ông Trần Vinh chỉ nêu ra 2 từ: Thánh chiến và Vô Thần. Đối với Từ Thánh Chiến: Ông Nguyễn Anh Tuấn dùng theo nghỉa tinh thần: cuộc chiến giữa "cái thiện" chống "cái ác", thì ông Trần Vinh lại hiểu theo nghĩa "hiếu chiến hiếu sát", "máu chảy thịt rơi" hoàn toàn không có trong bản ý cũng như trong bản văn của ông Nguyễn Anh Tuấn!

Từ Vô Thần ông Nguyễn Anh Tuấn trong bản văn 4 lần đều chỉ rõ là Vô Thần Cộng Sản. Chỉ có 2 loại người vô thần mà ông Nguyễn Anh Tuấn đề cập tới là: Vô Thần duy khoa hoc của thế kỷ mệnh danh là thế kỷ Ánh Sáng (lúc này Khoa học mới tiến bộ người ta tưởng là khoa học có thể giải quyết hay giải thích được tất cả mọi điều trên thế gian nên coi Đạo Lý, Tôn giáo đều là mê tín dị đoan cần chối bỏ)

Thứ hai là Vô Thần Cộng sản, lên án Đạo Lý, và chối bỏ, bóp nghẹt tôn giáo. Ông Trần Vinh lại cho rằng ông Nguyễn Anh Tuấn lên án chung tất cả mọi người Vô Thần khác. Cái lầm thứ ba, cái sai lạc thứ 3 rất nguy hiểm là những ai không theo tôn giáo, hay bỏ tôn giáo vì lý do này hay lý do khác, song họ vẫn giữ được tâm thiện (một cách tương đối) còn giữ được lương tri, lương tâm, lương năng thì ông Trần Vinh lại muốn lôi kéo họ về phe Vô Thần, trong khi họ vẫn là người hữu thần như thường.

Cái sai lạc lầm thứ 4 là ông Trần Vinh chưa biết cách lý luận nên nhầm lẫn "Góc" và "ngọn" "Nội dung" và "Hình Thức" "Hiện Tượng và bản chất" mà ra nông nỗi.

Cái sai lầm thứ 5 là ông mắc bênh suy diễn rất nặng, ông cứ theo tư kiến theo định kiến của mình rồi cứ thế gán cho ông Nguyễn Anh Tuấn những điều ông Tuấn không có, hay không hề chủ trương.

Là một nhà trí thức, tượng trưng cho lương tâm của Dân Tộc hay Nhân Loại mà ông Trần Vinh hoàn toàn dửng dưng trước thực tại khổ đau của nhân dân Việt Nam. Đã thế ông lại tìm cách bao che cho tội ác của CSVN là sai lầm thứ 6.

Tới phần kết luận ông Trần Vinh đưa ra một loạt NHỮNG KHẲNG QUYẾT VÔ BẰNG để bôi nhọ danh dự của ông Nguyễn Anh Tuấn nào là: Thất nhân tâm (1), độc đoán (2), làm dáng trí thức (3), không có tầm nhìn xuyên suốt cổ kim (4), và xem ra có khuynh hướng xách động (5), quá khích (6). Cả 6 điều khẳng quyết này độc giả đều không thể nào tìm thấy trong bài viết của ông Nguyễn Anh Tuấn. Tất cả đều là sản phẩm tưởng tượng của ông Trần Vinh xuất phát từ cái "tiểu tâm" "tiểu trí" "tiểu khí", ganh ghét, tỵ hiềm tôn giáo nằm sẵn trong tiềm thức của ông mà bộc phát ra!

Nếu ai có hỏi ông Trần Vinh căn cứ vào đâu để phê bình hay kết án ông Nguyễn Anh Tuấn như trên thì ông Trần Vinh sẽ nói: Tôi đâu có cần bằng chứng, như tôi đã viết trong bài Góp ý: tôi CẢM NGHĨ như thế mà! "XEM RA, XEM CHỪNG" như…

Thưa Qúy vị Thức Giả và Quý Độc Giả bốn phương: Có ai trên

đời này mang danh trí thức (lại là trí thức có tầm nhìn kim cổ...) viết trên giấy trắng mực đen để KẾT ÁN KẾT TỘI người khác chỉ bằng cảm tính: TÔI CẢM NGHĨ, XEM RA, XEM CHỪNG bao giờ không?

Người Việt mình có câu: "Bút sa gà chết"! ông Trần Vinh có nghe câu nói đó bao giờ không? Nếu ông muốn phê bình ai, thì ông phải chứng minh người đó "viết sai" hay "nói sai" sư thực ở điểm nào, chứ ông không thề nói "hình như sai" "Tôi nghĩ là sai" được!

Nếu ông muốn kết án, kết tội ai - về mặt văn hóa tư tưởng - thì càng phải thận trọng lắm lắm, nhật là phải chưng ra được bằng cớ rõ ràng, chứ không thể nói "tôi cảm thấy, tôi cảm nghĩ rằng… " theo lối nói "hồ đồ" "vô trách nhiệm", "vô ý thức" của ông được!

Kinh Thánh nói: "Có thì nói có, không thì nói không, còn ngoài ra là tội ác". Lại xin ông Trần Vinh nhớ cho, trên "Trường văn Trận bút" đều có quy luật của nó! Kẻ nói là có người nghe, và nhiều người nghe, ông không thể nấp sau một hai từ để bôi nhọ danh dự của bất cứ ai! Với trình độ kiến thức và nhận thức quá giới hạn của ông như trên, mà ông tưởng có thể bôi nhọ uy tín của ông Nguyễn Anh Tuấn được sao? Đâu có dễ dàng như vậy thưa ông Trần Vinh? Với trình độ kiến thức và nhận thức của ông mà ông muốn "đốt cháy" tên tuổi của ông Nguyễn Anh Tuấn thì chẳng khác nào - nói theo thuật ngữ của Phật giáo "ông Trần Vinh muốn đem lửa đom đóm (của ông) để hòng đốt cháy dãy Trường sơn!" Tội nghiệp cho Ông Trần Vinh lắm thay!

oOo

Sau khi viết xong bài "Góp ý" hoặc sau khi thấy bài "Góp ý của mình, được đăng trên Tuyển Tập số 2, hẳn ông Trần Vinh cảm thấy hả hê sung sướng và khoái trí lắm là đã ra một chiêu "tuyệt cú mèo" bôi nhọ, khinh bỉ, diễu cợt, tháu cáy, vui dập "danh dự" và "uy tín" của Nguyễn Anh Tuấn đến tận bùn đen! ha ha ha! Khoái chí tử! ha ha ha!. . Tha hồ phen này, ông Trần Vinh còn "tâng công khó" của mình với ai nữa chứ ?

Không những thế, qua việc "hạ sát ván" Nguyễn Anh Tuấn, Ông Trần Vinh còn làm công việc "Sổ toẹt" (một hình thức phủ nhận đểu...) vào cái "Chủ Đề Tôn Giáo và Chính trị" do nhóm Vận động Hoà Đồng Tôn Giáo và Dân Tộc đưa ra. Sau hết bằng một câu "xỏ lá" khác ở cuối bài. "Bài viết không có tầm cỡ của một tổ chức (?) có hoài bão to lớn "cứu quốc, kiến quốc"... Xin quý vị xét lại.

Với câu viết cuối bài, chúng ta hiểu Trần Vinh không chỉ "đánh" ông Nguyễn Anh Tuấn và phủ nhận chủ đề "Tôn Giáo và Chính Trị" của Tuyển Tập 2 mà còn nhắm đánh thẳng vào cả nhóm "Vân Động Hòa Đồng Tôn Giáo và Dân Tộc" với ý đồ muốn "xóa sổ" luôn cả nhóm này trên trận tuyến Văn Hóa và Tư Tưởng nữa.. .

Tất cả những điều trình bầy trên, tự nó đã tự bộc lô rõ TÂM ĐỊA QUÁ XẤU XA ĐỘC ÁC CỦA KẺ PHÁ HOẠI, ĐẠI PHÁ HOẠI mang tên TRẦN VINH.

Đây, chính đây là MẶT TRÁI VÀ CŨNG LÀ MẶT THẬT CỦA TÊN TRẦN VINH mà tất cả mọi người chúng ta cần nhìn cho rõ!

Đã tới thời điểm chúng ta phải đem lòng chí thành ra làm việc nước và thắp sáng Ngọn Lửa Thiêng Dân Tộc để nhìn rõ mặt nhau!

Người viết chỉ làm công việc lột mặt nạ của tên TRẦN VINH, còn Trần Vinh là Ai? Trần Vinh viết bài góp ý với "dụng ý" hay "ý đồ" đen tối nào? Trần Vinh có là người Việt ty nạn 100% hay không? hay Trần Vinh là kẻ lòng đầy tỵ hiềm Tôn Giáo? hắn viết theo ý kiến cá nhân, hay theo lệnh của tập thể xấu nào? hay Trần Vinh là tên Trí Thức Vận, Văn Hóa Vận của CS ? Tất cả những điều này, chúng tôi xin nhường quyền phán xét và đánh giá của Qúy Độc Giả bốn phương.

San Jose ngày 21 tháng 9 năm 2007

MAI KIM NGỌC VÀ "BẢO TỒN VĂN HÓA & TRE GIÀ MĂNG MỌC"

Mai Kim Ngọc

Bài nói chuyện của Bác Sĩ Vũ Bình Minh bút hiệu Mai Kim Ngọc đọc trước đại hội Y Nha Dược Sĩ thế giới tổ chức tại Montreal Canada vào đầu tháng 8/97 tới nay đã khá lâu. Song dư luận bàn tán và góp ý phê bình khá sôi nổi, mãi chưa dứt! Là một thân hữu của nguyệt báo Phụng Sự chúng tôi được Bác Sĩ Nguyễn Tiến Cảnh gửi cho nguyên văn bài nói chuyện của tác giả. Đọc xong, chúng tôi rất ngạc nhiên, không ngờ một bài viết chủ quan và thiếu thận trọng đến như thế lại được đọc trước một Đại Hội Y Nha Dược Sĩ Thế Giới! Là một người ngoài y giới, chúng tôi xin đóng góp một vài nhận định của chúng tôi về bài nói chuyện của tác giả.

I- NHỮNG NHẬN ĐỊNH CHUNG VỀ VĂN HÓA TƯƠNG ĐỐI CÓ GIÁ TRỊ CỦA MAI KIM NGỌC

Đọc kỹ bài nói chuyện, cảm nhận đầu tiên của chúng tôi: Đây là bài nói chuyện văn hóa đầy chủ quan và thiên kiến nhưng lại dựa trên một vài nhận định khách quan tương đối có giá trị của tác giả.

1. Về nguồn:

Nhớ quê hương không những là bản năng con người mà còn là bản năng của loài vật, thâm chí có cả ở côn trùng.

Tác giả mở đầu câu chuyện bằng những mẩu chuyên vui vui lý thú của con cáo, con ngỗng, con bướm-Loại bướm Vương Điệp (Monarch Butterfly) tại Canada: Những mẩu chuyện này không những có giá trị về phương diện sưu tầm loại mở mang kiến thức mà còn có giá trị chứng minh: Loài vật cũng có tình hoài hương nhớ gốc, nhớ nguồn, và khi đã trở thành bản năng thì người Việt chúng ta đâu cần lo lắng thái quá!

2- Văn hóa biến chuyển theo thời gian, không thể có văn hóa độc chủng, độc văn mà sự thực khách quan là văn hóa đa chủng, đa văn.

Ngay cả đến những người đời đời cư ngụ tại bắc Việt cũng thế, mặc dầu là vùng đất lâu đời nhất của đất nước. Mấy ai có thể phủ nhận nổi sự việc là giòng máu Việt nguyên thủy của mình đã được pha trộn, hay văn hóa nguyên thủy của mình đã được tô điểm bởi văn hóa khác? Có lẽ chỉ có những xã hội thô sơ nhất lạc hậu nhất heo hút trong những vùng thâm sâu hẻo lánh như những bô lạc ăn thịt người của rừng già Nam Mỹ mới thực sự có một nguồn gốc độc chủng độc văn. Vậy thì nguồn gốc chúng ta là đa chủng, và đa văn hóa. Đó cũng là đặc điểm của hầu hết các dân tộc văn minh trên thế giới hiện đại… kết quả của một tiến trình pha trộn chủng tộc, cũng như văn hóa đã thành công tạo nên những nền văn hóa, những chủng tộc lành mạnh, không bị thiên nhiên và thời gian đào thải. Đa chủng, đa văn hóa, không đe dọa gì sự độc lập, và phồn vinh của quốc gia. Ảnh hưởng Anh rất lớn trên đất Mỹ không làm cho người Mỹ trở lại làm thuộc địa Anh trong tương lai. Cũng như ảnh hưởng La Hy không đe dọa sự độc lập chính trị hay văn hóa của Pháp. Và Trung Quốc không bao giờ thôn tính nổi Việt Nam.

Nếu cố chấp phủ nhận nguồn gốc thật sự đa chủng đa văn chúng ta sẽ phải vinh hiển một Việt tính xây dựng trên sự dối trá! Sự vinh hiển giả tạo này sẽ èo uột lắm và buồn lắm vì phủ nhận nguồn gốc thật của mình là hình thức tột cùng của vong bản, vừa nặng nề vừa thê thảm nhất. Vậy lợi ích gì đâu niềm kiêu hãnh độc chủng độc văn?

3. Đâu là nguồn cội dân tộc?

Theo MKN "về nguồn là một ý tưởng rất hay, nhưng rất khó mà xác định được đâu là nguồn gốc dân tộc? Đâu là quê hương nguyên thủy Việt Nam?"

Trở lại chuyện người Việt hải ngoại, nguồn gốc chúng ta là Sài Gòn là Nha Trang? là Đà lạt? Là Đà Nẵng? Là Nam Định? Là Hà Nội? Là Hải Phòng? Đúng những địa danh này vừa hiển nhiên vừa là nguồn gốc gần, nguồn gốc tương đối, cho người này cho người nọ trong chúng ta. Còn nguồn gốc xa, nguồn gốc tuyệt đối? Phải chăng là một phường nhỏ nào trong châu Thổ sông Hồng, trước Geneve, trước Trịnh Nguyễn phân tranh? Trước ngày vu qui của Trần Huyền Trân hay trước cả Nam Tiến? Hay xa hơn nữa một bản mường xứ Thanh hay một xóm chài bên Động Đình Hồ? cũng chưa hẳn là nguồn gốc cuối cùng. Hiện hữu trước cả những tổ tiên có ghi trong sử liệu còn là những tổ tiên tiền sử của chúng ta. Vậy thì tìm về nguồn theo nghĩa cụ thể chẳng bao giờ xong".

4. Tác giả định nghĩa Việt Tính như sau:

Đó là tính chăm làm, tinh thần trách nhiệm, lòng tự tin, tự tại trí thông minh khả năng hy sinh bản thân cho những gì cao đẹp.

Tóm lại là những giá trị nhân bản tốt lành mà những người từ văn hóa khác cũng cảm nhận được dễ dàng… Còn nữa, Việt tính còn là khả năng cảm nhận dễ dàng những cái hay cái đẹp của những nền văn hóa khác.

Những nhận định trên của MKN tuy không có gì sâu sắc, nhưng lại là cái nhìn độc đáo (khác với cái nhìn của một số người làm văn hóa trước đây) và nó dựa trên những sự kiện khách quan. Do đó những nhận định của tác giả có gía trị tương đối của nó. Nếu tác giả biết dùng những nhận định này để tìm hiểu sâu xa hơn về bản chất và nội dung văn hóa hay Chủ đạo Văn Hóa, tương quan văn hóa và chức năng văn hóa v. v… thì sẽ là điều hết sức bổ ích cho nền văn hóa dân tộc. Tiếc thay tác giả lại dùng những kiến thức văn hóa của ông vào việc ngầm ý tuyên truyền cho cộng sản theo chiêu bài: "Kêu gọi tuổi trẻ đem tài sức về góp phần xây dựng quê hương" bất kể là quê hương đang bị cộng sản thống trị". Ở đây người viết chưa vội kết án MKN là cộng sản hay thiên cộng hoặc là cán bộ văn hóa vận, trí thức vận của cộng sản mà trước hết chúng ta cứ nghĩ tốt về ông... Qua bài thuyết trình đã chứng tỏ MKN là người có quá nhiều chủ quan và thiên kiến nên đã phạm nhiều lệch lạc, sai lầm nghiêm trọng về văn hóa, mà chúng tôi đề cập sau đây:

II- VẠCH RA NHỮNG SAI LẦM TO LỚN CỦA MKN:

- Sai lầm thứ nhất: MKN đã lầm lẫn giữa "Bảo Thủ" và "Bảo tồn" Văn Hóa:

Ai cũng biết bảo thủ là thái độ bênh vực và cố duy trì cái cũ, không chịu thức thời, không chịu canh tân; thí dụ: Thái độ bảo thủ hay đảng bảo thủ, ngược với cấp tiến, ngăn cản cải cách, chống lại chủ trương canh tân v. v… Còn bảo tồn Văn Hóa là công việc giữ gìn bảo lưu những thuần phong mỹ tục, bảo lưu những cái hay cái đẹp của một nền văn hóa bảo tồn ngôn ngữ Việt, phục chế những công trình kiến trúc hay mỹ thuật đã và đang bị hủy hoại bởi thời gian hay chiến tranh chẳng hạn. Bảo tồn Văn Hóa không bao giờ là duy trì những "hủ tục"hoặc bênh vực những quan niệm, những tư tưởng đã lỗi thời! Trong bài thuyết trình tác gỉa đã dài dòng dẫn chứng việc người ông của tác giả chống đối việc học chữ quốc ngữ, hay tiếng Pháp, nhất là chống đối việc cắt bỏ "Búi tó củ hành"! Ngược lại ngày nay người bạn của tác giả có con trai để "tóc dài" thì lại chửi mắng và cho rằng: "Trẻ con bên này không có văn hóa. Cả 2 thí dụ trên, đều chỉ là những thái độ "bảo thủ" không thức thời của những người chưa bắt kịp hay chưa chịu hòa mình vào nếp sống của thời đại mới. Hai câu chuyện trên không liên hệ gì đến việc bảo tồn văn hóa!

- Sai lầm thứ 2: Vì hiểu sai hay vì cố ý tác gia MKN đã xem nhẹ việc bảo tồn văn hóa của người Việt hải ngoại:

Do vì nạn nước, gần 3 triệu người Việt đã phải sống lưu vong rải rác trên 80 quốc gia trên thế giới, nên việc bảo tồn văn hóa Việt, duy trì tiếng mẹ đẻ là những việc làm khẩn thiết, khó khăn và quan trọng vô cùng!

Trở ngại thứ nhất mà chúng ta gặp phải là thế hệ con cháu chúng ta sinh ra và lớn lên trên xứ người, hằng ngày học hành và giao tiếp với bạn bè ngoại quốc nên có nguy cơ quên mất tiếng Việt. Từ cách ăn, cách mặc, cách giải trí đều bị ảnh hưởng của xã hội mà chúng ta tạm dung nên các thế hệ con em chúng ta phần đông đã không nói được tiếng mẹ đẻ hoặc nói rất là ngọng nghịu, chẳng khác gì người Pháp, người Mỹ nói tiếng Việt! Trong nhiều gia đình Việt Nam hiện nay Ông Bà, Cha mẹ đã không nói chuyện được với con cháu chỉ vì bất đồng ngôn ngữ! Chúng ta biết rằng ngôn ngữ là chìa khóa mở vào kho tàng Văn Hóa của một nước. Do đó nếu các thế hệ trẻ quên tiếng Việt, không nói, không viết được tiếng Việt là chúng mất luôn cả một nền văn hóaViệt! Khi ngôn ngữ mẹ đẻ đã mất thì cách nghĩ và cách sống tất nhiên bị "lai căng" theo cách nghĩ cách sống của người ngoại quốc! Đó là điều dễ hiểu và tất yếu. Trước đây khi còn ở Việt Nam, chúng ta chỉ trích một số người "vọng ngoại" chạy theo Tầu hay theo Tây theo Nhật theo Mỹ, chóa mắt vì văn minh xứ người mà vong bản mất gốc: Quên mất ngọn nguồn dân tộc! Hiện tượng này tuy có nhưng chỉ xảy ra nơi một số người vọng ngoại mà thôi! Nay đau khổ nhất cho chúng ta, những bậc làm cha làm mẹ, nhìn thấy con em mình, vong bản không vì "vọng ngoại" hay vì quyền lợi mà ở đây con em chúng ta ta "vong bản" một cách tự nhiên! Hay vong bản chỉ vì ảnh hưởng của hoàn cảnh của môi trường sống! Tình trạng "vong bản tự nhiên" là một nguy cơ sừng sững trước mắt! Đây là điều quan tâm thao thức nhất không những của chính các bậc làm cha mẹ, phụ huynh, mà còn là nỗi lo ngại của những nhà làm văn hóa xã hội, của những ai hằng ưu tư đến tiền đồ dân tộc! Mối lo quan trọng bậc nhất đó tác giả MKN hoặc không thấy, hoặc cố tình "lờ đi" và tác giả lấy chuyện "con bướm" "con cáo" "con ngỗng" để an ủi một cách giả tạo là "Việc bảo tồn văn hóa" hay "về nguồn" không có gì đáng lo cả! Đây là việc của bản năng con người! Rõ ràng lời an ủi này của tác giả chỉ làm cho chúng ta phấn khởi trong giây lát, rồi sau đó đối diện với thực tế vấn đề bảo tồn văn hóa càng trở nên cấp thiết và quan trọng gấp bội phần! Chúng ta thấy Mai Kim Ngọc vô tình hay hữu ý đã đem những câu chuyện của loài vật của côn trùng, ra để "Huyễn hoặc chúng ta" và "đánh lừa chúng ta"!

- Sai lầm thứ 3: Mai Kim Ngọc hiểu sai trách nhiệm của Phụ Huynh:

Trao truyền kinh nghiệm hướng dẫn ý thức cho con em không phải là "nhồi sọ" tuổi trẻ. Trách nhiệm giáo dục của các phụ huynh đối với con em là điều không ai có thể phủ nhận được kể cả MKN. Nhưng việc giáo dục con em chỉ có hiệu quả khi chọn phương pháp giáo dục nào thích hợp với tuổi tác và tâm lý con em mình! Thí dụ: Muốn giáo dục con em trên đất Mỹ từ 6 tuổi đến 10 tuổi chẳng hạn, các nhà giáo dục, khuyên phụ huynh mỗi tuần để thì giờ kiểm soát việc học hành của con cái mà cách kiểm soát hay nhất là để thì giờ "Học chung với con"! Chỉ cần nêu lên một thí dụ nhỏ đó là thấy ngay việc giáo dục con em nhất là các con em đã lớn tuổi khó khăn tế nhị và quan trọng đến bậc nào!

Nếu muốn giáo dục ý thức quốc gia cho con em còn quan trọng và khó khăn hơn nữa, phải lồng vào Văn nghệ và võ học, hay dưới hình thức nói chuyện, hội thảo, hoặc tâm tình với thanh niên sinh viên mới có thể từng bước hướng dẫn tuổi trẻ được. Mặc dù có những khó khăn kể trên, việc giáo dục con em trong gia đình hay việc hướng dẫn ý thức Quốc Gia cho những người trẻ bao giờ cũng là việc mà chúng ta cần trân trọng và đáng đề cao! Tác giả MKN không ý thức như vậy, ông còn cho rằng việc "bảo tồn văn hóa" dẫn đến việc nhồi sọ con em mình! bắt con em mình phải sống cuộc đời của cha mẹ thay vì cuộc đời của chính các em! Lập luận như trên, tác giả đã hoàn toàn đồng hóa việc trao truyền kinh nghiệm và hướng dẫn ý thức của thế hệ trẻ với việc "nhồi sọ" tuổi trẻ! Điều này một lần nữa chứng tỏ MKN nếu không có gian ý bóp méo vấn đề thì tác giả đã mắc bệnh "Cận thị"văn hóa rất nặng"!

- Sai lầm thứ 4: Tác giả đã hiểu sai "bản chất bảo tồn văn hóa".

MKN cho rằng "Bản chất thực sự của bảo tồn văn hóa là can thiệp vào tiến trình của văn hóa. Và phải trung thực mà thú nhận rằng sự can thiệp này nếu không cẩn thận sẽ được thì hành chỉ vì có lợi cho bản thân người đề xướng! dù chủ tâm hay vô tình vì cái lợi là tinh thần hay vật chất. "

Sở dĩ tác giả đưa ra định nghĩa sai lầm trên là vì khởi điểm tác giả đã hiểu sai bảo tồn văn hóa thành bảo thủ, "hướng dẫn" "trao truyền kinh nghiệm" thành "nhồi sọ" "đầu độc thế hệ trẻ"! Tác giả đã đi từ sai lầm lệch lạc này đến những sai lầm lệch lạc lớn hơn, và nghiêm trọng hơn dẫn đến việc hoàn toàn hiểu sai bản chất của bảo tồn văn hóa. Chúng tôi thấy cần giới ý đồng bào phải cảnh giác trước những lập luận sai lầm của MKN cho dù tác giả vô tình hay hữu ý muốn lũng đoạn nền Văn hóa Việt hải ngoại.

- Sai lầm thứ 5: Tác giả đã đưa ra câu chuyện hoàn toàn cá biệt nếu không muốn nói là giả tưởng, để rồi tổng quát hóa với chủ đích khuyến khích thế hệ trẻ về thăm quê hương như lời kêu gọi của cộng sản:

Đó là câu chuyện một cô gái khi gia đình di tản sang Mỹ cô mới 5 tuổi được cha mẹ nuôi ăn học có văn bằng tiến sĩ. Điều tác giả muốn lưu ý bạn đọc là cha mẹ cô gái hoàn toàn không can thiệp gì vào việc học hành cũng như cuộc sống của con gái (Sự giáo dục gia đình hoàn toàn thả nổi hay không có). Cô tiến sĩ này may mắn được một cơ quan quốc tế tuyển mộ cô về phục vụ cho một nhiệm sở ở Việt Nam. Do lòng thôi thúc nhớ quê hương cô đã từ chối những jop tốt có lợi nhuận hơn để về làm việc tại Việt Nam. Gia đình cô không ai ngăn cản và cô không bận tâm gì về sự thù hận đối với cộng sản. Chỉ chưa đầy một năm sau cô đã nói tiếng Việt rất chuẩn, lại biết thích truyện Kiều, biết nghe hát Quan Họ, đã tham quan những danh lam thắng cảnh, những kiến trúc mỹ thuật về tôn giáo lịch sử (cô còn biết rất nhiều thứ). Cô đã lần hồi tìm ra Việt tính bấy lâu cất giữ trong từng tế bào, từng sợi nhiễm thể, bây giờ mới được đánh thức dậy. Sau một chuyến tham quan cảnh đẹp của vịnh Hạ Long cô như người tu hành đắc đạo, cô thốt lên! Chao ơi! đẹp quá! thật là kỳ diệu được làm người Việt Nam. Nếu không phải là người Việt chắc cháu sẽ mơ ước được làm người Việt chú ạ" Đọc qua câu chuyện, ai cũng biết đây là câu chuyện hoàn toàn "hư cấu" theo quan niệm và tâm tình của MKN, mặc dầu ông quả quyết rằng: "đây là câu chuyện thực 90%, ông chỉ thêm nhân thêm nhị vào 10% là tưởng tượng!

Câu chuyện trên được hình thành theo đúng quan niệm của tác giả "Việc bảo tồn văn hóa" không quan trọng lắm, cô tiến sĩ kia không được cha mẹ hướng dẫn dạy bảo hay ngăn cấm điều gì. Như thế lại tốt, vì cô cứ lớn lên như một cây dại ở trong rừng, cô chẳng hề thắc mắc gì về thực tế đời sống, quê hương còn chế độ cộng sản hay không không thành vấn đề. Cô cũng không mảy may thù hận gì với chế độ cộng sản. Tất cả những điều trên phản ảnh đúng quan niệm chính trị và văn hóa của Mai Kim Ngọc (Thực ra cô tiến sĩ kia chính là con người thực hay tâm sự thực của MKN vậy). Kết quả là nhân một buổi du lịch tại vịnh Hạ Long cô đã "ngộ" ra Việt tính ở khắp mọi nơi…

Dĩ nhiên câu chuyện trên chỉ là tưởng tượng không có thật. Nhưng chúng ta cứ giả vờ tin theo tác giả. Đây là câu chuyện thực! 100% chẳng hạn, thì trong trường hợp này, câu chuyện trên vẫn phải dựa vào các yếu tố may mắn ít người có được sau đây:

- Cô gái được cha mẹ cho ăn học có bằng tiến sĩ - Cô lại được một hãng Quốc tế tuyển mộ về làm việc tại một nhiệm sở tạiViệt Nam. Cho dù lòng yêu quê hương thôi thúc, cô đã hy sinh các job tốt hơn tại hải ngoại để về làm việc tại VN - Chỉ là hy sinh giữa lương cao và lương thấp, quyền lợi tương đối lớn hoặc nhỏ - Chỉ cần hơn 1 năm sống tại VN là cô đã nói tiếng Việt rất chuẩn? - Cô lại có cơ hội đi du lịch nhiều nơi. Rồi nhờ cảnh đẹp Vịnh Hạ Long (?) cô mới "ngộ" ra: "Việt tính ở khắp mọi nơi"!

Nếu như những cô gái khác, không được các cơ hội may mắn như cô Tiến sĩ kia, thì số phận của họ sẽ ra sao? Và liệu họ có "ngộ" ra "Việt tính ở khắp mọi nơi hay không"? Chỉ cần đặt một câu hỏi này, chúng ta thấy ngay, cho dù là câu chuyện thật 100% chăng nữa nó cũng chỉ là câu chuyện cá biệt (Có thể có, nhưng họa hiếm hay không phổ thông) Chứ không thể coi đó như một câu chuyện điển hình để rồi "tổng quát hóa" thành một lý lẽ có thể thuyết phục mọi người được! Cái sai lầm của Mai Kim Ngọc là ở chỗ đó! Đấy là chưa kể gian ý của tác giả với mục tiêu tuyên truyền không công cho cộng sản hay vì một mưu đồ nào khác!

- Sai lầm thứ 6: Tác gỉa đã lầm lẫn giữa Lý tưởng, Ý thức Quốc Gia và lòng thù hận.

Không phải bây giờ, người quốc gia thua trận, mất chức mất quyền, mất hết gia cư sản nghiệp, họ mới căm thù Viêt Cộng và mới chống cộng! Ngay trước 1975 hay trước 1945 người Việt Quốc Gia đã chống cộng rồi! Vậy chúng ta chống cộng là vì lý tưởng hay vì căm thù? Hơn thế nữa, căm thù ở đây là căm thù cái ác, căm thù nọc độc trong chủ nghĩa cộng sản căm thù chế độ tàn ác, bất nhân cộng sản, đã làm tình làm tội con người, đã dìm dân tộc trong trong nghèo nàn lạc hậu, không ngóc đầu lên được hay không có ngày mai! Người Quốc Gia căm thù cộng sản, là căm thù sự độc tài, độc trị, làm cho nước nghèo dân kiệt! không có tự do dân chủ. Không có nhân quyền và không cò ngày mai! chứ không phải căm thù cộng sản là cuồng tín khát máu, là giết đến người cộng sản cuối cùng! Đại đa số người Việt quốc gia hải ngoại và ngay cả đồng bào trong nước đều căm thù cộng sản theo nghĩa thong thường và quan trọng này. Nếu chúng ta hiểu căm thù là căm thù cái ác, căm thù "họa nội xâm" (chữ dùng của Dương Thu Hương) thì sự căm thù này không có gì là xấu và còn phản ảnh quan niệm Nhân Nản, Nhân Ái và Tự Do, giải phóng hay giải cứu quốc dân nữa! Mai Kim Ngọc hiển nhiên đã lầm lẫn giữa Lý tưởng, Ý Thức Quốc Gia cùng khát vọng thiêng liêng muốn giải thể chế độ cộng sản với lòng thù hận cá nhân. Đây một lần nữa chứng tỏ MKN hoàn toàn cận thị về văn Hóa lẫn chính trị!

- Sai lầm thứ 7: Tác giả cho rằng thế hệ cha anh đã bàn giao ngọn đuốc căm thù cho giới trẻ:

Thế hệ cha anh có bổn phận trao truyền kinh nghiệm về chế độ cộng sản, ý thức yêu chuộng Tự Do, dân chủ và công chính đến đến thế hệ con em mình. Sự trao truyền này có gì là xấu? Là phạm tội? Hơn thế nữa nó còn là bổn phận, trách nhiệm của thế hệ đàn anh đi trước! Vậy tại sao MKN chỉ nhìn thấy một khía cạnh hết sức sai lầm và thấp kém là bàn giao sự thù hận cá nhân cho thế hệ trẻ? Mặt khác, con em chúng ta đang sống trong môi trường dân chủ tự do bậc nhất của các nước Âu Mỹ thì dù cha mẹ và đàn anh, muốn trao truyền và bàn giao sự thù hận cũng chẳng được nào! Thực tế các em chỉ tiếp nhận những gì các em cho là hợp lý, hay hợp với tâm lý của các em, chứ không ai có quyền áp đặt, buộc các em phải tin điều này hay điều nọ mà các em thấy là sai lầm hay kém thuyết phục! Là một nhà nghiên cứu văn Hóa, không hiểu sao MKN lại hồ đồ và ấu trĩ đến như vậy? nếu không phải tác giả đã ăn phải bả khá nặng của cộng sản như nhiều người đã nói!

- Sai lầm thứ 8: Khi thấy một em về Việt Nam thấy sao nghĩ vậy, Mai Kim Ngọc đã nặng lời "mắng vốn" một cách sai lạc và bất công:

Một em thanh niên khác, về Việt Nam, em thấy đất nước nghèo đói, thiếu thốn mọi tiện nghi, nhìn tận mắt, thấy dân tộc đất nước không có tương lai nên em bi quan và chán nản! thì đó đâu phải là lỗi của em?Ai đã gây căm thù máu lửa trên đất nước này?Ai là thủ phạm khiến cho Việt nam nghèo đói nhất nhì thế giới? Xã hội Việt Nam bị điêu tàn, tha hóa, bệ rạc như ngày nay là do nguyên nhân nào? Tội lỗi trách nhiệm phải quy về ai mới đúng? Tác giả không những không nhìn ra ai là thủ phạm làm cho đất nước nghèo nàn lạc hậu, dân chúng đau khổ triền miên lại đi chê trách mắng vốn một em thanh niên từ hải ngoại về thăm quê hương thì có công bình và đứng đắn không? Tác giả lại trách em một cách vô lý là đã không biết đến một giáo sư Võ Quý một nhân tài của VN được quốc tế công nhân và đánh gía cao! Tác giả quên rằng nếu không có họa cộng sản thì đất nước VN hôm nay đã giầu mạnh và phát triển biết bao trên mọi lãnh vực văn hóa, kinh tế và cả khoa học kỹ thuật? Nếu không có họa cộng sản thì các nhân tài và thiên tài Việt Nam đâu có bị kìm hãm, thui chột, hiếm hoi một vài người kiểu Võ Quý? Càng nói chúng ta càng thấy MKN đầu óc đầy thiên kiến và thiển cận biết bao!

- Sai lầm thứ 9: Tác giả vô tình hay hữu ý đã phủ nhận sự liên đới trách nhiệm giữa thế hệ già và thế hệ trẻ:

Với định nghĩa "Bảo tồn văn hóa là can thiệp vào quá trình phát triển văn hóa" sai lầm ở trên, tác gỉa lại dẫn chứng những câu chuyện nêu lên những tai hại của sự cấm đoán con cái! Chưa hết tác giả còn cho rằng việc bảo vệ văn hóa chỉ là bảo vệ quan niệm sống văn hóa của thời đại mình! Vô hình trung tác giả đã phủ nhận sự liên đới trách nhiệm giữa các thế hệ già trung niên và thế hệ trẻ! Nhìn vào thực tế cộng đồng Việt hải ngoại chúng ta thấy gì? Chúng ta thấy các hội đoàn Quốc Gia, các bậc phụ huynh, đều nhắc nhở con em không nên nghe theo lời dụ dỗ của cộng sản về Việt nam trong lúc chế độ cộng sản còn tồn tại. Ngay cả các Hội, Chuyên Gia Khoa Học Kỹ Thuật Việt Mỹ đều ghi trong điều lệ hay tuyên ngôn là chỉ khi nào VN có nhân quyền, có tự do dân chủ thực sự thì các hội này mới cổ võ hội viên đem tài năng khoa học kỹ thuật về kiến thiết xứ sở. Mặt khác, ngay các hội thanh niên sinh viên đã nêu ra các câu hỏi: Tại sao chúng ta ở đây? Chúng ta phải chuẩn bị để nhận lãnh vai trò lịch sử khi sang tay thế hệ trẻ như thế nào? Tuổi trẻ cần học hỏi và nối gót cha anh như thế nào v. v… Độc đáo hơn, nhà thơ Lê Khắc Anh Hào đã viết:

"Cỏ cây còn biết hờn sông núi
Còn biết ngày mai dựng lại cờ"

Tác giả MKN không hề có một thao thức nào thuộc loại này? Trái lại ông chủ trương: Cha mẹ không cần cấm đoán con cái, không nên can thiệp gì vào đời sống của con cái và ông cổ võ việc về thăm quê hương không cần biết chế độ cộng sản tốt hay xấu?!

- Sai lầm 10: Tác gỉa mâu thuẫn với chính Ông và phản lại chủ đề mà ông nhận thuyết trình:

Để phát triển văn hóa, tác giả nêu lên 2 nguyên tắc: Khách quan và trung thực. Nhưng trong bài thuyết trình, ngoài các điểm liên quan đến lịch sử, hình thành văn hóa, là ông còn giữ được tính chất tương đối khách quan, còn tất cả các lập luận khác, của ông đều xuất phát từ tinh thần chủ quan, thiên kiến, chứa đựng nhiều gian ý tà khuất của ông! Sự trung thực trong các điều ông cổ võ hoàn toàn vắng bóng!

Để nhắc nhở con em về văn hóa cội nguồn, ông chủ trương con đường trung dung, nhưng ông lại không hề giải thích muốn giáo dục con em theo con đường trung dung phải làm như thế nào?

Trong bài thuyết trình ông nêu lên 3 trường hợp:

• Trường hợp 1: Cô gái Việt có bằng tiến sĩ, nhờ cha mẹ không cấm đoán cô về thăm quê hương quên hận thù cũ nên đã khám phá ra Việt tính ở khắp mọi nơi.

• Trường hợp 2: Do hậu qủa của sự cấm đoán nhận bó đuốc căm thù từ tay cha mẹ, cậu thanh niên kia về thăm quê hương chỉ thấy toàn xấu và tội ác.

• Trường hợp 3: Phản động lại sự cấm đoán của cha mẹ một em nữ sinh khác nổi loạn với phụ huynh và văn hóa Việt Nam, bôi bẩn tất cả những gì liên hệ đến đồng hương của em, điển hình là em viết về đám cưới VN tại hải ngoại.

Trong 3 trường hợp trên, nếu áp dụng chủ trương trung dung (tránh thái quá và bất cập) thì theo nguyên tắc phải tránh 2 cực đoan: Nhồi sọ cấm đoán (có sự can thiệp thái quá của cha mẹ) và thái độ thả nổi vô trách nhiệm của cha mẹ (cha mẹ hoàn toàn không cấm đoán nhắc nhở gì con cái cả) có tránh 2 cực đoan ấy chúng ta mới đi vào trung dung, tức là cha mẹ có hướng dẫn con cái nhưng là hướng dẫn một cách khéo léo hợp lý hợp tình, hợp tâm lý tuổi trẻ! Có như thế mới là áp dụng trung dung. Nói khác đi là phải áp dụng con đường trung dung giữa 2 trường hợp 1 (thả nổi không trách nhiệm gì về con cái) và (cấm đoán con cái thái quá) Riêng thí dụ 3 không được kể đến vì thí dụ 3 (hay trường hợp 3) chỉ là phản động lại trường hợp cấm đoán thái quá. Nếu không có trường hợp 2 thì cũng không có trường hợp 3! Nhưng như vậy lại không đúng với tâm ý tác giả vì tác giả đã khẳng định việc thả nổi, cha mẹ không can thiệp gì vào đời sống của con cái (trường hợp cô gái Việt có bằng tiến sĩ) được coi là tốt nhất cơ mà! Còn nếu tác giả ngụy biện rằng: Trung dung là con đường giữa của trường hợp 2 (cấm đoán nhồi sọ) và trường hợp 3 (nổi loạn chống lại sự cấm đoán thái quá) theo lối nói của tac giả, nếu có lực thì có phản lực) Lý luận như trên không đứng vững vì giữa sự cấm đoán và sự phản động lại chỉ là hai mặt của một một tờ giấy, hay 2 mặt của một đồng tiền! Hai mặt này đã song song tồn tại và tất yếu hiện hữu thì trung dung đâu còn chỗ đứng nữa!

Bài thuyết trình của tác giả có nhan đề: "Câu chuyện bảo tồn văn hóa, và chủ đề tre già măng mọc" Với đề tài trên, mọi người chờ đợi tác giả nói lên tầm quan trọng của việc bảo tồn văn hóa, định nghĩa đứng đắn về bảo tồn văn hóa, cùng soi sáng nội dung bảo tồn văn hóa. Nhất là đề ra những phương hướng và kế hoạch khả thi để bảo tồn văn hóa v. v… Nhưng không, tác giả không hề đề cập đến các vấn đề trên mà còn cho rằng:

- Bảo tồn văn hóa không cần thiết!

- Bảo tồn văn hóa là can thiệp vào quá trình văn hóa,

- Tình hoài hương đã là bản năng con người, nên mọi ngời cứ yên lòng không phải lo lắng chi cả!

- Cha mẹ tuyệt đối không nên cấm cản con cái điều gì! Không nên bàn giao ngọn đuốc căm thù cho thế hệ trẻ! Hãy noi gương cô tiến sĩ khi bỏ nước ra đi mới có 5 tuổi, nhờ không bận tâm đến thù hận cũ, không quan tâm đến chế độ CS mà lòng phơi phới nhận ra Việt tính ở khắp mọi nơi! Sau khi nghe bài thuyết trình của tác giả mọi người đều nhân ra thâm ý của tác giả là cổ võ cho việc về thăm quê hương dưới chế độ cộng sản và như vậy là cách hay nhất để bảo tồn văn hóa Việt! Tín hiệu tác giả gửi đi rất rõ ràng! Có điều người Việt hải ngoại có đón nhận hay chấp nhận tính hiệu đó hay không lại là chuyện khác!

Còn về chủ đề "Tre già măng mọc" thì như đã chứng minh ở trên, tác giả phủ nhận sự liên đới trách nhiệm giữa các thế hệ già trẻ (không nên trao bó đuốc căm thù. Dù là căm thù cộng sản, một thế lực vô minh và tàn ác, làm tình làm tội con người, khiến cho nước tàn dân kiệt! Không nên can thiệp vào đời sống của thế hệ trẻ! Khi tương quan trách nhiệm giữa các thế hệ không còn, hay không nên có, thì câu chuyện "Tre đỡ măng" hay "Măng chuẩn bị thay thế tre" đối với chúng ta là cần thiết. Nhưng đối với MKN thì không đáng kể nữa! Tre cứ là tre, măng cứ là măng, giữa 2 bên không có sự liên hệ gắn bó nào! mặc dù măng do tre sinh ra! Câu ngạn ngữ VN "Đời cua cua máy đời cáy cáy đào" xem ra phản ảnh rất đúng văn hóa của MKN! Chủ đề "Tre măng" do Ban tổ chức đại hội đưa ra đã bị MKN phủ nhận hết và mặc nhiên biến thành chủ đề "Cua Cáy" Thật là khôi hài hết sức! Ta hồ! văn chương chi sự!

III. ĐÁNH GIÁ TRÌNH ĐỘ HIỂU BIẾT CỦA MAI KIM NGỌC

Qua bài thuyết trình, chúng ta đã nghe diễn giả đưa ra những đặc điểm của Việt tính. Những đặc điểm của văn hóa mà ông nêu lên đó, không phải sai, nhưng không đủ. Hơn thế nữa, qua đó chứng tỏ rằng: Ông hoàn toàn mù mờ về bản sắc dân tộc Việt Nam! Thực vậy, những đặc điểm của Việt tính, mà ông đã nêu lên, đâu phải chỉ có dân tộc VN mới có? Mà nó là những đặc điểm chung của nhiều dân tộc khác như: Đại Hàn Nhật Bản. Vậy đâu là bản sắc văn hóa của dân tộc Việt Nam?

Đã đành rằng cho tới nay không có một dân tộc nào trên thế giới có thể tự hào rằng nòi giống mình là "độc chủng" và nền văn hóa của dân tộc mình là "độc văn" mà luôn luôn có sự pha trộn giòng máu không nhiều thì ít và luôn luôn có sự pha hòa các nền văn hóa và văn minh của dân tộc mình và các dân tộc, quốc gia lân bang, thậm chí có sự pha trộn văn hóa, văn minh cách bức qua không gian và thời gian nữa! Nhưng đâu có thể vì vậy, mà nói nòi giống Việt là đa chủng hay tạp chủng như Hoa Kỳ được.

Trong quá trình lịch sử, nòi giống Việt có bị pha giống như lai

Tầu lai Chàm, lai Campuchea, Lào Thái Lan, Ấn Độ Mã lai, Nam Dương, Đại Hàn, Phi Luật Tân, Mông Cổ, lai Pháp. Nhật Mỹ v. v… nhưng giống nòi Việt vẫn là chủ đạo và không bao giờ mất đi nòi giống Việt! Nhờ sự lai giống mà nòi giống Việt thông minh nhưng nhờ có tinh thần đề kháng văn hóa rất mạnh nên dân tộc Việt mới tránh được sự "đồng hóa, diệt chủng" của thưc dân Tầu Phương Bắc. Trong thời Pháp thuộc, nhà chí sĩ cách mạng lão thành Phan Bội Châu luôn chủ trương "Cứu quốc tồn Chủng" Khẩu hiệu này tuy mới, do cụ Phan đưa ra sáng tạo một cách minh nhiên nhưng thực ra chủ trương này không mới, nó được Tổ tiên ta khi công khai lúc âm thầm áp dụng suốt trường kỳ lịch sử từ lâu rất lâu rồi! Từ ngày lập quốc hay trước ngày lập quốc nữa! Trong các áng thơ văn nổi tiếng, thời Đông Kinh Nghĩa Thục, không quên cảnh giác và nhắc nhở mọi người con dân Việt:

"Nỗi diệt chủng bề thương bề sợ
Nòi giống ta biết có còn không"

Tất cả đã nói lên sức đề kháng văn hóa mãnh liệt và kiên cường của nòi giống Việt và đây cũng là một trong những điểm quan trọng làm thành bản sắc dân tộc Việt và văn hóa Việt. Song hành với việc bảo tồn nói giống, là sứ mệnh bảo tồn và phát dương nền văn hóa Việt (Ở đây chúng tôi dùng chữ "Sứ mệnh" chứ không chỉ dùng chữ "nhiệm vụ", "bổn phận", hay "vai trò" bảo tồn văn hóa mà thôi đâu) Trong trường kỳ lịch sử dòng văn hóa Việt, không ngừng hòa hóa, mọi nền văn hóa khác, . Tiến trình này, không phải chỉ diễn ra trong thời bình, hay diễn ra một cách êm ả mà diễn ra trong nhiều giai đoạn và trong nhiều tình huống thịnh suy bĩ thái, vinh quang hay đau khổ, cay đắng, nhục nhằn thăng trầm theo vận nước nổi trôi! Dòng văn hóa Việt có khi bị áp bức lịch sử! Đó là khi dân tộc Việt rơi vào tình trạng thua trận mất nước trong tay kẻ thù! Trong những trường hợp đen tối đó, dòng văn hóa Việt phải chịu ảnh hưởng mãnh liệt nền văn hóa của kẻ thống trị trong một thời gian nhất định. Nhưng sức đề kháng văn hóa, Việt rất mạnh nên đã luôn

luôn chủ động tiếp thu những tinh hoa của các nền văn hóa, văn minh khác, kể cả kẻ thống trị mình! Nhưng mặt khác, luôn luôn đãi lọc và bỏ đi những gì không đúng, không hay, hoặc không hợp với tỳ tạng dân tộc thì rũ bỏ đi đào thải đi không chút thương tiếc!

Tới đây có 2 vấn đề chúng ta có thể xác quyết mà không sơ sai lầm:

Nòi giống Việt tuy bị lai giống, nhưng không bao giờ mất giống, không bao giờ bị đồng hóa, hay diệt chủng! Do đó nòi giống Việt tuy không phải là "độc chủng" nhưng cũng không phải là "đa chủng" hay "tạp chủng" như MKN đã nghĩ lầm.

Văn Hóa Việt tuy có pha hòa nhiều nền văn hóa văn minh khác, nhưng các ảnh hưởng này chỉ làm phong phú hóa, tươi trẻ hóa, và cường kiện hóa, bản sắc của nền văn hóa Việt vì văn hóa Việt luôn luôn vượt lên để phát triển và thăng hoa đến tuyệt vời. Nền văn hóa Việt tuy không phải là "độc văn" nhưng cũng không phải là "đa văn" như MKN đã tưởng lầm. Khi bước vào thiên niên kỷ thứ 3, sứ mệnh của nền văn hóa Việt là "hòa điệu" các nền văn hóa nhân loại. Nếu chúng ta quan niệm văn hóa Việt là "đa văn" không những chúng ta thấy sai, quan niệm sai, mà chúng ta còn không thấy rõ vai trò và sứ mệnh nào của nền văn hóa Việt Nam trước vận hội mới.

Dẫu sao vấn đề trên vẫn còn quá cao. Chúng ta hãy đề cập đến những vấn đề căn bản: Đó là chúng ta cần tìm hiểu do những yếu tố nào cấu thành văn hóa? Hay bản chất văn hóa là gì? Và vì sao một nền văn hóa này dễ cảm thông với nền văn hóa kia? Nhất là nhân loại có một nền văn hóa hay có nhiều nền văn hóa khác nhau là tại sao? Ngay những điều này MKN đã không nắm vững. Tại sao người viết dám nói như vậy? Vì tác giả cho rằng cái cốt lõi của văn hóa là cái tâm Bát Nhã của nhà Phật, và ông cũng coi đây là trụ sở độc nhất xứng đáng của một nền văn hóa. Nhận định của ông không sai hẳn, nhưng chỉ đúng một nửa ở yếu tố "phổ biến đại đồng" của nền văn hóa, còn các yếu tố "đặc thù" khác là gì thì ông hoàn toàn không thấy hay chưa phát hiện ra! Chúng ta đồng ý với ông, yếu ố tâm linh (Phật tính hay Thiên Chúa Tính, ẩn tàng nơi con người) là yếu tố phổ quát đại đồng của văn hóa, khiến cho bất cứ ai theo một nền văn hóa nào vẫn có thể cảm nhận được cái hay cái đẹp của một nền văn hóa khác! Nhưng nếu chỉ có yếu tố đại đồng ấy thì cả nhân loại chỉ có một nền văn hóa độc nhất siêu quốc gia, sêu biên cương thì còn đâu là văn hóa đặc thù của mỗi quốc gia? Nếu coi Tâm Bát Nhã hay nói khác đi là Phật tính hay Thiên Chúa Tính, Phật bản hay Chúa bản là cội nguồn của văn hóa thì cô gái việt ở hải ngoại có bằng tiến sĩ cần gì phải về Việt Nam mới tìm thấy Việt tính? Và ngay danh từ Việt tính hay nền văn hóa Việt Nam dâu còn lý do tồn tại? Vì Phật tính hay Chúa tính vốn không phân biệt Đông Tây Nam Bắc vượt cả không gian và vượt cả thời gian cơ mà! Trong khi trên thực tế vẫn có nhiều nền văn hóa của các quốc gia khác nhau và các nền văn hóa này cũng luôn luôn biến đổi qua nhiều thời đại khác nhau Ngay cả những người cổ võ "Đa văn hóa" vẫn không phủ nhận được bản sắc văn hóa của mỗi địa phương, mỗi quốc gia như một sư thưc vĩnh hằng.

Đặt vấn đề như trên, chúng ta thấy các yếu tố cấu thành văn hóa gồm có:

"Chân Lý phổ quát: Sự Sống con người, yếu tố tâm linh, hay Tâm Bát Nhã, Phật Tính, Thiên Chúa Tính… . "

"Chân Lý đặc thù: Nòi Giống + yếu tố lịch sử + yếu tố địa dư + Ý thức, quan niệm, tư tưởng con người + Phong tục tập quán + pháp luật + Sự tương tác, tương sinh, tương khắc, tương thành hòa hóa, giữa các nền văn minh, văn hóa…

Chân lý đại đồng phổ quát chỉ có một, nhưng chân lý đặc thù của mỗi con người, mỗi dân tộc, mỗi quốc gia thì nhiều. Chính chân lý đai đồng, phổ quát hiển sinh trong khung cảnh môi trường của mỗi dân tộc quốc gia đã làm thành bản sắc văn hóa của mỗi dân tộc hay quốc gia đó, khiến cho vườn hoa văn hóa nhân loại "muôn màu muôn sắc lại muôn hương" kỳ diệu và tuyệt vời.

Khi chúng ta thấy được các yếu tố cấu thành văn hóa (Vấn đề căn bản số 1) Từ căn bản đó, chúng ta tìm hiểu khám phá ra Bản sắc văn hóa Việt Nam (vấn đề thư 2) rồi từ đó đi sâu hơn, thâm cứu ngọn nguồn của mọi phạm trù văn hóa làm nền tảng khám phá ra Chủ Đạo của nền Văn hóa Việt Nam (vấn đề thứ 3) cùng tiến trình văn hóa (vấn đề thứ 4) Ít ra phải tìm hiểu và nắm vững 4 vấn đề hệ trọng cốt tủy của văn hóa Việt, chúng ta mới thấy rõ sứ mạng và vai trò của văn hóa, cùng tương quan văn hóa, và văn hiến, tương quan văn hóa, xã hội, tương quan văn hóa gắn liền với ý thức quốc gia, tương quan văn hóa và văn học nghệ thuật v. v… Có tìm hiểu ít ra 4 vấn đề then chốt trên, chúng ta mới có căn bản để bảo tồn và phát triển văn hóa nhất là hoằng dương văn hóa Việt Nam mà không sợ sai lầm, lệch lạc vu khoát hoặc có gian ý! Tác giả Mai Kim Ngọc trước khi múa bút viết về văn hóa hoặc lên diễn đàn bàn về về văn hóa, lại thiếu chuẩn bị hành trang nền tảng này, nên bài thuyết trình của ông đã sai lầm từ nền tảng và bị nhiều người chống đối ngay trong Hội Trường Đại Hội Và kéo dài cho đến hôm nay, chúng ta không lấy làm lạ!

Để đánh giá trình độ hiểu biết về triết học, hay triết đạo, của một con người, người xưa đưa ra 4 văn ảnh tượng trưng cho 4 trình độ sau đây:

- Cửa Khổng

- Sân Trình

- Đăng Đường

- Nhập Thất

Ở mức độ thứ nhất: Cửa Khổng. Chỉ những người sơ cơ, mới nhập môn, Triết gia Linh Mục Kim Định đã viết cuốn Cửa Khổng nêu lên những nét chính đại của đạo Nho mà Khổng Tử là người tiêu biểu, đồng thời cũng là cuốn sách dành cho những người nhập môn tìm hiểu Việt Nho nói riêng và triết học Đông Nam Á nói chung. Khi bước qua trình độ nhập môn, sẽ tiến vào sân (Sân đây là sân Trình) trình độ hiểu biết đã tiến xa hơn. Đây vừa là giai đoạn tìm hiểu vừa là bước đầu của sự khám phá!

Tiến lên cao một bậc nữa là "Đăng đường" (bước vào nhà Học) môn sinh hay sinh viên triết đã có cái nhìn tổng thể, về triết hay về Đạo (dù chưa hiểu hết được Tinh Hoa của Triết hay của Đạo). Ở trình độ này tuy chưa nắm được tinh hoa cốt tủy của một nền triết học, nhưng trình độ đọc học, và suy luận đã khá sâu sắc. (Dù vẫn còn nhiều điểm còn phải ngờ vực). Tuy chưa đạt quan về văn hóa, nhưng đã nắm vững được những thành tố và kể cả cơ cấu của nền Triết học.

Bước kế tiếp sau đăng đường là "Nhập thất" triết sinh hay môn sinh đã được Thầy biệt nhãn cho vào căn phòng riêng của Thày để thày "khai nghi", hay "giải nghi" truyền thụ cho tất cả những bí quyết Tinh Hoa cốt tủy của Triết hay của Đạo. Ở giai đoạn quan trọng này nhiều khi cũng không cần giảng giải nhiều, người Thày hay vị Đạo sư chỉ làm công việc "khai tâm điểm nhãn" cho đệ tử bằng một hành động hay cử chỉ vô ngôn để gợi ý cho đệ tử môn sinh "Vỡ" và "Ngộ" ra chân lý xuyên suốt và quán thông của Triết của Đạo. Ở giai đoạn quan trọng này ngay danh từ thày trò "chân sư" và"Đệ Tử" cũng chỉ là hình thức, vì đích thực "Trò" đã ở trong "thầy" và ngược lại Thầy đã ở trong Trò rồi. Biên giới giữa thày và trò giữa "nhân" và "ngã" đã hoàn toàn biến mất, hòa nhập vào nhau! "Nhập Thất" ở đây còn ám chỉ con người đạt đạo không những đã khám phá ra Tinh Hoa hay Chân diên mục của Triết của Đạo mà còn "liễu ngộ" thấy được mình trong vũ trụ hay vũ trụ ở ngay trong tâm mình như câu nói thời danh "Ngô tâm tiện thị Vũ trụ, vũ trụ tiện thị ngô tâm" của Lục Tượng Sơn. Ở đây nếu áp dụng vào trường hợp của tác giả Mai Kim Ngọc chúng ta thấy gì?

Hiển nhiên MKN đã quan tâm đến văn hóa, ít nhất cũng đã

nghiên cứu về văn hóa, nên ông đã bước qua thời kỳ "nhập môn"và đã thực sự vào sân "Trình, " không những chỉ tìm hiểu đọc học và đã bắt đầu khám phá. Nhưng sự nghiên cứu khám phá bước đầu của ông, mới ngừng lại ở đây, ông chưa khái quát được môt nền văn hóa, vì ngay những yếu tố cấu thành văn hóa, ông còn chưa nắm vững, cũng như cơ cấu của một nền văn hóa, ông chưa thông suốt được, thì làm sao ông có thể tiến vào giai đoạn "đăng đường" hay "nhập thất" được! Chúng tôi không muốn xếp loại MKN, nhưng chính sự hiểu biết của ông, (kể cả những âm mưu tà khuất, những gian ý của ông) đã xếp loại ông vậy.

"Thôi thì thôi nhé, chỉ ngần ấy thôi"
(Thơ Phạm Thiên Thư)

Bước qua lãnh vực Thiền, các vị thiền sư, (ngay cả 10 bức tranh chăn trâu - Thập mục ngưu đồ cũng chỉ là những văn ảnh để dạy đạo) để khuyến khích, đồng thời đánh giá về Thiền… cũng có thể gọi là "Chỉ điểm" cho Thiền sinh và ai đó, đại khái như sau:

Ở bước đầu sơ cơ, những kiến giải về Thiền nào đó được đánh giá là mới còn ở trình độ "lông da" của thiền.

Tiến xa hơn, là đã vào "máu thịt" của thiền.

Tiến sâu hơn, là đã vào tới "Căn cốt" của Thiền.

Sau cùng là đã vào tới "Cốt tủy" của Thiền.

Những kiến giải về văn hóa của MKN chứng tở ông không còn ở trình độ sơ cơ về văn hóa, (ở phạm vi lông da) và ông đã tiến vào "máu thịt của văn hóa". Ông đã nhìn thấy dòng máu Việt có bị pha hòa các dòng máu khác, nên ông vội kết luận nòi giống Việt là "đa chủng". Kết luận như trên, chứng tỏ MKN biết một mà không biết hai, biết ba. Đã đành hiện nay trên khắp thế giới, ngoại trừ một số bộ tộc, sống heo hút hẻo lánh ở một góc trời hay hoang đảo nào đó may ra mới còn giữ được, "độc chủng" còn tuyệt đại đa số nòi giống đều đã bị pha giống không nhiều thì ít! Nòi giống Việt cũng không phải là một ngoại lệ! Tuy nhiên nhờ sự đề kháng, và phản kháng văn hóa hết sức kiên cường và dẻo dai mà nòi giống Việt đã không bị đồng hóa, cũng như nước Việt Nam không bị xóa tên trên bản đồ thế giới, cũng là nhờ sự tự hào về nói giống Việt! Nếu không có niềm tự hào, nếu không có sự đề kháng và phản kháng bảo vệ nòi giống Việt và văn hóa Việt thì nước ta đã bị đồng hóa, diệt vong sau hàng ngàn năm bị đô hộ của giặc Tầu! Tắt một lời, tuy bị pha giống nhưng nòi giống Việt vẫn là chủ đạo lịch sử cũng như nền văn hóa Việt Nam tuy có bị chung đụng, pha hòa với nhiều nền văn hóa khác, nhưng không bao giờ "Vong bản, đánh mất bản sắc của nền Văn Hóa Việt như chúng tôi đã khẳng định và trình bầy ở trên! Chính vì không thông suốt những vấn đề nền tảng nên việc nghiên cứu văn hóa của MKN còn ở trình độ "nửa vời" chưa thể "đăng đường" "nhập thất" cũng như chưa vào tới "xương" hay "tủy" của Thiền Vậy!

KẾT LUẬN:

Bài thuyết trình Văn Hóa của MKN ngoài ưu điểm thì ít, mà khuyết điểm quá nhiều! Ông Trần Bình Nam khi phê bình bài viết của MKN cho rằng, bài viết của tác gỉa còn sơ hở nên bị nhiều người phê bình chỉ trích! Thực ra bài thuyết trình không chỉ "sơ hở" mà đã sai lầm lệch lạc từ căn bản! chỉ vì tác giả chưa có cái nhìn "Thống quan" và "Đạt quan" về văn hóa. Tác gỉa lại đầy chủ quan và thiên kiến nên đã đeo "cặp kính mầu" (Mầu đỏ hơn mầu vàng) khi nhìn vào văn hóa Việt Nam! Do đó tác giả không chỉ mắc bệnh "cận thị" mà còn mắc bệnh "Quáng gà" về văn hóa rất nặng! Đức Phật đã gọi thế gian này là cõi "Diêm Phù Đề" thật là đúng! Diêm Phù Đề có nhiều nghĩa, nhưng nghĩa chính là "cõi tranh tối tranh sáng". Tranh tối tranh sáng ở đây không chỉ nói về ánh sáng và bóng tối, ở bên ngoài con người mà còn là căn phần (nghiệp chướng) nằm sâu trong tâm thức con người! Bênh "quáng gà về văn hóa" (Chúng tôi nói theo nghĩa bóng, chứ không phải theo nghĩa đen của danh từ này) cũng xuất phát từ tình trạng "Diêm phù đề" mà ra! Diêm Phù Đề vừa là hoàn cảnh môi trường sống vừa là căn phần của nhân loại thì bệnh "quáng gà về tâm thức" cũng không chừa ai! (không phải vì người có bằng tiến sĩ hay Bác học, Thiền Sư, Đại thiền sư, mà thoát khỏi bệnh quáng gà trong tâm thức đâu). Nhưng khác nhau ở chỗ mỗi người biết "tỉnh thức" trong từng phút giây! (Từng sát na tâm của mình) để ý thưc rõ khả năng, hoàn cảnh, môi trường sống và thấu suốt được căn phần của mình đang bị các yếu tố khách chủ quan che lấp nguyên tính trong sáng thiêng liêng của mình! Càng là trí thức hay tự cho mình là trí thức càng dễ bị chấp ngã, "quáng gà" trong tâm thức! Có nhận chân được căn bệnh này ở đây là "tâm bệnh" của mỗi người, mới chữa được bệnh quáng gà cho mình trước khi chữa bệnh cho người khác! Đối với những ai muốn quán triệt về văn hóa, hay muốn hoằng dương về văn hóa, thì việc chữa bệnh "quáng gà về tâm thức mình" phải là việc làm tiên quyết hàng đầu! (Sai lầm về văn hóa là hại muôn đời) Đây là điều chúng tôi chân thành nhắc nhở MKN. Tác gỉa hãy tự chữa bệnh "quáng gà văn hóa" rất nặng của mình mới là điều quan trọng. Còn việc hô hào, cổ võ thế hệ trẻ đem tài năng khoa học kỹ thuật về xây dựng quê hương như chiêu bài của cộng sản là việc của cán bộ cộng sản hay bọn thân cộng nằm vùng tại hải ngoại Điều này không những không quan trọng mà còn bất xứng với cương vị của Mai Kim Ngọc.

San Jose, ngày 18 tháng 8 năm1998

VŨ NGỌC ĐĨNH
VÀ "NHỮNG ÂM THANH
NHỨC BUỐT NGÀN ĐỜI"

Sơ Lược Tiểu Sử Tác Giả:

Nhà Văn Vũ Ngọc Đĩnh sinh năm 1933 tại Hà Nội, Di cư vào Nam 1954. Dạy học, viết báo, làm trưởng biên tập viên Tin Tức Đài Phát Thanh Sài Gòn, đài phát thanh Voice of Freedom Sài Gòn. Sau tháng tư 1975 đi tù về tội "Hoạt động nhằm lật đổ chính quyền cộng sản 80-88". Ra tù tiếp tục viết phụng sự Văn Hóa Việt. Qua đời năm 2017.

Những Tác Phẩm Chính đã Xuất Bản:

• Mười Hai Sứ (Tiểu thuyết lịch sử, nxb Trẻ tp HCM 1992).

• Bắn Rụng MặtTrời (Tiểu thuyết lịch sử nhà Trần phá Nguyên Mông, nxb Trẻ tp HCM-2000).

• Hào Kiệt Lam Sơn - Lê Lợi đuổi Minh (Tiểu thuyết lịch sử-1995)

• Ứng Vận Thần Vũ - Lê Đại Hành Hoàng Đế phá Tống (Tiểu thuyết lịch sử, nxb Văn Hóa Thông Tin tp HCM-2005).

• Đôi Hài Tiên (Truyện thần tiên VN).

• Ngọn Đèn Lưu Ly (Truyện thần tiên VN).

• Hoa Trường Mộng (Truyện thần tiên VN).

• Mười Hai Sứ Quân.

• Bắn Rụng Mặt Trời, đã được Thư Viện Quốc Hội Hoa Kỳ ghi tên và bảo vệ tác quyền trên toàn thế giới cho tác giả.

• Bộ 9 truyện Thần Tiên (Tổng Cộng 2000 trang).

Hiện nay tác giả vẫn còn ở trong nước và mới gửi ra Hải ngoại 9 tác phẩm rất có giá trị (Tổng Cộng trên 4000 trang). Nay nhân dịp Xuân về, chúng tôi xin trân trọng giới thiệu NHỮNG ÂM THANH NHỨC BUỐT NGÀN ĐỜI, một trong những tác phẩm tiêu biểu và đắc ý của tác giả.

Nội Dung Tác Phẩm:

Nhằm hình thành tác phẩm "Những Âm Thanh Nhức Buốt Ngàn Đời" nhà văn Vũ Ngọc Đĩnh đã dầy công sưu tầm và bình luận vạch trần sự dối trá lừa bịp của CS qua cả một hệ thống "nhạc nô" chuyên ca tụng Hồ Chí Minh và Đảng CSVN suốt từ 1945-1975 và sự thoái trào của phong trào "nhạc nô" sau 1975!

Qua tác phẩm này, chúng ta càng thấm thía vì sao đảng Cộng sản với chủ nghĩa ngoại lai "Mác Xít" "phản Dân Tộc", "phản Khoa

Học", và" phản Con Người" lại đánh bại các đảng phái Quốc Gia, cướp chính quyền cai trị một nửa nước 1945 rồi sau này cả nước từ 1975 cho đến nay! Tại sao không những một thế hệ trẻ mà nhiều thệ hệ trẻ bị lừa bịp đã đành mà nói chung cả nước đều bị lừa trên nửa Thế kỷ nay!? Hệ thống "nhạc nô" đã góp phần rất lớn tạo nên các "tội ác tầy trời" của Đảng CSVN như thế nào? Tác Phẩm Những Âm Thanh Nhức Buốt Ngàn Đời chính là bản cáo trạng tội ác của Hồ Chí Minh và Đảng CSVN một cách trung thực. hiện đại và sâu sắc nhất!

Thực vậy, ngày Việt Minh cướp chính quyền, tháng 8-1945 ngay cả giới trí thức và các chính trị gia chưa mấy ai biết rõ mặt mũi, chân tướng của Hồ Chí Minh ra sao, thì nhạc sĩ Phong Nhã Nguyễn Văn Tường đã "thác lời" thế hệ trẻ tung ra bài hát "Ai yêu Bác Hồ Chí Minh hơn các em thiếu niên Nhi đồng" và bài hát này đã nhanh chóng lan truyền trên toàn quốc! Thế là không chỉ một thế hệ trẻ bị lừa phỉnh, mà nhiều thế hệ trẻ tiếp theo cũng bị lừa dài dài… Thậm chí cả một dân tộc đã bị Hồ Chí Minh và Đảng CSVN lừa… Thế mới đau! Đảng Cộng sản đã dùng văn thơ sách báo, nhất là "Âm Nhạc" để huyền thoại hóa nhân vật Hồ Chí Minh như một lãnh tụ kiệt xuất hay hơn thế nữa như một Ông Thánh! Có thể nói không sai lầm chính nhạc sĩ Phong Nhã là tên "nhạc nô" đầu tiên ca tụng nịnh hót Hồ Chí Minh không tiếc lời… Nguyên Văn bài hát này hơi dài, người viết chỉ xin trích đoạn mấy câu mở đầu:

Ai yêu Bác Hồ Chí Minh hơn thiếu niên nhi đồng
Ai yêu Bác Hồ Chí Minh hơn thiếu niên nhi đồng
Ai yêu Bác Hồ Chí Minh hơn thiếu niên nhi đồng
Ai yêu Bác Hồ Chí Minh hơn thiếu nhi Việt Nam
Bác chúng em dáng cao cao người thanh thanh
Bác chúng em mắt như sao râu hơi dài…… .

(hết trích)

Bài hát "bất hủ"này – giữa hàng trăm bài hát "bất hủ" khác của đông đảo (rất đông đảo) các nhạc sĩ thiên tài về "nhạc ca tụng" hoàn toàn không còn một chút liêm sỉ nào, là Ông Phong Nhã, tên cúng cơm là Nguyễn Văn Tường, sinh ngày 19 tháng 11 năm 1923, quê ỡ thôn Ngọc Động, huyện Duy Tiên, tỉnh Hà Nam.

Ai yêu Bác Hồ Chí Minh
hơn thiếu niên nhi đồng

("Nhạc Nô" Phong Nhã- Nguyễn Văn Tường)

Tiếp theo Nhạc sĩ hay "Nhạc nô" Phong Nhã là các nhạc nô Hoàng Long, Hoàng Lân trong bài

Bác Hồ: Người cho em tất cả

Cho những đêm trăng đẹp là Chị Hằng tươi xinh
Cây cho trái và hoa, sông cho tôm và cá
Đồng ruộng cho bông lúa, chim tặng lời reo ca
Anh Bộ đôi đến nhà cho em lòng dũng cảm
Cô Giáo cho giảng bài yêu xóm làng thiết tha
Cùng em vượt đường xa xôi là chếc khăn quàng đỏ
Cho em tất cả, Cho ánh nắng ban mai là những sớm bình minh
Người mang cho em cuộc đời mới

Tươi sáng đầy ước mơ
Người cho em tất cả là Bác Hồ Chí Minh

"Thiếu niên nhi đồng miền Bắc Xã Hội Chủ Nghĩa ngoài Bác Hồ và Đảng ra thì chẳng còn gì, như trong bài ca trên đây thì phải nói thế nào về phương pháp chăn dắt vun trồng những mầm non của đất nước trở thành một phần tử của nhân loại đích thực! Tuổi thơ chắc chắn không thể hiểu được "nghĩa bóng" – nếu tác giả của những lời lẽ trên muốn "nói bóng" - về những bình minh, chị Hằng, của trái của hoa, nhất là Anh bộ đội đến nhà đem cho em lòng dũng cảm… ! Toàn là nhảm nhí, nhồi nhét vào tâm hồn trẻ thơ về một siêu thần tượng, một đấng Thánh có một không hai trong lịch sử nước nhà (Có khi còn của cả nhân loại)" (Trích Lời bình của Vũ Ngọc Đĩnh.)

Bây giờ đến một ông nhạc sĩ khác, ông Mộng Lân tên thật là Nguyễn Ngọc Lân sinh ngày 22-11-1936 tại Thanh Ba, Phú Thọ, đệ tử của ông Lưu Hữu Phước.

(Nhạc nô Mộng Lân: "Em là mầm non của Đảng")

Ông này có làm một bài ca nói rằng Em là mầm non của Đảng - chứ chẳng phải là mầm non của đất nước - như sau:

Em là mầm non của Đảng
Em là búp măng non, em lớn lên trong mùa cách mạng
Sướng vui có Đảng tiền phong, có Đảng như ánh thái dương
Sống yên vui trong tình yêu thương
Cuộc đời từ đây bừng sáng
Khăn quàng thắm vai em ghi chiến công anh hùng cách mạng
Tiếng thơm muôn đời còn vang
Sáng ngời ý chí đấu tranh
Bước lên theo lý tưởng quang vinh
Của Đảng Tiền Phong dẫn đường
Tiếng hát của chúng em bay qua muôn ngàn sông núi
Ghi công ơn của Đảng tiền phong em sướng vui
Có sách mới, áo hoa, đây là nhờ ơn Đảng
Vui tung tăng vang ca có Đảng cuộcđời nở hoa

"Trẻ con trong xã hội chủ nghĩa giỏi thật! những lời ca cao siêu kệch cỡm như vậy mà chúng hiểu thấu, hiểu rành được, quả là những đấng thần đồng! Ngay như chính tác giả bài ca này, chắc chắn cũng chẳng hiểu chút gì những lời ông hay đám con nít để hát xướng lên như những con vẹt truyềnthống! Ngày Cách mạng tháng tám xảy ra lúc ông mới chỉ có 11 tuổi, và ông tự cho mình là "búp măng non của Đảng", được đảng nuôi lớn và dẫn đường, và ông hát "Có Đảng cuộc đời nở Hoa" chắc chắn sau này ông thấy "hoa ấy là hoa địa ngục"! Và ông còn các bài khác nữa như: Quê em bừng sáng, Tấm ảnh Bác Hồ, Tuổi nhỏ đất nước Anh hùng…

"Dạy bọn con nít những bài ca như vậy, chưa đủ, ông nhạc sĩ Mộng Lân còn làm một số bài ca dạy cho người lớn hát, bài ca như thế chắc chẳng phải là để dành cho những người lớn như Nguyễn Mạnh Tường, Đào Duy Anh, Nguyện Khắc Viện, Trần ĐứcThảo, Đặng Thái Mai, Nguyễn Hữu Đang,...ở thế hệ trước, và những Lê Cộng Định, Nguyễn Văn Đài, Nguyễn Tiến Trung, Trần Huỳnh

Duy Thức, Lê Thị Công Nhân, Tạ Phong Tần, Cù Huy Hà Vũ, Dương Thu Hương, Nguyễn Anh Tuấn, Đổ Hoàng Diệu, Nguyễn Ngọc Tư… thế hệ hôm nay nghe! (Lời Bình của Vũ Ngọc Đĩnh)

Một nhạc nô khác là ông Thuận Yến với bài ca "Bác Hồ một tình yêu bao la".

Tiếp theo là rất nhiều "nhạc nô' khác… ngay cả Lưu Hữu Phước với bút danh khác là Huỳnh Minh Siêng cũng làm bài "Lãnh Tụ Ca"… song kẻ nịnh hót Hồ Chí Minh hơn cả là "nhạc nô" Trương Quang Lục:

"Đố ai đếm được vì sao
Đố ai đếm được công lao Bác Hồ"

Tâng bốc Hồ Chí Minh đến như vậy thì cổ kim chưa từng có, tâng bốc như vậy là nhất thế giới, nhất vũ trụ rồi... còn gì??

Trong cuộc chiến đấu tranh Quốc Cộng, người Việt Quốc Gia nói chung, nhất là các sử gia, và chính trị gia, đã nhiều lần lên tiếng vạch trần những huyền thoại về Hồ Chí Minh, nhưng chúng ta phải nhận rằng nhà văn Vũ Ngọc Đĩnh qua tác phẩm "Những Âm Thanh Buốt Giá Ngàn Đời" tác giả đã bỏ ra rất nhiều công sưu tầm, nghiên cứu tận gốc rễ, cả một hệ thống "Văn Thơ nhạc Nô" trong chế độ Cộng sản, không những đập tan tành những huyền thoại về Hồ Chí Minh và đảng CSVN, mà còn làm sáng lên Chính nghĩa Quốc Gia! Tới đây cũng có người đặt vấn đề trong thời đệ nhất Cộng Hòa Miền Nam Việt Nam cũng có bài "Suy tôn Ngô Tổng Thống " của Nhạc Sĩ Ngọc Bích (phổ thơ Thanh Nam) đấy sao? Tác giả Vũ Ngọc Đĩnh đã trả lời thỏa đáng câu hỏi này trong tác phẩm của ông. Không những thế trong Những Âm Thanh Nhức Buốt Ngàn Đời tác giả đã đề cập đến rất nhiều vấn đề lớn như so sánh công và tội, cùng đức độ của Ngô Đình Diệm và Hồ Chí Minh. Bọn nhạc nô đã ca tụng Hồ Chí Minh đến tận mây xanh, nhưng đối chiếu với thực tế, tội ác của Hồ Chí Minh đối với dân tộc Việt Nam như thế nào? Hồ Chí Minh có tinh thần Quốc Gia Dân Tộc không như một số sử gia Tây phương đã nói không? Hồ Chí Minh có là người yêu nước thương dân không? Hồ Chí Minh là người Việt Nam hay người Tầu? (Một tên Tầu đóng vai Hồ Chí Minh theo kế hoạch tình báo sâu hiểm của Mao trạch Đông?). Tại sao đến giờ hấp hối, Hồ Chí Minh còn muốn nghe một bài ca Trung Quốc? Hồ Chí Minh và đảng CSVN có tranh đấu cho Độc Lập, Tự Do và có đem lại Hạnh Phúc cho dân tộc Việt nam hay không? Sau nhiều trang phân tích thấu đáo, sâu sắc, với nhiều dẫn chứng rất chính xác và đầy đủ tác giả đưa ra lời Tống Bình như sau:

"Với "sự nghiệp" sáu mươi sáu năm (1945-2011) cai trị nửa nước rồi cả nước, của đảng và nhà nước Cộng sản VN gây ra cho đất nước dân tộc hằng trăm hàng ngàn tội ác hãi hùng, làm tiêu tan cả một nước vẫn tự hào là có " bốn ngàn năm Văn Hiến"đặc biệt cực kỳ nghiêm trọng là tai họa mất nước, vào tay Trung Hoa đã gần kề, giấc mộng mấy nghìn năm của Trung Hoa: thôn tính Việt Nam biến Việt Nam thành một quận huyện của Trung Hoa, các triều đại tổ tiên TrungHoa không đời nào lại không nạo óc, rút tim gan ra để nghĩ kế đổ lực đi thôn tính Việt Nam mà không được, thì nay "các đồng chí cùng chung giấc mộng cộng sản của họ" đã đắc lực giúp người Trung Hoa hoàn thành được giấc mộng ấy"! Sự nghiệp tội lỗi và tội ác vĩ đại ấy của ôngHồ Chí Minh và đảng cộng sản của ông ta, nếu cứ tiếp tục "hài ra cho thật đầy đủ" thì sẽ phải có một bản cáo trạng ít ra là vạn trang mới đủ" (Trích NATNBNĐ trang…)

KẾT LUẬN:

Việc đả phá những huyền thoại về Hồ Chí Minh và đảng CSVN trên mặt lý thuyết tương đối dễ, nhưng trên mặt thực tế, trong quảng đại quần chúng nhân dân, nhất là trong thế hệ trẻ, không phải là việc dễ dàng vì trong hơn 60 năm qua Đảng CSVN đã bằng đủ mọi cách tuyên truyền nhồi sọ trong tâm lý quần chúng, chưa dễ gì chúng ta có thể gội sạch được (Xin xem thêm Di sản Mác-Xít của Đỗ Mạnh

Tri). Có nhìn vấn đề như trên mới thấy tác phẩm Những Âm Thanh Buốt Giá Ngàn Đời có giá trị quan trọng trong trận tuyến Văn Hóa sống còn giữa chúng ta và Cộng sản hiện nay vừa có "Tính Hệ Thống" "Toàn Diện" và "triệt để" quan yếu và cấp thiết như thế nào" Việc phổ biến Những Âm Thanh Buốt Giá Ngàn Đời trước hết tại hải ngoại, sau đưa về trong nước vừa nêu cao Chính nghĩa Quốc Gia, xây dựng Niềm Tin trong quần chúng Nhân Dân, đồng thời là phương cách hữu hiệu nhất đánh thẳng vào tử huyệt của Đảng Cộng sản Việt Nam.

ĐỌC KHAI SÁNG KỶ NGUYÊN THỨ HAI

(Dự Án Chính Trị Dân Chủ Đa Nguyên)

I- LỜI MỞ:

Khác với các đảng phái, tổ chức chính trị trước đây, thường đưa ra các bản "Tuyên Ngôn", "Cương Lĩnh" để công bố chủ trương đường lối, sách lược đấu tranh của tổ chức mình trước quảng đại quần chúng nhân dân. Tập Hợp Dân Chủ Đa Nguyên, một tổ chức chính trị mới của người Việt tỵ nạn cộng sản tại Paris Pháp quốc, đã có sáng kiến đưa ra một Dự án Chính trị mang tên "Dự Án Chính Trị Dân Chủ Đa Nguyên" làm cơ sở tư tưởng lý luận của tổ chức. Đây không phải chỉ là thay đổi về "tên gọi của bản văn" có tính cách "hình thức" mà nhằm thay đổi hẳn quan niệm hoạt động chính trị. Theo quan niệm của Tập Hợp Dân Chủ Đa Nguyên: *"Cuộc đấu tranh mới không thể là sự tiếp nối cuộc xung đột trước 1975 mà phải nhắm một mục đích duy nhất là dân chủ hóa đất nước, do đó đòi hỏi một dự án chính trị mới, một thái độ mới, một cách suy nghĩ mới và những phương thức đấu tranh mới"*...

Nhằm tìm hiểu và đánh giá một cách khách quan trung thực, những ưu và khuyết điểm của "Khai sáng Kỷ nguyên thứ hai" hay "Dự án Chính trị Dân Chủ Đa Nguyên", trong bản nhận định này người viết xin đề cập tới các chủ điểm sau:

- Giới thiệu sơ lược về tổ chức Tập Hợp Dân Chủ Đa Nguyên (THDCĐN).

- Tóm lược Nội dung chính của Dự án Chính Trị Dân Chủ Đa Nguyên.

- Nhận định về ưu khuyết điểm của Dự Án Chính Trị Dân Chủ Đa Nguyên.

- Đề nghị và so sánh hai mô thức kết hợp Dân Chủ.

- Nhận định tổng quát và rút ra bài học Lịch sử:

II- GIỚI THIỆU SƠ LƯỢC VỀ TẬP HỢP DÂN CHỦ ĐA NGUYÊN:

Theo bách khoa toàn thư mở Wikipedia, Tập hợp Dân chủ Đa nguyên được thành lập năm 1982 tại Paris, do một số trí thức xuất phát từ miền Nam. Nhóm khởi đầu gồm mười người trong đó có ba cựu bộ trưởng Việt Nam Cộng Hòa, một cựu thứ trưởng, ba tổng giám đốc hoặc cao hơn, một giáo sư đại học và hai chuyên gia. Đa số các thành viên của nhóm đã ở lại Việt Nam sau ngày 30/4/1975 và đã qua các trại tập trung cải tạo sau chiến tranh dưới chế độ của Đảng Cộng sản Việt Nam, trước khi được trả tự do và ra nước ngoài sau một thời gian được sử dụng làm chuyên gia.

Thời gian sống và làm việc sau năm 1975 cũng đã khiến họ kết bạn với nhiều nhân vật của chế độ hiện tại mà sau này sẽ trở thành chí hữu hoặc thân hữu của THDCĐN, như ông La Văn Liếm, tức Tám Lâm, tiếp quản hệ thống ngân hàng, hay ông Nguyễn Hộ, phó chủ tịch Mặt Trận Tổ Quốc và Công Đoàn phụ trách khu vực phía Nam.

Hai năm đầu, nhóm chỉ mổ xẻ mọi vấn đề của đất nước, đi đến những kết luận chungđược đúc kết thành văn bản trước khi bắt đầu hoạt động thực sự. Năm 1984, họ hoàn tất tài liệu đó, được đặt tên là Cơ Sở Tư Tưởng. Lập trường căn bản của tổ chức là đấu tranh thiết lập một thể chế dân chủ đa nguyên trong tinh thần hòa giải và hòa hợp dân tộc bằng những phương thức đấu tranh bất bạo động.

Một sự kiện quan trọng trong thời gian này là Lực lượng Thanh Niên Việt Nam Tự Do, sau một thời gian tiếp xúc đã quyết định tự giải thể để gia nhập vào nhóm. Sau đó nhóm đã lập ra một cơ cấu tổ chức với hai ban: tổ chức và chính trị. Tổ chức đã có mặt tại khắp Tây Âu và tại Bắc Mỹ, một số cơ sở tại Việt Nam cũng đã hình thành. Từ năm 2000 có thêm phân bộ Đông Âu.

Năm 1988 tổ chức cho phát hành nguyệt san Thông Luận. Tờ báo đã lập tức gây thảo luận sôi nổi và từ đó tổ chức được công luận gọi là "nhóm Thông Luận", mặc dù trên thực tế nó chưa có danh xưng chính thức. Nhờ lập trường hoà giải và hòa hợp dân tộc tổ chức đã được sự ủng hộ nồng nhiệt của các trí thức tiến bộ trong nước. Như vậy kể từ số 1 ra đời vào tháng 12 năm 1988 cho đến số 275, số báo cuối cùng phát hành vào tháng 12/2012, báo Thông Luận giấy tổng cộng đã sống được 25 năm!

Từ 1996 THDCĐN có thêm một cơ quan ngôn luận mới: báo điện tử Thông Luận. Trang báo điện tử này liên tục bị tin tặc đánh phá. Trong năm 2010 gần một triệu người đã truy cập trang Web này. Nhiều bài của báo điện tử Thông Luận cũng đã được các báo điện tử khác phổ biến.

Trước ngưỡng cửa năm 2000, ngày 19-12-1999, một đại hội thành viên đã biểu quyết chọn danh xưng chính thức là Tập hợp Dân chủ Đa Nguyên, thường gọi tắt là Tập hợp hoặc THDCĐN. Danh xưng tiếng Anh là Rally for Democracy and Pluralism, tiếng Pháp là Rassemblement pour la Démocratie Pluraliste. Cả hai danh xưng tiếng Pháp và tiếng Anh đều viết tắt là RDP. Sự ra mắt công khai với danh xưng chính thức này tiếp theo một cố gắng không thành.

Từ giữa năm 1999 tổ chức kết hợp các thành phần dân chủ Việt Nam dự định công bố Kết Ước 2000 như là tuyên cáo của lực lượng dân chủ Việt Nam. Dự án này bị đình chỉ sau khi không đạt được đồng thuận giữa những người đấu tranh dân chủ trong Tập hợp.

Từ tháng 9 năm 2007 THDCĐN hợp tác với một số người dân chủ trong nước phát hành nguyệt san Tổ Quốc, nhằm vận động giới cán bộ cộng sản lão thành đã nghỉ hưu và là kết hợp tự xưng dân chủ công khai duy nhất ra báo in trong nước. Tờ báo ra đều đặn cho tới nay. Sang năm 2017 tờ báo đình bản vì các vị lão thành đã qua đời gần hết.

Hiện nay, tổ chức là một tập hợp của những người đối lập thuộc mọi thành phần, mọi lứa tuổi và mọi quá khứ chính trị. THDCĐN hiện có phân bộ ở mọi nước Tây Âu, Hoa Kỳ, Canada, Úc và một phân bộ Đông Âu. Mỗi phân bộ có một Ban Thường trực đứng đầu là một Chủ tịch đại diện tổ chức tại nước sở tại. Ở cấp trung ương Ban Lãnh đạo là cơ quan có mọi thẩm quyền. Văn phòng Ban Lãnh đạo có vai trò của một ban chấp hành dưới sự điều khiển của một Ủy viên Thường trực Ban Lãnh đạo do Ban Lãnh đạo đề cử và được toàn thể thành viên bầu qua đầu phiếu phổ thông. Ông Nguyễn Gia Kiểng, đã được các thành viên trong tổ chức bầu là Ủy Viên Thường Trực Ban Lãnh Đạo từ năm 2000 cho đến năm 2016.

Một biến cố bất ngờ sẩy ra: Tập Hợp Dân Chủ Đa Nguyên bể làm hai:

Ngày 1/12/2016, một số người tự nhận là sáng lập viên và một số thành viên, bao gồm Nguyễn Vũ (Hoa Kỳ), Lê Kim Vân (Canada), Bùi Đắc Lộc (Hoa Kỳ), Phan Bá Việt (Hòa Lan) và Nguyễn Gia Thưởng (Bỉ) viết thư trên mạng của tổ chức bày tỏ sự bất tín nhiệm với sự lãnh đạo của ông Nguyễn Gia Kiểng.

Ngày 11/12/2016, Tập hợp Dân chủ Đa Nguyên (phe ông

NGK) ra thông báo "kể từ ngày 28 tháng 11 năm 2016 báo điện tử Thông luận www.ethongluan.org và Blog Thông luận https://ethongluan01.blogspot.com đã bị kẻ gian cướp đoạt với sự đồng lõa của người phụ trách kỹ thuật." (1*)

Trước hiện tượng Tập Hợp Dân Chủ Đa Nguyên bể làm hai, gần đây độc giả được biết thêm nguyên do vì sao Tập thể "bất tín nhiệm" người lãnh đạo của tổ chức này: "Do không thể tiếp tục đồng hành cùng với một người luôn điều hành tổ chức theo phương cách độc đoán và nhất nguyên nhằm phục vụ mưu đồ cá nhân, hoàn toàn trái ngược với tinh thần Dân chủ Đa nguyên của tổ chức". (2*)

III- Tóm Lược Nội Dung Chính của "Dự Án Chính Trị Dân Chủ Đa Nguyên":

A- *Diễn Tiến Hình Thành Dư Án Chính Trị Dân Chủ Đa Nguyên*:

Theo sự tường thuật của quí ông Nguyễn Văn Thế, Nguyễn Gia Thưởng và Phạm Tú Minh đại diện cho Ban Quản Thủ Thư Khố của tổ chức (3*) thì diễn tiến hình thành Dự Án như sau:

- "Năm 1992, tên Phong Trào Dân Chủ Đa Nguyên ra đời với sự hợp tác chính thức của hai nhóm: Lực Lượng Thanh Niên Việt Nam Tự Do Âu châu và Thông Luận. Khi đã hợp tác, Lực Lượng đã in Dự Án Chính Trị Đa Nguyên vào tháng 1/1992 để làm tài liệu học tập nội bộ.

- Đến tháng 2/1992, bản chính thức của Phong Trào Dân Chủ Đa Nguyên được phát hành.

- Vào năm 1996, Dự Án Chính trị Dân Chủ Đa Nguyên được bổ sung với những vấn đề mới dựa vào những biến chuyển của tình hình trong nước. Dự Án này lấy tựa đề là Thử Thách và Hy Vọng.

- Năm 2000 Phong Trào Dân Chủ Đa Nguyên chính thức trở thành Tập Hợp Dân Chủ Đa Nguyên cho đến ngày nay. Vào năm 2001, Dự án Chính trị Dân Chủ Đa Nguyên được bổ sung và lấy tên là Thành Công Thế Kỷ 21.

- Năm 2015, Dự Án Chính Trị được bổ túc, viết lại và lấy tên là Khai Sáng Kỷ Nguyên Thứ Hai.

Dự Án Chính Trị, từ lúc ban đầu cho đến nay, là do công trình và trí tuệ của tập thể anh chị em trong Tập Hợp chứ không phải của riêng một cá nhân nào.

B- ***Tóm lược Nội Dung Dự Án***:

Nội dung "Khai sáng Kỷ nguyên thứ hai" danh xưng mới nhất của dự án được trình bày và diễn giải qua 9 đề mục:

I- Nhiệm vụ Lịch sử.

II- Làn sóng dân chủ thứ tư và một trật tự thế giới mới.

III- Việt Nam trước khúc quanh lịch sử trọng đại.

IV- Nền tảng tư tưởng cho kỷ nguyên dân chủ.

V- Những định hướng lớn của mô thức Việt Nam.

VI- Thể chế và hiến pháp cho Cộng Hòa Việt Nam.

VII- Đấu tranh thiết lập dân chủ đa nguyên.

VIII- Chuyển tiếp thành công về dân chủ.

IX- Chung một giấc mơ Việt Nam. (4*)

Trong bài nhận định này người viết chỉ xin tóm lược những ý chính trong 9 đề mục nói trên:

* *Nhiệm vụ Lịch sử:*

"Tập Hợp nhận định là" hiện nay chúng ta chỉ là một trong những nước nghèo hèn và lạc hậu nhất thế giới chúng ta đã bỏ lỡ nhiều cơ hội lịch sử... Chúng ta phải khẳng định rằng sẽ không thể có lối thoát cho đất nước dưới chế độ cộng sản này. Nhiệm vụ lịch sử của thời đại chúng ta là nhanh chóng giải thoát dân tộc khỏi ách độc tài toàn trị và cứu đất nước khỏi nguy cơ bị thua kém vĩnh viễn.

Con đường ra khỏi bế tắc và vươn lên của chúng ta là dân chủ đa nguyên và nhân quyền, trên nền tảng của lòng yêu nước được quan niệm như tình yêu và sự gắn bó giữa người Việt Nam.

Dự án chính trị này có tham vọng đóng góp vào một ý thức chính trị mới Việt Nam và kết hợp những con người còn ý chí và niềm tin để theo đuổi một lý tưởng chung là một đất nước Việt

Nam xứng đáng để những con người hôm nay phấn đấu xây dựng và các thế hệ mai sau tiếp nối trong niềm tự hào. Sự kết hợp này là cần thiết và bắt buộc bởi vì đấu tranh chính trị không bao giờ là đấu tranh cá nhân cả mà chỉ có thể là đấu tranh có tổ chức.

Một làn sóng dân chủ toàn cầu mới đang trào dâng. Chúng ta không có quyền bỏ lỡ vận hội này"

* *Quan niệm của Tập hợp về làn sóng dân chủ thứ tư và trật tự thế giới mới*:

- "Thể chế dân chủ đã chứng tỏ là phương thức tổ chức xã hội hợp lý nhất để thực hiện tự do nên lịch sử thế giới cũng là cuộc hành trình của các dân tộc về lịch sử. Trong cuộc hành trình khó khăn đó dân chủ đã gặp sự chống trả ngoan cố của những quyền lực thống trị. Vì những chống phá này dân chủ đã không tiến một cách đều đặn mà theo từng đợt mà chúng ta có thể gọi là những làn sóng dân chủ. Lịch sử nhân loại đã trải qua 4 làn sóng dân chủ ghi dấu theo thời gian: Làn sóng dân chủ thứ Nhất khởi nguồn từ 2 cuộc cách mạng Mỹ và Pháp. Làn sóng dân chủ thứ Hai khởi sự trong thời gian diễn biến Thế chiến thứ II. Làn sóng dân chủ thứ Ba bắt đầu sau năm1974 nhằm bác bỏ chủ nghĩa cộng sản và loại bỏ các chế độ độc tài sản phẩm của chiến tranh lạnh. Làn sóng dân chủ thứ Tư bắt đầu từ năm 2010 nhằm vào các chế độ độc tài mở cửa về mặt kinh tế. Làn sóng dân chủ thứ tư này sẽ áp đặt dân chủ trên mọi quốc gia. Cùng với làn sóng dân chủ này thế giới đang hoàn tất một cuộc chuyển hóa trọng đại để bước vào một kỷ nguyên mới. Đó là kỷ nguyên đặt nền tảng trên những giá trị đã tạo ra sức mạnh của các nước tiên tiến: Hòa bình, tự do dân chủ, nhân quyền, bình đẳng, nhà nước pháp trị, đối thoại hợp tác, lợi nhuận môi trường và liên đới. Những thành tựu văn hóa nghệ thuật, khoa học, kỹ thuật, và kinh tế quyết định chỗ đứng và sự vinh nhục của các dân tộc, với điều kiện có thể chế dân chủ ổn vững và lành mạnh để tiếp tục tồn tại. Giáo dục và đào tạo sẽ là cuộc thế chiến mới và là mặt trận sống còn của mọi dân tộc".

- *Hoa Kỳ Trung Quốc và Thái Bình Dương*:

"Nét đậm nổi bật của thế giới hiện nay vẫn là vai trò áp đảo của Hoa Kỳ. Dù trọng lượng tương đối đã sút giảm, Hoa Kỳ vẫn vừa là cường quốc vượt trội về mọi mặt, nhất là về sức mạnh quân sự, đồng thời cũng là cường quốc sáng tạo nhất,và có nhiều tiềm năng tiến lên nhất, do thế thượng phong của Hoa Kỳ sẽ còn kéo dài trong thế kỷ này. Tuy nhiên với thế lực ngày càng cạnh tranh trong một thế giới toàn cầu hóa, người Mỹ đang dần dần ý thức rằng họ chỉ có thể an toàn trong một thế giới dân chủ. Vì vậy sự tích cực bảo vệ các giá trị dân chủ và nhân quyền của Hoa Kỳ từ nay chỉ có thể tăng lên".

- Về Trung Quốc: Trung quốc cho tới nay vẫn là một chế độ độc tài toàn trị phủ nhận trắng trợn các giá trị dân chủ và nhân quyền, không những thế còn tỏ ra muốn sử dụng sức mạnh quân sự của mình cho một chính sách bá quyền khu vực. Tới nay đã có những chỉ dấu là nhân dân Trung quốc và một số lãnh đạo bắt đầu ý thức được sự nguy hiểm của chính sách bá quyền khu vực mà Trung quốc không nên và và cũng không có khả năng theo đuổi. Chúng ta có lý do để hy vọng Trung Quốc sẽ chuyển hướng về một chính sách có lợi hơn cho thế giới và cho chính họ.

- Về Nhật Bản: Nước Nhật đã hoàn tất cuộc chuyển hóa khó khăn, nhưng bắt buộc từ một xã hội Nhật truyền thống sang một xã hội Nhật thực sự tiên tiến đồng điệu với nếp sống và các giá trị của các nước tiên tiến phương Tây. Cuộc chuyển hóa này đã khiến Nhật bối rối trong gần ba thập niên vì phải xét lại toàn bộ mô hình xã hội, từ cấu trúc sản xuất đến quan hệ công nhân-công ty để thay thế một nền kinh tế đặt nền tảng trên cố gắng sản xuất và xuất khẩu, sang một nền kinh tế sáng tạo và phẩm chất, từ chỗ ứng dụng những kỹ thuật hiện đại đến chỗ phát minh những kỹ thuật mới. Nhưng Nhật đã thành công và ngày nay Nhật đã là một nước dân chủ chân chính, ổn vững và tự tin, đã ra khỏi khủng hoảng và đứng đầu thế giới về văn hóa khoa học và kỹ thuật. Nhật tỏ ra ngày càng quả quyết và mạnh dạn trong chính sách đối ngoại để đảm nhận vai trò của một đồng minh của Hoa Kỳ trong khu vực Thái Bình Dương góp phần quyết định bảo đảm dân chủ hòa bình hợp tác trong vùng...

- *Phong trào toàn cầu hóa đe dọa mọi quốc gia*:

"Hiện tượng cần được ý thức đúng mức là sự xuống cấp toàn cầu của ý niệm quốc gia. Nhiều quốc gia tan vỡ mà không hề bị ngoại xâm, tan vỡ trong hỗn loạn như tại nhiều nước châu Phi, hay tan vỡ thành những quốc gia nhỏ như Tiệp Khắc, Nam Tư và Ethiopia. Sự toàn vẹn của nhiều nước dân chủ và phồn vinh như Canada, Anh, Bỉ cũng ít nhiều bị đe dọa.

Ý niệm quốc gia dân tộc đang bị công phá từ mọi phía. Từ bên ngoài do những kết hợp khu vực hứa hẹn một không gian hoạt động lớn hơn không gian quốc gia, từ bên trong do các cộng đồng sắc tộc đòi tự trị, và cả từ trong lẫn ngoài do những công ty đa quốc và những trao đổi dồn dập và ngày càng gia tăng vận tốc. Các phương tiện giao thông và truyền thông hiện đại cũng đã làm cho trái đất nhỏ lại và đem con người điến gần nhau... Các quyền con người ngày càng được nhìn nhận là phổ cập,được coi như bước đầu của luật quốc tế và được đặt lên trên luật pháp của các quốc gia... Cách mạng lưới truyền thông, đặc biệt là mạng internet cho phép những con người ở rất xa nhau trao đổi và làm việc trực tiếp với nhau. Cả một "thế giới ảo" đã hình thành với tầm quan trọng gia tăng nhanh chóng.

Cuộc chuyển hóa vĩ đại này-về bản chất đáng mừng- ngày càng biến mỗi người thành một con người của thế giới trước khi là công dân của một nước. Ý niệm quốc gia bị tương đối hóa. Quốc gia không còn là một cứu cánh thiêng liêng mà phải là một điều kiện để xây dựng hạnh phúc cho dân tộc và cho mỗi cá nhân trong dân tộc. Trong bối cảnh thế giới hiện nay và sắp tới, một quốc gia không được quan niệm như một tình cảm, một đồng thuận, một dự án tương lai chung và một không gian liên đới sẽ không thể tồn tại lâu dài. Một quốc gia không bảo đảm an ninh và nhân phẩm, không đem lại phúc lợi và niềm tự hào cho người dân chắc chắn sẽ tan rã, càng tan rã nhanh hơn và bi đát hơn nếu biên giới quốc gia được coi như những tường thành ngăn cản các giá trị tiến bộ và qui định một vùng lộng hành an toàn của các tập đoàn bạo ngược. Trong thời đại mới này chúng ta cần ý thức rằng các tập đoàn cầm quyền thiếu văn hóa, và thiếu tầm nhìn là những tai họa cho sự tồn vong của các quốc gia. Các chế độ độc tài bạo ngược giết chết các quốc gia, càng tồi dở và độc ác bao nhiêu chúng càng giết nhanh chóng các quốc gia bấy nhiêu".

- *Các Liên Minh Ý thức hệ nhường chỗ cho những hợp tác phát triển*:

Sự sụp đổ của chủ nghĩa cộng sản đã chấm dứt cuộc tranh luận ý thức hệ. Dân chủ và nhân quyền đã được nhìn nhận như những giá trị phổ cập mà ngay cả các chế độ độc tài còn lại cũng chỉ biện luận lúng túng để trì hoãn chứ không dám phủ nhận. Các liên minh ý thức hệ vì thế không còn lý do tồn tại. Thay vào đó đã xuất hiện ngày càng nhiều những liên minh hợp tác, nổi bật nhất là các kết hợp hợp tác khu vực. Thế giới đang dần dần được phân chia thành một số tập hợp địa lý lớn trong đó các quốc gia vừa cạnh tranh với nhau vừa nương tựa lẫn nhau trong cuộc thi đua với phần còn lại của thế giới. Trong thế gới ngày nay cô lập là chết. Các quốc gia không muốn hay không thể tham gia hoặc vận dụng những liên hệ hợp tác này kể như tuyệt vọng vì bị gạt ra ngoài lề sinh hoạt của một thế giới liên lập. Các chế độ bạo ngược còn lại sẽ ngày càng bị cô lập tiến tới suy vong và cáo chung!"

* *Nền tảng* tư tưởng cho kỷ nguyên dân chủ:

"Chúng ta là một dân tộc đông đảo và phải đương đầu với nhiều vấn đề trầm trọng gai góc và khẩn cấp, công việc của chúng ta chắc chắn là rất phức tạp. Chính sự phức tạp đó đòi hỏi các tổ chức chính trị phải minh định những chọn lựa có tính chủ thuyết

, chủ thuyết được hiểu theo nghĩa không phải là chủ nghĩa hay ý thức hệ, cũng không phải là những học thuyết với các cấu trúc lý luận phức tạp, mà là những ý kiến đơn giản được coi là đúng và được lấy làm căn bản cho các chính sách và biện pháp trong một giai đoạn khá dài.

Đồng thuận căn bản của Tập Hợp Dân Chủ Đa Nguyên gồm 5 điểm sau đây: đất nước phải được quan niệm như một tình cảm, một không gian liên đới, và một tương lai chung, thể chế chính trị cho Việt Nam là dân chủ đa nguyên; tinh thần chỉ đạo của cố gắng làm lại đất nước, là hòa giải, hòa hợp dân tộc; tổ chức xã hội Việt Nam phải thể hiện một cách quả quyết những giá trị tiến bộ; cố gắng phát triển kinh tế phải đặt trên nền tảng kinh tế thị trường và sáng kiến cá nhân".

- Quốc Gia một không gian liên đới và một dự án tương lai chung.

"Nước Việt Nam ta đã hình thành từ ngàn xưa và đã có hơn hai ngàn năm lịch sử. Tuy vậy cũng như mọi nước khác, chúng ta chỉ biết khái niệm quốc gia hiểu theo nghĩa một thực thể thuộc quyền sở hữu của mọi người gần đây thôi. Lý do là vì chính ý niệm quốc gia cũng là một ý niệm rất mới, được khai sinh ra cùng với dân chủ.

Cho tới khi ý niệm dân chủ ra đời, các vương quốc chỉ là của một nhà vua, lãnh thổ cũng như người dân thuộc quyền sở hữu của một nhà vua và bị đặt dưới quyền quyết định độc quyền và tuyệt đối của vua. Đất cũng như dân có thể đổi chủ một cách tùy tiện theo sự chuyển nhượng giữa các vua chúa. Trong bối cảnh đó không thể có các quốc gia đúng nghĩa. Sự quyến luyến tự nhiên trên mảnh đất của tổ tiên và những người quen thuộc chưa phải là tinh thần dân tộc hay lòng yêu nước. Người dân không có quyền nào trên đất nước thì cũng không có trách nhiệm nào đối với đất nước. Ý thức dân chủ đã biến các vương quốc thành những quốc gia và đã là nền tảng cho một nhà nước, hay chính quyền của dân, do dân và vì dân... Chúng ta hiện đang đứng trước tình trạng đặc biệt nghiêm trọng bởi vì chúng ta chưa xây dựng xong một quốc gia đúng nghĩa, trong khi ý niệm quốc gia đang bị xét lại và vượt qua. Như thế chúng ta vừa phải nhanh chóng xây dựng một quốc gia đúng nghĩa lại vừa phải đúng hẹn với tương lai nghĩa là xây dựng kịp thời quốc gia Việt Nam theo nghĩa mà nó sẽ phải có.

Trong các yếu tố cấu thành quốc gia, lãnh thổ không còn giá trị tuyệt đối, con người có thể yêu nước và đóng góp cho đất nước dù sống bất cứ ở nơi nào. Di sản lịch sử văn hóa, và ngôn ngữ cũng đã giảm tầm quan trọng. Chính quyền cũng không quan trọng. Quan niệm một tổ quốc thiêng liêng mà mọi người phải phục tùng, tôn kính và phục vụ một cách vô điều kiện lại càng lỗi thời. Còn lại con người và dự án tương lai chung hai yếu tố cấu tạo của quốc gia mà tầm quan trọng ngày càng tăng lên.

Như thế, một quốc gia chỉ có thể tồn tại nếu được quan niệm không phải như một chủng tộc, hay một quá khứ mà như một không gian liên đới giữa những con người hiểu nhau, quí trọng nhau và hợp tác với nhau để xây dựng và chia sẻ một tương lai chung. Quốc gia như thế chủ yếu là xã hội dân sự với ký ức của nó, với những vấn đề phải giải quyết của nó với những dự định tương lai của nó. Nhà nước ở trong và ở dưới quốc gia với sứ mạng phục vụ quốc gia cho nên nhà nước có vai trò phục vụ chứ không khống chế xã hội dân sự.

Một đất nước được hiểu như thế vẫn còn khả năng để ràng buộc người Việt Nam với nhau và vẫn rất cần thiết cho mọi người, đồng thời cũng là môi trường thuận lợi cho những hợp tác. Đất nước ấy sẽ có lợi cho mọi người bởi vì đó sẽ là môi trường phát triển tự nhiên cho mỗi người. Đất nước sẽ là nguồn yểm trợ để mọi người chúng ta xây dựng đời mình đồng thời cùng nhau xây dựng một niềm tự hào chung và gia tăng phúc lợi chung. Đất nước ấy cũng là một chỗ dựa tình cảm cho mỗi người để hạnh phúc được toàn vẹn. Đất nước ấy phải là của mọi người chứ không phải là của riêng của một thế lực hay đảng phái nào.

Đó là quan điểm của Tập Hợp Dân Chủ Đa Nguyên về đất nước Việt Nam. Niềm tin của Tập Hợp Dân Chủ Đa Nguyên là chỉ có một quan niệm về quốc gia như vậy mới có thể đem lại cho mọi người Việt Nam lý do để yêu nước, nghĩa là mới cho phép Việt Nam tồn tại và vươn lên".

- Dân Chủ Đa Nguyên

"Để thoát khỏi bế tắc hiện nay và hội nhập vào thế giới tiến bộ, để có thể động viên một cách hữu hiệu mọi sinh lực quốc gia vào cố gắng vươn lên mưu tìm một chỗ đứng xứng đáng trong cộng đồng quốc tế, Việt Nam không có chọn lựa nào khác hơn là một thể chế dân chủ đa nguyên. Dân chủ đa nguyên không những là chọn lựa hiển nhiên cho Việt Nam mà còn là hướng đi tất yếu của thế giới.

Cuộc tranh cãi gay go nhất trong thế kỷ 20 đã là cuộc tranh cãi về dân chủ. Hàng chục triệu người trê khắp thế giới đã thiệt mạng vì những xung đột gây ra bởi cuộc tranh cãi này. Vấn đề cốt lõi là làm thế nào để người dân quyết định vận mạng đất nước và nhiều công thức đã được đề ra và thử nghiệm.

Cuộc tranh cãi này hiện nay đã chấm dứt. Chủ nghĩa Mác Lê Nin và mô hình "dân chủ xã hội chủ nghĩa" mà nó đề xướng đã hoàn toàn sụp đổ. Các chế độ cộng sản còn lại chỉ còn là những chế độ độc tài bạo ngược thuần túy. Mô hình dân chủ đặt nền tảng trên tự do cá nhân đã thắng về mặt lý thuyết và cũng đã thắng trên thực tế. Số lượng các nước dân chủ đã áp đảo và đang gia tăng nhanh chóng.

Nhiều người nói nền dân chủ kiểu phương Tây mà hầu hết các dân tộc trên thế giới đã chấp nhận là đúng tự nhiên đã có đa nguyên. Điều này có phần đúng nhưng cụm từ "Dân chủ đa nguyên" có ý nghĩa đặc biệt quan trọng của nó, nhất là đối với người Việt Nam trong giai đoạn hiện tại. *Nó nói lên một tinh thần, một thái độ và một lý tưởng. Tinh thần đó là tinh thần bao dung và khoan nhượng, tôn trọng mọi người và mọi ý kiến. Tháiđộ đó là thái độ bác bỏ thẳng thắn mọi hình thức độc tài chuyên chính, kể cả và nhất là thứ "dân chủ bịp bợp" mà mệnh danh là "dân chủ tập trung" hay dân chủ* xã hội chủ nghĩa" dành địa vị độc tôn cho một chủ nghĩa và một tập đoàn lãnh đạo. Lý tưởng đó là xây dựng đất nước Việt Nam có chỗ đứng xứng đáng và ngang nhau như tất cả mọi người.

Đa đảng chưa phải là đa nguyên, nếu mọi khuynh hướng không được nhìn nhận nột chỗ đứng ngang nhau... Dân chủ đa nguyên là một hệ thống chính trị mới, với những đặc tính bắt buộc của nó. Ta có thể nhấn mạnh năm đặc tính:

Một là: dân chủ đa nguyên nhìn nhận và tôn trọng chỗ đứng và tiếng nói ngang nhau cho mọi người, thuộc mọi thành phần xã hội, mọi sắc tộc, mọi tín ngưỡng và mọi khuynh hướng chính trị. Dân chủ đa nguyên lên án mọi phân biệt đối xử, nó chống đối quyết liệt chế độ độc đảng. Một cách cụ thể bản hiến pháp của một thể chế không thể chứa đựng bất cứ một quy chiếu nào về một chính đảng, một chủ nghĩa hay một tôn giáo.

Hai là: Nguyên tắc phân quyền phải có trong một nền dân chủ xứng đáng với tên gọi của nó, dân chủ đa nguyên đòi hỏi tản quyền để tôn trọng sự khác biệt giữa các địa phương. Một chính quyền dù xuất phát từ bầu cử tự do đi nữa cũng không phải là dân chủ đa nguyên nếu phần lớn quyền hành tập trung trong tay chính quyền trung ương. Trong một thể chế dân chủ đa nguyên các chính quyền địa phương do nhân dân địa phương bầu ra, phải có những quyền luật định rộng rãi, để tổ chức cuộc sống phù hợp với bối cảnh riêng của mỗi vùng. Mỗi vùng phải có diện tích và dân số ở mức độ thỏa đáng để có thể là những thực thể đủ tầm vóc để tự quản được và phát triển được. Như thế một số những nguyên nhân xung đột sẽ tự nhiên được giải tỏa. Các sắc tộc ít người sẽ được tiếng nói đáng kể tại các địa phương mà họ tập trung đông đảo. Các chính đảng không có được đa số trong các cuộc bầu cử toàn quốc vẫn có thể nắm được chính quyền tại những địa phương mà họ được tín nhiệm. Dân chủ đa nguyên làm nhẹ đi mối căng thẳng chính quyền đối lập, ở cấp trung ương cũng như ở cấp địa phương và xóa bỏ mối xung khắc "được làm vua thua làm giặc". Tản quyền đưa tới hệ luận là chính quyền trung ương không cai trị trực tiếp mà chỉ đảm nhiệm các sứ mệnh quốc phòng, ngoại giao tiền tệ và điều hợp các địa phương. Một vai trò khác của chính quyền trung ương là thực hiện các công trình cơ sở hạ tầng trên qui mô cả nước và trợ giúp các chương trình địa phương đáng khuyến khích.

Ba là: Dân chủ đa nguyên đặt nền tảng trên xã hội dân sự. Bên cạnh các chính đảng, các cộng đồng sắc tộc, địa phương và tôn giáo, các hiệp hội công dân tổ chức theo ngành nghề, quyền lợi nhân sinh quan, sở nguyện ưu tư v.v… được hoạt động độc lập với chính quyền, được nhìn nhận một chỗ đứng trọng yếu, được có tiếng nói và ảnh hưởng trong sinh hoạt cũng như trong sự tiến hóa của xã hội. Nhà nước tự coi mình là có sứ mạng phục vụ xã hội dân sự chứ không khống chế xã hội dân sự, không định đoạt sinh hoạt thường ngày thay cho xã hội dân sự.

Về mặt kinh tế, điều này có nghĩa là nền kinh tế quốc gia, phải đặt nền tảng trên các xí nghiệp tư, khu vực quốc doanh phải được giới hạn ở mức tối thiểu và nếu không có thì càng hay. Một xã hội dân sự mạnh và đa dạng là bảo đảm chắc chắn cho sự chuyển hóa thường trực, tự nhiên và liên tục của xã hội, tránh những xáo trộn đột ngột và đầy đổ vỡ của các cuộc cách mạng.

Bốn là: dân chủ đa nguyên kính trọng các thiểu số và luôn luôn mưu tìm thỏa hiệp. Trong một thể chế dân chủ đa nguyên, nguyên tắc thiểu cố phục tùng đa số, không được sử dụng một cách tự động và máy móc, mà chỉ được dùng tới sau khi đã tận dụng mọi cố gắng để tìm đồng thuận. Dân chủ đa nguyên chống lại mọi hình thức chuyên chính, kể cả chuyên chính của đa số. Bình thường trong một thể chế dân chủ, sự chính đáng của một chính quyền dựa trên kết quả của cuộc bầu cử cuối cùng, nhưng trong dân chủ đa nguyên sự chính đáng của một chính quyền, còn nằm cả trong sự thành khẩn tìm đồng thuận trong mọi quyết định quan trọng.

Năm là: dân chủ đa nguyên trong bản chất của nó tôn trọng mọi thành phần dân tộc, không chấp nhận hy sinh một thành phần nào và không thể cho phép một thành phần này bóc lột và trà đạp một thành phần khác.Vì thế dân chủ đa nguyên coi rất trọng liên đới xã hội và không thể đi đôi với cái thường được gọi là "tư bản rừng rú". Liên đới xã hội cũng là điều kiện phải có, để nuôi dưỡng và tăng cường tinh thần quốc gia bởi vì giữa những người có mức sống, nếp sống quan tâm và địa vị xã hội quá khác biệt, tình đồng bào cùng lắm chỉ là lý thuyết.

Công bằng xã hội tuyệt đối theo nghĩa xóa bỏ mọi chênh lệch cào bằng, chia đều là điều không thể và cũng không nên có. Điều có thể có và phải có là một chính sách liên đới xã hội bảo đảm cho mọi người sự bình đẳng trước pháp luật và khả năng thành công đồng đều, đồng thời nâng đỡ những người yếu kém hoặc thiếu may mắn.

Dân chủ đa nguyên đang trở thành đồng thuận căn bản của dân tộc ta trong cuộc hành trình về tương lai. Đó cũng là hướng đi tất yếu cho mọi dân tộc. Những người tranh đấu cho dân chủ đa nguyên có quyền tự hào vì mình đang theo đuổi một lý tưởng đẹp và cùng có quyền lạc quan vì mình đang tranh đấu cho một lập trường nhất định sẽ thắng lợi". (5*)

Hòa giải và hòa hợp dân tộc:

"Trong hơn bốn thế kỷ vừa qua, kể từ khi họ Mạc cướp ngôi nhà Lê hồi đầu thế kỷ 6 nước ta liên tiếp đi từ cuộc chiến tranh này đến cuộc xung đột khác. Đất nước bị chia cắt nhiều lần trong hơn hai thế kỷ bị đô hộ và bị đặt dưới những chế độ hành chính khác nhau trong gần một trăm năm. Chiến tranh nội loạn, trả thù, báo oán, bách hại đã là những yếu tố thường trực, trong lịch sử cận đại của ta. Khốc liệt nhất là cuộc chiến sau cùng 1945-1975 trong đó lần đầu tiên chúng ta xung đột với nhau cả về ý thức hệ, và sau đó phe chiến thắng thi hành chính sách bỏ tù và hạ nhục cùng với vô số biện pháp phân biệt đối xử.

Do hoàn cảnh lịch sử, chất liệu nhân xã của chúng ta đã bị tổn thương nặng nề. Những đổ vỡ đòi hỏi một thời gian hàn gắn rất lâu dài, do đó tinh thần căn bản của mọi chính sách cho nhiều thế hệ tới sẽ phải là hòa giải và hòa hợp dân tộc. Hòa giải dân tộc để xóa bỏ những hận thù và hiềm khích của quá khứ để đi tới hòa hợp dân tộc trong cố gắng xây dựng một tương lai chung.

Hòa giải là bắt buộc của mọi dân tộc dù ở trình độ nào và do lịch sử nào. Nhưng dân tộc Việt Nam là một trong những dân tộc cần hòa giải hơn cả. Chúng ta cần hòa giải cộng đồng quốc gia nói chung với các sắc tộc ít người. Chúng ta cần hòa giải các tôn giáo, nhất là Phật Giáo và Công giáo. Chúng ta cần hòa giải và hòa hợp hai miền Nam Bắc. Chúng ta cần hòa giải đất nước với cộng đồng người Việt hải ngoại... Có nhiều người nói rằng dân tộc Việt Nam không có nhu cầu hòa giải trong khi thực sự chúng ta là một trong những dân tộc cần hòa giải nhất. Chính vì thiếu tinh thần hòa giải mà chúng ta bị tù hãm trong hận thù. Cái vòng oan nghiệt đó đã khiến chúng ta không động viên được mọi sinh lực của đất nước để vươn lên và giải thích tại sao chúng ta đã phải quẩn quại mãi trong nghèo khổ và thua kém.

Hòa giải và hòa hợp dân tộc là điều kiện cần cho thắng lợi của cuộc vận động dân chủ hiện nay và cũng là điều kiện cần cho thành công của cố gắng phục hưng đất nước ngày mai" (6*).

- *Chấp nhân và thể hiện quả quyết những giá trị tiến bộ*: (7*)

"Một xã hội tiến bộ phải được xây dựng trên nền tảng của những giá trị tiến bộ. Những giá trị tiến bộ đó là: hòa bình, tự do dân chủ, bình đẳng, nhân quyền, nhà nước pháp trị, đối thoại, hợp tác, lợi nhuận, môi trường và liên đới...

Chấp nhận một cách thành thực và quả quyết những giá trị

chính trị, văn hóa, xã hội, của thế giới tiến bộ là điều kiện tiên quyết. Nhật Bản vì chọn lựa như vậy đã trở thành một cường quốc hàng đầu thế giới. Một số nước châu Á, như Nam Cao Ly và Đài Loan, từ bốn thập niên gần đây đi theo khuôn mẫu Nhật Bản cũng đang trỗi dậy mạnh mẽ. Chấp nhận toàn bộ các giá trị tiến bộ là chọn lựa chúng ta phải làm một cách thật quả quyết. Giữa sự dùng dằng, lưỡng lự của các nước trong vùng, chọn lựa này là một cơ may cho phép chúng ta vượt lên bắt kịp và vượt qua họ.

Trong những giá trị trên đây, giá trị mà ta cần nhất là hòa bình. Truyền thống chống ngoại xâm dần dần đã khiến chúng ta coi bạo lực như là phương cách tự nhiên để giải quyết xung đột. Ta quen tôn vinh những anh hùng có chiến công hiển hách mà coi nhẹ những cố gắng xây dựng âm thầm, nền tảng của mọi tiến bộ. Từ nay chúng ta phải nguyền rủa bạo lực và nâng hòa bình lên làm một giá trị tuyệt đối "...

- Phát triển đất nước trên nền tảng dân chủ, kinh tế thị trường và sáng kiến cá nhân:

"Điều nhức nhối nhất của chúng ta là tình trạng lạc hậu và nghèo đói. Do đó trọng tâm của mọi cố gắng quốc gia phải là phát triển và một cái nhìn thấu đáo về vấn đề phát triển là vô cùng quan trọng.

Kinh nghiệm của mọi dân tộc đã chứng minh: dân chủ, quyền tư hữu, kinh tế thị trường, nhà nước nhẹ là những yếu tố tâm lý làm nẩy sinh ra phát triển kinh tế. Xây dựng một xã hội dân chủ đa nguyên, phát huy các giá trị tiến bộ, chúng ta sẽ có phát triển, đặc biệt là phát triển kinh tế. Đó là chủ thuyết phát triển của chúng ta Chúng ta quả quyết rằng một xã hội như thế và với những giá trị như thế, dù muốn không phát triển cũng không được. Ngược lại, một xã hội không dân chủ, hoặc không có những giá trị tiến bộ thì dù muốn và cố gắng đến đâu cũng sẽ không có phát triển hay chỉ có phát triển ở một mức độ thấp. Tài nguyên thiên nhiên và vốn đầu tư là những yếu tố thứ yếu.

Một lần nữa, nhu cầu phát triển chúng ta phải có một nhà nước hòa giải, và trọng tài để cho xã hội dân sự lo việc phát triển thay vì một nhà nước chỉ huy và định đoạt thay cho xã hội dân sự. Vai trò hòa giải và trọng tài trong sinh hoạt kinh tế buộc nhà nước phải từ bỏ mọi chức năng kinh doanh. Các công ty quốc doanh không nên có, hay nếu có thì cần được coi là những bó buộc chẳng đặng đừng trong một thời gian nhất định. Trong chủ thuyết phát triển của chúng ta, nhà nước không chen lấn với xã hội dân sự, mà tập trung mọi cố gắng để làm tròn và làm tốt chức năng thực sự của một nhà nước".

* **Những định hướng lớn của mô thức Việt Nam** (8*)

Qua đề mục "Nền tảng tư tưởng cho kỷ nguyên dân chủ", Tập Hợp Dân Chủ Đa nguyên chủ trương làm lại đất nước theo 12 định hướng lớn sau đây:

1- Lấy tự do làm động lực để phát huy óc sáng tạo và tinh thần cầu tiến.

2- Phát huy lòng yêu nước tự nguyện.

3- Tôn trọng và phát huy xã hội dân sự.

4- Xác định Việt Nam là đất nước xây dựng trên các cộng đồng.

5- Dứt khoát chọn lựa một nền kinh tế thị trường lấy tư doanh làm nền tảng.

6- Tiến tới một nền kinh tế công nghiệp và dịch vụ.

7- Đẩy mạnh sự phát triển của thị trường nội địa.

8- Không ngừng cảnh giác củng cố liên đới xã hội.

9- Theo đuổi một "chủ nghĩa nước nhỏ".

10- Thực hiện một chính sách đối ngoại hòa bình và hợp tác song song với một chính sách láng giềng tốt.

11- Thực hành một chính sách kiểm soát dân số văn minh.

12- Xây dựng một hạnh phúc quốc gia phẩm chất ngay trong cố gắng"..

*** Thể chế và hiến pháp cho cộng hòa Việt Nam** (9*)

"Việc chọn lựa một chế độ chính trị không thể là một chọn lựa thuần túy lý thuyết càng không thể là sự sao chép một khuôn mẫu sẵn có đã thành công tại một quốc gia khác, dù chúng ta trân trọng tới đâu, kinh nghiệm của các dân tộc trong cuộc hành trình tới dân chủ và phồn vinh.

Chúng ta chọn lựa một chế độ chính trị, đồng thời một hiến pháp, đáp ứng những nhu cầu cơ bản của đất nước:

+ Xây dựng dân chủ một cách thành thực và không thể đảo ngược để gia nhập một cách quả quyết vào thế giới dân chủ.

+ Thực hiện hòa giải và hòa hợp dân tộc thực sự dứt khoát để động viên mọi khối óc, mọi tấm lòng và mọi bàn tay cho cố gắng vươn lên và xây dựng một tương lai Việt Nam chung.

+ Phát triển đất nước theo mô hình kinh tế thị trường lấy tự do và sáng tạo làm động cơ.

+ Tản quyền để cho phép các vùng khai thác tối đa những ưu thế đặc biệt của mình trong một nước Việt Nam thống nhất, đồng thời giảm thiểu chênh lệch giữa các vùng.

+ Phát huy xã hội dân sự và thỏa mãn những khát vọng của các cộng đồng sắc tộc cũng như tôn giáo.

+ Thực hiện thống nhất đất nước thực sự, nghĩa là trong đồng thuận dân tộc."

- Chế độ chính trị:

"Dưới ánh sáng của những yêu cầu cơ bản nói trên, chúng ta

chọn một chế độ chính trị dân chủ đại nghị và tản quyền. Chúng ta chọn chế độ đại nghị vì sự giản dị và tính dân chủ cao của nó".

- Tổ Chức Chính Quyền:

"Một thể chế tản quyền đưa đến sự hiện hữu tất nhiên của hai nghị viện ở cấp trung ương. Thượng nghị viện đại diện cho các vùng trong khi quốc hội đại diện cho quần chúng… Ở mỗi vùng chỉ cần một nghị viên giữ vai trò của quốc hội ở cấp địa phương. Thượng nghị viện chỉ có ở cấp trung ương. Mỗi vùng có một số thượng nghị sĩ bằng nhau do cử tri toàn vùng trực tiếp bầu ra, cộng đồng người Việt hải ngoại cũng sẽ được đại diện. Thượng nghị viên có vai trò bảo đảm sự thống nhất và hòa hợp quốc gia qua các vùng, đề nghị các dự luật, phúc thẩm nếu cần, các đạo luật do quốc hội biểu quyết, khuyến cáo và đề nghị với chính phủ về các chính sách và về việc bổ nhiệm nhân sự cấp cao. Thượng nghị viện có quyền đòi các viên chức chính quyền ra điều trần."

- Các chính đảng, một thành tố nền tảng của quốc gia:

"Trong một thể chế như vậy sẽ có thể có rất nhiều chính đảng, nhưng do thể thức bầu cử- đại đa số dân biểu được bầu theo thể thức đơn danh một vòng- ở cấp trung ương sẽ chỉ có vài đảng lớn. Ở mỗi địa phương sẽ chỉ có một số đảng địa phương giới hạn bên cạnh các đảng có tầm vóc quốc gia.

Một chế độ dân chủ đích thực đều phải trân trọng sinh hoạt chính đảng. Không thể có sinh hoạt chính đảng nghiêm túc, nếu không có chính đảng. Trong hoàn cảnh nước ta sau bao năm dài dưới các chế độ độc tài trong đó mọi sinh hoạt chính trị bị đàn áp, các chính đảng không những cần thiết mà còn cần được khai sinh, khuyến khích và nuôi dưỡng. Các chính đảng là yếu tố không thể thiếu cho đất nước,và vì thế quốc gia không được cấm cản mà còn phải yểm trợ sinh hoạt chính đảng..."

- Hiến pháp Cộng Hòa Việt Nam. (10*)

"Hiến pháp Cộng Hòa Việt Nam chính thức hóa thể chế chính trị trên đây đồng thời thể hiện quyết tâm xây dựng dân chủ theo mô hình xã hội chứa đựng trong tư tưởng nền tảng và các định hướng lớn.

Ngay trong lời mở đầu, Cộng Hòa Việt Nam sẽ long trọng tuyên bố coi Tuyên Ngôn Nhân Quyền phổ cập của Liên Hiệp Quốc và các Công Ước đi kèm như là thành phần khắng khít của Hiến Pháp lấy hòa giải và hòa hợp dân tộc làm tinh thần chủ đạo của mọi chính sách.

Ngay trong chương đầu sẽ có những điều khẳng định trong nước Việt Nam không thể có những ý kiến cấm nêu ra và cũng không thể có những đề tài cấm bàn đến, nhân dân và nhà nước Việt Nam lên án nội chiến và mọi ý đồ sử dụng bạo lực để đạt mục tiêu hay giải quyết những mâu thuẫn, nhà nước Việt Nam không tán thành và bãi bỏ án tử hình..."

*** Đấu tranh thiết lập dân chủ đa nguyên**: (11*)

- Bốn điều kiện cần và đủ của cuộc cách mạng dân tộc:

"Lịch sử các cuộc vận động chính trị lớn tại các quốc gia qua các thời đại cho thấy có bốn điều kiện vừa cần vừa đủ để một cuộc cách mạng- hiểu theo nghĩa tích cực của một sự thay đổi toàn diện của một chế độ lẫn định hướng quốc gia- thành công:

Điều kiện thứ nhất là mọi người trong nước đồng ý rằng chế độ hiện hữu là tệ hại và phải thay đổi.

Điều kiện thứ hai là đảng hay giai cấp cầm quyền vì mất đồng thuận trên lý tưởng chung, hay vì bị ung thối, đã chia rẽ, phân hóa và đã mất bản năng tự tồn của một tập thể.

Điều kiện thứ ba là đại đa số quần chúng đạt tới đồng thuận về một chế độ mới và những mục tiêu quốc gia mới.

Điều kiện thứ tư là có một tập hợp chính trị xuất hiện phù hợp với nguyện ước của toàn dân làm điểm hội tụ cho những khát vọng đổi mới.

Dĩ nhiên không bao giờ có điều kiện nào được thực hiện 100% cả, nhưng tới một mức độ chín muồi nào đó ta có thể coi một điều kiện là đã đạt được.

Nhìn vào bối cảnh hiện tại của đất nước chúng ta có thể khẳng định là hai điều kiện đầu đã có. Điều kiện thứ ba cũng đã gần đạt được.

Như vậy việc còn lại phải làm là hoàn tất điều kiện thứ ba, nghĩa là đạt tới đồng thuận trên một dự án chính trị làm tụ điểm cho khát vọng dân chủ cũng là đoạn đường cam go nhất. Lý do là vì chúng ta gặp phải một liên minh gắn bó giữa một bên là chính sách đàn áp thô bạo của một đảng cầm quyền cực kỳ lỳ lợm và bên khác là sự thụ động của một dân tộc đã rã hàng sau quá nhiều thất vọng và thương tổn, một sự thụ động được khuyến khích bởi sự thiếu vắng một kết hợp dân chủ có tầm vóc.

- *Năm giai đoạn của cuộc vận động dân chủ.*

Nhằm xây dựng một Tập hợp dân chủ có tầm vóc, Tập Hợp quan niệm phải trải qua 5 giai đoạn:

1- Xây dựng một cơ sở tư tưởng.

2- Xây dựng một đội ngũ cán bộ có tầm vóc.

3- Xậy dựng và kiểm điểm phương tiện.

4- Xây dựng cơ sở quần chúng.

5- Tiến công giành chính quyền.

- *Nội dung của cuộc vận động dân chủ*:

"Từ những phân tích trên, cố gắng đấu tranh để chấm dứt chế độ độc tài và xây dựng dân chủ, Tập Hợp Dân Chủ Đa Nguyên sẽ tập trung vào những công tác trọng điểm sau đây:

1- Thức tỉnh quần chúng về sự cần thiết cho một giải pháp chung cho cả dân tộc.

2- Giành thắng lợi dứt khoát về mặt tư tưởng lý luận.

3- Hình thành một mặt trận dân chủ và đấu tranh bầu cử tự do.

Cuộc đấu tranh chấm dứt chế độ độc tài và thiết lập dân chủ bắt buộc phải có lãnh đạo thống nhất để có thể tranh thủ hậu thuẫn của thế giới đem lại lòng tin vào thắng lợi và động viên quần chúng.

Không một người dân chủ nào không nhận thức được sự cần thiết của một mặt trận dân chủ- hay một liên minh dân chủ - có tầm vóc.

Sự kết hợp trong một mặt trận dân chủ này phải vượt lên trên mọi ngăn cách do quá khứ để lại, trong tinh thần hòa giải dân tộc thành thực và trọn vẹn, hoàn toàn hướng về tương lai. Sức mạnh của kết hợp này chủ yếu dựa trên sự đồng thuận về mục đích và phương pháp đấu tranh, cùng với sự tin tưởng lẫn nhau. Kết hợp này phải mở cửa cho mọi cá nhân và đoàn thể thuộc mọi xuất xứ miễn là thành thực chia sẻ lý tưởng dân chủ đa nguyên, thành thực tán thành tinh thần hòa giải và hòa hợp dân tộc và quả quyết từ khước bạo lực. Mọi bất đồng quan điểm khác đều có thể thỏa hiệp.

"Để có hiệu năng, như mọi liên minh chính trị, mặt trận dân chủ sẽ cần một tổ chức thành viên làm đầu tầu, để bảo đảm sự ổn vững. Với nhận định đó, Tập Hợp Dân Chủ Đa Nguyên, một mặt sẽ nỗ lực phát triển chính mình để có thể đảm nhiệm vai trò đầu tầu nhưng mặt khác, sẽ sẵn sàng nhường vai trò lãnh đạo cho cho một tổ chức khác có ưu thế hơn hoặc bằng mình".

Hình thức chiến thuật và lãnh đạo sẽ uyển chuyển theo tình huống. Khi chính quyền cộng sản đã nhượng bộ, và chấp nhận luật chơi dân chủ, cuộc vận động sẽ công khai và cơ quan lãnh đạo mặt trận sẽ đặt ở trong nước. Chừng nào chính quyền cộng sản vẫn còn ngoan cố tiếp tục chính sách đàn áp hoạt động trong nước sẽ kín đáo và cơ quan lãnh đạo sẽ đặt tại hải ngoại.

Sứ mạng của mặt trận dân chủ là đấu tranh đòi dân chủ và bầu cử tự do. Cuộc bầu cử này sẽ không thể do chính quyền cộng sản quyết định một mình và tổ chức một mình bầu định chế nào, và bầu vào lúc nào, bầu như thế nào, những ai được quyền đi bầu và những ai được quyền ứng cử là những quyết định trên đó đối lập dân chủ Việt Nam phải có tiếng nói. Bầu cử tự do chỉ có thể diễn ra khi mọi quyền tự do chính trị cơ bản đã được chính thức và long trọng xác nhận và các luật lệ mâu thuẫn với các quyền tự do chính trị đã được bãi bỏ.

Bầu cử tự do cũng phải được tổ chức bởi một chính quyền hội đủ điều kiện để được nhìn nhận là có khả năng đảm bảo cho bầu cử được công bằng và lương thiện. Chính quyền này sẽ hoan nghênh sự hiện diện không giới hạn của những quan sát viên quốc tế vô tư trong những cuộc bầu cử tự do.

Như tất cả mọi cuộc vận động chính trị, cuộc đấu tranh này sẽ đòi hỏi nhiều thỏa hiệp. Đấu tranh bất bạo động có nghĩa là chấp nhận đi đến thắng lợi sau cùng qua các thỏa hiệp giai đoạn. Tập hợp sẽ chấp nhận những thỏa hiệp giai đoạn, nhưng sẽ không sợ đánh mất chính mình vì đã có tư tưởng nền tảng và những định hướng lớn làm kim chỉ nam. Tập hợp sẽ chấp nhận những thỏa hiệp giai đoạn có tác dụng rút ngắn lộ trình dân chủ nhưng sẽ không nhân nhượng trên ba lập trường căn bản: Lý tưởng dân chủ đa nguyên, tinh thần hòa giải hòa hợp dân tộc,và phương thức đấu tranh bất bạo động.

* **Chuyển tiếp thành công về dân chủ**: (12*)

Bài toán chuyển tiếp:

Sau khi chế độ độc tài đảng trị chấm dứt chúng ta sẽ trải qua một giai đoạn chuyển tiếp cực kỳ khó khăn. Trong khoảng thời gian chừng năm năm (?) nước ta sẽ phải làm những cố gắng rất phi thường để vượt qua những thử thách vô cùng cam go trước khi có thể trở thành một quốc gia bình thường và hội nhập thực sự vào cộng đồng quốc tế.

Nhằm giải quyết bài toán chuyển tiếp cực kỳ khó khăn kể trên, Tập Hợp tiên liệu và dự trù một loạt những biện pháp sau:

1- Những biện pháp Chính trị.

2- Những biện pháp Văn hóa Xã hội.

3- Những biện pháp kinh tế.

4- Những nguồn tài chánh của cố gắng phục hưng...

5- Chuyển tiếp về dân chủ sẽ thành công, đất nước sẽ vươn lên..."

*** Chung một giấc mơ Việt Nam**

Bài học lớn nhất của lịch sử thế giới là một dân tộc muốn vươn lên chỉ cần ba yếu tố: Một xã hội tự do, những con người cần mẫn và đồng thuận dân tộc. Chúng ta là một dân tộc cần mẫn đã có đồng thuận dân tộc và sắp có tự do. Chúng ta sẽ vươn lên. Chúng ta có quyền lạc quan trong cuộc hành trình về tương lai...

Chúng ta hãy nắm tay nhau cùng cất cao một lời nguyền:

Nước Việt Nam sẽ là một nước lớn.

Là người Việt Nam cho tới nay đã là một điều bất hạnh, thì làm người Việt Nam trong một tương lai gần sẽ là một niềm vui,một may mắn,và là một nguồn hãnh diện. Thế giới đã biết Việt Nam như là nạn nhân của hận thù và chia rẽ, của độc quyền lẽ phải, thì thế giới sẽ biết đến Việt Nam sau này như là vùng đất của sự bao dung, như là một mẫu mực thành công của tình anh em tìm lại, của sự hồi sinh từ điêu tàn và đổ nát.

Đó là lý tưởng của thời đại chúng ta. Đó là di sản mà chúng ta sẽ để lại cho thế hệ mai sau. Đó là giấc mơ Việt Nam mà các chí hữu của Tập Hợp Dân Chủ Đa Nguyên cùng theo đuổi và muốn chia sẻ với mọi người Việt Nam trong cũng như ngoài nước hôm nay và ngày mai."

IV- NHẬN ĐỊNH NHỮNG ƯU VÀ KHUYẾT ĐIỂM CỦA DỰ ÁN CHÍNH TRỊ DÂN CHỦ ĐA NGUYÊN:

Trong tinh thần khách quan tìm hiểu và nhận định, người viết xin nêu lên những ưu và khuyết điểm của Dự Án Chính Trị Dân Chủ Đa Nguyên:

A/ Những ưu điểm:

1- *Thể chế Dân Chủ Đa Nguyên là một công trình sáng tạo mới tiên tiến của thời đại*

Bàn về tiến trình hình thành chế độ dân chủ, người ta thường nhắc tới 3 hình thức dân chủ chính sau đây: Dân chủ Trực tiếp (DCTT-Direct Democracy)- Dân chủ Đại diện (DCĐD- representative Democracy)- và Dân chủ Hiến định (DCHĐ- Consitutional Democracy)

1/ Dân chủ Trực tiếp (DCTT): mọi công dân đều có thể trực tiếp tham gia vào tiến trình quyết định các chính sách qua việc bầu phiếu hay trưng cầu dân ý, nguyên tắc đa số tương đối được áp dụng. Hình thức này được áp dụng trong các cổ thị-quốc (city-state) Hy Lạp và La Mã nhưng nay khó có thể áp dụng trong những quốc gia lớn.

2/ Dân chủ Đại diện (DCĐD) là người dân có quyền tham chính bằng cách bầu lên đại biểu quốc hội để thay mặt họ mà quyết định về quốc sự. Hai khó khăn chính của hình thức này là (1) làm sao để công thức bầu cử và cấu trúc chính trị phản ánh được nguyện vọng của dân và (2) không để cho ý nguyện của đa số triệt tiêu được quyền lợi của thiểu số. Để đạt được hai tiêu chí vừa nói và để tránh tình trạng đa số dùng quyền lực chính trị để đàn áp thiểu số các nền DCĐB dần dà dùng hiến pháp để bảo đảm các quyền tự do nói chung của con người (dù là thiểu số hay đa số) nên phát sinh hình thứcDân chủ Hiến định..

3/ Dân chủ Hiến định: dùng Hiến pháp để một mặt công nhận

quyền lực của đa số và mặt khác bảo vệ quyền lợi của thiểu số. Để tránh nạn lạm quyền, DCHĐ đưa ra nguyên tắc "Tam quyền phân lập" (theo chủ trương của Triết gia Montesquieu) vào trong Hiến pháp- tức là 3 cấu trúc quyền lực chính là Hành pháp (Chính phủ). Lập pháp (Quốc hội) và Tư pháp (Tòa án) phải độc lập với nhau. Vì các quyền công dân và nguyên tắc "Tam quyền phân lập" đã được đưa vào hiến pháp, không một chính phủ nào có thể tùy tiện thay đổi chúng để thao túng chính trường. Từ cuối thế kỷ 18 đến này, DCHĐ đã trở thành hình thức dân chủ phổ biến nhất thế giới. (13*)

Ngày nay Dự án chính trị lại đưa ra một hình thức dân chủ mới là **Dân Chủ Đa Nguyên**. Vậy Dân Chủ Đa Nguyên khác với Dân Chủ Hiến định như thế nào?

Để trả lời câu hỏi và cũng là vấn nạn trên đây, Tập Hợp Dân Chủ Đa Nguyên (THDCĐN) đưa ra lời giải đáp": Nhiều người nói nền dân chủ kiểu phương tây mà hầu hết các dân tộc trên thế giới đã chấp nhận là đúng tự nhiên đã có đa nguyên. Điều này có phần đúng nhưng cụm từ "Dân chủ đa nguyên" (14*) có ý nghĩa đặc biệt quan trọng của nó, nhất là đối với người Việt Nam trong giai đoạn hiện tại. *Nó nói lên một tinh thần, một thái độ và một lý tưởng. Tinh thần đó là tinh thần bao dung và khoan nhượng, tôn trọng mọi người và mọi ý kiến. Thái* độ đó là thái độ bác bỏ thẳng thắn mọi hình thức độc tài chuyên chính, kể cả và nhất là thứ "dân chủ bịp bợp" mà mệnh danh là "dân chủ tập trung" hay dân chủ xã hội chủ *nghĩa" dành địa vị độc tôn cho một chủ nghĩa và một tập đoàn lãnh đạo. Lý tưởng đó là xây dựng đất nước Việt Nam có chỗ đứng xứng đáng và ngang nhau như tất cả mọi người".*

Đa đảng chưa phải là đa nguyên, nếu mọi khuynh hướng không được nhìn nhận nột chỗ đứng ngang nhau... Dân chủ đa nguyên là một hệ thống chính trị mới,với những đặc tính bắt buộc của nó. Ta có thể nhấn mạnh năm đặc tính: (15*)

Một là: dân chủ đa nguyên nhìn nhận và tôn trọng chỗ đứng và tiếng nói ngang nhau cho mọi người, thuộc mọi thành phần xã hội, mọi sắc tộc, mọi tín ngưỡng và mọi khuynh hướng chính trị. Dân chủ đa nguyên lên án mọi phân biệt đối xử, nó chống đối quyết liệt chế độ độc đảng...

Hai là: Nguyên tắc phân quyền phải có trong một nền dân chủ xứng đáng với tên gọi của nó, dân chủ đa nguyên đòi hỏi tản quyền để tôn trọng sư khác biệt giữa các địa phương. Một chính quyền dù xuất phát từ bầu cử tự do đi nữa cũng không phải là dân chủ đa nguyên nếu phần lớn quyền hành tập trung trong tay chính quyền trung ương. Trong một thể chế dân chủ đa nguyên các chính quyền địa phương do nhân dân địa phương bầu ra, phải có những quyền luật định rộng rãi, để tổ chức cuộc sống phù hợp với bối cảnh riêng của mỗi vùng. Mỗi vùng phải có diện tích và dân số ở mức độ thỏa đáng để có thể là những thực thể đủ tầm vóc để tự quản được và phát triển được. Như thế một số những nguyên nhân xung đột sẽ tự nhiên được giải tỏa. Các sắc tộc ít người sẽ được tiếng nói đáng kể tại các địa phương mà họ tập trung đông đảo. Các chính đảng không có được đa số trong các cuộc bầu cử toàn quốc vẫn có thể nắm được chính quyền tại những địa phương mà họ được tín nhiệm....

Ba là: Dân chủ đa nguyên đặt nền tảng trên xã hội dân sự. Bên cạnh các chính đảng, các cộng đồng sắc tộc, địa phương và tôn giáo, các hiệp hội công dân tổ chức theo ngành nghề, quyền lợi nhân sinh quan, sở nguyện ưu tư v.v. được hoạt động độc lập với chính quyền, được nhìn nhận một chỗ đứng trọng yếu, được có tiếng nói và ảnh hưởng trong sinh hoạt cũng như trong sự tiến hóa của xã hội....

Bốn là: dân chủ đa nguyên kính trọng các thiểu số và luôn luôn mưu tìm thỏa hiệp. Trong một thể chế dân chủ đa nguyên, nguyên tắc thiểu cố phục tùng đa số, không được sử dụng một cách tự động và máy móc, mà chỉ được dùng tới sau khi đã tận dụng mọi cố gắng để tìm đồng thuận. Dân chủ đa nguyên chống lại mọi hình thức chuyên chính, kể cả chuyên chính của đa số. Bình thường trong một thể chế dân chủ, sự chính đáng của một chính quyền dựa trên kết quả của cuộc bầu cử cuối cùng, nhưng trong dân chủ đa nguyên sự chính đáng của một chính quyền, còn nằm cả trong sự thành khẩn tìm đồng thuận trong mọi quyết định quan trọng.

Năm là: dân chủ đa nguyên trong bản chất của nó tôn trọng mọi thành phần dân tộc, không chấp nhận hy sinh một thành phần nào và không thể cho phép một thành phần này bóc lột và trà đạp một thành phần khác. Vì thế dân chủ đa nguyên coi rất trọng liên đới xã hội và không thể đi đôi với cái thường được gọi là "tư bản rừng rú". Liên đới xã hội cũng là điều kiện phải có, để nuôi dưỡng và tăng cường tinh thần quốc gia bởi vì giữa những người có mức sống, nếp sống quan tâm và địa vị xã hội quá khác biệt, tình đồng bào cùng lắm chỉ là lý thuyết.

Công bằng xã hội tuyệt đối theo nghĩa xóa bỏ mọi chênh lệch cào bằng, chia đều là điều không thể và cũng không nên có. Điều có thể có và phải có là một chính sách liên đới xã hội bảo đảm cho mọi người sự bình đẳng trước pháp luật và khả năng thành công đồng đều, đồng thời nâng đỡ những người yếu kém hoặc thiếu may mắn....

Riêng luật sư Nguyễn Văn Chức, trong bài phê bình Ông Nguyễn Gia Kiểng đã viết: "*Nhóm Nguyễn Gia Kiểng chủ trương dân chủ đa nguyên, coi đó như là đòi hỏi và điều kiện bức thiết cho một chế độ chính trị mới tại Việt Nam*".

Đây là một nhận xét ***sai lầm*** *vì* Dân chủ, tự nó đã đa nguyên rồi.

"Rất tiếc, nhóm Nguyễn Gia Kiểng không hiểu được điều sơ đẳng đó. Họ lẫn lộn thực chất với mức độ, lẫn lộn thực tiễn với triển vọng, lẫn lộn điều kiện với tiến trình" (16*)

Theo nhận định của người viết thì lời phê bình trên của luật sư Nguyễn Văn Chức cũng chỉ đúng một phần thôi vì Dân chủ trong "thực chất" là đa nguyên, (Ý kiến này là chính xác) song trong trường hợp"mức độ" lớn, và theo nhu cầu tiến hóa của thời đại vẫn đòi hỏi một hình thức Dân chủ mới, không nhất thiết phải bảo thủ một hình thức dân chủ cố định nào. Nhất là hình thức hay thể chế Dân Chủ Đa Nguyên không hề mâu thuẫn với nội dung Dân Chủ Hiến Định phổ quát thông thường chỉ có sự đổi mới để ơn ích cho con người hơn, -Bình đẳng hơn, thích hợp hơn-, tốt hơn và toàn vẹn hơn mà thôi. Vậy không có lý do gì để chúng ta phủ nhận Dân Chủ Đa Nguyên. Phải thế không?

2- *Hòa Hợp Hòa Giải Dân Tộc* là phương án tốt để hóa giải những hận thù hàn gắn vết thương chiến tranh, xây dựng tình thương, dựng lại tình người, kết sinh dân tộc theo đường lối "Chí nhân đại ng*hĩa" của truyền thống Việt.*

Về chủ trương "Hòa giải hòa hợp" thì có người lập luận rằng: Muốn hòa giải hòa hợp thì phải biết chúng ta hòa giải hòa hợp với ai? hay đối tượng nào? và tại sao phải hòa giải hòa hợp? Nếu đối tượng nhắm tới là CSVN thì quả tình giữa người cộng sản (phe cộng sản) và người Quốc gia (phe Quốc gia) có những khác biệt, từ bản chất và mâu thuẫn lớn như nước với lửa rất cần có nhu cầu hòa giải (phải hòa giải trước rồi tiến tới hòa hợp sau). Nhưng bế tắc và đau khổ ở chỗ, người cộng sản hay Đảng CS không bao giờ thực tâm muốn hòa giải hòa hợp với phe Quốc gia cả! Chính CSVN đưa ra cụm từ "Hòa giải hòa hợp" ghi trong hiệp nghị Paris 1973, nhưng CSVN chỉ xem đó là "chiêu bài" để tuyên truyền hay đánh lừa Phe Quốc gia hay đánh lừa Mỹ mà thôi. CSVN có bao giờ muốn hòa giải hòa hợp với ai đâu? Và về phía người Quốc gia chúng ta cũng hiểu rõ chân lý là "Chế độ CS chỉ có thể thay thế chứ không thể nào sửa chữa được", vậy thời đặt vấn đề "Hòa giải hòa hợp với CS": một là ngây thơ ảo tưởng, hai là làm một việc cực kỳ phi lý nếu không muốn nói là "ngu xuẩn"!

Vậy chỉ còn lại vấn đề "***Hòa giải hòa hợp dân tộc***" thì vấn đề đặt ra là: Sau khi chế độ độc tài toàn trị cộng sản đã chấm dứt, đã cáo chung thì mọi mâu thuẫn lớn giữa phe quốc gia và phe cộng sản không còn nữa, và thực thể dân tộc (bao gồm tất cả mọi người dân trên đất nước Việt Nam đâu có gì gọi là mâu thuẫn lớn? chỉ có những "khác biệt nhỏ kiểu 9 người mười ý" thì chỉ cần hòa đồng tôn giáo, hòa đồng dân tộc là đủ rồi, Vấn đề "Hòa giải hòa hợp" không cần đặt ra nữa. Hãy xem hai miền Đông Đức và Tây Đức" trước kia cũng mâu thuẫn ý thức hệ như Việt Nam chúng ta. Vậy mà khi bức tường ngăn cách Đông và Tây Bá Linh sụp đổ, hai miền Đông và Tây Đức thống nhất, họ bắt tay nhau kiến thiết lại đất nước. Họ có cần lập ra "Ủy ban" hay một "Bộ Hòa Giải hòa hợp" gì nữa đâu? Làm công việc này chỉ là "Vẽ rắn thêm chân"! rách việc!!!

Mới nghe lập luận trên không phải là không có lý! Nhưng chúng ta cần bình tĩnh để đi sâu hơn: Chúng ta có thể dễ dàng đồng ý với nhau rằng khi chế độ độc tài toàn trị cộng sản không còn nữa, thì đất nước cũng không còn những mâu thuẫn lớn, nhưng vẫn còn những hệ lụy của chiến tranh nào thiệt hại về nhà cửa, tài chánh nhân mạng, phẩm giá và danh dự, nào thù hận, oán hờn chồng chất, do từ cuộc nội chiến triền miên gần một thế kỷ qua... không dễ gì mà hóa giải trong một thời gian ngắn! Hơn thế nữa, ngay cả khi đất nước đã hòa bình thực sự rồi, vẫn còn những khác biệt, dị biệt, những mâu thuẫn tuy không lớn, nhưng là "bình bình hoặc nhỏ" giữa các tôn giáo, giữa các sắc tộc, giữa các vùng miền địa phương... tuy chưa thể hiện thành lời nói hay hành động kỳ thị nhưng trong tâm lý vẫn có sự khinh ghét, bất hòa... Do đó nhu cầu "Hòa giải hòa hợp dân tộc", không bao giờ thừa mà trái lại rất cần thiết để thắt giải đồng tâm "Đại đoàn kết dân tộc" để cùng kiến quốc và hưng quốc.... mở trang sử mới cho dân tộc.

3- *Chấp nhận và thể hiện quả quyết những giá trị tiến bộ*:

"Các nước Tây Phương sở dĩ phát triển mạnh mẽ và vượt hẳn phần còn lại của thế giới là vì xã hội của họ đặt nền tảng trên những giá trị cơ bản đúng. Những giá trị đó là: hòa bình, tự do, dân chủ, bình đẳng, nhân quyền, nhà nước pháp trị, đối thoại hợp tác, lợi nhuận, môi trường và liên đới...". Noi gương các nước Tây Phương, dự án chính trị chấp nhận và quyết tâm thực hiện các giá trị trên đây để "hiện đại hóa đất nước", đưa đất nước đến giàu mạnh và vinh quang. Đây là điểm son thứ 3 của Tập Hợp Dân Chủ Đa Nguyên (THDCĐN).

4-*Những định hướng lớn của mô thức Việt Nam.*

Trong dự án đã đưa ra 12 định hướng lớn để làm kim chỉ nam hướng dẫn cuộc cách mạng làm lại đất nước, sau những tàn phá của chế độ cộng sản. Người viết tuy chưa đồng ý với một hay hai trong toàn bộ 12 định hướng lớn mà dự án đã nêu lên, song trên tổng quát, phải công nhận rằng quí thành viên trong THDCĐN là những nhà trí thức có tầm nhìn thời đại, đã dày công nghiên cứu thảo luận và đúc kết thành những định hướng lớn cho công cuộc phục hưng đất nước sau hậu kỳ cộng sản. Đây là tập tài liệu rất quí giá mà các nhà làm cách mạng, chính trị, các đảng phái hội đoàn đấu tranh nhất là cả quốc hội cũng như tân chính phủ tương lai phải tham khảo, nghiên cứu để hiện thực trên đất nước quê hương chúng ta trong vận hội mới đang tới và chắc chắn phải tới với Dân tộc Việt Nam.

5- *Chế độ tương lai là Chế độ Đại nghị*

Theo "Dự án" quan niệm: "Trừ trường hợp Hoa Kỳ, (có truyền thống lưỡng đảng) tất cả mọi chế độ tổng thống trên thế giới đều thất bại (17*), hoặc dẫn tới một chế độ độc tài cá nhân, như trường hợp của hầu hết các quốc gia theo chế độ này, hoặc dẫn tới một xung đột bế tắc giữa hành pháp và tư pháp. Chính sự thất bại của chế độ tổng thống đã đưa đến sự xuất hiện của các chế độ "bán tổng thống". Tuy nhiên chế độ "bán tổng thống" là một chế độ rất phức tạp, bản chất và nội dung chế độ có thể thay đổi tùy theo những yếu tố tình cờ: tổng thống và thủ tướng cùng đảng hay khác đảng, nhiệm kỳ của tổng thống và quốc hội ngắn dài bằng nhau hay khác nhau, tổng thống hay quốc hội mới được bầu gần đây v.v... Do trên, chúng ta chọn chế độ Đại nghị vì sự giản dị và tinh thần dân chủ cao của nó.

6- *Kế hoạch chuyển tiếp từ "chế độ độc tài toàn trị cộng sản" sang "chế độ Dân Chủ Đa Nguyên"*

Dự án tỏ ra khá chu đáo đã có kế hoạch chuẩn bị cho giai đoạn chuyển tiếp từ chế độ "độc tài toàn trị cộng sản" sang "Chế độ Dân chủ Đa nguyên" bằng 6 phương án:

1- Bài toán chuyển Tiếp.

2- Những biện pháp Chính trị.

3- Những biện pháp Văn hóa Xã hội.

4- Những biện pháp Kinh tế.

5- Những nguồn tài chánh của cố gắng phục hưng.

6- Chuyển tiếp về dân chủ sẽ thành công , đất nước sẽ vươn lên. (18*)

7- *Dự án là công trình* sáng tác của cả tập thể "Tập Hợp Dân Chủ Đa Nguyên"

Chúng ta được biết Khai Sáng Kỷ Nguyên Thứ Hai (Dự Án Chính Trị Dân Chủ Đa Nguyên) không phải là sáng tác của một cá nhân nào mà là công trình tim óc của cả tập thể "Tập Hợp Dân Chủ Đa Nguyên". Dự án đã qua 5 lần sửa chữa và bổ sung kể cả viết lại. Cho tới Văn Bản bổ sung sửa chữa lần thứ 5 vào năm 2015, không biết sang năm 2019 dự án có cần sửa chữa và bổ sung cho hoàn thiện hơn không?

B/ **Những Khuyết Điểm**:

1- *Dự Án chưa đặt vấn đề xây dựng trên nền tảng Dân Tộc.*

Hai khái niệm lớn trong Văn hóa, Chính trị là "khai niệm Quốc Gia" và "khái niệm Dân Tộc". Khái niệm quốc gia gồm 3 yếu tố: Lãnh thổ, Nhân dân và Chính quyền... Khái niệm Dân tộc liên quan đến chủ thể quần chúng Quốc dân (nhân dân) cùng sống trong quốc gia đó, có cùng một lịch sử, văn hóa, phong tục tập quán có cùng danh dự và trách nhiệm. Trong Dự Án có đề cập đến khái niệm Quốc Gia, nhưng chưa đề cập đến khái niệm Dân Tộc và tầm quan trọng của khái niệm này vì "Dân vi bang bổn" (Dân là gốc của nước). Khái niệm dân tộc chúng ta đề cập tại đây không phải là "chủ nghĩa dân tộc" và càng không phải là "chủ nghĩa dân tộc cực đoan" hay thuyết siêu tộc của Gobineau và Chamberlain mà Hitler đã đem ra thực hiện gây nên "Thế chiến Thứ Hai". Khái niệm Dân tộc mà chúng ta đề cập đến tại đây là tinh thần dân tộc chân chính là bản sắc dân tộc kiên cường bất khuất ngàn đời của dân tộc Việt Nam. Hiện nay chúng ta đang sống trong thời đại "Toàn cầu hóa", nên việc gìn giữ và đề cao "Bản Sắc Dân Tộc" càng cấp thiết hơn bao giờ hết.

2- Dự án còn thiếu sách lược đấu tranh, chưa có phương án giải quyết những nan đề chính trị trên thực tế.

Trong đề mục VII "Đấu Tranh thiết lập dân chủ đa nguyên" dự án có nêu ra "Bốn điều kiện cần và đủ của cuộc cách mạng dân chủ". (19*)

Điều kiện thứ nhất là mọi người trong nước đồng ý rằng chế độ hiện hữu là tệ hại và phải thay đổi.

Điều kiện thứ hai là đảng hay giai cấp cầm quyền vì mất đồng thuận trên lý tưởng chung hay vì bị ung thối, đã chia rẽ phân hóa và đã mất bản năng tư tồn của một đoàn thể.

Điều kiện thứ ba là đại đa số quần chúng đạt tới đồng thuận về một chế độ mới và những mục tiêu quốc gia mới.

Điều kiện thứ tư là có một tập hợp chính trị xuất hiện phù hợp với nguyện ước của toàn dân làm điểm hội tụ cho những khát vọng đổi mới.

"Nhìn vào hoàn cảnh hiện tại của đất nước, chúng ta có thể khẳng định là hai điều kiện đầu đã có.... điều kiện thứ ba cũng đã gần đạt được. Như vậy, việc còn lại phải làm là hoàn tất điều kiện thứ ba nghĩa là đạt tới đồng thuận trên một dự án chính trị, và xây dựng điều kiện thứ tư nghĩa là hình thành một kết hợp dân chủ có tầm vóc. Có thể nói chúng ta đã đi được ba phần tư lộ trình dẫn tới dân chủ. Nhưng đoạn đường còn lại xây dựng một tập hợp chính trị làm tụ điểm cho khát vọng dân chủ, cũng là đoạn đường cam go nhất...

Ngoài bốn điều kiện cần và đủ nói trên, dụ án cũng đề ra năm giai đoạn của cuộc vận động dân chủ:

1- xây dựng một cơ sở tư tưởng.

2- Xây dựng một đội ngũ cán bộ nòng cốt.

3- xây dựng và kiểm điểm phương tiện.

4- Xây dựng cơ sở quần chúng.

5- Tấn công giành chính quyền.

Năm giai đoạn phải đi theo thứ tự, nhưng không nhất thiết là giai đoạn trước phải hoàn tất giai đoạn kết tiếp mới bắt đầu. Các giai đoạn gối đầu lên nhau. Tiến trình 5 giai đoạn là một công thức hướng dẫn hành động, nó là điều kiện cần nhưng không phải là điều kiện đủ. Đi sai tiến trình này thì chắc chắn thất bại, nhưng theo đúng tiến trình chưa chắc đã thành công. Sự thành công còn tùy thuộc nhiều yếu tố định lượng: cơ sở tư tưởng được hưởng ứng đến mức độ nào, cán bộ nhiều hay ít, phương tiện dồi dào đến mức độ nào...

Một nhân xét rất quan trọng, là hai giai đoạn đầu xây dựng một cơ sở tư tưởng, và hình thành đội ngũ cán bộ nòng cốt chiếm gần kết thời giờ và công lao của một cuộc cách mạng. Phải vài thập niên mới có nổi một cơ sở, tư tưởng đứng đắn, lành mạnh, được quần chúng chia sẻ và một đội ngũ cán bộ thực sự nòng cốt, nắm vững cơ sở tư tưởng, có bản lĩnh có quyết tâm có kỹ thuật và kỷ luật đấu tranh. Nhưng một khi hai yếu này đã có, tổ chức có thể dựa vào vận hội lịch sử, mà phát triển rất nhanh chóng, và giành được thế chủ động trong vòng vài năm, thâm chí vài tháng."

Về Nội dung của cuộc Vận Động dân chủ THDCĐN đặc biệt tập trung vào 3 công tác trọng điểm sau đây: (21*)

1/ Thức tỉnh quần chúng, về sự cần thiết của một giải pháp chung cho dân tộc.

2/ Giành thắng lợi dứt khoát về mặt tư tưởng và lý luận.

3/ Hình Thành một mặt trận dân chủ và đấu tranh đòi hỏi tự do.

Trên đây là tóm lược những điểm quan trọng- có thể nói là kim chỉ nam- có tính chất chiến lược- của dự án. Nó cho chúng ta biết trong từng giai đoạn, tổ chức THDCĐN nói riêng và Mặt trận Dân Chủ nói chung phải làm gì ? (WHat?) Nhưng cái khó khăn nhất là làm như thế nào? (How?) thì dự án lại lại không nói rõ. Nói khác đi trong dự án có đề ra "Chính Lược" hay "Chiến lược" đấu tranh thiết lập Dân chủ Đa nguyên nhưng đã thiếu hẳn sách lược đấu tranh trong từng giai đoạn. Chỉ cần nêu lên một sự kiện là việc hình thành "Mặt trận dân chủ" để có sức mạnh tổng hợp chấm dứt chế độ độc tài cộng sản... Đây là vấn đề rất phức tạp và khó khăn chứ không dễ dàng như dự án suy luận đâu! Tuy mục đích của các tổ chức cách mạng đều giống nhau, nhưng danh nghĩa mỗi tổ chức một khác, đường lối đấu tranh, sách lược đấu tranh của mỗi đảng phái, liên minh, lực lượng, hay mặt trận một khác.... Tập Hợp thì có "Dự án chính trị". Đảng phái hay Liên Minh... thì có "Tuyên ngôn cương lĩnh"... Lấy tiêu chuẩn nào để nói là Dự án chính trị này là hay nhất, đúng nhất khiến mọi tổ chức phải theo? hay tất cả các tổ chức lấy ý kiến chung rồi viết một Dự án chính trị mới ? hay Một tuyên ngôn cương lĩnh mới?

Lại còn vấn đề gay cấn khác là tổ chức nào có đủ tư cách (nhân sự đông, có đức có tài, có uy tín trùm đời, giầu phương tiện, có thế quốc tế...) để làm đầu tầu lịch sử đây? nếu không phải là Tập Hợp Dân Chủ Đa Nguyên? Còn nếu vì vấn đề tế nhị THDCĐN nhường cho một tổ chức khác có tư thế hơn hay bằng tổ chức THDCĐN (nói theo tài liệu) làm đầu tàu lịch sử, nhưng tổ chức này vì không có dự án chính trị riêng nên chấp nhận dự án của THDCĐN là dự án chung của Mặt Trận Dân Chủ! Trong trường hợp này dư luận báo chí và kẻ xấu sẽ nói rằng: Tuy "tổ chức X" đóng vai trò làm đầu tầu lịch sử, nhưng thực chất vẫn là theo đường lối lãnh đạo của THDCĐN? cho dù thực tâm THDCĐN không có ý "thao túng" tổ chức "Mặt Trận" chăng nữa! Oan ôi ông địa!!!

Nhưng khó khăn "nan giải về bề sâu và trên thực tế" là như vậy đó! Ban tham mưu của Tập Hợp đã có phương án nào để hóa giải những khó khăn này hay chưa? Làm chính trị khó vì không dễ dàng thuyết phục các cá nhân, các tổ chức bạn bằng lý trí, bằng lý luận, vì đây là vấn đề tâm lý! ẩn sau là ảnh hưởng danh lợi và quyền lực. Tổ chức nào cũng muốn bành trướng thế lực của tổ chức mình. Tất cả đều muốn chiếm thế thượng phong... và nhẹ nhất là giữ gìn tư cách danh dự, sĩ diện của tổ chức mình? (Có tổ chức đảng phái chính trị nào mà dẹp bỏ tuyên ngôn cương lĩnh của tổ chức mình mà lấy Dự án Chính trị của một tổ chức bạn làm kim chỉ nam cho cả Liên Minh hay Mặt Trận bao giờ đâu? Các tổ chức này dù có truyền thống lâu đời hay mới thành lập tại Hải Ngoại- Họ đều có tư thế, danh dự, sĩ diện của tổ chức họ chứ?!?) Có người đã nói "sự kết hợp hai tổ chức chính trị có tầm vóc còn khó khăn hơn nhiều sự ráp nối phi thuyền trên không gian! không phải là lời nói ngoa!!!

Ngoài ra còn một lập luận khác rất quan trọng, rất đáng quan tâm nêu lên là: Việc đặt tên nước, (Việt nam Cộng Hòa hay Cộng Hòa Việt Nam) việc chọn lựa chế độ Tổng Thống chế hay Đại Nghị chế) nhất là việc chọn lựa hình thức "Dân Chủ tam quyền phân lập" (theo quan niệm phổ quát trên thế giới) hay hình thức Dân Chủ Đa Nguyên là việc làm của Quốc hội tương lai, thậm chí phải tổ chức trưng cầu dân ý chứ không thể đơn phương một tổ chức nào quyết định được- dù là Tập Hợp Dân Chủ Đa Nguyên hay Mặt Trận Dân Chủ. Hơn nữa bây giờ, chúng ta chưa lấy lại nước, chưa chấm dứt được chế độ độc tài toàn trị cộng sản- nên chưa bàn các vấn đề này vội- xin đề nghị gác lại... Việc làm trước mắt bây giờ là làm sao tổ chức hình thành Mặt Trận Dân Chủ có tầm vóc để áp lực tối đa lên chế độ cộng sản. Đây mới là vấn đề chính mà đại hội cần thảo luận. Muốn thiết lập tổ chức Mặt Trận Dân Chủ có tầm vóc, chúng ta chỉ cần nêu ra một

KẾT ƯỚC CHUNG, chứ chưa cần đến việc thảo luận một dự án chính trị qui mô hay một tuyên ngôn cương lĩnh nào nữa cả, vì mỗi tổ chức đều có dự án hay tuyên ngôn, cương lĩnh của riêng tổ chức mình. Xin đại hội xét lại...

Nếu lập luận này được nêu lên giữa hội trường thì Tập Hợp Dân Chủ Đa Nguyên, Quí vị, Quý Chí hữu và Quí thân hữu nghĩ sao???

3- Dự Án và phương thức lãnh đạo mới:

Có hai phương thưc lãnh đạo trong hai khung cảnh mội trường khác nhau:

A/ Lãnh đạo trong nội bộ một tổ chức:

Nhiều người nghĩ rằng lãnh đạo trong nội bộ một tổ chức thì dễ! Nhưng có lẽ vì dễ nên nhiều người chủ quan, sinh ra bất hòa, rồi từ bất hòa đi đến đổ vỡ! Đa số các tổ chức *không tan rã vì sự đánh phá từ bên ngoài mà tan rã chỉ vì sự chia rẽ phân hóa trong nội bộ tổ chức....* **nguy hiểm là ở điểm này**.

Chúng ta rút kinh nghiệm từ các đảng phái cũ hay các đảng phái truyền thống hình thành trong thời chống thực dân Pháp vì phải tổ chức đảng trong tình trạng "bí mật" (gọi là hội kín) nên thường áp dụng theo "lãnh tụ chế". Vị đứng đầu của Đảng gọi là "Đảng Trưởng" hay lãnh tụ... Nhiều vị đã đóng đúng vai trò lãnh tụ của một đảng và tên tuổi đã đi vào lịch sử... Nhưng sau khi bị thực dân Pháp rồi cộng sản trù dập bách hại và thủ tiêu thì các vị lãnh tụ tiếp theo hoặc không đủ tài đức như các vị lãnh tu tiền bối hoặc đảng bị phân tán phân hóa thành các "hệ phái" nên hình ảnh các vị Lãnh tụ cũng bị lu mờ hay bị các đảng viên phê bình gay gắt hay coi thường coi khinh! Sau biến cố 30-4-1975, các đảng và các hệ phái quốc gia di tản ra hải ngoại, các vị lãnh tụ hoặc già nua, hoặc bất lực trước thời cuộc, các hệ phái càng thêm phân hóa không thống nhất lại đảng được nên hình ảnh các vị lãnh tụ càng thêm "rẻ giá" hay ít ra không được kính trọng như trước kia... và đôi khi còn là vật cản đường tiến lên của thế hệ trẻ trong đảng! Rồi môi trường tự do dân chủ có thừa tại hải ngoại, việc các hội đoàn bạn mọc lên như nấm!

Để thích hợp với hoàn cảnh mới, nên các đảng phái có truyền thống, các vị lãnh tụ già tự nguyện rút lui để nhường cho những đảng viên trung niên hay đảng viên trẻ thay mình lãnh đạo Đảng và khuynh hướng nổi bật là "*Chấm dứt lãnh tụ chế*". Các đảng phái hay các hội đoàn lớn tại Hoa kỳ, Úc châu, Âu châu không bầu ra một lãnh tụ duy nhất mà bầu ra Chủ Tịch Hội Đồng Lãnh Đạo (hay Hội Đồng Đại Diện, Hội Đồng Đại Biểu), Chủ Tịch Hội Đồng Chấp Hành, (hay Điều Hành, Điều Hợp) và Chủ Tịch Hội Đồng Giám Sát. Lối bầu mới này có ưu điểm là không tập trung quyền hành vào một người và cũng có thể gọi là hình thức Đa N*guyên trong nội bộ một tổ chức!* Nếu quan niệm này được nêu rõ trong cơ cấu tổ chức ghi trong nội lệ, nội qui của tổ chức thì sẽ tránh được tình trạng một người vì lý do này hay lý do khác thao túng tổ chức làm của riêng mình - vô tình hay hữu ý trở thành một "*lãnh tụ chúa*", "*một ông Vua con*"... Lãnh đạo trong quan niệm mới không đặt nặng "*chức vụ*" mà là "*trách vụ*". Tổ chức cách mạng mới cần có "đường lối Lãnh đạ*o đúng", chứ* không cần "*lãnh tụ*". Quan niệm lãnh đạo mới là, *"liên lạc thuyết phục và điều hợp" chứ không nặng về lãnh đạo và chỉ huy...*

B/ Lãnh Đạo một tổ chức lớn như Liên Minh, Mặt Trận:

Theo dự án: "Để có hiệu năng, như mọi liên minh chính trị, mặt trận dân chủ sẽ cần một tổ chức thành viên làm đầu tầu để bảo đảm sự ổn vững. Với nhận định đó Tập Hợp Dân Chủ Đa Nguyên, *một mặt sẽ nỗ lực phát triển chính mình để có thể đảm nhiệm vai trò đầu tầu đó, nhưng mặt khác, sẽ sẵn sàng nhường vai trò lãnh đạo cho một tổ chức dân chủ khác có ưu thế hơn hoặc bằng mình".* Nhận định trên tuy đúng về mặt lý trí, nhưng *rất sai về mặt tâm lý vì vô tình hay hữu ý đã tạo ra sự phân biệt bất bình đẳng "chiếu trên chiếu dưới" trong Liên minh/ hay Mặt trận.* Ngay cả việc Tập Hợp "nhường" cho một tổ chức dân chủ khác có ưu thế hơn hoặc bằng mình... (Tập hợp tham gia Liên minh/ Mặt trận là bình đẳng với tất cả các tổ chức khác- lấy tư cách gì để nhường?) và có nhất thiết phải bầu môt tổ chức thành viên (dù là mạnh nhất có ưu thế nhất) lên làm "đầu tầu" thì Liên minh hay Mặt trận mới vững ổn không? hay chính nhận định này lại là mầm mống chia rẽ đi đến tan rã tổ chức Mặt trận hay Liên Minh? Quan niệm lãnh đạo một tổ chức lớn như Liên Minh hay Mặt trận mà suy cử một cá nhân lên làm "minh chủ" hay bầu chọn một tổ chức thành viên lên làm "đầu tầu" đều là quan niệm "nhất nguyên tổ chức" hay còn bị ảnh hưởng ít nhiều của quan niệm "lãnh tụ chế" không còn thích hợp với thời đại hiện tại!!!

Để cho cuộc bầu cử các cơ chế lãnh đạo Mặt Trận/ hay Liên Minh được diễn ra một cách bình đẳng, hài hòa, và có hiệu năng nhất phải bầu ra 4 vị chủ tịch (Chủ Tịch Hội Đồng Đại Diện (hay đại biểu), Chủ Tịch Hội Đồng Chấp hành hay điều hành, Chủ tịch Hội Đồng Giám sát và Chủ Tịch Hội đồng Cố Vấn và một Tổng thư ký "Bộ ngũ" được bầu chọn này sẽ lãnh đạo Liên Minh hay Mặt trận Dân chủ vừa đi đúng đướng lối vừa tạo sự hài hòa đoàn kết trong Liên Minh/ Mặt trận Dân chủ và có như vậy mới thật sự bền vững và có thể đi xa được.

Nếu có kỳ sửa chữa hay bổ sung "Dự Án trong năm 2019 hay năm 2020" thì người viết xin đề nghị bỏ nhận định bầu một tổ chức thành viên lên làm "đầu tầu" vừa không đắc nhân tâm, vừa phản lại tinh thần dân chủ đa nguyên mà Tập Hợp đã ra sức cổ võ và ước mong hiện thực trong xã hội thời đại (cho dù sự thật này có mất lòng một cá nhân nào đó hay mất lòng tập thể, nhưng người viết cũng phải nói ra, để tránh những tai hại đổ vỡ về sau).

4- Danh xưng hay "chiếc áo Tập Hợp" nay trở nên quá chật

không tương xứng với qui mô và sứ mệnh của “Dự Án”:

Theo bản “Tiến Trình Thành lập Tập Hợp Dân Chủ Đa Nguyên” cho biết:

+ Vào cuối năm 1982 tại Paris, một số những anh em – cùng chí hướng – đã họp với nhau để bàn về tình hình đất nước và có ý lập một nhóm thảo luận chính trị kiểu thinktank, chứ không có ý định lập đảng. Nhóm này đã họp vào tối thứ năm, hai tuần một lần, nên trong bài viết này chúng tôi tạm gọi là nhóm thảo luận “Cơ Sở Tư Tưởng”.

+ Vì từ ngày đầu anh chị em trong nhóm không lấy một tên gọi chính thức cho nhóm như các tổ chức khác vẫn làm, nên từ khi ra tờ báo Thông Luận, bên ngoài gọi “nhóm không tên” này là nhóm Thông Luận.

+ Năm 1992 tên Phong Trào Dân Chủ Đa Nguyên ra đời với sự hợp tác chính thức của hai nhóm: Lực Lượng thanh Niên Việt Nam tự Do Âu châu và Thông Luận.

+ Năm 2000 Phong Trào Dân Chủ Đa Nguyên chính thức trở thành Tập Hợp Dân Chủ Đa Nguyên cho đến ngày nay”.

+ Danh xưng Tập Hợp Dân Chủ Đa Nguyên được chính thức đặt cho nhóm vào năm 2000. Trước đây, khi ra tờ báo Thông Luận, nhóm không có tên chính thức. Sau nhiều lần tìm cách kết hợp với những tổ chức khác nhưng cuối cùng thấy rằng khó có thể kết hợp được nên khi bước qua thế kỷ thứ 21, nhóm cần minh danh với tên của mình. Trong một cuộc thảo luận sôi nổi trong Phân Bộ Bắc Mỹ tại San José, nhóm Thông Luận Hoa Kỳ đã đề nghị đặt tên cho nhóm là Tập Hợp Dân Chủ Đa Nguyên. Tên gọi này được toàn thể thành viên chấp thuận. Từ đó, danh xưng Tập Hợp Dân Chủ Đa Nguyên trở thành tên chính thức của nhóm.

Qua tiến trình thành lập từ nhóm khởi xướng (1982) đến khi thành lập Phong Trào Dân Chủ Đa Nguyên (1992) đến năm 2000

Phong trào Dân Chủ Đa Nguyên đổi thành "Tập Hợp Dân Chủ Đa Nguyên" (2015) Cho tới nay Tập Hợp Dân Chủ Đa Nguyên đã trải qua 36 năm (1982- 2018) trưởng thành và phát triển nhưng theo tên gọi vẫn chỉ nhận mình là một nhóm, nên danh xưng "Tập Hợp" ví như "chiếc áo" nay đã trở thành quá chật, so với qui mô và sứ mệnh của Dự án. Vì làm chính trị chuyên nghiệp người ta cần phải thành lập "Đảng" hay ít ra là thành lập một Liên Minh (được hiểu như một đảng kiểu mới).

Qua bài học Miến Điện tháng 9 năm 1988, tổ chức "Liên Minh Quốc Gia Vì Dân chủ" được thành lập. Danh xưng của tổ chức này người viết thấy rất hay! Hay vì tình trạng Miến Điện năm 1988 đang bị chế độ độc tài Quân phiệt cai trị, và lực lượng dân chủ cũng bị phân hóa... nên họ không lập "Đảng" mà lập "Liên Minh" để kết hợp nhiều tổ chức cách mạng lại với nhau. Nhưng họ liên hợp, kết hợp trên qui mô nào? Xin thưa họ kết hợp trên qui mô "Quốc Gia" và họ coi danh xưng "Quốc Gia" như một *tín hiệu tập hợp* các tổ chức cách mạng... và sau hết cùng tranh đấu cho "mục tiêu Dân chủ". Do đó có danh xưng Liên Minh Quốc Gia vì Dân Chủ (National League for Democracy viết tắt là NLD). Tới đây một câu hỏi khác được đặt ra: Người Miến Điện đấu tranh cho Tự Do Dân Chủ lấy danh xưng "Quốc Gia" vừa là qui mô vừa là tín hiệu để tập hợp các tổ chức chính tri, chúng ta có nên bắt chước như vậy không? Xin thưa ngay chúng ta không nên lấy danh từ Quốc Gia làm tín hiệu tập hợp vì danh từ "Quốc Gia" (phe quốc Gia) trước đây đã được Việt Nam Cộng Hòa dùng để "đối đầu" sống chết với Cộng sản (Phe Cộng sản). Do đó trong Dự Án chúng ta nên thay danh từ "Quốc Gia" bằng danh từ "Dân Tộc" vừa đắc nhân tâm hơn, lại vừa có ý "mở đường" cho những đảng viên, viên chức và cán bộ cộng sản nay đã giác ngộ họ sớm quay về - không phải về với phe "Quốc gia" mà là trở về với con đường Dân Tộc, trở về với chính nghĩa Dân Tộc... (Như vậy người cán bộ cộng sản sẽ không bị tự ái là phải đầu hàng phe Quốc Gia mà họ quay về đây là trở về con đường Dân Tộc. Trong ý hướng này Tập Hợp Dân chủ Đa Nguyên cần vượt mình như bước đi của Phù Đổng khi chính thức trở thành "Liên Minh Dân Tộc Dân Chủ Đa Nguyên" Dân Chủ Đa Nguyên là một hình thức Dân Chủ sáng tạo, lý tưởng và trọn vẹn, nếu lại đi chung với tín hiệu "Liên Minh Dân Tộc" như hai viên ngọc quý liên thành, như "Hổ mọc cánh" như "Rồng gặp mây" vậy. (Ai có tai thì hãy nghe- Lời kinh Thánh).

V- Đề Nghị Hai Mô Thức Kết Hợp Dân Chủ:

Vì những khó khăn tâm lý và thực tế trong việc liên kết,kết hợp như đã trình bầy ở trên nên người viết xin chân thành đề nghị và so sánh hai (02) mô thức kết hợp Dân Chủ sau đây:

A/ Mô Thức Kết Hợp Dân Chủ 1:

* **Thành lập Liên Minh Dân Tộc Dân Chủ Đa Nguyên**: Mô thức 1 này có đặc điểm:

1- Không có tham vọng kết hợp tất cả các đảng phái Hội Đoàn tại Hải Ngoại và Quốc Nội.

2- Chỉ cần kết hợp với 3, 5 tổ chức đồng thuận với Dư Án Chính Trị Dân Chủ Đa Nguyên (Nếu được 3, 5 tổ chức hay nhiều hơn càng tốt- con số 3,5 tổ chức là tối thiểu). Nhưng cần nhất *là sự đồng thuận trên 3 lập trường căn bản của Dự Án là có thể tuyên bố thành lập Liên Minh rồi chứ không thể đợi thời gian lê thê nữa trong hoàn cảnh đất nước dầu sôi lửa bỏng như hiện nay* .

3- LMDTDCĐN cần hợp sức với 3 hay 5... ban tham mưu của các tổ chức thành viên sửa chữa và bổ sung KHAI SÁNG KỶ NGUYÊN THỨ HAI (Danh xưng không cần thay đổi nhưng nội dung phải thay đổi kể cả cấu trúc của Dư án nên chia làm 3 giai đọan: Giai Đoạn Cứu Nước, Giai Đoạn ổn định (hay chuyển tiếp) và Giai Đoạn Kiến Thiết Đất Nước.

4- Ngoài những Chính lược, Chiến lược đã có trong Khai Sáng Kỷ Nguyên Thứ Hai, cần soạn thảo các sách lược đấu tranh, sách lược Bảo tồn và Phát triển Tổ chức, Sách lược truyền thông, sách lược Vận động quần chúng hải Ngoại và Quốc Nội, sách lược vận động Quốc Tế.

5- LMDTDCĐN phải có chủ trương Mở vào Quần chúng Hải Ngoại cũng như quốc nội, dấn thân, giao tiếp và cộng tác với các Đảng Phái, Hội Đoàn ngoài liên Minh (Cộng tác theo một số dự án ngắn hạn của các cộng đồng, và các tổ chức bạn ngoài Liên Minh vì lợi ích chung).

6- LMDTDCĐN không thể bỏ trống cộng đồng Hải Ngoại (Bỏ trống Cộng đồng Hải Ngoại bất cứ vì lý do gì đều là sai lầm chiến lược). Tại Hải Ngoại có phong trào tôn vinh là cờ vàng 3 sọc đỏ LMDTDCĐN phải "tùy thuận" theo- không có gì trở ngại-. Còn việc Quốc Hội chọn lá cờ nào sau hậu kỳ CS (Dĩ nhiên không phải là lá cờ máu cộng sản mà có thể duy trì là cờ Vàng Quốc gia hay thay bằng một lá cờ mới khác là thẩm quyền của Quốc Hội tương lai)

7- Tích cực tiếp tay với phong trào đấu tranh dân chủ hóa tại quốc nội (Những nhà đấu trnah dân chủ trong nước không những cần hải ngoại yểm trợ về tài chánh mà còn cần yểm trợ về chất xám trí tuệ (vì người trong nước không có cơ hội hội họp thảo luận như chúng ta tại Hải ngoại nên rất cần chúng ta đóng góp trí tuệ với Phong trào đấu tranh Dân Chủ Hóa quốc nội).

8- Rút kinh nghiệm Bài học của Minh Trị Thiên Hoàng Nhật Bản: Vừa canh tân nước Nhật theo theo khoa học kỹ thuật thời đại (*Trong dự án gọi là chấp nhận và thể hiện quả quyết những giá trị tiến bộ*...) Nhưng mặt khác Minh Trị Thiên Hoàng cũng phục hưng THẦN ĐẠO vì xiển dương Thần Đạo là cách hay nhất để phát huy Lòng Yêu Nước thương nòi, giữ gìn "Bản sắc Văn Hóa Nhật Bản" (22*). Nếu Nhật Bản có Thần Đạo thì Việt Nam có Việt Triết, Việt Đạo tại sao chúng ta có thể làm ngơ hay coi thường coi khinh? Thái độ phách lối, hỗn xược phản bội Tổ Quốc, phản bội các vị

Anh hùng dân tộc của ông Nguyễn Gia Kiểng là hoàn toàn không thể chấp nhận được, LMDTDCĐN phải tuyệt đối tranh vết xe đổ NGK! Không những tránh vết xe đổ NGK mà LMDTDCDN còn phải có cái nhìn thống quan vừa đề cao và hiện thực những giá trị tiến bộ của thời đại vừa đặt trong tâm "phục hồi Việt Tính", giữ gìn Bản sắc Dân Tộc, phát huy "Việt triết Việt Đạo" trong thời đại Toàn Cầu Hóa. Hai chủ trương này không hề mâu thuẫn nhau mà bổ sung phối hợp nhịp nhàng với nhau đưa Dân Tộc Việt đến Hùng mạnh, Cường thịnh và Vinh Quang. Trong Dự án chúng ta cần khai dụng và phát huy "sức mạnh mềm" (Soft Power) song hành với "sức mạnh cứng" (Hard power) mới đạt được hiệu năng tối đa.

9- Trong dự án chính trị, chúng ta không chỉ đề cao vai trò của Trí Thức chính trị, mà còn phải đề cao vai trò của Quần Chúng Chính Trị và Quần chúng Văn hóa (Đây là một đề tài lớn rất mới và rất sáng tạo, Chu Tấn tôi sẽ có dịp trình bầy khi Khai Sáng Kỷ Nguyên Thứ Hai được sửa chữa và bổ sung trong năm 2019 hay 2020! (nếu có ...)

B/ Mô Thức Kết Hợp Dân Chủ 2:

*** Thành Lập Mặt Trận Dân Chủ**: Mô thức thứ 2 này tuy có ước mơ tập hợp nhiều tổ chức đảng phái hội đoàn chính tri... (kỳ vọng lớn, không giới hạn loại tổ chức tham gia, càng nhiều càng tốt,nhưng sẽ gặp rất nhiều khó khăn khăn sau đây:)

1- Danh từ dân chủ hàm chứa nhiều tính chất và nội dung khác nhau. Nào Là "Dân Chủ Tự Do" như các loại hình Dân chủ Tây Phương, nào là "Dân Chủ xã Hội" theo các nước Bắc Âu, nào là Dân Chủ Pháp trị, Dân Chủ tam quyền phân lập theo nghĩa thông thường, rồi Dân Chủ Đa Nguyên. Vậy Tập Hợp muốn thực hiện hình thức Dân Chủ nào? Dân chủ tổng quát hay Dân Chủ Đa Nguyên? Nếu là Dân Chủ tổng quát hay Dân chủ Tự do thì danh xưng Mặt Trận Dân Chủ là ổn rồi (Vì hình thức Dân chủ nào cũng là Dân chủ Pháp trị hay tam quyền phân lập cả. Nhưng nếu danh xưng "Mặt trận Dân chủ " mà nội dung vận động lại nêu cao hay thực hiện Dân Chủ Đa Nguyên" thì giữa Danh xưng và Nội Dung mâu thuẫn nhau! (Danh không chánh, ngôn không thuận vậy).

2- Nếu Tập Hợp lại muốn đem Dự Án ra thuyết phục mọi tổ chức Đảng phái, phong trào lực lượng hội đoàn để họ bầu Tập Hợp làm tổ chức đầu tàu thì càng khó khăn hơn nữa!!! Thiên nan vạn nan trong thực tế (Các tổ chức khác họ sẽ nghĩ rằng tổ chức của Anh (ám chỉ Tập Hợp) cho dù có lý thuyết hay nhưng đâu phải vì vậy mà tôi đem tổ chức của tôi đoàn kết sau lưng anh đâu? Chúng tôi là những người ưa dân chủ tự do, chúng tôi chống lại bất cứ một hình thức áp đặt nào. Đã tham gia "Mặt trận Dân Chủ" thì chủ trương đường lối của "Mặt Trận" phải phản ảnh ý kiến chung của tất cả các tổ chức thành viên. Đây là nguyên tắc căn bản không cá nhân nào, tổ chức nào được vi phạm!

3- Để hóa giải tình trạng bế tắc nói trên, chỉ có cách dung hòa là Tập Hợp phải hạ thấp 3 tiêu chuẩn căn bản chỉ còn 1 tiêu chuẩn là phương pháp đấu tranh "bất bạo động để đi đến Dân chủ". Trong trường hợp này thì Mặt Trận Dân Chủ chỉ cần thảo ra một Kết Ước chung trong đó ghi rõ: Tham gia "Mặt trận Dân chủ", tổ chức nào vẫn giữ nguyên danh xưng, chủ trương đường lối của tổ chức đó chỉ cần đồng thuận với nhau một lập trường một nguyên tắc chung là tranh đấu giải trừ chế độ độc tài đảng trị Cộng sản bằng phương pháp "Bất bạo Động" (Đại cương là như vậy)...

So sánh mô thức 1 và 2 chúng ta thấy "Mô thức kết hợp 1" (MTKH1) có 3 ưu điểm vượt trội:

1- MTKH1 ít phức tạp và dễ thưc hiện hơn cả.

2- MTKH1 là những chí hữu cùng đồng thuận với nhau về một Dứ An Chính Tri Dân Chủ Đa Nguyên nên càng hăng say phấn khởi bắt tay vào sự nghiệp cách mạng cứu dân cứu nước và cứu chính mình.

3- Chỉ cần 3 hay 5 tổ chức tiên khởi, có tinh thần đồng thuận về Dư Án chính trị là liên minh có các chí hữu "đồng thanh đồng thủ" có Lý thuyết hay, có chiến lược và sách lược đúng lại có tinh thần "dân thân" và "quyết tâm cao độ" lại có kế hoạch mở vào quần chúng hải Ngoại và Quốc Nội thì Liên Minh đã có thể xoay chuyển được đại cuộc nước nhà.Khi khởi đầu thành lập Liên Minh, chúng ta chỉ mới có 3. 5 tổ chức chính trị bắt tay vào việc, nhưng rồi Liên Minh sẽ có rất nhiều cá nhân và các tổ chức khác tham gia Liên Minh... Chúng ta không sơ cô đơn và không cần cạnh tranh với bất cứ cá nhân hay lực lượng tổ chức chính trị nào khác, vì chúng ta có chủ trương "Tri Hành Sống Hợp nhất" không ngừng vươn lên và Vượt lên chính mình.

VI- KẾT LUẬN:

Người viết nhận thấy "Khai Sáng kỷ Nguyên Thứ Hai" (Dư Án Chính Trị Dân Chủ Đa Nguyên) mặc dầu còn một số khuyết điểm -chưa hoàn thiện- nhưng khách quan công nhận rằng đây là một dự an chính trị hay, có giá trị tư tưởng và khả thực hiện.

Qua việc tìm hiểu và nhận định về Khai Sáng Kỷ Nguyên Thứ Hai chúng ta rút ra bài học lịch sử: Hơn ai hết những người làm chính trị phục vụ đất nước cần có cái nhìn thống quan: Phát huy tinh thần sáng tạo; Xây dựng thể chế Dân Chủ Đa Nguyên; Phục hồi Việt tính, Phát huy Việt Đạo, Đồng Hành với Dân Tộc và Thời Đại.

San Jose Thung Lũng Hoa Vàng Tháng 11 Năm 2018

Chu Tấn

Tài Liệu Tham Khảo

(1*)https://vi.wikipedia.org/wiki/T%E1%BA%ADp_h%E1%BB%A3p_D%C3%A2n_ch%E1%BB%A7_%C4%90a_nguy%C3%AAn

(2*) http://vntb.net/dau-cham-chet-cho-nguyen-gia-kieng-sang-lap-vien-tap-hop-dan-chu-da-nguyen.html

(3*) https://kyvancuc.wordpress.com/2017/01/15/tien-trinh-thanh-lap-tap-hop-dan-chu-da-nguyen/

(4*) Khai sáng Kỷ Nguyên Thứ Hai - Sách do Amazon in - sách dầy 200 trang - Tập Hợp Dân Chủ Đa Nguyện 2015

(5*) Dân Chủ Đa Nguyên-Sách đã dẫn Trang 62

(6*) Hòa hợp Hòa Giải -Sđd trang 72

(7*) Chấp nhận và thể hiện quả quyết những giá trị tiến bô- Sđd- trang 78

(8*) Những định hướng lớn của mô thức Việt Nam-Sđd- trang 95

(9*) Thể chế và Hiến Pháp cho Cộng hòa Việt Nam -Sđd- trang 125

(10*) Hiến Pháp Cộng Hòa Việt Nam -Sđd- Trang 141

(11*) Đấu tranh thiết lập Dân chủ Đa nguyên-Sđd- trang 143

(12*) Chuyển tiếp thành công về Dân chủ -Sđd- Trang 171.

(13*)https://www.facebook.com/notes/hanh-tran/140731-d%C3%A2n-ch%E1%BB%A7-l%C3%A0-g%C3%AC-nh%E1%BB%AFng-h%C3%ACnh-th%E1%BB%A9c-d%C3%A2n-ch%E1%BB%A7/10152632419669289/

(14*) Cụm từ Dân Chủ Đa Nguyện-Sđd- trang 663-64

(15*) 5 đặc tính của dân chủ Đa nguyên-Sđd- trang 65-67

(16*) http://vietquoc.com/2015/11/07/pho-tu-nguyen-xuan-nghia-den-nguyen-gia-kieng/

(17*) Chế độ Tổng thống -Sđd- trng 135

(18*) Chuyển tiếp thành công về dân chủ -Sđd- trang171

(19*) Bốn điều kiện cần và đủ của cuộc Cách mạng Dân chủ-Sđd- trang 145

(20*) 5 giai đoạn của cuộc vận động dân chủ- Sđd- trang 148

(21*) Nội Dung Vận động Dân chủ - Sđd-154

(22*) https://nipponkiyoshi.com/2014/12/28/shinto-phan-7-than-dao-va-nhat-ban-thoi-can-dai-1868-1945/

PHẦN PHỤ LỤC

Phụ Lục 1: Đạo Ông Trần- Ngôi làng kỳ lạ ở Việt Nam: *Không có đám cưới, cả làng chỉ có mỗi quan tài.*

Từ trăm năm qua, làng này chỉ có duy nhất một chiếc quan tài, ai ra đi về cõi vĩnh hằng thì đều được khâm liệm bằng chiếc quan tài đó.

Được hình thành cách đây khoảng 130 năm, Long Sơn bình thường như bao làng quê yên bình khác trên khắp đất nước Việt Nam. Nhưng lạ thay, qua bao đời ở đây không ai thấy xuất hiện một đám cưới cũng như...

Và ngôi làng kỳ lạ đó chính là một hòn đảo cách ly với đất liền mang tên làng đảo Long Sơn (thuộc địa phận phường 12, thành phố Vũng Tàu, tỉnh Bà Rịa, Vũng Tàu).

Chuyện lạ của người lập làng

Cách đây khoảng 5 năm, do đời sống kinh tế địa phương đã phát triển, một cây cầu xi măng kiên cố đã được xây dựng để nối làng đảo Long Sơn với thế giới bên ngoài. Nhưng những tập tục cùng quan niệm tín ngưỡng kỳ lạ của người dân ở Long Sơn thì vẫn thế, vẫn như một "thế giới bí ẩn" tách biệt với cuộc sống bên ngoài.

Theo sử sách, làng đảo Long Sơn được thành lập cách đây hơn một thế kỷ bởi Ông Trần, người có tên thật là Lê Văn Mưu, một vị tướng nông dân quê gốc vùng Bảy Núi (An Giang) đã từng đứng lên khởi nghĩa chống giặc Pháp nhưng thất bại. Do sợ bị kẻ thù truy đuổi, ông cùng gia quyến, người thân xuôi thuyền ngược biển từ vùng Hòn Đất (Kiên Giang) lên khu vực núi Nứa (tức Long Sơn ngày nay) lánh nạn, tìm cuộc sống mới.

Thấy nơi đây phong thủy hữu tình, có thế núi sông, biển cả giao hòa nên ông quyết định dừng thuyền, lập làng. Sau đó, ông tiếp tục sáng lập ra đạo Ông Trần với tôn chỉ là tiêu giản mọi lễ nghi rườm rà trong cuộc sống thường nhật mà chỉ chú tâm vào việc thờ cúng ông bà, tổ tiên. Đạo Ông Trần thực chất là việc tổng hợp tinh hoa những đạo Phật, Thiên Chúa, Thánh Cao Đài Hòa Hảo… để giáo huấn con cháu đời sau sống cho tốt hơn.

(Người dân Long Sơn rất tự hào về những tập tục lạ kỳ của quê mình.)

Đạo Ông Trần là thứ đạo mà những tín đồ vẫn sinh sống cùng với gia đình bình thường và chỉ liên lạc với nhau bằng cách giúp đỡ, đùm bọc mọi người như trong một quần thể khép kín mà thôi. Có thể nói, đây là một loại đạo rất đặc biệt mà không có bất cứ nơi nào khác, ngoài xã đảo Long Sơn mà người dân còn tôn thờ bởi những giáo luật lạ thường của nó.

Ngày nay, theo ông Lê Minh Thông, Chủ tịch Hội nông dân xã Long Sơn thì trong tổng số hơn 4.000 người dân trong xã, có 2/3 là theo đạo Ông Trần, những người còn lại đa phần là dân mới ngụ cư, mới chuyển đến sinh sống trong vài năm trở lại đây. Theo đó, mọi người có tục lệ để tóc dài, mặc áo bà ba, khăn đóng và… đi chân trần giống y như những con người dân vùng Bảy Núi, quê hương gốc của Ông Trần. Có thể nói, nếu không chuẩn bị tinh thần thì mỗi khi về Long Sơn, gặp các tín đồ của đạo Ông Trần, nhiều người sẽ phải ngỡ ngàng và bất ngờ vì cách ăn mặc, sinh hoạt của họ.

Ngoài việc khai sinh ra đạo Ông Trần, ông Lê Văn Mưu còn có công xây dựng khu quần thể Nhà lớn Long Sơn gồm những dãy nhà rất lớn, đồ sộ gần như… Đại nội Huế với số tiền cũng rất lớn, kéo dài trong suốt 8 năm với chủ yếu là các nhóm thợ của miền Trung được thuê vào đây. Ngày nay, sau bao biến đổi của thời gian và chiến tranh, khu Nhà lớn Long Sơn này hầu như vẫn còn được giữ nguyên vẹn kiến trúc ban đầu với diện tích nhà cổ đan xen lên đến hàng chục ha.

Do quy mô về kiến trúc nên nhiều người còn gọi đây là phố cổ Long Sơn và được Nhà nước cấp bằng Di tích lịch sử văn hóa quốc gia, đồng thời là địa điểm du lịch của hàng chục ngàn người mỗi năm. Có lẽ, ngoài phố cổ Hội An ra thì nơi đây chính là quần thể kiến trúc đồ sộ nhất mà cổ nhân đã để lại cho chúng ta.

Chuyện kể rằng, lúc sinh thời, Ông Trần là một người giàu có nổi tiếng không kém gì gia đình công tử Bạc Liêu ở dưới miền Tây. Khi ấy, ông có trong tay cả ngàn mẫu ruộng muối, hàng trăm thửa ruộng kéo dài xung quanh dãy núi Nứa hùng vĩ và vô cùng rộng lớn này. Tuy nhiên, ông Trần lại vô cùng khiêm tốn, hàng ngày đều chăm chỉ lao động, dạy con cháu làm những việc thiện, hiếu đạo với mọi người xung quanh và rất có lòng ngưỡng mộ vua Thành Thái.

Đồn rằng, sau cuộc khởi binh chống giặc Pháp bị thất bại, vua Thành Thái bị quân Pháp giam lỏng ở thành phố Vũng Tàu cũng là lúc ông Trần (người trước kia đã từng khởi binh chống Pháp) tìm đến thăm nhà vua. Chẳng ai biết rõ những lần gặp gỡ ấy ra sao, chỉ biết, một trong những vật tùy thân quý báu mà vua Thành Thái mang từ kinh thành Huế vào Vũng Tàu khi bị phế ngôi là bộ bàn ghế Bát Tiên lộng lẫy chạm trổ bằng ngọc trai trên gỗ trầm hương quý giá đã được tặng cho ông Trần. Nói vậy để thấy, tình cảm của hai con người cùng chí hướng chống giặc ngoại xâm ấy là thân thiết đến thế nào.

Ngày nay, sau hơn một thế kỷ qua đi, bộ ghế Bát Tiên kỷ niệm của nhà vua tặng vẫn được con cháu đời sau của ông Trần gìn giữ như bảo vật của gia đình mình.

Theo cô Ba Kiềm, cháu nội đời thứ 4 của ông Trần và cũng là người quản lý khu nhà này thì hàng ngày, vào đúng 9 giờ sáng và 4 giờ chiều, con cháu vẫn phải mang cơm, đồ ăn, thức uống... và những vật dụng cần thiết đặt lên bàn thờ để cúng ông Trần. Tuy nhiên, đây không phải di huấn của ông Trần bắt buộc mà đó được coi là một nét mới trong đạo ông Trần mà con cháu đời sau dựa vào lời giáo huấn của ông rút ra, như một cách để tỏ lòng tôn kính, quý trọng ông mà thôi.

Cả làng khi chết "táng" chung quan tài!

Tuy nhiên, điều khác lạ ở Long Sơn mà chúng tôi phát hiện ra chính là chuyện về những người chết ở đây, khi đem chôn đều được dùng chung... một chiếc quan tài. Nghĩa là, từ trăm năm qua, làng này chỉ có duy nhất một chiếc quan tài, ai ra đi về cõi vĩnh hằng thì đều được khâm liệm bằng chiếc quan tài đó trước khi nằm lại vĩnh viễn nơi đất mẹ thân yêu, họ được quấn bằng một chiếc chiếu.

Và, kỳ lạ hơn nữa là tất cả những người chết ở Long Sơn, dù giàu hay nghèo, dân thường hay chức vị thì đều lặng lẽ đưa ma chứ không kèn, không trống, không điếu văn hay bất cứ một hình thức nghi lễ rườm rà hay thông thường nào. Người thân, họ hàng đều lặng lẽ đưa người đã khuất về nơi an nghỉ vào những buổi chiều, buổi tối khuất bóng hoàng hôn sau đó âm thầm đi về, rất lặng lẽ.

(Nghĩa trang với những bài thơ.)

Có lẽ, khi bỏ qua tất cả các nghi lễ, bỏ qua những quan niệm sinh, tử bình thường ở cõi nhân gian thì chuyện hàng ngàn thân xác, suốt bao đời qua cùng nhau nằm chung một cỗ quan tài cũng là một chuyện khá đặc biệt và ít nhiều sẽ khiến người ta run sợ.

Nói về điều này, cô Ba Kiềm lặng lẽ bảo: "Do quan niệm của đạo Ông Trần là sống thì đồng sàng, đồng mộng, đồng cam cộng khổ nên chết cũng phải nằm đồng quan, tức là chung một chiếc quan tài, để thể hiện rằng mọi người sinh, tử trong cõi nhân gian này là hoàn toàn bình đẳng. Đó chính là điều giáo huấn cuối cùng của đời người mà đạo Ông Trần muốn gửi đến con cháu".

Mặc dù không có quan tài nhưng trên bia mộ, nơi được xây kiên cố ngay sau khi chôn luôn có một... bài thơ đưa tiễn. Đó là những bài thơ của những người thân với người đã nằm xuống nơi đó như con khóc thương cha, vợ khóc chồng, anh chị em khóc nhau hay thậm chí cả những người không quen biết cũng làm thơ tiễn biệt nhau nữa.

Ông Nguyễn Hà Cửu, nhà ở thôn 3, tóc búi cao, bộ râu dài trắng xóa đến chừng hơn một gang tay, bận quần áo bà ba đen cho biết: "Hơn 100 năm qua, cuộc sống đổi thay nhiều nhưng người dân Long Sơn vẫn giữ được những nét đẹp đời thường như thời ông Trần còn sống. Đó là việc đám tang chôn cất trong vòng 24 giờ kể từ khi người chết lâm chung và người thân không bao giờ coi ngày giờ, khâm liệm, cúng bái hay lễ nghi gì mà xả tang ngay tại mộ.

Lấy nhau cũng khác đời thường

Ngoài ra, ông còn tiết lộ chuyện trai gái dựng vợ gả chồng ở Long Sơn cũng rất khác so với các cặp đôi uyên ương trẻ ở nơi khác bởi ở đây không bao giờ tổ chức lễ cưới, hỏi cũng như rước dâu, phù rể gì. Nếu đôi bạn trẻ nào tìm hiểu, muốn cùng nhau xây dựng hạnh phúc trăm năm chỉ cần sắm chút lễ cau trầu rồi mời gia đình hai bên đến nói chuyện là xong. Ngoài ra, bà con họ hàng, lối xóm có thể mang bánh, trái cây đến chúc phúc chứ tuyệt nhiên không bao giờ đứng ra tổ chức liên hoan tiệc tùng, mời mọc họ hàng trai gái hai bên.

Kỳ lạ hơn nữa, ngay cả việc chọn lựa ngày để thành hôn, để vu quy cũng không ai được phép mà tất cả, hàng ngàn cặp vợ chồng từ xưa đến nay ở Long Sơn chỉ toàn gặp nhau và động phòng hoa trúc vào một đêm tân hôn cố định, đó là ngày 1 và ngày 16 hàng tháng theo lịch âm mà thôi. Thế nên, nhiều cặp vợ chồng về sinh sống với nhau mà cứ lặng lẽ, âm thầm như chưa từng cưới hỏi vậy.

Dù lễ cưới có vẻ giản đơn nhưng ở Long Sơn rất ít khi xảy ra chuyện li hôn, li dị hay những bất hòa trong cuộc sống vì họ đều cho đó là điều cấm kỵ, làm tổn hại đến tinh thần nên trừ những trường hợp hi hữu, các cặp vợ chồng ở đây đều sống khá hòa thuận, bình yên. Và, cũng vì những giới luật của mình mà con cháu đời sau của ông Trần, những người sinh sống ở trên đảo Long Sơn luôn hết lòng yêu thương, giúp đỡ nhau.

Với họ, tất cả những nghi lễ, những quan niệm "rườm rà" của cuộc sống, của chuyện ma chay, cưới hỏi đều không là một cái gì đó quá lớn lao. Có lẽ, chính vì những quan niệm, những tập tục sinh hoạt vô cùng độc đáo của cộng đồng mình như thế mà bao năm qua, Long Sơn vẫn luôn là một "ốc đảo" biệt lập với thế giới rộng lớn bên ngoài theo cả nghĩa đen lẫn nghĩa bóng của nó.

Chia tay làng đảo Long Sơn, chúng tôi men theo con đường nhựa phẳng lỳ từ khu Bến Đá để trở lại quốc lộ 51, đi về thành phố. Xa xa, làng đảo yên bình nằm nép dưới ngọn núi Nứa xanh ngát như từ ngàn năm qua cùng bao điều kỳ bí vẫn khiến chúng tôi không khỏi ngỡ ngàng, dù mình vừa mới tận mắt, tận tai nghe được. Nó đúng là một ngôi làng vô cùng độc đáo trong hàng vạn những ngôi làng ở khắp đất nước Việt Nam này.

(Phóng Viên Lê Linh sưu tầm)

Phụ lục 2

15 lời dạy con cực thấm của nhà tư tưởng vĩ đại Nhật.

TTO - Fukuzawa Yukichi (1835-1901) là nhà tư tưởng vĩ đại của Nhật Bản thời cận đại. Những tư tưởng của ông ảnh hưởng to lớn và sâu sắc, làm thay đổi nước Nhật thời kỳ này, thậm chí kéo dài đến tận ngày nay.

Nhà tư tưởng Fukuzawa Yukichi
Ảnh: Japan Times

Có thể kể những tác phẩm tiêu biểu của ông như Gakumon no susume (đã được dịch sang tiếng Việt với nhan đề Khuyến học), Fukuo Jiden (đã được dịch sang tiếng Việt với nhan đề Phúc Ông tự truyện), Bunmeiron no gairyaku (Khái lược văn minh luận)...

Ngoài những tác phẩm đồ sộ, có tầm ảnh hưởng không nhỏ đến tư tưởng của người Nhật kể trên, Fukuzawa Yukichi còn có những luận thuyết ngắn bàn về phẩm cách, thói quen, lối sống của con người trong xã hội.

Đặc biệt để dạy hai con trai, ông đã viết Hibi no oshie - Những lời dạy thường ngày, với những răn dạy vô cùng thấm thía không chỉ ở thời đại ông mà cho tới tận ngày nay.

Dưới đây là một số lời dạy của ông dành cho con:

1. Khi đọc sách, chúng ta thường quên mất phần đầu được viết trong sách. Cũng như gánh nước bằng cái thùng không đáy, có gánh bao nhiêu cũng không thể lấy được nước, nhất định phải tổng kết lại sau khi đọc sách. Nếu không, chúng ta sẽ quên mất những gì được viết ở đoạn đầu.

Nếu chỉ tự hài lòng mình đã đọc xong một quyển sách mà quên mất nội dung ban đầu thì chẳng học hỏi được gì. Phải lưu ý điều này.

2. Không được làm những việc hung ác như giết côn trùng, làm đau đớn những con vật. Khi làm những việc như vậy, chúng ta sẽ đánh mất trái tim tử tế đối với con người và làm những việc tàn ác hơn. Phải cực kỳ kiềm chế.

3. Cho dù là trẻ con đi nữa, cũng không thể là trẻ con mãi được. Phải trưởng thành, phải trở thành người lớn. Vì vậy, ngay từ nhỏ, không được ỷ lại, không trông chờ vào người khác chừng nào tốt chừng nấy.

Tự mình đánh răng, rửa mặt, tự mình mặc quần áo, mang tất... Ngoài ra, những việc gì mình có thể làm thì nên để ý tự mình làm. Tiếng Anh gọi việc này là "independent". "Independent" có nghĩa là "độc lập". Độc lập là tự mình tự lập, không trông cậy vào người khác.

Trẻ em Nhật được cha mẹ dạy tự lập từ nhỏ
Ảnh: The Telegraph

4. Trái tim con người, cũng như khuôn mặt, mỗi người mỗi khác nhau. Có người mặt tròn, có người mặt dài. Không có mặt người nào giống người nào. Và trái tim cũng y hệt như vậy. Không có trái tim người nào giống người nào cả.

Có người tính tình nóng nảy, có người kiên nhẫn. Có người trầm tính, cũng có người ồn ào. Vì vậy, không được nhìn vào hành vi của người khác rồi vì không thích điều đó mà trở nên tức giận. Hãy cố gắng kiềm chế. Quan trọng là sống chan hòa với nhau.

5. Người không nhìn thấy được, không nghe được, ta gọi là người khuyết tật. Các con may mắn sinh ra không bị khuyết tật. Nhưng khuyết tật không chỉ ở mắt, tai, còn có người bị khuyết tật tâm hồn.

Nghe giảng đạo lý mà không hiểu thì không bằng người điếc, nhìn sách mà không đọc thì chẳng bằng người mù. Những khuyết tật như mắt không nhìn thấy được, tai không nghe thấy được thì không gì đáng xấu hổ. Chính khuyết tật tâm hồn mới thật sự đáng xấu hổ.

6. Dù bằng vải bông hay vải gì đi nữa, mặc các loại áo quần rẻ tiền không có gì đáng xấu hổ. Nhưng quần áo dính vết bẩn, tay chân lấm lem, không sạch sẽ mới đáng xấu hổ. Từ nhỏ, phải biết chú ý ăn ở sạch sẽ, vệ sinh, rửa tay chân, không làm bẩn quần áo.

7. Con người phải có dũng khí. Dũng khí là sự mạnh mẽ. Dũng khí là thái độ, tinh thần không sợ hãi trước sự vật. Cho dù là chuyện gì đi nữa, chuyện gì bản thân đã quyết, nhất định không được bỏ cuộc. Có gian khổ cũng phải vượt qua để hoàn thành mục tiêu.

Ví dụ, không phải vì không thể đọc qua một lần mà nhớ hết nên ta vứt bỏ việc đọc sách. Phải tỏ rõ sự mạnh mẽ ở đây. Đọc một lần, hai lần, mười lần, hai mươi lần, đọc cho đến khi thấm nhuần. Quan trọng là nỗ lực bằng tinh thần, trái tim mạnh mẽ.

8. Trên đời, không người nào tuyệt vời bằng cha mẹ. Không người nào tử tế với ta như cha mẹ. Cha mẹ mạnh khỏe, sống lâu là mong ước của con cái, nhưng không thể biết trước được. Hôm nay cha mẹ còn sống nhưng biết đâu nay mai cha mẹ sẽ ra đi.

Chuyện sống chết của cha mẹ nằm trong tay thần linh. Thần linh tạo ra cha mẹ và thần linh cho cha mẹ sống, có khi bắt cha mẹ chết. Vạn vật trong trời đất là do thần linh sáng tạo ra. Vì vậy, từ nhỏ, hãy biết ơn thần linh và làm theo lời răn dạy của thần linh.

9. Hằng ngày chúng ta ăn ba bữa cơm, tối đi ngủ, sáng thức dậy. Ngày nào cũng như ngày nấy [...] Vốn dĩ việc ăn uống, ngủ nghê thì ngựa, lợn, con gì cũng có thể làm được. Đã sinh ra làm người, lẽ nào chúng ta chỉ trải qua ngày tháng như những con vật, con ngựa, con lợn mà được sao? Vậy thì đáng khinh biết bao.

Một khi đã sinh ra làm người trong thế giới này, chúng ta phải làm những thứ mà chim chóc, muông thú không làm được. Phải thể hiện sự khác biệt đối với động vật. Sự khác biệt đó là thấm nhuần đạo lý, không lạc lối trước những ham muốn trước mắt, viết chữ, đọc sách, hiểu biết thế giới rộng lớn, biết phân biệt sự khác nhau giữa thế giới xưa và nay.

Chúng ta có thể giao tiếp với mọi người trong xã hội, với tư cách một thành viên của xã hội, không làm những gì xấu hổ với lương tâm. Chính vì làm được những điều này mà con người khác với con vật và được gọi là linh trưởng của vạn vật là vậy.

10. Nếu bị thương ở tay, chân, ta có thể chăm sóc, xức thuốc, chữa trị là khỏi. Nếu là vết thương nhỏ thì không để lại thẹo. Con người vốn là sinh vật không nói dối. Cũng là sinh vật không trộm cắp. Vì vậy, chỉ một lần nói dối, một lần trộm cắp sẽ trở thành vết thương trong tâm hồn.

Vết thương trong tâm hồn đáng sợ hơn vết thương ở tay chân. Bởi không thể chữa vết thương đó bằng thuốc hay miếng dán, và nó sẽ trở thành vết thương cả đời người. Vì vậy, ta phải cẩn thận, không để tâm hồn bị thương.

11. Trẻ con luôn muốn được người khác thương yêu. Khi tiếp xúc với người ngoài xã hội, đương nhiên phải ngoan ngoãn, ôn hòa nhưng ngay cả khi ở nhà mình cũng phải như vậy. Khi nhờ ai đó làm giúp việc gì, không được nói trống không.

Ví dụ, khi muốn uống nước, thay vì "cho cốc nước", nếu biết nói "cho con xin cốc nước" thì hẳn người được nhờ sẽ vui vẻ lấy nước cho ta uống. Bất kỳ việc gì cũng vậy, phải luôn chú ý lời ăn tiếng nói, không được xấc xược.

Fukuzawa Yukichi đặc biệt nhấn mạnh tầm quan trọng của việc đọc sách
Ảnh: Japan Times

12. Ngày xưa, người làm công việc khó thì được tôn kính, người làm công việc dễ thì bị xem thường. Có thể nói việc đọc sách và suy nghĩ về sự vật, làm những việc có ích cho xã hội là công việc khó. Trở thành người được tôn kính hay người bị xem thường tùy vào độ khó, dễ của công việc.

Khi xưa, những người có địa vị như các đại danh, công gia, võ sĩ... cưỡi ngựa, cầm kiếm, bề ngoài trông rất phong độ nhưng bên trong lại trống rỗng.

Sách không đọc, những lý luận khó không hiểu, cứ để ngày

tháng trôi qua. Nhìn những người như vậy, không cần phải tôn trọng hay e ngại địa vị của họ. Những người này chỉ có tiền của và thóc gạo từ cha ông để lại nên trông hào nhoáng như thế nhưng cũng như người phu kéo xe mà thôi.

13. Trông người mà ngẫm đến ta. Cho dù không thiếu thốn cơm ăn áo mặc nhưng nếu tâm hồn nghèo nàn, trái tim xấu xa, không đọc sách, không học hành thì dù có mặc những bộ kimono lộng lẫy bao nhiêu đi nữa, sống trong ngôi nhà rộng lớn thế nào đi nữa cũng sẽ bị mọi người xung quanh xem thường như người hành khất mà thôi.

14. [...] Nếu gieo lúa mạch, cây lúa mạch sẽ mọc lên, nếu gieo hạt đậu, cây đậu sẽ mọc lên; thuyền gỗ thì nổi, thuyền đất thì chìm [...] Vì vậy, bây giờ, nếu con làm điều tốt, sẽ có kết quả tốt đẹp; nếu làm điều xấu, điều xấu sẽ đến [...] Làm việc xấu chắc chắn sẽ lãnh hậu quả xấu. Tường nhà có tai, cửa nhà có mắt. Làm việc xấu mà đòi trốn tội được sao? Nhất định không thể nào trốn tránh tội lỗi được đâu.

15. Một khi đã sinh ra làm người, phải làm những việc có ích cho xã hội. Người nông dân trồng lúa, thợ mộc dựng nhà, thương nhân bán hàng, thầy thuốc chữa bệnh, học giả dạy đạo lý, nâng cao kiến thức cho mọi người, viên chức điều hành chính trị làm cho cuộc sống trong xã hội tốt đẹp lên...

Mỗi người có vai trò của mình. Công việc nào cũng không thể thiếu trong xã hội. Chỉ cần làm việc có ích cho xã hội, người đó sẽ được báo đáp. Và cũng có thể sống đời tốt đẹp.

Vậy mà có người chỉ cần có tiền là được, không buồn suy nghĩ tốt, xấu cho xã hội, chỉ thỏa mãn lòng tham của mình. Người kiếm tiền bằng trò cờ bạc, bán những vật vô dụng cho người khác, hay lừa gạt phụ nữ trẻ em để kiếm tiền, làm những việc xấu xa mà chẳng thấy xấu hổ.

Những người như vậy thật sự nhiều. Những việc như vậy không chỉ làm phiền người khác, tham lam, chỉ biết đến lợi ích bản thân, không có ích cho xã hội mà ngược lại, gây tai họa cho người khác, ảnh hưởng đến kinh tế đất nước và lúc đó, bản thân cũng gánh chịu tổn hại.

Trích Phụ lục II - Khái lược văn minh luận của Fukuzawa Yukichi do Nguyễn Đỗ An Nhiên dịch, Nhà xuất bản thế giới và Công ty Sách Omega Việt Nam xuất bản 2018.

M. ANH giới thiệu
16/02/2018
- https://tuoitre.vn/

Phụ Lục 3: DỊCH CÂN KINH

Lời giới thiệu của Chu Tấn:

Gần đây Chu Tấn tôi nhận được Email của anh Đỗ Hùng nói "Anh em chúng ta cần giữ gìn sức khỏe ... để có thể tham gia (hay ít ra nhìn thấy) ngày chế độ Cộng Sản sụp đổ, cáo chung v.v… Chu Tấn rất đồng ý với quan niệm này. Đối với mọi người chúng ta SỨC KHỎE LÀ VÀNG, SỨC KHỎE TRÊN HẾT... Không có sức khỏe thì không làm được việc gì cả ...

Từ 1975 -1984 Chu Tấn phải đi tù dưới mỹ từ "Cải tạo" 9 năm dưới chế độ CS qua các trại tù từ Nam ra Bắc... Trong thời gian ở tù đã được ít ra 2 người bạn chỉ dẫn cho Chu Tấn về Tập DỊCH CÂN KINH. Mới đầu tò mò. CT có tập thử "qua loa" cho biết rồi sau cho lãng quên luôn. Lý do là trong tù ban ngày thì đi cuốc đất trồng khoai sắn, đêm về thì "ngồi đồng" nghe anh em trong Đội kiểm thảo rút ưu khuyết điểm... Hơn nữa Chu Tấn đi tù năm 37 tuổi (17 năm trong quân ngũ Quân Lực VNCH) thời gian đó, dầu sao cũng còn trẻ, ít bệnh tật nên có thì giờ rỗi rảnh trong tù thì đánh "*cờ tướng*" hay học hỏi về chấm và giải đoán "*Lá số Tử vi*" cho quên ngày tháng, chứ thì giờ đâu mà luyện tập DỊCH CÂN KINH! Biết DỊCH CÂN KINH từ lâu mà không chuyên tập luyện vì không có nhu cầu thúc đẩy...

Nhưng nay Chu Tấn đã 79 tuổi, thấy sức khỏe mình mỗi ngày một xuống... Bạn bè khoa 7 Thủ Đức của Chu Tấn tại San Jose có tất cả 25 người thì 13 người đã ra đi... khiến Chu Tấn không thể không quan tâm đến sức khỏe của mình... Rất may, người bạn già tại Nam Cali tình cờ gửi cho bài tập DỊCH CÂN KINH. Chu Tấn thấy đây là phương pháp tập luyện quí giá để giữ gìn sức khỏe, gia tăng tuổi thọ (và còn là phương thuốc chữa bệnh thần diệu nữa), mà các năm ở trong tù, mình đã coi thường... vì "*chưa thấy quan tài chưa đổ lệ*", nay đã được người bạn gửi cho- Phải chăng đây là CÁI DUYÊN (Chữ Duyên trong nhà Phật rất là hay, rất quan trọng...) Việc gì cũng có NHÂN DUYÊN cả, khi duyên chưa tới thì việc chưa thành, khi Duyên tới mà mình lại coi thường hay thờ ơ thì duyên lại bay đi. Lỗi là tại con người thiếu TỈNH THỨC... Sống là phải luôn luôn TỈNH THỨC để lắng nghe những việc rất "tình cờ", "rất nhỏ nhiệm" mà Trời Phật hay các đấng thiêng liêng đã gửi đến cho mình hàng ngày hàng giờ... Duyên may dù thuận chiều hay nghịch chiều gửi tới cho ta nhiều lắm mà ta không biết hay vô tâm không để ý đến đó thôi !!! Chợt nhận ra chân lý này nên Chu Tấn đã chính thức tập DỊCH CÂN KINH từ 6 tháng nay và thấy kết quả rất tốt... bèn in ra bài tập này và việc đầu tiên là "viết thư tay" gửi đến niên trưởng là nhà văn Uyên Thao, nay Anh đã ở sát tuổi 90 và rất nhiều bệnh, mà Anh vẫn điều hành TỦ SÁCH TIẾNG QUÊ HƯƠNG xuất bản những tác phẩm có giá trị, in ấn công phu, trình bầy rất mỹ thuật ! Ra hải ngoại niên trưởng Uyên Thao đã quyết tâm chọn lựa việc làm có giá trị vĩnh cửu cho thế hệ hiện tại và cho mai sau. Một sự chọn lựa thật tuyệt vời... Chu Tấn cầu cho niên trưởng Uyên Thao sống hơn 100 tuổi thọ để phụng sự cho nền văn hóa nước nhà... Tập DỊCH CÂN KINH rất dễ tập, trời mưa hay nắng gì, ở trong nhà, hay ngoài công viên đều tập được cả, ơn ích vô cùng... Bài tập thể dục đã được nâng lên hàng "KINH" đâu có thể coi thường (Smile...) .

Xin trân trọng giới thiệu phương pháp tập luyện quí giá này đến quí độc giả bốn phương

Nguyện Cầu Vạn Vật Thái Bình.

San Jose 2018
Chu Tấn

THẦN DƯỢC...

Phương Pháp Trị Bệnh Hay

Luyện Tập "Vẩy Tay Đạt Ma Dịch Cân Kinh"

Bài 1. Tác dụng kì diệu sau 20 năm vẩy tay:

Đầu năm 1991, khi về nghỉ hưu, mới tròn 60 tuổi tôi đã có nhiều bệnh mạn tính: Huyết áp cao, viêm đại tràng, viêm họng hạt, trĩ nội…

Huyết áp có khi lên tới 160/100. Trĩ gây chảy máu liên tục có chu kì kéo dài cả nửa tháng. Viêm đại tràng luôn làm bụng quặn đau, táo bón rất khó chịu. Còn viêm họng hạt cứ hai ba tháng lại bị một lần, gây sốt nhẹ, ho khan kéo dài cả tuần lễ, uống kháng sinh, nhai lá "sống đời", lá dẻ quạt, chanh muối… cũng chỉ đỡ một phần nào…

Sau Tết Tân Mùi đầu năm 1991, có ông bạn thân cùng quân ngũ thời chống Pháp khuyên tôi: "Ông nên tập vẩy tay đi, rất tốt. Chữa được nhiều bệnh thông thường, thậm chí còn phòng tránh được cả ung thư". Mới đầu, tôi không tin, sau lại nghĩ mình cứ thử làm xem sao. Thế là bắt đầu nhập cuộc. Vừa tập theo hướng dẫn của bạn, tôi vừa tìm đọc các tài liệu của Trung Quốc. Qua đó, biết đây là phương pháp "Dịch cân kinh" một cách tập luyện đã có từ hơn 2.000 năm về trước của các võ sư, võ sinh Tây Tạng để rèn luyện sức khỏe trên đường hành hương kiếm sống qua sa mạc vùng Tây Á khắc nghiệt, chống chọi với bệnh tật và bọn "lục lâm thảo khấu" cướp đường.

Từ tháng 2 năm 1991 đến nay, tôi tập đều đều rất kiên trì, không bỏ ngày nào kể cả mồng Một Tết. Nóng bức, giá rét, mưa dầm gió bấc đều không bỏ tập. Yếu lĩnh cũng đơn giản. Đứng để vẩy tay. Giãn cách 2 bàn chân bằng chiều rộng 2 bả vai. Hai bàn tay để tự nhiên vẩy lên vẩy xuống. Khi vẩy lên hai bàn tay úp sấp chỉ đưa lên ngang tầm mắt. Khi vẩy xuống hai tay hất mạnh hết cỡ ra phía sau theo phương châm 4 chữ "Lên không, xuống có" tức là khi vẩy lên chỉ theo quán tính, nhưng lúc vẩy xuống cần hơi mạnh để tăng lực co bóp của hai lá phổi. Theo chỉ dẫn của tài liệu, mỗi ngày vẩy tay 1.800 lần liên tục trong một buổi là đã có tác dụng chữa bệnh, phòng bệnh, tăng cường sức khỏe và mỗi ngày cũng chỉ cần tập một buổi, không cần nhiều. Thoạt đầu, tôi để đồng hồ trước mặt, vừa vẩy vừa đếm 1.800 lần hết 34 phút. Như vậy, mỗi phút vẩy được 53 lần. Từ đó, tôi tập không cần nhẩm đếm, chỉ cần nhìn đồng hồ, cứ khoảng 35 phút là đạt yêu cầu. Cho "chắc ăn", ngày nào tôi cũng tập một buổi 40 phút, tương đương 2120 lần vẩy tay. Vẩy xong, làm vài động tác đá chân vung tay, vặn mình cho giãn xương cốt, rất dễ chịu. Tôi thường vừa vẩy tay, vừa nghe đài hoặc xem ti-vi rất thoải mái và mau hết giờ. Mỗi lần tập xong thấy trong người khoan khoái hẳn lên kể cả những đêm hôm trước thức khuya mất ngủ.

Đến nay, sau 20 năm vẩy tay, như có một phép mầu nào đó, các bệnh lâu năm tôi phải chấp nhận sống chung đã chịu lùi bước. Giờ đây đã vào tuổi 80, hàng tháng kiểm tra huyết áp chỉ có 130/80, rất ổn định. Bệnh trĩ ra máu thưa dần và đến nay đã chấm dứt. Bệnh viêm họng hạt lâu lắm rồi không thấy tái phát. Chỉ còn bệnh viêm đại tràng mỗi năm chỉ đau một đợt vài ngày, so với trước đã đỡ nhiều. Cũng trong 20 năm vẩy tay, tôi không phải uống một viên thuốc kháng sinh nào.

Đúng như tài liệu đã viết, tác dụng chính của vẩy tay là làm cho mọi mặt trong cơ thể luôn cân bằng âm dương, cân bằng hàn nhiệt, cân bằng khí huyết, cân bằng hấp thu và bài tiết nên đã có tác dụng phòng bệnh chữa bệnh, vì theo y học phương Đông bệnh tật phát sinh xét cho cùng cũng do sự mất cân bằng âm dương trong cơ thể, nhất là mất cân bằng giữa khí và huyết.

Có thể hiểu trong nội tạng mỗi người đều có một hệ thống thủy lợi, đó là hệ tuần hoàn có hàng nghìn mạch máu lớn nhỏ từ tim tỏa đi nuôi cơ thể giống như hệ thống kênh mương tưới tiêu cho cánh đồng. Lâu ngày, nếu không được làm sạch loại bỏ mỡ máu và tạp chất thì hệ tuần hoàn sẽ bị tắc nghẽn, từ đó sinh ra bệnh nọ tật kia giống như hệ thống thủy lợi nếu không được nạo vét thường xuyên sẽ bị bùn đất bồi lắng, khả năng tưới tiêu giảm sút, đồng ruộng sẽ bị khô nẻ hoặc ngập úng. Vẩy tay giúp tim phổi hoạt động mạnh, là cách nạo vét các chất độc hại trong mạch máu bằng khí. Khí huyết lưu thông thì mọi cái sẽ thông, bệnh tật sẽ bị đẩy lùi.

Thế Trường

(P304, nhà D12, TT Nam Đồng,

Đống Đa, Hà Nội – ĐT 04.38512672)

Bài 2. Người cao tuổi hãy tập "Đạt Ma Dịch cân kinh"

Tập "Dịch cân kinh" thấy ăn tốt ngủ ngon, đấy là việc phổ biến, nên đã làm tăng sức khỏe cho các bệnh nhân nói chung và chữa khá nhiều bệnh như: Suy nhược thần kinh, huyết áp cao, bệnh tim các loại, bệnh thận, bán thân bất toại, trúng gió, méo mồm, lệch mắt, hen suyễn…

Đông y cho rằng, vấn đề cơ bản của bệnh tật con người là do "khí huyết" (Âm-Dương) mất thăng bằng sinh ra. "Đạt Ma Dịch cân kinh" giải quyết được vấn đề này, nên đối với đa số các loại bệnh, nhất là bệnh mãn tính đều có thể chữa được cả…

Lịch sử:

Năm 917 (sau Công nguyên) Đạt Ma Tổ Sư từ Ấn Độ sang Trung Quốc thuyết pháp và truyền giáo, sau ở lại Trung Sơn – Hà Nam – Trung Quốc, xây dựng chùa Thiếu Lậm. Có nhiều đệ tử nhập môn học Phật để mai sau đi truyền giáo đem một tín ngưỡng mới đi tuyên truyền, có khi trái với tín ngưỡng cũ, dễ xảy ra xung đột nên cho đệ tử Chùa Thiếu Lâm vừa học lí thuyết Phật giáo, vừa phải luyện võ để tự vệ (một phái võ Thiếu Lâm vẫn tồn tại đến ngày nay).

Nhiều người xin nhập môn, nhưng thể lực kém không luyện võ được. Tổ sư truyền dạy một phương pháp luyện tập tên gọi là "Đạt Ma Dịch cân kinh" để chuyển biến thể lực của các đệ tử từ yếu thành khỏe. Cách tập đơn giản, nhưng hiệu lực lớn, vì tiêu trừ được bệnh.

Ngày nay, người ta nghiên cứu lại phương pháp này chữa được rất nhiều bệnh. phương pháp luyện tập "đạt Ma Dịch cân kinh" trước tiên nói về tư tưởng:

Phải có hào khí: nghĩa là phải có quyết tâm tập cho đến nơi và đều đặn, phải vững vàng tin tưởng, không nghe lời bàn ra nói vào mà chán nản bỏ dở.

Phải lạc quan: không lo sợ vì bệnh mà mọi người cho là hiểm nghèo, và tươi tỉnh tin rằng mình sẽ thắng bệnh do luyện tập.

Tư thế: "Trên không dưới có, trên ba dưới bảy".

Trên phải không, dưới nên có, đầu nên lơ lửng, miệng không hoạt động, bụng phải mềm, lưng nên thẳng, thắt lưng mềm dẻo, hai cánh tay phải vẫy, cùi chỏ thẳng và mềm, cổ tay trầm, bàn tay quay lại phía sau, ngón xòe như cái quạt. Vẫy, hậu môn phải thót, bụng dưới thót, gót chân lỏng, bàn chân phải cứng, các ngón chân bấm chặt như đứng trên đất trơn. Đây là những quy định cụ thể của các yêu cầu khi luyện "Đạt Ma Dịch cân kinh".

Dựa trên yêu cầu này, khi tập vẫy tay, thì từ cơ hoành trở lên, phải giữ cho được trống không, buông lỏng thảnh thơi, đầu không nghĩ ngợi lung tung, chỉ chú ý vào việc tập, xương cổ cần buông lỏng để có cảm giác như đầu treo lơ lửng, mồm giữ tự nhiên (không mím môi), ngực nên buông lỏng để cho phổi thở tự nhiên, cánh tay buông tự nhiên, giống như hai mái chèo gắn vào vai. Từ cơ hoành trở xuống phải giữ cho chắc, đủ sức căng, bụng dưới thót vào, hậu môn nhích lên, mười ngón chân bấm chặt vào mặt đất, giữ cho đùi và bắp chân trong trạng thái căng thẳng, xương mông thẳng như cây gỗ.

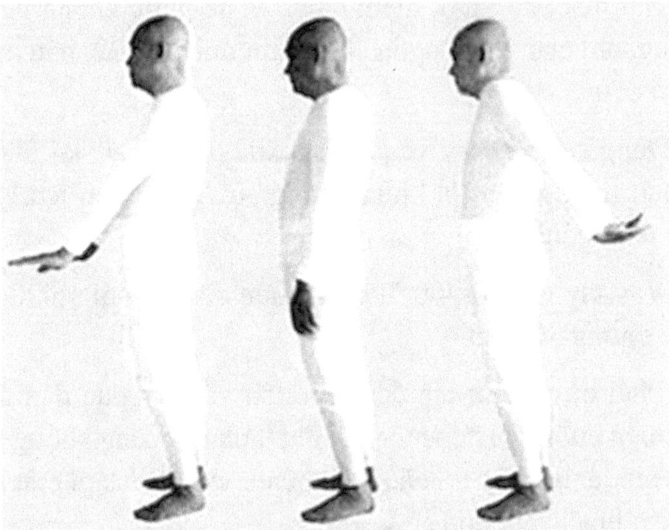

(Động tác vẫy tay.)

Khi vẫy tay cần nhớ “lên không, xuống có”, nghĩa là lấy sức vẫy tay về phía sau, khi tay trở lại phía trước là do quán tính, không dùng sức đưa ra phía trước.

“Trên ba dưới bảy” là phần trên để lỏng chỉ độ ba phần khí lực, phần dưới lấy gắng sức tới bảy phần thể lực, vấn đề này phải quán triệt đầy đủ thì hiệu quả rất tốt.

Mắt nhìn thẳng, đầu không nghĩ ngợi gì, chỉ nhẩm đếm lần vẫy tay.

Các bước tập cụ thể như sau:

a. Hai bàn chân để xích ra bằng khoảng cách của hai vai.

b. Hai cánh tay duỗi thẳng theo vai, ngón tay xòe thẳng, lòng bàn tay quay về phía sau.

c. Bụng dưới thót lại, lưng thẳng, bụng trên co lên, cổ lỏng, đầu miệng trong trạng thái bình thường.

d. Các đầu ngón chân bám trên mặt đất, gót chân sát đất, bắp chân và đùi thẳng.

e. Hai mắt chọn một điểm đằng xa để nhìn, không nghĩ ngợi lung tung, chỉ chú ý vào ngón chân bám đùi vế chắc, hậu môn thót và nhẩm đếm.

f. Dùng sức vẫy tay về phía sau, để hai tay trở lại phía trước theo quán tính, tuyệt đối không dùng sức, chân vẫn lên gân, hậu môn co lên không lòi.

g. Vẫy tay từ 300-400-500-600 dần dần lên tới 1.000 cái vẫy tay, ước chừng 30 phút.

h. Phải quyết tâm tập đều đặn, lần vẫy tay dần dần tăng lên không miễn cưỡng vì "dục tốc bất đạt", nhưng cũng không tùy tiện bữa tập nhiều, bữa tập ít hoặc nghỉ bệnh, vì thế dễ làm mất lòng tin trong việc luyện tập, khó có kết quả.

Bắt đầu luyện tập cũng không nên dùng tận lực làm tổn thương các ngón chân (sau buổi tập nên vân vê các ngón chân, tay, mỗi ngón chín lần). Nôn nóng mong muốn khỏi bệnh ngay mà dùng quá sức cũng không đưa lại kết quả mong muốn. Có quyết tâm, nhưng phải từ từ tiến lên mới là đúng cách, sẽ thu được kết quả mỹ mãn.

Nếu tinh thần không tập trung, tư tưởng phân tán, thì khí huyết loạn xạ, và không chú ý đến "trên nhẹ dưới nặng" là sai và hỏng.

Khi vẫy tay tới 600 cái trở lên, thường thường có trung tiện, hắt hơi, hai chân nhức mỏi, toát mồ hôi, mặt nóng bừng… đấy là hiện tượng bình thường, đừng ngại.

Trung tiện và hắt hơi là do nhu động của đường ruột tăng lên, đẩy mạnh cơ năng tiêu hóa. Chân mỏi là do khí huyết dồn xuống cho hợp với "trên nhẹ, dưới nặng". Đây là quy luật của sinh lý hợp với vũ trụ "thiên khinh, địa trọng".

Bệnh gan: Do khí huyết, tạng gan không tốt gây nên khí không thoát, tích lũy, làm cho khó bài tiết. Đương nhiên là bệnh nan y ảnh hưởng tới cả mật và tì vị. Luyện "Dịch cân kinh" có thể giải quyết vấn đề này. Nếu có trung tiện là có kết quả sớm.

Bệnh mắt: Luyện "Dịch cân kinh" có thể khỏi đau mắt đỏ, các chứng đau mắt thông thường, cận thị, thậm chí nó chữa được cả bệnh đục thủy tinh thể (thong manh).

Trong nội kinh có nói "mắt nhờ huyết mà nhìn được", khi khí huyết không dẫn đến bộ phận của mắt thì đương nhiên sinh ra các bệnh của mắt. Con mắt là trong hệ thống của thị giác, nhưng cũng là một bộ phận của cơ thể.

Khi tập có thể có phản ứng sự xung đột giữa chính khí và tà khí, ta vẫn tập thì sẽ sản sinh ra chất bồi bổ có nhiều ích lợi cho chính khí. Ta luyện tập đúng phép là làm tăng mức đề kháng, thải cặn bã trong các gân, thần kinh và cả tế bào khác mà máu bình thường không thải nổi. Như luyện "Đạt Ma Dịch cân kinh" khí huyết lưu thông mới thải nổi các cặn bã ra nên sinh ra phản ứng. Vậy ta đừng sợ, cứ tiếp tục tập như thường, hết một phản ứng là khỏi một căn bệnh, tập luyện dần đưa lại kết quả tốt.

Luyện "Đạt Ma Dịch Cân Kinh" đạt được bốn tiêu chuẩn như sau:

Nội trung tố: tức là nâng cao can khí lên, là then chốt, điều chỉnh tạng phủ, lưu thông khí huyết, thanh khí sẽ thông suốt lên tới đỉnh đầu.

Tứ trưởng tố: tức là tứ chi phối hợp với động tác theo đúng nguyên tắc khi tập "Dịch cân kinh". Tứ trưởng tố song song với Nội trung tố sẽ làm cho tà khí bài tiết ra ngoài, trọc khí dẫn xuống, cơ năng sinh sản ngày càng mạnh.

Ngũ tâm phát: nghĩa là 5 trung tâm của huyệt dưới đây hoạt động mạnh hơn mức bình thường:

Bách hội: một huyệt trên đỉnh đầu.

Lao cung: hai huyệt của hai gan bàn tay.

Dũng Tuyền: hai huyệt ở hai gan bàn chân.

Khi luyện "Dịch cân kinh" năm huyệt này đều có phản ứng và hoàn toàn thông suốt. Nhâm đốc và 12 kinh mạch đều đạt tới hiệu quả phi thường, nó làm tăng cường thân thể tiêu trừ các bệnh nan y mà ta không ngờ.

Lục phủ minh: Lục phủ là ruột non, mật, dạ dày, ruột già, bong bóng, tam tiêu.

Nghĩa là không trì trệ, lục phủ có nhiệm vụ thâu nạp thức ăn tiêu hóa và bài tiết được thuận lợi, xúc tiến các cơ năng sinh sản, giữ vững trạng thái bình thường của cơ thể, tức là âm dương thăng bằng, cơ thể thịnh vượng. (Còn nữa)

Nguyễn Đức Thuần (St)

Bài 3. Bài tập thể dục đa năng

Bs PHẠM XUÂN PHỤNG

Tương truyền rằng bài tập phất thủ hay phẩy tay do Đức Đạt Ma tổ sư, vương tử thứ ba của vương quốc nước Thiên Trúc (ngày nay thuộc Ấn Độ), vị tổ của nền võ học Trung Hoa, nghiên cứu ra sau giai đoạn tiềm tu "Cửu niên diện bích" (9 năm quay mặt vào tường để quán tưởng và tinh tấn để đạt đạo), nhằm hồi phục sinh lực sau một thời gian luyện võ mệt mỏi của môn đệ. Nhận thấy bài tập có lợi trong việc phòng và trị bệnh cũng như giữ gìn sức khỏe, người đời truyền nhau tập luyện cho đến ngày nay. Là người đã thực hành và hướng dẫn cho nhiều bệnh nhân tập luyện trong nhiều năm qua, chúng tôi xin giới thiệu để bạn đọc tham khảo và mong các bậc cao niên nhiều kinh nghiệm chỉ giáo thêm.

CÁC ĐỘNG TÁC CỦA BÀI TẬP PHẨY TAY

- Đứng thẳng, hai bàn chân hơi dạng ra rộng bằng vai. Ngón chân bám chặt vào đất hoặc ván gỗ. Hai tay buông thẳng tự nhiên. Năm ngón tay khép kín nhưng nhẹ nhàng. Lòng bàn tay úp theo tư thế tự nhiên.

- Từ từ đưa hai bàn tay ra phía trước, như có ai buộc giây vào hai cổ tay mình mà kéo lên. Bản thân như không dùng sức. Lòng bàn tay úp xuống, cong tự nhiên, các ngón tay khép nhẹ. Khi hai tay lên cao ngang vai song song với nhau thì dừng lại. Lưng bàn tay hướng lên trời, lòng bàn tay hướng xuống đất. Hít vào từ từ trong quá trình này.

- Dùng sức thật mạnh (như cố giật đứt sợi giây đang buộc cổ tay) phẩy mạnh hai tay xuống dưới và ra sau lưng. Khi di động ra sau hết cỡ tự nhiên, hai cánh tay lập thành một hình thang mà đáy lớn là khoảng cách giữa hai đầu mút các ngón tay, rộng hơn vai một chút theo tỷ lệ ước định 6/5. Ví dụ hai vai rộng 40 cm thì hai bàn tay cách nhau cỡ 48 cm Thở ra từ từ.

Chú ý: Hai tay vẫn thẳng tự nhiên (nghĩa là hơi cong ở khủy tay), không co cẳng tay lại. Không bắt chéo hai tay vào nhau hoặc hướng nhau ở sau lưng. Lòng bàn tay ngửa lên trời khi động tác vừa chấm dứt.

- Từ từ bị kéo hai tay ra trước như động tác 2. Sau đó lập lại động tác 3, 4… Cứ thế, hai tay đong đưa lui tới, như quả lắc (Có lẽ vì thế, có người gọi bài tập này là lắc tay chăng?).

Sau vài lần đong đưa theo động tác mẫu, hai tay sẽ tự nhiên đong đưa lui tới theo quán tính, không cần gắng sức. Tuy có vẻ dễ thực hành, song cũng xin ghi ra dưới đây:

NHỮNG ĐIỀU QUAN TRỌNG CẦN GHI NHỚ

- Suốt quá trình tập: Miệng khép tự nhiên, hai hàm răng khít, nhưng không cắn chặt, môi kín, lưỡi cong lên, và luôn luôn áp sát vào vòm khẩu cái (hốc trên của miệng) nhằm nối hai mạch Nhâm và Đốc để khí luân lưu toàn thân. Rất dễ quên động tác ép lưỡi này. Không sao cả, cứ nhẩm đi nhẩm lại trong đầu, lỡ quên thì làm lại chớ đừng ngưng tập vì sợ hãi, sau nhiều lần tự nhiên quen.

- Suốt quá trình tập: Các ngón chân bấm chặt vào đất hoặc ván gỗ, không tập trên sàn xi măng hoặc gạch hoa cách đất. Tốt nhất, tập trên ván gỗ kê nghiêng cách mặt đất chừng 15 độ. Trước cao sau thấp.

- Suốt quá trình tập: Hậu môn luôn thót lại để bế dương khí, không cho thoát ra: Nếu không thót hậu môn, cứ để tự nhiên mà tập, sẽ có thể bị trĩ hoặc sa thực tràng (lòi dom) do khí bị dồn ép xuống Đan điền, tăng sức ép vùng chậu hông. Hô hấp tự nhiên (nhẹ và đều) nhằm giải thoát này một phần. Bế khí lành, trục khí độc. Rất hay quên động tác này. Cố ghi nhớ khi quên sực nhớ ra cứ làm lại và cứ tập. Sau vài buổi tập, tự nhiên điều khiển được. Nhưng phải nhớ hai chân luôn đứng rộng bằng vai. Người đang bị trĩ, sa trực tràng, sỏi tiết niệu, đại tiện lỏng do rối loạn tiêu hoá hoặc bệnh đường ruột không nên tập. Hết đi lỏng, tập như thường – Lời khuyên dè dặt. Người táo bón kinh niên, tập bài này rất tốt nếu bị trĩ hoặc sa thực tràng – Lời khuyên theo kinh nghiệm lâm sàng thực tế.

- Ngoài ba động tác cố nhớ và cố sức trên đây, toàn bộ các tác động còn lại (trừ động tác phẩy tay ra sau) đều tuân thủ nguyên tắc: tự nhiên, nhẹ nhàng, mềm mại.

- Khi phẩy tay, các khớp xương tay thỉnh thoảng cong lại rồi duỗi thẳng ra, nhất là khớp cổ tay.

- Khi phẩy tay, mắt luôn nhìn thẳng về một điểm tưởng tượng hoặc có thật ở phía trước. Tập trung tư tưởng vào các việc: hô hấp đều, ép lưỡi, bấm ngón chân, thót hậu môn và đếm số lần phẩy tay. Không nghĩ vu vơ.

- Khi phẩy tay một hồi, cảm thấy mệt mỏi, phải dừng lại ngay. Hôm sau tập tăng dần. Những buổi đầu, tập phẩy tay từ vài chục lần/buổi. Dần dần nâng lên 1000 lần đến vài ngàn lần/buổi. Theo kinh nghiệm bản thân, một buổi tập phẩy 1000 lần mất chừng 30 phút. Tốc độ phẩy tay tương đương tốc độ đong đưa tay (đánh đường xa) khi ta bước nhanh.

- Tập mỗi ngày 1-2 lần. Buổi sáng, sau khi đánh răng rửa mặt, làm vệ sinh thân thể. Buổi tối, sau khi làm vệ sinh thân thể, tập xong lên giường ngủ luôn. Nhớ kỹ sau khi tập, không được dùng nước lạnh hoặc nước ấm để lau rửa thân thể vì sẽ làm tiêu hao nguyên khí.

- Vấn đề phản ứng: Mới tập ít buổi, giai đoạn khí huyết đang lưu chuyển, biến hoá sẽ sinh ra một số phản ứng của cơ thể (người có, người không): hắt hơi, trung tiện nhiều, tê đầu ngón tay, đau đầu ngón chân, cảm giác nóng lạnh bất thường, cảm giác kiến bò, chấn động trong mình. Đó là do lâu nay khí huyết uế, huyết trọc bị ứ đọng, kinh lạc có chỗ bất thông. Nay do tập luyện đúng cách, khí huyết được thanh lọc, khí uế huyết trọc được trục dần ra ngoài, xuống dưới, kinh lạc được khai thông lưu chuyển tạo nên các triệu chứng trên. Đó là các dấu hiệu tốt. Tập lâu dần, tự nhiên khí huyết bình hoà, kinh lạc thông suốt, cơ thể trở nên khoẻ mạnh, không còn các dấu hiệu trên.

KẾT LUẬN

Đặc điểm cơ bản của phẩy tay là: Thượng hư – Hạ thực. Làm cho trên rỗng, dưới đầy. Trên nhẹ, dưới nặng, động tác nhu hòa, tinh thần tập trung, hai tay đong đưa mềm dẻo theo đường cong của Thái cực làm cho có thể cải thiện được tình trạng Thượng thực – Hạ hư của những người có thể chất yếu, tiên thiên bất túc, hậu thiên bất tục, những người lao tâm khổ trí, uẩn ức ưu phiền, quân hỏa suy, tướng hỏa vượng, gây nên chứng trên nặng dưới nhẹ, đầu váng, mắt hoa, đau nhức mình mẩy, mất ngủ về đêm, buồn ngủ lúc làm việc, chân tay uể oải, đại tiện táo kết, tiểu tiện đỏ, đi đứng liêu xiêu, tai ù, mắt mờ. Tình trạng trên được cải thiện, phần dưới được kiên cố nên nặng, phần trên cần linh hoạt nên nhẹ, đều được như ý. Bệnh tật sẽ tự tan biến đi.

CHỈ ĐỊNH

- Các chứng đã nêu trong phần yếu luận.

- Bồi bổ chân nguyên, thanh lọc khí huyết, tăng cường sinh lực và sự mền dẻo, độ bền của cơ lực và trí nhớ.

- Tự nhiên chữa được các chứng đau lưng, đau cơ khớp, đau mỏi vai gáy, cánh tay, uể oải mệt nhọc, biếng ăn …

CHỐNG CHỈ ĐỊNH (theo thực tế lâm sàng):

- Trĩ nặng, sa trực tràng, sỏi tiết niệu.

- Bệnh tim mạch nặng, có dấu hiệu suy tim.

- Thận trọng với các chứng: Cao huyết áp kịch phát, động kinh, rối loạn tiền đình, u não, glaucome …

- Tạm dừng tập khi: Bị đi lỏng, thai cuối kỳ, đang hành kinh.

KINH NGHIỆM BẢN THÂN

- Gần 50 tuổi, đọc chữ nhỏ không cần đeo kính.

- Mất ngủ (ngủ ít, ngủ không sâu, hay mơ loạn, tỉnh dậy hồi hộp đánh trống ngực, nặng đầu, trí nhớ kém sút, chán ăn, sức làm việc giảm) hàng tháng trời. Tập bài này, ngay lần đầu tiên đã có một giấc ngủ say, sáng dậy thấy sảng khoái. Nay có thể thức thâu đêm làm việc.

- Táo bón: Hay bị táo bón, tập đến ngày thứ 3, khi đi ngoài phân nhuyễn, cảm giác êm ái. Nay hết táo bón đã nhiều năm.

- Đau lưng: Trước đây, ngồi hay đứng lâu độ một giờ, thấy lưng đau ê ẩm. Nay có khả năng ngồi đọc sách và viết liên tục 4-5 giờ đồng hồ không thấy đau lưng.

Ghi chú:

Các chỉ định và chống chỉ định trên đây là dựa vào thực tế hướng dẫn cho người bệnh tập luyện rồi đúc kết lại. Cũng chỉ mới dừng ở mức kinh nghiệm lâm sàng. Cần và mong được tạo điều kiện pháp lý để tiến hành nghiên cứu nghiêm túc bởi nhiều nhà y học, nhà võ học, để tổng kết thành một công trình Nghiên Cứu

Khoa Học Y học hẳn hoi.

LỜI CA TRUYỀN KHẨU VỀ 16 YẾU LĨNH & LỜI KHUYÊN LỢI ÍCH CỦA PHẬT THỦ LIỆU PHÁP

Đứng vững chuyển mãi các khớp xương
Gân cốt giãn ra, hơi độc tiêu
Hư thực đổi thay hơi khép mở
Khí đều tay chân trăm mạch sống
Trên ba dưới bảy có trọng tâm
Hai chân đứng vững vai trì xuống
Khử bệnh đầu nặng chân nhẹ đó
Tinh khí tràn trề thân nhẹ nhõm
Phẩy tay trị bệnh đúng nguyên nhân
Hơn cả xoa bóp và châm cứu (*)
Khí huyết không thông nảy trăm bệnh
Khí hoà tâm bình bệnh khó sinh.

Phụ Lục 4: BÀI THUỐC GIA TRUYỀN RẤT QUÍ CHỮA ĐAU NHỨC KHỚP XƯƠNG THẦN DIỆU VÀ GIA TĂNG TUỔI THỌ

Sơ Lược Tiểu Sử Toa Thuốc:

(Phổ biến toa thuốc rộng rãi- không được bán thất đức)

Uống thuốc , có bệnh trị bệnh, không bệnh được tăng thêm tuổi thọ . Đặc biệt trị đau nhức khắp châu thân đại tài.

Toa thuốc này từ Trung Quốc gửi sang, do một nữ cán bộ họ Bành đi kiểm tra dân số, lập tờ khai gia đình ở nông thôn quận Quế Châu, nơi thôn quê có khoảng 13, 14 gia đình, có một ông lão tuổi thọ 130 tuổi, vợ 120 tuổi, con trưởng nam 90 tuổi và một con thứ 80 tuổi. Sau khi làm tờ khai gia đình xong, cô họ Bành tìm hiểu, do đâu mà gia đình được sống cao niên, ông lão đem toa thuốc này cho cô họ Bành xin sao lại. Cô họ Bành đem về Hồng Kông cho thân mẫu cô. Trước thì thân mẫu cô có bệnh suyễn,và răng cũng lung lay, uống thời gian 2 tháng, bệnh suyễn của mẹ cô hết đi, và răng cũng chắc lại, nên cô truyền tay toa thuốc quí giá này khắp dân gian, để được cùng nhau hưởng thêm tuổi thọ.

Toa thuốc này gồm có 22 vị (cho người trẻ tuổi) + 5 vị =27 vị (cho người trung niên) + 5 vị= 32 vị (dùng cho người già hoặc suy nhược hay bệnh nặng)

1- Đỗ trọng	0.4 chỉ
2- Xuyên khung	0.3 chỉ
3- Cương hoạt	0.3 chỉ
4- Tần giao	0.3 chỉ
5- Sa sâm	0.5 chỉ
6- Ngọc trúc	0.3 chỉ
7- Cam thảo	0.3 chỉ
8- Phòng phong	0.3 chỉ
9- Táo nhân	0.6 chỉ

10- Bắc cao kỹ	0.6 chỉ
11- Tục đoạn	0.3 chỉ
12- Thục địa	0.4 chỉ
13- Tiền hồ	0.4 chỉ
14- Phục linh	0. 4 chỉ
15- Trần Bì	0. 3 chỉ
16- Đại táo	0.7 chỉ
17- Mộc qua	0.3 chỉ
18- Ngưu thất	0. 4 chỉ
19- Bạch thược	0. 4 chỉ
20- Linh tiên	0. 6 chỉ
21- Nhục quế	0.4 chỉ
22- Đại hồi	0.4 chỉ

23- Dương dâm quác	1 lượng
24- Chánh đơn qui	0.5 chỉ
25- Song trục (sao)	0.4 chỉ
26- Đọc hoặc	0.4 chỉ
27- Bạch trực	0.4 chỉ

28- Bá kích thiên	0.4 chỉ
29- Phúc bồn tử	0.4 chỉ
30- Táo nhục	0.4 chỉ
31- Sơ dương	0. 4 chỉ
32- Hồ lư ba	0.4 chỉ

@ Toa thuốc này ngâm rượu 40 độ. Mỗi thang ngâm 3 lít rượu. Thời gian ngâm trong 2 tháng + 1/3 ký đường phèn. Đối với những người uống rượu dở, cho thêm đường phèn (Tất cả khoảng 1/2 ký đường phèn cho dễ uống).

@ **Rượu thì dùng rượu Đế tốt hoặc rượu Volka trắng của Nga (Loại cổ đỏ) hay rượu Volka Mỹ do Mỹ chế tạo (Nắp nhựa**

đen) đều tốt cả. Rượu do Mỹ chế tạo tại nội địa Hoa Kỳ nên rẻ hơn rượu Nga.

@ **Sau 2 tháng, đem lược bỏ xác thuốc đi. Để dành uống mỗi bữa ăn chiều. Mỗi muỗng súp canh, không nên uống nhiều**.

@ Toa thuốc này là một trong những toa thuốc hay, tinh hoa của nền y học Đông Phương... Ai đã dùng thấy hiệu nghiệm nên phổ biến cho bạn bè bà con và đồng bào để làm phước... Toa thuốc này do ông Vương Tấn Lực tặng cho Chu Tấn.

SAO LỤC TẠI HẢI NGOẠI

Ngày 3 Tháng 10 Năm 2006

TẤC LÒNG NON NƯỚC
TUYỂN TẬP VĂN HÓA CHÍNH TRỊ
TẬP 2

Mục Lục

Liên lạc Nhà xuất bản

Nhân Ảnh

han.le3359@gmail.com

(408) 722-5626

Liên lạc Tác giả

Chu Tấn

chutan1939@gamail.com

(408) 280-5373

Quí vị cần mua sách có chữ ký của tác giả
Xin gởi Check đề tên NHẤ N TRẦ N $30 US + $5 US cước phí
mỗ i quyển tại Hoa Kỳ, hay + $10 cước phí ngoài Hoa Kỳ,
xin gửi về:

NHÂN TRẦN

373 ROAN Street

San Jose CA 95123

www.ingramcontent.com/pod-product-compliance
Lightning Source LLC
LaVergne TN
LVHW100842071026
849525LV00025B/695